அண்ணா
தன் வரலாறு

டாக்டர்
அண்ணா பரிமளம்

அறம்
பதிப்பகம்

அண்ணா தன் வரலாறு

டாக்டர் அண்ணா பரிமளம்

முதல் பதிப்பு - டிசம்பர் 2022

வெளியீட்டு எண்: 68

வெளியீடு: அறம் பதிப்பகம்

Anna Than Varalaru

Authors: Dr. Anna Parimalam

First Edition: December, 2022

Published by: Aram Publication
Address: No. 3/582, Mullai street,
Kasthuribai nagar, Mullipattu village & post
Arani Taluk - 632 316
Tiruvannamalai Dt, Tamil nadu
Contact Cell No: 9150724997
e-mail: arampublication50@gmail.com

Designer: G. Murugan

Printed at: Durga printers, Chennai-14

Pages: 528,

ISBN: 978-93-91480-46-2

அணிந்துரை

மாண்புமிகு டாக்டர் கலைஞர் மு. கருணாநிதி

பேரறிஞர் அண்ணா அவர்களைப் பற்றி தமிழகத்திலே பல அறிஞர்கள், பல ஆராய்ச்சி மாணவர்கள், வெவ்வேறு தலைப்புகளிலே கணக்கிலடங்கா நூல்களை எழுதியிருக்கிறார்கள். ஆனால் அருமைத்தம்பி பரிமளம், "பேரறிஞர் அண்ணாவின் தன் வரலாறு" என்ற தலைப்பில் – அண்ணா அவர்கள் பல்வேறு காலக்கட்டங்களிலே ஆற்றிய உரைகள், பொதுக் கூட்டங்களிலே, இலக்கிய மேடைகளிலே, சட்டப் பேரவையிலே, மற்றும் தம்பிக்கு எழுதிய கடிதங்களிலே தெரிவித்த கருத்துக்கள் – ஆகியவற்றைத் தொகுத்து ஒரு அருமையான நூலினை நமக்கு வழங்கியிருக்கின்றார்.

அண்ணா அவர்களே தனது வாழ்க்கை வரலாற்றை எழுதுவதைப் போல இந்த நூல் அமைந்துள்ளது. அவரது எழுத்துக்களும், பேச்சுக்களும் பெருமளவிற்கு அப்படியே இடம் பெற்றிருப்பதால், அண்ணா அவர்களே தொடர்ந்து எழுதியதைப் போல படிப்பவர்களுக்கு தோன்றும் விதத்திலே தம்பி பரிமளம் இந்நூலினை சிறப்பாகத் தொகுத்திருப்பது பாராட்டுதற்குரிய செயலாகும். இதனை நூலாகத் தொகுத்திட தம்பி பரிமளம் பல நாட்கள் செலவிட்டிருக்க வேண்டும்.

இந்த நூலினை நான் படித்த போது – அண்ணா அவர்கள் என்னைப் பற்றி பேசியவை, எழுதியவை – இவைகளையெல்லாம் இதிலே கண்ட போது– என்னை அறியாமல் என் கண்களிலே கண்ணீர் மல்கியது. குறிப்பாக நான் பாளையங்கோட்டை சிறையிலே இருந்ததைப் பற்றி – ''சென்னையிலிருந்து 400 கல்

தொலைவில் பாளையங்கோட்டையில் தனிமைச் சிறையில் தம்பி கருணாநிதியை வைத்து, கொடுமை செய்வதனைக் கேட்டு, தமிழகம் தத்தளிக்கிறது, விம்மிடுகின்றனர் தாய்மார்கள் ; துடிக்கின்றனர் முதியோர்கள் ; வேதனைப்படுகின்றனர் இளைஞர்கள் ; அறம் அறிந்தவர்கள் பதறுகின்றனர் ; சட்டம் தெரிந்தவர்கள் இதற்கு போதுமான நியாயம் இல்லை என்று

எடுத்துரைக்கின்றனர்; கழகத் தோழர்கள் கலக்கம் அடைந்துள்ளனர்'' என்றுள்ள வார்த்தைகள் எத்தனையெத்தனையோ நினைவுகளை மனக்கண் முன் கொண்டு வருகின்றன.

மற்றும் ஒரு இடத்திலே, ''என்னை முழுவதும் அறிந்தவர்கள் தான் கழகத்தில் இருக்கிறார்கள். அவர்களிலே முற்றிலும் அறிந்தவர் என்று சொல்லத் தக்கவர்களிலே கருணாநிதிக்கு மிச் சிறந்த இடம் உண்டு'' என்று அண்ணா அவர்கள் என் பிறந்த நாளில் வெளியிட்ட கருத்து – 4.6.1967 இல் நம்நாடு இதழிலே வெளிவந்தது, இந்த நூலிலே இடம் பெற்றிருப்பதை மீண்டும் படிக்கும் போது எனக்குத்தான் எத்தனை எத்தனை மகிழ்ச்சி.

''பேரறிஞர் அண்ணாவின் தன் வரலாறு'' என்று தம்பி பரிமளம் இதற்குப் பெயரிட்டிருந்த போதிலும், நம்முடைய இயக்கத்தின் வரலாறும், இயக்கம் நடத்திய அறப்போர்களும், அவற்றிலே அண்ணா அவர்களும் கழகத்தினரும் கலந்து கொண்டு சிறைப்பட்டு, சிறையிலே நடத்திய வாழ்க்கையும் தான் இடம் பெற்றுள்ளன. இந்த நூலின் பெரும்பாலான பக்கங்களை அவர் சிறையிலே கழித்த நாட்கள் ஆக்கிரமித்துக் கொண்டுள்ளன. ''ஆறு மாதக் கடுங்காவல்'' என்ற தலைப்பிலே நான் சிறையிலே கழித்த நாட்களைப் பற்றி குறிப்பிட்டிருப்பதைப் போலவே, இந்த நூலிலும் அண்ணாவின் சிறை வாழ்க்கை விவரிக்கப்பட்டுள்ளது. மேலும் தொத்தா அவர்களிடம் அண்ணா அவர்கள் கொண்டிருந்த அன்பைப் பற்றியும், அவரது மறைவைத் தொடர்ந்து அண்ணா அவர்கள் வருந்தியது பற்றியும் இந்த நூலில் குறிப்பிட்டிருப்பதும், அண்ணா அவர்கள் அவ்வப்போது படித்த புத்தகங்கள் பற்றி அண்ணா அவர்கள் செய்த விமர்சனங்களை இந்நூலிலே இடம் பெறச்

செய்திருப்பதும், வெவ்வேறு கோணத்திலே அண்ணா அவர்களைப் பற்றிப் புரிந்து கொள்ளப் பெரிதும் உதவும்.

மேலும் இந்த நூலில் ..... – "கழகத்தின் சார்பில் எடுக்கப்படும் எந்த முடிவும், நான் என்னிச்சையாகவோ, எனக்கு ஏற்படக்கூடிய விருப்பு வெறுப்பினை மட்டும் கணக்கிட்டோ, மேற்கொள்வதில்லை; என்றாலும், எனக்கென்று ஏதேனும் ஒரு விருப்பம்' எழுகிறது என்றால், அதனை நிறைவேற்றி வைக்கும் விருப்பம் கழகத்தினர் சிலருக்கு இருப்பதில்லை என்பதை பல சந்தர்ப்பங்களில் நான் உணர்ந்து வருகிறேன். வருந்தி என்ன பயன்?

காரணம் என்ன என்று ஆராய்வதிலே தான் என்ன பயன் ! நிலைமை அவ்விதம் – அவ்வளவுதான்."

எத்தனை உண்மையான வார்த்தைகள் என்பதை நான் இன்று அனுபவ ரீதியாக உணர்கிறேன். ஏன் அண்ணா அப்படிச் சொல்ல நேரிட்டது என்று எனக்கும் சகோதரர் அரங்கண்ணலைப் போன்ற ஒரு சிலருக்கு மட்டும் தான் தெரியும்.

இந்த நூலின் இறுதிப் பகுதியிலே உள்ள அண்ணாவின் சில வரிகள் – "எனக்கென்று சொந்தத்தில் விருப்பு வெறுப்பு அதிக அளவில் இல்லை என்றாலும், உடன் இருப்போரின் விருப்பு வெறுப்புகளை ஒரே அடியாகத் தள்ளிவிட்டு 'முடிவு' காணும் 'கண்டிப்பு' என்னிடம் போதுமான அளவு இருக்கிறதா என்பதிலே எனக்கே நிரம்ப ஐயப்பாடு உண்டு. ஆகவே சிக்கல் எழும் ஒவ்வொரு கட்டத்திலும், அந்தந்த வரிசையில் உள்ள பொறுப்புள்ள கழகத் தோழர்கள் அந்தச் சிக்கல்களை நீக்குவதற்கான காரியத்தில் ஈடுபட்டு வெற்றி பெற்றிட வேண்டும். எல்லாம் என்னிடத்திலே விட்டு விடலாம் என்ற பேச்சிலே எனக்கு இனிப்பும் கிடைப்பதில்லை. அதனை நான் விரும்புவதுமில்லை. எல்லாவற்றையும் ஏற்ற முறையில் தீர்த்து வைத்திடும் ஆற்றல் என்னிடம் நிரம்ப இருக்கிறது என்ற நம்பிக்கையும் எனக்கில்லை" – இன்றைய சூழ்நிலயில் என் அண்ணன் அவர்கள், அன்றைக்கே எனக்காகவும் சேர்த்து எழுதி வைத்த வார்த்தைகளைப் போல இவை இருக்கின்றன அல்லவா?

தமிழ் மக்கள் ஒவ்வொருவர் இல்லத்திலும் இருந்திட வேண்டிய அரிய கருவூலத்தை தம்பி பரிமளம் பெருமுயற்சி செய்து, கொண்டு வந்திருப்பது மீண்டும் மீண்டும் பாராட்டத் தக்க பணியாகும். இதனை நேரில் கண்டு மகிழ்ந்திட நம்முடைய அண்ணன் இல்லையே என்ற கவலை எனக்கிருந்த போதிலும், அவர் இருந்தால் அடைந்திடும் மகிழ்ச்சியை நான் பெறுகிறேன் என்று கூறி தம்பி பரிமளத்தின் முயற்சிக்கு வாழ்த்துக்களைக் குவிக்கிறேன்,

என்றும் அன்புள்ள

15/2/1997

என்னுரை

அறிஞர் அண்ணா அவர்களின் தன் வரலாறு என்கின்ற இந்த நூலின் தலைப்பு சிலருக்கு வியப்பாகத் தோன்றும். அண்ணா எப்போது தன் வரலாற்றை எழுதினார் என்கின்ற கேள்வியும், அண்ணா அவர்கள் தன் வரலாற்றை எழுதவில்லையே என்ற ஏக்கமும் பலர் நெஞ்சில் உண்டு என்பதை நான் அறிவேன். அண்ணா அவர்கள் தன் வரலாற்றை, தனியாக எழுதவில்லை என்பது எவ்வளவு உண்மையோ அவ்வளவு உண்மை - அண்ணா அவர்கள் தான் வாழ்ந்த காலத்தில் தன்னுடைய மேடைப் பொழிவு களில், தான் எழுதிய கட்டுரைகளில், 'தம்பிக்கு' கடிதத்தில் தன் வரலாற்றைச் சொல்லியிருக்கிறார், பேசியிருக்கிறார், எழுதியிருக்கிறார் என்பதும்! அவற்றின் தொகுப்பே இந்த நூல். அறிஞர் அண்ணா அவர்கள் தான் நடத்திய கிழமை இதழ்களான திராவிடநாடு, காஞ்சி ஆகியவற்றில் எழுதியிருந்ததையும், அவருடைய மேடைப் பேச்சுகள் நம்நாடு நாளிதழில் வந்தவற்றையும், மற்றும் புத்தகங்களாக வந்திருக்கும் ஏ, தாழ்ந்த தமிழகமே! தீ பரவட்டும், இலட்சிய வரலாறு ஆகியவற்றில் கிடைத்த குறிப்புளையும், என் தந்தை அண்ணா அவர்கள் என்னிடம் உரையாடும் போது வெளியிட்ட சில செய்திகளையும், எனது பாட்டியார் பங்காரு அம்மையார், இராசாமணி அம்மையார், நாகரத்தினம் அம்மையார் என் தாயார் இராணி அம்மையார் ஆகியோர் எனக்குத் தெரிவித்த செய்திகளையும், நான் இங்கே தொகுத்துத் தந்திருக்கிறேன். அறிஞர் அண்ணா அவர்களின் வாழ்க்கை வரலாறு இன்றைய இளைய தலைமுறைக்குத் தெரிய வேண்டும், தெரிவிக்க வேண்டும் என்ற எண்ணத்தில் நான் இந்தத் தொகுப்பைச் செய்திருக்கிறேன். இதைப் படிக்கின்ற இளைஞர்கள் அறிஞர் அண்ணா என்பவர் யார், அவருடைய சொல்லும் செயலும் எப்படி ஒத்திருந்தன, அவர் எப்படி மக்கள்

மனத்தில் இன்றும் வாழ்ந்து கொண்டிருக்கிறார், என்பதையும் அண்ணாவின் ஆற்றல், அவரின் மனிதநேயம் அவருடைய ஜனநாயகப் பண்பு, அவருடைய நெஞ்சின் ஈரம், துணிவு, தெளிவு, மாற்றாரை மதித்த பண்பு, அவரின் அவையடக்கம், அவரின் தொலைநோக்கு ஆகிய பல்வேறு குணநலன்களை அறிந்து பயன் பெற வேண்டும் என்பது என் அவா. அது மட்டுமின்றி, அறிஞர் அண்ணாவின் வரலாற்றை எழுதியவர்கள் சில தவறான

செய்திகளையும் தந்திருக்கிறார்கள். அண்ணாவின் படைப்புகளை ஆய்வு செய்த சிலர், அந்தத் தவறான செய்திகளை மேற்கோள் காட்டி எழுதியிருப்பதையும் கண்ணுற்றேன். இத்தொகுப்புக்கு அதுவும் ஒரு காரணம்.

ஒரு தலைவனுடைய வாழ்க்கையில் நடந்த நிகழ்ச்சிகள், அனுபவங்கள் ஆகியவற்றை அடுக்கிச் சொல்வது வாழ்க்கை வரலாறாகாது. அவற்றுள் சில அவனுடைய வாழ்க்கையை நடத்திச் சென்றிருக்கும். சிலவற்றை அவன் இயக்கி நடத்தியிருப்பான். அவற்றை முறையாகத் தொகுத்தளிப்பது வாழ்க்கை வரலாற்றிலக்கியமாகும். விவரிக்கும் பாங்கில் இடையிடையே தலைவனின் இயல்பு, பழக்கவழக்கம், ஈடுபாடு, உற்றார் உறவினர் மற்றும் சமகாலத்தவர் பற்றிய குறிப்பு முதலியவற்றை, சுவைபடக் கூறுவதுண்டு என்கிறார், அண்ணாவின் 'தம்பிக்கு' கடிதங்களை ஆய்வு செய்த டாக்டர். கு. விவேகாநந்தன் அவர்கள். அந்த முறையில் நான் இந்தத் தொகுப்பு நூலைத் தொகுத்தளித்திருக்கிறேன். நான் அறிஞர் அண்ணா அவர்களின் பயண இலக்கியம், அண்ணாவின் இலக்கியச் சோலை, அண்ணா என்கின்ற நூல்களை முன்னமே தொகுத்தளித்திருக்கிறேன். அதில் இடம் பெற்றுள்ள – தன்னைப் பற்றிய அண்ணாவின் குறிப்புகள் இத் தொகுப்பில் விடுபட்டுள்ளன. இதைப் படிக்கிற போது அண்ணா அவர்களே தன் வாழ்க்கையை நம்மிடம் எடுத்துச் சொல்வது போல் இருக்கும். இதை அச்சிட்டு உங்கள் கரங்களில் தவழ விட்டிருக்கிற பாரதி பதிப்பகத்தைச் சேர்ந்த தம்பி. சித. இராசேந்திரன், தம்பி. சித, மணி, பிழை சரிபார்த்த நண்பர், அட்டை அமைத்த ஓவியர், 'மலர்' அச்சகம் மலர்வண்ணன்

ஆகியோருக்கு என் நெஞ்சார்ந்த நன்றி. அணிந்துரை வழங்கி என்னை வாழ்த்தியிருக்கிற என் சித்தப்பா தலைவர் கலைஞர் அவர்கட்கு என் நெஞ்சார்ந்த நன்றி.

அண்ணா தன் வரலாறை 'குறள்' போல இதில் சொல்லியிருக்கிறார்கள்.

நிலைமையை நான் உண்டாக்கவில்லை. நிந்தனை எனக்குப் பழக்கமற்ற காரியம்! நிலைமை என்னை உண்டாக்கிற்று. நிந்தனை என்னை வளர்க்கிறது!!

இனி நீங்கள் படிக்க இருப்பது ஒரு வரலாற்றின் வரலாறு!

அண்ணா பரிமளம்

பேரறிஞர் அண்ணாவின்
'தன் வரலாறு'

"நான் நெசவாளி குடும்பத்தைச் சேர்ந்தவன் என்ற முறையில் சொல்லிக் கொள்வேன். நெசவாளியாய்ப் பிறந்தவர் யாரும் பொறுமையாக இருப்பதைத் தவிர, வேறு வழியில்லை. எத்தனை தடவை அறுந்த நூலை இணைத்துப் பார்க்கிறோம். எத்தனைக் சிக்கல்களைப் பிரித்திருக்கிறோம். ஆகவே நெசவாளிக் குடும்பத்தில் பிறந்தவர்கள், நெசவாளியாக இல்லாவிட்டாலும் நெசவாளிக் குடும்பத்திற்கு இயல்பான 'பொறுமை'க் குணத்தைப் பெற்றிருப்பார்கள்!"<?>

"எனக்கு நினைவு தெரிந்து கற்றுக்கொண்ட முதல் தொழில் நெசவுத் தொழில்தான்.

அந்தச் சின்னஞ்சிறு வயதில் 'சீடா' பிள்ளையாக (ஓரத்தில் அமர்ந்து நெசவு செய்வோருக்குத் துணையாக நாடா போடும் பையன்) நான் வேலை செய்திருக்கிறேன்.

ஒரு நாளைக்கு /4 அணா கிடைக்கும். அதை வாங்கிக் கொண்டு அடுத்த சனி, ஞாயிறு எப்போது வரும் என்று எதிர்பார்த்துக்கொண்டே பள்ளி சென்று வருவேன். ஆக, நானும் உங்களைப் போல நெசவு வேலை செய்தவன் தான்; ஒரு நெசவாளிதான்!"<?>

"சிறுவயதில் எனக்கு நீண்ட முடிவளர்த்துப் பின்னலிட்டு காதில் கடுக்கன் போட்டுத்தான் பள்ளிக்கு அனுப்புவார்கள்.

எனக்கு 'கிராப்பு' வைத்துக்கொள்ள வேண்டுமென்று ஆசை.. இதை தொத்தாவிடம் (சிறிய தாயார் இராசாமணி அம்மையார்) கேட்க பயம்!

<?> சட்டசபை பேச்சு

<?> (1951–ல் கும்பகோணம்) மேடைப் பேச்சு

ஒருமுறை ஆங்கிலத்தில் 100–க்கு 90 மார்க் வாங்கியிருந்தேன். அதைக் கொண்டு போய் தொத்தாவிடம் காண்பித்து என் கிளாசில் எல்லோரும் கிராப்பு வைத்திருக்கிறார்கள். நானும் வைத்துக் கொள்கிறேன் 'தொத்தா' என்று கேட்டேன்: சம்மதித்தார்கள்.

நான் சிறுவனாக இருந்தபோது, அரிச்சந்திரன் வேடம் போட்டு நண்பர்களுடன் வீட்டு மாட்டுக்கொட்டகையில் நாடகம் ஆடிக்கொண்டிருந்தேன். அந்த வேடத்துடனே என் பாட்டியார் என்னை வீட்டுக்குள் அழைத்து வந்து முதுகிலே நான்கு அடி கொடுத்தார்கள்!'' <?>

''நான் சிறுவனாக இருந்தபோது, தெருக் கூத்துகள் நிறைய பார்ப்பதுண்டு. இப்போது கூட மெத்த விருப்பம் எனக்கு, நள்ளிரவில் ஒலிபெருக்கியின் துணை தேடாமல் ஊர் முழுவதும் கேட்கத்தக்க முறையில் குரலெழுப்பி நடத்தப்படும் தெருக் கூத்துக்களைக் காண்பதில் கேட்பதில்?' <?>

மாலை நேரத்தில் மண்ணெண்ணெய் விளக்கேற்றிக் கொடுத்து அண்ணாவைப் படிக்கச் சொல்லி தொத்தா பக்கத்தில் அமர்ந்து 'ம்' கவனித்துப் படி என்பார்களாம். ஆங்கிலப்பாடம் படிக்கும் போதும் 'ம்' கவனித்துப்படி என்பார்களாம்.

அண்ணாவு தொத்தாவைச் சோதித்து பார்க்க வேண்டும்; உண்மையிலேயே அவர்களுக்கு ஆங்கிலம் புரிகிறதா என தெரிந்து கொள்ளவேண்டும் என நினைத்து, பாடத்தைத் தவறாகப் படிக்க, தொத்தாவிடம் எந்த மாறுதலும் ஏற்படாததால் தொத்தாவுக்கு ஆங்கிலம் தெரியவில்லை என்பதை புரிந்து கொண்டார். ஆனாலும் தன் பிள்ளை சரியாகப் படிக்க வேண்டும் என்பதற்காகத் தெரிந்ததுபோல் பாவனைச் செய்யும் தன் சிற்றன்னையின் மனது வாடக்கூடாது என நினைத்த அண்ணா, நன்றாக படித்தார். 'பித்துமனத்தை' ஏமாற்ற நினைக்கவில்லை அந்தப் பிஞ்சு மனம்.<?>

சிறுவயதிலிருந்தே 'அசைவம், உண்ணும் அண்ணா, தன் 13–ஆம் வயதில் ஒரு 'ஜீவகாருண்யச் சொற்பொழிவைக் கேட்டு,

<?> மேடைப் பேச்சு

<?> (தம்பிக்கு) 2–4–56

<?> உரையாடல் – பரிமளம் – இராசாமணி அம்மையார்

சைவமானார்; ஆனால் தன் *32* வயதில் அசைவமானார்; பெரியாருடன் காசிக்குச் சென்றபோது! <?>

தான் எப்படி பேச்சாளர் ஆனார் என்பதை அண்ணாவே சொல்கிறார். "என்னைச் செல்லமாக வளர்த்த என் சிறிய தாயார் தெருவில் இறங்கி விளையாட விடமாட்டார்கள்! காரணம் பிள்ளையின் காலில் மண் பட்டால், ஆயுசு குறையும் என்று யாரோ சொன்னதை நம்பி, எனக்குத் தலைவாரிப் பின்னலிட்டு, நகை போட்டு, திண்ணையில் உட்கார வைத்து விடுவார்கள்.

மற்ற பையன்கள் விளையாடுவதை வேடிக்கை பார்த்துக் கொண்டிருப்பேன். அதனால் யாருடனும் சண்டை போட எனக்கு வாய்ப்பில்லாமல் போய்விட்டது! பள்ளியிலும் விளையாட்டுகளில் என் மனம் ஈடுபடவில்லை! நிறைய பேசவும் ஒழிந்த நேரங்களில் நூல் நிலையங்களில் பொழுது போக்கவும் மனம் சென்றது. ஆகவேதான் பேச்சாளனானேன்!"

1916: "எனக்கு அப்போது ஏழு வயதிருக்கும். நான் என் தாயாருடன் (பங்காரம்மாள்) சென்னையில் நடக்கும் பார்க் பேர் கண்காட்சிக்கு வந்திருந்தேன். என்காதில் பொன்தோடு, கழுத்தில் செயின் அணிந்திருந்தேன். பலூன் வாங்கித் தரச் சொல்லி அழுகிறேன். அவர்களும் சமாதானம் செய்து பார்க்கிறார்கள்.

இதை கவனித்துக் கொண்டிருந்த ஓர் ஆள் குழந்தை அழுகிறது. ஒரு பலூன் வாங்கிக் கொடுத்தால் என்ன என்று சொல்லிவிட்டு என் அன்னையாரிடமிருந்து என்னைப் பிடுங்கிக் கொண்டு விறு விறு விறு என்று மறைவான இடத்திற்கு சென்றிருக்கிறான். சற்றுத் திகைத்திருந்த என் தாயார் என் குழந்தை..... என் குழந்தை' என்று பின்னாடி ஓடி வந்திருக்கிறார்.

அதற்குள் அவன் என் நகைகளைக் கழற்ற முயற்சி செய்திருக்கிறான். நான் பயந்து கூச்சலிட பலர் ஓடி வந்திருக்கிறார்கள். அதைக் கண்டு அவன் ஓடிவிட்டான்! அங்கிருந்தவர்கள் என்னை அழைத்து வந்து என் தாயாரிடம் சேர்த்திருக்கிறார்கள்'. <?>

<?> உரையாடல் – பரிமளம் – இராணி அண்ணா

<?> மேடைப் பேச்சு

1917: “ஒரு திருவிழாவுக்குச் சென்று விட்டு இரயிலில் திரும்பிக்கொண்டிருக்கிறேன். அப்போது எனக்கு எட்டு வயதிருக்கும். நான் அழுது கொண்டிருந்தேன் என் தாயாரும், பாட்டியாரும் என்ன, என்ன... என்று விசாரிக்கிறார்கள்.

‘நாகப் பழம் தின்றதற்கு அடித்தேனே, அதற்கு அழுகிறாயா? ஊருக்குச் சென்றதும் பள்ளிக்குச் செல்ல வேண்டும், அதற்கு அழுகிறாயா?’ – என்று கேட்கிறார்கள்.

நான் மவுனமாக என் இடது கையை மறைத்துக் கொண்டிருப்பதைப் பார்த்து விட்டு “ஐயையோ! கையில் அடிபட்டிருக்கிறதே, எப்போது இப்படி?” என்று கேட்கிறார்கள். இரயிலின் சன்னல் கதவை நீ சாத்தியபோது அடிபட்டது என்கிறேன் விம்மலுடன்.

“ஐயோ! எவ்வளவு நேரம் பொறுமையாக வலியைப் பொறுத்துக் கொண்டிருக்கிறாய். வாய்விட்டுக் கூட அழாமல், என்று என்னை அணைத்துத் தேற்றி அடிபட்ட விரலுக்கு ஈரத் துணியைச் சுற்றினார். <?>

“ஒரு முறை நான் கல்லூரியில் படிக்கின்ற நாட்களில் எனது பேராசிரியர், ஒரு கட்டுரை எழுதச் சொன்னார்.

நான் எழுதிய கட்டுரையைப் படித்து விட்டு, இந்தக் கருத்துக்களை எந்தப் புத்தகத்திலிருந்து எழுதினாய்?’ எனக் கேட்டார்.

“இவை யாவும் என் சொந்தக் கருத்துக்களே’ என்றேன். அவரும் பாராட்டினார்.

இன்னொரு முறை என் கட்டுரையைப் பார்த்த இன்னொரு பேராசிரியர் ‘அண்ணாத்துரை, உன் கட்டுரையில் நீண்ட வாக்கியங்கள் வருகின்றன. கட்டுரை என்றால் சிறு சிறு வாக்கியங்களாக இருக்க வேண்டும்‘ என்றார்.

‘சரி, கவனத்தில் வைத்துக் கொள்கிறேன்’ என்று சொல்லிவிட்டு, அடுத்தமுறை எழுதும்போது சிறு சிறு வாக்கியங்கள் அமைத்து எழுதினேன்.

<?> *உரையாடல்: பரிமளம் – அண்ணா*

அவரும் மகிழ்ச்சியுடன் அந்தக் கட்டுரையைப் படித்தார். ஆனால், வகுப்பிலிருந்த மாணவர்கள் அதைக் கேட்டு சிரித்து விட்டார்கள்! அதைப் புரிந்து கொண்ட ஆசிரியரும், சரி, சரி உன் இஷ்டம் போலவே எழுது' என்றார்.

கல்லூரியில் படிக்கிற நாட்களிலேயே வெற்றிலை – பாக்கு – புகையிலை போடுவேன். அதைத் துப்புவதற்காக ஜன்னல் ஓரமாக உட்காருவதால் அங்கே நடைபாதை கடை வைத்திருப்பவர்கள் போடுகிற கூச்சல்தான் அதிகமாகக் கேட்கும்.

அந்த வியாபாரிகள் 'எது எடுத்தாலும் ஒரு அணா, ஒன்றரை அணா' என்று சத்தம் போட்டுக்கொண்டே இருப்பார்கள். இது தான் காதில் விழும். ஒரு நாள், ஒரு பேராசிரியர் பாடம் நடத்திக் கொண்டிருந்தவர், நடுவில் பாடத்தை நிறுத்திவிட்டு 'ஜெரூசலம்' நகருக்குள் நுழைய முடியாமல் தடுக்கப்பட்ட மன்னன் யார்" என்றார். முதல் வரிசையில் அமர்ந்திருந்த மாணவர் சொல்ல முடியாமல் விழித்தார். பேராசிரியர் என்னை பார்த்துக் கேட்க, அதற்கு நான் ரிச்சர்டு மன்னன் என்று பதிலளித்தேன். 'ஜன்னல் ஓரத்தில் அமர்ந்திருந்தாலும் கவனம் பாடத்தில் இருந்ததால் அண்ணாத்துரை பதிலளித்தார் என்று பாராட்டினார். <?>

"என் மதிப்பிற்குரிய இரண்டு தமிழாசிரியர்களான மணி திருநாவுக்கரசு, மோசூர் கந்தசாமியார் இருவரும் மிகவும் பாடுபட்டனர், எனக்கு இலக்கணம் கற்பிக்க. நான் தமிழின் இனிமை பற்றி மட்டுமே அறிந்துகொள்ள முடிந்தது. இலக்கணப் பயிற்சியில் என்னை வெற்றி பெறச் செய்வதிலே எனது இரு ஆசிரியர்களுமே வெற்றி பெறவில்லை. <?>

1921: "என் தாய் தந்தையர் மிக்க பக்தி உள்ளவர்கள். அந்தச் சூழ்நிலையில் வளர்ந்த நான் என்னுடைய சிறிய வயதில் கோவிலுக்குச் செல்வதென்றால், எங்கள் வீட்டிற்கு பக்கத்தில் இருக்கும் வரதராஜப் பெருமாள் கோவிலுக்குப் போகமாட்டேன். காரணம், அங்கே எப்போதும் கூட்டம் இருக்கும்.

<?> மேடைப் பேச்சு

<?> *'தம்பிக்கு கடிதத்தில்' 17.9.1956*

சற்று தள்ளியிருந்த புண்ணிய கோட்டீஸ்வரர் கோவிலுக்குத் தான் செல்வேன். அங்கே கூட்டம் குறைவாக இருக்கும் என்பதால்.

1922: “நான் சிறுவனாக இருந்தபோது வீட்டிலேயே பாடுவேன். அண்டை அருகிலுள்ளவர்கள் பொறுத்துக் கொண்டார்கள்.”

1923: “காஞ்சிபுரத்தில் நான் படித்த பள்ளிக்கும் என் வீட்டிற்கும் வெகு தூரம். மத்தியானச் சாப்பாட்டிற்கு வீட்டிற்கு வந்து செல்வது கஷ்டம் என நினைத்து என் பெற்றோர், பள்ளிக்கு அருகில் உள்ள தெரிந்தவர் ஒருவர் வீட்டில் மத்தியானச் சாப்பாட்டிற்கு ஏற்பாடு செய்திருந்தார்கள்.

அந்த வீட்டில் உணவருந்துகிற வேளையில் நான் ஒரு வேடிக்கையான நிகழ்ச்சியைக் கண்டிருக்கிறேன். அந்த வீட்டின் மருமகளாக இருந்த பெண்மணி, எனக்குச் சாதம் போட்டுவிட்டு, உருளைக் கிழங்கு பொரியல் வைக்க வேண்டும் என்று தன் மாமியாரை கேட்பார்கள். அவர்கள், நடு அலமாரியின் சாவியைத் தருவார்கள். இவர்கள் அதை வாங்கி திறந்து எனக்குப் பொரியலை. வைத்து விட்டு, மீண்டும் அந்த பாத்திரத்தை அலமாரியில் வைத்துப் பூட்டிவிட்டுச் சாவியைத் தன் மாமியாரிடம் கொடுப்பார்கள்.”

1924: “நான் நீண்ட நாட்களாகவே தையற் கலைஞர்களுடன் கூடிப் பழகும் வாய்ப்பைப் பெற்றவன். ஏன் நானும் இத்தொழிலைத் தெரிந்து கொண்டவன் என்பதில் பெருமைப்படுகிறேன்.

நான் ஒரு காலத்தில் காஜா எடுத்ததுண்டு, நான் காஞ் சியில் சிறுவனாக இருந்தபோது ஓய்வு நேரத்தில் பொழுது போக்கிற்காக தையற்கடையை நாடிச் செல்வதுண்டு. அங்கு போகும் பழக்கம் அதிகரிக்க அதிகரிக்க அத்தொழிலைக் கற்க வேண்டுமென்ற ஆசையும் தூண்டியதுண்டு. அதன் விளைவு? நான் காஜா எடுப்பதற்குக் கற்றுக்கொண்டேன். அது எனக்கு மட்டுமல்ல எனது நண்பருக்கும் சில சமயம் பெரும் உதவியாகவும் இருந்ததுண்டு.” <?>

“நான் எஸ்.எஸ்.எல்.சி. பரீட்சை எழுதுகிறபோது, என் மடியில் இருந்த பொடி மட்டையை எடுத்து மறைவாக மூக்கில்

<?> மேடைப் பேச்சு 8.7.1965

போட்டுவிட்டு மறுபடியும் மடியில் வைத்துக் கொண்டேன். இதைக் கவனித்துக் கொண்டிருந்த ஆசிரியர் என்னைத் தவறாக நினைத்து நான் 'காப்பியடிக்க' குறிப்பு வைத்திருக்கிறேன் என்று நினைத்துக் கொண்டு என்னிடம் வந்தார். என் மடியைக் காட்டச் சொன்னார். நான் தயங்கவே அவரே என் மடியைத் தடவி, பொடி, மட்டையை எடுத்து விட்டார். அவருக்கே சிரிப்பு வந்து விட்டது. அதைத் திருப்பி என்னிடமே கொடுத்து விட்டுச் சென்றார்.'' <?>

"நான் ஒரு சிறுவனாக பள்ளியில் படித்த காலத்திலே படித்துக் கொண்டிருந்தபோது அங்கே இருந்த ஒரு ஆசிரியர் மணியை அடித்து பிள்ளைகள் வீட்டிற்கு போகலாம், பாலாற்றில் தண்ணீர் வந்தது என்றால் அது பள்ளிக் கூடத்திற்கு விடுமுறை விட்டு கொண்டாட வேண்டிய ஒரு காட்சியாகும். <?>

"நான் இருக்கிற காஞ்சிபுரம் நகராட்சி மன்றத்திற்கு பல்லாண்டுகளுக்கு முன்னால் ஒரு ஆணையாளர் வந்திருந்தார். அவர் பழங்குடி வகுப்பைச் சேர்ந்தவர். அவர் வந்தவுடனே வீடுகளுக்கெல்லாம் வீட்டுவரியை அதிகப்படுத்தினார். அதிகப்படுத்திய உடனே, வீட்டுக்காரரர் மனுக்கொடுத்துக் கொண்டதின் பேரில் முன்னாலே போட்டவரியைக் குறைக்க வேண்டுமா என்று பார்ப்பதற்காக, அந்த ஆணையாளர் வீடுகளைப் பார்வையிடச் சென்றார். அப்பொழுது நான் பத்தாவது வகுப்பை முடித்துவிட்டு, கல்லூரியிலே படிக்கிறேன். அவர்கள் சென்ற நேரத்தில் உயர்ந்த ஜாதிக்காரர்கள் அவர்களை வரவொட்டாமல் தடுத்தார்கள். அவர்களைப் பார்த்து ஆணையாளர் 'நான் நகராட்சி மன்றத்தின் ஆணையாளர்' என்று சொன்னார். அதற்கு அவர்கள் அது தெரிந்துதான் நாங்கள் உங்களை வரவிடவில்லை' என்று சொன்னார்கள். 'நான் நகராட்சி மன்றத்தின் அணையாளர் என்று தெரிந்துமா என்னை வரவிடவில்லை' என்று கேட்டார். அதற்கு அவர்கள், 'நீங்கள் நகராட்சி மன்றத்தின் ஆணையாளர் என்று தெரிந்து மட்டும் அல்ல, எந்த வகுப்பைச் சேர்ந்தவர் என்று தெரிந்தே

<?> மேடைப் பேச்சு

<?> சட்ட மன்றம் 47.57

நாங்கள் உங்களை வரவிடவில்லை' என்று சொன்னார்கள். பத்துப் பதினைந்து ஆண்டுகளுக்கு முன்னால் நடந்த விஷயத்திற்கு இப்போது என்ன என்று கேட்கலாம். தீண்டாமை பிரச்சனை பணம் படைத்து விட்டால் மட்டும் நீங்கிவிடாது, படித்துவிட்டால் மட்டும் போய்விடாது. பதவியில் உட்கார்ந்து விட்டால் மட்டும் போய்விடாது. மக்களுடைய மனதில் மாறுதல் ஏற்பட்டால் ஒழிய இந்தப் பிரச்சனைக்கு நிரந்தரமான பரிகாரம் கிடையாது என்பதை வலியுறுத்துவதற்கே இதனைச் சொல்கிறேன்." <?>

"நான் இப்போது காஞ்சிபுரம் என்பது உங்களிலே பலருக்குத் தெரியும். அங்குள்ள பெரிய சிவால்யமாகிய ஏகாம்பரநாதர் கோயிலிலே ரிஷபதேவர் வாகனத்திலே சிவனார் புறப்பட இருந்த சமயம், திடீரென்று ரிஷப வாகனத்தின் வால் இருக்கிறதே. அந்த வாலில் இருந்த கற்றையாகிய வெள்ளியை யாரோ களவாடிக்கொண்டு போய்விட்டார்கள். காவல், போலீஸ் எல்லாம் இருக்கத்தான் செய்தது. ஆனால் திருட்டும் நடைபெற்றுக் கொண்டுதான் இருக்கிறது. சிவனார் கோயிலில் மட்டும்தான் திருட்டு என்று எண்ணி விடாதீர்கள். வைணவர்கள் கோயிலிலும் திருட்டு நடைபெறுகிறது. காஞ்சிபுரத்திலேயே உள்ள பெரிய வைணவக் கோயிலாகிய வரதராஜப் பெருமாள் கோயிலுக்குச் சென்னைப் பிரபல வக்கீல் வி.வி. சீநிவாச ஐயங்கார் ஒரு டிரஸ்டி.

அவர், சுமார் ஐந்து வருடங்களுக்கு முன், வரதராஜப் பெருமாளுக்கு வைரத்தினால் வெள்ளை நாமமும், கெம்பினால் சிவப்பு நாமமும் செய்து அளித்தார். பெருமாளின் நெற்றியிலே அது அணியப்பட்டிருந்தது. பக்தர்கள் அதைப் பார்த்துப் பார்த்துப் பூரித்தார்கள். ஒரு பாகவதர், அந்நாமம் நம்மிடத்திலிருந்தால், நம்முடைய வறுமையெல்லாம் நீங்கிவிடுமே! வைரக்கற்கள் நமது திருமகளின் திருகுபில்லைக்கு ஏற்ற கற்களாகுமே! ஆண்டவனின் பிள்ளைக்குத்தானே பாத்தியம் என்று இவ்வாறெல்லாம் எண்ணி இருப்பார். அவர் ஒருநாள் நடு இரவில் மதிற் சுவரேறிக் குதித்து உள்ளே சென்றார். வரதராஜ

<?> *சட்டமன்றப் பேச்சு: **24.3.1958***

பெருமாளின் நெற்றியிலே கையைவைத்தார். உடனே நாமத்தை அபகரித்துக் கொண்டு போய்விட்டார். <?>

1926: "நான் எஸ்.எஸ்.எல்.சி.யில் இரண்டு முறை தவறினேன், கணிதத்தில் மார்க் குறைந்ததால்!

மூன்றாம் முறை கணிதத்தில் நல்ல மார்க் எடுத்துத் தேறினேன். அதற்கு மேல் படிக்க வசதியில்லை. அதனால் காஞ்சிபுரம் நகராட்சியில் கிளர்க்காகப் பணியாற்றினேன், ஆறு மாதம்!

1928: சென்னைக்கு வந்து, பச்சையப்பன் கல்லூரியில் 'இண்டர் மீடியட்' சேர்ந்தேன், பிற்பட்ட மாணவர்களுக்கான சலுகை பெற்று.

இண்டர் மீடியட்டில் முதலாவது மாணவனாகத் தேறினேன். தொடர்ந்து பி.ஏ. படிக்கலாம் என்றிருந்தேன். குடும்பச் சூழ்நிலை காரணமாக அப்போதிருந்த முதல்வர் திரு. சின்னத்தம்பிப் பிள்ளை, 'நீ (3 வருட படிப்பான) பி.ஏ. ஆனர்ஸ் சேர்ந்து படி, நான் உதவுகிறேன்' என்றார்.

கல்லூரிப் பாடப்புத்தகங்களையும் வாங்கிக்கொடுத்ததால் நானும் படித்தேன்." <?>

1930: ஆண்டு (10–9–30) அண்ணா, இராணி அம்மையாரை மணந்தார். அதைத் தொத்தா சொல்கிறார்:

"அவன், இந்தக் காலத்துப் பிள்ளைகள் போல் இல்லை நாங்கள் சொன்ன பெண்ணையே மணந்து கொண்டான்!"

1931–34: "கல்லூரியில் படித்த இந்த நாட்களில் ஒரு நாள் வகுப்பில் பேராசிரியர், மாணவர்களுக்குக் குறிப்புகள் கொடுத்துக் கொண்டிருந்தார். எல்லோரும் குறிப்புகளை எழுதிக் கொண்டிருந்தார்கள்.

எனக்குக் குறிப்பு எடுக்கும் பழக்கம் இல்லாததால் நான் எடுக்கவில்லை. இதைப் பார்த்து சினம் கொண்ட அவர், 'நீ மட்டும் ஏன் குறிப்புகள் எழுதிக்கொள்ளவில்லை?' என்று கேட்டார்.

<?> மேடைப் பேச்சு 24.3.1949

<?> மேடைப் பேச்சு

‘குறிப்புகள் எடுப்பதை நான் விரும்பவில்லை; அதை நான் வெறுக்கவும் செய்கிறேன். அதனால் தான் எழுதிக் கொள்ளவில்லை’ என்றேன். அவருக்கு என் மேல் சினம் அதிகமாயிற்று.

பிறகு, தேர்வில் நான் முதல் மாணவனாகத் தேறிப் பரிசு பெற்றேன். அப்போது என்னை வாழ்த்திய பேராசிரியரைப் பார்த்து நான் சொன்னேன்; ‘நீங்கள் கொடுத்த குறிப்புகளை மட்டும் படித்து எழுதியிருந்தால் தேறியிருப்பேன். ஆனால் இந்த பரிசைப் பெற்றிருக்க முடியாது!’ என்றேன். அவரும் என்னைத் தட்டிக் கொடுத்து வாழ்த்தினார்!’’ <?>

1932: ‘‘கல்லூரியில் பொருளாதார ஆனர்சு வகுப்பை எடுக்கச் சென்றபோது, அங்கு ஆசிரியராக இருந்த ஒரு உயர் சாதிக்காரர், இந்தப் பொருளாதாரப் பாடம் உனக்கு வருமா? உனக்கு ஏன் இதெல்லாம்?’ வேறு ஏதாவது எடுத்துக் கொள்!’ என்று கூறி, என்னை திசை திருப்பப் பார்த்தார்.

ஆனால் நான் பொருளாதாரத்தையே எடுத்துப் படித்து, சிறந்த முறையில் தேறினேன்!’’

பிரம்பும் கையுமாக இருந்த ஆசிரியர்களையே கண்டு பழகிய என் கண்களுக்கு,, ஆசிரியர் வரதராஜனின் கரம் என் முதுகைத் தட்டிக் கொடுத்தபடி, பச்சையப்பன் பழைய கல்லூரி மாடி தாழ்வாரத்திலே அன்றோர் நாள் உலவிய காட்சி, புதுமையாக இருந்தது.

கல்லூரியில் நான் நுழைந்த நாட்கள் ஆசிரியர்களின் தோழமை மாணவர்களுக்குக் கிடைக்கக் கூடும் என்ற எண்ணமே எழ முடியாத நாட்கள்.

வரதராஜன் அப்போது ஆசிரியராகவும் இருந்தார், மாணவராகவும் இருந்தார்; பச்சையப்பன் கல்லூரியில் ஆசிரியர்; சென்னை சட்டக் கல்லூரியில் மாணவர் இந்த இருநிலை – மட்டுமல்ல; சென்னை நகர பார்ப்பனரல்லாத இளைஞர்களுக்குத் தலைவர் – சர்.ஏ.இராமசாமி முதலியாரின் எலெக்ஷன் இலாக்காவின் தலைவர்......

<?> மேடைப் பேச்சு

வகுப்பில் அமர்ந்திருக்கும்போதே, வலை வீசுவார். யார் யார் இயக்கத்துக்குப் பயன்படக் கூடியவர்கள் என்று கண்டறிந்து பத்து – இருபது நாட்களில் அந்த மாணவன், வரதராஜனின் கோஷ்டியில் சேர்ந்துவிடுவான்.

விரும்பத்தகாத சூழ்நிலை மிகுந்த ஒரு தெரு. அங்கு ஒரு குதிரைக் கொட்டில், அதன் மேல் மாடியிலுள்ள அறையில் சிதறிய புத்தகங்கள். சில செல்லரித்துக் கிடக்கும். குப்பையில் தூக்கி எறியத் தோன்றும் 'படுக்கை. தினசரிகளின் குவியல்; ஈ மொய்த்துக் கொண்டிருக்கும் திண்பண்ட மிச்சம். இவற்றுக்கிடையே அந்தக் கருப்பு வீரர்!

அவரைச் சூழ்ந்தபடி மாணவர்கள். அவர்களிலே நான் முன்னணியில். திட்டங்களோ, மகாப்பிரமாதமாக. இருக்கும்! அடிக்கொரு தடவை தேநீர், சிகரெட் அதன் புகை அந்த அறையின் வாடையையே அதிகப்படுத்தும்!

நகரைப் பொறுத்த பல முக்கியமான அரசியல் காரியங்கள், இந்தச் சிறிய அறையிலே தான் முடிவு செய்யப்படும். பிறகு அவை கார்ப்பொரேஷனிலும், சட்ட சபையிலேயும் நடமாடியதுண்டு.

என் பொதுவாழ்க்கைக்குப் போதகாசிரியர்களாக அமைந்த இரட்டையரில் வரதராஜனார் ஒருவர். மற்றவர் திரு வேங்கடசாமி, இன்று அந்தோ! அந்த இருவருமே இல்லை! இருவரும் எய்த வேண்டிய நிலையை எய்தா முன்பே இறந்து பட்டனர்!" <?>

கல்லூரி வாழ்க்கை

"நான் பச்சையப்பன் கல்லூரியில் படிக்கிற காலத்தில் என் நண்பன் ஒருவன் சதா "சிகரெட் புகைத்துக் கொண்டே இருப்பான்.

ஏனப்பா இப்படி புகைக்கிறாய் என்றால், அவன் சொல்வான் நான் ஆங்கிலேயரின் பொருட்களை எரிக்கிறேன்' என்பான். <?>

<?> *திராவிட நாடு 28.9.1947*

<?> *சட்டமன்றம் 18.9.1958*

பச்சையப்பன் கல்லூரி முதல்வர் பேராசிரியர் கிருட்டின மூர்த்தியைப் பற்றி, கல்லூரியில் நடந்த விழாவில் பாராட்டுகிறபோது,

'முதல் ஆண்டு மாணவர்களுக்கு அவர் சர்வாதிகாரி'; இரண்டாமாண்டு மாணவர்களுக்கு அவர் சக்கரவர்த்தி!

மூன்றாமாண்டு மாணவர்களுக்கு அவர் ஒரு தோழர்! என்று குறிப்பிட்டேன். *

மாணவர்கள் அரசியல் அறிவு நிறைய உடையவர்களாகத் திகழ வேண்டும். ஆனால் அரசியல் கட்சிகளோடு தொடர்பு கொண்டு தீவிரமாகப் பணி புரிதல் கூடாது!

இதற்கு என் வாழ்க்கையையே நான் சான்றாகக் காட்டுவேன். நான் 3–ஆவது ஆண்டு ஆனர்ஸ் படிக்கும் வரையில் எத்தகைய பொதுக் கூட்டத்திற்கும் செல்வதில்லை. கல்லூரியில் நடக்கும் விவாத மன்றம் சார்பாக நிகழும் கூட்டங்களுக்கும் போக மாட்டேன். ஆனால் மூன்றாவது ஆண்டு. ஆனர்ஸ் வகுப்பில் படிக்கும் போதுதான் லயோலாக் கல்லூரியில் நடந்த ஆங்கிலச் சொற்பொழிவுப் போட்டியில் முதன்முதலாகக் கலந்துகொண்டேன்.

பிறகு, 11–2–1934–ல் 'ஆனந்த விகடன்' பத்திரிகையில் நான் சௌமியன் என்னும் புனைப் பெயரில் எழுதிய சிறுகதை வெளிவந்தது. அதற்குப் பரிசாக ரூ. 20 கிடைத்தது.

என் கல்லூரிப் படிப்பு முடிந்ததும் நான் ஓர் ஆறுமாதம் இந்தப் பள்ளியில் (கோவிந்தப்ப நாயக்கன் பள்ளி, சென்னை சைனா பஜார், பச்சையப்பனுக்குப் பக்கத்தில் உள்ளது) ஆசிரியனாகப் பணியாற்றியிருக்கிறேன்.

பிறகு, என் சிறிய தாயாரின் விருப்பத்திற்கு இணங்க, அப்போது குமாரராசாவாக இருந்த திரு. முத்தையா செட்டியாரிடம் கல்லூரியில் பணியாற்ற ஒரு சிபாரிசுக் கடிதம் கேட்டுச் சென்றேன்.

ஆனால் அவரோ, என்னிடமே உதவியாளராக வந்து விடுங்கள். மாதம் ரூ. 120 சம்பளம் தருகிறேன்' என்றார்.

---

* பச்சையப்பன் கல்லூரி உரை

நான் வீடு திரும்பி, 'தங்கள் பணியை மேற்கொள்ள இயலாமைக்கு வருந்துகிறேன்' என்று கடிதம் எழுதி விட்டேன்.

ஒருமுறை என் தேவைக்காக ஒருவரிடம் சிபாரிசுக் கடிதம் வாங்கிக் கொண்டு சென்னையில் இருந்த ஒரு சப் மேஜிஸ்திரேட்டிடம் சென்றேன்.

ஆனால் அவரோ, என்னைப் பேசவிடாமல், 'நீங்கள் சி.என். அண்ணாதுரையா?'' என்று கேட்டார். நான் அப்போதெல்லாம் பொதுக் கூட்டங்களில் அதுவும் ஜஸ்டிஸ் கட்சிக் கூட்டங்களில் பேசுவேன். ஆகவே அவர் கேள்விக்கு 'ஆம்' என்றேன்.

உடனே அவர் 'உங்களுக்கு ஐம்பது வயது இருக்கும் என்று நினைத்தேன். இவ்வளவு இளமையாக இருக்கிறீர்களே' என்று சொல்லிவிட்டு, 'தாங்கள் எனக்கொரு உதவி செய்ய வேண்டும். அதாவது, ஆற்காடு சர்.ஏ.இராமசாமி முதலியாரிடம் சொல்லி எனக்கு ஜட்ஜ் வேலை வாங்கித் தர வேண்டும்' என்று கேட்டார்.

நான் என் சட்டைப்பையில் என் வேலைக்காக அவரிடம் கொடுக்கக் கொண்டு வந்திருந்த சிபாரிசுக் கடிதத்தைத் தொட்டுப்பார்த்துக் கொண்டு, அவரிடம் நான் வந்த விஷயத்தைப் பற்றிப் பேசாமலேயே திரும்பினேன். *

''நான் பார்த்த மக்களை நீ பார்க்கவில்லையே தம்பி! முப்பது ஆண்டுகளுக்கு முன்பு வால் நட்சத்திரம் முளைக்கப் போகிறதாம் என்ற பேச்சு எழும்பியதும் பீதி கொண்டவர்கள், பதறியவர்கள் பலர் பலர், நான் பார்த்திருக்கிறேன். அதனால் தான் இன்று சமூகத்தில் பூத்திருக்கும் மாறுதலை கண்டு நான் வியப்படைகிறேன்.'' **

''அப்போது சென்னை மண்ணடித் தெருவில் (1935–ஆம் ஆண்டு) இருந்த 'சுயமரியாதை இளைஞர் சங்கத்தில்' அடிக்கடி பேசுவேன்.

கிருத்துவ இளைஞர் சங்கத்தினர் (சீவிசிகி) பட்டி மன்றத்தில் 1935–ஆம் ஆண்டு, வார்தர் கல்வி திட்டம் வேண்டுமா? வேண்டாமா?

---

* மேடைப் பேச்சு

** தம்பிக்கு கடிதம்

என்கிற தலைப்பில் திரு. சி. இராச கோபாலாச்சாரியார் தலைமையில் சொற்பொழிவாற்றி இருக்கிறேன்.'' *

''1935– ஆம் ஆண்டில்தான் நான் சென்னை நகரசபை அங்கத்தினர் தேர்தலுக்கு நின்று தோற்றேன், அப்பொழுது என் சார்பாக நடைபெற்ற தேர்தல் கூட்டங்களில், ''சேரிகளிலே அலங்கார விளக்குகள் இல்லை. அப்படியிருக்கும்போது நம்முடைய நகரசபை கோயில்களின் முன்னிலையிலே 2 அலங்கார விளக்குகள் போடுவது ஏன்?' என்று பலமுறை கூறி நான் பலமாகக் கண்டித்தேன். தெரு விலே நல்ல ஒளி தரும் மின்சார விளக்குகள் பல காட்சியளிக்கும் பொழுது இந்த அலங்கார விளக்குகள் ஏன் என்று கேட்டதோடு 'என்னை நீங்கள் நகரசபைக்கு அனுப்பினால் முதலிலே இது போன்ற பிரச்சினைகளை எதிர்த்துச் சேரி வாழ்வோரின் நலத்திலே ஈடுபடுவேன்' என்று சொன்னேன்.

இப்பொழுதிருக்கும் பக்தர்களைவிட அப்பொழுது பக்தர்கள் கொஞ்சம் முறுக்காக இருந்த காரணத்தினால் நான் சொல்லிய கருத்தை ஏற்றுக் கொள்ளாமல் இருந்தார்கள். இதை ஒரு சாக்காக வைத்துக்கொண்டு எனக்கு எதிராக நின்ற காங்கிரஸ் அன்பர் அண்ணாதுரைக்கு ஓட்டுக் கொடுத்தால் கோயில்களின் முன்னிலையிலே இருக்கும் அலங்கார விளக்குகளை எடுத்து விடுவதாகப் பேசினார். ஆதலால் அண்ணாதுரைக்கு ஓட்டுக் கொடுக்காதீர்கள். என்று துண்டுப் பிரசுரங்கள் வெளியிட்டார். **

''இருபத்தி மூன்று ஆண்டுகளுக்கு முன்னால் மணிமொழியார் அவர்களும் நானும் இணைந்து நின்று 'நவயுகம்' என்னும் வார இதழை நடத்தியது பற்றி நண்பர்கள் பலர் இங்கே தங்கள் சொற்பொழிவுகளில் குறிப்பிட்டார்கள். அப்போதுதான் நான் கல்லூரியிலிருந்து வெளிவந்த காலம். மணிமொழியார் அவர்களும் அப்போது தான் புதியதாக அச்சகம் ஒன்றைத் தொடங்கி வேறு ஓர் அமைப்புக்காக அதை நடத்திவந்த நேரம். அந்தக் காலம் என்னிடம் எழுதும் ஆற்றல் இருக்கிறதா என்பது தெளிவாகத் தெரியாத காலம். அவரிடமோ பணவசதி இல்லாத நேரம். இப்படிப்பட்ட நாங்கள் இருவரும் சேர்ந்துதான் –

* மேடைப் பேச்சு

** மேடைப் பேச்சு 20.4.50

நான் ஆசிரியராகவும், மணிமொழியார் வெளியிடுபவராகவும் இருந்து பத்திரிகையைத் தொடங்கினோம். அதுவும் நாங்கள் அந்தக்கிழமை இதழைத் தொடங்கிய நேரம், காங்கிரஸ் கட்சி தேர்தலில் மாபெரும் வெற்றி பெற்று வீர உலா வந்துக்கொண்டிருந்த நேரம். நாங்கள் சேர்ந்திருந்த நீதிக்கட்சியோ, பிழைத்திருக்கிறதா இல்லையா என்று ஐயுறத்தக்க நிலைக்கு ஆட்பட்டுத் தத்தளித்த நேரம். இத்தகைய நெருக்கடியான நிலையில்தான் நம் இயக்கக் கருத்துக்களைப் பரப்புவதற்காகக் கிழமை இதழ் ஒன்று தொடங்க வேண்டும் என்றும், அதற்கு நான் ஆசிரியராக இருக்க வேண்டும் என்றும் அவர் கூறினார். நானும் இணங்கினேன். ஒரு பத்திரிகையை நடத்துவதற்குத் தேவையான அளவு பணம் அவரிடம் அப்போது இல்லை. ஆனால் அதை நான் உணர முடியாத வகையில் அவர் நடந்து கொண்டார். பணநெருக்கடி பலமுறை பத்திரிகையைத் தாக்கியது என்றாலும், அதனை அவர் என்னிடம் கூறியதில்லை. பத்திரிகையின் வரவு செலவுக் கணக்கு எப்படி இருக்கிறது என்று நானாகக் கேட்ட நேரங்களிலும் ஒரே ஒரு புன்னகையைத்தான் விடையாக அளிப்பார். இப்படியெல்லாம் 'நிதிநிலை'யைப் பற்றி அவர் என்னிடம் தெரிவித்தால் இளைஞனாகிய நான் பத்திரிகை நடத்தும் ஆர்வத்தை இழந்து விடுவேனோ என்கிற அச்சம் அவருக்கு இருந்ததுதான். இந்த உண்மையை நான் இப்போது எடுத்துக் கூறுவதற்கு காரணம், அந்தக் காலத்திலேய பத்திரிகை நடத்துவதில் அவருக்கு எவ்வளவு ஆர்வம் இருந்தது என்பதை எடுத்துக்காட்ட அல்ல; கடன் வாங்கியாவது பத்திரிகை நடத்துவது என்பது தமிழகத்தில் நெடுநாட்களாக இருந்து வருகிற வழக்கம். ஆகவே அது அல்ல இங்கே கவனிக்கப்பட வேண்டிய உண்மை. அப்போதுதான் கல்லூரியை விட்டு வெளிவந்த என்னைப் பத்திரிகைத் துறையிலும், பொதுவாழ்விலும் ஈடுபடுத்தி முன்னேற்றமடையச் செய்வதில் அவர் எவ்வளவு ஆர்வம் கொண்டிருந்தார் என்பதை எடுத்துக்காட்டத்தான் இந்த உண்மையைக் கூறுகிறேன். அவர் அந்தக் காலத்தில் எனக்கு ஊட்டிய ஆர்வத்தையும் உற்சாகத்தையும் எண்ணினால் இப்போது கூட எனக்குப் பெரியதோர் மகிழ்ச்சி ஏற்படுகிறது."*

---

* *மணி மொழியார் மணிவிழா பேச்சு 17.5.1960*

வெற்றிலைப் பாக்கும் மாணவப் பருவமும்

"அறிஞர் அண்ணா அவர்கள், சென்னைப் பச்சையப்பன் கல்லூரியில் இடைநிலை வகுப்பில் பயின்று கொண்டு இருக்கும் போது, பின்னர் பச்சையப்பன் கல்லூரித் தலைவராக இருந்த பேராசிரியர் ஆர். கிருஷ்ணமூர்த்தி அய்யர் அவர்கள் ஆங்கிலப் பேராசிரியராக இருந்தார்.

அண்ணா அவர்கள் வகுப்பிற்கு ஷேக்ஸ்பியர் பாடத்தைக் கிருஷ்ணமூர்த்தி அய்யர்தான் கற்பித்து வந்தாராம். இடைநிலை வகுப்பில் படித்துக்கொண்டிருக்கும் போதே, வெற்றிலைப் பாக்கு ஓயாமல் போடுவது அண்ணாவின் பழக்கம். ஒருநாள் கிருஷ்ணமூர்த்தி அய்யர் வகுப்பு எடுத்துக்கொண்டிருக்கும் போது, அண்ணா அவர்கள் வெற்றிலைப்பாக்குப் போட்டு மென்று கொண்டிருந்தாராம். அண்ணா அவர்கள் ஏதோ மென்று கொண்டிருப்பதைப் பார்த்துவிட்ட பேராசிரியர், "வாயில் என்ன மென்று கொண்டிருக்கிறாய்?" என்று ஆங்கிலத்தில் கேட்டாராம்.

அதற்கு அண்ணா அவர்கள் "வெற்றிலைப்பாக்கு!" என்று தமிழில் பதில் கூறினாராம்.

"வெளியில் போய் அதைத் துப்பிவிட்டு வா" என்றாராம் ஆசிரியர்.

"துப்பமாட்டேன்" என்றாராம், "ஏன் துப்பமாட்டாய்?"

"இனிமேல் வேண்டுமானால் போடவில்லை. இப்பொழுது துப்பமாட்டேன்: ஏனென்றால் இது காசு கொடுத்து வாங்கியது".

"நீ இப்பொழுது போய்த் துப்பிவிட்டு வராவிட்டால் உன்னை மூன்று நாட்களுக்கு என் வகுப்பில் நுழையக்கூடாது என்று தடை விதிப்பேன்" என்றாராம் பேராசிரியர்.

"வெளியே வேண்டுமானாலும் போய்விடுகிறேன். ஆனால் வாயில் போட்டிருப்பதை மட்டும் துப்பமாட்டேன்" என்று கூறினாராம் அண்ணா.

"அப்படியானால் வெளியே போய்விடு. மூன்று நாளைக்கு வகுப்பில் நுழையக்கூடாது" என்று கட்டளையிட்டாராம் பேராசிரியர்.

அண்ணா அவர்கள் எழுந்து விறுவிறு என்று வெளியே வந்துவிட்டாராம்.

அதற்குப் பிறகு அண்ணா அவர்கள், வகுப்பில் வெற்றிலைப் பாக்கு போடுவதில்லையாம். அந்த அளவுக்கு அடங்கி நடக்க இசைந்தவர், அன்று துப்ப மறுத்ததற்குக் காரணம், போட்டுவிட்டதைத் துப்புவதில்யாருக்கும் பலனில்லை என்பதினாலேயேயாகும் என்று கூறினாராம்.

பேராசிரியர் கிருஷ்ணமூர்த்தி ஆங்கிலத்திலேயே கேள்வி கேட்க, அண்ணா அவர்கள் ஒவ்வொன்றுக்கும் தமிழிலிலேயே பதிலளித்தாராம், வேண்டுமென்று! *

"நான் பெரியார் அவர்களுடன் வடநாட்டு சுற்றுப்பயணம் சென்றிருந்தேன். அங்குள்ளவர்கள் நம் மக்களைவிட மூடநம்பிக்கை உள்ளவர்கள்.

பெரியார் அவர்களின் தோற்றத்தைக் கண்டு, அவர் தென்னாட்டிலிருந்து வந்திருக்கும் பெரிய சாமியார் என்றும், நான் அவரது சீடன் என்றும் கருதி விட்டார்கள். அப்படி நினைத்துத்தான் ஆரிய தருமத்தை வளர்ப்பதற்காக என்றே செயல்பட்டவரான சிரத்தானந்தா கல்லூரியின் தலைவர், பெரியார் அவர்களைப் பார்த்து, 'கல்லூரியில் பயிலும் மாணவர்களுக்குத் தாங்கள் வந்து அறிவுரைகூற வேண்டும்!' என்று கேட்டார். அவரும் ஒத்துக் கொண்டார்.

தாம் எதைச் சொல்லுகிறாரோ, அதை மற்றவர்கள் உடனடியாகக் கடைப்பிடிக்க வேண்டும். அதன்படி நடக்க வேண்டும் என்று கருதுபவர் அல்லர் பெரியார். பிறர் கடைப்பிடிக்கும் நெறியில் சென்று, அவர்கள் மனம் புண்படாமல் அதனை எடுத்துக் கூறுவதுதான் அவர் பண்பு.

சிரத்தானந்தா கல்லூரிக்குச் செல்ல வேண்டும் என்றதுமே எனக்குச் சற்றுப் பயமாகத்தான் இருந்தது. அங்கு போய் நமது கருத்தைச் சொன்னால், அவர்கள் எப்படி நடந்து கொள்வார்களோ என்று பயந்தேன்.

---

* ***மன்றம்' இதழ் 14.54***

என்றாலும், துணிந்து பெரியார் அவர்கள் பின் சென்றேன். கல்லூரிக்குள் நுழையும்போதே அங்கிருந்த மாணவர்கள் தங்கள் வழக்கப்படி என் முகத்திலும் அவர் முகத்திலும் சந்தனத்தை அள்ளிப் பூசினார்கள். எனக்குச் சங்கடமாக இருந்தது.

என் நிலையினைக் கண்ட பெரியார் நான், எங்கு தவறாக நடந்து கொண்டு விடுவேனோ என்று தொடையைக் கிள்ளிச் சாடை காட்டினார்.

அதன்பின் நானும் சற்று அமைதியடைந்து பொறுமையாக இருந்தேன்.

பின், பெரியார் அவர்கள் பேச ஆரம்பித்து, ஒவ்வொரு சங்கதியாக எடுத்து விளக்க ஆரம்பித்ததும் அவர்களுக்கு உற்சாகம் ஏற்பட்டது.

இதுபோன்ற கருத்தை அவர்கள் அதுவரை கேட்டதே இல்லை. அப்போது தான் அவர்கள் புதுமையாகக் கேட்கின்றனர். ராமாயணத்தைப்பற்றி அவர் விளக்கியதைக் கேட்கக் கேட்க, சற்றுத் தெளிவு ஏற்பட்டது.

கூட்டம் முடிந்ததும், அம்மாணவர்கள் ''ராவணக்கிஜே'' என்று முழக்கமிட ஆரம்பித்து விட்டனர்.

பெரியார் அவர்களின் கருத்துக்களை முதன் முதலில் 40 ஆண்டுகளுக்கு முன் கேட்க நேர்ந்தபோது என்ன இவர் – இப்படி பச்சையாக பேசுகிறாரே' என்று நினைத்தேன். அப்படித்தான் எல்லோருக்கும் முதலில் கசப்பாகத் தோன்றும், சிந்தித்தால்தான் உண்மையை உணர முடியும். *

1938– ஆம் ஆண்டு ராசகோபாலாச்சாரியார் இந்தியை புகுத்திய நேரம். அதை எதிர்த்து பிரச்சாரங்கள் நடந்து கொண்டிருந்த காலம். சுவரொட்டிகள் ஒட்டுவதற்கு கூட எங்களிடம் பணம் இல்லாத காலம். –

ஒரு சுவரொட்டி ஒட்ட ஒரு ரூபாய் தரவேண்டும். அந்தத் தோழருக்கு கையில் பணம் இல்லாத காரணத்தால் நானும், நமது என். வி. நடராசனும், இன்னும் மற்ற நண்பர்களும் விடிய விடிய சுவரொட்டிகளை ஒட்டிவிட்டு வீட்டுக்குச் செல்லும்

---

* **திருப்பத்தூர் உரை *(13.1267)***

போது இங்கே இருக்கிற பிராட்வே ஹோட்டலில்' ஓர் டீ குடித்துவிட்டு வீட்டுக்குச் செல்வோம். *

"முன்பு 1938– ல் நடந்த இந்தி எதிர்ப்பு ஊர்வலங்களைப் பற்றிச் சொன்னால் உங்களுக்கே கூச்சமாக இருக்கும்.

சென்னை நகரில் மத்தியப் பகுதியில் மயிலை சிவமுத்து என்னும் ஒரு பெரியவர் – அவருடைய தமக்கையார் அவருக்குத் துணையாக டாக்டர். தருமாம்பாள் ஆகியோருடன் இன்னுஞ் சிலர்!

இப்படிப் பல்போன பெரியவர்கள் பத்துபேர். மீசை முளைக்காத எங்களைப் போன்றவர்கள் ஐந்து பேர். மீசை முளைத்த வாலிபப் பருவமுடைய, காஞ்சி மணிமொழியார் போன்றவர்கள் ஐந்து பேர்.

தமிழ் வாழ்க! தனித் தமிழ் ஓங்குக!!

அயல் மொழிகளால் தமிழ் அழிவதா', என்றெல்லாம் முழக்கங்கள் எழுப்பிச் செல்வோம்!

நண்பர் நடராசன் காங்கிரஸ் கட்சித் தலைவர் தீரர் சத்யமூர்த்தி அவர்களுக்கு மிக வேண்டிய நண்பராக இருந்தார். அவருடைய வீடும், நான் கல்லூரியில் படித்துக் கொண்டிருந்த நேரத்தில் என்னுடைய (குடியிருந்த வீடும் பக்கம் பக்கமாகவே இருந்தன. நானும் அவரும் தொழிலாளர் அமைப்பு ஒன்றில் ஒன்றாக பணியாற்றுகிற வாய்ப்பும் ஏற்பட்டது. அவ்வாறு நெருங்கிப் பழகியபோது அவரிடத்தில் பேசிப்பார்த்ததில் – தமிழ் மொழியினிடம் அவருக்கு மிகுந்த ஆர்வம் இருக்கிறது என்பதை அறிந்து கொண்டேன்.

ஒரு நாள் மாலை 6 மணிக்கு கடற்கரையில் இந்தி எதிர்ப்புக் கூட்டத்திற்கு நாங்கள் ஏற்பாடு செய்திருந்தோம். அதிலே வந்து அவர் கலந்து கொண்டார். அன்று வந்து சேர்ந்தவர்தான். **

"தோழர் ஜின்னாவை நமது தலைவர் சந்திக்க விரும்பியபோது நான் உடனே வர மறுத்தேன் என்றும், நான் அப்போது துரோகம் செய்தேன் என்றும் சமீபத்தில் பத்திரிக்கையில்

---

* **மேடைப் பேச்சு**

** **பொதுக்கூட்ட உரை *(6.6.1963)***

குறிப்பிட்டிருந்தார். நான் உடன்போக மறுத்தது உண்மைதான்.'' தோழர் ஜின்னாவை ஒரு திட்டமான முடிவை வைத்துக் கொண்டு பாருங்கள். வெறும் உபசாரத்திற்காகப் பார்ப்பதில் பலனேதும் இல்லை, என்று சொன்னேன். தலைவருடைய சந்திப்பு வெறும் உபசாரச் சந்திப்பே என்பதை நான் அறிந்துகொண்ட காரணத்தால்தான் உடன்போக மறுத்தேன். தலைவரோடு, ''சண்டே அப்சர்வர்'' ஆசிரியர் தோழர் பி. பாலசுப்பிரமணியம், இப்பொழுது சைவசீலராக விளங்கும் தோழர் கே. எம். பாலசுப்பிரமணியம் ஆகியவர்கள் உடன் சென்றார்கள். மூவரும் திரும்பி வரும்போது மனக்கசப்புடன் தான் திரும்பி வந்தார்கள். சந்தர்ப்பம் அப்பொழுதெல்லாம் தவற விடப்பட்டது. தோழர் அம்பேத்காரை சந்தித்த வாய்ப்பும் பயனற்றே போயிற்று. இப்படியாக தவற விடப்பட்ட சந்தர்ப்பங்கள் ஏராளம். *

நான் சங்க இலக்கியங்களைப் படித்தவன் அல்லன். அல்லது அவற்றைப் படித்தவனைப் போல பாவனை செய்பவனும் அல்லன். அதற்காக நான் வெட்கப்படப் போவதுமில்லை.

சங்க இலக்கியங்களை நான் படிக்கவில்லை என்றால், அதற்குக் காரணம் என் அறியாமையில்லை. என்கண் முன்னால் சங்க இலக்கியங்கள் நர்த்தனம் ஆடவில்லை. என் கண் முன் அவற்றைக் கொண்டுவந்து புலவர் பெருமக்கள் அப்படி நிறுத்தவில்லை. **

''எனக்கும் அவருக்கும் (நடிப்பிசைப் புலவர் திரு. கே. ஆர். ராமசாமி) ஏற்பட்டுள்ள அன்புப் பிணைப்பு எளிதிலே அறுந்துவிடக்கூடிய வைக்கோல் வடம் அல்ல!

எப்போதுமே அறுந்துவிடாத எஃகு கம்பி! என்னைப் பார்க்காமல் அவரோ, அவரைப் பார்க்காமல் நானோ – இருக்க முடியாத ஒரு நட்புச் சங்கிலி எங்களுக்குள் நாள்தோறும் வளர்ந்து வருகிறது.

கடுமையான சோதனைப் புயல் தம் வாழ்விலே வீசிய ஒரு கட்டத்தில் கலைவாணர் பெயரிலே 'என்.எஸ்.கே. நாடகசபை எனும் அமைப்பினை நண்பர்களுடன் சேர்ந்து தோற்றுவித்தார்.

---

* *மாநாட்டு உரை (23.1.1950)*

** *1945– மேடைப் பேச்சு (அண்ணாமலைப் பல்கலைக் கழகம்)*

கே.ஆர்.ஆர். – அது சவலைப் பிள்ளையாகிச். சவக்குழிக்கு போய்விடாதபடி காப்பாற்றுவதற்காக என்னையும் நாடகம் எழுத தூண்டினார். அப்படி உருவெடுத்தது தான்– ஒரே இரவில் என்னால் எழுதி முடிக்கப்பட்டது தான் – இந்த ஓர் இரவு நாடகம்!

தஞ்சைத் தரணியிலே பல மாதங்களாக அது வீசி வரும் எழுச்சிப் புயலைப் பற்றி நான் எடுத்துச் சொல்லத் தேவையில்லை. அதன் வெற்றிக்கு வித்து என்னுடைய கதைதான் என்றாலும், அது முளைத்து செழித்திட வேரானவர்– நீரானவர்– கே. ஆர். ராமசாமி தான்.'' *

... 'திராவிட நாடு' இதழின் தோற்றத்திற்கு முதற் காரணம் நமது நண்பரும், செல்வமும், சுய மரியாதை ஆர்வமும் நிரம்பியவரும் இளைஞருமாகிய தோழர் டி.பி.எஸ். பொன்னப்பனாரின் தூண்டுதல்தான்!

பத்திரிகையின் ஆரம்ப கால கஷ்டங்களின்போது உதவிபல புரிந்தவர். அவருடைய உதவி திராவிட நாடு தோன்றவும், வளரவும் காரணமாக இருந்தது. இன்றும் பணிமனை அவருடைய இல்லத்தில்தான். சி. எஸ். செட்டித் தெரு, காஞ் சிபுரம்.

... முக்கியமாகப் பணிமனையில் இருந்து வரும் ஈழத்தடிகளின் உதவி குறிப்பிடத்தக்கது.

... பத்திரிகையின் உதவி நிதி திரட்டுவதுடன் பிரச்சாரமும் நடைபெறக்கூடிய விதத்திலே ஒரு நாடகக் கழகம் நிறுவியுள்ளோம். அன்பர்கள் ஆங்காங்கே நாடகங்களுக்கு ஏற்பாடு செய்வதன் மூலம், ஒரே சமயத்தில் இரண்டு நன்மை புரிந்தவராவீர் என்று எடுத்துக்காட்டினோம். 'சந்திரோதயம்' என்ற நாடகம், இரண்டு மூன்றுமாதங்களிலே காணக்கூடிய பிரச்சாரத்தை சில மணி நேரங் களிலே புகுத்தக்கூடிய விதமானது.

இதனை நடத்துவதன் மூலம் பத்திரிகைக்கு உதவி செய்வதுடன், கொள்கை பரப்பவும் பேருதவியும் செய்தவராவீர் என்று

---

* **தஞ்சை இராமநாதம் கலை அரங்கில் 1945– ல் நடைபெற்ற 'ஓர் இரவு' நாடக விழாவில் அண்ணா ஆற்றிய உரை.**

விளக்கி யிருந்தோம். அன்பர்களும் இக்கருத்தைக் கொண்டு திருவத்திபுரம், திருச்சி, சிதம்பரம், ஈரோடு, சென்னை ஆகிய இடங்களிலே நாடகத்தை நடத்தி வந்தனர். நல்ல முறையிலே....

'திராவிட நடிகர் கழகம்' எனும் அமைப்பிலே இருந்து, பத்திரிகைக்கு பண உதவி கிடைக்கும்படி செய்து வரும் நண்பர்களுக்கு நமது நன்றியைத் தெரிவித்துக் கொள்ளுகிறோம். நாடகத்திலே ஆரியப் புரோகிதராக நடிக்கும் அண்ணாமலை எனும் நண்பர். [சி: வி. எம். அண்ணாமலை, காஞ்சி]

... காஞ்சி வாசி, இயக்கத் தொண்டர்களின் விசுவாசி, வாழ்க்கையை நடத்த வாணிபத்தில் ஈடுபட்டுள்ள ஒரு வீர இளைஞர். அவருக்கு மனைவியாக நடிக்கும் நண்பர் துரைக்கண்ணு என்பவர் கோவை நகரிலே, மின்சார அமைப்பொன்றிலே பணிபுரிபவர்...

புரோகிதருக்கு உதவியாக ரசவாதியாக நடிப்பவர். நீண்ட நாளைய சுயமரியாதைக்காரர், 'குடி அரசு' வாசகர், முனிசிபல் உத்தியோகத்திலிருந்து ஓய்வு பெற்றவர். ஓய்வை இயக்கத்துக்கு செலவிடுபவர் – பெயர் பார்த்தசாரதி (முதலியார்)

... மிராசுதாரும், முனிசிபல் கவுன்சிலராக இருந்து வரும் கள்ளமறியா உள்ளமும், பணி செய்கையில் பள்ளம் மேடறியாமல் பாயும் சுபாவமும் கொண்டவரும், இயற்கையான நடிப்புத் திறனும் கொண்டவருமான தோழர் ராசகோபால் நாடகத்தில் புரோகிதரை ஆட்டிப் படைப்பவர்... மற்றும் சுந்தரேசன், கோவிந்தசாமி, நாராயணசாமி, முனுசாமி....

தோழர் சாமிநாதன் நாடகத்தில் கதாநாயகன்..

கதாநாயகியாக நடிக்கும் இளைஞர் சௌராஷ்டிரர், நெசவுத் தொழிலில் ஈடுபட்டவர்... பெயர் வெங்கட்ராமன் மற்றும் ஈழத்தடிகள்.

வியாபாரத் தொழிலில் ஈடுபட்டவரும், கௌரவ மாஜிஸ்டிரேட்டாக இருப்பவரும், சுயமரியாதைக்காரரும், பெரியாரின் பெரும் படையில் வெகு நாட்களுக்கு முன்பே சேர்ந்தவருமான தோழர் போளூர் சுப்பிரமணியம் – வேலைக்காரராக...

... தோழர் சீனிவாசன் என்பவர் மடாதிபதியாக நடிக்கிறார்

... இங்ஙனம், பல சக்திகள் பல துறைகளிலே நின்று இயங்கும் நிலை தமிழகத்திலே உண்டானதற்கு மூல காரணமாக இருக்கும் பெரியார் அவர்கள் நமக்கு அவ்வப்போது புரிந்து வரும் பேருதவிக்காக அவருக்கு எமது நன்றியறிதலைத் தெரிவித்துக் கொள்கிறோம்.'' *

– ''கிராம சேவை, ஏழைகளிடம் அன்பு காட்டுவதுபோல் ஒரு லட்சியமாகக் கருதப்பட்டு அதற்கு பலர் பலவிதமான பொருள் கொண்டுள்ளனர்.

என் நண்பர் ஒருவருடன் (பூவாளூர் அ. பொன்னம்பலனார்) சாப்பாட்டு விடுதியில் அமர்ந்தேன், உணவுக்கு. உண்டி முடிந்தது. மோரும் சோறும் கலந்து கொண்டிருந்த என் நண்பர், கூட்டு கொஞ்சம் போடு என்றார். பொரியலையும் கொண்டு வா என்று கூறினார். பிறகு சோறும் போடென்றார்.

நான் பிரமித்துப் போனேன். மங்களம் பாடி முதலடி தொடங்கியவர் மீண்டும் கீர்த்தனம் பாட ஆரம்பிக்கிறாரே இதென்ன என்று சோற்றுக் கடைக்காரர், சொன்ன வண்ணம் செய்தார். என் நண்பர் இலையில் இடப்பட்ட எதையும் தொடவில்லை. அப்படியே இலையை மடித்துவிட்டார். உள்ளே அத்தனை பண்டமும் கிடந்தது. நாங்கள் எழுந்து விட்டோம். நண்பா! ஏன் இதுபோல் செய்தாய்? வீணாக அவ்வளவு பண்டத்தை வைத்திடச் சொன்னாய், பிறகு உண்ணாமல் இலையை விட்டுவிட்டாயே. பாழாகாதோ, வீணாகாதோ, என்று நான் கேட்டேன்.

''பாழுமாகாது, வீணுமல்ல! நாமோ ஆறணா தருகிறோம், சாப்பாட்டுக்கு.

நான்கணாவுக்கும் நாம் உண்பதில்லை. சோத்துக் கடைக்காரனுக்குத்தான் மிச்சம். ஏன் அவனுக்கு அது போவது என்று நான் இந்த சூட்சுமம் கண்டுபிடித்தேன். நாம் சாப்பிட முடியாவிட்டாலும் ஆறணாவுக்கு அவன் இலையிலே பண்டம் போடவேண்டும்' என்றார் என் நண்பர்.

'பெரிய வேடிக்கையாய் இருக்கிறது உமது சித்தாந்தம்' என்று கூறிவிட்டு நான் சிரித்தேன். அவர் என் முதுகை தட்டிக் –

* *திராவிட நாடு (12–3–1944)*

கொடுத்துவிட்டு சித்தாந்தமும் இதிலே இருக்கிறது. ஏழை மக்கள் எச்சிலைக்கு காத்திருக்கிறார்கள் வெளியே... *

''நான் கல்லூரியை விட்டு வெளியே வந்ததும் முதலில் அவரிடத்தில் (பெரியாரிடம்) தான் சிக்கிக் கொண்டேன். நான் சிக்கிக் கொண்டது வாலிபப் பருவத்தில்!

எங்கெங்கோ போய் சிக்கிக் கொண்டிருக்க வேண்டியவன். – அவரிடத்தில்தான் முதலில் சிக்கிக் கொண்டேன்.

நான் காஞ்சீபுரத்தில் கல்லூரியில் படித்த படிப்பையும், அதன் மூலம் என்னென்ன எண்ணங்கள் ஏற்படுமோ அவற்றையெல்லாம் உதறித் தள்ளிவிட்டு ஈரோட்டில் போய் குடியேறினேன்.

எனக்கு நன்றாக நினைவிருக்கிறது. இதுபற்றி என்னுடைய பாட்டியார் அப்போது அடிக்கடி அவரை ஒத்த மூதாட்டிகளோடு பேசும்போது சொல்வார்கள். ஆறு மாதங்களுக்கு அல்லது மூன்று மாதங்களுக்கு ஒரு முறை நான் காஞ்சிக்கு செல்கின்ற நேரங்களில் அவர்கள் என்னைப் பற்றி மற்றவர்களிடம் சொல்லும்போது யாரோ ஈரோட்டிலிருந்து வந்த ஒருவன் என்னுடைய பிள்ளையைப் பிடித்துக் கொண்டு போய்விட்டான் என்று பேசுவார்கள். அவர்களே ஒரு தடவை காஞ்சீபுரத்தில் ஆடிசன்பேட்டையில் நடைபெற்ற ஒரு பொதுக் கூட்டத்தில் பெரியார் அவர்களுடைய பேச்சைக் கேட்ட பிறகு சொன்னார்கள் என்னைப் பார்த்து 'நீ ஈரோட்டிலேயே இரு' என்று.

.... அவரிடத்தில் இருந்த காலத்தில் ஏற்பட்ட நிகழ்ச்சிகள் பலப்பல இருக்கின்றன. என்னுடைய வாழ்நாள் முழுவதும் எண்ணி மகிழத் தக்கவை அவை.

இப்போது எனக்கு கிடைத்திருப்பது (தமிழக முதல்வர் பதவி). இனி எனக்கு கிடைக்கக் கூடியது என்று எந்தப் பட்டியலைக் காட்டினாலும் நான் ஏற்கனவே பெற்றிருந்தவற்றை விட இவை எதுவும் மகிழ்ச்சியிலோ, பெருமையிலோ நிச்சயமாக அதிகமானவையாக இருக்க முடியாது.

அவரிடத்தில் அப்போது ஓடாது என்று கருதிய காரணத்தால் தரப்பட்ட ஒரு ஃபோர்டு மோட்டார் இருந்தது.

* **_கிராம சேவை' தி.நா. (10–2–1944)_**

அதிலே நானும் அவரும் ஏறிக்கொண்டு செல்வோம்.

ஏறிக் கொண்டு செல்வோம் என்று சொல்வதற்கு காரணம் அது சில நேரத்தில் ஓடாது. பிடித்துத் தள்ள வேண்டும்.... திராவிடர் கழகம் என்று பெயர் வைத்தவன் நான்தான்

... நானும் அவரும் ஒரு முறை சிவகங்கை மாநாட்டுக்குப் போன நேரத்தில், அந்த ஊர் முழுவதும் பழைய செருப்புகளைத் தோரணமாகக் கட்டித் தொங்க விட்டிருந்தார்கள்.'' *

''எனக்கு அவரோடு – பெரியாரோடு தொடர்பு ஏற்பட்டது **1935**–ஆம் ஆண்டில்தான்.

அப்போது நான் பி.ஏ. (ஆனர்சு) தேர்வு எழுதியிருந்தேன்.

தேர்வு முடிவு தெரியாத நேரம் அது! அப்போது கோவைக்கு அடுத்த திருப்பூரில் ஒரு வாலிபர் மாநாடு நடந்தது. அங்கேதான் பெரியாரும் நானும் முதன் முதலில் சந்தித்துக் கொண்டோம். அவர் மீது எனக்குப் பற்றும் பாசமும் ஏற்பட்டன. அவருடைய சீர்திருத்தக் கருத்துக்கள் எனக்கு மிகவும் பிடித்தன.

பெரியார். என்னைப் பார்த்து என்ன செய்கிறாய்?' என்று கேட்டார்.

'படிக்கிறேன்' பரிட்சை எழுதியிருக்கிறேன் என்றேன். உத்தியோகம் பார்க்கப் போகிறாயா?' என்றார்.

இல்லை' உத்தியோகம் பார்க்க விருப்பம் இல்லை. பொதுவாழ்வில் ஈடுபட விருப்பம்' என்று பதிலளித்தேன்.

அன்று முதல் அவர் என் தலைவரானார். நான் அவருக்கு 'சுவீகாரப் புத்திரனாக' ஆகிவிட்டேன்.

14 ஆண்டுகள் அவரோடு பழகினேன்

நான் பெரியாரோடு இருந்தவரை வாங்கித்தான் பார்த்திருக்கிறேன். இப்போது கொடுப்பதைப் பார்க்கிறேன்''....**

''அந்த ஊரில் இருந்த பெரிய மனிதர் ஒருவர் நாங்கள் பேசிய இடத்திற்கு பக்கத்தில் உட்கார்ந்து கொண்டு அந்த ஊரில் உள்ள மற்றவர்களை விட்டு நாங்கள் பேசிக் கொண்டிருந்த இடத்தில்

* மேடைப் பேச்சு 17.9.1967

** மேடைப் பேச்சு 9.8.1967

காற்றடிக்கும் பக்கம் பார்த்து சாம்பலை தூவிக் கொண்டிருக்கச் சொன்னார். பெரியாரும் பேசிக்கொண்டே இருந்தார்.

நான் பேசும்போது குறிப்பிட்டேன் – சாம்பலை தூவிக் கொண்டே இருக்கிறீர்கள். அது பெரியாரை என்ன செய்யும் – தாடியில் படலாம். அது ஏற்கனவே வெள்ளை! அதனால் எந்தக் கெடுதலும் வராது என்று....''

‘‘இப்போதும் அவர் என்னோடு வந்து பணியாற்று' என்றால் அதற்கு நான் தயாராய் இருக்கின்றேன். இன்று பெரியார் அவர்கள் எனக்குப் பொன்னாடை போர்த்தினார்கள். உண்மையாகவே இது எனக்குப் பெருமைதான்.

இதைவிட நான் பெருமையாக கருதுவது. பெரியார் அவர்களுக்கு ஞாபகம் இருக்கிறதோ என்னவோ – எனக்கு ஈரோட்டில் முதன் முதலில் நகராட்சியில் வரவேற்பு கொடுக்கச் செய்து சால்வை போர்த்தினார்கள். அதை என் வாழ்நாளில் மறக்க முடியாது. *

‘‘எனக்கென்று ஒரு ‘வசந்த காலம்‘ இருந்தது...

‘வசந்தகாலம்‘ என்றேனே! அந்த நாட்களில் நான் கல்லூரியிலிருந்து வெளியேறி அவருடன் ‘காடுமேடு' பல சுற்றி வந்த நிலை.

அப்போது ‘கலவரம் எழாமல்' ஒரு பொதுக் கூட்டத்தை ஒழுங்காக நடத்தி முடித்திட முடிந்தால் போதும். பெரிய வெற்றி என்று பெருமிதம் தோன்றும். ‘அண்ணாதுரை இதை பார்த்தாயா என்று ஓர் கடிதத்தை வீசுவார். ‘ஆமய்யா' என்று பொருளற்ற ஒரு பதில் தருவேன்.

‘வருகிறாயா?' என்று என்னை கேட்க மாட்டார்.. வருவேன் என்பது அவருக்கு நன்று தெரியுமாதலால்!

... அந்த வரலாறு தொடங்கப்பட்டபோது நான் சிறுவன்... அந்த வரலாற்றிலே புகழேடுகள் புதிது புதிதாக இணைக்கப்பட்ட நாட்களிலே ஒரு பகுதியில் – நான் அவருடன் சேர்ந்து பணியாற்றியிருக்கிறேன். பெரியாருடன் மற்றப் பலரை விட இடைவிடாது இருந்திருக்கும் வாய்ப்பை பெற்றிருந்தவன்

---

* ***மேடைப் பேச்சு 13.12.1967***

நான். கோபத்துடன் அவர் பலரிடம் பேசிடக் கண்டிருக்கிறேன் கடிந்துரைக்கக் கேட்டிருக்கிறேன்.

ஒருநாள் கூட அவர் என்னிடம் அவ்விதம் நடந்து கொண்டதில்லை. எப்போதும் ஒரு கனிவு – எனக்கென்று தனியாக வைத்திருப்பார். என்னை தமது குடும்பத்தில் 'பிறவாப்பிள்ளை' என கொண்டிருந்தார். *

"ஒரு கிராமத்தில் பெரியார் அவர்களும் நானும் ஒரு சுயமரியாதைத் திருமணத்தை நடத்தி வைக்கச் சென்றபோது போலீசு அதிகாரி ஒருவர் எங்களை போலீசு ஸ்டேசனுக்கு வரும்படி சொல்லி அனுப்பினார். அங்கு சென்றபோது எங்களை கைது செய்யவோ காவலில் வைக்கவோ அழைக்கவில்லை என்றும், சனாதனிகளால் தொல்லை நேராது எங்களை பாதுகாக்கவே அழைத்ததாகவும் அந்த போலீசு அதிகாரி கூறினார்." **

"தம்பி, அப்போது (1938–ல்) உன் அண்ண ன் சர்வாதிகாரியாகப் பெரியாரால் நியமிக்கப்பட்டு இந்தி எதிர்ப்பு போர் நடத்தியபோது, காவி கட்டிய மூவர் உடன் இருந்தனர்.

– அருணகிரி அடிகள் – ஈழத்துச் சிவானந்த அடிகள் – சண்முகானந்த அடிகள்

துவக்கமும், முதல் படைத் தலைவனாக (சர்வாதிகாரியாக இருக்கும் சிறப்பிடமும், வாய்ப்பும் எனக்கு அளித்த நமது தலைவர் பெரியாருக்கு என் நன்றி. கமிட்டியாருக்கும் கழகத்தாருக்கும் என் நன்றி." ***

"அவரும் (ஈழத்தடிகள்) நானும் (அண்ணாவும்) சிறையிலிருந்த காலத்தில் ஏற்பட்ட நட்பும் பாசமும் வளர்ந்து, அவரை எங்கள் குடும்பத்தில் ஒருவர் ஆக்கிவிட்டன. திராவிட நாடு ஏட்டின் நிருவாகியாக நீண்ட காலம் பணியாற்றியிருக்கிறார் ஈழத்தடிகள்." ****

---

* மேடைப் பேச்சு 3.9.64

** பெரியாரின் 89–ஆம் ஆண்டு பிறந்தநாள் 'விடுதலை' மலர்

*** இந்தி எதிர்ப்பு போராட்டத்தில் தலைமை ஏற்று விடுத்த அறிவிப் 8–8–1948 'திராவிட நாடு'

**** மேடைப் பேச்சு 3.9.1964

“.... நான் 5, 6 வருஷங்களுக்கு முன்பு, பிரசார நாடகமாகவே ‘சந்திரோதயம்’ எழுதியிருக்கிறேன். இப்போது லைட் கலர் ‘ஓர் இரவு’ வேலைக்காரி’ தீட்டியிருக்கிறேன். இப்படிப்பட்ட நாடகங்கள் எல்லோராலும் பார்க்கப்படவும் கொள்கைகள் பலருக்கு பரவவும் வழி செய்யும். நண்பர் கருணாநிதி இப்படிப்பட்ட நாடகங்களை எழுதிக் கம்பெனிகளுக்குத் தர வேண்டுமென்று கேட்டுக் கொள்கிறேன்.” *

நீதிக்கட்சியில் அண்ணா

“தம்பி! நான் ஜஸ்டிஸ் கட்சி காலத்திலிருந்து, இப்படிப்பட்ட குழுக்களில் அமர்ந்திருக்கும் வாய்ப்பினைப் பெற்றிருக்கிறேன் – பெருந்தலைவர்கள் அருகே நெருங்கவே முடியாத குழுவினர், அரண்மனைவாசிகள் ஆகியோர் அமர்ந்து அரசோச்சிய அவைகளிலே, ஒப்பி என்னையும் உடனிருக்கச் செய்திருக்கிறார்கள் – பொப்பிலியும் செட்டிநாட்டுக் (அப்போது) குமாரராசாவும், சர் முகமது உஸ்மானும் அவர் போன்ற வேறு பல கனவான்களும் வீற்றிருந்த குழுக்களில், (அப்போது) அரும்பு மீசையும், கல்லூரி முலாமும் கொண்டவன் அமர்ந்திருக்கிறேன். – அப்போதெல்லாம், கூடத்தில் நடைபெறும் நிகழ்ச்சி, மறு அறையில் உள்ளவர்களுக்குக் கூடத் தெரியாது – கேட்காது – அவ்வளவு மெல்லிய குரலில், விட்டு விட்டு வார்த்தைகள் வெளிவரும். அதுவும் ஒருவர் இருவரிடமிருந்து; மற்றையோரெல்லாம், இவ்வளவு செல்வவான்கள் வந்து முகாமில் இருக்கும்போது தேர்தலைப் பற்றிய பயம் என்னென்ன என்று எண்ணிக்கொண்டு இருக்கவேண்டியதுதான்.

உறுப்பினர்களிலே பலருக்கு, அந்தக் குழுவிலே இடம் பெறுவது. அந்தஸ்தின் அறிகுறியே தவிர, பணியாற்றும் வாய்ப்பு என்றோ, பொறுப்பான செயல் என்றோ எண்ணம் வந்ததில்லை.

போடியும் போலாவரமும், வெங்கடகிரியும் வடபாதியும் காலாஸ்தியும் கார்வேட்டியும், சிங்கம்பட்டியும் உத்தம

* **12–9–1948** திராவிட நாடு. திருச்சியில் நடந்த தூக்கு மேடை நாடகத்தில் தலைமை வகித்துப் பேசியது

பாளையமும், பொப்பிலியும் பிறவுமாக வீற்றிருக்கும் இடத்தில் பணியாற்றும் வாய்ப்பு.

பொறுப்பேற்கும் பேறு என்றா எண்ணம் இருக்க முடியும்! நான் தம்பி! அப்போது ஜஸ்டிஸ் கட்சிக்குள் புகுத்தப்பட்ட 'புது இரத்தம்' – இளவெட்டு – ஜஸ்டிஸ் அந்தஸ்தை இழந்து வருகிறது என்பதற்கு எடுத்துக்காட்டு என்ற அளவிலே, அங்குச் சீமான்களால் அனுமதிக்கப்பட்டிருந்தேன்; அந்த நிலை கிடைத்ததற்கும் காரணம் ஜஸ்டிஸ் கட்சிக்குச் சுயமரியாதை இயக்கம் துணை புரிந்தாக வேண்டிய கட்டம் பிறந்ததுதான்.

தம்பி! அந்தப் பழைய நாளை நான் நினைவுபடுத்திக் கொண்டதற்குக் காரணம், அந்த நாட்களிலே, கட்சியின்கனவான்கள், கட்சிக்கு நீங்காத் தொடர்பு கொண்டது பிரச்சனைகளிலே எந்த அளவுக்கு அக்கறை கொண்டவர்கள் என்ற வேதனை தரும் வேடிக்கையை உனக்குக் கூறுவதற்குதான்!

அப்போது அரசியலில் மிகச்சூடான பிரச்சனை திலகர் சுயராஜ்ய நீதி என்ற பேரால் திரட்டப்பட்ட ஒரு கோடி ரூபாய், காங்கிரஸ்காரர்களால் பாழாக்கப்பட்ட பயங்கர சம்பவம்தான்.

டி.ஏ.வி.நாதன் எனும் எனது நண்பரும், 'சண்டே அப்சர்வர்' ஆசிரியரும், என்னை 'ஜஸ்டிஸ் கட்சிக்கு இழுத்து சென்றவரு மான பி. பாலசுப்பிரமணியமும், 'ஜஸ்டிஸ்' இதழில் வெளுத்து வாங்கினார்கள், திலகர் சுயராஜ்ய நிதி மோசடி பற்றி

கடப்பையில், ஜஸ்டிஸ் மாநாடு! நான் அதிலே பேசினேன் – திலகர் நிதி மோசடி குறித்து. அப்போது, நான்தான் சொன்னேனே, அரும்பு மீசை என்று – அதற்கேற்ற வகையில் ஆங்கிலத்தில்! பெருந்தலைவர்கள், வழக்கப்படி கைக் கடிகாரத்தை அடிக்கடி பார்த்துக் கொண்டனர். முகம் சுளித்தபடி அல்ல; ஆங்கிலத்துக்கு மதிப்பளிக்க வேண்டுமல்லவா, அதனால் கேட்டுக்கொண்டிருந்தனர்.

ஒரு மணி நேரம் – ஆத்திரம் தீரப் பேசி முடித்தேன் – அங்கே கூடியிருந்தவர்கள் அவ்வளவு பேரும், என் எதிரிகள் போலவும், அவர்கள் யாவரும் திலகர் நிதி மோசடியே நடைபெற வில்லை என்று என்னிடம் வாதாடக் கச்சையை வரிந்து கட்டிக்

கொண்டு நிற்பது போலவும் எண்ணிக்கொண்டு பேசுகிறேன் – பழுப்பேறாத மிளகாய், அப்போது நான், அதனால்!.

– தேனீர் விருந்துக்காகக் கலைந்து சென்றோம் – நான் கற்பனைக் காற்றில் மிதக்கிறேன் – இனிப் பரவாயில்லை – திலகர் நிதி மோசடி பற்றி நாடே சீறி எழும் என்று எண்ணியபடி. – ஒரு தலைவர், என் நன்மதிப்பினைப் பெற்றவர் – முதுகில் என்னைத் தட்டிக் கொடுத்தபடி, தனியே அழைத்துச் சென்று அண்ணாதுரை இதென்ன ஏதேதோ பேசிவிட்டாயே, ஆங்கில நடை அழகை நான் ஒப்புக் கொள்ள முடியும். ஆனால் நீ பேசிய அண்டப் புளுகுகளை எப்படி ஏற்றுக் கொள்ளுவேன்? இப்படி எதற்காகப் பேசினாய்?'' என்று கேட்டார். நானோ, தம்பி! நாட்டு மக்களுக்கு ஒரு பேருண்மையை விளக்கி விட்டோம். காங்கிரஸ் கட்சியினர் செய்த ஒரு கயமைத்தனத்தை அம்பலப்படுத்திவிட்டோம் என்ற பூரிப்பில், ''ராஜ நடை'' போட்டுக்கொண்டு செல்கிறேன். இந்தப் பெரியவரோ, அண்டப்புளுகு பேசுவது அழகா என்று என்னைக் கேட்கிறார். என் மனம் என்ன பாடுபட்டிருக்கும் என்பதை எண்ணிப் பார்.

நான் கூச்சத்துடன், ஆனால் துணிவினைத் தருவித்தபடி, திலகர் நிதி மோசடிபற்றி அவரிடம் விளக்கலானேன்.

நான், அவருக்கு! சாமான்யன் – பிரமுகருக்கு!! தொண்டன் தலைவருக்கு!!

''அப்படியா? உண்மையாகவா? ஒரு கோடியா? பாழாகி விட்டதா! என்று மேலும் மேலும் ஆச்சரியத்தால் தாக்குண்ட நிலையில் கேட்டார் அவர் – நான் திகைத்துப் போனேன், ஆனால், தம்பி! கடைசியாக என்னைத் திணற வைத்தது அது அல்ல.

அதென்ன பெரியவரே! இதெல்லாம் தெரியாது என்கிறீரே? பத்துக் கட்டுரைகள் வெளிவந்தனவே இது குறித்து, நம் 'ஜஸ்டிஸ் பத்திரிகையில் என்றேன்' நான். அமைதியாக அந்த அருந்தலைவர் சொன்னார். 'நான் ஜஸ்டிஸ் படிப்பதில்லை' என்று!

தம்பி! அவர் ஜஸ்டிஸ் கட்சியிலே முக்கியஸ்தர் – மற்றோர் முறை ஜஸ்டிஸ் கட்சி மந்திரிசபை அமைத்திருந்தால், அவர்

நிச்சயம் மந்திரியாகி இருப்பார்! அவர், 'ஜஸ்டிஸ்' படித்திடும் வழக்கமில்லை என்பதை, பதறாமல் கூறுகிறார்!!

கேட்டுக் கொண்டேன் தம்பி, கேட்டுக் கொண்டேன்! இப்படி எத்தனையோ!

எதற்குக் கூறுகிறேன் என்றால், ஒரு கட்சியின் முக்கியஸ்தர் அதன் நிர்வாகக் குழுவிலே இடம் பெற்றவருக்கு இந்த அளவுக்குத் தான் 'அக்கறை' இருந்தது! அதை எல்லாம் பார்த்துப் பார்த்து, கசப்பும் கிலியும் கொண்டிருந்த எனக்கு, இப்போது, நமது பொதுக் குழுவில் உறுப்பினர்கள் காட்டும் அக்கறையும், அளித்திடும் ஆய்வுரையும், பெற்றுள்ள தெளிவும், காட்டும் துணிவும், உள்ளபடி, தெம்பு தருகிறது." *

"நமக்கு நமது கொள்கையில் திடமான நம்பிக்கை இருக்கும் போது பயமென்ன? – எப்படியும் இன்று மாற்று முகாமில் உள்ளவர்களிலேயே பலர், நம்மோடு சேரும் நாள் வரத்தான் போகிறது! உனக்கு நமது நண்பர், ஓயாது உழைக்கும் என்.வி. நடராசன் தெரியுமல்லவா! அவரை என்னவென்று எண்ணிக்கொண்டாய்!! ஏ! அப்பா! அதி தீவிர காங்கிரஸ்காரராச்சே! சண்டமாருதச் சிங்கம் சத்தியமூர்த்தியின் பிரத்தியேகப் பயிற்சிக் கூடத்தில் பல ஆண்டுக்காலம் இருந்தவர்! சென்னை ஜில்லா காங்கிரஸ் கமிட்டியிலே உறுப்பினர், எதிர்கால கார்ப்பரேஷன் மெம்பர் என்றும், ஒரு சான்சு அடித்தால் எம்.எல்.ஏ. ஆகலாம் என்றும் கூறி வந்தனர். சென்னையில் எங்கு பார்த்தாலும் இந்த 'எலும்பு மனிதர்' காங்கிரசல்லாத கட்சிகளின் மீது கண்டனம் பொழிவார்! வசை மொழியால் என்னை அர்ச்சிப்பதில் அவருக்கு அப்போது அலாதி ஆசை! நான் கார்ப்பரேஷன் தேர்தலில் ஈடுபட்டபோது என்னைத் தோற்கடிக்க முழு மூச்சாக வேலை செய்தவர். அப்போதெல்லாம், அவரிடம் 'நாலாம் தமிழ்' நடமாடும்! நாலாம் தமிழ் என்றால் தெரியவில்லையா? இயல், இசை, நாடகம் – முத்தமிழ், வசை, நாலாம் தமிழ்!! என்ன அப்படி பிரத்யேகப் பெயரிட்டு அழைக்க வேண்டிய அளவுக்கு வசை இருந்தது என்கிறாயர்ய கேள் தம்பி; சொல்கிறேன்! நீ

* ***தம்பிக்கு 5–2–1956***

எத்தனையோ விபூதி வில்வங்கள் ஏசிப் பேசக் கேட்டிருப்பாய், இதுபோலக் கேட்டதுண்டா சொல், பார்ப்போம்.

“நெஞ்சிலே இருக்கிற மஞ்சா சோறு வெளியே வரும் – ஆமாம்”.

இதற்கு நாலாம் தமிழ் என்று தனிச்சிறப்பு அளிக்காமலிருக்கலாமா, சொல்லு.

பொருள் என்ன தெரியுமோ இதற்கு – ஒரு தாக்குத் தாக்கியதும் கிறுகிறு என்று தலைசுற்றி, வாந்தி எடுக்க வேண்டி நேரிடும் – அப்போது உண்ட சாதம் மஞ்சள் மஞ்சளர்க – வெளியே வரும்! இது தான் பொருள்!

பேசினது– நம்ம நடராசன்! எனக்குத்தான் இந்த அர்ச்சனை! தேர்தல் காலம்! தேச பக்தி அவருக்குத் தலையில் ஏராளமாக! தூபம் போட சத்தியமூர்த்திகள். எனவே நாலாம் தமிழைத் தாராளமாகப் பொழிந்தார்; எனக்கு அவர் எப்படி அந்த நடையை இப்போது மறந்துவிட்டார் என்றுகூடச் சில சமயங்களிலே ஆச்சரியமாக இருப்பதுண்டு.

நடை இது; உடை கதர்! படையும் உண்டு, மாலை கலகத்துக்கு ஆறணா; இரவு கலகத்துக்கு எட்டணா; நோட்டீசைக் கிழிக்க ஒரு ரூபாய்; சாணிவீச இரண்டரை; கனைத்துக்காட்ட ஒரு அணா; முண்டா தட்ட மூன்றணா; மூலை முடுக்கிலே நின்று வம்புச் சண்டைபோட மூன்று ரூபாய் – இப்படி ‘ரேட்’ பேசிக்கொண்டு, பாரதமாதாவுக்குச் சேவை செய்யும் படை வீரர்கள் உண்டு! இத்தனைக்கும் எனக்கு அவர் அப்போதும் நண்பர் தான்! தொழிலாளர் இயக்கக் காரியத்தில் ஒன்றாகவே வேலை செய்வோம். உன்னிடம் உண்மையைச் சொல்வதிலே தவறு என்ன, ஆங்கிலத்திலே ஏதாவது தொழிலாளர் சங்கத்துக்குக் கடிதம் வந்துவிட்டால், என்னிடம் கொண்டு வந்து காட்டுவார்!! காலையில் இது – மாலை வந்தாலோ ‘போலோ பாரத்மாதாக்கீ’ யாகி விடுவார்!!

அப்படிப்பட்டவர் இன்று, எவ்வளவு அரும்பணியாற்றி வருகிறார் திராவிடர் இயக்கத்தில், என்பதைப் பார்க்கிறாயல்லவா!

கட்டாய இந்தியை நுழைத்தார் ஆச்சாரியார்.

இந்தி எதிர்ப்புப் போர் துவங்கிற்று! நாம் பதறாமல் பகை வளர்த்துக் கொள்ளாமல், தமிழ்ப் பண்பு கெடாமல், கொள்கை வழுவாமல், குறிக்கோள் மறவாமல், எதிர்ப்புக்கு அஞ்சாமல், பணியாற்றினோம் – காங்கிரஸ் வட்டாரத்திலேயே நமக்கு ஆதரவு அரும்பிற்று; நடராசன் போன்ற பல காங்கிரஸ் நண்பர்கள், நாங்களும் தமிழர்களே! எங்களுக்கும் தமிழார்வம் உண்டு! நாங்களும் இந்திக்கு அடிமையாக மாட்டோம்' என்று பேசினர் – முதலில் நம்மவர்களைச் சந்திக்கும்போது – பிறகு தங்களுக்குள்ளேயே – அதற்கும் பிறகு காங்கிரஸ் மேடைகளிலேயே!

இதை நான் மிகவும் ரசித்திருக்கிறேன்.

இந்தி எதிர்ப்புப் பேசும் காங்கிரஸ்காரர்களை அடக்கியாக வேண்டும் என்ற நிலைமை ஏற்பட்டுவிட்டது, சத்தியமூர்த்திகளுக்கு,

சத்தியமூர்த்திகள் தடை விதித்தாலும் மீறி, தாய்மொழியைக் காக்கும் பணிபுரிந்தாக வேண்டும் என்ற கட்டம் வந்து விட்டால் நடராசன் போன்றோருக்கு.

சென்னை ஜில்லா காங்கிரஸ் கமிட்டியில் இந்தப் பிரச்சினை கிளம்பிவிட்டது! நல்ல வார்த்தை சொல்லி நடராசனைக் கோட்டையில் பூட்டிவிடச் சத்தியமூர்த்தி திட்டமிட்டார். தாய்மொழிப்பற்றுக்கு இடமளித்து விட்ட பிறகு, நடராசன் காங்கிரசின் கட்டுத்திட்டத்தை உடைத்தெறிந்து விட்டு வெளிவந்து விடுவார் என்று எனக்கு நன்றாகத் தெரிந்துவிட்டது.

எனவே, சென்னை ஜில்லா காங்கிரஸ் கமிட்டிக் கூட்டம் நடைபெறும் நாளே, 'நான், நமது நண்பர்கள், சென்னை பெத்துநாயக்கன்பேட்டையில் நடத்தும் இந்தி எதிர்ப்புக் கூட்டத்தில், 'காங்கிரசை விட்டு விலகிய என்.வி.நடராசன் பேசுவார்' என்று துண்டு அறிக்கை அச்சிட்டு, காங்கிரஸ் கமிட்டி கூட்டம் நடைபெறும் இடத்துக்கே நண்பர் கணேசன் மூலம் அனுப்பி விட்டேன்.

உள்ளே, கொஞ்சுதல், கெஞ்சுதல், மிரட்டல், சபித்தல் ஆகிய எல்லா ரசமான கட்டமும் நடந்தேறி, நடராசன் ராஜினாமா செய்துவிட்டு வெளியே வந்தார் – அவரிடம்

இந்த 'நோட்டீஸ்' தரப்பட்டது – 'எப்படி இதற்குள் அச்சிட்டு விட்டீர்கள்' என்று கேட்டார் – இது, காலையிலேயே அச்சாகிவிட்டது. இதுபோலத்தான் நடக்கும் என்று தெரிந்து அச்சிடப்பட்டது என்று கணேசன் கூற, நடராசன் அப்படியா? என்று கேட்டுவிட்டு, நேரே இந்தி எதிர்ப்புக் கூட்டத்துக்கு வந்தார். அன்று துவக்கப்பட்ட அரும்பணி, நாளாக ஆக, தரமும் திறமும் வளரும் வகையில் நடைபெற்ற வண்ண ம் இருக் கிறது. எனவே தான் தம்பி நான் சொல்வது, காங்கிரஸ் நண்பர் களிடம் நமது கொள்கையை எடுத்துக் கூறுவதிலே, பண்பு வேண்டும்' என்று. அவர்கள் இன்று கோபம் கொண்டவர்களாக இருக்கிறார்களென்றால், நாம் இன்னும் அவர்கள் உள்ளத்தில் புகத்தக்க விதமாக, நமது கொள்கையை எடுத்துரைக்கவில்லை என்று தான் பொருள்! நடராசர்கள், எங்கும் இருக்கிறார்கள்."*

"என் சிறை அனுபவங்களிலே சில உனக்குக் கூறுகிறேன், – உன் சிறை அனுபவத்தை எனக்கு கூறிடுவாய் என்ற நம்பிக்கையுடன்.

'நாலு மாதம்' என்றார் மாஜிஸ்டிரேட்! நாலு மாதம் என்று லேடி டாக்டர் கூறிடுவது கேட்டு மகிழும் ஆரணங்கு போலானேன். இந்தி எதிர்ப்புக் கிளர்ச்சி 1938 – ஆச்சாரியார் ஆட்சிக் காலம்– என் மீது குற்றம் புரியும்படி தூண்டி விடுதல், உடந்தையாக இருத்தல் எனும் குற்றங்கள் – வழக்கு நடைபெற்று, அன்று சென்னை எழும்பூர் கோர்ட்டில் நாலு மாதம் என்று தீர்ப்பளிக்கப்பட்டதும், கொள்கைக்காகக் கஷ்ட நஷ்டம் ஏற்கும் உள்ளம் இவனுக்கு உண்டு என்று இயக்கமும் இயக்கத்தின் போக்கைக் கூர்ந்து கவனித்துக் கொண்டிருந்த பொதுமக்களும் நல்ல தீர்ப்பு அளித்து விட்டனர் – பரீட்சையில் தேறிவிட்டோம் என்றெண்ணினேன். விவரிக்க முடியாததோர் மகிழ்ச்சி – வெற்றி பெறுகிறோம் என்ற நம்பிக்கை.

சென்னைச் சிறையில், பெரியாருடன் ஒரே வரிசைக் கட்டிடத்திலே தங்கியிருக்க நேரிட்டதை ஒரு வாய்ப்பாகவே கொண்டேன்.

குற்றாலத்துக்கோ, கொடைக்கானலுக்கோ செல்பவர்கள், உள்ளே நுழைந்ததும், தனக்கு வேண்டியவர்கள் இருப்பது கண்டால் எவ்வளவு மகிழ்ச்சி அடைவார்கள் – எனக்கு, உள்ளே

* *தம்பிக்கு 3–7–1955*

நுழைந்ததும் வந்து விட்டாயா? வா! வா! ஆறா, எட்டா? நாலா, மூன்றா?' என்று கேட்டபடி நண்பர்கள் என்னிடம் அன்புடன் வந்தபோது, அது போன்ற மகிழ்ச்சி ஏற்பட்டது.

மகிழ்ச்சியை தொடர்ந்து அனுபவிக்க முடியவில்லை. காரணம் வீட்டை விட்டு இந்தக் கூட்டுக்குள்ளே வந்து விட்டோமே என்ற கவலையல்ல; போட்டுக்கொள்ளப் பொடியில்லை! என்ன செய்வேன்? உனக்குத் தெரியுமே, தம்பி! நான் அந்தக் கெட்ட பழக்கத்துக்கு ஆட்பட்டு அல்லற்படுவது; கடை வீதியா, சண்முகம் கொண்டுவா , அம்பாள் வாங்கிவா என்று சொல்ல? சிறை!!

என் சங்கடத்தை அறிந்துகொண்ட அடிகள் 'இது தானே வேண்டியது! இதோ' என்று கூறி ஒரு சிறு காகிதப் பொட்டலம் கொடுத்தார் – பொடி!! நெடி குறைந்து போன நிலை! பக்குவமாகத் தான் மடித்து வைத்திருந்தார்; ஆனால், காகிதத்தில் இருந்ததால் பொடி பதம் கெட்டுக் கிடந்தது – எனினும் எனக்கிருந்த பசி, ஆவல், சண்முகம் இதனிடம் என்ன செய்யும் என்று களிப்புடன் கூறச் செய்தது. இந்தப் பொடிப் பொட்டலத்தை நான் என்றுமே மறப்பதற்கில்லை. முதல் சிறை அனுபவம் – மூக்குப் பொடிக்கே அலைய நேரிட்டது முதல் அனுபவமல்ல!

நாலு மாதமும் நாங்கள் அங்கு தமிழ்! தமிழ்! தமிழ்! என்ற உணர்ச்சி வயமாகி இருந்து வந்தோம்; பெரியாருடன் பன்னிரண்டு 35 மணி நேரம் (இரவில்தான் தனித்தனியாகப் போட்டுப் பூட்டி விட்டார்களே) ஒன்றாக இருக்க, பேச, கேட்க பழக அருமையான வாய்ப்பு. இரசமான விருந்து. சுவையுள்ள காலமாக அந்த நாலு மாதங்கள் இருந்தன.

சிறை செல்கிறேன் என்பதறிந்த என் கெழுதகை நண்பர் புலவர் அருணகிரிநாதர், அங்கு நிரம்ப நேரம் கிடைக்கும் பல்வேறு விஷயங்களைப் படிக்க இது தூண்டுகோலாக இருக்கும் என்று கூறி, என்னிடம் அபிதான சிந்தாமணி எனும் புத்தகம் கொடுத்திருந்தார். அவர் உனக்கு அவ்வளவாகத் தெரிந்திருக்கக் காரணமில்லை . தம்பி , பொது வாழ்வுத் துறையிலே துவக்கக் கட்டத்தில் எனக்குற்ற தோழராக இருந்தவர் – அவரே ஒரு அபிதான சிந்தாமணி – மணிக்கணக்கில்

பேசிக்கொண்டே இருப்போம், பல பல விஷயங்களைப் பற்றியும். ஏதேனும் ஓரளவுக்குக் கூறும் வகையான கல்வியும் கேள்வியும் படைத்தவர் – எனவே அவர், சிறையில் என்னோடு இருப்பதுபோலவே எனக்குத் தோன்றிற்று அபிதான சிந்தாமணியைப் படிக்கும் போதெல்லாம். அந்த ‘அபிதான சிந்தாமணி’யை நான் மறப்பதற்கில்லை. இப்போதும் ‘அபிதான சிந்தாமணி’யைக் காணும் போதெல்லாம், எனக்கு அந்த நாலு மாதக் கடுங்காவல் நினைவிற்கு வரும்; நினைவிலே அந்தச் சம்பவம் தோன்றியதும், எனக்குள்ளாகவே ஓர் மகிழ்ச்சி. கொள்கை! கொள்கை! என்று கொக்கரித்துக் கொண்டிருந்துவிட்டு, அடக்குமுறை கிளம்பியதும் ஓடிவிடும் கோழை உள்ளம்‘ இல்லை. அழைத்தார்கள் அறப்போரில் ஈடுபட்டான். சிறைத் தண்டனை பெற்றான். என்று எவ்வளவு குரோத எண்ணம் கொண்டவர்களும் ஒரு சமயமில்லா விட்டாலும் மற்றோர் சமயம் சொல்லிக் கொள்வார்களல்லவா! முதல் சிறை அனுபவத்தின் மீது அபிதான சிந்தாமணி. இரண்டாவது முறை என்ன தெரியுமோ? கேளேன் அதையும்.

ஆச்சாரியார் கவர்னர் ஜெனரலாகி விட்டார்; சென்னை வருகிறார் பவனிக்காக; கூண்டோடு பிடிபட்டு சென்னைச் சிறையில் கொண்டு போய் வைக்கப்பட்டிருந்தோம் – 1948 இல்! நிர்வாகக் கமிட்டியினர் அவ்வளவு பேரும் – அதிக நாட்களில்லை – ஒரு வாரம் தான்! அதற்குள் ஆச்சாரியார் வந்தார், பவனி நடத்தினார். கருப்புக் கொடியை வெண்புறா பறக்கவிட்டுக் கொண்டு வானத்திலே வட்டமிடக் கண்டார். கட்டுக் காவல் பலமாக இருந்தும், பேரறிஞர் அண்ணாவின் – தன் வரலாறு: அத்தனையையும் துளைத்துக்கொண்டு சென்று சிலர் கருப்புக்கொடி வீசிடக் கண்டார். நாங்கள் உள்ளே இருந்தோம். பெரியார் இருக்கிறார், சம்பத்து அதுபோதுதான் ஆபத்தான டைபாய்டியிலிருந்து விடுபட்டு அவன் துணைவி கண்டு பரிதாபப்படத்தக்க (இப்போது பயப்படுவதாகக் கேள்வி! உருவம் கண்டு!) நிலையில் எலும்புக்கூடாக இருக்கிறான். மற்றும் பலர் எல்லோரும்; குடும்பம் முழுவதும், இருமி இளைத்து ஈளைகட்டிய நிலையில் இருந்த நமது மனதுக்குகந்த அழகிரிசாமி அண்ணன் உட்பட நானும் அழகிரி அவர்களும் அப்போது பக்கத்து பக்கத்து அறை.

இரவுநேரத்தில், எனக்கு விருந்து கிடைக்கும் – பக்கத்து அறையிலிருந்து 'காணக் கண் கோடி வேண்டும்' என்று ஆரம்பிப்பார் ஓரடி பாட! பலே! ஒன்ஸ்மோர்! என்று. நான் இந்தப் பக்கத்து அறையிலிருந்து கூவுவேன்.

'தூங்கவில்லையா இன்னும் . அடே அப்பா! நீ தூங்கினால்தான் நான் பாடமுடியும்; நான் பாடுவதைக் கேட்டுவிட்டுக் காலையில் கேலி செய்ய நினைக்கிறாய் – இடங்கொடேன்' என்பார். 'அண்ணேன்! உண்மையாக நன்றாகவே இருக்கிறது கொஞ்சம் ஆலாபனையும் நடக்கட்டும்' என்பேன் – அழகிரி அவர்களின் ஆலாபனமும் அருணாசலக் கவிராயர் இயற்றிய கீர்த்தனையும் கிடைக்கும். இரண்டாம் முறையாகக் கண்ட் சிறை அனுபவத்திலே எனக்குக் கிடைத்த இந்த ஆலாபனத்தையும், நான் எப்போதும் மறந்திடமுடியாது. எப்படி முடியும்? எவ்வளவு சுவை என்கிறீர்கள் நித்த நித்தம்!

அலாதியானதோர் வகையான சுவை கிடைத்தது மூன்றாம் முறை சென்றபோது – இதுவும் சில நாட்கள்தான் – இந்தச் சுவை, அறு பிஸ்கட்டுகளால் கிடைத்தது, அதைக் கேட்கிறாயா தம்பி, கூறுகிறேன்.

ஆறு பிஸ்கட்டுகள்

"ஆறு நூறு அபராதம், கட்டத் தவறினால் நாலு மாத சிறைவாசம்" என்று தீர்மானிக்கப்பட்டது. அபராதம் செலுத்தவில்லை, சிறைக்கு அழைத்துச் செல்லப்பட்டேன். திருச்சியில் எனக்குக்

கிடைத்த வாய்ப்பு எப்படிப்பட்டது தெரியுமா தம்பி, பெரியாரும் அதே நாளில், அதே விதமான தண்டனை பெற்று, அதேசிறைக்கு வந்தார். இருவரையும் ஒரே போலீஸ்வேனில்தான் ஏற்றிச் சென்றார்கள்.

திராவிடர் கழகமாக இருந்தபோது இப்படித்தானே நடந்திருக்கும், இதிலே என்ன ஆச்சரியம் என்று சொல்லுவாய். தம்பி, இது திராவிட முன்னேற்றக் கழகமாக நீயும் நானும் மாறின பிறகு, நடைபெற்ற நிகழ்ச்சி – 1949– இல்.

ஆரிய மாயை' எனும் ஏடு தீட்டியதற்காக எனக்குச்சிறை "பொன் மொழிகள்" தீட்டியதற்காகப் பெரியாருக்குச் சிறை.

திருச்சி கோர்ட்டாருக்கு இப்படி ஒரு காட்சியைக் காணவேண்டுமென்று ஆசைபோலும். இரண்டு தனித்தனி வழக்குகள்; தனித்தனியாகத்தான் விசாரணைகள்; எனினும் "தீர்ப்பு மட்டும் ஒரே நாளில், ஒரே நேரத்தில் அளிக்கப்பட்டது.

பிரிந்து நெடுந்தூரம் வந்துவிட்ட என்னை, அன்று அந்தக் கோர்ட்டில், பெரியாருக்குப் பக்கத்திலே நிற்கச் செய்து, வேடிக்கைப் பார்த்து வழக்கு மன்றம், போலீஸ் அதிகாரிகள் அதை தொடர்ந்து, ஒரே வானில் ஏற்றிச் சென்றனர்; அதைத் தொடர்ந்து திருச்சி மத்திய சிறையிலே இருந்த அதிகாரி, பெரியார் கொண்டு வந்திருந்த சாமான்களைக் கணக்குப் பார்த்துச் சரியாக இருக்கிறதா என்று. கூறும் பொறுப்பை என்னிடம் ஒப்படைத்தார். என் வாழ்க்கையில் நான் மறக்க முடியாத சம்பவம்; எனக்கு உள்ளூரப் பயந்தான்!

கேள்விக் கணையுடன் நிறுத்திக் கொள்ளாமல், அன்புக் கணையையும் ஏவினால், என்னால் எப்படித்தான் தாங்கிக் கொள்ள முடியும் என்றெல்லாம் அச்சப்பட்டேன். ஆனால் இடையிடையே ஒருதைரியம் எனக்கு; பெரியார் அவ்விதமெல்லாம் எண்ணமாட்டார் – அவர் மனதில் அந்த அளவுக்குவிரோதத்தை வடித்தெடுத்துப் பாய்ச்சிவிட்டிருக்கிறார். அந்த வித்தையிலே விற்பன்னர்; எனவே பயமில்லை என்றிருந்தேன்.

பக்கத்து பக்கத்து அறை; பகலெல்லாம் திறந்துதான் இருக்கும்; பலர் வருவார்கள், இங்கு சிறிது நேரம், அங்கு சிறிது நேரம்; இன்னும் சிலர் கூர்ந்து கவனித்தபடி இருப்பார்கள். நாங்கள் இருவரும் பேசிக் கொள்கிறோமா என்று. அவர் அறைக்கு உள்ளே இருக்கும் போது நான் வெளியே மரத்தடியில்! அவர் வெளியே வர முயற்சிக்கிறார் என்று தெரிந்ததும் நான் அறைக்கு உள்ளே சென்று விடுவேன்.

இப்படிப் பத்து நாட்கள்!!

நாளைய தினம் எங்களை விடுவிக்கிறார்கள் – முன் தினம் நடுப் பகலுக்குமேல், ஒரு உருசிகரமான சம்பவம் நடைபெற்றது.

பெரியாருக்கு வேலைகள் செய்துவந்த கைதி என் அறைக்குள் நுழைந்து, 'ஐயா! தரச்சொன்னார்' என்று சொல்லி என்னிடம்

ஆறு பிஸ்கட்டுகள் கொடுத்தான். கையில் வாங்கியதும், என் நினைவு பல ஆண்டுகள் அவருடன் இருந்தபோது கண்ட காட்சிகளின் மீது சென்றது.

மறுநாளே திடீரென்று 'விடுதலை' கிடைத்தது. அந்த வேடிக்கையையும் கேள் தம்பி.

எங்களை விடுதலை செய்யப் போகிறார்கள் என்ற செய்தி உள்ளே எங்களுக்குத் தெரிவதற்கு முன்பே, வெளியே தெரிந்துவிட்டிருக்கிறது. எனவே எங்களை அழைத்துச் செல்ல நண்பர்கள் வெளியே முஸ்தீபுகள் செய்யத் தொடங்கி விட்டிருந்தனர். நமது கழகத்தார் முஸ்தீபுகளிலே மும்முரமாக ஈடுபட்டு, நேரத்தை மறந்து விட்டனர். எனவே, சிறைக்கதவு திறக்கப்பட்டு எங்களை வெளியே அனுப்பியதும், வாசற்படி அருகே, பெரியாரை அழைக்க வந்தவர்கள் கொண்டுவந்த மோட்டார்' தான் இருந்தது. அதற்கு என்னையும் அழைத்துச் சென்றனர்; இது போதாதென்று, போட்டோ எடுப்பவர் ஒருவர் ஓடிவந்தார் – இருவரும் அப்படியே, நெருக்கமாக நில்லுங்கள் என்று, போட்டோ எடுப்பவர்களுக்கே உரித்தான சாமர்த்தியத்துடன் கூறி, போட்டோவும் எடுத்துவிட்டார். அது வெளியிடப்படவில்லை; வெளியிடாதிருந்தது நல்லதுதான் என்றே சொல்லுவேன். அவ்வளவு திகைப்பு என் முகத்தில் இருந்தது. அவர் எப்படி இருந்தாரோ, எனக்குத் தெரியாது. வேதாசலம் அவர்கள் வீடுவரையில் சென்று, அவர் இறங்கிக் கொண்டார். நான் அதே மோட்டாரில் சாம்பு இல்லம் சென்றேன்.

கவனித்தாயா, தம்பி, எனக்கு ஏற்பட்ட இந்த அனுபவத்தை.

திராவிட முன்னேற்றக் கழகம் என்ற ஒருதனி அமைப்புக்குப் – பெரியதோர் ஆபத்து, இந்தப் பத்து நாட்கள் என்று நண்பரொருவர் கூறினார். உண்மைதான், நான் அவ்வளவு சுலபத்தில் மனதைக் கரையவிட்டு விடுபவன்தான். ஆனால் பத்து நாட்கள் அவருடன் பேசி, மீண்டும் பழைய நேசத்தைப் பெறுவதற்கான வாய்ப்பு என்னை தட்டித்தட்டி அழைத்த போதும், நான் அந்தச்சபலத்துக்கு இடம்கொடுக்காமலிருந்தேன். காரணம் கிராதகன் என்பதல்ல, நான் ஒரு அமைப்புக்குப் பொறுப்பாளியாக்கப்பட்டு விட்டதால், நான் மேற்கொள்ளும்

எந்த நடவடிக்கையையும், அந்த அமைப்பை உருக்குலைக்கக் கூடியதாக இருக்கக்கூடாது என்ற நேர்மையான எண்ணத்தினால் தான்."

நாலு சாக்லெட்!

"மும்முனைப் போராட்டத்திலே ஒரு நாள், எனக்கு நண்பர் குருசாமியுடன் சேர்ந்து சிறையில் இருக்கும் வாய்ப்பும் கிடைத்து. அவர் சிறையில் கீழ்வரிசை அறியிலே தங்கியிருந்தார், – நான் தம்பிகளுடன் மேல் அறையில், மாடியில்! பார்! பார், இதிலேகூடக் கீழ்மேல் பேசுகிறான் என்று கூறிவிடப் போகிறார் கள். தம்பி, குருசாமிக்கு அப்போது உடல் நலம் இல்லை. எனவே மாடி ஏறவில்லை. அந்த ஒரே நாளில் எனக்குச் சுவையானதோர் அனுபவம் – அதையும் நான் மறப்பது இயலாது.

என்னைக் காண நண்பர் சிலர் வந்தனர் – அதேசமயத்தில் தோழர் குருசாமி அவர்களைக் காண தோழியர் குஞ்சிதமும், ரஷ்யாவும் (விரைவில் டாக்டர்!) வந்திருந்தனர். சந்தித்தோம் – கம்பிகள் இடையில்! கம்பிகள் மட்டுமா, அமைப்புகளே வேறுவேறு ஆகிவிட்ட நிலைமை. தோழியர் குஞ்சிதம் அவர்கள் நாலு சாக்லெட்டைத் தந்தார்கள்! அதைவிடச் சுவையுள்ள உணவு எனக்கு அவர்கள் இல்லத்தில் பலமுறை கிடைத்தது உண்டு. ஆனால், அந்த நாலு சாக்லெட்டுக்கு உள்ள சுவையே அலாதியானதல்லவா."*

"நானொன்றும் தம்பி பத்துகெஜ தூரத்திலே இருந்து அவரை (பெரியாரை) பார்த்தவனல்லன். பக்கத்திலேயே பத்தாண்டுகளுக்கு மேலாக இருந்தவன் – பல பிரச்சினைகள் குறித்து அவருடைய பிரத்யேக கருத்துகளை அறிந்தவன். 'மேஸ்திரி' வேலை பார்த்திருக்கிறேன். **

. சில தினங்களுக்கு முன்னர் நேரு பண்டிதர் ஹரித்துவார் எனும் ஊருக்குச் சென்றிருந்தார்; இமயமலையின் அடிவாரத்திலே இருக்கிறது இந்த ஊர்; இந்துக்கள் இதைப் புண்ணிய ஸ்தலம் என்று கொண்டாடுகிறார்கள். இங்குவந்து இமயத்திலே

---

* **தம்பிக்கு கடிதம் 31–7–55**

** **தம்பிக்கு 7–8–55**

இருக்கும் ரிஷி கேசம் போன்ற ஸ்தலங்களுக்குப் போகிறார்கள். சிறிய ஊர்தான். நான் அங்குப் பத்து நாட்களுக்கு மேல் தங்கியிருந்திருக்கிறேன், பெரியாரின் அன்புக்கு பாத்திரனாக இருந்தபோது! அந்தப் பழைய நாட்களில், அப்போது நான் "விடுதலை" யில் எழுத்தாளன். பெரியாருடன் வரும் பேச்சாளன். ஆமாம், மறந்து போகிறேன் பார் தம்பி, திராவிடர் கழகச் செயலாளனாகவும் இருந்துவந்தேன். பார்ப்பனரை இந்த நாட்டை விட்டு ஓட்டும் ஒரே அபார சேவை செய்வதற்காகவே, இன்று அல்லும் பகலும் கடுமையாக நோயைத் தாங்கிக்கொண்டு, எவ்வளவோ லாபகரமான தொழில்கள் வருந்தி அழைத்தும், வருக! வருக! என்று பலர் பணத்தைக் கொட்டி ஆசை காட்டியும், 'லட்சியத்தை கைவிடேன்! துரோகிகளை ஒழித்துக் கட்டியே தீருவேன் என்று முழக்கம் (ஆறு திங்களில் நான்கு முறையேனும்) செய்து கொண்டும், நாள் தவறாமல் எழுதிக்கொண்டும் வரும் சிலம்புக் கூட்டத்தார், என்னைக் கேலி பேசியும் பெரியாரை பின்பற்றும் பேதமையை எடுத்து விளக்கிக் கொண்டும் இதை நான் உட்கொள்வதற்காக வேண்டி, இடையிடையே சுவையுள்ள விருந்து (அன்புடன்தான், 'மறக்க முடியுமா) அளித்துக் கொண்டும் இருந்த நாட்கள்! திடீரென்று ஒரு தினம் பம்பாயிலிருந்து எனக்கோர் தந்தி வந்தது, "உடனே கிளம்பி ஹரித்துவாரம் வந்து சேரவும்" என்று. தந்தி தந்தவர் பெரியார்; அவர் பம்பாய் பகுதி சென்று அங்கிருந்து ஹரித்துவாரம் சென்றுவிட்டு, வடநாட்டிலே வேறு பல ஊர் போக திட்டம் இட்டு இருந்தார் போலிருக்கிறது, எனக்கென்ன தெரியும்? யாருக்குத்தான், எப்போதுதான் அவர் போடும் திட்டம் அவராகச் சொல்லுமுன் தெரிகிறது?

ஹரித்துவாரம் வந்து சேர்' – எனக்கு இப்படி ஒரு தந்தி.

என் சுபாவம், 'உனக்குத் தெரியும். ஏன், ஏறக்குறைய கழகத் தோழர்கள் அனைவருக்கும் தெரிந்ததுதானே. பக்கத்திலே உள்ள ஆற்காடு போவதானாலும் நாலு நண்பர்கள் கூட வேண்டுமே எனக்கு. அப்படிப் பழகிப்போன என்னை ஹரித்துவாரம் வரச் சொல்கிறார்; என்ன செய்வது? கிளம்பினேன்; தோழர் குருசாமி இரயிலடி வந்திருப்பதாக நினைவு.

பத்து நாட்கள் ஹரித்துவாரத்தில் இருந்தோம், ஒரு நபர் வீட்டில்.

அவர் காலஞ்சென்ற பேரறிஞர் எம். என். ராய் அவர்களின் இயக்கத்தவர். எனவே, எங்களை அன்புடன் தமது இல்லத்தில் வைத்து, உபசரித்தார்.

உங்களில் பலருக்குத் தெரிந்திராது தம்பி! பெரியார் அங்குதான், வால்மீகி இராமாயணம் பற்றிய குறிப்புரைகள் தயாரித்தார். அவர் சொல்லச் சொல்ல நான் எழுதின கவனம் இருக்கிறது.

அந்த ஹரித்துவாரம் "சாதுக்களின்" கோட்டை! எந்தத் தெருவுக்குச் சென்றாலும், சந்நியாசிகள்! எவ்வளவு "கம்பீரமாக" நடந்து செல்கிறார்கள் தெரியுமா! அவர்களும் சரி, கொழுத்துக் கிடக்கும் பெரிய பெரிய பசுக்களும்சரி, ஹரித்துவாரத்து வீதிகளிலே நடமாடும் உரிமை தமக்கே என்ற தீர்மானத்துடன் இருப்பது போலத்தான் தோன்றும்.

கங்கை – நடுப்பகல் இரண்டு மணிக்குக் கால் வைத்தாலும்; "ஐஸ்" போல இருக்கிறது. கொட்டுகிறது.

ஹரித்துவாரத்தில், ஆற்றோரத்தில் அழகான சோலைகள், பழமுதிர் சோலைகள்! சோலைகளை வேலிகளாகக் கொண்ட பெரிய மடங்கள் – ஒவ்வொரு மடத்திலும் நூற்றுக்கணக்கான சாமியார்கள் உலக மாயையை மிக நன்றாக உணர்ந்து உலகார்க்கு – உபதேசம் செய்யும் " புனிதத்தொண்டு' புரியும் அவர்களுக்காக,. நாள்தோறும் 'மூட்டை மூட்டையாகக் கோதுமை மாவும், டின் டின்னாக மணம் கமழும் நெய்யும்! இந்த மடங்களில் ஒரு குறையும் இருத்தல் ஆகாது என்பதற்காக ஏராளமான "சொத்து" சாசனப்படுத்தப்பட்டிருக்கிறது.

மாலைவேளைகளிலே பெரியார் உலாவச் செல்வார். சாலையில் உடன் நான் செல்வேன். வெண்ணிறத் தாடி; பொன்னிற மேனி; ஆரஞ்சு நிறச் சால்வை. நான் கொட்டும் குளிருக்குப் பயந்து முரட்டுத் துணிச்சட்டை போட்டுக்கொண்டு, அதற்குள் கரங்களை விட்டுக்கொண்டு, கை கட்டிய வண்ணம் அவர் பின்னால். சாது சந்நியாசிகளைக் காண்பதையே வேலையாகக் கொண்ட அந்த நாட்டு மக்கள், ஹரித்துவார் இதுவரை காணாத மகிமை பொருந்திய குருமகான், தன் பிரதம சீடனுடன். செல்கிறார் என்று எண்ணிக்கொண்டு பக்தியுடன் கைகூப்பித்

தொழுவார். இப்போதும் மனக்கண் முன்னால் அக்காட்சியைக் காண முடிகிறது; எங்களுடன் மணி இருப்பார். ஓஹோஹோ! மணி என்றதும், ஆச்சரியத்தால் கண்களை அகலத் திறக்கிறாயா தம்பி! விடுதலை அச்சகத்தில் மணி என்றோர் அச்சுக்கோர்ப்போர் இருந்தார். அவர் பெரியாருக்குப் பணிவிடை செய்வதற்காக வந்திருந்தார். அவரைக் குறிப்பிட்டேன்; அப்போது ஈ.வெ.ரா. மணியம்மையார் பற்றிய நிழல் உருவச் செய்தியும் கிடையாது.

இவ்வளவு மடங்கள் – கவாத்துக் கொடுத்து, காக்கி உடை அணிவித்து, கையில் துப்பாக்கியைக் கொடுத்துவிட்டால், பட்டாளத்திலே "சர்தார்களாக"க் – கூடிய உடல் கட்டமைந்த சன்னியாசிகள் கூட்டம் கூட்டமாக – அவர்களின் பராமரிப்புக் காக இலட்சக்கணக்கில் பொருட்செலவு – அவர்களோ இகலோகத்தின் இழித்தன்மையைப் பற்றியும் பரலோகத்தின் பெருமையைப் பற்றியும் உபதேசம் செய்த இந்த விசித்திரக் காட்சி, என் உள்ளத்தில் ஓராயிரம் எண்ணங்களைக் கிளறும். இப்படியும் ஒருநாடா? ஊரார் உழைப்பைத் தின்று கொழுத்துக் கொண்டு, முக்திக்கு வழி காட்டுவதாகக் கூறிக்கொண்டு, ஒரு "பட்டாளமே" இருக்கிறதே! எந்த நாட்டிலாவது இப்படி ஒரு பயனுமற்ற கூட்டத்தை அனுமதிப்பார்களா! இங்கு அடிதொழுது கொண்டிருப்பதைப் பெறற்கரிய பேறு என்றல்லவா கருதுகிறார்கள். வேதனை நிரம்பிய விசித்திரமாக இருக்கிறதே, என்றெல்லாம் எண்ணிக்கொள்வேன்.

சம்சாரி உழைத்து

சன்யாசி கொழுக்க

தருமம் புரி எனல் ஆஸ்திகமா?

அது சரியில்லை என்பது நாஸ்திகமா?

என்று உடுமலை நாராயணகவி "சொர்க்கவாசல்" படத்துக்குப் பாடல் தீட்டினார். கே.ஆர். ராமசாமி பாடினார். நண்பர்கள் சிலரும் கேட்டு இன்புற்றோம். நீ கேட்டிருக்க முடியாது தம்பி. சென்சார் அதைக் கத்தரித்து விட்டு பாரதப் பண்பை காப்பாற்றி விட்டதாகப் பூரிப்படைந்தனர். அந்த பாடலும் அதற்குரிய காட்சியும் தயாரிக்கப்பட்டபோது எனக்கு ஹரித்துவாரக் காட்சி நன்றாகத் தெரிந்தது.

நேரு பண்டிதருக்கு, இந்த 'மாமிசமலைகளைக் கண்டித்ததும், உண்மையிலேயே கோபம் கொந்தளிக்கிறது. ஆனால், பாமர மக்களின் அன்பை இழக்க நேரிடும் என்ற அச்சம்.*

இலங்கைத் தமிழர்

பம்பாய் மாகாணக் காங்கிரஸ் கமிட்டித் தலைவர் படீல் கிழக்கு ஆப்பிரிக்கா சென்று, அங்கு வாழும் இந்தியர்களிடம் பல இலட்ச ரூபாய் வசூல் செய்து கொண்டு வந்திருக்கிறார். இந்த பவனம் அமைக்கும் செயலில் ஈடுபட்டிருக்கிறார்.

இலட்சக் கணக்கிலே பணம் தந்து, பட்டீலை மகிழ்விக்கச் செய்ய முடிகிறது, வடவரால்.

கண்ணீரைத்தான் காண்கிறோம் இலங்கையில். இடர்படும் திராவிடரிடம் – அதைக்காண வெட்கமும் வேதனையும் அடைகிறோம்.

அவர்களுக்கென்று இங்கோர் தாயகம் இருக்கிறது.

எல்லா வளமும் கொஞ்சும் நாடு. எ

னினும் அவர்களுக்கு இங்கு ஒரு கவளம் சோறு இல்லை.

அவர்கள் படும் அவதியைத் துடைத்திடும் ஆற்றல் படைத்த ஒரு சர்க்கார் இல்லை.

அவர்கள் சொந்த நாட்டிற்கே அகதிகளாக வந்து சேரும்போது விதவை மகளைக் கட்டித் தழுவி விம்மிடும் நலிவுற்ற தாய் போலாகிறது நாடு. –

வாழ்கிறார்கள் வளமாக வெளி நாடுகளிலேயும், வடவர் அந்த வசீகரத்தின் மெருகு கெடாதிருக்கச் செய்வதற்காக பம்பாயில் பவனம் கட்டுகிறார் படீல்," **

"தாராவி எங்கே இருக்கிறது? என்று நான் கேட்டேன் – என்னை அழைத்துச் சென்ற பெரியாரிடம், சுயமரியாதை இயக்கத் தோழர்களின் அழைப்பின் பேரில் அங்கு போயிருந்தோம்.

---

* ***தம்பிக்கு 12–6–1955***

** ***திராவிட நாடு 17.7.1955***

'தாராவியா....?' என்று கேட்டபடி, இப்புறமும் அப்புறமும் பார்த்தார், அவருடைய நாசி விரிந்தது, குவிந்தது. என்ன இது என்று நான் கூர்ந்து கவனித்தேன். இதோ அருகாமையில் தான் தாராவி – நாற்றமடிக்கிறதே, தெரியவில்லையா? என்று கேட்டார் – கேட்டுவிட்டு விளக்கமளித்தார். தோல் பதனிடுகிறார்கள். அந்தத் துர்நாற்றம் அடிக்கிறது. இப்படிப்பட்ட இடம்தானே நம் மக்களுக்குக் கிடைத்திருக்கும், அதனால் தான் தாராவி அருகாமையில் இருக்கிறது என்று கூறினேன் என்றார். உண்மையாகவே, தாராவியை நெருங்கிக் கொண்டிருந்தோம்.)

திராவிடர் வடநாடு ஆனாலும் இலங்கையானாலும் சென்று வாழ்கின்றார்கள் என்பதல்ல பொருள், வதைபடுகிறார்கள்."

"... சுயமரியாதை இயக்கத்தில் சேர்ந்து ஆண்டு இருபது ஆகிறது என்று பெருமையுடன் கூறிக்கொண்டு அந்த இயக்கம் சமூகப் புரட்சி இயக்கம், புத்துலக அமைப்புக்கான கருவி என்பதை சரியாக அறிந்து கொள்ளாமல் சுயமரியாதை இயக்கம் என்றால் பாப்பனரின் உச்சிக்குடுமியையும் பிச்சைக் கொள்கைகளையும், நச்சு நினைப்பையும், தவளை நடையையும் கேலி செய்வது ஒன்றையே பெரு நோக்கமாக முழு நோக்கமாகக் கொண்டது; வேறெதுவும் இல்லை என்று கருதும் தோழர்கள் இருக்கக்கண்டு நான் மன வேதனைப்பட்டதுண்டு." *

"வள்ளலாருடைய எளிய தோற்றத்திலே எனக்குப் பற்று உண்டு." **

"நான் அவரோடு (மறைமலை அடிகளாருடன்) நெருங்கிப் பழகியவன் அல்லன். அவரோடு எங்களுக்கு ஏற்பட்ட தொடர்பெல்லாம், இந்த நாட்டில் முதலில் நடைபெற்ற இந்தி எதிர்ப்புப் போராட்டத்தின் போதுதான்..

..... நான் ஒன்றும் அவசரக்காரனல்ல, நான் எதிலும் அவசரப்பட்டதில்லை. அவசரப்பட்டு பேசியதுமில்லை. அவசரப்பட்டு நடந்ததுமில்லை. பொறுத்துக் கொள்வேன் தாங்கிக் கொள்வேன். ***

---

* ***திராவிட நாடு 18–5–1947***

** ***மேடைப் பேச்சு 5–10–1967***

*** ***தேர்தல் கூட்டம்: காஞ்சிபுரம் 9–2–1957***

“நான் கடைசியாக அவரை (சிந்தனை சிற்பி மா. சிங்காரவேலர்) கண்டது... இரண்டு முதியவர்களும் பெரியார் ராமசாமியும், தோழர் சிங்காரவேலரும் ஒரே மேடையில் உட்கார்ந்திருந்தனர், 20–6–1949 சென்னை செயின்ட் மேரி மண்டபத்தில்!

பேராசிரியர் சேதுப் பிள்ளை அவர்கள் செந்தமிழின் சுவையினை நாட்டு மக்களுக்கு விருந்தாக அளித்திடும் நல்லவர். பொன்னாடை போர்த்தி அப்புலவரைப் பெருமைப்படுத்தினர். நான் அந்த நிகழ்ச்சிகளில் கலந்து கொண்டேனில்லை. எனினும் இருக்குமிடத்திலிருந்தே அவர் பெற்ற ஏற்றம் கண்டு இறும்பூ தெய்துபவன். அவர் அறியார் என்று எண்ணுகிறேன். அவரிடம் தொடர்பு கொண்ட குழாத்தினரில் கூட – அவர் மீது பெருமதிப்புக். கொண்ட என் போன்றோர் அதிகம் இரார்.*

புரட்சிக்கவிஞர்பாரதிதாசன்– அவர்களுக்கு இருபதாண்டுகளுக்கு முன்னாலே பரிசளிப்பு நடத்தி, அவரிடத்தில் பணமுடிப்பு கொடுத்தான பிறகு அந்தப் பணமுடிப்பை எடுத்துக் கொண்டு அவரோடு நான், ஒரு குதிரை வண்டியில் ஏறிக்கொண்டு திருவல்லிக்கேணியில் அவர்கள் தங்கியிருந்த இடத்திற்கு போய்க் கொண்டிருந்தோம். அந்த நேரத்தில் எனக்கும் பெரியாருக்கும் ஓரளவுக்குச் சிறு மனத்தாங்கல். அதைப்போலவே பாரதிதாசன் அவர்களுக்கும் பெரியாரிடத்திலே ஓரளவு மனத்தாங்கல் இருந்த நேரம். அந்த இரண்டு சூழ்நிலைக்கும் இடையில் பாரதிதாசன் அந்த வண்டியிலே போய்க்கொண்டிருந்த நேரத்தில் என்னிடம் சொன்னார்கள். “நீ கொடுத்திருக்கின்ற இந்தப் பணத்தை வைத்துக்கொண்டு நாம் தமிழர்களுக்கென்று ஓர் அரசியல் கட்சி தொடங்கலாம். நீயும் நானும் இருந்து நடத்தலாம்” என்று என்னிடத்திலே சொன்னார்கள். நான் அவர்களிடத்திலே சொன்னேன் “ஐயா! நீங்கள் அரசியலுக்கு வர வேண்டாம். நீங்கள் கவிதை உலகத்திலே நடமாடுங்கள். கவிதை உலகத்திலே நீங்கள் நடமாடுகின்ற உயரத்திற்கு எந்த அரசியல்வாதியும் வரமுடியாது. அரசியல்வாதிகளின் மத்தியில் வந்து இருந்து கொண்டு கவிதை எழுதுவது என்றால், அது அரசியல் கவிதையாகத் தான் இருக்கும். அதற்கு வயது ஆறு மாதமாகத்தான் இருக்கும். ஆகையினாலே

---

* ***அண்ணா – நூல் சிந்தனைச் சிற்பி சிங்காரவேலர், – ஜுலை 1949***

நீங்கள் இந்த அரசியல் காரியத்தில் ஈடுபட வேண்டுமென்று கருதாமல், நீங்கள் நாங்கள் கொடுத்திருக்கின்ற இந்தப் பணத்தை வைத்துக்கொண்டு இந்தியாவிலே உள்ள பெரிய மலைகளுக்கெல்லாம் சென்று வாருங்கள்; நதிகளுக்கெல்லாம் சென்று வாருங்கள்; பொழிலெல்லாம் கண்டு வாருங்கள்; மக்களையெல்லாம் பார்த்து வாருங்கள்; அவற்றையெல்லாம் பார்த்துப் பார்த்து நீங்கள் பெறுகின்ற நல்ல கருத்துகளை கவிதை வடிவத்திலே கொடுங்கள். அதற்குத்தான் இந்த விழா நடந்தது'' என்று நான் சொன்னேன். என்னை அரசியலுக்கு வரவேண்டாம் என்று. அண்ணாத்துரை தடுத்து விட்டானே. என்று அவர்கள் வருத்தப்படமாட்டார்கள். இந்த அரசியலிலே இருந்துகொண்டு நான் படுகின்ற அல்லலை அவர் பார்த்திருப்பாரானால் அவருக்குச் சொன்னதை – அது எவ்வளவு நல்லது என்பதை உணர்ந்திருப்பார்கள். ஆனால் அதற்குப் பிறகும் அவர்கள் "பாண்டியன் பரிசு'' போன்ற பல அரிய ஏடுகளை நமக்குத் தந்து சென்றிருக்கிறார்கள். அவர் கொடுத்திருக்கின்ற கவிதைகளை மேலும் கவிதைகளாக்கித் தருவதற்கு நம்முடைய தம்பிகருணாநிதி போன்றவர்கள் நிரம்ப இருக்கின்றார்கள்.

கல்லூரிகளிலே உள்ள மாணவர்கள் நடத்துகின்ற கையேட்டுப் பிரதிகளை நான் அடிக்கடி பார்க்கிறேன். மாணவர்கள் எவ்வளவு அழகிய முறையில் கவிதை நடையைக் கையாளுகின்றார்கள் என்பதைப் பார்க்கும் நேரத்தில் எனக்கு முப்பது வருடத்திற்கு முன்னாலே, இருபத்தைந்து வருடத்திற்கு முன்னாலே நான் என்ன பேசிக்கொண்டிருந்தேனோ அது நினைவிற்கு வருகின்றது. ஆனால் பேச இயலவில்லை. ஆனால் இன்றைய தினம் அந்தக் கவிதை நடை, கல்லூரி தோறும், உயர்நிலைப்பள்ளி தோறும், தமிழ் உள்ளந்தோறும் நடமிட்டுக் கொண்டிருக்கின்றது. ஆகையினால் அப்படிப்பட்ட தமிழ் மொழிக்கு ஒரு நல்ல ஆர்வம் ஏற்பட்டிருக்கின்ற நேரத்தில் தமிழ்ப் பெரியார்களுக்கும், தமிழ் அறிஞர்களுக்கும் படத்திறப்பு விழாக்கள் நடத்துவது, நாம் அவர்களுக்குக் காட்டுகின்ற மரியாதை அன்று. அவர்கள் தம்முடைய எழுத்தின். மூலமாகவே இறவாத மரியாதையைப் பெற்றவர்கள். *

---

* **மேடைப் பேச்சு (பச்சையப்பன் கல்லூரி 1968)**

... ஒரு தலைவன் இடுகின்ற ஆணையாக ஏற்று, அந்தக் கட்டளைக்கு கீழ்படிந்து நடப்பேன் என்பதை இந்த மாநில மாநாட்டில் நான் உறுதி கூற விரும்புகிறேன். அதில் யாருக்காவது "அப்படியா? நடப்பாரா? நடக்குமா? என்று சந்தேகம் இருந்தால் பெரியார் ராமசாமியைக் கேட்டுப் பாருங்கள் – இது வரையும் இனி மேலும் ஒரு தலைவனுக்குக் கீழ்ப்படிந்து நடப்பதில் என்னைவிட வேறு யாரும் உண்டா? என்று. உதாரணத்திற்கு நான் ஒன்று கூறுவேன். வட நாட்டில் நான் அவரோடு சுற்றுப்பயணம் செய்தேன். லக்னோ பல்கலைக் கழகத்தில் பெரியார் இராமசாமி அவர்கள் தமிழில் பேசினார். நான் அதை ஆங்கிலத்தில் மொழி பெயர்த்தான பிறகு அந்த மாணவர் கூட்டத்தில் தலைவராக இருந்தவர் நான் எம்.ஏ. படித்தவன் என்பதை அறிந்து என்னையும் சிறிதுநேரம் ஆங்கிலத்திலேயே பேசுமாறு கூறினார்.

நான் பெரியார் ராமசாமியைத் திரும்பிப் பார்த்தேன்.

'பேசாதே', என்றார் 'பேசவில்லை ' என்றேன். மறுபடியும் அவர்கள் வற்புறுத்தினார்கள். இவரைக் கேட்டேன் – 'இல்லை பேசாதே' என்றார். மூன்றாம் முறையாக வற்புறுத்தினார்கள். மூன்றாம் முறை பெரியார் என்னிடம் சொன்னார் – "நான் பேசுவதற்கு வரவில்லை. பெரியாரின் பேச்சை மொழி பெயர்க்கத்தான் வந்தேன் என்று அவர்களிடம் எடுத்துச் சொல்லு!" என்றார். நான் எடுத்துச் சொன்னேன். எதனால்? அவ்வளவு அடக்க ஒடுக்கமாகப் பெரியாரிடம் நடந்து கொண்டேன். நான்தான் கடைசி ஆள் – அவ்வளவு அடக்க ஒடுக்கமானவன் – அவருக்குக் கிடைத்தவன். *

டி. வி. நாராயணசாமி

கலைத்தாய் எனக்களித்த முதல் புதல்வன் நடிகமணி டி.வி. நாராயணசாமி, புராண நாடகங்களிலே நடிக்க மறுத்து, சமுதாய சீர்திருத்த நாடகங்களிலே என்னுடன் நடிக்க வந்த டி.வி. நாராயணசாமி, மாசு மறுவற்ற மாணிக்கம்! மனமயக்கமற்றவர்? ஒழுக்கமும் கட்டுப்பாடும் மிக்கவர்! 1944–ஆம் ஆண்டு டி.கே.எஸ் நாடக மன்றத்திலிருந்து கொள்கை காரணமாக

* ***1956 தி.மு.க. மாநில மாநாடு***

விலகிவந்து என்னோடு சேர்ந்தபோது சிவாஜி கண்ட இந்து ராஜ்யம்' என்ற நாடகத்தை நண்பர் நாராயண சாமிக்காகவே நான் எழுதினேன். அதில் தளபதி சந்திரமோகன் – வேடத்தில் டி.வி.என். அவர்களும், காசிவாசி கார்கப்பட்டராக நானும் நடித்தோம்.

அந்த நாடகம் சென்னையில் அரங்கேற்றப்பட்டபோது தான், நண்பர் கணேசனை – சிவாஜியாக நடிப்பதற்கு தயார் செய்து –வெறும் கணேசனாக இருந்தவரை 'சிவாஜி கணேசனாக விளங்கும்படி செய்த பெருமை நண்பர் நாராயணசாமியைச் சேரும்..... தனக்கென்று இவர் என்னிடம் எதுவும் கேட்டதில்லை...

அவருடைய ஆர்வமும் கொள்கைத்துடிப்பும்தான் நடிப்பிசைப் புலவர் கே.ஆர்.இராமசாமி, புரட்சி நடிகர் எம்.ஜி.இராமச்சந்திரன் இலட்சிய நடிகர் எஸ்.எஸ்.இராஜேந்திரன் போன்ற கலை உலகத் தங்கங்களை நமது இயக்கத்தின்பால் நல்ல ஈடுபாடு கொள்ளச் செய்தது.

இவர்களையெல்லாம் அவ்வப்போது அறிமுகம் செய்து வைத்து, என்னிடம் கொண்டு வந்து சேர்த்த பெருமை, நண்பர் நாராயணசாமிக்கே உரியதாகும். *

கே. ஆர். இராமசாமி

தந்தை பெரியார் அவர்களின் பகுத்தறிவுப் பாசறையிலே சேர்ந்து அவருடைய எழுச்சியூட்டும் இலட்சியங்களை பரப்பும் எழுத்தாளனாக, பேச்சாளனாக இருந்து வந்த என்னை முதன் முதல் கலையுலகம் பற்றியும் சிந்திக்கத் தூண்டியவர் நடிகமணி டி.வி. நாராயணசாமி அந்தக் கலையார்வம் கருகிய மொட்டாகி விடாமல் காய்த்திடவும் கனிந்திடவும் இன்று எனக்கு ஊக்கமூட்டுபவர். உதவி வருபவர் என் இனிய நண்பர் ரிஸிஸி (நடிப்பிசைப் புலவர் கே. ஆர் இராமசாமி) எல்லாவற்றையும் விட அவர் ஓர் இரக்கச் சுனை; ஈகை மழை! தனிப்பட்ட முறையில் இன்று என் பொருளாதாரக் கவலைகளுக்கு அவர் ஒரு சுமைதாங்கி!

---

* **திருநெல்வேலி 1962 நகராட்சி பொருட்காட்சி கலை அரங்கில்**

அவரது கலைப்பயணம் நாடக மேடையோடு நிற்காது, பட உலகிலும் தொடரும், சுடர் வீசும் என்பது உறுதி! *

மதுரை முத்து

நான் திராவிடர் கழகத்திலும், பிறகு திராவிட முன்னேற்றக் கழகத்திலும் ஈடுபாடு கொண்டு பணியாற்றத் தொடங்கிய காலந்தொட்டு, இதுவரை யாருக்கும் கட்டுப்படாதவர்' என்று கூறப்பட்ட முத்து அவர்கள் எனக்குத்தான் கட்டுப்படுவார்.

அந்த நேரத்தில் இருபது இருபத்திரண்டு ஆண்டுகளுக்கு முன் என் நினைவு செல்கிறது.

அப்போது பெரியாரும் நானும் மதுரைக்குச் சென்றோம் – பெரிய மனிதர்களின் அழைப்பை ஏற்று – முத்து அவர்களின் அழைப்பை பெற்று அன்று! மதுரை புகைவண்டி சந்திப்பில் இறங்கி பெட்டி படுக்கைகளுடன் நின்றோம். எந்தக் குதிரை வண்டிக்காரரும் எங்களை ஏற்றிச் செல்ல முன் வரவில்லை. ஒவ்வொரு வண்டிக்காரனையும் அணுகி, கேட்டுப் பார்த்தோம். ‘உங்களை ஏற்றிக்கொள்ள மாட்டோம்‘ என்று அவர்கள் கூறிவிட்டார்கள்.

இப்படி ஒரு மணி நேரம் இரயிலடியிலேயே நின்று கொண்டிருந்தோம். அந்நாளில் மதுரையில் இருந்த குதிரை வண்டிக்காரர்களையெல்லாம் ஒன்று சேர்த்து, சங்கத்தை உருவாக்கி அந்தச் சங்கத்துக்கு தலைவராக மாற்றுக் கட்சிப் பெரியவர் ஒருவர் இருந்தார். அந்தத் தலைவரே எல்லா வண்டிக்காரர்களையும் முன்கூட்டியே அழைத்து எங்களை ஏற்றிச் செல்லக்கூடாது என்று கட்டளையிட்டிருந்தார் என்பதைப் பிறகு அறிந்து கொண்டோம்.**

சொற்போர்

விவாதங்கள் என்றால், நான் வெகுண்டு விடுபவனல்லன்; வரவேற்பவனே. அதிலும் கற்றுணர்ந்த நம் சேதுப்பிள்ளை அவர்களிடம் தமிழ்ப் பெரியாரும், சைவத்திருவினருமான

* *தஞ்சை இராமநாதன் சபையரங்கில் 1945–இல் ‘ஓர் இரவு’ நாடக விழாவில்*

** *நம் நாடு’ 22–03–1965*

தோழர் இராமசந்திரன் செட்டியார் அவர்களின் தலைமையில், நீதிமன்றங்களுக்கு நீதிமான்களையும் நீதியுரைப் போரையும் தயாரித்துத் தரும் சட்டக்கல்லூரி மன்றத்தில், விவாதம் நிகழ்த்துவது மிக்க சந்தோஷம். ‘ விவாதம் மிக மேலான முறையினதாக இருக்கும். *

சேலத்திலே இந்த நிகழ்ச்சி நடைபெறப்போகிறது. நீ வரவேண்டும் என்று எனக்கு அன்பழைப்பு வந்தபோது – பத்திரிகைகளிலே நான் இரண்டு செய்திகள் கண்டேன். ஒன்று – சிலனாள்களில் சேலத்தில் இலக்கியப் பாதுகாப்பு மாநாடொன்று, நடத்தப் போவதாக ஓர் அறிக்கையும், நாங்கள் புராண ஒழிப்பு கிளர்ச்சி செய்வது ‘பாபம்‘ என்று ஓர் எச்சரிக்கையும் கண்டேன்.

(14–3–43 மாலை 6 மணிக்கு சேலம் செவ்வாய்ப்பேட்டை தேவாங்கப் பாடசாலை மண்டபத்தில் நாவலர் சோமசுந்தர பாரதியாரும், அண்ணாவும் கம்பராமாயணம், பெரிய புராணம் பற்றி சொற்போர் நடத்தினர்)

நாடகக் கலை

நாடக அபிமானிகளும், நாடகக் கலையில் ஈடுபட்டுள்ள தோழர்களும், இசைவாணர்களும் கலா ரசிகர்களும் நிரம்பியுள்ள இந்த மாநாட்டிலே பேச எனக்கு ஒரு சந்தர்ப்பம் கிடைத்தது பற்றி மிக்க மகிழ்ச்சி அடைகிறேன். நாடகக் கலையின் முன்னேற்றத்திற்காக இந்த மாநாடு நடைபெறுகிறது. காலையிலே தலைவர் சா. சண்முகம் அவர்கள் சொற்பொழிவாற்றினார். வேறு பல அன்பர்களும் பேசினர். இயலை வளர்க்கவும் இசையை வளர்க்கவும் பல அமைப்புகள் இருக்கின்றன. நாடகக்கலை வளர்ச்சிக்கான அமைப்பும் முயற்சியும் இல்லை. எனவே எனது நண்பர் தோழர் சிவதாணு இதற்கான ஒரு தனி மாநாட்டை முதன் முறையாக கூட்டியது பற்றி நான் அவரைப் பாராட்டுகிறேன். **

---

* **“தீபரவட்டும்‘ 9–2–1943 (சென்னை சட்டக் கல்லூரி மண்டபம் பேராசிரியர் சேதுப் பிள்ளையுடன் அறிஞர் அண்ணா கம்பராமாயணம் பெரியராணம் பற்றி சொற்போர்)**

** **தமிழ் மாகாண நாடகக்கலை அபிவிருத்தி மாநாடு, ஈரோடு**

சேலம்

சேலத்திலே (ஆகஸ்ட் 1944) 27–ஆம், தேதி நடைபெற்ற மாநாட்டிலே தென் இந்திய நல உரிமைச் சங்கத்திற்கு, திராவிடர் கழகம் என்ற புதுப்பெயரும், பட்டம் பதவிகளை விட்டொழித்து விட்டு, நாடு மீளவும் கேடு தீரவும் பணிபுரியும் அணி வகுப்பினை அமைக்கும் திட்டமும் உணர்ச்சியும் வேகமும் கொண்ட பல்லாயிரக்கணக்கான திராவிட தீரர்கள் ஆதரவைப் பெற்றுவிட்டன. வெற்றிகரமாக நடந்தேறிய அந்த மாநாடு வெறும் வைபவமென்றோ ஒரு குழுவின் வெற்றியென்றோ நாம் கருதவில்லை. ஓர் இயக்க வளர்ச்சியிலே முக்கியமான குறிப்பிடத்தக்க ஒரு கட்டம் என்றே கருதுகிறோம்.*

தோழர் புலவர் குழந்தை தமிழர் – தமிழ் இனம் விழிப்புற்று வீறு கொண்டு விடுதலை பெற்று வீர மக்களாய்த் தன்னாட்சி தனியார் உரிமையுடன் வாழவேண்டும் எனும் நோக்குடையவர். **

ஒரு மாதத்திற்கு முன் சங்க இலக்கியங்களில் ஒன்றான குறுந்தொகையில் ஓர் உவமை படித்தேன். இந்தக் காலத்தில் கற்பனைநிலை எவ்வளவு தூரம் கயமைத்தனத்திற்குப் போயிருக்கிறது என்பதை ஊகித்தேன். வித்தியாசத்தைப் பாருங்கள்! இந்தக் காலத்துப் புலவர் எந்தக் கருத்தை ஓர் அந்தாதி மூலமாகவோ, வெண்பா மூலமாகவோ விளக்குவார்களோ, அதைக் குறுந்தொகை ஆசிரியர் ஒரே அடியில் கூறிவிட்டார்; அந்த அடிதான் 'கையில் ஊமையன் என்பதாகும்.***

இந்த தொடக்கவிழா சொற்பொழிவை நான்தான் ஆற்ற வேண்டும் என்று கேட்டபோது நான் சிலகாலமாக அதிகமாக எந்தப் பொதுக்கூட்டங்களிலும் பேசுவதில்லை. ஆகவே இந்தக் கூட்டத்திற்கும் வர இயலாதவனாக இருக்கிறேன் என்று கூறினேன். ஆனால் எனது மாணவ நண்பர் மதிழயகன் நான் வரத்தான் வேண்டுமென்று பிடிவாதம் செய்தார். நான் யோசித்தேன், சரி என்று சம்மதம் தந்தேன். காரணம் நான்

* **இலட்சிய வரலாறு**

** ***புலவர் குழந்தையின் இராவண காவியம் நூலில் முன்னுரை***

*** ***1945–ஆம் ஆண்டில் அண்ணாமலை பல்கலைக்கழக பட்டமளிப்பு விழா அரங்கு பாரதிதாசன் படத் திறப்பு விழா பேச்சு***

இந்த விழாவில் கலந்து கொண்டு சொற்பொழிவு ஆற்றுவதன் மூலம் சில சந்தேகமான பிரச்சனைகள் தீரும் என்பதேயாகும். நான் பேச ஒப்புக்கொண்டு கொடுத்த தலைப்பு 'நிலையும் நினைப்பும்', *

பல்கலைக் கழகப் புலவர் தோழர் கா. சுப்பிரமணியம் எம்.ஏ., எம்.எல்., (கா. சு. பிள்ளை) அவர்களின் மறைவால் வருந்தாத தமிழ் மக்கள் ஒருவரும் இரார் என்பது எனது துணிவு. அவர் அறிஞருக்கு ஆசிரியராகவும், புலவர்களுக்குத் தலைவராகவும், தன்னுணர்வாளர்களுக்கு அன்பராகவும் இருந்த காரணத்தால். **

(திரு. தேவ நேயப் பாவாணர் தமிழ் மொழிக்கும் நாட்டுக்கும், இடைவிடாத நற்றொண்டு ஆற்றி நம் அனைவரின் நிலையினையும் உயர்த்தியவர். அவருடைய புலமை, தெளிவும் துணிவும் மிக்கது. ***

என்னைக் கவர்ந்த புத்தகங்கள்!

வர்ணனைகளும் ஆச்சர்ய சம்பவங்களும் திடுக்கிட வைக்கும் தகவல்களும் நிரம்பிய அலாவுதீனும் அற்புத தீபமும் என்ற கதையைப் படித்தபோது அதிலேயே சொக்கிப்போய் அதைவிட சிறந்த புத்தகமே கிடையாது என்று நம்பிய பருவம் – எனக்கு மட்டுமல்ல – உங்களில் பலருக்கும் உண்டு. அந்த சிறு பிராயத்தில் அந்தக்கதை நிச்சயமாக நமது உள்ளத்தைக் கவர்ந்தது.... நாரதரின் கானம் பற்றியோ, தேவலோகக் காட்சி பற்றியோ சுவை தரும் விதமாகத் தீட்டப்பட்ட ஏட்டினைப் படிக்கும் போது ஒருவகை இனிமை ஏற்படத்தான் செய்கிறது. ஆனால் புதிய எண்ணம், விழிப்பு, செயலாற்றும் தன்மை ஏற்படுவதில்லை. பக்திப் பரவசத்தோடு அந்த ஏடுகளைப் படிப்போரும், போய் பார்த்துவிட்டே வரவேண்டும் நாரதரை என்று பயணப்படுவதில்லை, மலேயா பற்றிய வரலாற்றுப் புத்தகத்திலே சுவை இருக்காது எனினும் படிப்பவர்கள் வசதி கிடைத்தால் அங்கு போய் வரலாம் என்று எண்ணங் கொள்ளவும்

---

* ***அண்ணாமலை பல்கலை கழக தமிழ் பொதுப் பேரவையின் சார்பில் பட்டமளிப்பு விழா மண்டபத்தில் (23–9–1947)***

** ***திராவிட நாடு 20–5–1946***

*** ***வாழ்த்துச் செய்தி 7–10–1967***

செயலாற்றவும் முடிகிறது. சுவை கருதி மட்டும் படிக்கும் பருவத்திலே நம்ப முடியாத நிகழ்ச்சிகள் சாதிக்க முடியாத செயல்கள் கொண்ட கதைகள் உள்ளத்தைக் கவருகின்றன. இந்த வரிசையில் விக்ரமாதித்தன் கதை போன்றவை...

அந்தப் பருவத்தைக் கடந்த பிறகு பயன் தரும் ஏடுகளையே மனம் நாடுகிறது. பொழுதுபோக்குடன் பயனும் தந்து, சுவையும் தந்த புத்தகங்களிலே 'பிரதாப முதலியார் சரித்திரத்தைக் குறிப்பிடுகிறேன் – என் உள்ளத்தைக் கவர்ந்த ஏடுகளிலே அது ஒன்று... புராண இதிகாசக் கதைகளை நான் பள்ளிப் பருவத்திலேயே படிக்க நேரிட்டபோது, அவை தேவையற்றவை என்ற கருத்தோ அல்லது நம்மால் சாதிக்க முடியாதவைகளை கொண்ட ஏடுகள் என்ற எண்ணம்தான் ஏற்பட்டது... நீண்ட காலம் அந்த ஏடுகளோ, அவற்றில் குறிப்பிடப்பட்ட கருத்துகளோ மனதில் தங்கியிருந்ததில்லை. தினைப்புனத்துப் பட்சிகள் போல அந்தக் கருத்துகள் கூட்டம் கூட்டமாக வரும். உள்ளத்தைத் தொடும். ஆனால் அறிவுத் தெளிவு எனும் ஆலோலம் கேட்கக் கேட்க அவை பறந்தே போய்விடும் எனக்கு மட்டுமல்ல; சராசரி அறிவுள்ள எவருக்கும்.

... ஓசை நயமும், பொருட் செறிவும் கொண்ட புத்தகங்கள் மனத்தைக் கவரும். இந்த வரிசையில் என் மனத்தை மிகவும் அதிகமாக ஈர்த்த புத்தகங்களிலே கலிங்கத்துப் பரணியை முக்கியமானதாகக் கருதுகிறேன்.... சிலப்பதிகாரம் உள்ளத்தைக் கவர்ந்திடத்தான் செய்கிறது ஆனால் பருவம் மாறுகிறது – புத்தகப் பட்டியலும் மாறுகிறது.

அபட்' எழுதிய நெப்போலியன் வரலாறு, 'கிப்பன் எழுதிய 'ரோம் சாம்ராஜ்யத்தின் எழுச்சியும் வீழ்ச்சியும்' எனும் இரு ஏடுகள் என் மனத்தைப் பெரிதும் கவர்ந்தன.

'சைமன் பொலிவர்' 'கரிபால்டி' ஆகியோர் பற்றிய புத்தகங்கள் என்னைப் பெரிதும் கவர்ந்திருக்கின்றன... அலெக்சாண்டரின் ஆற்றல், ஜுலியஸ் சீசரின் வீரம், நெப்போலியனின் போரார்வம், கரிகாலன், இராஜராஜசோழன், குலோத்துங்கன், ஆரியப் படை கடந்த நெடுஞ்செழியன், ஆடலரசன் ஆட்டனத்தி... கட்டபொம்மு, தேசிங்குராசன், நரசிம்ம பல்லவன் காலத்தில் காஞ்சிபுரத்திலிருந்து பம்பாய் அருகிலுள்ள வாதாபி எனும்

நகர்மீது படையெடுத்துச் சென்று சாளுக்கிய மன்னன் புலிகேசியைத் தோற்கடித்த பரஞ்சோதியின் பேராற்றல் பற்றிய சிறு குறிப்புகள் என் மனத்தைப் பெரிதும் கவர்ந்துள்ளன. அறியாமை இருளைக் கிழித்தெறிந்த அறிவுச்சுடர் ஆதிக்கக் கோட்டையைத் தகர்த்தெறிந்த பகுத்தறிவுப் படைத்தலைவன், வக்ர புத்தி கொண்ட வைதீகத்தின் வைரி வால்டேர்', அரசாங்கம் என்னை அழிக்க முயலலாம். படை பலம் பாய்ந்து வரலாம். உலகே கேலியும் செய்யலாம், எனினும் நீதியை நிலைநாட்டி, ஏழையின் கண்ணீரைத் துடைத்தே தீருவேன் என்று வீரமுழக்கமிட்டு, போரிட்டு வெற்றி கண்ட இலக்கிய வீரன் எமிலி ஜோலா ஆகியோரின் வரலாற்றையும், அவர்கள் அளித்த அறிவுரைகளையும் கொண்ட ஏடுகளை முக்கியமானதாகக் கருதுகிறேன். இதே முறையில் இங்கர்சாலின் பகுத்தறிவு வசன கவிதைகள் எழுச்சியூட்டி என் மனத்தைக் கவர்ந்திருக்கின்றன.

புத்தர் துறவு, சாக்ரடீஸ் வழக்கு மன்றத்தில் நின்று பேசுவது, ஏசு சிலுவையல் அறைப்படுவது, இளங்கோவடிகளின் துறவு, மணிமேகலையின் மன உறுதி, கண்ணகியின் கேள்விக் கணைகள், மாதவியின் மன நெகிழ்ச்சி, அசோகனின் துக்கம், சகுந்தலையின் சோகம் போன்ற நிகழ்ச்சிக் கோவைகள் எப்போதுமே நெஞ்சை நெகிழச் செய்வன.

... பல்வேறு துறைகளிலே உள்ள பிரச்சனைகளிலே தெளிவும், பண்பாட்டுக்கு ஒரு விளக்கமும், சமுதாய அமைப்பு முறை, அரசு அமைப்பு முறை அறநெறி ஆகியவை பற்றிய கருத்துரையும் ஒருங்கே கொண்டதாய், மக்களை அறியும் ஆற்றலும், அறமும் கொண்டவர்களாக்க வல்லதாய் அமைந்துள்ள பெருநூல் உரை நமக்கிருப்பது திருக்குறள். *

தமிழர்

தமிழ் நாட்டைப்போல் வேறெந்த நாட்டிலும் அந்த நாட்டின் மொழியல்லாத வேறு மொழியில் சங்கீதம் பாடுவதைக் கேட்க முடியாது. ஒவ்வொரு நாட்டினரும் தங்கள் தங்கள் தாய் மொழியில் எல்லாக் கலைகளையும் வளர்ச்சி செய்து வருகின்றனர். இல்லாத கலைகளையும் புதிதாக ஆக்கி

* ***வானொலி உரை – என்னைக் கவர்ந்த புத்தகங்கள் (1948)***

வருகின்றனர். தமிழைப்போல தாய்மொழிக் கலை உணர்ச்சியற்றவர்களை எந்த நாட்டிலும் காணமுடியாது. *

திரு.வி.க.

தமிழ் நாட்டிலே நல்ல தமிழிலே மேடையில் பேசமுடியும் என்பதை முதன் முதலில் பேசிக் காட்டியவர் திரு.வி.க. (திரு.வி.கலியாணசுந்தரனார்) அழகிய தமிழிலே அரசியலைப் பற்றியும் எழுதமுடியும் என்பதை முதலாவதாக எழுத்தில் காட்டியவர் திரு.வி.க. அரசியலில் புயலாகவும் தமிழில் தென்றலாகவும் இருப்பவர் நம் திரு. வி. க. நூல்களிலே நுண்ணிய உரையைத் தீட்டியவர் நம் திரு. வி. க. எதிர்கால உலகத்துக்காக சிறந்த ஏடுகளைத் தயாரிப்பவர் நம் திரு.வி.க.**

சமயம்

நான் அவரோடு (மறைமலையடிகள்) நெருங்கிப் பழகியவன் அல்லன். அவரோடு எங்களுக்கு ஏற்பட்ட தொடர்பெல்லாம் இந்த நாட்டில் முதலில் நடைபெற்ற இந்தி எதிர்ப்புப் போராட்டத்தின் போது தான்.

,.. இப்படி சொல்லும் போது ''அண்ணாதுரை! மறைமலையடிகள் சமயத் துறையில் – சைவத்தில் நம்பிக்கை வைத்திருந்தாரே உங்களுக்கு அது சம்மதமா?'' என்று சிலர் கேட்கக்கூடும். அன்பும் அருளும் சைவம் என்றால் – நான் மிகச் சிறந்த சைவன். ஆண்டவன் ஒருவனே என்பதுதான் சைவம் என்றால் – நான் மிகச் சிறந்த சைவன். ***

ஆரிய மாயை வழக்குக்காக பலமுறை முக்கியமான அலுவல்களையெல்லாம் விட்டு விட்டு திருச்சிக்குச் சென்று வருகிறேன். அடிக்கடி வாயிதா போடுகிறார்கள். கம்பராமாயண சீலர் கலாரசிகர் தோழர் பாஸ்கரத் தொண்டைமானைத் தான் இந்த வழக்கை விசாரிப்பதற்காக ஏற்படுத்தியிருக்கிறார்கள். ஆரிய மாயைக்கு அவர் தடை விதித்து என்னைச் சிறையில் தள்ளினால் மறுநாளே ஆயிரக்கணக்கான துண்டுப் பிரசுரங்கள்

---

* தமிழரின் மறுமலர்ச்சி

** அண்ணாவின் சொற்ச் செல்வம்

*** மேடைப்பேச்சு 24–8–1958

மூலம் ஆரிய மாயை அச்சாகி எங்கும் பறக்குமே! சர்க்கார் இப்போது ஆரிய மாயை, இலட்சிய வரலாறு, இராவண காவியம் போன்ற நல்ல நூல்களைப் படித்து வருவது பற்றி மிகவும் மகிழ்ச்சி அடைகிறேன்.

"அண்ணாத்துரை உள்ளதைத்தான் எழுதினான்" என்று அவர்களுக்கு நன்று தெரிந்ததே. சர்க்கார் நூல்களின் மீது தடைவிதிப்பதை விட்டுவிட்டு முக்கியமாகச் செய்யவேண்டிய காரியங்களில் ஈடுபடுவது நல்லது. *

வ. ரா.

அவர் (வ. ராமசாமி ஐயங்கார்) 1917–இல் பிறந்தவர். சுயமரியாதை இயக்கம் தமிழகத்தில் தவழ்வதற்குத் தொடங்கிய நாள்கள் அவை என்று கூறலாம். அந்த நாளிலே வெளிவந்த 'சுந்தரியில்' காணப்படும் கருத்துகள் எப்படிப்பட்டவை என்பதைக் காணும்போது தான் – வ.ரா. வை 'அக்கிரகாரத்து அதிசயப் பிறவி' என்று நாம் கூற முடிகிறது. **

கருணாநிதி

இலக்சியம் வட சொல்லா? தமிழ்ச் சொல்லா? என்ற விவரத்தைப் பற்றி நண்பர் கருணாநிதி குறிப்பிட்டபோது ஒரு பெரிய ஹைட்ரஜன் குண்டை வெடித்தார். இளைஞர்கள் என்றால் இப்படியல்லவா இருக்க வேண்டும் என்று ஔவை துரைசாமி பிள்ளை அவர்கள் பூரிப்படைந்து சொன்னார்கள். ***

கல்லூரி முதல்வர் (சென்னை தியாகராயர் கல்லூரி) ஆற்றிய வரவேற்புரையில் நானும் நாடகத்தில் பங்கெடுத்துக் கொண்டிருப்பதாகச் சொன்னார். உங்கள் கல்லூரி நடத்துகின்ற கலை விழாவிலே நடிக்கும் வாய்ப்பு எனக்குக் கிடைத்ததற்காக உண்மையிலேயே நான் மகிழ்ச்சி அடைகிறேன். ஆனால் நாடகம் ஆடி கல்லூரி வளர்ச்சிக்குக் காசு சேர்க்க வேண்டிய

---

* மேடைப்பேச்சு சென்னை மாவட்ட தி.மு.க. முதல் மாநாடு 1950

** திராவிட நாடு 18–5–1947

*** கோவையில் 27–5–1950 முத்தமிழ் வளர்ச்சி விழா

நிலை ஏற்பட் டிருக்கிறதே என்பது குறித்து வருந்தாமல் இருக்க முடியுமா?*

உழைக்காமல் இந்தத் திறமை வந்துவிடவில்லை

உழைக்காமல் ஒரு திறமை வராது.

சிலப்பதிகாரத்தைக் கருணாநிதி இன்றைய நடைக்கு ஏற்ற அளவில் ஆக்கித் தந்திருக்கிறார் என்றால் – அதற்கு நூறு முறையாவது முறைப்படி படித்திருப்பார்.

அப்படிப்பட்ட கடுமையான உழைப்புக்குக் காரணம், நாம் பெற்றிருப்பது நாட்டுக்கு அளிப்பதற்குப் போதாது என்கிற அடக்க உணர்ச்சிதான்.

"எனக்கு எல்லாம் தெரியும்" – என்று ஒருவர் எண்ணியவு டன், அவருடைய வரலாற்றை எழுதி மலிவுப் பதிப்பு வெளியீட்டு, இரண்டாம் பதிப்பு வராது என்று உலகுக்கு அறிவித்துவிடலாம்.

என்னை முழுவதும் அறிந்தவர்கள் தான் கழகத்தில் இருக் கிறார்கள். அவர்களிலே முற்றிலும் அறிந்தவர் என்று சொல்லத் தக்கவர்களிலே கருணாநிதிக்கு மிகச் சிறந்த இடம் உண்டு.

அவர் மூலமாக நானும் நாடும் நிரம்ப எதிர்பார்த்திருக்கி றோம். இப்போது செய்திருக்கின்ற காரியங்களைவிட, பல மடங்கு அதிகமான காரியங்கள் அவருடைய திறமையின் மூலம் நாட்டுக்குக் கிடைக்கவேண்டி இருக்கின்றன.

கலைஞர்களுக்கு எத்துறையிலும் சிறப்பு

கலைத் துறையில் ஈடுபாடு உடைய கருணாநிதியை அமைச்சர் ஆக்கினால், 'அவரால் அமைச்சருக்குரிய கடமைகளை நிறைவேற்ற முடியுமா?' என்று சிலருக்கு ஐயப்பாடு இருந்தது.

கலைத் துறையில் ஒருவர் திறமை உள்ளவராக இருந்தால் – அவரிடம் எந்தப் பொறுப்பை ஒப்படைத்தாலும் அதிலும் தம் திறமையைக் காட்டுவார்.

அப்படிப்பட்டவர் விருது பெறுவதால், நான் தனிப்பட்ட முறையில் பெருமை அடைவதற்கு நீங்கள் அனுமதி அளிப்பீர்கள் என்று நம்புகிறேன்.

* **சென்னை தியாகராயர் கல்லூரியில்**

கறுப்புச் சட்டை

திருச்சியிலே, அதற்கு அடுத்த கிழமை நாம் கூடினோம். (1944–இல் சேலத்தில் திராவிடர் கழகம் எனப் பெயர் மாற்றம் செய்த பிறகு)

அங்கே ராஜகோலாகலங்கள் இல்லை! மிட்டா மிராசுகளும் ஜமீன், ஜரிகைக் குல்லாய்களும் இல்லை!...

ஆனால் நமது உழைப்பு ஒரு நாளும் வீண் போகாது.

கடும் விஷம் கொடுத்துக் கொல்லப்பட்டோர், காரிருட் சிறையில் ஆயுட்காலம் முழுவதும் தள்ளப்பட்டோர், கல்லால் அடித்துத் துரத்தப்பட்டோர், சிலுவையில் அறையப்பட்டோர், சிறுத்தைக்கு இரையாக்கப்பட்டோர், கழுத்து நெரிக்கப்பட்டோர், கனலில் தள்ளப்பட்டோர், கண்டதுண்டமாக்கப்பட்டோர், நாட்டு மக்களாலேயே துரத்தி அடிக்கப்பட்டோர், நாதியற்றுப் போனோர் என்று விதவிதமாகத்தான் இருக்கும் சமூகப் புரட்சிப் பணியிலே ஈடுபட்டவர்களுடைய வாழ்க்கை வரலாறுகள். நாம் அந்த இனம். அவர்களெல்லாம் இன்று, அறிஞர் உலகின் அணிமணிகளாயினர். நம்மையும் பின் சந்ததி மறவாது. –

மற்றுமொறு முக்கியமான முடிவு கண்டோம்; அதாவது சமுதாய இழிவுகளைத் துடைக்கப் போரிடும் ஒரு விடுதலைப் படையை அமைத்துள்ளோம். 'கறுப்புச் சட்டை அணிந்திருக்க வேண்டும் என்று பெரியார் கூறினார். ஏன் என்றும் விளக்கினார். "திராவிட மக்கள் அடைந்துள்ள இழிநிலையால் ஏற்பட்ட துக்கத்தின் அறிகுறி, அந்த உடை" என்றார். நாம் நாடிழந்து; அரசு இழந்து நம்மில் பாமரர் அறிவிழந்து மொழிவளமும் கலை உயர்வும் இழந்து சீர் இழந்து, நாலாம் ஜாதியாய், ஒடுக்கப் பட்டுக் கிடக்கிறோம். நம்மை ஒரு சிறு கூட்டத்தார் கொடுமைப்படுத்துவது, ஏக்கத்தைத் தருகிறது. அதனினும் அதிகமான துக்கம், நம்மவரில் பலரும் அந்தக் கொடுமையை உணராமல் இருக்கும் நிலையால் ஏற்படுகிறது. இந்தப் பெருந்துக்கத்தைக் காட்டும் குறியாகவே கறுப்பு உடை அணியச் சொல்கிறார் தலைவர். ஏற்கெனவே உள்ள ஏளன மொழிகளுடன், நமது எதிரிகள் இனிக் கறுப்புச் சட்டைக்காரன், கள்ளன் போன்ற உடை அணிந்தோன் என்று புது வசவுகளைச்

சேர்த்துக் கொள்வர்; அவர்கள் ஆசையும் தீர்ந்து போகட்டும், கறுப்புச் சட்டை பாசிச அடையாளம் என்று பேசுவர், ஏட்டிலே சமதர்மம் காண்போர், பேசட்டும்; நமது துக்கத்தை நாட்டுக்குத் தெரிவிக்கட்டும் நமது உடை! இந்த விடுதலைப் படை சமுதாய இழிவுகளைப் போக்கும் போரிலே முன்னணி நிற்கும். இதற்குத் திருச்சி மாநாடு தந்துள்ள ஆர்வத்தைக் கொடுமையான நிலைமையைத் தமது கோணல் புத்தியைக் கொண்டு நீடிக்கச் செய்பவர் உணர்வது நல்லது. சமுதாய இழிவு எது, அதனை ஒழிப்பது எப்படி, எந்த முறையிலே என்பதிலே, திருச்சி மாநாட்டிலே காணப்பட்ட எழுச்சி, கட்சி அடைந்துள்ள புதுக் கட்டத்தைக் காட்டுவதாக இருக்கிறது...

அந்த நாள்களிலே, ஆங்கிலத்திலே S.I.L.F. என்றும் ஜஸ்டிஸ் என்றும் மாளிகைகளில் வழங்கி வந்ததே தவிர, மக்களின் முன்பு திராவிடன் என்ற பெயரே வழங்கப்பட்டது. தமிழ்ப் பத்திரிகையின் பெயரே ‘திராவிடன்’ திராவிடக்கலை, திராவிட மதம், திராவிட வைத்யம், திராவிட இசைவாணர்கள் – என்றெல்லாம், அந்த நாளில், பல்வேறு துறைகளிலே, திராவிட மறுமலர்ச்சிக்காகப் பணிபுரிய முனைந்தனர், ஆனால் அந்த அடிப்படை வேலையில் ஆர்வம் காட்டத் தலைவர்கள் தவறிவிட்டனர். அவர்கள் தங்கள் ஆற்றலை எல்லாம் அரசியல் அதிகாரம் எனும் மாய மானைப் பிடிக்கவே செலவிட்ட னர். அதனால், அவர்கள், ஒவ்வொரு நகரிலும், பிரமுகர் களைச் சந்தித்தபோது, தேர்தலைப் பற்றிப் பேசி வந்தனரே தவிர உத்தியோகத் துறையிலே ஐயர்களுக்கு ஆதிக்கம் இருக்கிறது. அதை ஒழிக்க வேண்டும் என்பதை வலியுறுத்தி வந்தனரே தவிர சமுதாயத்திலே படித்து கிடந்த ஆரியத்தை அகற்ற, திராவிட உணர்ச்சியை ஊட்ட, பணிபுரியவில்லை.

சமுதாயத் துறையிலே பார்ப்பனர் ஆதிக்கம் செலுத்துவது ஆபத்தல்ல; அரசியலில் ஆதிக்கம் பெற்றுள்ள பார்ப்பனர் களாலேயே நமக்கு ஆபத்து – என்று வெளிப்படையாகவே அந்த நாள் தலைவர் பேசிவந்தனர். தலைவர்களின் பேச்சு அவ்விதமிருந்தது. டாக்டர்நடேசமுதலியார்போன்ற ஒருவரிருவர் தவிர; அதே போது மக்களிடம் பழகி, பிரசாரம் புரிந்து வந்த ஜே.என்.இராமநாதன், கண்ணப்பர், டி.வி.சுப்பிரமணியன்

போன்றவர்கள், திராவிடன் என்ற உணர்ச்சியை ஊட்டியும், அரசியலிலே மட்டுமல்லாமல், சமுதாயத் துறையிலே பார்ப்பனர்கள் பெற்றிருந்த ஆதிக்கத்தை விளக்கிக் கண்டித்தும் வந்தனர். மக்களை அவர்கள் திராவிடர்களாக வாழும்படி வலியுறுத்தி வந்தனர். தலைவர்களோ, மக்களை, பார்ப்பனருக்கு எதிராக ஓட் கொடுக்கும் அளவுக்குத்தான் உபயோகித்தனர். எனவே மக்களுக்கு அந்தத் தலைவர்களின் போக்கு முதலில் புரியவில்லை; புரிந்த பிறகு பிடிக்கவில்லை; பிடிக்காததால் விலகினர்.

திராவிட இன உணர்ச்சிக்காக எடுத்துக்கொண்ட முதல் முயற்சி முறியடிக்கப்பட்டது. மக்களுக்கு ஆர்வம் ஏற்படாமல் போனதால் அன்று. (நமது தலைவர்கள் அரசியலை மட்டுமே கவனித்து, சமுதாயத்தில் தலையிடுவதைத் தவறு என்று எண்ணியதால்) இருபதாண்டுகள் மாயமான் வேட்டையில்– மந்திரிப் பதவி அமைப்பதில், அதாவது சுயநல வேட்டைக்கு, அதன் விளைவாக, சதியாலோசனைகளுக்குச் செலவிடப்பட்டன. அந்தக் காலத்திலே, மாளிகைகள் சதியாலோசனை மண்டபங்களாயின. ஆள் தூக்கிகள் அரசியல் சூத்திரதாரி களாயினர். பதவி தேடுவோர், அரங்கேறினர். பரங்கிக்குக் கொண்டாட்டம். மக்கள் இந்தக் காரியம் தங்களுக்கன்று என்பதைத் திட்டமாகத் தெரிந்துகொண்டு கட்சியைக் கண்டிக்கவே தொடங்கினர். மாளிகைகளிலே சதிச்செயல்கள், கட்டுக்கடங்கா நிலைபெற்று ஒரு தலைவர் இன்னொரு தலைவரை வீழ்த்துவதையே தொழிலாகக் கொண்டு ஒருவருக்கொருவர் அடித்துக் கொண்டு, கும்பலாகச் சாய்ந்தனர். அந்த அதிர்ச்சியிலே ஆரம்பத்திலே ஆர்வத்துடன் கிளம்பிய திராவிட இன உணர்ச்சி மங்கிற்று; மடியவில்லை. அந்த உண்ர்ச்சி என்றுமே மடிந்ததில்லை. அடிக்கடி மங்கி இருக்கிறது. ஏனெனில் அந்த உணர்ச்சி, உள்ளத்தின் பேச்சு – அரசியல் வெட்டுக்கிளிகளின், கூச்சல் என்று.

இங்கு நெடுங்காலமாகவே, ஆரியத்தின் அணைப்பிலிருந்து விடுபட, திராவிடம் பலமுறை முயன்றிருக்கிறது. சில நேரத்தில் செயலற்று இருந்தது என்ற போதிலும், அடியோடு சரண் புகுந்ததில்லை. அடிக்கடி தனித்தமிழ், வேளாள நாகரிகம்,

உண்மைச் சைவம், பண்டை நாகரிகம், என்று பல்வேறு தலைப்புகளில் கிளம்பிய இயக்கங்கள் யாவும், மூல முயற்சியின் சிறு கிறு பதிப்புகளேயாகும். இவை ஒவ்வொன்றும் தேவை, பலனுமுண்டு. இவற்றால் என்று போதிலும், இவை, மக்களில் சிலரால் மட்டுமே உணரக்கூடியதாக இருந்த காரணத்தால் மூல முயற்சியை இந்த இயக்கங்கள் பலப்படுத்த முடியவில்லை. ஒவ்வொன்றும், தனித்தனி இயக்கங்களாக மாறிவிட்டன. முரண்பாடுகளாகவும் தெரியலாயின. விரோத உணர்ச்சியும் கூட வளர்ந்தது. தமிழகத்திலே, பல முகாம்கள் தோன்றலாயின. மூல முயற்சியை மறந்து விட்டனர்.

கண்ணைக் கட்டிவிடப்பட்ட வீரன், சாலையில் நடந்து செல்கையில், மரத்துக்கு மரம் மோதிக்கொண்டு சங்கடப்படு வதைப் போல, நாடு இருந்தது. மீண்டும் ஒருமுறை திராவிட இன உணர்ச்சி தோன்றுமா என்பதே சந்தேகமாகிவிட்டது. அந்த உணர்ச்சி அடியோடு மடிந்துவிட்டது என்று மாற்றார் மகிழவும் செய்தனர். ஆனால் இலட்சியம் மடியவில்லை. சமயத்துக்காகக் காத்துக் கொண்டிருந்தது. பலப்பல சமயங்கள் வந்தன. ஆனால் சரியான சமயங்களாகவில்லை.

இந்தி எதிர்ப்புப் போராட்டம் தக்க சமயமாயிற்று. நாடு முழுதும் காங்கிரஸ் மீது கோபம் மட்டுமல்ல அந்த அளவு குறைவுதான் – தமிழ்ப் பற்றுப்பரவிய காலம். எங்கும் சங்க நூல்களைப் படிக்க ஆரம்பித்த காலம். தமிழனுக்கு தனியாக ஓர் மொழி உண்டு. தனியான பண்பு உண்டு என்ற பெருமை பேசலாயினர்...

... தமிழ் மொழியைக் காப்பாற்ற ஆயிரத்துக்கு மேற்பட்டவர்கள் சிறை சென்ற காட்சி, தமிழரின் உள்ளத்திலே ஒரு புது உணர்ச்சியை உண்டாக்கிவிட்டது. *

ஆகஸ்ட் 15

பல வருட காலமாகவே அந்நிய ஆட்சி நீங்கத்தான் வேண்டும், அதுதான் எமது விருப்பம்'' எனச் சொல்லி வந்தவர்கள் தான் நாம். ஆனால் ஆங்கில ஆட்சியை ஒழித்து விட்டு அந்த இடத்தில் ஆரிய ஆட்சியை ஏற்படுத்தவே காங்கிரஸ் முயலுகிறது.

* இலட்சிய வரலாறு – கட்டுரை

அதற்காகவே நாங்கள் காங்கிரசை எதிர்க்கிறோம். காங்கிரஸ் கையாளும் முறைகள் சரியானவை அல்ல என்று படுவதால், நாங்கள் அம்முறைகளை அதரிக்கவில்லை. நாங்கள் காங்கிரசை எதிர்த்ததாலேயே சுயராஜ்யத்துக்கு விரோதிகளல்லர் – அந்நிய ஆட்சியை விரும்புவர்களல்லர், என்பதை ஆயிரமாயிரம் மேடைகளில் பேசி இருக்கிறோம். வெள்ளைக்காரனை நாளைக்குப் போ என்று நீ சொன்னால், நாங்கள் இன்றே போ என்று கூறுகிறோம் – என்று பேசி இருக்கிறோம்...

... ஆகஸ்டு 15–ஆம் தேதியை மகிழ்ச்சி தரக் கூடிய நாளாகவே கருத வேண்டும், அதுவே இதுவரை நாம்கொண்ட போக்குக்கும் நமது கொள்கைக்கும் ஏற்றது...

... ஆகஸ்டு 15–ஆம் தேதி அந்நிய ஆட்சி ஒழிந்த நாள். நம்மை நலிய வைத்த வெள்ளையர் ஆட்சி நீங்கிய நாள். ஏகாதிபத்தியப் பிடி ஒழிந்த நாள், இரு எதிரிகளில் ஓர் எதிரி ஒழிந்த நாள் (மிச்சமிருப்பது பனியா ஏகாதிபத்தியம்) என்பதிலே நமக்கு மகிழ்ச்சியும் பெருமையும் கொள்ளக் காரணமும் இருக்கிறது...

... உலகம் முழுவதும் கூர்ந்து கவனிக்கும், ஒரு மகத்தான சம்பவத்தை நமது – கொள்கையை மட்டுமே அளவுகோலாகக் கொண்டு அளந்து பார்ப்பதோ, உதாசீனம் செய்வதோ சரியாகாது

... காங்கிரசார் பழி சுமத்தியது போல நாம் பிரிட்டிஷாரின் அடிமைகளல்லர் என்பதை விளக்க நமக்கிருக்கும் ஒரு நாள் கடைசிநாள் ஆகஸ்டு 15. நாம் ஏன் அந்தச் சந்தர்ப்பத்தை இழந்து இழிவான பழிச்சொல்லைத் தேடிக்கொள்ள வேண்டும்...

... ஆகவே ஆகஸ்டு 15 ஆம் தேதி பற்றி திராவிடக் கழகம் தன் கருத்தை இந்த நேரத்திலும் மாற்றிக் கொள்ள முடியும் – மாற்றிக் கொள்ளலாம் – முடியுங் கூடத்தான்; அதற்கு முன் மாதிரியாக சேலம் சம்பவம் இருக்கிறது.

. ஆனால் ஒரே ஒரு வித்தியாசம். சேலத்திலே கம்பராமாயணத்தைக் கடைசி நேரத்தில் ஒரே தந்தியின் மூலம் கொளுத்த வேண்டாமென்று கூறியவர் ஒருவர். நான் ஒரு சாமான்யன், அவர் கட்சிக்காக ஓய்வு நேரத்திலும் உழைத்ததில்லை, நான் உழைத்து அலுத்தவன், அவர் இன்று இந்திய சர்க்காரிலே மந்திரி!

நானோ இந்த அறிக்கையின் விளைவாகவே கூட, உங்களில் பலராலே கூட, சந்தேகத்துக்கும், நிந்தனைக்கும் ஆளாகக் கூடிய நிலையில் உள்ளவன். ஆனால் நான் கூறுவது உள்ளத்திலிருந்து வருபவை...

... இது கட்சிக் கட்டுப்பாட்டையும் தலைவரின் அறிக்கையையும் மீறுவதாகும் என்று கருதப்பட்டு என் மீது ஒழுங்கு நடவடிக்கை எடுக்க முன் வருவதானாலும் என் வாழ்நாளில் பிரிட்டிஷ் ஆட்சி கூடாது என்ற கொள்கையைக் கொண்டவன் நான் என்பதை மக்களுக்குக் கூற எனக்கிருக்கும் ஒரேநாளான ஆகஸ்டு 15–ஆம் தேதியின் முக்கியத்துவத்துக்காக வேண்டி, கட்சியின் கடுமையான நடவடிக்கைக்கும் சம்மதிக்க வேண்டியவனாகிறேன். தலைவரும் கட்சியும் என் போக்கு தவறு என்று கருதி என்னைக் கட்சியை விட்டு நீக்கினாலும், நான் சமூக சீர்திருத்தம், பொருளாதார சமத்துவம், திராவிடத் தனி அரசு எனும் அடிப்படைக் கொள்கைகளை, கட்சிக்கு வெளியே இருந்தாகினும் செய்து வருவேன் என்பதைக் கூறி இந்த அறிக்கையை முடிக்கிறேன். வணக்கம். *

பொறுப்பிலே ஈடுபாடு கொள்ளாதவர்கள் எதை எம்முறையில் கூறிடினும், நாம் அது குறித்துக் கவலை கொள்ளக் கூடாது என்ற திடமனம் கொண்டிடவேண்டும். நமது தோழர்கள் அத்தகைய திடமனம் கொண்டோராக இருந்திடுவதாலேயே, பல ஆண்டுகளாக, தனித் திறமை காட்டிக் கட்டிவிட்ட வதந்திகள், மூட்டிவிடப்பட்ட கோள்கள், நமது கழகத்தை ஏதும் செய்திட இயலாது. வீழ்ந்து பொடிப் பொடியாகிவிட்டன.

இந்தியாவுக்குக் கிடைத்திடும் ‘சுயராஜ்யம்‘ துக்கராஜ்யம் என்று பெரியார் கருதி, ஆகஸ்ட் பதினைந்தாம் நாளைத் துக்க நாள் என்று நடத்திட அறிக்கை விடுத்ததை நான் மறுத்ததனை அறிந்திருப்பாய்.

தம்பி! அப்போது என்னைப்பற்றிக் கட்டிவிடப்பட்ட வதந்திகள் கணக்கில் அடங்கா!

இப்போது எண்ணிக் கொண்டாலும் எனக்குச் சிரிப்பு வருகிறது. ஒரு வெடிச் சிரிப்புக் கிளப்பிவிட்டுக் கேட்பார் ஒருவர், “என்ன

---

* ***திராவிட நாடு 10.8.1947***

விலை கெஜம்! நேர்த்தியாக இருக்கிறதே சட்டைத் துணி! கதர்தானே!"

"கதர் அல்ல ஐயா வழக்கமாக நான் போடும் கைத்தறித் துணிதான்."

"கதர் என்று பார்த்தேன். கைத்தறித் துணியா?"

தம்பி! கேலி, புரிகிறதல்லவா? ஆகஸ்ட் பதினைந்து துக்க நாள் அல்ல என்று நான் எழுதினால், நான் காங்கிரசாகிவிட்டேன் என்று பொருள் கொண்டு பலப்பல வதந்திகளைக் கிளப்பினர்.

'நான் மட்டும் வதந்திகளின் தன்மையையும், அவற்றினைக் கிளப்பிவிடுவோரின் போக்கினையும் ஓரளவு தெளிவாகத் தெரிந்து கொண்ட நிலையினனாக இல்லாதிருப்பின், என்னென்ன நேரிட்டிருக்கக்கூடும் என்பதை எண்ணும்போது நடுக்கமே எடுக்கிறது.

வதந்திகளைக் கிளப்புகின்றவர்கள், பொறுப்பான பதவியினராக இருந்திடினாவது, அவர்களைக் கேட்கலாம், இதுசரியா, முறையா என்று. *

அறப்போர்

ஆகஸ்ட் 10–ஆம் தேதி (10–8–1948) ஆரம்பமாகிறது. ஆற்றல் மிக்க திராவிடத் தோழர்கள் ஆவலுடன் எதிர்பார்த்துக் கொண்டிருந்த அழைப்பு கிடைத்து விட்டது...

.. தொடக்கமும், முதல் படைத்தலைவனாக (சர்வாதிகாரியாக) இருக்கும் சிறப்பிடமும் வாய்ப்பும், எனக்களித்த பெரியாருக்கு. என் நன்றி. கமிட்டியாருக்கும் கழகத்தாருக்கும் என் நன்றி அறப்போர் நடத்த உங்கள் பேராதரவை நம்பி, ஒப்புக்கொண்டு விட்டேன். படை வரிசையில் வந்து நில்லுங்கள் என்று உங்களை அன்புடன் அழைக்கிறேன்.

அண்ணாதுரை
8–8–481–ஆவது சர்வாதிகாரி
வேண்டுகோள் **

---

* *தம்பிக்கு 12–6–66*

** *திராவிட நாடு இதழ் – 8.8.1948*

அன்புடையீர்,

வணக்கம். சென்ற ஏழு ஆண்டுகளாகத் திராவிடப் பெருங்குடி மக்களின் நலன் கருதி நடத்தப்பட்டு வரும் திராவிட நாடு இதழின் மீது சென்னை அரசியலார். தம் அடக்குமுறை பாணத்தை இப்போது ஏவியுள்ளார்கள். 25–6–49 ஆம் நாளுக்குள் ரூ.3000, ஜாமின் தொகை கட்டித்தீர வேண்டும் என கட்டளை பிறப்பித்துள்ளார்கள். 'திராவிட நாடு' திராவிட மக்களின் நலனுக்காகப் பாடுபடுகிறது என்பதை அறிவிக்கவும், திராவிட மக்களின் ஆதரவு அதற்கு உண்டு என்பதைக் காட்டவும், இவ்வாய்ப்பை ஏற்று தங்களாலான நன்கொடையை இந்நெருக்கடி தீரும் வகையில் அளித்தருளக் கோருகிறேன். *

நன்கொடை தந்துதவிய அன்பர்கள்:

வாலாஜாபாத்	W. K. தேவராசன்	100.00
காஞ்சிபுரம்	V. புட்டாசாமி	100.00
,,	A.K. தங்கவேல்	100.00
,,	கணபதி	100.00
,,	N. K. அரங்கநாதன்	100.00
,,	A. பாலகிருஷ்ணன்	100.00
,,	K.S. முனுசாமி	50.00

குறிப்பு: மேலும் நன்கொடையை விரைவில் எதிர்பார்க்கிறேன். வணக்கம். **

எனது நன்றி

அரசியலார் திராவிட நாடு' இதழின் மீது தங்கள் அடக்குமுறை பாணத்தை ஏவி, ரூபாய் மூவாயிரம் ஜாமீன் கட்டுமாறு கட்டளை பிறப்பித்தது, இது 'திராவிட நாடு' இதழின் மீது மட்டும் ஏவப்பட்ட – பாணமன்று. திராவிடப் பெருங்குடி மக்கள் அனைவரும் மீதுமே ஏவப்பட்ட பாணம் என்பதை

---

* திராவிட நாடு இதழ் – 9.6.1949

** திராவிட நாடு இதழ் – 12.5.1949

எடுத்துக்காட்டும் முறையில் அரசாங்கத்தின் அடக்கு முறைக் காணிக்கையாக அவர்களால் கோரப்பட்ட ரூபாய் 3000.00 யும் அன்பர்கள் தந்துதவியுள்ளார்கள். ஜாமின் தொகை கட்ட ரூபாய் மூவாயிரம் தேவையென்று வேண்டுகோள் விடுத்த, ஒருவாரத்துக்குள்ளாகவே குறிப்பிட்ட தொகை சேர்ந்துவிட்டது.

அரசியலாரின் அறைகூவலை ஏற்று அன்புடன் உதவி செய்து ஆதரித்த அனைவருக்கும் எனது நன்றியறிதலையும் வணக்கத்தையும் தெரிவித்துக் கொள்கிறேன்.

ஜாமின் கட்டுவதற்காக குறிப்பிடப்பட்ட தொகை கிடைத்து விட்ட படியால், இனி அன்பர்கள் இதற்காக பணம் அனுப்ப வேண்டாமென்று கேட்டுக் கொள்வதுடன் மீண்டும் எனது வணக்கத்தைத் தெரிவித்துக் கொள்ளுகிறேன். *

புயல்

.... பெரியாரின் உடற் பாதுகாப்புக்கான பணிபுரிய நான், நீயென்று போட்டியிட்டுக் கொண்டு வர நூற்றுக் கணக்கிலே தூய உள்ளம் படைத்தவர்கள் உண்டு. அவர்கள் யாரும் தேவைப் படவில்லை மணியம்மை வர நேரிட்டது. புயல் நுழைகிறது என்று கருதியவன் நான் புல்லன் என்று தூற்றப்பட்டேன்.... **

உத்தமர் காந்தி

... உத்தமர் காந்தியார் வெறி கொண்ட ஒருவனால் சுட்டுக் கொல்லப்பட்டார் எனும் செய்தியை ரேடியோ மூலமாக கேள்விப்பட்டேன். பதறினேன் அப்போது சென்னை வானொலி நிலையத்தார் அழைத்தார்கள். காந்தியடிகளைக் கொன்றவன் மராட்டியப் பார்ப்பனன் கோட்சே என்பவன். அதனால் மக்களின் ஆத்திர வெறி, அக்குலத்தார் மீது பாய்ந்து விடுமோ என்று அஞ்சிய காரணத்தால் என்னை அழைத்துப் பேசச் சொன்னார்கள். கயவனாய் இருந்தால் கட்சிவெறி கொண்டவனாயிருந்தால் அந்த நேரத்தைப் பயன்படுத்திக் கொண்டு நாட்டில் விபரீதங்கள் பல ஏற்படுவதைக் கண்டிருக்க

---

* *திராவிட நாடு – 19.6.1949*

** *திராவிட நாடு – 7.1949*

முடியும். அப்படிப்பட்ட விபரிதங்களைக் கண்டு கைகொட்டும், கருத்தற்றவனல்லன் நான்.

உத்தமரை ஒருவரின் வெறி கொன்று விட்டது. அதற்கு பார்ப்பன மக்கள் மீது பழி சுமத்தக் கூடாது என்று எடுத்து ரைத்தேன். உத்தமரின் சேவைகளை எடுத்துரைத்தேன்... *

பெரியார் திருமணம். தன்னிலை விளக்கம்

பல நண்பர்கள் கொள்கையில் ஆர்வமுள்ளவர்கள், இதுபோலக் கூறினர். நேரிலும், கடித மூலமாகவும், இக்கருத்து ஒருபுறம் வந்து குவிந்த வண்ணம் இருந்தது அதேபோது...

'பெருவாரியாக நாம் இருக்கும்போது ஏன் நாம் விலகவேண்டும்? கழகத்தை நாம் நடத்திச் செல்வோம்' என்ற கருத்தை, ஆர்வத்துடன் வழங்கி, அந்தக் காரியத்துக்கான ஆற்றலையும் சுட்டிக்காட்டிப் பலர் கடிதமூலம் நேரிலும் தெரிவித்தனர், வேறு சிலரோ...

"இது அண்ணாத்துரையின் சூழ்ச்சி. அவன் மிகமிக முன்னேற்பாட்டுடன் திட்டம் தயாரித்திருக்கிறான். பலமுறை ஒத்திகை நடத்திப்பார்த்து, இப்போது படை எடுக்கிறான் பெரியார் மீது, கழகத்தைக் கைப்பற்றி அதற்கென உள்ள சொத்தைக் கைப்பற்றி, ஆதிக்கம் செலுத்த விரும்புகிறான். அரசியல் சூதாடிகளுடன் கூடிக்கொள்ள எண்ணுகிறான் – கொடியவன். கபடன். கயவன்சுயநலக்காரன், – சூழ்ச்சிக்காரன் – அவன் திட்டம் பெரியாரை ஒழிப்பது என்பதுதான். அதற்குக் காரணம் பொறாமை – '' என்று தீட்டினார் ஏடுகளில், திண்ணைப் பிரசார மூலமும் பரப்பி வந்தனர். இது மட்டுமன்று.. "திராவிடர் கழகத்திலே ஒரு திடீர்க் குழப்பம் ஏற்பட்டு விட்டது – பிளவு அகன்ற வாய் திறந்து கொண்டிருக்கிறது – அவர்கள் ஒருவரை ஒருவர் தாக்கிக்கொண்டு அழிந்து போய்விடுவார்கள்– திராவிடர் கழகத்தின் மூலம் நாட்டிலே பரப்பப்பட்டு வந்த கொள்கைகள் இனிப்பரவ இடமில்லை – எனவே நமது ஆதிக்கம் ஆட்டம் கொடுக்காது, புத்துயிர் கிடைக்கும்'' என்று வைதீக வட்டாரமும், காங்கிரஸ் முகாமும்: பேசிக்கொண்டிருந்தனர். அமைதியையும் தனிப் போக்கையும்

* **சொற்பொழிவு காந்தி சிலை திறப்பு – வேலூர் நகராட்சி – 1951**

விரும்பும் என்போன்ற சிலர் "உனக்கேன் பாரம் – பிரச்னை – தனியாக ஒதுங்கிவிடு. அந்த நிலையிலிருந்து முடிந்ததைச் செய்பவர்களைக் கண்டு மகிழ்ந்திரு " என்றும் கூறினர்.

இப்படிப் பல கருத்தலைகள் தாக்கும் நிலையில் இருந்த நான், பல நாள்கள், இந்தப் பிரச்சனைகளைப் பற்றி சிந்திக்கவும், கலந்தாலோசிக்கவும் வேண்டியவனானேன்.

1935. – ஆம் ஆண்டு என் வாழ்க்கையில், 'முதல் முடிவு எடுக்கும் வாய்ப்புக் கிடைத்தது – அதாவது, பட்டம் பெற்றதும் உத்தியோகத்துக்குப் போவதில்லை – பொதுவாழ்வுத் துறையில் பணியாற்றுவது என்று நான் துணிந்து மேற்கொண்ட முடிவு. அந்த ஆண்டிலிருந்து *1949* – வரையில், எனக்கு மீண்டுமோர் முடிவு கொள்ள வேண்டிய அவசியம் ஏற்பட்டதில்லை. பாதை தெரிந்து விட்டது – போய்ச் சேரவேண்டிய இடமும் தெரிகிறது. எனவே, பயணம் செய்ய வேண்டியதுதானே? அம்முறையில், இந்தப் பதினான்காண்டுகளும், எனக்கு அமைந்திருந்தன. இடையே சங்கடங்களும் சஞ்சலங்களும் ஏற்படாமலில்லை – ஆனால் அவை, என் முதல் முடிவை மாற்ற வேண்டிய அளவும் அல்ல, அந்த வகையும் அல்ல, எனவே சங்கடம் ஏற்பட்ட போதும், சஞ்சலம் உண்டானபோதும், 'எதையும் தாங்க இந்த இதயம் உண்டு' என்ற கவிதா வாக்கியத்தின்படி, இருந்துவந்தேன். இயக்கத்திலேயும் பெரியாரிடமும் எனக்கு இருந்து வந்த தொடர்பு சாதாரணமானதாக இருந்திருந்தால், சஞ் சலம் சிறிதளவு ஏற்பட்டபோதே மிரண்டோடி விட்டிருபேன். ஆனால் பதினான்காண்டுத் தொடர்பு, ஏற்படுத்திவிட்ட பற்றும் பாசமும் இலேசானதன்று. என் மனம் சுலபத்திலே சபலமடையக் கூடியதாக இருந்திருந்தால், கட்சி விட்டுக் கட்சி தாண்டும் காரியத்தில் தள்ளப்பட்டிருப்பேன். சபலமோ, பதவியின் மீது மோகமோ, இல்லாதவனாக இருந்தால்தான், எவ்வளவு இடிபட்டாலும் இடர்பட்டாலும், இதே கட்சியிலேயே, முடியும்போது முன்னணியிலும், முடியாத சமயங்களில் வேலி ஓரத்திலும் இருந்து கொண்டு வந்திருக்கிறேன். பலமுறை, என்போக்கு எப்படி ஆகிவிடுமோ என்று பயந்தவர்களும், அவசர ஆரூடம் கூறியவர்களும் உண்டு. ஏதேனும் மாறுபாடு காரணமாக நான் ஒதுங்கியிருப்பேன் சில சமயங்களில் –

உடனே, என்னைக் காங்கிரசார் விலைக்கு வாங்கிவிட்டனர் என்றனர், நான் மந்திரியாகி விட மனப்பால் குடிக்கிறேன், என்றனர்.

திராவிடர் கழகத்திலே, தலைவருக்கும் என்போன்ற பணியாளர்களுக்கும் உள்ள தொடர்பு, மற்ற கட்சிகளிலே ஒரு தலைவருக்கும் பணியாளர்களுக்கும் உள்ள தொடர்பு போன்ற தன்று! இங்கு, ஒருவகைப் பாசம் சுயமரியாதைக் கொள்கைப்படி தவறுதான் என்ற போதிலும், ஏதோ ஒரு வகையான 'பக்தி'. ஏற்பட்டிருந்தது. இதை யாரும் மறுக்கமாட்டார்கள் – பெருமையுடன் ஒப்புக்கொள்ளத்தான் செய்வார்கள். எனவே, மற்றக் கட்சிகளிலே, தலைவருக்கும், அவர் உடனிருப்போருக்கும் 'தகராறு ஏற்பட்டால், தொடர்பு உடனே அறுபட்டுப்போய், தாக்குதல் தொடங்கிவிடுவது போலன்றி, இங்கு, கண்ணீர் தான் சிந்தப்பட்டது. ஆச்சாரியாருக்கும் காமராஜருக்கும், காங்கிரசிலே போர் மூண்டு, இருதரப்பும் படைதிரட்டிக் கொண்டு பவனி வந்தபோது இருவரில் யாரும் அழுதிருக்க முடியாது – ஆனால் நாம் அழுதோம், வார்த்தை அளவிலன்று – உண்மையாகவே, இந்த விதமான தொடர்பு வேறு கட்சிகளில் இல்லை – எனவேதான், நான் இந்த நெருக்கடியான கட்டத்திலே ஒரு முடிவுக்கு வருவதற்கு, காலம் தேவைப்பட்டது – பலருடைய பொறுமையைச் சோதிக்கும் அளவுக்குக் காலம் தேவைப்பட்டது.

தூற்றிவிட்டுப் போய்விடுவது என்ற துடுக்குத் தனமான திட்டம் என் மனத்திலிருந்திருந்தால், இவ்வளவு கண்ணீர் சிந்தி இருக்கத் தேவையுமில்லை, காலத்தை இவ்வளவு கடத்தவும் தேவையில்லை.

துரோக சிந்தனை இருந்திருந்தால், இதையே சாக்காகக் காட்டிவிட்டு, வேறு கட்சிக்கு ஓடிவிட்டிருப்பேன்.

துடுக்குத் தனம் துரோகச் சிந்தனை என்பவை இல்லாததால்தான் இடர் மிகுந்த நிலையிலே, மூன்று நாள்களுக்கு மேலாக இருந்திட நேரிட்டது.

இந்த நேரத்திலே, நான் என்ன முடிவுக்கு வர இருக்கிறேன் என்பதை அறிய முயற்சி செய்யாமல், இயக்க அன்பர்கள்

சிலர், தத்தமக்குத் தோன்றிய விதமாகவெல்லாம் ஆருடம் கணிக்கலாயினர். சிலர் நேர்மையுடன், வேறு சிலர் இச்சமயம் தவறினால் மறுசமயம் வாய்ப்பதரிது என்ற போக்கிலே, அவர்களின் பிரசார முறை பழைய பாணி இக்காலத்துக்குத் தேவைப்படுவதன்று – எனினும் அது தான் அவர்கள் அறிந்தது.

பெரியார் மீது படை எடுத்துத் தலைமைப் பீடத்தைப் பறித்துக் கொள்ள மிகப் மிகப் பலமான, முயற்சி திட்டப்படி நடைபெறுவதாகப் பிரசாரம் செய்யலாயினர்.

நானோ, நண்பர்களோ எவ்விதமான முடிவுக்கும் வராமல் ஏக்கத்துடன் இருந்து கொண்டு, எம்மை இக்கதிக்கு ஆளாக்கிவிட்டது ஏன் என்று தலைவரிடம் முறையிட்டுக் கொண்டிருந்த சமயத்திலே, அந்தப் பிரசாரம் நடைபெற்றது – ஏடுகள் மூலம் – துண்டு வெளியீடு கள் மூலம் – தூது மூலம்.

திருமணத்தை நிறுத்தாவிட்டால், அவருடைய தலைமையின் கீழிருந்து பணியாற்ற முடியாது என்று மட்டுமே அப்போது நானும் நண்பர்களும் முடிவு செய்து, கருத்து வெளியிட்டிருந்தோம், தீர்மான உருவிலும், அறிக்கை வடிவிலும்.

யாரும், இந்த நிலையைப் பற்றிக் கலந்துபேசி, சிக்கலைப் போக்க முயற்சி செய்யவேயில்லை.

அப்பாவி என்று உங்களையும், துரோகி என்று என்னையும் இப்போது அவர் தூற்றுகிறார். 'ரத்தினங்கள்' என்று உங்களையும், "பெட்டிச் சாவியைத் தருகிறேன்" என்று என்னைக் குறித்தும், புகழ்ந்திருக்கிறார். ஆயிரம் மேடைகளில் கூறியிருக்கிறார். "எம்.ஏ. படித்துவிட்டு இந்த அண்ணாதுரை என்னோடு சுற்றுவதற்குப் பதிலாக, காங்கிரசில் இருந்தால், இந்நேரம் ஒரு மந்திரியாகி இருக்க மாட்டாரா? என்ன இலாபம் என்னோடு இருப்பதால்?" என்று! "ஊராரின் தூற்றலையும் உற்றார் உறவினரின் விரோதத்தையும் ஏற்றுக்கொண்டு என்னைப் பின்பற்றும் தோழர்கள்" என்று உங்களை எல்லாம் பாராட்டியிருக்கிறார், பன்முறை. இப்போது நீங்களும் நானும், 'தலையாட்டிகளாக மறுக்கிறோம். கோபத்தால், ஏதேதோ கூறுகிறார். நஷ்டம் என்ன நமக்கு அதனால்! அவருடைய

பாராட்டுதலை நிரம்பப் பெற்றிருக்கிறோம். அதை எண்ணி ஆறுதல் பெறுவோம்.

இப்போது அது போதாதென்று, கழகத்தோழர்களிலேயே சிலரும் என்னைத் தூற்றுகின்றனர் – இவ்வளவுதான். பெரியாருடன் பணி புரிந்தபோது, மற்ற கட்சியினர் தூற்றின போது சகித்துக்கொள்ள முடிந்ததே, அந்தப் பண்பு எனக்குப் பட்டுப்போகவில்லை சற்று வளர்ந்திருக்கிறது. பட்ட கஷ்டத்தால், அவரிடம் பெற்ற பாடத்தால், ஆகவே, 'துரோகி' என்று என்னை ஆத்திரம் காரணமாக அவரே 2 தூற்றும்போதும் சரி, அவரை மகிழ்விக்கும் வழி என்னைத் தூற்றுவதுதான் என்று எண்ணிக்கொண்டு பேசும், ஒருசிலர் என்னைத் 'துரோகி' என்று தூற்றும்போதும் சரி, நேர்மைக்காக, நீதிக்காக திராவிட மக்களின் உரிமைக்காகப் பாடுபடும் பெரியாரை, அதிக்கக்காரர்கள் அரசியல் சூதாடிகள், வைதீக வக்கிரங்கள், ஆகியோர், தேசத்துரோகி, மதத் துரோகி என்று தூற்றுகிறார்களல்லவா – அந்தத் தூற்றல், எப்படி ஏமாற்றத்தால் ஏற்படும் ஆத்திரத்தின் விளைவோ, அது போன்றதே தான் என்னைத் 'துரோகி' என்று தூற்றுவதும் என்று எண்ணி, மனத்தைச் சமாதானப்படுத்திக் கொள்கிறேன்.

திராவிட முன்னேற்றக் கழகத்தின்மூலம், அரசியல் சூதாட நான் விரும்பவில்லை. அப்படி அந்தச் சூதாட நான் விரும்புபவ னானால், பல வருஷம் பணியாற்றிய கழகத்தை அதற்குப் பயன்படுத்த முயன்றிருப்பேன் – முடியாது என்று ஏற்பட்டால் தானே புது முயற்சியில் ஈடுபட வேண்டிய நிர்ப்பந்தம் எனக்கு ஏற்படும்? அதுபோன்ற 'முயற்சி' நான் எப்போதாவது செய்து பெரியார், என்னைத் தடுத்தாரா, கழகத்தவருக்குச் சொன்னாரா? சேலம் மாநாட்டுக்குப் பிறகு தேர்தல் விவகாரத்திலே, அக்கறையே அற்றுப்போயிருப்பவன் நான், திருச்சி மாவட்டத்திலே சில திங்களுக்கு முன்பு ஓர் இடைக்காலத் தேர்தல் வந்தபோது, கரூர் தோழர் இரத்தினம் அபேட்சராக நிற்க விரும்பியபோது, அவரைக் கழகத்திலிருந்து ராஜினாமாச் செய்யும்படி வலியுறுத்தி, கடிதம் எழுதி வாங்கியிருக்கிறேன். சேலம் மாநாட்டுக்குப் பிறகு இன்றுவரை, எந்தத் தேர்தல் பிரசாரக் கூட்டத்திலும் நான் கலந்து கொண்டவனல்லன்.

பெரியாராவது சில இடங்களிலே பேசியிருக்கிறார். இவ்விதமாக நான் இருந்து வருகிறேன் – இருந்தும் திராவிட முன்னேற்றக் கழகத்தின் உள் எண்ணம் பதவி தேடுவது – தேர்தலை நாடுவது என்று பழிசுமத்துவது சரியில்லை – என்பது பழிசுமத்திப் பேசுபவர்களுக்கே தெரியும் – ஆயினும் பாவம். அவர்கள் என்ன செய்வார்கள்! நமது முயற்சியைக் குலைக்க, எதையாவது சொல்ல வேண்டுமே, என்பதற்காக பொருளும் பொருத்தமும் அற்ற பழி சுமத்திப் பார்க்கிறார்கள், இது பலனற்ற வேலை. எனவே இதைக் குறித்துக் கவலைப்பட வேண்டாமென்று திராவிட முன்னேற்றக் கழகத் தோழர்களைக் கேட்டுக் கொள்ளுகிறேன்.

ஏதோ நானும் சில நண்பர்களும், பொதுவாழ்வில் புகுந்திருப்பதே, வயிற்றுப் பிழைப்புக்காகத் தான், என்று கூறுகிறார்கள். இதைவிடக் கேவலமாக ஏச முடியாது; சகித்துக் கொள்கிறேன். பொதுமக்கள், 'கப்பரையும் கையுமாகக் கஞ்சிக்கலையும்' நிலையில் நான் இருந்ததைக் கண்டதில்லை. பெரியாருடன் கூடி நான் பொன் ஓடு பெற்றதையும் காணவில்லை! எனவே அவர்களின் தீர்ப்பு எப்படி இருக்கும் என்பது எனக்குத் தெரியும்.

பொது வாழ்க்கையிலே இப்படிப்பட்ட "இழி மொழியைப் பெறுவது நிலாச்சோறு – உண்மை நஞ்சு அல்ல! எத்தனை ஆயிரம் பேர் கூற நான் கேட்டிருக்கிறேன் என் பாழும் காதால், பெரியார் முஸ்லிம்களிடம் பணம் வாங்கிக் கொண்டு பேசுகிறார், வெள்ளைக் காரனிடம் பணம் வாங்கிக் கொண்டு பேசுகிறார், காங்கிரசில் பணம் எடுத்துக் கொண்டு போய்விட்டார், என்ற பழமொழிகளைப் பலர் கூறுவதைக் கேட்டிருக்கிறேன். அதனால் எனக்கு அவரிடம் பற்றோ மதிப்போ, போயிற்றா? அதுபோலத்தான் இப்போது நான் தூற்றப்படுகிறேன் – இதிலே வருத்தப்பட என்ன காரணம் இருக்கும்? அலசிப்பார்த்தால் சந்தோஷம் கூட வரும், "ஓஹோ! நம்மை இப்படி எல்லாம் பழிபேசித்தான் ஒழிக்க முடியும் என்று நிலைமை வளர்திருக்கிறது போலும்" என்று எண்ணத் தோன்றும். நான் அந்த அற்ப சந்தோஷம் கூடப்படவில்லை. நான் என்னை, 'பெரியார் பரம்பரை என்று எண்ணிக்கொண்டு பூரிப்படைகின்றேன் – பெரியார் பரம்பரை' என்றால், வீண்

பழியையும் இழி மொழியையும் தாங்கிக் கொள்ளும் பண்பு என்று நான் பொருள் கொள்கிறேன். நண்பர்களே! என்னைத் தூற்றுவது போலத் தான், உங்களையும் தூற்றி வருகிறார்கள் – கவலையும் வருத்தமும் கொள்ள வேண்டாம் – இப்போது போலவே, ஆர்வத்துடன், திராவிட முன்னேற்றக் கழகத்தை ஆங்காங்கு அமைக்கும் அரும்பணியைத் திறம்படச் செய்து வாருங்கள் – பிறகு பாருங்கள், தூற்றினவர்கள் தோழமை கொண்டாட வரும் காட்சியை

திருமணப் பிரச்னையைச் சாக்காகக் கொண்ட்நாம், திராவிடர் கழகத்தைக் கைப்பற்ற முயற்சி செய்வோம். அந்தப் பேச்சை வைத்துக் கொண்டு நம்மை ஒழித்துக்கட்டலாம், என்று எண்ணினர்; ஏமாற்றமடைந்தனர் – நாம் வேறுபாதை வகுத்துக் கொண்டோம் – திராவிட முன்னேற்றக் கழகம் அமைத்துக் கொண்டோம். தாக்குதல் இருக்கும் போர்கள் நடைபெறும் – படையெடுப்புகள் இருக்கும் – என்றெல்லாம் எண்ணமிட்டுக் கொண்டிருந்தனர் – 'பாதை புதிது, போகிறேன் பராபரமே! என்று நாம் கூறிவிட்டோம். தீட்டிய வாள் வீணாகிறதே, திரட்டிய படைக்கு வேலை இல்லையே, என்று திகைப்பு ஏற்படுகிறது – சரி, இனி, வலியச் சென்று சண்டைக் கிழுக்கலாம் என்று தோன்றுகிறது – உங்களை 'அப்பாவி என்றும் என்னைத் துரோகி' என்றும் தூற்றுவது அந்த ரகமான பேச்சுத்தான்! ஆனால் நாம் திகைப்பது இல்லை – தெளிவாக இருக்கிறோம் – எனவே, தூற்றல் கேட்டுத் துடித்திட மறுக்கிறோம். *

நான் துரோக சிந்தனையுடன் உங்களைத் தூண்டிவிட்ட தாகவும், நீங்கள் ஏமாந்து போனதாகவும் எண்ணிக்கொண்டே, மேலால், கருத்துக் கோட்டை கட்டுகிறார். உண்மையில், நடந்தது வேறு, நீங்கள் தெளிவுடனும் தீரத்துடனும், தெரிவித்த எண்ணங்கள், என் மனத்தில் கருத்தை உருவாக்கிற்று. அதை அவர் அறியமாட்டார். அடிப்படையிலே அவர் தவறு செய்வதால்தான், மேலால் கிளம்பும் ஒவ்வொன்றும், நிலைக்க முடியாமல் கனவாகின்றது. எனக்குப் பொது வாழ்விலே சலிப்பு ஏற்பட்டதுண்டு பலமுறை – எப்போதும் அதிலிருந்து கொண்டு பொற்கோட்டை கட்ட வேண்டும் என்ற

* ***திராவிட நாடு – 9.10.1949***

எண்ணம் எழுந்ததில்லை. நன்றாக நினைவிலிருக்கிறது – ஒரு மோட்டாரில், பெரியாருடன், நானும் பொன்னம்பலனாரும், ஜோலார்பேட்டைப் பக்கமாகப் போய்க்கொண்டிருக்கிறோம். பத்தாண்டுகளுக்கு மேலிருக்கும், நான் சொன்னேன், பொதுவாழ்க்கைக்கு நாற்பதுக்கு மேல் தான் வரவேண்டும், ஏனெனில் நாற்பது வயது வரை, குடும்ப வாழ்வில் ஈடுபட்டு, குதுகலமாக இருந்துவிட்டு அனுபவிக்க வேண்டியதை அனுபவித்து விட்டுப் சிறகு புதுவாழ்வில், புகுந்தால், உங்களைப் போல மும்முரமாக, தீவிரமாக வேலை செய்ய முடியும் என்றேன்– முதுகைத் தட்டியபடி பெரியார் சொன்னார், முகமலர்ச்சியுடன் நீ, பைத்தியக்காரன்! பொதுவாழ்வில் இருந்தபடி, வாழ்வின்பத்தை அனுபவிக்க முடியாதா என்ன! உனக்கு அது தெரியவில்லை'' என்றார். அன்றிலிருந்து இன்று வரை பொதுவாழ்வைச் சொந்தத்துக்காகப் பயன்படுத்தும் போக்கு என்னிடம் என்ன கண்டார்? கண்டிக்கும் உரிமை உண்டே அவருக்கு, எப்போதாவது என்னைக் கண்டிக்க வேண்டிய சந்தர்ப்பம் வந்ததா? இப்போது அவரும் அவர் ஆதரவாளர்களும் கூறுகிறார்களே, ஆகஸ்ட், கறுப்பு சட்டை போடாதது, தூத்துக்குடி போகாதது, வேலைக்காரி, நல்லதம்பி எனும் கதைகள் தீட்டியது என்று ஒரு பட்டியல் இவற்றுக்கெல்லாம் பிறகு தானே, ஈரோட்டில், பெட்டிச்சாவியைத் தந்தது? எப்படி முடிந்தது? இந்தத் துரோகி' ஈரோடு மாநாட்டிலே, பெட்டிச் சாவியைப் பெற்றானே! ஒரு தோழராவது, அப்போது இன்று பேசும், 'துரோகம்' பற்றி, எண்ணினார்களா? பெரியார்க்குத் தான், அப்படி எண்ணம் இருந்ததா? இருந்தால் அவர் கூறுவாரா, ''பெட்டிச்சாவியை ஒப்படைக்கிறேன்'' என்று.

ஒரு பெரிய தவறான கருத்தைக் கொண்டுவிட்டு, அதன் பயனாக மிகுந்த கஷ்டப்படுகிறார் பெரியார். அதாவது, நான் ஏதோ, மிக – மிகப் பிரயாசை எடுத்துக்கொண்டு, தந்திரமாகத் திட்டமிட்டு, ஊரெங்கும் அன்பர்களைத் தூதனுப்பி, ஓர் எதிர்ப்பு முன்னணியை அமைத்து வைத்திருப்பதாகக் கருதுகிறார். எதிர்ப்பு முன்னணி அமைந்திருப்பதும் உண்மை. அது இன்று, தனி அமைப்பாகத் தழைத்திருப்பதும் உண்மை; ஆனால் இந்த நிலைமையை உண்டாக்க நான் ஏதோ இரவு பகலாக, சாமர்த்தியத்தை எல்லாம் செலவிட்டு வந்திருக்கிறேன்

என்று. எண்ணுகிறாரே, அதுதான் தவறு. இந்தத் தவறான கருத்திலிருந்து மற்றும் பலப்பல தவறுகள் முளைக்கின்றன – சகஜமாகவே.

நிலைமை என்னை உண்டாக்கிற்று – நிந்தனை என்னை வளர்க்கிறது.

நிலைமையை நான் உண்டாக்கவில்லை– நிந்தனை எனக்குப் பழக்கமற்ற காரியம்.

திராவிடர் கழகத்திலே பிளவும் பேதமும் ஏற்படா முன்பு, என்னை அழைப்பதிலே ஓர் ஆனந்தமும் வரவேற்று உபசரிப்பதிலே ஒரு பூரிப்பும், இன்று பேதப்பட்டதால் கோபப்பட்டுள்ள பல தோழர்களுக்கு இருந்த நாள்களிலேயே, என்மீது இருந்துவந்த புகார், நான் அக்கறையற்று இருக்கிறேன் – தொடர்பற்று இருக்கிறேன். பத்துத் தடவை தொல்லைப் படுத்தினால் தான் ஒரு தடவை வருகிறேன். என்பவையாகும். மாலையும் மகிழ்ச்சியும், அன்பும் ஆதரவும் தருவதற்கு, நீடாமங்கலம் ஆறுமுகமும், நடிகவேள் இராதாவும், நாட்டரம் பள்ளி வெங்கட்ராமனவர்களும் மற்றும் பல அன்பர்களும் விரும்பியிருந்த போதே, நான் ஏறத்தாழ நழுவிக்கொண்டு இருந்தவன். அப்படிப்பட்ட சுபாவக்காரனாகிய நான், ஏதோ, விநாடிக்கு விநாடி திட்டமிட்டு, ஊரூருக்கும் உள்ளவர்களின் கணக்கெடுத்து, திட்டமிட்டு, எதிர்ப்பு முன்னணியை ஏற்படுத்தியதாக எண்ணுவது, என்னை அறிந்திருந்தும் சரியாகப் புரிந்து கொள்ளாத குற்றம் தான்.

பெரியாரின் திருமண ஏற்பாடு, இயற்கையாக உண்டாக்கிய நிலைமை தான், எதிர்ப்பு முன்னணி அமைந்ததற்குக் காரணம். நான் அல்லன்.

நான், திருமண விஷயமாக எடுத்து எழுதியதனால் அல்லவா இந்நிலைமை ஏற்பட்டது என்று எண்ணிடத் தோன்றும். அதுவும் காரணமன்று. நான், அதை எழுதும் போதே, என் ஒருவனுடைய கருத்தாகவோ, பிரசாரமாகவோ அந்த அறிக்கை உருவெடுக்கவில்லை. பெரியாரின் திருமண ஏற்பாட்டினால், உள்ளம் கொதித்த தோழர்கள் பலரின் எண்ணத் தொகுப்பாகவே வெளிவந்தது. அதாவது நான் அந்த அறிக்கையை வெளியிடும்

போதே, எதிர்ப்பு முன்னணி அமைந்து விட்டது. அமைத்தது நானில்லை. அதாவது, எதிர்ப்பு முன்னணி, என் கபடம் அல்லது கயமைத்தனம், தந்திரம் அல்லது திறமை, ஓயாத வேலை அல்லது மயக்கும் திட்டம், என்பவற்றால் அமைந்ததன்று, இயற்கையாகவும் ஜனநாயக முறைப்படி அமைந்தது எனவேதான் அந்த முன்னணியிலே 'ஜீவசக்தி இருக்கிறது.

இதை உணர்ந்தால் தான், நிலைமையை உள்ளபடி கணித்துக் கொள்ள முடியும்.

பெரியாரும் அவருடைய ஆதரவாளர்களும், இந்த இடத்திலே தான், தவறான கருத்தைக் கொண்டு விடுகின்றனர். நான் விடாப்பிடியாக இருந்து கொண்டு, விஷமத்தனமான பிரசாரம் செய்து, பலரை மயக்கிக் கெடுத்துவிட்டேன், அதன் பயனாகவே ஓர் எதிர்ப்பு முன்னணி ஏற்பட்டுவிட்டது என்று எண்ணுகிறார்கள். தவறு, தவறு. பெரும் தவறு. நிலைமை இயற்கையாகவும், ஜனநாயக முறைப்படியும் வளர்ந்தது.

நான் ஓர் அறிக்கை வெளியிட்டால், எவ்வளவு தோழர்களை மயக்கிவிடமுடியும்! அவ்வளவு ஆற்றல் இருப்பதானால் நான் ஆகஸ்டின் போது வெளியிட்ட அறிக்கையும் ஓர் எதிர்ப்பு முன்னணியை அமைத்திருக்க வேண்டுமே! நடைபெற்றதா அதுபோல? இல்லையே! நடைபெறாது என்பது எனக்கே தெரிந்துதானே அந்த அறிக்கையிலேயே, என் மீது ஒழுங்கு நடவடிக்கை எடுப்பதனாலும் எடுக்கட்டும், என்று எழுதினேன். ஆகஸ்ட் அறிக்கையின் போது, ஆசைத்தம்பியும், வள்ளிமுத்துவும், சிற்றரசும், சீனிவாசனும் மற்றும் எண்ணற்ற பல தோழர்களும், அண்ணா எழுதி விட்டார். ஆகவே அதுதான் சரி, என்றா கூறினார்கள்? அவ்வளவு நெஞ்சு உரம் அற்றவர்களல்லவே, நமது தோழர்கள்? என் கருத்தை ஒப்புக் கொள்வதற்கில்லை என்று கூறினர் கண்ணியமாக.

ஆகஸ்ட்டிலே நான் தீட்டிய அறிக்கைக்குக் கிடைக்காத 'அதரவு', திருமணப் பிரச்னையின் போது நான் வெளியிட்ட கருத்துக்குக் கிடைத்ததற்கு காரணம் என்ன என்பதைச் சிந்தித்துப் பார்க்க வேண்டாமா? இதை நன்கு சிந்தித்தால், தெளிவாகத் தெரிந்துவிடுமே, எதிர்ப்பு முன்னணி என்பது என் மயக்க மொழியின் விளைவுமன்று, சுயநலத் திட்டத்தின்

வெற்றியுமன்று! இயற்கையின் விளைவு, ஜனநாயக அரும்பு என்பது விளங்கும்.

வடஆர்க்காடு மாவட்டத் திராவிடர் கழகம், திராவிட முன்னேற்றக் கழகமாக மாற்றப்பட்டது. காஞ்சிபுரத்திலிருந்து பன்னிரண்டு மைல் தொலைவிலுள்ள, திருவத்திபுரத்தில் நடைபெற்ற கூட்டத்தின் விளைவாகத் திருவத்திபுரம் தோழர் சுப்பராயனார் இதை முன்னின்று நடத்தி வைத்தார். நான் காஞ்சிபுரத்தில் தான் ஐந்து நாள்களாக இருந்து வருகிறேன். அன்பர் சுப்பராயனும் எனக்கு மிகவும் வேண்டியவர் தான். பன்னிரண்டு மைல் தான் இருக்கும் திருவத்திபுரம்–எனினும் நான் அவரைக் கண்டு பேசியிருக்கிறேனா? இதுபற்றி, அல்லது கடித மூலமாவது அவருக்குக் கருத்தளித்தேனா? இல்லை. நண்பர், அருகிலேயே உள்ளவர் எனினும் அவரைக் காணவுமில்லை; காரியம் இன்னவிதம் நடைபெற வேண்டும் என்று கடிதம் அனுப்பவுமில்லை, எப்போதுமே நான் இடம் கேட்டுக் கொண்டோ, கதவைத் தட்டியபடியோ இருந்து பழக்கப்பட்டவனல்லன். இப்போதுங்கூட, ரயிலிலே கூட்டம் அதிகம் என்றால் போகாமல் நின்றுவிடுபவன். இடித்துக் கொண்டு உள்ளே புகுந்து கொள்பவனல்லன். கழகத்தலைவர், என்னைச் சந்தேகிக்கிறார், துரோகி என்று எண்ணுகிறார் என்று துளிஜாடை தெரிந்திருந்தால் கூட, நான் அவர் அதுவரை காட்டிய அன்புக்கும் ஆதரவுக்கும் நன்றி செலுத்திவிட்டு, வெளியே வந்துவிட்டிருப்பேன். நான் பல தடவை எடுத்துக் கூறியிருக்கிறபடி, இந்தப் பரந்த உலகிலே, என் போன்ற சாமான்யர்களுக்கும் இடம் இருக்கிறது. ஆதீனங்களின் ஆதரவே இல்லாத பண்டாரங்கள் இல்லையா? அதுபோல இருந்து விட்டிருப்பேன். ஒரு துளியும் ஜாடைகூடக் காட்டினதில்லை. என்னைச் சோம்பற்குணமுள்ளவன் என்று கண்டித்திருக்கிறார். வாலிபர்களுடன் கூடித்திரிகிறேன் என்று பேசியிருக்கிறார். துரோகி' என்று அவர் சொன்னதுமில்லை. அப்படி ஓர் எண்ணம் அவர் உள்ளத்திலே இருந்திருக்கக் கூடும் என்று கூட நான் எண்ணிட நேரிட்டதில்லை. என்னிடம் அவர் காட்டி வந்த அன்பும் மரியாதையும், என்னைப்பல சமயங்களிலே வெட்கப்படும்படி செய்து விட்டிருக்கிறது. நன்றாகக் கவனமிருக்கிறது. ஈரோட்டுக்கு என்னை முதன்

முதலாக அவர் அழைத்து பொதுவாழ்வில் ஈடுபடுவதின் விசேஷத்தைக் கூறினது, பிறகு நான் ஊர் திரும்பப் புறப்பட்ட போது, அவருடைய வீட்டுப் பெரியவண்டியைப் பூட்டி அதிலே நான் உட்கார்ந்து கொண்டு வண்டிகிளம்ப, அதன் பின்னோடு, பத்துவீடு வரையில் அவர் வந்தது – நான் வண்டிக்குள்ளே பதறி "நில்லுங்கள், வரவேண்டாம், நில்லுங்கள்" என்று கூறினது, வெட்கப்பட்டது, ஆகிய காட்சிகள். அன்று முதல் திருமணப் பிரச்னை பயங்கரமான உருவம் எடுத்த நாள் வரையில், என்னிடம் அவர் நடந்து கொண்ட முறை என்னைப்பற்றி அவர் கேவலமான எண்ணமோ, கெடுதலான எண்ணமோ கொண்டிருக்கிறாரா, என்று யோசிக்க வேண்டிய அவசியத்தையே உண்டாக்கியதில்லை. பல தடவை என்னிடம் கோபித்துக் கொண்டிருக்கிறார். நானும் கோபம் கொண்டிருக்கிறேன். பல ஆண்டுகளுக்கு முன்பு ஈரோட்டிலிருந்து விடுதலை வெளிவந்து கொண்டிருந்தபோது, கோபித்துக் கொண்டு, ஊருக்கே வந்து விட்டிருக்கிறேன். என்னைச் சமாதானப்படுத்தவும், என்னிடம் தமக்கு உள்ள அன்பைக் காட்டவும், பெரியாரும், அவர் அண்ணாரும், தனித்தனியாக எனக்கு எழுதிய கடிதங்கள், என்னிடம் உள்ளன. இன்று என்னைப் பெரியார் 'துரோகி'ப் பட்டியலில் சேர்த்துப் பேசும் போது, நான் அந்தக் கடிதத்தைக் கவனப்படுத்திக் கொண்டு, சாந்தி பெறுகிறேன், உண்மையாகவே, சந்தோஷமும் கொள்கிறேன். இன்று கோபமும் ஏமாற்றமும் கொண்ட நிலையில், துரோகி என்றும் சுயநலக்காரனென்றும் தூற்றினாலும், முன்பெல்லாம் பற்றும் பாசமும் காட்டியிருக்கிறார். என்பதை எண்ணும்போது, சந்தோஷமே உண்டாகிறது. *

தோழர்களே!

மகிழ்ச்சிக்குரிய செய்தி 'திராவிட நாடு' இதழுக்குச் சர்க்கார் ஜாமீன் தொகை மூவாயிரம் ரூபாய் கட்டும்படி கேட்டிருந்ததைக் குறித்துத் தொடுத்த வழக்கிலே, தீர்ப்பு நமக்குச் சாதகமாகக் கிடைத்துவிட்டது.

'திராவிட நாடு' இதழிலே' சர்க்கார் குறித்துக்காட்டிய கட்டுரைகள் வகுப்புத் துவேஷத்தை மூட்டுவன அல்ல என்று

* ***திராவிட நாடு 16.10.1949***

தீர்ப்பளித்து, சர்க்கார் உத்தரவை சென்னை உயர்நீதிமன்றம் ரத்து செய்துவிட்டது.

இந்தத் தீர்ப்பு, நமது தோழர்களுக்கெல்லாம் மகிழ்ச்சியும் எழுச்சியும் தந்திருக்கும் என்பதில் ஐயமில்லை.

இதனையொட்டி சர்க்காரிடம் கட்டப்பட்டிருக்கும் மூவாயிரம் ரூபாயும் விரைவில், திருப்பித் தரப்படும் என்று அறிகிறேன்.

சர்க்காரின் அறைகூவலை ஏற்று ஜாமீன் தொகைக்காக நன்கொடையை ஆர்வத்துடன் அளித்த தோழர்களுக்கு என் நன்றியறிதலைத் தெரிவித்துக் கொள்வதுடன், மேற்படி தொகை என் கைக்கு வந்ததும், தோழர்களுக்குத் திருப்பி அனுப்ப இருக்கிறேன் என்பதையும் தெரிவித்துக் கொள்கிறேன். ஜாமீன் தொகைக்காக நன்கொடை அனுப்பியுள்ள நண்பர்கள், எந்த முகவரிக்கு, பணம் அனுப்பப்படல் வேண்டும் என்பதைத் "திராவிட நாடு" அலுவலகத்துக்குத் தெரிவிக்கக் கோருகிறேன்.

நெருக்கடியின் போது நன்கொடை உதவிய நண்பர்கள் பணம் திருப்பி அனுப்பப்படுவதைத் தவறாகக் கருதாமல், நெருக்கடிகள் எப்போது ஏற்பட்டாலும், இதுபோன்ற ஆதரவு காட்டும் அன்பினை எனக்களிக்குமாறு கேட்டுக்கொள்கிறேன்.

தீர்ப்பின் முழு விவரம் கிடைத்தபிறகு, "திராவிட நாடு" இதழில் வெளியிட எண்ணியுள்ளேன். *

தன்னைப் பற்றி

நான் மிகவும் சோம்பேறி, பெரியாரைப் போல் உழைக்க முடியாது என்று கூறினார்கள். நான் ஒப்புக் கொள்ளுகிறேன், பெரியார் போல் உழைக்க முடியாது என்று, ஏன்? அவருக்கு உழைக்கும் அளவில் போதுமான வசதி இருக்கிறது. அவ்வளவு வசதியும் சக்தியும் பெற்றவனல்லன் நான் என்பது மட்டுமல்ல, பெரியாரைப் போல் உழைப்பது தவறு, கூடாது, தேவையற்றது என்ற கருத்துடையவன் நான். அது ஜனநாயகத்திற்கு ஏற்றதன்று, முரண்பட்டது என்ற கருத்து கொண்டவன். ஒரே மனிதர், தானே, எல்லாப் பொறுப்புகளையும் வகிப்பது தவறு, பிறர்க்கு சந்தர்ப்பம், வசதி அளிக்க வேண்டியது கடமை என்ற போக்குக்

* *திராவிட நாடு 9.11.1949*

கொண்டவன். சோம்பேறி என்பது எனக்குப் பொருந்துமா என்று பார். திராவிட நாடு பத்திரிகை நடத்தி வருகிறேன். இந்தப் பத்திரிகையில் ஓரிரு பக்கங்களைத் தவிர மற்றவை யாவும் என்னால் எழுதப்படுபவை. *

ஆரிய மாயை

.... நான் என்ன எழுதினேன் ஆரிய மாயையில்? பார்ப்பனீயம் பேராசை கொண்டது என்று குறிப்பிட்டிருக்கிறேன், ஆனால் அதைவிட மோசமாக பாரதியார் கூறியிருக்கிறார்..

பேராசைக் காரனடா பார்ப்பான் பெரியதுரை யென்னிலுடல் வேர்ப்பான்.

இப்படி சொல்கிறார். தேசியக் கவி பாரதியார். அவருக்கு மண்டபம் கட்டுகிறார்கள். ஏன் அவரைக் குற்றம் சாட்டக் கூடாது? நான் என்ன அவரைவிட அதிகமாகவா எழுதி விட்டேன் தைரியம், திறமை, அறிவிலே நம்பிக்கையிருக்குமானால் நான் ஆரிய மாயை என்று தீட்டினால் ஆரிய மகிமை என்று தீட்டுவது தானே? கல்கியாரில்லையா? விகடரை விரும்பி அழைத்தால் வரமாட்டாரா, தினமணி ஆசிரியர் முடியாதென்பாரா, மித்திரன் ஆசிரியர் வரமாட்டேன் என்று கூறுவாரா?

நான் தான் என்ன புத்தர் போல போதிமரத்தடியில் ஞானோதயம் பெற்றவனா? ஆண்டவன் அர்த்தராத்திரியில் வந்து அருள் கூர்ந்ததால் எழுதக் கற்றுக் கொண்டவனா? ஆலவாயப்பர் வந்து எனக்கு அருள் கூர்ந்ததால் ஆரியமாயை தீட்டினேனா? அல்லது ஞானசம்பந்தனுக்கு அம்மையினால் ஞானப்பால் கிடைத்ததே! அதுபோல பெற்று இந்த நூல் எழுதினேனா? இல்லையே – அப்படியிருக்கும் போது ஏன் இவர்கள், நான் எழுதினால் மறுப்பேடு தீட்டக்கூடாது? வக்கில்லையா, வழியில்லையா? **

தலைவர்

இதயபூர்வமான (இதய நிறைவான) தலைவர்! இதயத்திலே குடியேறிய தலைவர்!

* *தி.மு.க. தொடக்கவிழா 17.9.1949*

** *நுங்கம்பாக்கம் பொதுக்கூட்டம் 8–10–1950*

நமக்கெல்லாம் வழிகாட்டிய பெரியார்!

அவர் அமர்ந்த பீடத்தை – தலைவர் பதவியை– நாற்காலியைக் காலியாகவே வைத்திருக்கிறோம்.

அந்தப் பீடத்திலே– நாற்காலியிலே வேறு ஆட்களை அமர்த்தவோ, அல்லது நாங்களோ அல்லது நானோ அமரவோ விரும்பவில்லை. *

தம்பி! நான்' பதில் கூறி காலத்தை வீணாக்கிக் கொள்வதில்லையே! **

பொறுப்புகளை ஏற்கத் தயங்குவது என் சுபாவம்.

ஆனால் ஏற்றுக்கொண்ட பொறுப்புகளை என்னால் முடிந்தவரை சுமந்து செல்வது என் பழக்கம், ***

கப்பல் மூழ்குவதாக இருந்தாலும் கப்பலோட்டி கப்பலோடு மூழ்குவானே தவிர, இப்படியும் அப்படியும் போக நினைக்கமாட்டான். அதைப்போல் என் வாழ்க்கையின் இறுதி நாள் வரை நான் கொண்டுள்ள இலட்சியத்திலிருந்து இம்மியளவும் பிறழ மாட்டேன். இது உறுதி. ****

.... எனவேதான் பொது அறிவு எல்லாருக்கும் கிடைக்கும் படியான பெரும்பணியைச் செய்துவருகிறோம். கட்டடமில்லாக் கல்லூரிகள் நாங்கள். *****

நான கனதனவான்கள் கூட்டத்தைச் சேர்ந்தவனல்லன். பணத்தால் உயர்ந்தவனல்லன் – உங்களை விட செல்வத்தில் குறைந்தவன் – திறமையில் குறைந்தவன். இவற்றையெல்லாம் விட தைரியத்தில் மிக மிகக்குறைந்தவன். ஆனால் என்னை சூழ்ந்திருக்கும் தம்பிமார்களின் தைரியத்தை நம்பித்தான்

---

* ***(1949 செப்டம்பர் 17, சென்னை இராபின்சன் பூங்காவில் நடைபெற்ற தி.மு.க. தொடக்க விழா பேச்சு)***

** ***தம்பிக்கு 7–4–51***

*** மேடைப்பேச்சு

**** மேடைப்பேச்சு

***** மேடைப் பேச்சு ***28–3–51***

பணியாற்றுகிறேன். நாம் இலட்சியப் பயணத்தில் வெற்றி பெற்றே தீருவோம். இது உறுதி. *

என் பொது வாழ்க்கையிலே, சிறைவாசம் இது முதல் முறையன்று. ஆச்சாரியார் ஆட்சி காலத்திலே, இந்த எதிர்ப்பு நடைபெற்ற போது சென்னை சிறையில் இருந்திருக்கிறேன். நான்கு மாதங்கள் சைதாபேட்டை சப்ஜெயிலில் இருந்திருக்கிறேன் – ஒரு வாரம். கவர்னர் ஜெனரலாக ஆச்சாரியார் வந்த போதும் சிலநாள்கள் இருந்திருக்கிறேன். பலமுறை சிறை சென்று மனமெருகேறிய பெரியாருடன் பழகி இருக்கிறேன். எனவே சிறை என்னைச் சிதைத்து விடாது! நான் தம்பி! திராவிடர் கழகமாக நாம் இருந்தபோது பொதுச் செயலாளன்தான். **
கல்லக்குடி

கல்லக்குடி வழங்கப்பட்டுவிட்டது. அறப்போர் வென்றது. என் வாழ்த்தும் வணக்கமும் தொடர்பு கொண்ட அனைவருக்கும், கல்லக்குடி வழங்கிய மத்திய சர்க்கார் ரயில்வே அமைச்சருக்கும், மாநிலத்தின் மனப்போக்கை எடுத்துக்காட்டி இந்த நீதி கிடைக்கச் செய்த சென்னை சர்க்காருக்கும் என் நன்றியறிதலைத் தெரிவித்துக் கொள்கிறேன்.

கல்லக்குடி வழங்கப்பட்டிருப்பது, காமராசர் சர்க்கார் மக்கள் குரலுக்கு மதிப்பளிக்கும் மாண்பு கொண்டது என்பதற்கு மற்றோர் எடுத்துக்காட்டாக அமைந்திருக்கிறது. மகிழ்கிறேன். கல்லக்குடி கிடைக்கத் தொண்டாற்றிய அனைவருக்கும், துணை நின்ற பல்லோருக்கும் நன்றி கூறிக்கொள்கிறேன்.

கல்லக்குடி கோரி நடத்தப்பட்ட கிளர்ச்சியின்போது உயிரிழந்த வீரத்தியாகிகளை எண்ணி உருகாமலிருக்க யாரால் இயலும்? அவர்களின் வீரத்தியாகம் வீண்போகவில்லை என்பது கண்டு நமது மனமெலாம் எழுச்சி மயமாகிறது.

கல்லக்குடி காண அரும்பாடுபட்டு உயிர்நீத்த தோழர்களின் குடும்பத்தாருக்கு நினைவுக் காணிக்கை செலுத்த வேண்டியது

---

* ***சென்னை – முதல் தி.மு.க. மாநில மாநாட்டு உரை 16–12–1951***

** ***திராவிட நாடு 25.9.1955***

தி.மு.கழகத்தின் கடமை. ஏன், அறம் அறிந்த அனைவருக்கும் இந்தக் கடமை உண்டு.

கல்லக்குடி வெற்றி கண்ட தோழர்கள் இனி அந்தக் காணிக்கை உருவாகச் செய்யும் பணியை அடுத்த கட்டமாகக் கொள்ள வேண்டுகிறேன். *

நாவலர் நெடுஞ்செழியன்

தமிழ் எப்படி எப்படி பேசுவதற்குரியது, இலக்கியம் பேச்சுடன் கலந்து வரும்போது எத்தகைய இன்பமளிக்கும் என்றெல்லாம் நான் பலமுறை எண்ணிப் பார்ப்பதுண்டு – மனத்திலே உருவெடுத்துக் கொண்டிருந்த ஆசை நடமாடக் கண்டேன், தோழர் நெடுஞ்செழியன், கழக மேடையில் பேசத்தொடங்கியதும்.

கருவூர் ஆற்று மணலில் – நினைவிருக்கிறது – பெரியாரும் இருந்தார். தோழர் நெடுஞ்செழியன் –இலக்கியத்தை இனிய முறையிலே எடுத்தளித்தார். நல்ல விருந்து – ஆயினும் என்ன செய்வது? நாளாவட்டத்தில், தரத்தைச் சிறிதளவு தளர்த்தச் சொல்லி வற்புறுத்த வேண்டித்தான் வந்தது. தரத்தை வளரச் செய்யும் போக்கிலா ஆளவந்தார்கள் நம்மை விட்டு வைக்கிறார்கள்!!

நடை இருக்கட்டும். நண்பரின் திறம் இருக்கிறதே, அது கண்டு நான் வியப்புற்றேன்.

என்னிடம் இல்லாத – நான் விரும்பாததால் அன்று, இயலாததால் – ஓர் அருங்குணம் அவரிடம் உண்டு – கண்டிருப்பீர்கள். ஓயாது உழைப்பது! எப்போதும் எங்கேயும் எதையாவது, எப்படியாவது செய்து கொண்டே இருப்பது. என்னாலே இதைக்கண்டு ரசிக்க முடியும். – ஆனால் என்னை அந்நிலைக்கு மாற்றிக் கொள்ள இயலவில்லை. நான் அடிக்கடி கனவு காண்கிறேன். சோலையில் சொகுசாக உலவுவதுபோல அன்று – அந்தக் காலம் மலை ஏறி விட்டது – பொதுப்பிரச்னைகளைப் பற்றி, தோழர் நெடுஞ்செழியன் எப்போதும் காரியமாற்றிக் கொண்டே இருக்கும் இயல்பினர், நேரம் வீணாகி விட்டது என்று கூறத்தக்க

---

* *திராவிட நாடு 31–10–1954*

போக்கிலே, அவர் இருந்ததை நான் கண்டதே இல்லை. இந்த இயல்பு, கழகத்துக்குப் பெருந்துணையளிக்கும் என்பதைக் கூறத் தேவையில்லை. வீட்டிலே என் குறும்புப் பார்வையைக் கண்டு தளருவார், எனினும் இயல்பு அவரை விடாது, மறுகணம், ஏதாவது வேலையைத் தொடங்கி விடுவார்.

சிறையில் மூன்று திங்கள் இருவரும் ஒரே அறையில் தங்கி இருந்தோம் – அங்கு என்னவென்று கருதுகிறீர்கள்? ஆச்சாரியார் ராஜினாமாச் செய்வதுபோல், அவசரச் சட்டம் பிறப்பிப்பது போல, பாதுகாப்புக் கைதியாக ஆக்கப்படுவதைப் போல, பெரியார் கட்டித் தழுவிக் கொள்வது போல, இப்படிப் பலப்பல 'கனவுகள்' – விழித்தபடி நான் கண்டு கொண்டிருப்பேன். அவர்? – வேலை! வேலை! ஏதாவது செய்தபடி இருப்பார்.

இந்த அருங்குணத்தை நாம் நன்றாகப் பயன்படுத்தி, கழகத்தை மேன்மையுறச் செய்துகொள்ள வேண்டும்.

தன் குணங்கள்

என்னிடம் சில குறைபாடுகள் உண்டு. குறைபாடுகள் என்று சம்பிரதாய முறையில் சொல்கிறேன். அதிலே ஒன்றுதான் கனவு காண்பது; மற்றொன்று மிகக் கஷ்டமான நெருக்கடியின் போது சர்வ சாதாரணமாகக் கருதிக்கொண்டு சிரித்துக் கிடப்பது. இதிலே எனக்குச் சரியான ஜோடி சம்பத் தான்! பெரியாரின் 'சர்டிபிகேட்டே' உண்டு இதற்கு.

திருச்சியிலே திராவிடர் கழக மாநில மாநாடு – அதற்காக வேலை செய்வதற்காக ஒரு மாளிகையில் தங்கியிருக்கிறோம். நானும் சம்பத்தும் – பெரியார் வேலை செய்கிறார் – விசாரப்படுகிறார் – தொல்லைப்படுகிறார். நானும் சம்பத்தும் மாடியில் ஏதேதோ பேசுகிறோம். சிரிக்கிறோம். பாடுகிறோம். (யாரும் கேட்கமாட்டார்கள் என்ற தைரியத்தில்) கவலையற்று! பெரியாருக்கும் கோபம் பொங்கி வழிந்தது. எப்படிப்பட்ட சமயம்! இந்த இரண்டு பசங்களும் சிரித்துக்கொண்டு இருக்கிறார்களே! துளியாவது கவலை இருக்கிறதா? ஒருபெரிய மாநாடு நடக்க வேண்டும். அது பற்றி துளியும் கவலைப்படாமல், தின்பதும், திரிவதும், ஆடுவதும், பாடுவதும், செச்சே! என்று பேசினார். அப்போது நான் செல்லப்பிள்ளை. இகழப்பட்ட

போதும், பழிக்கப்பட்டபோதும், அன்பு காட்ட வேண்டியவர்கள் பகைக்கும் போதும், சிரித்துச் சோகத்தைச்சிதறடிப்பது என்முறை – மிகச் சிறியவனாக இருந்தது முதலே சம்பத்துக்கும் இதுமுறை. 'விளையாட்டுப் பிள்ளைகள்' என்று இதனைக் கண்டு பெரியார் கூறுவதுண்டு. அதற்கும் நாங்கள் இருவரும் சிரித்தோம். அவரால் சகிக்கவே முடியவில்லை. எனவே டிக்கட் விற்பனை என்ற ஏற்பாட்டின்படி, சம்பத்தைக் கருவூருக்கே அனுப்பிவிட்டார்.

சிரிக்கத் தெரியாமலிருந்தால் எனக்கு பொதுவாழ்க்கை யிலே ஏற்பட்ட சங்கடங்களால், பைத்தியமே பிடித்துவிட்டிருக்கும். விளையாட்டுத்தனமில்லை. அது – விசாரத்திலே மூழ்கிக் குழப்பமடைந்து போகாமலிருக்க, அது தகுந்த முறையாக அமைந்திருந்தது.

குறைபாடுகள் என்று இவற்றைக் கருதலாம் – விவரம் கூறப்படா முன்பு.

தோழர் நெடுஞ்செழியனைப் பெரியார், தமது மேற்பார்வையில் வைத்திருந்து பார்த்தார் – அவரால் யார்மீதும் குற்றம் காணமுடியும். ஆனால், தோழர் நெடுஞ்செழியனிடம், அவரால் ஒரு குறை கூடக் கண்டறிந்து கூற இயலவில்லை. அத்தகைய பணியாளர் நமக்குக் கிடைத்திருக்கிறார்.

அவருக்குக் கிடைத்திருக்கும் கழகமோ, சாமான்யமானதன்று.*

ஆங்கில ஏடு நடத்த இருமுறை அதற்கான முயற்சி எடுத்து முறிந்து போனதுமுண்டு. இப்போதும் அந்த எண்ணம் இருந்தபடி தான் இருக்கிறது. தக்க வாய்ப்பு ஏற்படவில்லை. தம்பி! நமக்கிருக்கும் குறைபாடுகள் இவை போன்றவையே தவிர, இல்லாததும் பொல்லாததுமாக நம்மைப் பற்றி இடுப்பொடிந்தது களும், இஞ்சிதின்றதுகளும், பேசுவதாலும் எழுதுவதாலும் இல்லவே இல்லை என்பதை முதலில் மனத்தில் நன்கு பதிய வைத்துக் கொள்ள வேண்டுகிறேன். அந்தக் கட்டத்தைத் தாண்டி விட்டோம். வீசப்பட வேண்டிய பழிச்சொல் அவ்வளவும், எவ்வளவு வேகமாகவும் திறமையுடனும் வீசப்பட வேண்டுமோ அவ்விதம் வீசப்பட்டாகிவிட்டது. இப்போது

* *திராவிட நாடு 8.5.1955*

கிடைப்பதெல்லாம் மறுபதிப்புகள் – எளிய பதிப்புகள் – இலவச வெளியீடுகள்!! இவற்றைப் பற்றிக் கவலைப்பட வேண்டிய நிலையில் நாம் இல்லை.

அங்கே வெடிப்பு, இங்கே கொந்தளிப்பு, இங்கே குழப்பம். என்றெல்லாம் எழுதுகிறார்கள். படிக்கும்போது ஆத்திரமாக இருக்கிறது என்று கூறியிருக்கிறாய். தம்பி! இதற்கு ஏன் ஆத்திரம், ஆயாசம்? நம்மைப் பற்றிய 'செய்திகள்', பிற கட்சிக்காரர்களும் இதழ்களும் கூர்ந்து கவனிக்கப்பட வேண்டிய அளவுக்கு, நாட்டில் முக்கியத்துவம் பெற்றுவிட்டன என்பது தானே அதன் பொருள்? ஆயாசப்படுவதா!! பேதமும், பிளவும், வெடிப்பும், குழப்பமும் ஏற்பட்டால்தான், நமது இயக்கத்திலிருந்து தப்பித்துக் கொள்ள முடியும் என்று கிலி கொண்டவர்கள், இப்போது கீறலைக் கண்டு வெடிப்பு என்று கூவிக் களிப்படைகிறார்கள்! இங்கிருந்து செல்பவர்களும், இங்கு இருந்துவிட்டு வந்தவர்கள் என்ற காரணத்தாலேயே வாழ்த்தும் வரவேற்பும் பெறுகிறார்கள் – இந்த உச்சரிப்பும் உலாவும் சில நாள்களுக்கு நடைபெறும். நமது மாஜி நண்பர்கள் என்ற முறையில் அவர்கள் எப்படியோ ஒன்று மகிழ்ச்சி பெறட்டும் என்பதுதான் என் எண்ணம். அவர்களை எத்தனை நாளைக்கு பயன்படுத்திக் கொள்ளமுடியும் என்பது தெரியாததா!! இவ்விதம் 'பயணம்' நடத்தியவர் பலர்; அவர்களிலே யார் இன்று உருவம் தெரியும் நிலையில் இருக்கிறார்கள்? ஆயினும் எனக்கு – உண்மையில் கூறுகிறேன்– நமது இயக்கத்தை விட்டு யாராவது பிரிந்து செல்கிறார்கள் என்றால், வருந்தத்தான், கூடுமான வரையில் கூடி வாழ்வதைத்தான் நான் விரும்புகிறேன் – சுவரிலிருந்து சிறு ஆணி பெயர்க்கப்பட்டாலும், ஆபத்து இல்லை என்றாலும், பார்க்க நன்றாக இராது என்று எண்ணுபவன். இந்த நோக்குடனேயே நான் சிலர் வெளியேற எண்ணிய போதெல்லாம், சமரசத்திற்காக முயன்றிருக்கிறேன்.*

போராட்டம்

நாம் பெற்ற தியாகத் தழும்புகளுக்கு முடியுமானால், அவை இடி இடியெனச் சிரித்து, அவர்களைப் பார்த்து ஏளனம் செய்யும்!!

---

* **திராவிட நாடு தம்பிக்கு 22–5–55**

தம்பி, காங்கிரஸ்காரர்கள் தண்டவாளப் பெயர்ப்பு, தபாலாபீஸ் கொளுத்துதல் போன்ற முறையில் ஆகஸ்ட் போராட்டம் நடத்தினர். *1942*–இல்! நாம் கலந்து கொள்ளவில்லை. நாம் என்றால் தம்பி, நானும் நீயும் மட்டுமல்ல – தி.க. தி.மு.க. என்றுள்ள இரண்டும் ஒன்றாக இருந்ததே. அந்தக் குடும்பம் முழுதும், நாம் பயந்தாங்கொள்ளிகள், அடக்குமுறைக்குப் பயந்து ஓடிவிட்டோம், என்றா பொருள்? அந்த முறைகள் சரியல்ல என்று மனதார நம்பினோம் – வீணான கலகம் கலவரம் குழப்பம் பொருட்சேதம், இவைதான் மிச்சம் என்று எண்ணினோம். எனவே ஒதுங்கி நின்றோம். அதுபோலத்தான் இப்போது, கொடி கொளுத்தும் பெரியார் தேசிய கொடியை கொளுத்தினார். காரியத்தில் தி.மு.க. கலந்து கொள்ளவில்லை–இது கோழைத்தனம் என்று கூறுவது எந்த வகையில் பொருந்தும்?

வேண்டுமானால், தமிழ்நாட்டு அரசியலில் இது வாடிக்கை– ஒருவர் மற்றவருடைய கருத்தை அறியும் அளவுக்குக்கூட பாசம், நேசம் கொள்ளாமல் ஒரு திட்டம் தீட்டிவிட்டு, அதன் காரணமாக அதிலே கலந்து கொள்ள மறுப்பவர்களைக் கோழைகள் என்று ஏசுவது தமிழகத்தின் வாடிக்கை, என்று கொள்ளவேண்டியதுதான். தங்கள் ஆகஸ்டில் சேராததற்காகக் காங்கிரஸ்காரர்கள் திராவிடரைக் கோழைகள் என்று ஏசினர். இப்போது, நடைபெறும் கிளர்ச்சிகளில் கொடி கொளுத்துவதில் மட்டுமன்றி, எந்தப் போராட்டத்திலாயினும் சரி, நாம் சேராமலிருந்தால், கோழைகள் என்று ஏசுகிறார்கள். இது பொருளுள்ளது என்று கருதமுடியுமா? நீண்ட காலமாக இருந்துவரும் வாடிக்கை – பழக்கம் என்றுதான் கொள்ளவேண்டும்.

நமக்கென்று ஓர் அமைப்பு இருக்கிறது. நாம் கூடிக் கலந்து பேசிச் சில பல கிளர்ச்சிகள் நடத்தியுமிருக்கிறோம். இனியும் நடத்துவதற்கான முயற்சி இருந்து வருகிறது. இதை எல்லாம் கவனிக்காமல், அவரவர் தொடங்கும் கிளர்ச்சிகளில் நாம் கலந்துகொள்ள வேண்டுமென்று கூறுவதும், கலந்து கொள்ளாத போது கண்டிப்பதும், ஏன் என்று யோசித்ததுண்டா தம்பி! நாம், அவ்வளவு அருமையாகப் பணியாற்றக் கூடிய பக்குவம், பயிற்சி

திறம் படைத்தவர்கள் என்ற எண்ணம், எல்லா முகாமிலும் இருக்கிறது எனவே எல்லாரது கண்ணும் நம்மீது விழுகிறது என்று பொருள்! *

ஆமாம் தம்பி! எவ்வளவு கடுமையான கிளர்ச்சிக்கும் ஈடு கொடுக்கக் கூடியவர்கள் என்பதை மும்முனைப்போர் விட்ட நமக்கு, காங்கிரஸ் வட்டாரம் ஏவும் கண்டனக்கணை பிரமாதமானதாகத் தெரியக் காரணமில்லை. நம்மைப் புரிந்து கொள்ளாததால், காங்கிரஸ் வட்டாரம் கணை விடுகிறது. நாம் பிரிந்துவிட்டதால் குருபீடம் கணை விடுகிறது பொறுமை, அமைதி, கண்ணியம் எனும் அருங்குணங்களைப் பெறவும்; தூற்றுதலைத் தாங்கிக்கொள்ளும் மனத்திடத்தையும்; நோக்கத்தை மாற்ற முனைவோர் வீசும் நிந்தனையைப் பொருட்படுத்தலாகாது என்ற உளப்பாங்கையும் நாம் பெறவும் இப்போதும் குருபிடம் அருள்புரிகிறது!! இன்னும் நமக்கென்ன குறை!!

குருபீடம்

குருபீடத்தில் நாமெல்லாம் குற்றேல் புரிந்துகொண்டு கேட்டறிந்த உபதேசத்தை மறவாமல், நாம் தொடர்ந்து பணியாற்றி வருகிறோம்.

என்னைப் பொறுத்த வரையில், தம்பி! நான் அங்கு இருந்தபோது கிடைத்த பாடத்தைவிட, அரும்பெரும் பாடத்தை, இப்போது குருபீடத்திலிருந்து பெறுகிறேன். ஏசல் கணைகள் மூலம் என் உள்ளம், தாங்கும் சக்தியை மிகத் திறம்படப் பெற்று வருகிறது. எனவேதான், என்னால் மாற்றுக் கட்சிக்காரரி டம் மனமாச்சரியம் துளியும் கொள்ளாமல் கொள்கைகளை எடுத்துச் சொல்லும் பக்குவம் நிரம்பத் தேவைப்படும் வகையான பணியாற்றும்படி, உன்னைக் கேட்டுக் கொள்ள முடிகிறது; அண்ணனுக்குக் கிடைத்துள்ள மனப்பாங்கு, தம்பிக்கும் உண்டு என்ற நம்பிக்கையுடன் தான் இவ்விதம் கூறுகிறேன். **

செட்டிநாட்டு அரசர் இன்று காங்கிரசுக்கு ஒரு செல்லப்பிள்ளையாக இருக்கிறார். இது காங்கிரசின்

* ***தம்பிக்கு 14.8.1955***

** ***தம்பிக்கு 3–7–1955***

வளர்ச்சியைக் காட்டும்!! தியாகத் தழும்பேற்ற காங்கிரசார்களைப் பார்த்து, கேலி பேசும் கண்களல்லவா, செட்டி நாட்டரசுக்கு இருந்திடக் காண்கிறோம். ஆளுங்கட்சிக்கு எந்நாளும் ஆதரவாளர் நாங்கள்– முன்பு வெள்ளையன் ஆண்டு வந்தான், வெண்சாமரம் வீசி நின்றோம். இடையே தமிழார்வம் ஓங்கி நின்றது, ஆட்சி தமிழரிடம் வந்து சேரும் போல் தோன்றிற்று உடனே அவர்களோடு குலவினோம். செங்கோட்டையில் காங்கிரஸ் கொடி ஏறிற்று, உடனே எங்கள் கோட்டையிலும் மூவர்ணக் கொடி ஏற்றிவிட்டோம் – எப்போதும் ஆளவந்தாரின் ஆதரவாளர் நாங்கள், என்று தானே செட்டிநாட்டரசரின் புன்னகை பேசுகிறது. இது காங்கிரஸ் நண்பர்களுக்குத் தெரியாதா!

கொடியைக் கரத்தில் ஏந்திக்கொண்டு, 'தமிழ் வாழ்க! இந்தி ஒழிக! என்று முழக்கமிட்டுக் கொண்டு ப்யூக்கும், செவர்லேயும் இருக்க, தங்கசாலைத் தெருவிலிருந்து, கடற்கரை வரையில் நடந்து வந்தார், இன்றைய செட்டி நாட்டரசர், அன்று குமாரராஜா! நாமாவது அவரை ஓரளவுக்கு வேலை மணிமாடத்துக்குச் சொந்தக்காரர் அவர், எனினும் மணல்மேடுகளுக்கு இழுத்து வந்தோம்! *

எப்பொருளாயினும் அப்பொருளின் மெய்ப்பொருள் கண்டறிதல் வேண்டுமெனக் கூறினார் வள்ளுவப் பெருந்தகை. எனினும், எல்லாப் பொருளிலும் பயனற்ற பகுதியை மட்டும் மெத்தக் கஷ்டப்பட்டுத் தேடிப் பெற்றிடுவோர் உளர்; மிகச்சிறிய எண்ணிக்கையினரும் அல்லர் அவர் போன்றோர். சுளையின் சுவை அறியாது அதனை வீசி எறிந்து விட்டுத் தோலினைச் சுவைத்திடுவோரைப் பித்தர் என்கிறோம்; தெளிந்த நீரிருக்கச் சேற்றினிலே புரண்டு மகிழ்ச்சி பெறுவதை எருமை என்கிறோம்; தழையும் தானியமும் இன்றி சருகாகிப்போன காகிதத்தைத் தின்று காலந்தள்ளும் பிராணிகளும் உள்ளன, கேவலம் என்கிறோம். ஆனால், மாந்தரிலேயுமன்றோ உளர், பயனற்ற பகுதியினைப் பாடுபட்டுத் தேடிப்பெற்று, பயனுள்ள பகுதியினை இழந்துவிடும் இயல்பினர்!

---

* *தம்பிக்கு 3–7–55*

“தலைமுடி என்ன இவ்வளவு நரைத்து விட்டதே” என்ற கேள்வியையா, முதலாவதாக முக்கியமானதாகக் கொள்வது, நீண்ட நாள்களுக்குப் பிறகு சந்திக்கும் நண்பனைப் பார்த்திடும் போது? அல்லது மிகப்பெரியவர், மிக நல்லவர் என்று கேள்விப்பட்டு ஒருவரைக் காணச் செல்லும் போது? இல்லை என்பாய். ஆனால், தம்பி! அத்தகைய இயல்புள்ளவர்கள் இருக்கின்றார்கள்.

ஆண்டு பலவற்றுக்கு முன்னே ஜனாப் ஜின்னாவைக் காணச் சென்ற என் நண்பரொருவர், அவரைப் பார்த்ததும் கேட்ட முதல் கேள்வி, “மாதம் எத்தனை ஆயிரம் உங்களுக்கு வருமானம் கிடைக்கிறது. வக்கீல் தொழிலில்” என்பதாகும். அந்தக் கேள்வி கேட்ட அந்த விநாடியே, என் நண்பரைப் பற்றி மிகக் குறைவான மதிப்புப் போட்டு, அவரிடம் முகம் கொடுத்துப் பேசுவதையும் நிறுத்திக் கொண்டார் ஜனாப் ஜின்னா. தம்பிக்கு 47–56 நண்பர் கே.எம். பாலசுப்பிரமணியம். *

துறவி

தம்பி! நான் ஏட்டிலே சந்தித்த துறவியை நாட்டிலே காண விழைகிறேன். உனக்கும் அப்படித்தான் தோன்றும். தேடினால் கிடைப்பார்களா என்று எண்ணுவதைவிட, தம்பி! நாம் அப்படிப்பட்ட ‘துறவிகளாகிவிட வேண்டும். குடும்பம் இருக்கும். குடிகெடுக்கும் எண்ணம் இருக்காது. துணைவி இருப்பாள், நமது தொண்டுக்குத் துணைபுரிய, குழந்தைகள் இருக்கும், அன்புக்கான அரிச்சுவடியை உணர்த்த, தொழிலில் ஈடுபடுவோம். வாழ்க்கை நடத்த. ஆனால் உடைமைகளுக்குக் கட்டுப்பட்டு விடாமல், தன்னலத்துக்கு ஆட்பட்டுவிடாமல், சுகபோகத்திலே வலியோர் சிலர் எளியோர் தமை வதையே புரிகுவதா, என்று கேட்கும் ஆற்றலையும், அத்தகைய கேட்டினைக் களைந்திட அறப்போரும் நடத்திடும் திறத்தினையும் பெற்று, மடம் தேடாமல், தாவடம் அணிந்த சடம் ஆகாமல், காவி தேடாமல், அதனுள் மறைந்திடும் சாமி ஆகாமல் தொண்டாற்றும் துறவியாக, மோட்ச சாம்ராஜ்யத்திலே இடம் பிடிக்க அல்லாது. நமது இதயத்திலே அன்புக்கு

* **தம்பிக்கு 47–56 நண்பர் கே.எம். பாலசுப்பிரமணியம்.**

இடமளித்து, அறநெறியை நாட்டிலே புகுத்தி, மக்களைப் புதியதோர் இன்பம் பெறச் செய்யும் புனிதத் தொண்டாற்றும் துறவியாக வேண்டும். நாட்டிலே இத்தகைய துறவிகளே இன்று அவசர அவசரமாகத் தேவை. ஏழையின் அழுகுரலை, எளியோரின் கண்ணீரை, பதிகம் பாடிவிடுவதால் போக்கிட முடியாது. தம்பி! முடியாது. துறவிகள் வேண்டும். புதிய துறவிகள், வெள்ளை உடைபோதும், காவி தேடி அலைய வேண்டாம். *

பொதுச் செயலாளர்

நாவலர் நெடுஞ்செழியன், இப்போது நமக்குப் பொதுச் செயலாளர்.

தஞ்சையிலும் மதுரையிலும் நான், பொதுச் செயலாளர் பதவிக்கு வேறு ஒருவர் தேர்ந்தெடுக்கப்பட வேண்டும் என்று வற்புறுத்திய போது புயலே கிளம்பிற்று – எனக்குச் சிறிது சீற்றம் கூடப் பிறந்தது. ஆனால் மெல்ல மெல்ல ஆனால் வெற்றிகரமாகச் சபலத்தைக் கடந்து விட்டோம். கழகம் புதியதொரு கட்டம் வந்து சேர்ந்திருக்கிறது – நாம் வலிவும் பொலிவும் கொண்டதோர் அமைப்புப் பெற்றிருக்கிறோம் என்கிற நம்பிக்கை நமக்கெல்லாம் ஏற்பட்டுவிட்டது பெருமைக்குரிய செய்தி.

தோழர் நெடுஞ்செழியன் இந்தப் பொறுப்பை ஏற்க வேண்டும் என்பது இரண்டாண்டுக் காலமாகவே என் உள்ளத்திலே வளர்ந்த வண்ணம் இருந்த எண்ணம்.

ஓராண்டுக்கு முன்பு இலங்கை சுதந்திரன்' ஆசிரியர் சென்னை வந்திருந்தபோது, அவரிடம் கூறினேன் – அவர் தமது இதழில் வெளியிட்டிருந்தார்.

நான் மட்டுமன்று, நமது கழகத்திலே பெரும்பாலனாவர் கள் புதிய பொதுச் செயலாளராகத் தோழர் நெடுஞ்செழியன் வரவேண்டும் என்ற எண்ணத்தைப் பெற்றனர்.

இந்த எண்ணம் எனக்குத் தோன்றிய நாள் தொட்டு நான் 'தோழர் நெடுஞ்செழியனை இந்தப் பொறுப்புக்குப்

---

* ***தம்பிக்கு 4–9–55***

பக்குவப்படுத்துவதாக எண்ணிக்கொண்டு, அவருடைய இல்லத்தை என் இருப்பிடமாக்கிக் கொண்டேன்! சிறிதளவு, என்னிடம் பழகுவதில் கூச்சமுள்ள சுபாவம் அவருக்கு – எனவே, அவருடைய இல்லத்தை இருப்பிடமாக்கிக் கொண்டால்தான், என் எண்ணங்கள், நான் சரியென்று கருதும் முறைகள், என் ஆசைகள், எனக்குள்ள அச்சங்கள், ஆகியன பற்றியும், துணைக் கழகங்கள், துளைக்கும் கழகங்கள், தூது விடும் கழகங்கள், வம்புக்கு இழுக்கும் கழகங்கள் ஆகியவை பற்றி என் கருத்து யாது என்பது பற்றியும், உரையாடி உரையாடி எடுத்துக்காட்ட முடியும் என்ற எண்ணத்தால் உந்தப்பட்டு, அவர் வீட்டுச் 'சைவத்தைத் தாங்கிக் கொண்டிருந்தேன்!!

அவரிடம் நேரடியாகக்கூட பிரச்னைகளைப் பற்றிப் பேசுவதில்லை – பிரச்னைகளை நான் மற்ற நண்பர்களுடன் பேசிக் கொண்டிருக்கும்போது அவர் உடன் இருப்பார்! மிக முக்கியமான கட்டங்களின்போது, புன்னகையாவது பிறக்கும். புருவத்தையாவது நெறிப்பார்! இவ்வண்ணம் இரண்டரை யாண்டுகள். தொடக்கத்தில் நான் கொண்ட நம்பிக்கைவளர்ந்து, கனியாகி விட்டது. நமது கழகத்தை அதன் கண்ணியம் கெடாத வகையில் மட்டுமன்றி, வளரும் வகையில், நமது புதிய பொதுச் செயலாளர் நடத்திச் செல்வார், என்ற உறுதியை என்னால் நிச்சயமாக அனைவருக்கும் அளிக்க முடியும்.

அண்ணாமலைப் பல்கலைக் கழகத்திலே தான் நான் நெடுஞ் செழியனைக் கண்டது.

உங்களில் பலரும் பார்த்திருப்பீர்கள் – நல்லவேளை அவருடைய துணைவியார் கண்டதில்லை என்று எண்ணுகிறேன் – தாடியுடன் நெடுஞ்செழியனை!

அப்போது, தோழர் அன்பழகன் தீவிரமாகக் கட்சிப் பணியாற்றி பருபவர் – தோழர் நெடுஞ்செழியன் தானுண்டு தன் படிப்புண்டு "ன்று இருக்கும் போக்கினராகத் தோற்றமளித்து வந்தார். நான் அப்போது தோழரர் அன்பழகன், கல்லூரியிலிருந்து வெளியேறியதும். பூகத்தில் வந்து சேருவார், தோழர் நெடுஞ் செழியன் எங்காவது ல்லூரியில் கம்பனின் கவித்திறமை பற்றி (கட்டாயத்தாலும்) ளங்கோ அடிகள் பற்றி (விருப்பத்துடனும்)

எடுத்துரைத்துக் காண்டு, தமிழின் எழிலைக் கண்டும் காட்டியும் பணியாற்றி ருவார் என்றே எண்ணிக் கொண்டேன். அது போல நடந்திருக்கக் டாதா என்று ஆயாசத்துடன் கேட்கும் அவர் துணைவியார் தரிகிறார்கள்!! என்ன செய்யலாம்! அவரோ புயலில் குதித்துவிட்டர்.*

போராட்ட முறை

அதிர்ச்சி தரும் அமளிகள், மயிர்க் கூச்செரியத்தக்க கிளர்ச்சிகள், க்கின் மீது விரல் வைத்து ஆச்சரியப்படத்தக்கதான போராட்டங்கள் கியவற்றின் மூலமாகப் பெறக் கூடியது புது வலுவைவிட, நாட்டு களிடம், குறிப்பாக இன்னும் காங்கிரசிலுள்ள திராவிட மக்களிடம் பாள்கையைப் புகுத்துவதிலே பெறுகிற வெற்றியையே நான் பரிதும் விரும்புகிறவன். அப்படிக் கூறுதலால் போரே கூடாது பவனல்லன்; போரில் கலந்து கொள்ளாதவன் என்றே போர் டை அடிக்கும்போது புதுடில்லிக்கு உத்தியோக வேட்டைக்கு விட்டவனென்ற பொருள் கொள்ளப் பொறுப்புள்ள யாரும் பணியமாட்டார்கள். எதையும் துணிவுடன் கூறிடும் போக்கினர் பற்றி தான் பொருட்படுத்தப் போவதில்லை.

காங்கிரஸ்காரர் மனத்தில், வேதனை, வெறுப்புணர்ச்சி, பகை உணர்ச்சி மூட்டிவிடக்கூடிய வகையிலே கிளர்ச்சிகள் அமைவதை, நான் இன்றல்ல, எப்போதுமே விரும்பியதில்லை; இந்த என் எண்ணத்தை எடுத்துரைக்க என்றும் தயங்கினதுமில்லை.

ஆகஸ்ட் முதல் நாள் அய்யா அவர்கள் சொன்னபடி கொடி கொளுத்தப்பட்டிருந்தால், நிச்சயமாக அவரைத்தூசி கூட அணுகாது; அவரைப் பொருத்தமட்டில் எத்தகைய எதிர்ப்பும் பகையும் துரும்பு. எனவே, அவருக்கு ஒரு சிறு குறைபாடும் ஏற்படாது. ஆனால் அன்று, மூண்டிருக்கக்கூடிய பகை உணர்ச்சியும் வெறுப்புணர்ச்சியும் நிச்சயமாக திராவிட இயக்கத்தைப் பல ஆண்டு காலத்துக்குப் பழிக்கும் பகைக்கும் உள்ளாக்கிவிட்டிருக்கும். 'பரவாயில்லை' அவர்கள் கூறுவதிலும் நியாயம் இருக்கிறது என்று சொல்லும் அளவுக்கு நம்மை நெருங்கி வந்து கொண்டிருக்கும் காங்கிரஸ்காரர்கள், நாம்

---

* *தம்பிக்கு 8–5–55*

கூறும் எதையும் ஏற்றுக் கொள்ளலாகாது என்ற அளவுக்கு நம்மை விட்டு விலகிவிடுவார்கள். – ‘ தம்பி! ஒரு கொள்கையை அடிப்படையாக வைத்துப் பணியாற்றும்போது நாளாக ஆக எவ்வளவுக்கெவ்வளவு ஆழமாக அந்தக் கொள்கை சிலரிடம் பதிந்து விடுகிறது என்பது மட்டுமன்று, வெற்றிக்கு வழி, நாளாக நாளாக எவ்வளவுக் கெவ்வளவு விரிவடைகிறது, பரவுகிறது. மாற்றாரை. உற்றார் ஆக்குகிறது என்பதுதான் வெற்றிக்குப் பெரிதும் துணை செய்யும்.

இந்த முறையில்தான், நான் பலகாலமாகவே, காங்கிரஸ் கட்சியில் இன்று உள்ள திராவிடத் தோழர்களில் – அந்தக் கட்சியாலேயே வாழ்ந்து தீரவேண்டியவர்கள் தவிர – மிகப்பலரை நம்மிடம் கொண்டு வந்து சேர்க்கும் வகையான கிளர்ச்சி வேண்டும் என்று கூறிவருகிறேன்.

கோழைத்தனம் என்கிறார், பெரியார்.

ஏறக்குறையப் பதினைந்து ஆண்டு பயிற்சிக்குப் பிறகும் – பெரியாரிடம் தான் – பார் தம்பி! என்னைவிட்டுக் கோழைத்தனம் போகவில்லை என்றால், பெரியாரே கூறுகிறா.*

அதே முறையிலேதான், கொடிகளை எரிப்பது, கோட்டைக் கொடிமரத்தை வெட்டிச் சாய்ப்பதும், குத்தீட்டி வீசுவதும், கொல்லும் வேழத்தை ஏவுவதும் – எல்லாம் சம்பவங்கள் – விடுதலைப்போரிலே – பல நாடுகளிலே.

அந்தச் சம்பவங்கள் திட்டமிட்டு நடைபெற்றவை அல்ல,

அந்தச் சம்பவங்களைக் கொண்டு, ஒரு போர்முறை வகுக்கப்படுவதில்லை.

இந்த எண்ணம் எனக்கு மேலிட்டதால், ஆகஸ்டில் நடைபெற இருந்த அந்தக் காரியம். அவசியமற்ற பகையையும், அணைக்க முடியாத குரோதத்தையும், போக்க முடியாத பழியையும் உண்டாக்கிவிடும் என்று அஞ்சினேன்.

காரணம் எதுவாகவேனும் இருக்கட்டும், அந்தச் சம்பவம் நடைபெறவில்லை. கடைசி நேரத்தில், கொடி கொளுத்துவதைப் பெரியார் நிறுத்திக் கொண்டார்.

---

* ***தம்பிக்கு திராவிடநாடு 7–8–55***

எனக்குள்ள பிரச்னை, போதுமான வாக்குறுதி பெற்றுக் கொண்டு நிறுத்தினாரா, இல்லையா என்பதால் என் மகிழ்ச்சி, கொடி கொளுத்துவது நிறுத்தப்பட்டது என்பதில்தான்.

பெரியாருக்கு இன்று உள்ள பெரும் செல்வாக்கு சாமான்யமானதன்று. அதைக் குறைத்து மதிப்பிடும் கயவனல்லன் நான் – காங்கிரசிலே உள்ளவர்களிலேயே சிலருக்கு இன்று செல்வாக்கு இருப்பதை. உதாரணமாகக் காமராஜருக்கு நல்ல செல்வாக்கு இருப்பதை ஒப்புக் கொள்ளும் நான், பெரியாருக்கு உள்ள செல்வாக்கையா குறைத்து மதிப்பிடுவேன்? அவருக்கு இன்றுள்ள செல்வாக்கும், அதனை ஈட்டிட அவர் ஆற்றியுள்ள அரும்பெரும் பணியும் அபாரம். எதற்கும் அஞ்சுபவரல்லர். எதிர்நீச்சலில் பழகியவர். கொடி கோட்டை வாசலில் உள்ளதைக் கொளுத்த --வேண்டுமென்றாலும், அதனால் ஏற்படக்கூடிய ஆபத்தைப் பற்றித் துளியும் கவலைப்பட மாட்டார். அது அவருக்கு சேவையால் கிடைத்தது மட்டுமல்ல, அவருடைய சுபாவமே அத்தகையது. அந்தக் குறுகுறுப்பான கண்களிலேயே நான் பல சமயங்களில் கோபம் கொந்தளிக்கக் கண்டிருக்கிறேன். அடிக்கடி அலட்சியத்தைக் கொட்டக் கண்டிருக்கிறேன். சில வேளைகளில் பிரிவு பச்சாதாபம் தோன்றிடக் கண்டிருக்கிறேன். ஒருபோதும் அந்தக் கண்களிலிருந்து பயம் கிளம்பக் கண்டதில்லை. நானொன்றும், தம்பி, பத்து கெஜத் தொலைவிலே இருந்து அவரைப் பார்த்துப் பழகியவனல்லன்; பல கோணங்களிலே இருந்து பார்த்தவன் – பல பிரச்னைகள் குறித்த அவருடைய பிரத்யேகக் கருத்துகளை அறிந்தவன் – ‘மேஸ்திரி’ வேலையல்லவா பார்த்திருக்கிறேன்?

எனவேதான், திராவிட இயக்கத்தில் வகுக்கப்படும் போர்த்திட்டம், அவருடைய ஆற்றலை அளவுகோலாகக் கொண்டு மட்டும் அமையக் கூடாது. எந்தக் கொள்கைக்காக இயக்கம் நடைபெறுகிறதோ, அந்தக் கொள்கைக்குத் தீராப் பகையைத்தேடிப் பெறுவதாக இருத்தல் ஆகாது – பரவலான அளவில் செல்வாக்குப் பெறத்தக்கதும், பகைக் கூடாரத்தில் உள்ளவர்களின் உள்ளத்திலும் பரிவு ஊட்டக் கூடியதுமானதாகத் திட்டம் இருக்கவேண்டும் என்று நான் கருதுகிறேன். பிரிந்த

பிறகு ஏற்பட்ட பித்தமல்ல இது, ஒன்றாக இருந்த நாள்தொட்டு எனக்குள்ள கருத்து.

துளைத்துவிட்டார்! துளைவிட்டார்! என்று இனிப்புப் பண்டத்தைச் சப்பிக்கொண்டு களிப்புக் கூச்சலிடும் சிறார் போல, பெரியார், கடற்கரைக் கூட்டத்திலே தி.மு.க.வையும் குறிப்பாக என்னையும் துளைத்தெடுத்தார் என்று மகிழ்ச்சியுடன்கூறுகிறார், குத்தும் குணாளர். அவருக்கு மகிழ்ச்சி கிடைப்பதுபற்றி எனக்கு எப்போதுமே அதிருப்தி இருந்ததில்லை.

நான் 'துளைக்கப்பட்டேன்' என்று எந்தக் கடற்கரைப் பேச்சு பற்றி அந்த நண்பர் களிப்படைகிறாரோ, அந்தக் கடற்கரை மணல் அறியும், பெரியார் குறித்து இவர் கொண்டிருந்த கருத்துகளை, பழங்கதை – பழங்கதையாகவே போகட்டும்.

என்னை ஏசட்டும், பரவாயில்லை. – நான் தாங்கிக் கொண்டு பழக்கப்பட்டு விட்டேன்.

ஆனால் ஆகஸ்ட் நடைபெற்றிருந்தால், அதனால் ஏற்படக் கூடிய பகை உணர்ச்சி, திராவிடர் இயக்கத்துக்கு நிச்சயமாக ஊறு செய்திருக்கும்.

காங்கிரஸ் வட்டாரத்திலே கிளம்பக்கூடிய பகை உணர்ச்சியும் பொதுமக்கள் மனதிலே கிளம்பக்கூடிய அருவருப்பு உணர்ச்சியும், பெரியாரை அசைக்காது.

– அவர் அத்தகைய விரோதப் பெருவெள்ளத்தை எதிர்த்து நிற்க வல்லவர்.

ஆனால், அவர் விரும்புகிற கொள்கைக்காக இருந்து பணியாற்றும் இயக்கம் இருக்கிறதே, தம்பி! திராவிட இயக்கம், அது விரோதப் பெருவெள்ளத்தால் மெத்தப் பாதிக்கப்பட்டு விடும்.

எனவேதான், கோழை – என்றோ காட்டிக்கொடுப்பவன் என்றோ, வஞ்சகன் என்றோ, பிஞ்சு சொத்தை என்றோ, எதைச் சொல்லி என்னை ஏசினாலும் பரவாயில்லை, இயக்கத்துக்கு மட்டும், அதிர்ச்சி தராமலிருந்தால் போதும் என்று கருதினேன்.

– பெரியாருக்கு உள்ள அஞ்சாமையும், எதிர்நீச்சுத் தன்மையும், எத்தகைய நிலைமையையும் சமாளிக்கும் திறமையும்,

எவருடைய விரோதம் குரோதம், பகையாயினும்சரி, எத்தகைய பூசலாயினும்சரி, அவற்றைத் துச்சமெனக் கருதிடும் நெஞ் சழுத்தமும், இயக்கத்தில் நிரம்பி, ததும்பி இருக்கிறது என்று நான் நம்பவில்லை. பெரியாருக்கும் அந்த நம்பிக்கை இல்லாததால் தான். அடிக்கடி அவர் இப்படிப்பட்ட சமயத்தில் என்னையே நம்பி இதிலே ஈடுபடுகிறேன் என்று வெளிப்படையாகவே எடுத்துக் கூறி இருக்கிறார்.

– நாம் மேற்கொண்டுள்ள நாட்டு விடுதலை வெற்றிபெறுவதற்கும் இத்தகைய ஒப்பற்ற ஒரு தலைவரின் உள்ளத் திண்மை மட்டும் போதாது, மேலும் மேலும் வலுவு பெற்ற வண்ணம் ஒரு கட்டுப்பாடான இயக்கம் வளர்ந்தாக வேண்டும். அந்த வளர்ச்சியை ஆகஸ்ட் கெடுத்துவிட்டிருக்கும் – என்பதால் தான், நான் அதை விரும்பவில்லை.

பெரியார், எப்படிப்பட்ட 'வெறுப்பைக் காங்கிரஸ் வட்டாரம் வெளிப்படுத்தினாலும் தாங்கிக் கொள்ளக் கூடியவர் – இயக்கம் தாங்கிக் கொள்ள முடியாது – இது, தம்பி! அங்கு உள்ள சிலருக்குப் பிடிக்கவில்லை – நான் அதைக் கூறும் போது பெரியாருக்கு நான் ஏதோ ஊறு தேடுவதாகக் கருதுகிறார்கள். அவர்பால் கொண்ட அன்பைக் காட்டிக் கொள்வதற்கு, எளிதான, சுவையுள்ள வழி உன்னையும் என்னையும் ஏசுவது தான் என்று எண்ணிக் கொண்டிருக்கிறார்கள்.

உண்மையில், பெரியாருடைய திறமையையும் அவர் பெற்றுள்ள செல்வாக்கையும் இம்மி அளவும் நான் குறைத்து மதிப்பிடாததால் தான், அவர் தன் நிலைக்குத் தகுந்த திட்டம் தீட்டும் போது, அது முறையன்று, இயக்கத்தின் இன்றைய நிலைமைக்குத் தக்கபடியானதும், அதன் எதிர்கால வளர்ச்சியைப் பாதிக்காத முறையிலும் திட்டம் வேண்டும் என்று கேட்கிறேன் – ஓஹோ! நீ யார் கேட்க, என்பார்கள்! *

தஞ்சைப்புயல்

எதையும் தாங்கும் இதயம் வேண்டும் – தம்பி! ஆயிரம் முறை கூறுவேன் அல்லவா இதனை! தாங்கிக் கொள்ளப் பழகிக் கொண்டும் இருக்கிறேன், எனக்கென்று வரும் ஆபத்து, துக்கம்,

* *தம்பிக்கு திராவிடநாடு 7–8–55*

இழிமொழி, இன்னல், பழி, ஆகியவற்றை! ஆனால் தம்பி! என்னால் மட்டுமன்றி, எவராலும் தாங்கிக்கொள்ள முடியாத பேரிடி! நூற்றுக்கணக்கான கிராமங்களைக் காணோம்! (தஞ்சை மாவட்டத்தில் 1966–ஆம் வருடத்தில் புயல் வீசிவிளைவித்த சேதத்தைப் பற்றி எழுதுகிறார்) துயர் துடைக்கச் சென்ற முதலமைச்சரையும், அதிகாரிகளையும், பொது மக்களையும் தொண்டர்களையும் பாராட்டுகின்றோம்.

“அண்ணா! சென்ற தடவை தாங்கள் இங்கு வந்திருந்த போது தங்கியிருந்தீர்களே, அழகான சோலை, அதன் நடுவே அமைந்திருந்த எனது இல்லம் இன்று அவை அழிந்து போய்விட்டன. இந்தப் பகுதியில் நமது தோழர்கள் பெருத்த நஷ்டப்பட்டுப் போயுள்ளனர். என் வேதனை சொல்லுந் தரத்ததன்று என்று நண்பர் பேராவூரணி அடைக்கலம் எழுதிய கடிதத்தில் என் கண்ணீ ர் சிந்திற்று, தம்பி!.

... நமது அருமருந்தன்ன நண்பர் எம்.ஜி.இராமச்சந்திரன் மதுரையம்பதி கடைவீதியில் சென்று கை ஏந்தி நின்று பணமும், பண்டமும் கேட்டுப்பெற்று உதவினார் என்றொரு செய்தி கேட்டு இத்தகு இதயம் படைத்தவரை நண்பராகப் பெற்றிருக்கிறோமே நமது கழகத்தினராகவும் கொண்டிருக் கிறோமே என்பதை எண்ணிப் பெருமைப்படுகிறேன். *

அண்ணா! எல்லாம் சரி! பணம் என்றுதானே கேட்கிறாய் பணத்துக்கு என்ன தம்பி குறை? கள்ளம் கபடமற்ற உள்ளம் படைத்த உன் ஒரு சொட்டு வியர்வை ஓராயிரம் ரூபாய்க்குச் சமமாயிற்றே! இலட்சியத்திலே அசைக்க முடியாத நம்பிக்கை கொண்டுள்ள உன் சொல் ஒரு சொற்பொழிவல்லவா! உன்னிடம் உள்ள “திறமை’ பயன்பட்டால் போதும். பெட்டியை நம்பியே தேர்தலில் ஈடுபடுவோரின் எதிர்ப்பு நம்மை ஏதும் செய்துவிடாது! *

குன்றக்குடி

பத்து நாள்களுக்கு முன்பு நான் குன்றக்குடி மடத்துக்குச் சென்றிருந்தேனே, அங்கு யாரோ எனக்குப் பாடிக்காட்டிய பதிகம் போலும் என்று எண்ணிக்கொள்ளாதே தம்பி.

* *திராவிட நாடு 11.12.1955*

அடிகளாரின் அன்பழைப்பைப் பெற்று மடத்துக்குச் சென்ற எனக்கு சிறந்த உணவு, சுவை மிக்க உரையாடலுடன் சேர்த்தளிக்கப் பட்டது...

தெருக் கூத்து

ஒரு சமயம் தம்பி! நான் நெடுந்தொலைவிலிருந்து ஊர் திரும்பிக் கொண்டிருந்தேன் – திருநெல்வேலிச் சீமையிலிருந்து.... ஒரு குக்கிராமத்தில் கூத்து நடைபெற்றுக் கொண்டிருந்தது; யாரும் அறியா வண்ணம் ஒரு புறம் இருந்து கொண்டு, கண்டு களித்திடலானேன் நல்லதங்காள் நாடகம்!! ***

ஆங்கில இதழ்

... எங்கும் நமது கழக நிலை தெரிந்திட வேண்டும் என்பதற்காகவேதான் தம்பி! நானும் துணிந்து ஆங்கில கிழமை இதழ் ஜனவரி திங்களிலிருந்து வெளியிடுவது என்று ஏற்பாடுகளைச் செய்து விட்டேன். சென்ற ஆண்டு எப்படியும் இந்த இதழ் தொடங்கி விடுவது என்று ஏற்பாடுகளை என் நண்பர் எஸ். எஸ். பி. லிங்கம் அவர்களைக் கொண்டு தொடங்கினேன் அவரும் ஆர்வத்துடன் பணியாற்றினார் – ஆனால் என் சுபாவம்தான் உனக்குத் தெரியுமே, புதிய பொறுப்பாயிற்றே! எப்படி இதனையும் கவனித்துக் கொள்வது! என்ற அச்சம் குடைந்தது. மெத்தச் சமாதானம் சொல்லி நண்பர் லிங்கத்தை, இப்போதைக்கு வேண்டாம், பிறகு பார்ப்போம் என்று கூறினேன். இப்போது சென்னையில் இருந்து நடத்துவதைவிட காஞ்சியிலிருந்து வெளியிடுவது சிறிதளவு வசதி தரும் என்ற எண்ணத்துடன் ஏற்பாடுகள் செய்து வருகிறேன் தம்பி! நான் அதற்காக கேட்கும் ஆதரவு –நன்கொடை அன்று தொடக்கத்திலேயே எனக்கு தெம்பும் தைரியமும் வருவதற்காக, 1000 சந்தாதேவை என்று கேட்டேன்.*

(ஆங்கில இதழ் தொடங்கியபோது)

தம்பி, அது முந்திரிப் பருப்பானால்
இது வெண்பொங்கல் (தமிழ் இதழ்)
அது கருவி; இது என் உள்ளம்

* *திராவிட நாடு 26.11.1956*

அது பிறர் நெஞ்சைத் தொட,
இது உன்னுடன் உறவாட!
அது நம்மைப் பிறருக்கு விளக்க.
இது நம்மை உருவாக்க.
எனவே இதனை இழந்து விட
ஒரு போதும் சம்மதியேன். *

பழகிவிட்ட குணம்

எனக்கென்ன புதிதாக வருத்தமாவா இருக்கிறது; எவரும் எந்த விதமான பகையின் போதும் சொல்லக் கூசும் சொற்களை எல்லாம் சொல்லியாகிவிட்டது நானும் கேட்டுக் கேட்டுப் பழக்கப்பட்டு விட்டாகி விட்டது. **

தம்பி! சுடு சொல் கூறுபலரையும் நான் – சுடு மொழியால் தாக்குபவனல்லவே! என் மொழி அவ்விதம் இராது. என் வழியும் அதுவல்லவே!

கே.வி.கே. சாமியின் மறைவு

ஐயா! ஐயா! என் அருமை மகனைத் கொன்று விட்டார்களய்யா!

(தூத்துக்குடியைச் சேர்ந்த கழகத்தோழர் திரு. கே.வி.கே.சாமி, மாற்றுக் கட்சியினரால் படுகொலை செய்யப்பட்ட பொழுது. அண்ணா சென்று அவர் தந்தையைத் தேற்றிய சம்பவம்)

என் மகன் போய் விட்டானய்யா, போய்விட்டான் ஊருக்கு உழைக்கிறான். உத்தமனென்று பெயரெடுக்கிறான் என்று பூரித்துக் கிடந்தேன் – கொலை செய்து விட்டார்களய்யா கொன்று போட்டு விட்டார்களய்யா என்று கூறிக் கதறினார் தி.மு.கழக மாவீரன் சாமியின் தந்தை – என்னைக் கட்டிப்பிடித்தபடி தம்பி!

அந்த ஒரு கணம் நான் அடைந்த வேதனை பகைவனுக்கும் வரலாகாது நிச்சயமாகக் கூடாது. ***

உன்னிடம் தானே ஒப்படைத்தேன் – உலுத்தனே! எங்கே என் மகன்? என்று கேட்கிறது. அந்த பெரியவரின் கண்ணீர். நான்'

* திராவிட நாடு 217.1956

** திராவிட நாடு 19.8.1956

*** அறம் வெல்லும் 7.10.56

என்ன பதில் அளிப்பேன் தம்பி? என்ன பதில் அளிப்பேன்? "ஐயா சாமியைப் பறிகொடுத்துவிட்டோம் – கதறுகிறோம்– வேறென்ன செய்ய முடியுமைய்யா! சாமி போய்விட்டார் என்னை உங்கள் "சாமியாக ஏற்றுக் கொள்ளுங்களய்யா!" என்று கூறிக் கதறினேன் ...*

வெளியே கழகம் கலகலத்தது என்றால் உள்ளே 15 பேர் இருந்தும் பயனில்லை – 150 பேர் இருந்தும் பயனில்லை. **

நமது ஏழைமையும் எளிமையும், இவற்றினால் பாழ்படாத நமது தூய்மையும், நமக்கு வெற்றி தரப்போதுமானவை என்று நான் திடமாக நம்புகிறேன் என்பதைக் கூறினால் தம்பி! பணத்தையும் பண்பு கெட்ட தனத்தையும் நம்பிக் கொண்டிருக்கும் அவர்கள் நம்பமாட்டார்கள்.

ஆனால் நமக்கு நமது ஏழைமைதான் வலிவளிக்கப் போகிறது!***

தம்பி சம்பத்

நான் பெருமூச்செறிந்தபடி, பக்கத்தில் சம்பத்திடம் இப்போதாவது புரிகிறதா, நான் ஏன் சங்கடப்படுகிறேன் என்ற காரணம் என்று கேட்டேன். நாங்கள் உட்கார்ந்திருந்த இடம், சினிமாக் கொட்டகை. படம் பார்த்துக் கொண்டிருக்கிறோம்.

காட்சி என் கருத்திலே கிளர்ச்சி உண்டாக்கி விட்டது; ஆங்கிலப் படம், டிஸ்ரேலி எனும் பிரிட்டிஷ் அரசியல் தலைவனைக் குறித்த வரலாற்றுப் பின்னணி கொண்டது.

டிஸ்ரேலி, ஆட்சிமுறையைக் கண்டித்துப் பேசுகிறான், அவன் கருத்துரைக்கு ஆதரவு வளர்கிறது. ஆட்சிப் பொறுப்பே அவனிடம் தரப்படும் சூழ்நிலை உண்டாகிறது. அப்போது, அறிவாளி, ஆற்றல் மிக்கோன், எதிர்ப்புக்கு அஞ்சாதவன், எவரையும் எடுத்தேன் கவிழ்த்தேன் என்று பேசிடக்கூடிய துணிவு கொண்டோன், பிரச்னைககளைத் துருவித் துருவி ஆராயும் திறன் கொண்டோன் என்றெல்லாம் கூறப்பட்ட டிஸ்ரேலி, ஆட்சிப் பொறுப்பை ஏற்றுக் கொள்ளத் தயங்குகிறான், தன்னால்

* அறம் வெல்லும் 21–10–56

** தம்பிக்கு 28.4.57

*** திராவிட நாடு – தம்பிக்கு 10–6–1956

இயலுமா என்று சிந்தித்து ஐயமடைகிறான். அச்சத்துடன் கேட்கிறான் நண்பர்களிடம், "இந்தப் பெரும் பாரத்தை நானெப்படித் தாங்க முடியும்? என்னால்' முடியுமா இந்தச் சுமையைத் தூக்கிட? . . ?' என்று. நான் அந்தக் காட்சியைக் கண்டுதான், சம்பத்தைக் கேட்டேன். இப்போதாவது புரிகிறதா? இதோ, டிஸ்ரேலி எப்படி அச்சமடைகிறான், பார்! புதிய பொறுப்புகளை ஏற்க; காரியமாற்ற வேண்டிய கட்டம் வருகிறபோது, கவலை எப்படிப் பிறக்கிறது பார்! இதே நிலைதானே இப்போது எனக்குஏற்படச் செய்கிறாய்? என்னால் முடியுமா? ஏன் எனக்குத் தொல்லை?" என்று கேட்டேன்.

திராவிடமக்களுடைய வாழ்க்கைக்கே பெரியதொரு சிக்கல் ஏற்பட்டிருந்த நேரம்; பெரியாரின் திருமணம் நம்மையெல்லாம் திகைக்க வைத்த சமயம்; திராவிடர் கழகத்தைத் துறந்து, கண்ணீர் வடித்தபடி நாம் வெளியேறிய நேரம். தோழர் குருசாமி, சம்பத்துக்கு, காலத்தின் குறிகள், கடமையாற்றுவதிலே உள்ள கண்ணியம், இயக்கத்தை நடத்திச் செல்ல வேண்டிய பெரும் பொறுப்பு இவைபற்றி எல்லாம் உணர்ச்சிகரமான குட்டிப் பிரசங்கம் நடத்திவிட்டார். இருவரும், 'விடுதலை'யில் கூடிப் பணியாற்றிய காலம் அது.

விடாதே அண்ணாதுரையை! என்று கூறிவிட்டார் – விட்டால் போதும் என்று காஞ்சிபுரம் ஓடிவந்து விட்டேன், நான். சம்பத்தும் நமது இன்றைய துணைப் பொதுச் செயலாளர் நடராஜன் அவர்களுமாக வந்து, என்னைப் பிடித்துக் கொண்டனர்.

இப்போது கூட, எப்போதாவது, அந்த அறையில், பிற்பகலில் சிறிது நேரம் படுத்துறங்கப் போவதுண்டு போகும் போதெல்லாம், எனக்கு அந்தக் காட்சி அப்படியே தெரிவது போலிருக்கிறது. ஒரு நாள் பிற்பகல், நான் படுத்துக்கொண்டிருக்கிறேன் – சம்பத்தும் நடராசனும் வந்து விட்டார்கள்.

இது சரியில்லை அண்ணா! எப்போதும் இப்படிதானா? பொறுப்பேற்கத் தயக்கமா?

இந்த நேரத்தில் நாம் கடமையைச் செய்யத் தயங்கினால், நாடு நம்மை நிந்திக்கும்.

குருசாமி, எப்படியும் தங்களைக் கையோடு அழைத்துக் கொண்டு வரச் சொல்லியிருக்கிறார்.

விளையாட, இது சமயமல்ல; வேதனையை மறக்க பொழுதுபோக்குகளில் மூழ்கிவிடக் கூடாது.

இருவரும் – இரட்டைப்புலவர்கள்: கவிதைகள் கொட்டுவது போல – கருத்துகளைக் கொண்டு என்னைத் தாக்குகிறார்கள். என்ன செய்வேன்! சென்னை சென்றேன் செயலாற்ற இணங்கினேன் – ஆனால் அதேபோது, பொறுப்புகளை ஏற்றுக்கொள்வதிலே எனக்கோர் அச்சம் பீடித்த படி இருந்தது. இந்த என் எண்ணத்தை அப்படியே சித்திரித்துக்காட்டுவது போலிருந்தது. டிஸ்ரேலி படக் காட்சி எனக்குத் தூக்கிவாரிப் போட்டது; அதனால்தான் பெருமூச்செறிந்தேன். – சம்பத்திடம் “இப்போது புரிகிறதா என் சஞ்சலத்துக்குக் காரணம் இருப்பது?” என்று கேட்டேன். அவன் தந்த பதில், காட்சியைக் கண்டதால் ஏற்பட்டதைவிட அதிகமாக அதிர்ச்சியைக் கொடுத்தது. உன்னிடம் சொல்வதிலே தவறென்ன? சிறிதளவு வெட்கம் கூடத்தான் ஏற்பட்டது. சம்பத் மட்டுமே என்னிடம் அவ்வளவு தாராளமாகவும், சரளமாகவும் பேச முடிகிறது. சம்பத்தை மட்டுமே, நான் எவ்வளவோ முயன்றாலும் கூட, அவர் இவர் என்று கூறமுடிவதில்லை.

பொறுப்பேற்றுக் கொள்வதிலே உள்ள கலக்கத்தைக் காட்டும் காட்சியையும், அதன் மூலம் பெறப்படும் கருத்தையும் நான் என் நிலைக்குக் காரணமாகக் கொண்டு, “இப்போது புரிகிறதா?” என்று சம்பத்தைக் கேட்டேன் அல்லவா? பதில் என்ன கிடைத்தது தெரியுமா? இவ்வளவு பெரிய பாரத்தை, சுமையை எப்படி நான் தாங்க முடியும்? என்றல்லவா டிஸ்ரேலி கேட்ட முறைப்படியே நான் கேட்டேன் பதில் என்ன என்று எண்ணுகிறாய்? “சுமையை பாரத்தை தாங்கப் போவது நான் ஒருவன் தான் என்று ஏன் அண்ணா, நீங்கள் எண்ணிக் கொள்கிறீர்கள்? சுமையைத் தாங்கப் போவது நாம். உம்மீது மட்டுமல்ல பாரம் “ என்றானே அந்தப் போக்கிரி! நான் உண்மையில் வெட்கப்பட்டேன். இவ்வியக்கத்தை நடத்திச் செல்லவேண்டிய சுமை, பாரம், பொறுப்பு அவ்வளவும் என்மீது மட்டுமே ஏற்படும் என்று எண்ணியதால் தானே, இவ்வளவு சுமையை என்னால்

எப்படி முடியும் என்ற கலக்கம் எனக்கு ஏற்பட்டது? அந்த எண்ணம் தவறானது என்பதை எடுத்துச் சொல்வதாக இருந்தது சம்பத் அளித்த பதில். அந்தப் பதிலிலே பொதிந்துள்ள தத்துவம், திராவிட முன்னேற்றக் கழகத்துக்கே அச்சாணியாக அமைந்திருக்கிறது 'நாம்' என்பது வலிவும் பொலிவும் கொண்ட ஒரு தத்துவம். 'நான் என்பதை வேதாந்தத்திலேயே அகம்பாவம் அல்லது மனமயக்கம் என்கிறார்கள் என்றால், அரசியலில் அது அர்த்த மற்றது மட்டுமல்ல, அனுமதிக்கப்பட்டு விட்டால் ஆபத்தை அடுக்கடுக்காகக் கிளப்பிவிடக்கூடியதுமாகும்! காண்கிறோமே இப்போது? கல்லறைகளை எல்லாங்கூட அல்லவா கல்லி எடுத்துப் போடுகிறார்கள்ய நாம் நான் இந்த இரு தத்துவங்களிலும் மேலானது என்பது மேருதினிக் விளக்கிட வேண்டும்.

'நான்' என்பது தவறு 'நாம்' என்பதுதான் நிலைமை என்பது. அன்று படக்காட்சிக் கொட்டகையில் கண்டதிலிருந்து, அந்தப் பொலிவும் வலிவும் பொருந்திய தத்துவம் – கருத்துக்கு எவ்வளவு மாண்பளித்திருக்கிறது என்பது – மிகவும் அகமகிழச் செய்வதுடன், நல்ல வாய்ப்புகள் பலப்பல வந்தவண்ணம் உள்ளன.

'நாம்' என்ற கூட்டுச் சக்தியை, குடும்ப சக்தியைத் தரக்கூடும். அந்தச் சொல்லுக்கு எழிலோவியமாக அமைந்துவிட்டது தி.மு.க.

நானும் நீயும் நம்மில் ஒவ்வொருவரும் – அந்த 'நாம்' என்பதிலே இருக்கிறோம் அதிலே இருப்பதன் மூலம் ஏற்றம் தருகிறோம் அந்த ஏற்றம் நாட்டுக்குப் பயன்படுகிறது.

'நாம்' என்ற அந்தக் கூட்டுச் சக்தியைக் காட்டும் பொலிவினுள் பொதிந்துள்ள அரிய பாடம், ஜனநாயகப் பண்பாட்டிற்கே அடிப்படையாகிறது. அகில உலகிலும், எங்கு, எந்த சமயத்தில் எத்தகைய அரசியல் குழப்பமோ, அவல நிலைமை விளைகிறது என்றாலும், 'நாம்' என்பதிலே உள்ள நிலைமையிலே ஏதோ ஒரு விதத் தூசு படிந்துவிட்டது என்று கூறலாம். 'நான்' என்பது, 'நாம்' என்பதை வலுச் சண்டைக்கு இழுக்கிறது என்று பொருள் கொள்ளலாம்.

தம்பி! 'நான்' என்பதிலிருந்து 'நாம்' என்ற கட்டம் அமைவதற்கு, ஒவ்வொரு நாடுகளிலே, கொட்டப்பட்ட வியர்வையும் ரத்தமும், காணிக்கையும் கொஞ்சமல்ல! எவ்வளவு 'பலி' வாங்கிய பிறகும் கூட, இன்றும் 'நாம்' அதை 'நான்' என்பது, சமயம் கிடைக்கும் போதெல்லாம் மோதிப் பார்த்திடக் காண்கிறோம்; நாடுகளிலேயுஞ் சரி, கட்சிகளுக்கு உள்ளேயுஞ் சரி, வீடுகளிலும் கூடத்தான்!! *

பொது வேலை நிறுத்தம்

இவ்வளவுக்கும், சர்வகட்சிக் கூட்டணியைப் பிளவுபடுத்த பலத்த முயற்சி எடுத்துக் கொள்ளப்பட்டிருந்தது. நமது பொதுச் செயலாளரும், துணைப்பொதுச் செயலாளரும் தமிழகமெங் கணும் கூட்டணித் திட்டத்துடன் நமது கழகதோழர்களிடம் ஆதரவு திரட்டச் சென்றிருந்தனர். தோழர் மதியழகன் கோவை, சேலம், வடார்க்காடு மாவட்டங்களிலே சுற்றுப்பயணம் செய்து வந்தார். தம்பி சம்பத் முழக்கம் கேட்ட வண்ணமிருந்தது. நான் தான் இங்கே சென்னையில் தனி ஆளாக விடப்பட்டிருந்தேன், எனக்கு எப்போதுமே இத்தகைய கிளர்ச்சியின் போது உடனிருந்து உற்சாக மூட்டவும், என் கோபதாபத்தில் பங்கேற்றுக் கொள்ளவும், சம்பத்து வேண்டும் இம்முறையோ நாள்கள் அதிகம் இல்லாததால், நானே, சம்பத் பல ஊர்களுக்குச் சென்றுவர வேண்டும் என்று விரும்பினேன். இதனால், இங்கு தம்பி! என் எண்ணங்களைப் பரிமாறிக் கொள்ளவோ, கலந்து பேசிக்கொள்ளவோ, கலந்து பேசிப் புதிய கருத்துப் பெறவோ, மிகவும் திண்டாடிப் போனேன், நாள் தவறாமல் கூட்டம் பலப்பல ஆயிரமாயிரம் மக்களின் ஆர்வம், பேரார்வம் என்று கூடச் சொல்லலாம் எனினும் அலுத்து வந்தமர்ந்து கண்ணயரும் வேளைவரையில் அன்றைய நிலைமைபற்றி உரையாட, அவர் வருவாரா, இவர் வருவாரா என்று எதிர்பார்த்த வண்ணமிருப்பேன். எவரும் வருவதில்லை. 'வேலை வெட்டி 'யற்றா அனைவரும் இருக்கிறார்கள், இந்தத்தொல்லை பிடித்த காரியம் பற்றி என்னுடைய 'தொணதொணப்பைக் கேட்டுக் கொண்டிருக்க – எனினும், துணைக்கு நாங்கள் இருக்கிறோம், நாங்கள் கழக முன்னணியில் இல்லாமற்போனது எங்கள்

* ***தம்பிக்கு 15–4–1956***

குற்றமன்று என்று கூறாமற் கூறிக்கொண்டு, என்னுடன் கலந்துரையாடவும், கருத்துகளைத் திரட்டித்தரவும் தோழர்கள் போளூர்சுப்பிரமணியமும், சென்னை வேதாசலமும் இருந்தனர். என்னைப் போன்ற மற்றொரு 'மாஜி' இல்லையா சென்னை கே.எம்.கண்ணபிரான், அவரும் இருந்தார். அறிவகத்தில் உள்ள கழகத் தோழர் சிவஞானம் அவர்களும் இருந்தார்.

இந்தக் கட்டத்திலேதான்; சர்வ கட்சிக் கூட்டணியின் தலைவர்களுடன் அடிக்கடி சந்தித்துப் பேசும் வாய்ப்பு ஏற்பட்டபடி இருந்தது. அதனால் எனக்கு உற்சாகம் ஏற்பட்டதுடன், எங்களுக்குள் ஓர் உள்ளன்பு வளர்ந்திருக்கிறது என்று நான் நிச்சயமாக நம்புகிறேன். நீண்ட நாள்களுக்குப் பிறகு ம.பொ.சியுடன் மீண்டும் பழகும் வாய்ப்புக் கிடைத்தது. இருவருமே இதனை மெத்தச் சுவைத்தோம் என்று எண்ணுகிறேன்.

தமிழரசுக் கழகத் தோழர்களில் எனக்கு நீண்ட காலமாகவே நண்பர் உமாபதி; கூட்டணி காரணமாக நாங்கள் சந்திப்பதும் பொதுவாகத் திட்டம் தீட்டுவதும், என்னைக் காண அவருக்கு மெத்த மகிழ்ச்சி. அலாதியான ஆனந்தம்!

கோவை சின்னதுரையும், சென்னை சுப்பிரமணியும், ஈரோடு சின்னச்சாமியும், சென்னை அந்தோணிப் பிள்ளையும் அவரவர் தொடர்பு கொண்டுள்ள தொழிற் சங்கங்களின் மூலம் சர்வகட்சிக் கூட்டணி பெறக்கூடிய வாய்ப்புகள் பற்றிக் கூறியும், பிரச்னைகளை அன்புடன் விவாதித்தும், திட்டங்கள் காணுவதிலே தெளிவும் துணிவும் காட்டியும் எனக்கு நம்பிக்கையையும் உற்சாகத்தையும் ஊட்டினர்.

ஜீவாவைப் பற்றித்தான் சொல்லத் தேவையில்லை., "பொல்லாத ஆசாமி, சொல்லாமல் கொள்ளாமல் வேறு! இடத்துக்குக் குடிபோய் விட்டார்," என்று நாமெல்லாம் எப்போதும் சொந்தம் கொண்டாடிப் பேசும் நிலையில் உள்ள தோழர்.

இவ்வளவு பேருக்கும் அன்பை அள்ளிக்கொடுத்து, முற்றிலும் தமக்குப் பழக்கமே இல்லாத முறைகளையும் திட்டங்களையும் நாங்கள் திணிக்க முயன்ற போதெல்லாம் புன்முறுவல் காட்டி எங்களுக்கெல்லாம் பொறுப்புப் பற்றி அடிக்கடி

நினைவுபடுத்தி, எம்மை ஊக்குவித்து வந்தார், உடனிருந்து நடத்திச் சென்றார் பி.டி.ராஜன் அவர்கள். *

தம்பி! பல ஆண்டுகளாகப் பொதுவாழ்வில் ஈடுபட்டுள்ள நான், புளகாங்கிதம் கொள்ளத்தக்க பல சம்பவங்களைக் கண்டிருக்கிறேன். ஆனால், அன்று நான் நண்பர்களுடன் சென்னையின் பல பகுதிகளிலும் சுற்றிப் பார்க்கும்போது என்னவென்று சொல்வேன், என் மனம் களிநடமாடிற்று. பாதை ஓரத்தில் ஆங்காங்கு – நின்றுகொண்டு, அமைதியைக் காத்து நின்ற வீர இளைஞர்கள், வெற்றிப் புன்னகையுடன் இருந்த காட்சியைக் கண்டேன், கண்களில் நீர் துளிர்த்தது. இதோ, தமிழகம்! தன்மானத்தை இழக்கத் துளியும் சம்மதியோம், உரிமைக்காகப் போரிடத் தயங்கோம்! என்று உலகுக்கு அறிவிக்கும் தமிழகம்! மூடிக்கிடக்கும் கடைகள் வெறிச்சென்று கிடக்கும் அங்காடிச் சாலைகள். பள்ளிகளில் ஆசிரியர்கள், வெளியில் மாணவர்கள், சர்க்கார் நடத்தும் மோட்டார் பஸ்கள், ஆள்தேடும் காட்சி. மக்கள் கூட்டம் கூட்டமாக நடந்து செல்லும் காட்சி, ஆலைகளில் ஆள் இல்லை, அரவம் இல்லை, எங்கும் வெற்றி, எவர் முகமும் வடிவழகுடன், அர்த்தால் கூடாது என்று முன்பு ஆர்ப்பரித்தோர் கூட ஊருடன் ஒத்துப்போயினர் தம்பி! அப்படிப்பட்ட மகத்தான வெற்றியை நான் கண்டதில்லை!!

எவ்வளவு ஏளனங்களைத் தாங்கிக் கொண்டோம் – எத் துணை இடர்ப்பாடுகள் என்னென்ன வகையான பழிச்சொற்கள் மக்களைத் திரட்டி, மகத்தான சக்தியாக்கிடும் மந்திரம்' தெரிந்த பெரியார், நமக்கு ஆதரவாக இல்லை. ஏதோ நடக்கட்டும், எப்படியோ தொலையட்டும் என்றும் இருந்துவிடவில்லை ஏதாவதொரு காரணத்துக்காகக் காமராஜர். கூடச் சும்மா விட்டு விடுவார் போலிருக்கிறது. இவரோ விடமாட்டேன் என்கிறார். வெளுத்து வாங்குகிறார். பத்திரிகையிலும், மேடையிலும், "இது கடைந்தெடுத்த காலித்தனம்; கண்ணீர்த் துளிகளின் கயவாளித் தனம்; அர்த்தால் தேவையில்லை" என்றெல்லாம் அவருடைய எதிர்ப்பு ஒரு புறம்; அவருடைய ஊசிகளும், முட்களும் மற்றொருபுறம் காமராஜர் சர்க்கார் தண்டோரா! – காங்கிரஸ் கமிட்டிகளின் மறுப்பு வெளியிட்டார்கள். ஒன்றா,

---

* *தம்பிக்கு – 26–2–56 – திராவிட நாடு*

இரண்டா, எதிர்ப்புகள்? இவ்வளவுக்குமிடையே நேற்று வரை முரண்பட்டுக் கிடந்தவர்கள் அமைத்துள்ள சர்வ கட்சிக் கூட்டணியிலே, குழப்பமும் பிளவும் ஏற்படுத்தும் முயற்சிகள் வேறு. *

பிப். 20, இலட்சம் மக்கள் திரண்டெழுந்து நடத்திய மகத்தான ஊர்வம், எனக்கு மக்களிடம் ஏற்கெனவே உள்ள நம்பிக்கை மேலும் அதிகமாயிற்று. ஆனால் ஒன்று, தம்பி, நான் 'குட்டையனல்லவா? இதுபற்றி எனக்கு இதற்கு முன் எப்போதும் வருத்தம் இருந்ததில்லை. பிப். 20–இல், அடடா! இப்படிக் 'குள்ளமாக' இருக்கிறோமே, 'உயரமாக' இல்லாமற் போய்விட்டோமே, என்று நான் உள்ளபடியே வருத்தப்பட்டேன். **

அன்று ஊர்வலம் சென்னையில், அது நாள் வரையில் கண்டிராத ஊர்வலம் நடைபெற்றது. எதிரே என்ன நிலை, பின்புறம் என்ன நிலைமை, பக்கவாட்டங்களிலே எப்படி இருக்கிறது என்பனவற்றை உடனுக்குடன் அறிந்து கொள்ள ஆவல் கொண்டேன். ஆனால், நான் குள்ளமாயிற்றே! என்னால் நிலைமைகளைத் தெரிந்துகொள்ள முடியவில்லை. இன்னும் சிறிதளவு உயரமாக இருந்தால், ஊர்வலத்தின் போக்கைச் சரியாகத் தெரிந்து கொள்ளமுடியும், நிலைமைக்குத் தக்கபடி தோழர்களை நடத்திச் செல்லவும் முடியும் என்று எண்ணினேன். என்ன பயன்? வருத்தப்பட்டேன்!!

ஊர்வலம் என்றாலே எனக்குப் பிடிக்காது என்பதையும், நமது கழகத் தோழர்கள் ஆர்வத்துடன் அவ்வப்போது நடத்தும் உற்சாகமான ஊர்வலத்தின்போதெல்லாம், என்னைத் தேடிப்பிடித்திழுத்து வந்தாலும், நான் ஓடி ஒளிந்து கொள்பவன் என்பதும் உனக்குத் தெரியும். அப்படிப்பட்ட சுபாவமுள்ள நான், அன்றைய ஊர்வலத்தை நடத்திச் செல்பவர்களில் ஒருவனாக வேண்டி நேரிட்டது.

ஊர்வலத்துக்குத் தலைமை தாங்கினார் பி.டி.ராஜன், உடனிருந்து நடத்திச் சென்றார், ம.பொ.சி.

---

* தம்பிக்கு – 43–56 – திராவிட நாடு

** தம்பிக்கு 43–1956 – திராவிடநாடு

நமது பொதுச் செயலாளர் ஊர்வலத்தில் படைத்தலைவர், தமது படை வரிசைகளை ஒழுங்குற நடத்திச் செல்லும் பான்மையில் சென்றார்.

நானோ, தம்பி! திகிலும் திகைப்பும் கொண்ட நிலையில், இவ்வளவு திரளான மக்கள், எதைக் கண்டு கோபம் கொண்டு விடுகிறார்களோ, எந்த 'விஷமி' எத்தகைய கலகமூட்டி விடுவானோ, அதனால் எத்தகைய விபரீதம் விளைந்துவிடுமோ, என்ற அச்சத்துடன் சென்றேன். சென்றேனா! ஓட்டமும் பெருநடையுமாகச் சென்றேன்.

ஊர்வலம், 'ஐலண்ட்' மைதானத்திலிருந்து கிளம்புவதற்குள், போலீஸ் தடியடியும் கண்ணீர் புகைக்குண்டு வீச்சும் நடைபெற்று, மக்கள் பல திசையிலும் துரத்தப்பட்டு, ஒரே குழப்பமாகிவிட்ட நிலை; ஊர்வலத்தில் கலந்து கொள்வதற்காகக் கிளம்பிய நமது பொதுச் செயலாளரையும், துணைச் செயலாளரையும் வழியனுப்பிவிட்டு, கிடங்கில் இருந்தேன், அரைமணி, முக்கால் மணி நேரத்துக்கெல்லாம் நமது நாவலர் சென்ற மோட்டார் திரும்பிவந்தது.

"ஒரே குழப்பமாகிவிட்டது, சுட்டு விட்டார்கள்! மக்கள் ஆத்திரமடைந்து விட்டார்கள்! தலைவர், தாக்கப்பட்டார். மக்களைப் போலீஸ் கண்மண் தெரியாமல் தடி.யால் அடித்து விரட்டுகிறது. பெரிய அமளி!"

என்று நண்பர் வந்து கூறினார்; என்ன செய்வேன்? கிளம்பினேன். திடல் சென்றேன். மக்கள் கூட்டம், கண்களை விரட்டும் அளவுக்கு! அவர்கள் மனநிலையோ என்னை மருட்டும் விதத்தில்! ஆனால், ம.பொ.சியும், பி.டி.ராஜனும், நாவலரும் பிறரும் அங்கு நிலைமையைச் சரிசெய்து கொண்டிருந்தனர், நானும் அவர்களுக்குத் துணையாக நின்றேன். *

திருச்சி மாநில மாநாடு

தம்பி! நமது மாநில மாநாட்டிலேயே, பொதுத் தேர்தலில் நமது கழகம் ஈடுபட வேண்டுமோ, வேண்டாமா என்பதல்லவா மிக முக்கியமான பிரச்சினை, கேட்டுப்பார். அது குறித்தேனும்

---

* ***தம்பிக்கு 11–3–1955 – திராவிடநாடு***

நான், நமது கழகத்தின் காவலர்களிடம் கலந்து பேசினேனா, ஜாடை காட்டினேனா? என்று! இல்லை அவ்வளவு நம்பிக்கை எனக்கு; ஓட்டுச் சீட்டுகளைப் போடுவதற்கான முறை என்ன என்பது குறித்து அவ்வளவு அலட்சியம் என்பதில்லை. நமது நாவலரும் பிறரும் யோசித்துக் கொண்டிருப்பார்கள் என்று நான் எண்ணுகிறேன். நான், ராபியும் தர்முவும், பராங்குசமும், வாணனும், பூஞ்சோலையும் மற்ற நண்பர்களுடன் கூடிக்கொண்டு, உன் கண்ணுக்கு விருந்தாகவும் கருத்துக்கு உவகையாகவும் அமைந்திருந்த சிங்கங்களைக் கவனித்துக் கொண்டிருந்தபோது!

மணமகன் எழுந்திருந்து மண அறைக்கு வருவதற்கு முன்பே, துயிலெழுந்து மேளக்காரர் எங்கே? பந்தல்காரரைக் கூப்பிடு. சமையற்காரர் எங்கே? பூ மாலைக்காரர் எங்கே பார் என்று கேட்டு, சருகான உடல் இருப்பினும், சிட்டு எனச் சுற்றி வந்து வேலைபார்த்து, அதனாலேயே பெருமகிழ்ச்சிக் கொள்கிறாரே வயோதிகர். அது போல் எனக்கு இந்த மாநில மாநாட்டிலே மகிழ்ச்சி! என் மகன் திருமணம் இரண்டோர் ஆண்டுகளுக்குப் பிறகு நடக்க வேண்டும். இதேவிதமான களிப்பு அப்போது நான் பெறுவேன்.

என்னால் பெற முடிந்த இந்தக் களிப்பினை நான் உடனிருந்து பணியாற்றும் நண்பர்களிடம் நம்பிக்கை கொள்வதால் அவர்தம் திறமைக்குத் தக்க வாய்ப்புகளை அவர்களுக்கு அளித்திடும் பொறுப்பினை நிறைவேற்றியதால் நான் பெற்றிடும் இந்தப் பேரானந்தத்தை, பெரியார் பெற மறுத்து விட்டாரே! என்னே இதன் காரணம் என்று எண்ணத் தோன்றுகிறது.

இன்று நமது கழகத்தில் இருந்தவர்களிலே மிகப் பெரும்பாலானவர்கள், நான் முன்பொரு சமயம் உரிமையுடனும் உவகை பொங்கவும் கூறியபடி, மீரான் சாயபு தெருவிலே வளர்ந்தவர்களே. அவர்களிடமெல்லாம் இன்று காணப்பட்டு கழகத்தின் மூலம் நாட்டுக்குப் பயன்பட்டு, எனக்குப் பேருவகையூட்டும் ‘இந்த ஆற்றல் முன்பு இல்லையோ எனின், எவரும் அங்ஙனம் கூற இயலாது. எல்லாவகையான ஆற்றலும் இருந்தது. ஆனால், யாவும் குடத்தில் இட்ட விளக்காக இருந்தது. இன்று மூன்று இலட்சம் மக்கள் கூடுகிறார்கள்.

மூதறிஞர்கள் கேட்டுப் பாராட்டத்தக்க பேச்சும், வீரர்கள் கண்டு உறவு கொண்டாடத்தக்க செயலும் விளங்குகிறது. திருச்சியில் இந்த ஆற்றல் படையினர் நடத்திய மாநாடு, தமிழகமே போற்றத்தக்க திருவிழா ஆயிற்று! *

நமது ஏழைமையும் எளிமையும் எவற்றாலும் புண்படாத நமது தூய்மையும் நமக்கு வெற்றிதரப் போதுமானவை என்று நான் திடமாக நம்புகிறேன், என்பதைக் கூறினால், தம்பி! பணத்தையும் பண்புகெட்ட தனத்தையும் நம்பிக்கொண்டிருக்கும் அவர்கள் நம்பமாட்டார்கள். ஆனால் நமக்கு நமது ஏழைமை தான் வலிவளிக்கப் போகிறது!

இதற்கு நமக்கு இரும்புப் பெட்டியும் கரும்புத் தோட்டமும் தேவையில்லை; இதய சுத்தியும் அஞ்சாத தன்மையும் போதும். அக்கருவூலம் நம்மிடம் ஏராளம்!

தம்பி! பணம் இல்லாததாலேயே, பட்டுப்போவோம் என்று மனப்பால் குடிக்கட்டும். பட்டால்தான் அவர்களுக்குத் தெரியும்!! **

எத்தனை எத்தனையோ கட்சிகளை அவர், பாபம், காண விரும்பினார், முடியத்தான் இல்லை. (குத்தூசி குருசாமி)

திருமணத்தன்று பெரியார் மாளிகையில் சத்தியாக்கிரகம் நடத்தி, ஊரே திரண்டுவந்து கூடிநின்று வேடிக்கை பார்க்கும் காட்சியைக் காண விரும்பினார்.

இலட்சக்கணக்கான மக்கள் கூடும் கூட்டத்தில்; கண்டனம் தெரிவித்து ஆவேசமாகப் பேச விரும்பினார், சுவரொட்டியே தயாராயிற்று. நான்தான், நாடு நம்மைத் தான் நிந்திக்கும் என்றேன்.

இன்னும் அவர் காண விரும்பிய காட்சிகள் பலப் பல; ஒன்றுக்கொன்று தரத்தில் மட்டமானவை.

இப்போது, நாம் பிச்சை எடுப்பதைக் காண விரும்புகிறாராம். என்ன அற்புதமான மனமடா, தம்பி! உலகில் இன்னும் ஒரு பத்து பேருக்கு இப்படிப்பட்ட மனம் இருந்தால் போதுமல்லவா!! ***

---

* *தம்பிக்கு 3.6.1956 – திராவிடநாடு*

** *தம்பிக்கு 10.6.1956 – திராவிடநாடு*

*** *தம்பிக்கு 19–8–1956 – திராவிடநாடு*

அந்த நாள்களிலே, வடநாட்டுப் பத்திரிகைகள், "சென்னையை ஆட்சிபுரிவது, பெரியார் கட்சிதான், ஓமந்தூரார் அதற்கு ஒரு திசை, கருவி" என்று எழுதின.

அப்போது 'நாம்' ஒன்றாக இருந்த காலம்.

எனக்கு, "இந்தி எதிர்ப்பு நடத்தும் 'சர்வாதிகாரி' பட்டம் கிடைத்த நேரம் 'சீட்ரன் கார் சவாரியும், மீரான் சாகிபுத்தெரு மாளிகையில் ஓர் அறையும், விருந்துபசாரமும், சினிமா செல்வதற்குக் கூடப் பணமும், பெரியார் மூலம் அன்புடன் தரப்பட்டு வந்த காலம்.

பழம்பெருமையை எண்ணி ஏங்க அன்று. இதைக் கூறுவது; அந்த நாள்களில் அப்படிப்பட்ட ஓமந்தூரார் என்று நாம் பாராட்டிய போதிலும், அவர் நல்லவர், ஆகையால் அவருக்காக, வெளவால் புழுக்கை துர்நாற்றத்தைச் சகித்துக்கொள்ள வேண்டுமா என்று கேட்டோம் என்பதை எடுத்துரைக்கத்தான்.

இன உணர்ச்சி இருக்கலாம். இருக்கிறது ஓமந்தூராரிடம்; என்றாலும் காங்கிரசில் அல்லவா இருக்கிறார் என்று நாட்டு மக்களைப் பார்த்துக் கேட்டோம். இஃதல்லவா கொள்கை உரம் என்று நேர்மையாளர்கள் பாராட்டினர். *

காமராஜரும் இப்போது கோயில் கோயிலாகச் செல்கிறார்.

கோயில் கோயிலாகச் சென்று கொண்டிருந்த ஓமந்தூரார், மடாதிபதிகளின் ஆதிக்கத்துக்கே, உலைவைக்க அஞ்சா நெஞ்சுடன் அன்று கிளம்பினார்.

எத்தனை பெரிய 'சுயமரியாதைக் கிளர்ச்சிக்கும் இடம் தருபவர் இந்தக் காமராஜர் மட்டுமல்ல; ஆச்சாரியர் காலம், பிள்ளையார் உடைத்த நேரம்.

எனவே, இந்த சர்டிபிகேட் தந்து, காமராஜருக்கு ஆதரவு திரட்டுவதிலும் அர்த்தமில்லை.

கருணாநிதி

திருவாரூரில் இருந்து ஒரு மாணவன் அனுப்பிய கட்டுரை ஒன்றை நான் முன்பு நடத்திய 'திராவிடநாடு' வார இதழில்

* *தம்பிக்கு 26–8–1956 – திராவிட நாடு*

வெளியிட்டேன். பின்னர் நான் திருவாரூர் சென்றிருந்தபோது அந்தக் கட்டுரை எழுதிய மாணவனை அழைத்து வரும்படி சொன்னேன்; அழைத்து வந்து காட்டினார்கள்.

மிகவும் மெலிந்த உருவத்துடனும் எளிய தோற்றத்துடனும் இருந்த அந்தச் சிறுவனைப் பார்த்து –

"நீ இப்பொழுது என்ன செய்துகொண்டு, இருக்கிறாய்?" என்று கேட்டேன்.

"உயர்நிலைப் பள்ளியில் படித்துக்கொண்டு இருக்கிறேன்" என்றான் அந்தச் சிறுவன்.

"நீ முதலில் நன்றாகப் படி; படித்து முடிக்கும் வரையில் கட்டுரைகள் எழுத வேண்டாம். அதன் பிறகு எழுதலாம், முதலில் படிப்பிலேயே கவனம் செலுத்து!" என்றேன்.

இன்று நான் சொல்வதை நூற்றுக்கு நூறு ஏற்றுக்கொண்டு அதன்படி நடக்கும் கருணாநிதி, அன்று என் வார்த்தையைக் கேட்டிருந்தால், பல்கலைக் கழகப் பட்டம் பெற்று இப்பொழுது உள்ளதை விட, மேலும் பன்மடங்கு திறமை படைத்தவராகவும் இருந்திருப்பார்.

நான் இதனைக் கூறுவதால், "கருணாநிதிக்குப் பட்டம் இல்லாததால் அவருடைய மதிப்புக் குறைந்து விட்டது" என்று சொல்வதாகாது. அதே நேரத்தில், "பட்டம் தேவை இல்லை" என்பதாகவும் கருதிவிடக்கூடாது.

என் வார்த்தையைக் கேட்டவர்கள் என்றும் பழுது பட்டவர்கள் ஆகமாட்டார்கள் என்பதற்கு, கருணாநிதியே ஒரு சான்று. தம் எண்ணத்தை வண்ணமாக மிகச் சிறு வயதிலேயே பெற்றவர் கருணாநிதி.

நமது கருணாநிதியின் மனத்தில் ஓர் எண்ணம் தோன்றி, அதைப் பிறருக்கு எடுத்துச் சொல்ல வேண்டும் என்ற ஆர்வத்துடன் அவர் – அந்த எண்ணத்தைக் கட்டுரையாக்கித் தரலாம்' என்று கட்டுரை எழுதினார்; கதையாகக் கூறலாம்' எனக் கதை எழுதினார்; கவிதையாக வடித்துக்கொடுக்க முயன்றார்; நாடகமாக எழுதிக் கொடுத்தார்; 'அதில் நாமே நடித்துப் பார்க்கலாம்' என்று கருதி நடித்தார். இப்படி அவர், தமது

இளமைப் பருவ முதலே, 'நாட்டுக்கு எதையாவது சொல்ல வேண்டும்' என நினைத்துச் செயலாற்றினார்.

முதலில் கையாலே எழுதி, கையேடு நடத்தினார்; மேடையிலே பேசினார்; கட்டுரை, கவிதைகள் எழுதினார்; நாடகம் எழுதினார்; திரைப்படங்களும் எழுதினார். இன்று அமைச்சராக இருந்து தாம் கொண்டிருந்த எண்ணத்துக்கு எந்த அளவு வடிவம் கொடுக்க முடியுமோ அந்த அளவுக்கு வடிவம் கொடுத்துக் கொண்டு இருக்கிறார்.

சி. சுப்பிரமணியம்

வக்கற்ற இந்த வக்கீல், இக் கழகத்தார் முன்பு வெள்ளையர் அட்சியில வெண்சாமரம் வீசினவர்கள் என்று குதர்க்கம் பேசி வருகிறார்..... யார் வெள்ளையருக்கு வெண்சாமரம் வீசினவர்கள், யார் பதவியில் இருந்தவர், யார் வெள்ளையரிடம் பணம் வாங்கி வேலை பார்த்தவர்கள் என்பதை எடுத்துக் காட்டும்படி 'சூரசம்ஹாரக்' கோலம் பூண்டு சுற்றி வரும் இந்த சுப்பிரமணியனாரைக் கேட்கிறேன். எப்போது ஜஸ்டிஸ் கட்சி சேலத்தில் திராவிடர் கழகமாக மாறிற்றோ, அன்றே களங்கம் துடைக்கப்பட்டது. கழுவி விட்டதைக் காங்கிரஸ் – தங்கக் கலசத்தில் அல்லவா ஏற்றுக்கொண்டது.!

ஓர் இரவு ரோமாபுரி ராணிகள் மேலிடத்தில் உள்ளவர்கள் ஒழுக்கத்தைத் துணை கொண்டால்தான், நாடு உருப்படும் என்ற உண்மையை உணர்த்தும் ஏடுகள். *

எனக்குத் தம்பி! சாதாரணமாக நெல் காணும் போது ஏற்படும், நம் பொருள் என்ற உணர்ச்சி, கோதுமையைக் காணும்போது ஏற்படமாட்டேனென்கிறதே, என்ன செய்வேன்!... **

தி.மு.க

"திராவிட முன்னேற்றக் கழகம் என்று பெயரிட்டுக் கொண்டு முன்பு போலவே நாம் தொடர்ந்து பணியாற்றிட வேண்டும் என்று சென்னை முத்தியாலுப்பேட்டையில் ஓர் இல்லத்தில் ஆலோசனைக் கூட்டம் நடத்தியபோது, நான் சொன்ன

* ***தம்பிக்கு 23–9–1956 – திராவிடநாடு***

** ***தம்பிக்கு 26–11–1956 – திராவிடநாடு***

நேரத்தில், புரட்சிக்கவிஞர் பாரதிதாசன் அவர்களிலிருந்து, பொறுமைக்கு இருப்பிடம் எனத்தகும் நமது பொதுச் செயலாளர் வரையில் கொதித்தெழுந்து, கோபம் கொப்பளிக்கும் நிலை பெற்று நாம் ஏன் பெயர் மாற்றிக்கொண்டு போக வேண்டும்? நமக்குத்தான் ஜனநாயக முறைப்படி பழைய பெயர் சொந்தம் என்று வாதாடிய கட்சி இப்போதும் நான் காண்கிறேன்.[*]

ஆனால் என் சுபாவம்தான் உனக்குத் தெரியுமே. புதிய பொறுப்பாயிற்றே எப்படி இதனை கவனித்துக் கொள்வது என்ற அச்சம் என்னைக் குடைந்தது.[**]

என்னைத்தான் தம்பி, உனக்கு நன்றாகத் தெரியுமே, சிறு சங்கடமென்றாலும் பெருத்த குழப்பம் புகுந்து விடுமே என் உள்ளத்தில்.[***]

அப்பழுக்கற்ற கொள்கை, அசைக்கொணா ஆதாரங்கள், இதனை எடுத்துரைக்கும் ஆற்றல் ஓயாது உழைத்திடும் பண்பு, விளைவு பற்றி அஞ்சாமை இந்த பலம் எம்மிடம் இருக்கிறது போதும், என்பதுதான்...

இதற்கு நமக்கு இரும்புப் பெட்டியும் கரும்புத் தோட்டமும் தேவையில்லை. இதய சுத்தியும் அஞ்சாத தன்மையும் போதும் அக் கருவூலம் நம்மிடம் ஏராளம்![****]

என்னைத்தான் உனக்கு நன்றாகத் தெரியுமே! எதிரிகள் பிரம்மாண்டமானவர்கள் என்ற ஏக்கம் அதிகமான அளவு கொண்டவனல்லவா!

‘உண்மையை மறைத்திடும் திறமையை நான் எங்கு பெற்றிருக்கிறேன்’.[*****]

எனக்கு மட்டும் நடிப்பிசைப் புலவர் கே.ஆர். இராமசாமி யின் குரல் இனிமையும் இருந்தால் வீடெல்லாம் கேட்கும்படி நாடெங்கும் சென்று இதுபோலப் பாடி ‘காட்டுவேன்.

எனக்காவது திடீர் திடீரென கோபம் வரும்; ஒரு சமயம் அந்தக் கோபத்திற்கு பலியாகக் கூடியவர்களும் இருக்கலாம். சிலருக்கு 'அண்ணாவுக்கு வேறு யார் பேரிலேயோ ஆசைவந்து விட்டது! அதனால்தான் நம் மீது கோபமாக இருக்கிறார்!' என்று எண்ணத் தோன்றலாம்,

நான் சில பேரிடத்தில் கோபப்படுகிறேன் என்றால் அதற்குக் காரணம் அவர்கள் அதனால் நம் வழிக்கு வருவார்கள் என்று எண்ணுகிற காரணத்தினால்தான்!....

எனக்குத் தொல்லைகள் தந்தார்கள். அவற்றை நான் தாங்கிக் கொண்டேன் இரண்டு முறைகளில்! ஒன்று நான், சொல்லப்படும் எல்லா விவகாரங்களையும் கேட்டுக் கொண்டதைப் போன்று பாவனைக் காட்டுவேன். பலவற்றை கேட்டுக் கொண்டதே இல்லை. சில விஷயங்களைப் பற்றி சிந்திப்பேன். அவற்றில் மறக்க வேண்டியவற்றை மறந்துவிடுவேன் செயலாற்ற வேண்டியதை மட்டும்தான் செயலாற்றுவேன். *

யாருக்கு செல்வாக்கு?

நேருவுக்கு செல்வாக்கு அதிகமா? அண்ணாதுரைக்கு அதிகமா? என்று அமைச்சர் (பக்வத்சலம்) மக்களைக் கேட்கிறார். அமைச்சர் அவ்வளவு கஷ்டப்படாமல் என்னையே கேட்டால் நானே சொல்லுவேன். என்னை விட நேரு அவர்களுக்கு செல்வாக்கு நிரம்ப இருக்கிறது. ஆனால் நான் பக்வத்சலம் அவர்களுக்கு ஒன்று சொல்லுவேன். நேருவினுடைய செல்வாக்கு வளரவேண்டிய அளவுக்கு வளர்ந்தாகி விட்டது. அண்ணாத் துரையின் செல்வாக்கு வளர ஆரம்பித்திருக்கிறது. **

நான் ஒன்றும் அவசரக்காரனல்லன் நான். எதிலும் அவசரப்பட்டதில்லை, அவசரப்பட்டுப் பேசியதுமில்லை, அவசரப்பட்டு நடந்ததுமில்லை. பொறுத்துக் கொள்வேன், தாங்கிக் கொள்வேன். ***

எப்படி ஏற்றம் இறைப்பவன் மேலே உள்ளவர் கீழே போய் கீழே உள்ளவர்கள் மேலே போனால்தான் கேணியிலே இருக்கிற தண்ணீர் வெளியே வருமோ, அதுபோல் எதிர்க்கட்சி ஆளும் கட்சி; ஆளும் கட்சி எதிர்க் கட்சி என்று மாறி மாறி ஏற்றம் இறைத்தால்தான், தண்ணீர் வருமே தவிர, நான் ஒருவன்தான் இருப்பேன் வேறு யாரும் கூடாது என்றால் எப்படி அப்பா ஏற்றம் நடக்கும்? *

பேச்சாலும் பாட்டாலும் கூத்தாலும் ஓவியங்களின் துணை கொண்டும் தம்பி! நாம் நாட்டு மக்களுக்கு நல்ல முறையிலே அரசியல் சூழ்நிலைகளை எடுத்து விளக்கி அனைவரும் உண்மையை உணர்த்திடச் செய்தால் மட்டுமே நாம் எடுத்துக் கொண்டுள்ள காரியத்தில் வெற்றிகிட்டும். **

நான் எந்தக் கணமும் உன்னைக் குறித்து எண்ணாமல் இருந்ததில்லையே! வேறு என்னதான் இருக்கிறது எனக்கு: எண்ணிப் பெருமைப்பட. பூரிப்படைய! எப்போதும் உன்னை நினைப்பதுதான்! எந்த இடத்திலும் உன்னைத்தான் கண்டேன். ***

நானோ, ஆசைத்தம்பியோ. அன்பழகனோ, சம்பத்தோ. கருணாநிதியோ, கண்ணதாசனோ, சிற்றரசோ, சண்முகமோ. சத்தியவாணியோ, நடராசனோ யாராவது சாத்தூர் சென்றோமா? சென்று ரெட்டியார் நல்லவரோ கெட்டவரோ ஒரு புறம் அதுகிடக்கட்டும். சங்கரலிங்கனாரை சாகடித்தவருக்கு சென்னைக்கு தமிழ்நாடு என்று பெயர் வைக்காதவருக்கு தேவிகுளம் பீர்மேடு பறி கொடுத்தவருக்கு ஓட்டுப் போடாதீர்கள் என்று பேசி இருக்கக்கூடாதா? நமது பிரசாரம் அங்கு மும்முரமாகியிருந்தால் காமராசரின் வெற்றிக்கு ஆபத்து ஏற்பட்டிருக்காதா? நெஞ்சில் கைவைத்துச் சொல்லச் சொல்லுங்கள், நெஞ்சில் நேர்மைக்கு இடம் தருபவர்களை! அரசியல் நாகரிகம் நம்மை சாத்தூர் பக்கம் போக விடாமல் தடுத்தது! ****

திராவிட நாடு இதழ்

அலைந்து திரிந்து வரும் இவன் ஓர் இதழ் தடத்த வல்லவனா, என்று ஏளனக்குரல் எழுப்பியோர் எத்துணை பேர்? இவன் எம்.ஏ. படித்தால் போதுமா, தமிழ் இலக்கணம் இலக்கியம் அறிவானோ! என்று எடுத்தேன் கவிழ்த்தேன் என்று பேசியோர், எவ்வளவு பேர்? ஈராறு திங்கள் நடமாடி, பிறகு ஈளை கட்டி இருமி இருக்குமிடம் தெரியாது போகும் என்று சாபமளித்தோரும் உண்டே! எதுகை மோனை போதுமா? எண்ணத்தில் ஒரு புதுமை, எழுத்திலே ஒரு புதுமை எழுதுவதிலே ஒரு தெளிவு இருக்க வேண்டாமா? அஃது இவன் பெறுதல் ஆகுமோ? என்று தலை அசைத்துப் பேசினாரின் தொகை மட்டும் சிறிதா, *

சிறை வாழ்க்கை

சிறை சென்றிருந்தோம், சில நாள்கள்! விரைவிலே வெளிவருவோம் என்ற நிலை அல்ல அது.

இந்த ஆண்டு (1958) பொங்கற் புதுநாள், உடன் பிறந்தோரே! உம்மிடமெல்லாம் அளவளாவும் வாய்ப்புக் கிடைக்குமோ! மறுக்கப்படுமோ என்ற ஐயப்பாடு என்னை வாட்டிக் கொண்டிருந்த நிலையில் சென்ற கிழமை, நான் 9ஆம் எண்ணுள்ள கொட்டடியில் அடைபட்டுக் கிடந்தேன்.

துளியும் எதிர்பாராத நிகழ்ச்சி. அதிலேயும் ஒரு வேடிக்கை இழைந்திருந்தது. அதே 9ஆம் எண்ணுள்ள கொட்டடியில், நான் இருபதாண்டுகளுக்கு முன்பும் கூட, ஒரு முறை அடைக்கப் பட்டிருந்தேன். இருபதாண்டுகள் உருண்டோடி விட்டன; இந்த இருபதாண்டுகளுக்குள், நாட்டிலே, உலகிலே, என் மன நிலையிலே, என்னென்ன மாறுதல்கள்! எத்துணை வளர்ச்சி!

திட்டமிட்டு நடத்துவதுபோல, அதே கொட்டடிக்குள், இருபதாண்டுகளுக்குப் பிறகு, நான் சென்றேன்!!

அப்போது இருபதாண்டுகளுக்கு முன்பு நான் ஒரு நாள் அந்தி சாயும்' நேரத்தில் அங்கு இழுத்துச் செல்லப்பட்டேன். கட்டாய இந்தியை எதிர்த்து நடத்தப்பட்ட கிளர்ச்சியில், நான் 'மறியலைத் தூண்டியதாகக் குற்றம் சாட்டப்பட்டுக் கைது

செய்யப்பட்டேன். வழக்கு விசாரணைக்காக, என்னை அந்தக் கொட்டடிக்குள் அடைத்து வைத்தார்கள். இந்தி எதிர்ப்புக் கிளர்ச்சியில் பிடிக்கப்பட்ட நூற்றுக் கணக்கானவர்கள், சென்னை மத்திய சிறையில் இருந்தனர். என்னை மட்டும் தனியாக அழைத்துக்கொண்டு போனார்கள். 9ஆம் எண் கொட்டடிக்கு சைதாப்பேட்டை சப்ஜெயிலில்!!

அதே சிறை! அதே கொட்டடி! அப்போது, உள்ளே முழுதும் 'கறுப்பு சாயம் பூசப்பட்டிருந்தது! இப்போது வெள்ளை ' அடிக்கப்பட்டிருக்கிறது!

அறை மட்டுமா? நானே கூடத்தான்!! அப்போது கறுத்த மீசை! இன்று வெளுத்துக் கிடக்கிறது! அப்போது காளை! கல்லூரி முலாம் கலையாத பருவம்! இப்போது கட்டுத்தளர்ந்து, கல்லூரி முலாம் குலைந்து, பட்டிக்காட்டான்' என்பார்களே, அந்த உருவம் பெற்றுவிட்டிருக்கிறேன், அப்போது 'சிறை' என்றால் ஏதோ ஓர் இனம் அறியாப் பயம்! இப்போது? சிறையிலிருப்பதற்கும் வெளியில் இருப்பதற்கும் அதிக மாறுபாடு காணமுடியாத, மனப்பக்குவம் பெற்று விட்டேனல்லவா? அப்போது நான், தனியாகச் சென்றேன்.

இப்போது என்னுடன் எழுபது தோழர்கள்! அப்போது, நான் பெரியாரின் புதிய கண்டுபிடிப்பு! இப்போதோ பெரியாருக்குத்தான் என் பெயர் என்றாலே கசப்பாமே!

அந்தி சாயும் வேளையிலே, அன்று உள்ளே அழைத்துச் சென்ற போலீஸ்காரர், சிறைக்காவலர் முன் நிறுத்தினார்.

முதியவர்! நாட்டு நடப்புப்பற்றி அதிகம் ஏதும் அறியாதவர். அறிந்து கொள்ள வேண்டுமென்ற நினைப்பும் கொள்ளாதவர்.

இப்போது சைதாப்பேட்டை 'சப்–ஜெயிலில்' உள்ளே நான் அழைத்துச் செல்லப்பட்டபோது, என் மனக் கண்முன்னால், அந்த முதியவர் தெரிந்தார்; அவர் 'உரையாடல்' ஒலித்தது!

ஓர் 'உம்' போட்டபடி என்னை ஏற இறங்கப் பார்த்தார் அந்த முதியவர்!.

சிறை என்றால் இப்படித்தான் பார்ப்பது வாடிக்கை போலிருக்கிறது என்று எண்ணிக்கொண்டேன். நாமாகப்

பேசுவது கூடாது. அது ஒரு வேளை, சிறையிலே, குற்றமென்று கருதப்படக் கூடும்; நமக்கேன் வீண் தொல்லை என்று நினைத்துக்கொண்டு, சிலையாக நின்றேன். முதியவர் சிரிக்கவில்லை – ஆனால், புன்னகைக்கோடுகள் முகத்திலே காணப்பட்டன.

'மணி ஆறுக்கு மேலாகிவிட்டது! இந்த நேரத்திலே வந்தால் சோறு ஏது'' என்றார் சிறைக்காவலர்.

நான் சோறு கேட்டுத் தொல்லை தருவேன் என்று எண்ணிக் கொண்டார் போலும்.

நானோ, சோர்ந்து கிடந்தேன்; ஓயாத பயணம்; பல நாள்களாக, இன்று பிடித்துவிடுவார்கள், இதோ வருகிறார்கள், அதோ வாரண்ட்'

என்றெல்லாம் பலர் கூறக் கேட்டுக்கேட்டு, மனக்குடைச்சல் ஏற்பட்டிருந்தது. சிறைக்கு! – என்ற செய்தி, எனக்கு ஒருவகையில், செந்தேனாகிவிட்டது. ஏனெனில், என்ன செய்வார்களோ? எப்போது வருவார்களோ? என்றெல்லாம் எண்ணி எண்ணி, மனத்தைப் புண்ணாக்கிக் கொண்டிருந் தேனல்லவா? அந்தத் தொல்லை தீர்ந்து சிறை என்ற செய்தி, செந்தேனாயிற்று. எனவே, 'சோறு கிடைக்காவிட்டால், என்ன செய்வது என்று எண்ணும் நிலையோ ஏங்கும் நிலையோ இல்லை!

ஓர் 'அத்தியாயம்' முடிந்தது! என்ற திருப்தி,

சிறைக் காவலரிடம், கைதிகள், 'சோறு' கேட்டுத் தொல்லை தருவது, வாடிக்கையாக இருந்திருக்க வேண்டும். எனவேதான், ஆறு மணிக்குமேல் வந்ததால் இன்று சோறு இல்லை!' என்ற செய்தியை, விளக்கும் முறையில், சிறைக்குக் காவலராக இருந்த முதியவர் கூறினார்.

அடக்க ஒடுக்கத்துடன் அவர் எதிரே, நின்றவர்களைக் கண்டதும், அவருக்கே ஒரு 'பரிவு' ஏற்பட்டிருக்கும் என்று எண்ணுகிறேன்; எனவேதான், சோறு இல்லை என்று கூறியதுடன், ஒரு வாழைப்பழம் தருகிறேன் பொட்டலம் தின்பண்டம் தருகிறேன்

என்றார். அவர் பரிவுக்கு என் மகிழ்ச்சியைத் தெரிவிக்க வேண்டுமல்லவா! பற்களை வெளியே தெரியச் சிரித்தேன்! காவி படிந்திருப்பது கண்டார் சிறிதளவு கண்டிப்புடன் 'வெற்றிலை கிற்றிலை' எதுவும் போடக்கூடாது கிடைக்காது என்றார்!

மேற்கொண்டு, 'உத்தரவுகள்' மளமளவென்று புறப்பட்டன.

'கிட்டே வா! துணியை உதறு! சொக்காயைக் கழற்று – அரைஞாணை அறுத்தெறி!'

ஒழுங்காக, பரிசோதனைக்கு உட்பட்டேன்.

மெல்லிய குரலிற் கேட்டார். ஏதாவது அபின் கிபின், கஞ்சா கிஞ்சா, பீடி கீடி, இருக்கா?

''அதெல்லாம் கிடையாதய்யா! அப்படிப்பட்ட பழக்கமெல்லாம் கிடையாது''.

"ஆமாம்! இங்கே வருகிற எந்தப் பயதான், அந்தப் பழக்கமெல்லாம் இருப்பதாக ஒப்புக் கொள்கிறான்?"

"நான் அப்படிப்பட்டவனல்லன்".

"நீ பெரிய யோக்கியன்தான் சரி அதோ, பார் மூலையில்; சட்டிகள்; இரண்டு எடுத்துக்கொள்; ஒன்று குடிக்கத் தண்ணீர் வைத்துக்கொள்ள; மற்றொன்று இரவிலே சிறுநீர் கழிக்க.... நிற்காதே... எடுத்துக்கொண்டு போய் அறையிலே வைத்துக்கொள்; கம்பளி இருக்கும், விரித்துக்கொள்; தொந்தரவு கொடுக்காமல் படுத்துக்கொள்!".

பயம் கிளம்பக் கண்டதில்லை. நானொன்றும், தம்பி, பத்து கெஜத் தொலைவிலே இருந்து அவரைப் பார்த்துப் பழகியவனல்லன்; பலகோணங்களிலே இருந்து பார்த்தவன் – பல பிரச்னைகள் குறித்த அவருடைய பிரத்யேகக் கருத்துகளை அறிந்தவன் – 'மேஸ்திரி வேலையல்லவா பார்த்திருக்கிறேன்?

எனவேதான், திராவிட இயக்கத்தில் வகுக்கப்படும் போர்த்திட்டம், அவருடைய ஆற்றலை அளவுகோலாகக் கொண்டு மட்டும் அமையக் கூடாது, எந்தக் கொள்கைக்காக இயக்கம் நடைபெறுகிறதோ, அந்தக் கொள்கைக்குத் தீராப் பகையைத்தேடிப் பெறுவதாக இருத்தல் ஆகாது – பரவலான

அளவில் செல்வாக்குப் பெறத்தக்கதும், பகைக் கூடாரத்தில் உள்ளவர்களின் உள்ளத்திலும் பரிவு ஊட்டக் கூடியதுமானதாகத் திட்டம் இருக்கவேண்டும் என்று நான் கருதுகிறேன். பிரிந்த பிறகு ஏற்பட்ட பித்தமல்ல இது. ஒன்றாக இருந்த நாள் தொட்டு எனக்குள்ள கருத்து.

படுத்துக்கொண்டேன்? அந்தக் கொட்டடிதான், 9ஆம் எண் அதே கொட்டடிதான், இந்த ஜனவரித் திங்கள் நாலாம் நாளில்!

இம்முறை, என்னுடன், நாவலர், அவர் தம்பி, நடராசன், அன்பழகன்!! அதே கொட்டடியில்,

இதிலென்ன பெருமை! என்று கூட அவர்கள் எண்ணிக் கொண்டிருந்திருப்பார்கள்; நான் அந்தக் கொட்டடியைக் காட்டி, "இதோ, என் அறை! இருபதாண்டுகளுக்கு முன்பு, நான் இருந்த இடம்! மீண்டும் இங்கு வந்திருக்கிறேன்", என்று சொன்னதுகேட்டு.

இருபதாண்டுகளில் நாட்டிலே ஏற்பட்டிருக்கும் மாறுதலை விளக்கிட வேறெதுவும் காட்டத் தேவையில்லை. அன்று சிறைக்காவலர் அடைந்த திகைப்பையும் இன்று எங்கு உள்ள சிறைக்காவலராயினும் கொண்டுள்ள தெளிவையும் ஒப்பிட்டாலே போதும்.

அன்று உள்ளே சென்று, கம்பளியை விரித்துக்கொண்டு, 'ஒழுங்காக' நான் படுத்தேன்; பக்கத்து அறைகளிலே, கைதிகள் கானம் பாடினர், கைத்தாளமிட்டனர். சிறைக்காவலரை நையாண்டி செய்தனர். எல்லாம் எரிச்சலூட்டும் முறையில், நான் இருந்த நிலை கண்டு, அந்தக் காவலருக்கே ஒரு வியப்பு!

அருகே வந்தார் கம்பியைப் பிடித்தபடி, 'ஏன் வந்திருக்கிறாய்?" என்று கேட்டார். "இந்தி எதிர்ப்பு"! என்று சற்றுக் கம்பீரமாகச் சொன்னேன்!! முகத்தில் அறைந்தது போலப் பதில் பிறந்தது. "அப்படின்னா ?" என்று கேட்டாரே. காவலர்!!

துக்கம் துளைத்தது! வேதனை பிய்த்தது! வெட்கம் கொட்டிற்று! கோபம்கூட மெல்லக் கொப்பளித்தது!

'சைதைச் சிறையிலாவது, இரவில், அறையில் சிறுநீர் கழித்திடச் சட்டி தந்தனர்; அங்கு கொண்டு செல்லுமுன்னர்,

நாங்கள் அடையாறு போலீஸ் லாக்கப்பில் அல்லவா, தள்ளிப் பூட்டப்பட்டிருந்தோம்? அங்கு, இந்தக் கம்பளியும் கிடையாது, சட்டியும் இல்லை. மேல் துண்டை உதறிப்போட்டுப் படுத்துக் கொண்டு உறங்கினோம். என்றல்லவா, எண்ணிக் கொள்கிறீர்கள்? நாங்கள் எம்.எல்.ஏக்கள். எம்.பி.க்கள் ஆயிற்றே! 17 இலட்சம் வாக்காளர்களின் நம்பிக்கைக்குப் பாத்திரமான கழகத்தவராயிற்றே! எங்களை அந்தக் கேவலத்துக்கா ஆளாக விடுவார்கள்; மேல்துண்டுகளை ஒன்றுவிடாமல், எடுத்து வைத்துக் கொண்டனர். வெறும் கல்லிலேதான் படுத்தோம்.

நடுநிசி! நாவறண்ட நிலையில், தர்மலிங்கம் எம்.பி. தண்ணீர் கேட்டார்; தர இயலாத போலீஸ்காரர் கண்ணீரைச் சொரிந்தார்!!

அடையாற்று லாக்கப்புக்கு, சைதை சப்–ஜெயில், அரண்மனை போலத்தானே! மூத்திரச்சட்டி'யாவது தந்தார்கள்! லாக்கப்பில் அறையில் ஒரு மூலையத்தான் காட்டினார்கள்!

நாங்கள்தான், சட்டசபையில் உட்கார்ந்து சட்டங்கள் பற்றிப் பேசுகிறோம், திட்டங்களைக் குறித்து விவாதிக்கிறோம்!!

எங்களைப் போட்டடைத்ததோ, சாதாரணக் கைதிகள் தங்கிடும், கொட்டடியில்தான்.

எனினும், அந்த 9ஆம் எண் கொட்டடியில் நாங்கள் தங்கி இருந்தோமே தவிர, எங்கள் எண்ணம் சிறகடித்துக் கொண்டு தமிழகத்தையே ஒரு சுற்றுச் சுற்றிவிட்டது.

கழகம் அடைந்துள்ள வளர்ச்சியைக் கண்டறிய இயலாதோர், எம்மைக் கேவலமாக நடத்துகின்றனர். ஆனால், எமது கொள்கையின் நேர்த்தியை அறிந்து கொண்டாடிப் போற்றுபவரின் தொகையோ வளருகிறது. வளர்ந்தவண்ணம் இருக்கிறது என்பதை எண்ணிடும் போதே, அந்த இருட்டறையே, ஒளிப்பிழம்பாகத் தெரிந்தது.

தண்ணீர் கேட்கிறோம், தர மறுக்கிறார்கள். இவர்கள் அறியார், நாங்கள் சிறைப்பட்டோம் என்ற செய்தி கேட்டு, கண்ணீர் உகுத்தோரின் தொகையை!.

பெற்றவர் காட்டிடும் பரிவினும் மிக்கதான அன்பு காட்டி, உறவுகாட்டி, உற்சாகமூட்டி, நம்மை ஆதரிப்போர், ஆலெனத்

தழைத்து அறுகுபோல வேர்விட்டு, வளர்க, வளர்க! என வாழ்த்துவோர் எண்ணற்றோர் என்பதனை அறிந்துகொள்ள இயலாதோர் கஞ்சிக் கலயத்தை எமது கரத்தினில் தருகின்றனர்; கேவலம் என்றா எண்ணிக் கவலைப்படுவோம்!! *

பாளையங்கோட்டை தனிமைச் சிறை

மக்களைப் பெற்றவர்கள் மனம் நொந்து, ஏனோ, இந்தக் கொடுமை என்று கண்ணீர் மல்கிடும் நிலையில் இருந்தபடி கேட்பார்கள். இந்தித் திணிப்புக்கு எதிர்ப்புத் தெரிவித்து, தீக்குளித்து இறந்தவர்களை எண்ணி எண்ணி, இந்த நாடே பதறுகிறது; கதறுகிறது! நல்லோர் அனைவரும் நெஞ்சு நெக்குருகிப் போயினர். இந்திக்காரர்களிலே கூடச் சிலர், செய்தி கேட்டு அதிர்ச்சி அடைந்துள்ளனர்.

சென்னையிலிருந்து நானூறு கல் தொலைவில் பாளையங்கோட்டையில் தனிமைச் சிறையில் தம்பி கருணாநிதியை வைத்துக் கொடுமை செய்வதனைக் கேட்டுத் தமிழகம் தத்தளிக்கிறது; விம்மிடுகின்றனர் தாய்மார்கள்; துடிக்கின்றனர் முதியோர்கள்; வேதனைப்படுகின்றனர் இளைஞர்கள்; அறம் அறிந்தவர்கள் பதறுகின்றனர்; சட்டம் தெரிந்தவர்கள் இதற்குப் போதுமான நியாயம் இல்லை என்று எடுத்துரைக்கின்றனர்; கழகத் தோழர்கள் கலக்கம் அடைந்துள்ளனர்.

ஒன்று இருக்கிறது – கற்கோட்டையில் அடைக்கப்பட்டுள்ள கருணாநிதிக்கு கழகத் தோழர்கள் காட்டக் கூடிய நன்றியறிவிப்பு, தருமபுரித் தேர்தலில் கழகம் வெற்றி பெறவேண்டும். அந்தச் செய்தி செந்தேன் ஆகி, எத்தனை கொடுமைகள் நிறைந்த தனிமைச் சிறையினையும் மாங்குயில் கூவிடும் பூஞ்சோலை ஆக்கிடும். அந்த வெற்றிச் செய்தி காடு, மாலை, வனம் வனாந்தரங்களையெல்லாம் கடந்து, காவல் கட்டு யாவற்றினையும் மீறி, கருணாநிதியின் செவி சென்று மகிழ்ச்சி அளித்திடும்.

கவலையுடன் தம்பி என்னைத் தருமபுரி பற்றிக் கேட்ட போது, நான் மிகுந்த நம்பிக்கையுடன் கூறிவிட்டு வந்திருக்கிறேன், தருமபுரியில் கழகம் – நிச்சயம் வெற்றி பெறும் என்று.

அந்த வெற்றியைப் பெற்றுத் தருவதை விட, அடக்குமுறையால் தாக்கப்பட்டு நம்மிடமிருந்து பிரிக்கப்பட்டுத் தனிமைச்சிறையில், பாஞ்சாலங்குறிச்சிச் சீமையில், அடைக்கப்பட்டிருக்கும் கருணாநிதிக்குக் கழகம் தரக்கூடிய மகிழ்ச்சிப் பொருள் வேறெதுவும் இருக்க முடியாது..

அடக்கு முறையை வீசி அறப்போர் வீரர்களை அடக்கி விடவோ, அவர்தம் பாசறையை ஒழித்து விடவோ முடியாது. இது மிக எளிதாக எவருக்கும் புரிந்திடும் உண்மையென்றாலும் அரசாள்வோர் – அதிலும் தமது பிடி தளர்ந்து வருவதை உணர்ந்து பீதி கொண்டுள்ள நிலையில் உள்ள அரசாள்வோர் – உண்மையினை மறந்து விடுகின்றனர்.

சிறைக் கோட்டம் தள்ளப்படும் இலட்சியவாதிகளோ, உறுதி பன்மடங்கு கொண்டவர்கள் ஆவது மட்டுமில்லை; தன்னைப் பற்றிய எண்ணம், தனது நலனைப் பற்றிய நினைப்பு, தனது குடும்பம் பற்றிய எண்ணம், இவற்றைக் கூட மறந்து விடவும் – தான் தனக்காக அல்ல, மற்றவர்களுக்காகவே என்ற நெறியினை உணர்ந்து மகிழ்ந்திடவும்.

தன்னைப் பற்றிய எண்ணம் எழுப்பி விடும் ஆசை, அச்சம், கவலை, கலக்கம், பிரிவாற்றாமை போன்ற உணர்ச்சிகளை வென்றிடவும் ஆன –

ஒரு துறவு நிலையைப் பெறச் செய்கிறது சிறைக் கோட்டம். இது பற்றியே ஆன்றோர், சிறைச் சாலையை அறச்சாலை என்றனர்.

பாளையங்கோட்டை சிறை வாயிலில் கண்டேன் – இந்தப் பேருண்மையை உணர்த்தும் எழுத்தாரத்தை! அங்குப் பொறிக்கப்பட்டிருப்பது என்ன?

"**தன்னை வெல்வான்**
தரணியை வெல்வான்"!

மாநாடு

நினைவிருக்கிறதா தம்பி! எனக்குச் செந்தேனாக இனிக்கிறது நினைவு – திருச்சிதான். திராவிட முன்னேற்றக் கழகமாக நாம் பணியாற்றத் தொடங்கியதும், நாம் நடத்திய முதல் மாநாடு – மாவட்ட மாநாடு!... மாவட்ட மாநாட்டுக்கான கொட்டகை அமைக் கப்பட்டு விட்டது – மறுநாள் மாநாடு – முன்னாள் மாலை சென்று பார்க்கிறேன். பசியுடன் உள்ள பெரும்புலி தன் அகன்ற வாயைத் திறந்து கொண்டிருப்பது போல, கொட்டகை காட்சி அளிக்கிறது; இதோ என் மனக் கண்ணால் காண முடிகிறது அந்தக் கொட்டகையை

“சாம்பு”

“என்னண்ணா ?”

“பந்தல்... கொட்டகை”

“அவசரத்தில் போட்டது, இவ்வளவு தான் முடிந்தது”

“இவ்வளவு தான் முடிந்ததா?... என்ன விளையாடுகிறாய்? இவ்வளவு பெரிய கொட்டகையை ஏன் போட்டாய்? யார் போடச் சொன்னது? இவ்வளவு பெரிய கொட்டகைக்கு ஆட்கள் எங்கிருந்து கொண்டு வந்து குவிப்பது? நாளைக்கு இதிலே கால் பகுதிக்குக் கூட தோழர்கள் வருவார்களோ இல்லையோ? இவ்வளவும் நாளைக்குக் காலியாக இருக்குமே! எப்படி அந்த அவமானத்தைத் தாங்குவது! என்ன வம்பு செய்துவிட்டாய் சாம்பு?”

“அண்ணா! கொட்டகை பெரிது என்கிறாயா?”

“இதிலே சந்தேகம் வேறா உனக்கு? போ, சாம்பு! போய் பந்தல்காரர்களை அழைத்து வா. பந்தலில் பாதி அளவுக்கு மேல் தனித்தனி விடுதிகளாக மாற்றி அமைத்தாக வேண்டும். காலி இடமாக கொட்டகை தெரியக்கூடாது. இதிலே ஓர் இடத்தில் தொண்டர் முகாம், மற்றொரு பக்கம் பிரதிநிதிகள் ஜாகை, இன்னொருபக்கம் ஏதாவது ஒரு விடுதி, எதையாவது செய்து, கொட்டகையின் அளவைக் குறைத்திட வேண்டும்”.

“வேண்டாமண்ணா!”

“சாம்பு! என்னிடம் விளையாடாதே! இது தான் முதல் மாநாடு, நாம் கழகம் தொடங்கி, காலை ஊன்றிவைக்க ஆரம்பித்திருக்கிறோம். இந்த நேரத்திலே மாகாண மாநாட்டுப் பந்தல் போல் கொட்டகை போட்டு விட்டு, ஆள் கிடைக்காமல் நாளைக்கு அசிங்கப்படுவதா? வீண் விஷப்பரிட்சை வேண்டாம்.. நி மாலையில் நான் பார்க்க வருவேன். அதற்குள் கொட்டகையின் அளவு சிறிதாக்கப்பட வேண்டும்.

“சரி அண்ணா “

“தாமு! இந்த வேலையை உடனே கவனி; பராங்குசம்! என்னவோ, ஏதோ என்று இருந்துவிடாதே; மணி! கவனமிருக்கட்டும்! சாம்பு! உடனே வேலை நடந்தாக வேண்டும்”.

கொட்டகை பெரிது, கூடிட ஆட்கள் வரமாட்டார்கள் என்ற சந்தேகம் குடைந்தது அதன் காரணமாகவே – சாம்புவிடம் சண்டைக்குநின்றேன்.

அதே திருச்சியில், அதே சாம்புவே, இரண்டாயிரத்துக்கு. ஆயிரம் என்ற அளவில் இன்று கொட்டகை அமைத்துக் கொண்டிருக்கிறார். தம்பி! இந்த இன்பம் எத்தகையது என்பதை எண்ணும்போது, ஆஹா! எப்படியிருக்கிறது என்கிறாய்!

‘சாம்பு, சாம்பு! என்று அழைத்துக் கொண்டு அன்புக் கட்டளைகளைப் பிறப்பித்ததைக் கேட்டுக் ‘சங்கரன் இல்லை, இந்த இன்பத்தை உடனிருந்து சுவைக்க – இயற்கையெய்தி விட்டார் – ஓடி ஆடி வேலை செய்து, சிறப்பினைக் கூட்டித் தந்திட நண்பர் “இருதயராஜ்’ இல்லை – அணைந்துவிட்டது அந்தத் திருவிளக்கு – இந்த வாட்டம் என்னை வருத்தத்தான் செய்கிறது....

நாம் வளர்ந்துவிட்டோம், இனி மறைத்துப் பயனில்லை என்ற கட்டம் பிறந்ததும், முழு மூச்சுடன் நம்மை எதிர்ப்பர். கடுமையாக எதிர்ப்பர் – என்பதும் எதிர்பார்த்தது தான். இவைகட்கெல்லாம், நான் அஞ்சியதில்லை, ‘நாம்‘ ஓர் இலட்சியத்துக்குக் கட்டுப்பட்டவர்கள் ஆதலால்.

தந்தை பாசம்

எனக்கு மட்டும் ஓர் அச்சம் இருந்தது – அது திராவிட கழகத்தைப் பற்றி.

ஆயிரம் கருத்து வேற்றுமைகள் இருப்பினும், பகைத்துக் கொள்வதற்கான காரணம் பல கிளம்பிவிடினும், திராவிடர் கழகம் என்பது, நமது 'பாசத்தைப் பெற்ற இடமல்லவா!! சேலத்தில் ஜஸ்டிஸ் கட்சியே இனி திராவிடர் கழகம் என்று பெயர் மாற்றப்பட வேண்டியதுதான் என்று அண்ணாதுரை தீர்மானம்' என்ற பெயரிட்டு பெரியார் திட்டம் தந்தாரல்லவா, அதற்கு முன்பே, காஞ்சிபுரத்தில் திராவிடர் கழகம் என்பதாக அமைப்பு அரும்பிற்று. சேலத்துக்குப் பிறகு, சீமான்களின் சீற்றத்தைத் தாங்கிக் கொள்ளவும், பதவிப் பிரியர்களின் பகையை எதிர்த்து நிற்கவும், எவ்வளவு கஷ்டப்படவேண்டி இருந்தது? சேலத்தில் சிந்தை குழம்பிப்போன சீமான்கள், சென்னையில் முகாமடித்துக் கொண்டு, எவ்வளவு 'சிண்டு' முடிந்து பார்த்தார்கள். தம்பி! அந்தக் கதை மிக மிகப் பெரியது. அப்போதெல்லாம் அன்புப் பாலூட்டி வளர்த்தோம். அதற்கான அமைப்பு முறைபற்றி ஆயிரம் கனவு கண்டிருப்போம். அதற்கென ஒரு கோடி தேடிடப் பல முயற்சி – இவ்வளவு தொடர்பு பாசத்தை மூட்டாமலிருக்க முடியுமா! ஆகையால், நாம் பெரியாரின் திருமணத்தால் திடுக்கிட்டுப்போன நிலையில் வெளியேறி. முன்னேற்றக் கழகமாகப் பணியாற்றத் தொடங்கியபோது, எனக்கு பயமாகத்தான் இருந்தது. என்ன பயம் தெரியுமா தம்பி? எதிர்ப்பார்கள் என்ற பயமன்று – பிரிந்து போனார்கள் பைத்தியக்காரர்கள், நல்ல பிள்ளைகள் தான், ஆனால் என்னவோ, ஒரு தவறான காரணத்துக்காகக் கோபித்துக் கொண்டார்கள். அவர்களிடம் எனக்குக் கோபம் கிடையாது. சிறியோர் செய்த சிறுபிழை எல்லாம் பெரியோராயின் பொறுப்பது தானே கடன்? அதுபோல, சிந்திக்கத் தெரியாத இந்தச் சிறுபிள்ளைகள் என்னவோ தனிக்குடித்தனம் வைத்துக் கொண்டார்கள், போகட்டும் பாவம். எங்கே இருந்தாலும் புத்தியோடு பிழைத்தால் போதும். எங்கே இருந்தாலும் என் சீடப்பிள்ளைகள் தானே, அவர்களுக்கு என்ன பெருமை வந்தாலும் அது அவ்வளவும் எனக்குத்தானே பெருமை?

நன்றாகப் பேசுவார்கள். என்னிடமல்லவா பயிற்சி பெற்றார்கள்? நன்றாக எழுதுவார்கள், ஈரோட்டுப் பள்ளியிலல்லவா படித்தார்கள், கொள்கையில் பற்று இருக்கும். என்னிடம் பெற்ற பாடம் வீண் போகுமா? நல்ல பிள்ளைகள் நமது சீடப் பிள்ளைகள் – என்று பெரியார் அன்புடன் பேசினால் – பிரிந்து வந்துவிட்ட பிறகும் நம்மீது பிரியம் காட்டினால், இன்மொழி பேசினால், என்ன செய்வது!! பெரியார் அந்தப் போக்கிலே நடந்து கொண்டால், நாம் யார்தான் அப்போது என்ன செய்திருக்க முடியும்?

என்ன இருந்தாலும் அவருக்கு நம்மிடம் அன்பு குறையவில்லை.

என்ன காரணத்தாலோ ஒரு திருமணம் செய்து கொண்டாரே தவிர, நம்மை இன்னமும் பிள்ளைகளாகவே பாவிக்கிறார்.

நாம் பிரிந்து வந்துவிட்டோம் என்ற போதிலும் நாம் நன்றாக இருக்கவேண்டும் என்பதிலே அவருக்கு எவ்வளவு அக்கறை பார்த்தீர்களா! பெரியார் பெரியார்தான்!!

என்னவோ விஷக்கடி வேளை' என்பார்களே, இதுபோல திருமண மூலம் ஒரு பேதம் பிரிவு – பிளவு ஏற்பட்டது அவரோ நம்மைப் பகைவர் என்று கொள்ளவில்லை. பரிவுகாட்டுகிறார் – பாசம் வைத்திருக்கிறார்.

பிரிந்து, தனியாகிவிட்ட போதிலும், எதிர்த்து நம்மைக் காட்டிக் கொடுக்கவில்லை. கொள்கையை நாம் நமது முகாமிலிருந்து பரப்புகிறோம் என்ற வகையில் மகிழ்கிறார் – ஆதரிக்கிறார். கோபம் கொண்டு நாம் தான் அவரை விட்டுப் பிரிந்து வந்துவிட்டோமே தவிர, அவருடைய பொன்னான குணத்தைப் பார். துளியாவது நம்மிடம் துவேஷம். பகை, இருக்கிறதா? இப்போதும் நல்ல பிள்ளைகள், நம்ம பிள்ளைகள் என்று பாசத்தோடு பேசுகிறார். இப்படிப்பட்ட பெரியாரிடமிருந்து நாம் பிரிந்துவிட்டோமே! என்ன பேதைமை! என்ன பேதைமை!!

தம்பி! இவ்விதமெல்லாம் தானே நாம் எண்ணி இருந்திருப்போம் – கோபம் தணிந்துவிட்டிருக்கும் – வெட்கம் கூட நம்மில் பலருக்கு ஏற்பட்டிருக்கக் கூடும் – மெல்ல மெல்ல, நம்மிலே சிலரே, போகட்டும், நண்பரே! ஏதோ நடந்தது நடந்துவிட்டது – இனியும் நாம் பிரிந்திருக்க வேண்டாம். அவர் இவ்வளவு

பாசமும் காட்டும்போது, நாம் பேதமும் விரோதமும் காட்டுவது சரியன்று திருமணம் பற்றிக் கேட்டுத் திடுக்கிட்டுப் போனோம் – கோபத்தால் வெளியே வந்தோம் – வெளியே வந்தால், வேறு கட்சிக்காகப் பணியாற்றினோம். அவர் இவ்வளவுக்குப் பிறகும் நம்மிடம் பிரிவு காட்டும்போது, நாம் பழையபடி ஒன்றாகிவிட வேண்டியதுதான் – என்று கூறிடத்தானே செய்திருப்போம்? பிறகு முன்னேற்றக் கழகம் ஏது! ஒன்றாகிவிட்டிருக்க வேண்டியது தானே! இடையிலே, ஓடியதும், ஆடியதும், பரணி பாடியதும்; படை கூடியதும் வீண்! வீண்!!

இவ்விதமான ஒரு நிலைமை ஏற்பட்டுவிடுமோ, என்ற அச்சம் மட்டும் எனக்குத் தொடக்கத்தில் இருந்தது.

எதையும் தாங்கிக்கொள்ள முடியும். ஆண்டு பலவாக நம்மை நடத்திச் சென்றவர், நாம் அறிந்த ஒரே தலைவர். அவருடைய வாயிலிருந்து உதிரும் வார்த்தைகளை எல்லாம் தத்துவம் என்று கொண்டாடும் அளவுக்கு நாம் 'பக்தி' செலுத்தி வந்தோமோ, அப்படிப்பட்ட பெரியார், அன்புக்கணைகளை ஏவியிருந்தால், அதனை மட்டும் நம்மால் எதிர்பார்த்திருக்கவே முடியாது.

பாசத்துடன் கலந்த ஒரு பார்வை, பரிவான பேச்சு, பழைய நேசம் பாழ்படாது என்பதைக் காட்டும் சிறு நடவடிக்கை எழும்பியிருந்தால் போதும், முன்னேற்றக் கழகம் இல்லை!

பெரியாரின் போர்முறை இவ்விதம் அமைந்து விடுமானால் தனிக்கழகம் தானாகவே வீழ்ந்துபடும் – இதற்கு, ஆயிரம் பாடுகள் படுவானேன் – என்று நான் எண்ணினதுண்டு.

ஆனால், அந்த என் அச்சம். பொருளற்றதாக்கப் பட்டுவிட்டது.

அன்பினால் நம்மை வீழ்த்தியிருக்க முடியும் – ஆரம்பக் கட்டத்தில் – பாசத்தால் நம்மை இழுத்துக்கொண்டிருக்க முடியும். நேசம் காட்டி இருந்தால், நம்மில் பலருக்கு நெறித்த புருவம் இருந்திராது. ஆனால், அந்த முறைக்கு இடமில்லாத 'சர்வ ஜாக்ரதை'யுடன் மிகத் திறமையாகக் கவனித்துக் கொண்டார். தூண்டிவிட்டு துண்டு தேடிக்கொண்டு ஓடிவிட்ட உத்தமர். *

இரவு இப்போது பகலை அழைத்துப் பணியாற்றச் சொல்லிவிட்டு, ஓய்வு கொள்ளச் செல்லுகிறது – விடிகிறது – தம்பி! இடியும், மின்னலும், மழையும், காற்றும், என்னையும் மாநாட்டு அலுவலைக் கவனித்துக் கொண்டு இங்குள்ள நம் தோழர்களையும் மிரட்டிக்கொண்டிருந்த நள்ளிரவில் உன்னைப்பற்றி நினைவு வந்தது. மாநாட்டுக்கான இந்த அழைப்பை எழுதத் தொடங்கினேன்! இதோ ரயிலுக்குக் கிளம்புவோர் ஏறிச்செல்லும் வண்டிகளின் ஒலி கேட்கிறது. உனக்காக – தம்பி! – உற்சாகத்துடன் இங்கு மாநாட்டுக்கான எழிலை அளித்திட யாரார் பணியாற்றிக் கொண்டுள்ளனர் தெரியுமா?

இதேபோல், திருச்சியில் வேறோரிடத்தில் மதியழகனும் வில்லாளனும், மாநாட்டுக் கொட்டகையிலும் திருச்சி நெடுஞ் சாலையிலும் அமைக்க வேண்டிய வளைவுகளுக்கான, எழுச்சி உரைகளை, ஆய்ந்தறிந்து தயாரித்துக் கொண்டிருக்கிறார்கள்.

நாலு நாள்களாகவே, நாவலரும், திராவிடன் ஆசிரியரும், நமது கழகச் சட்டத்தில் திருத்தங்கள் செய்யும் பணியில் ஈடுபட்டுள்ளனர்.

அன்பிலும், பராங்குசமும், மணியும், ராபியும் – அவர்களுடன் கூடிப் பணியாற்றி என்னைக் குதூகலித்திடச் செய்யும் தோழர்களும், பம்பரமாய்ச் சுற்றுகிறார்கள்; பணியிலே தரமும் வகையும் வளருகிறது; இடையிடையே என் கோபத்தையும் தாங்கிக் கொள்கிறார்கள்; என்னை நன்றாக அவர்கள் அறிந்திருப்பதால், என் கோபத்தின் உட்பொருளை அவர்களால் உணர முடிகிறது; உணர முடிவதால், நமக்குத் தெரியாததா? இவன் யார், இது சொத்தை அது சோடை என்று கூற? விளக்கமில்லாத வீணன் – என்று கூறி என்னை ஒதுக்கிடும் நிலையில் இல்லை. ஓடுகிறார்கள்– பாடுகிறார்கள் – கொட்டும் மழை கண்டும், வீசும் பெருங்காற்றுக் கண்டும் நான் கிலிகொள்ளும்போது, அவர்கள் எனக்குத் தைரியம்' ஊட்டுகிறார்கள்.

திருச்சி நகராட்சி மன்ற உறுப்பினரும், நமது கழகத் தோழருமான தோழர் நாகசுந்தரம் நற்பணியாற்றிக்கொண்டு வருகிறார். அவருடைய சீரிய முறையால் மாநாடு சிறப்புப்

பெறுகிறது. நகராட்சி மன்றம் நாவலருக்கு வரவேற்பளிக்கத் தீர்மானித்திருப்பது நாகசுந்தரத்தின் வெற்றிகளில் ஒன்று.

பழனி, அரசு, ராஜு, கருணா மணி – ஓவியர்கள் பகலை இரவாக்கிக் கொண்டுள்ளனர். இளமுருகு – இத்துறைக்குப் பணியாற்ற, பல்வேறு முயற்சிகளில் ஈடுபட்ட வண்ணமிருக்கிறார்.

லாரிகள் வந்துவிட்டன – என்றொரு மகிழ்ச்சிக் குரல் கேட்கிறது.. என்னவென்று சென்று பார்க்கிறேன். நமது புரட்சி நடிகரின் மேற்பார்வையில் தயாரான முகப்பு வந்து இறங்குகிறது ஏ, அப்பா! என்னென்ன வளைவுகள்! என்னென்ன மாடங்கள்! எல்லாவற்றையும் பொருத்திக் கோத்து வண்ணமளித்தாலல்லவா தெரியும், எழில்! என்று கூறுகிறார். சென்னை மாவட்ட மாஜி – கண்ண பிரான்.

கொடிகளும் தோரணங்களும் தயாரிக்க, ஈரோட்டிலிருந்து அழகிய இரு வண்ணத் துணி மூட்டைகளை முன்னாலே அனுப்பிவிட்டு, தையற்கலையுடன் கழகப்பற்றை உடன் கொண்டுவரும் தேவராசன் என்பாரை உடன் அனுப்பி வைத்துவிட்டு, கரூர் தோழர் சோமுவையும், கூடுவதும் குறைவதுமாக உள்ள வயிற்று வலியையும் உடன் அழைத்துக்கொண்டு வந்துள்ள சம்பத்து. மாநாட்டுத் தீர்மானம் குறித்து கவனித்து வருகிறான்.

ஒளியும் ஒலியும் – வண்ணமும் வகையும் உள்ளதாக இருப்பதற்கான பொறுப்பை ஏற்றுக்கொண்டுள்ள ராபி, வண்டுபோல் சுற்றி, மலர்போல் முகம் காட்டி, தேன்போலப் பேசி விருந்தளிக்கிறார்.

விதானம் தேவையா? குளோப் லஸ்தர் தேவையா? என்ன வேண்டும்; கொண்டுவந்து குவிக்கிறேன் – என்று கூறிக் குதூகலிக்கச் செய்கிறார் கண்ணதாசன்.

எல்லாரும் ஏதேதோ செய்து கொண்டிருந்தால், உண்டிப் பிரச்சினையை யார் ஏற்று நடத்துவது? அதைக் கவனிக்காமலிருப்பதா? – இதோ இராஜமாணிக்கம் எனும் ஆசிரியத் தோழரொருவரும், போளூர் சுப்பிரமணியமும் நீண்டநாள் உணவுவிடுதி நடத்தி அனுபவம் பெற்றவர்கள்

போலப் பணிபுரிகிறார்கள் – சுவையான பகுதி அவர்கள் பணியில் காணக் கிடப்பது. மறுவேளை சாப்பிட்டே ஆகவேண்டும் என்ற ஆசையை உண்போர் கொள்ள முடியாதபடி செய்திடும் "பாகமுறை" என்று, உணவு விஷயத்தில் ருசிகரமான பிரியம் உள்ளவர்கள் இங்கு பேசிக் கொள்கிறார்கள்! இந்தச்செலவே அதிகம்தான் என்று எச்சரித்தபடி இருக்கிறார் நமது பொதுச்செயலாளர்.

எல்லாம் பந்தலைப் பொருத்துத்தானே – என்று கண்ணால் கேட்டபடி, காற்றாடியாகக் காட்சிதரும் வான மலையும், பார்ப்பவர்கள் மலைக்கவேண்டும், செலவுக் கணக்குப் பார்க்கும்போது நாம் ஐயோ இவ்வளவா என்று திகைத்திடும் நிலை கூடாது – இந்த முறையில், திட்டம் இருக்க வேண்டும் என்று பணியாற்றிக்கொண்டு வருகிற சாம்புவும், நமது மாநில மாநாட்டுக்கு ஆற்றிவரும் பணியின் வடிவம் மே 17, 18, 19, 20இல் நீ, காணத்தானே போகிறாய், தம்பி! எத்தனை எழில் முகப்புகள் தெரியுமா?

ஏறத்தாழ ரூபாய் நாலாயிரம் செலவில், இரவு பகலென்று பாராமல், நமது இயக்கப் பற்றுக் கொண்ட கலை வல்லோர் உழைத்து அமைத்து சென்னையிலிருந்து கொண்டு வந்திருக்கும், – முதல் முகப்பு அரண்மனை வாயில்போல் காட்சி தரும்.

அதில் நுழைந்து (கட்டணம் செலுத்தித்தான்!) உள்ளே வந்தால், தஞ்சை மாவட்டத்துக்கே தனிச் சிறப்பாக அமைந்துள்ள கீற்று அலங்கார முகப்பு, குற்றாலம் வேலைப்பாடுடன், உன்னை வரவேற்கும்.

இடையில், பட்டொளி வீசிப் பறந்திடும் கொடி, 50 அடி உயரமுள்ள 'கம்பம்' தனில் காணக் கிடைக்கும்.

இப்புறம் சென்றால், அலங்கார வளைவு, அதிலே வள்ளுவப் பெருந்தகையின் வடிவம். காட்சி தரும் – எதிர்ப்புறமோ சிறியதொரு மணிமாடம் எனத்தக்க அமைப்பிலே, புத்தர்!

வள்ளுவரைக் கண்டு மகிழ்ந்து, அவ்வழி சென்றால் ஓவியக்காட்சி, உள்ளத்தை மகிழச் செய்யும் – அறிவுக்கு விருந்தாகவும் இருக்கும்.

கொடிமரத்தையும் குற்றால வேலைப்பாட்டினையும் கண்டான பிறகு மேலால் சென்றால், தம்பி! மூன்றாவது முகப்பு காண்பாய். ஆங்கு. விலங்கொடித்த விடுதலை வீரன். எழுச்சியூட்டி உன்னை வரவேற்கும் காட்சி உண்டு! மேலாக நடந்தால், போகப்போக வளர்ந்துகொண்டே போகும் – நான்கு அலங்காரத் தூண்களும் ஆற்றலை விளக்கும் அரிய புதுமைகளும், பிறை வடிவான மேடைக்கு அழகளிக்க மேலே இருந்து சின்னாளப்பட்டி வண்ண ஆடை திரையாகி கண்ணைக் கவரும் – அங்குதான், கழகத் தோழர்கள் புடை சூழ, நமது நாவலர் வீற்றிருப்பார் – அழகு தமிழில், ஆற்றல் உண்டு என்பதை எடுத்துக்காட்ட!

ஒரு கிழமையாக அவருடன் இடைவிடாது உரையாடும் வாய்ப்பும் பெற்றதால், என் நண்பர் இராஜகோபால் அல்லவா, கேட்கிறார், "எனக்கென்று ஒருவேலை தாருங்கள்! இவ்வளவுபேர் வேலை செய்யும்போது நான் மட்டும் வாளா இருப்பதா?" என்று கேட்கிறார்!. திராவிடத்திலே, புதியதோர் எழுச்சி என்று கூறினால், ஏது என்று கேட்கிறார்களே சிலர் – அவர்கள் இந்தக் காட்சிகளைக் கண்டாலல்லவா புரியும்! அவர்களின் கண்களும் அகலத் திறந்திடும் முறையில், தம்பி! இலட்சக் கணக்கிலே திரண்டிட வேண்டுமல்லவா, திராவிடர்கள்,

அனைவரும் கூறி அழைத்துக்கொண்டு வரத்தான் போகிறாய்; உனக்கில்லையா அந்த ஆர்வமும், பொறுப்பும்! போ தம்பி! எதை எழுத, எதை எழுதாமலிருக்க? – கரமும் வலிக்கிறது. காகமும் கரைகிறது.

உள்ளத்தில் உறுதி கொண்டால், வாக்கினிலே வலிவும் பொலிவும் ஏற்பட்டே தீரும். என்பதனை எடுத்துக்காட்டும் விதமாக, மாநில மாநாட்டிலே பல்வேறு பிரச்னைகளைப் பற்றி நமது தோழர்கள் பேசினர் அல்லவா? அதுகேட்டு மகிழாதவர் யார்? மாநில மாநாட்டுக்கு வந்திருந்த மாற்றுக் கட்சிக்காரர் கூட, மகிழ்ந்தனர் – அது வெளியே தெரிந்து விடக்கூடாதே என்பதற்காக, வெகுபாடு பட்டனர். அனைவருக்கும் ஆனந்தம். ஆனால் நான் அடைந்த மகிழ்ச்சி இருக்கிறதே, தம்பி! அது அலாதியானது. நீ அறிவாய், இந்த நாடும் அறியும், நான் பதினைந்து ஆண்டு காலத்துக்கு மேலாக, பெரியாரிடம்

பணியாற்றியவன், என்பதை, அப்போதெல்லாம், அவர் கூறுவார். யார் இருக்கிறார்கள், யோக்யதையுடன்? எவரை நம்பி எந்தக் காரியத்தை ஒப்படைப்பேன்? எவன் என் மனம் திருப்தி அடையும்படி நடந்துகொள்கிறான் – என்றெல்லாம் கேட்பதற்கு மெத்த வருத்தமாக இருக்கும் – சில விநாடிகளுக்குப் பிறகு வெட்கமாக இருக்கும் – நாள்கள் செல்லச் செல்ல வேதனையே கொடுக்கும். இவ்வளவு கஷ்டப்படுகிறார் – நாள் தவறாமல் பயணம் – நேரம் கிடைக்கும் போதெல்லாம் எழுதுகிறார் – ஓய்வின்றி உழைக்கிறார் – இருந்தும், ஒருவர் கூட, 'யோக்யதை' யைப் பெறவில்லையே – பரிதாபம் – உழைப்பெல்லாம் வீணாகிப் போகிறதே என்று, வேதனையாக இருக்கும். பிறகு என்னைப் பற்றிய எண்ணம் பிறக்கும் – சே! நமக்கு அந்தப் பரிபக்குவம் ஏற்படவே இல்லையே, என்று வெட்கம் பிறக்கும்.

அப்படிப்பட்ட நிலை' பெரியாருக்கு! இப்போது அதிலே மாறுதல் ஏதும் ஏற்பட்டு விடவில்லை என்பதைத் தான் அவரது அறிக்கைகள் அறிவிக்கின்றன.

நான் மாநில மாநாட்டில் 'கர்வம்' கூட அடைந்தேன். எத்தனை எத்தனை ஆற்றலுள்ள இளவல்கள், பொறுப்பறிந்த பெரியவர்கள், அஞ்சா நெஞ்சு படைத்த வீரர்கள்! ஆறேழு ஆண்டுகளிலே அமைந்துவிட்ட அணிவகுப்பு.

மகிழ்ச்சியுடனும் நம்பிக்கையுடனும் – அமைக்க வேண்டிய கொட்டகையின் அளவு குறிப்பதிலும், கொட்டகைக்கு ஏற்ற கழிகள் பொறுக்குவதிலும், கழிகளுக்கேற்ற குழிகள் பறிப்பதிலும் அதற்கான உழைப்பை உற்சாகத்துடன் தந்திடும் தோழர்களின் உள்ளன்பைக் காண்பதிலுமல்லவா ஈடுபட்டிருந்தேன், நாவலரும் நடராசனும் பிரதிநிதிகள் கூட்டம் நடத்துவதிலும் தீர்மானங்கள் குறித்து ஆய்வுரை நடத்துவதிலும் ஈடுபட்டிருந்த நேரத்தில்.

எனக்கு, எந்தக் காரியம் குந்தகப்பட்டு விடுமோ – அது எப்படிக் குலைந்துவிடுமோ – நமது கண் பார்வை விழாததால், கை படாததால் எந்தச் செயல் செம்மையற்றதாகிவிடுமோ என்ற கவலையே எழவில்லை. எல்லாவற்றினையும் பொறுப்புடன்

கவனித்துக் கொள்ள நிரம்பத் திறன்படைத்த தோழர்கள் நமது கழகத்திலே இருக்கிறார்கள் – என்ற நம்பிக்கை காரணமாக. *

பெரியாரின் பெரும்படை

திக்குத் தெரியாத காட்டில் துரத்திவிடப்பட்ட பாலகர்கள் போல், மேல் வேட்டியை உதறிப்போட்டுக்கொண்டு, உழைத்தது வீணாச்சே, இனி உலகு என்ன வழி காட்டப்போகிறதோ பார்ப்போம் என்ற ஏக்கத்துடன் முதலாளியின் மாளிகையை விட்டு வெளியேறும் உழைப்பாளியைப் போல அன்று நாம் வெளியேறினோம்.

வெளியேறினோம் என்பதைக் கூட உலகு ஒப்பக்கூடாது என்று வெளியேற்ற எல்லா ஏற்பாடும் செய்து வைத்திருந்தேன். திருட்டுப் பயல்கள், எப்படியோ அதைத் தெரிந்துகொண்டு, தலை தப்பினால் தம்பிரான் புண்ணியம் என்று ஓடிவிட்டார்கள் என்று தூற்றினார். துக்கத்தைச் சுமந்து கொண்டு துணைக்கு வருவோர் யார் இருக்க முடியும் என்று ஏதும் தெரியாமல் வெளியேறினோம். அரசியல் என்றால் என்ன சாமான்யமா? அன்னக்காவடிகளெல்லாம் பொதுவாழ்வில் நிலைத்திருக்க முடியுமா? இதுகளுக்கு வாழ்வு இருண்டுவிட்டது, ப்யூஸ் போன பல்புகளாகி விடவேண்டியதுதான். சீந்துவார் யார் இருக்கப்போகிறார்கள்? திகைத்துத் திண்டாடி தெருவில் சுற்றி, தேசாந்திரியாக ஏதாவது ஒரு கட்சியின் காலடியிலே விழுந்து பிச்சைப் பிழைப்பு நடத்த வேண்டியதுதான், என்று "வாழ்த்தி வழியனுப்பினார்கள்".

தம்பி! நாம் உருத்தெரியாமலாகி விடவுமில்லை. உருமாறிப்போய் விடவுமில்லை. ஊர்மக்கள் நம்மை உதவாக்கரைகள் என்று ஒதுக்கிவிடவுமில்லை, வளர்ந்து நிற்கிறோம்.

எப்படி இது அவர்களுக்கு ஏமாற்றத்தையும் எரிச்சலையும் தராமலிருக்கும்?

தம்பி! நாம் மேற்கொண்டுள்ள காரியம் எளிதுதான். நமக்கு அந்தக் காரியத்தை முடித்துக்காட்டும் ஆற்றல் ஏராளமாக இருக்கிறது எனற எண்ணம் நம்மில் யாருக்கும் எழுந்ததில்லை. எனவேதான், நம்மால் எவ்வளவு சாதாரணமாக வெற்றி

பெற முடிகிறபோதும், மனத்தில் அலாதியான ஒரு மகிழ்ச்சி பிறக்கிறது.

சுடு சோறும், சுவையான குழம்பும், பாட்டாளிக்கு இனிக்கிறது. பாதம் அல்வா பதிர்பேணி பங்களாவில் கசப்பாகக்கூட ஆகிவிடுகிறது. நாம், அரசியலில், பொது வாழ்வுத் துறையில், தீண்டப்படாதவராக ஒதுக்கப்பட்டோராக – விரட்டப் பட்டவர்களாக – ஆக்கப்பட்டவர்கள். எனவே நமக்குக் கிடைக்கும் மிகச் சாமான்யமான வெற்றியும், மனத்தில் மகிழ்ச்சியூட்டுகிறது. மேலும் பல வெற்றிக்கான வாய்ப்பினையும் வலிவையும் தருகிறது. இவ்விதமின்றி நாம்; நமது ஆற்றலைக் குறித்து மிக அதிகமான கணக்கிட்டுக்கொண்டு, நாம் சாதிக்க வேண்டிய காரியம் பற்றி மிகக் குறைவான கணக்கிட்டிருந்தால், எத்துணை மனவேதனை ஏற்பட்டிருந்திருக்கும், தெரியுமா?

நமக்கு இருக்கும் திறமையும் குறைவு; அதைவிடக் குறைவு நமக்கு அமைந்துள்ள வாய்ப்புகளும் வசதிகளும். நாம் எதை எதை மாற்ற வேண்டும் என்று – பாடுபடுகிறோமோ, அவற்றைக் கட்டிக் காப்பவர்களும், அதனால் பலன் பெறுபவர்களும் அறிவிலிகளல்லர். அவர்களுக்குக் கிடைத்துள்ள வாய்ப்பும் வசதியும் நமக்கு உள்ளதைவிட மிக அதிகமானது. எனவே நமது பணியின் பலன். வேகமாக உருவெடுக்க முடியாது என்பதை உணருகிறேன். எனவே உள்ளத்திலே, அமைதியே கூட ஏற்படுகிறது – சிறு உருவில் பலன் தெரியும்போது மகிழ்ச்சி பிறக்கத்தான் செய்கிறது. நம்மால் இவ்வளவாவது முடிகிறதே என்ற மகிழ்ச்சி!

இதே நிலையில் தான் பெரியார் இருக்கவேண்டும் என்று நான் கூறவில்லை – கூறும் அளவுக்கு நான் குணம் கெட்டுப் போனவனல்லன்.

அவசரப்படவும் ஆத்திரப்படவும், அவருக்கு உரிமை இருக்கிறது. ஏனெனில் அவர் ஓர் அரை நூற்றாண்டுக் காலமாக உழைத்து வருகிறார். இவ்வளவு உழைப்புக்குப் பிறகும், கண்ணுக்குத் தெரியும் பலன் சிறிய அளவாக இருப்பது கண்டு, அவர் சலித்துக் கொள்கிறார்.

ஆனால், அவர் மட்டுந்தான், அந்த உரிமை பெற்றிருக்கிறாரே தவிர, அவருடன் பணியாற்ற அவ்வப்போது அவருக்காகக் கிடைப்போர், அந்த அளவுக்கு உரிமை பெற்றவர்களாகிவிட முடியாது.

சர்ச்சிலுக்கு ஈடன் கிடைத்தார் – பெரியார் எந்த ஈடனையும் பெற்றதில்லையே!

கிடைப்பவனெல்லாம், காட்டிய வழி நடக்க, போட்ட கோட்டை மீறாதிருக்க, மாட்டிய கடிவாளத்துக்கு ஏற்றபடி திரும்ப, பயிற்சி பெற்றுப் படையில் இருக்கிறார்கள் – ஏதோ ஒரு கட்டம் வருகிறது – பிய்த்துக் கொண்டு ஓடுகிறார்கள், அல்லது பிய்த்தெறியப் படுகிறார்கள்.

ஜீவாவும், இராமநாதனும், விசுவநாதனும், பாலசுப்பிரமணி யனும், சாமி சிதம்பரனாரும் வல்லத்தரசும், நீலாவதியும், இராமசுப்பிரமணியமும், பொன்னம்பலனாரும், பாண்டியனாரும், புகழுடன் விளங்கி, ரத்தினங்களாய், மாணிக்கங்களாய், ஒளிவிட்டு வந்து, பிறகு வீசி எறியப்பட்டுப் போனார்கள்.

நான் இப்போது, காரணங்களை ஆராயவில்லை; பழையதையும் கிளறவில்லை. பெரியாரின் பெரும்படை வளர்ந்து வருவதற்குப் பதிலாக எப்படி அடிக்கடி வதைபட்டு சிதைக்கப்பட்டு, மாற்றி அமைக்கப்பட்டு வந்திருக்கிறது என்பதைக் காட்ட மட்டுமே இதைக் கூறுகிறேன்; குற்றம் சாட்ட அன்று.

நண்பர் குருசாமிக்கே இது 'மூன்றாவது ஜென்மம்' என்று கருதுகிறேன் – இருமுறை அவரும் 'புளித்தவராகி' விட்டவர்தான்.

விலக்கியவர்கள் – விலக்கப்பட்டவர்கள் அந்தந்தக் 'கால கட்டத்துக்கு' ஏற்றபடி கசப்பும், காரமும் காட்டியும், கண்ணீர் வடித்துக் கைபிசைந்து நொடித்துப் போயும், வேறிடம் தேடிக் கொண்டும், அல்லது வாழ்க்கைக் கலையில் ஈடுபட்டும் பல்வேறு வழியில் சென்றுவிட்டனர். நாம் மட்டுந்தான் தம்பி! கொள்கையை மாற்றிக் கொள்ளாமல், மாற்றாருடன் கூடிக் குலவிடாமல், முக்கா டிட்டு மூலைக்குச் சென்றிடாமல் வீண் வம்புக்குப் பலியாகாமல், கலத்திலிருந்து

வீசி எறியப்பட்டவர்கள். சுழலுக்கும், சுறாவுக்கும் தப்பி, தெப்பத்தின் துணைகொண்டு, எங்கோ ஓர் திட்டுத்தேடி அலைந்து அங்கு தங்கி, சிறியதொரு சிங்காரத் தோணி அமைத்துக்கொண்டு, அதிலேறிப் பயணம் செய்வோர் போல நமது பயணத்தை, அதே பாதையில், தொடர்ந்து நடத்துகிறோம்.

நம் மீது எரிச்சலும் பகையும் இந்த அளவுக்கு ஏற்படுவதற்கான காரணம் இதுதான். *

கருணாநிதியின் உழைப்பு

தம்பி கருணாநிதியினுடைய ஆற்றல் பற்றியும், ஆற்றல் காரணமாகப் பெற்ற வெற்றிகள் பற்றியும், பெற்ற வெற்றிகள் எல்லாம் நாட்டு முன்னேற்றத்திற்குப் பயன்பட்டன என்பது பற்றியும், அந்த ஆற்றலும் வெற்றியும் நாட்டுக்கு இனியும் நல்ல முறையில் பயன்படும் என்பது பற்றியும் நண்பர்கள் பலர் எடுத்துச் சொல்லிக் கேட்பதில் எனக்கு மிகுந்த பெருமிதம் உண்டாகும் என்பதில் யாருக்கும் ஐயப்பாடு இல்லை.

வண்ணமான எண்ணத்தை மிகச் சிறு பருவத்தில் பெற்றவர் கருணாநிதி. அவர், இளமைப் பருவம் முதல் நாட்டு மக்களுக்கு எதையாவது சொல்ல வேண்டும் என்ற ஆர்வத்தோடு சில எண்ணங்களை உருவாக்கிக் கொண்டு, கையேட்டுப் பிரதிகள் மூலமாகச் சொல்லி – அதற்குப் பிறகு மேடையிலே பேசுவதன் மூலமாகச் சொல்லி – கட்டுரை வடிவத்தில் சொல்லி – திரைப்படத் துறை மூலம் சொல்லி – இன்றைய தினம் அமைச்சராக இருந்து அந்த எண்ணங்களுக்கெல்லாம் அமைச்சர் என்ற முறையில் எந்த அளவுக்கு வடிவம் கொடுக்க முடியுமோ, அந்த அளவுக்கு வடிவம் கொடுத்து வருவதை நாமெல்லோரும் மகிழ்ச்சியோடு பார்த்துப் பாராட்டுகிறோம்.

கலைத் துறையில் ஈடுபாடு கொண்ட ஒருவர் பொறுப்புகளை நிறைவேற்றுவாரா என்ற ஐயப்பாடு இருந்தது.

‘ஒரு நல்ல கலைஞர் – சிறந்த கலைஞர்’ என்றால், அவர் கலையில் எந்த அளவு திறமை காட்டுகிறாரோ, அந்த அளவு திறமை அவர் எடுத்துக் கொண்ட பொறுப்பு ஒவ்வொன்றிலும் காட்டுவார் என்பதை அவர்களுக்கு எடுத்துச் சொன்னேன்.

ஒரு நாளைக்குக் கருணாநிதி எத்தனை மணி நேரம் தூங்குகிறார் என்பதை யாராவது அவருக்குத் தெரியாமல் பார்த்தால்தான், அவர் இத்தகைய திறமையைப் பெற்றதன் அடிப்படை – உழைப்பு என்பதை உணருவார்கள்.

சங்கரலிங்கனார்

இன்றுபோல் அன்றும் நடுநிசி – நானும் நண்பர்கள் என்.வி.நடராசன், மதுரை முத்து ஆகியோரும் அவரைக் காணச் சென்றபோது!

விருதுநகரில், காங்கிரஸ் தியாகி சங்கரலிங்கம் என்பவர் உண்ணாவிரதம் இருந்து வருகிறார் என்ற செய்தியைக் கேள்விப்பட்டதிலிருந்தே எனக்கு அவரைக் காணச் செல்லவேண்டும் என்று அவா, அன்றுதான் முடிந்தது.

அந்தத் திடலில் நான் பலமுறை பேசியிருக்கிறேன், கடை வீதியை ஒட்டி உள்ள மாரியம்மன் கோயில் திடல்.

வீரம் – தியாகம் – வாழ்க்கையை அர்ப்பணிப்பது – எதற்கும் அஞ்சாமல் கடமையைச் செய்வது – இன்னல் எது நேரிடினும் கலங்காமல் இருப்பது என்பன பற்றி, பலர் ஆற்றலுடன் முழக்கமிடுவதற்காக அமைந்துள்ள திடல்.

நானும் அங்கு நின்று பேசியிருக்கிறேன்.

அந்தத் திடலில், வீரமும் தியாகமும் ஓருருவாகி, சங்கரலிங்கனார் ஆகக் காட்சி தரும் என்று யார் எண்ணியிருந்திருக்க முடியும்? அந்தத் திடலில் ஒரு சிறு ஓலைக் கொத்துக் குடில் அமைத்துக் கொண்டு, ஒரு கயிற்றுக் கட்டிலின் மீது அவர் படுத்துக் கொண்டிருக்கக் கண்டேன். அந்தக் குடிலின் மீது காங்கிரசுக் கொடி பறந்து கொண்டிருந்தது.

நடுநிசி – எனவே அங்கு நான்கைந்து பேர் மட்டும் இருந்தனர். ஒரு திரை போடப்பட்டிருந்தது குடில் வாயிலில். அதை நீக்கியபடி உள்ளே சென்று பார்த்தேன்.

கயிற்றுக் கட்டிலின் மீது சுருண்டு படுத்திருந்த உருவம் தெரிந்தது. மங்கலான விளக்கொளியில் எனக்கு அவருடைய

முகம் தெளிவாகத் தெரியவில்லை. சில நொடிகள் உற்றுப் பார்த்த பிறகே தெரிய முடிந்தது.

அமைதி குடி கொண்டிருந்த இடம். நாங்கள், சத்தம் ஏதும் எழலாகாது – அவருக்குச் சங்கடம் ஏற்படும் – என்று எண்ணிக் கொண்டபடி, உடன் வந்த தோழரை 'எழுப்பாதீர் ஐயா' என்று சாடை காட்டினோம். அவரோ தியாகத் திருவுருவைத் தொட்டுத் தட்டினார்.

சங்கரலிங்கனார் கண் திறந்தார். தூக்கம் அன்று; சோர்வினால் செயலற்றுப் போன நிலை.

''ஐயா, அண்ணாதுரை..'' – என்றார் அந்த நண்பர்.

ஒரு விநாடி அவர் என்னைப் பார்த்தார். அந்தப் பார்வையின் முழுப் பொருளை 'பாவி' நான்; அன்று சரியாக உணர்ந்து கொள்ள முடியவில்லை!

'செத்துக் கொண்டு இருக்கிறேனடா, செயலறியாதவனே!' என்பதல்லவா அந்தப் பார்வையின் பொருள்!

மிகப் பெருங்குணம் வாய்ந்தவர் அந்தப் பெரியவர்.

'அண்ணாதுரை '' என்று அந்த நண்பர் சொன்னதும் என் இரு கரங்களையும் பற்றிக் கொண்டார். அவருடைய முகத்தருகே என் கரங்கள் – கண்ணீ ர் கரத்தில் தட்டுப்பட்டது! என் கண்கள் இருண்டு வருவது போன்றதொரு நிலை ஏற்பட்டது!

தலைமாட்டிலே நான் உட்கார, அவர் இடம் செய்து தர – சிறிது நகர்ந்தார்; நான் அமர்ந்தேன். அவருடைய போர்வை கலைந்தது; எலும்புக் கூடாகத் தெரிந்தார்.

– பழுத்த பழம்! பேரப் பிள்ளைகளுடன் விளையாடிக் கொண்டு, காலந் தள்ளிக் களித்திட வேண்டிய வயது – உண்ணாவிரதம் மேற்கொண்டு அறுபது நாள்களுக்கு மேல் ஆகிவிட்டன!

அவர், உண்ணாவிரதம் மேற்கொள்வதற்கான காரணங்களை விளக்கி வெளியிட்ட அறிக்கையையும், அவர் வெளியிட்ட கோரிக்கைகளையும் நான் பார்த்திருக்கிறேன்.

அவற்றிலே ஒன்று கூட சொந்த நலன் பற்றியது என்று சுட்டிக் காட்ட, சூழ்ச்சித் திறன் மிக்கோரால் கூட முடியாது. நாடே

கேட்கும் கோரிக்கைகள்; நல்லோர் எவரும் மறுக்க முடியாத கோரிக்கைகள். நாடாள்வோரின் கவனத்துக்கு நாள் தவறாமல் பல கட்சிகளும் வைத்த வண்ணம் இருக்கும் கோரிக்கைகள்!

– அவர் மெல்லப் பேசலானார். எனக்கு, அவருக்குக் களைப்பு மேலிட்டுவிடுமே என்று பயமாக இருந்தது. அவரோ, தமக்கு 'முடிவு' விரைவிலே இருக்கிறது என்ற எண்ணத்தினாலோ என்னவோ என்னிடம் பேச வேண்டியதைப் பேசிவிட வேண்டியதுதான் என்று எண்ணிக் கொண்டவர் போலப் பேசினார்.

"நான் சாவதனாலாவது....'' – என்று அந்த உத்தமர் என்னிடம் சொன்னார்.

தமிழ்ச் சமுதாயம் இன்று அடைந்துள்ள சீர்கெட்ட நிலையை உணராது இதுபோலப் பேசுகிறாரே என்று நான் எண்ணி வருந்தினேன்.

பொட்டி சீராமுலு, உண்ணாவிரதம் இருந்தார். ஆந்திரம் அலறித் துடித்தது!

சங்கரலிங்கனார் சாகக் கிடக்கிறார் என்று தெரிந்து, தமிழகம் என்ன கோலம் கொண்டிருந்தது?

எப்போதும் போல மாணவ மணிகள்தாம், தமிழ் இனம் இன்னமும் தலை தூக்கவே முடியாத நிலைக்குத் தாழ்ந்து அழுந்தி விடவில்லை என்பதைக் காட்டும் விதத்தில் மௌன ஊர்வலம் நடத்தியும் அனுதாபத் தீர்மானம் நிறைவேற்றியும் தம் கடமையைச் செய்தனர்.

மதுரையிலும் வேறு இரண்டோர் இடங்களிலும் நமது கழகம் அனுதாபக் கூட்டம் நடத்திற்று.

மற்றபடி பார்க்கும்போது, தமிழகம்...... ஏனோ அமைதிக் கோலத்தில்தான் இருக்கிறது!

இந்தத் திங்கள் (அக்டோபர் 1956) 21–ஆம் நாள் தமிழகம் தன் கடமையைச் செய்யும் – நாடெங்கும் அனுதாபக் கூட்டம் நடைபெறும் என்று அறிவிக்கப்பட்டிருக்கிறது. ஒருவகையில் ஆறுதல்தான்.

‘தமிழ்நாடு’ பெயர் சூட்டுவோம்

அந்த உத்தமர் தம் இன்னுயிரை ஈந்தாரே – நாம் என்ன செய்யப் போகிறோம்?

‘தமிழ்நாடு’ என்கிற பெயர் பெறுவதற்காவது நாம் முனைந்து நிற்க வேண்டாமா?

ஒப்பற்ற ஓர் உத்தமரின் தியாகம் இதற்குக் கூடவா வழி ஏற்படுத்தாது?

சங்கரலிங்கனாருடைய உள்ளத்தில் ததும்பிக் கொண்டிருந்த ஆசையில், ஒன்றே ஒன்றையாவது – தமிழ்நாடு என்கிற பெயர் தரும் காரியத்தையாவது – செய்யக் கூடாதா என்று ஆட்சியைக் கேட்கும் அளவுக்காவது தமிழகம் செயல்படலாகாதா?

அந்தோ! அருமைத் தியாகியே! தமிழகத்திலே அன்றோ உன் அரும் பெரும் தியாகம் கண்டனர்!

தாசர் புத்தி தலைக்கேறி விட்ட தமிழகம் ஆயிற்றே! தருக்கரிடம் சிக்கிச் சீரழிந்து கிடக்கும் தமிழகம் ஆயிற்றே!

உண்மைத் தியாகத்தின் உயர்வு அறியாத உலுத்தர்கள் உயர் இடம் பிடித்துக்கொண்டு அன்பு, அறம் ஆகியவற்றை அழித்தொழிக்கும் நிலை வந்துற்ற தமிழகம் ஆயிற்றே!

இங்கே அறம் ஏது? வீரம் எங்கனம் எழும்? நீதிக்கு வழி ஏது? நிமிர்ந்து நின்று உரிமை பேசுவோர் யார்?

–– என்றெல்லாம் அழுதபடி கேட்கத் தோன்றுகிறது. அறம் வெல்லும்

வீரத் தியாகி சங்கரலிங்கனாருக்கு நாம் அனைவரும் நமது நெஞ்சு நெக்குருக வணக்கம் கூறுகிறோம். *

முதல் தேர்தல்

நாட்டு மக்களில் 16 – இலட்சம் பேர் நமது கழகத்துக்கு ஓட்டு அளித்தனரே, அது அல்லவா ஆச்சரியம்! மான்செஸ்டர் கார்டியனுக்கு இது தெரியாது. இப்போது இது தெரிவித்தாலும் புரியாது, ஆனால் இவ்வளவு எதிர்ப்பு நெருப்பை நீந்தி, நம்மில்

பதினைந்துபேர் வெற்றியை அடைந்தோமே, அது நேர்மை உள்ளம் படைத்த அனைவருக்கும் நம்மிடம் உள்ள மதிப்பினை, நிச்சயமாக அதிகப்படுத்தி இருக்கிறது என்பதிலே ஐயமில்லை.

நமக்கு எவ்வளவு எதிர்ப்புக்குப் பின் இத்துணை ஓட்டுகள் கிடைத்தன என்பது மட்டுமன்று, நான் உன்னை கவனிக்க சொல்வது. நாம் எவ்வளவு தவறுகள் செய்திருக்கிறோம்; அவ்வளவுக்கும் பிறகு நமக்கு இந்த அளவு ஆதரவு திரண்டதே அதனைக் கவனிக்கச் சொல்லுகிறேன்.

என்னைப் பொறுத்த வரையிலும் சரி, என்னுடன் மிக அதிகமாக நெருங்கிப் பழகிடும் என் தம்பிமார்கள், பலரைப் பொறுத்தவரையிலும் கூட, கடந்த பத்து பதினைந்து ஆண்டுகளாகவே தேர்தலில் ஈடுபடுவது என்றாலே, ஒருவிதமான 'கசப்பு இருந்து வந்தது. ஓட்டுக் கேட்பது என்பதையே ஏதோ செய்யத்தகாத, செய்யத் தேவையற்ற ஒரு காரியம் என்றே கருதி வந்திருக்கிறோம். இந்நாட்டு மக்கள் யார் எதைச் சொன்னாலும், இனிக்க இனிக்கச் சொன்னால், எதனையும் நம்பி விடுகிறார்கள். நாம் கூறும் உண்மைகளோ மக்களுக்குக் கசப்பாகவும் கிலி மூட்டுவதாகவும் இருக்கின்றன. அதனாலேயே நமக்கு ஓட்டுத் தருவார்களா என்ன! சேச்சே! நமக்கேன் பல்லிளிக்கும் வேலை! பொறி பறக்கப் பேசுவோம்! அச்சம் தயை தாட்சணியத்துக்கு இடம் வைக்காமல் பேசுவோம்! கேட்டால் கேட்கட்டும், கேட்காவிட்டால் நாசமாய்ப் போகட்டும்! ஊதுகிற சங்கினை ஊதுவோம், பொழுது விடிகிற போது விடியட்டும்! என்று இவ்விதமாகவெல்லாம் நினைத்துக்கொண்டு இயக்கப் பணியாற்றிக்கொண்டு வந்திருக்கிறோம். அப்படிப்பட்ட நாம் தேர்தலில் ஈடுபட்டபோது, அதிலே மிகுதியான சுவையும், அந்தச் சுவை மட்டுமே தரக்கூடிய சுறுசுறுப்பும் எங்ஙனம் பெறமுடியும்?

உன்னிடம் கூறிக்கொள்வதிலே தவறு என்ன தம்பி! நான் காஞ் சிபுரம் பகுதியில், நல்ல முறையில்தான் பணியாற்றினேன். ஆனால், பொதுக் கூட்டத்திலேயும் சரி, தனித்தனியாக மக்களிடம் அணுகிய போதும் சரி, 'ஓட்டு' தரச்சொல்லி, கேட்க முடியவே இல்லை. விருப்பமில்லாததால் அல்ல; முறை தெரியாததால்! உடன் வந்தவர்கள் தான் பேசுவர். நான், நாக்கு

கட்டுண்ட நிலையில் நிற்பேன்; மெத்தச் சிரமப்பட்டு, நான் சொல்லக்கூடியதெல்லாம்.

பார்த்து செய்யுங்கள் கூட இருங்கள் வரட்டுமா என்ன? செய்கிறீர்களா?

என்ற இவையேதான்! மேலே பேசமுடியவில்லை தெரியவில்லை. அதுபோன்று நான் பேசிய பொதுக்கூட்டங்கள் ஏராளம் – இரண்டே இரண்டு கூட்டங்களிலேதான், எனக்கு ஓட்டு' போடுங்கள் என்று கேட்க முடிந்தது – உதயசூரியன் பெட்டியில் ஓட்டுப்போடுங்கள், என்று கேட்டேன். உடனிருந்த நண்பர் கூட, அப்பா! பரவாயில்லையே! அண்ணா ஓட்டுப் போடச் சொல்லிக் கேட்டுவிட்டாரே! என்று வேடிக்கையாக வியந்துரைத்தார்.

என் நிலைதானே, நமது அபேட்சகர்களிலே பலருக்கும் இருந்திருக்கும்.! பல ஆண்டு காலமாக,

பொறிபறக்கப் பேசுவது கண்டந்துண்டமாக்கிக் காட்டுவது எதிர்ப்பு வாதங்களை முறியடிப்பது விளக்கம் தருவது வீர முழக்கம் புரிவது வரலாற்றுச் சம்பவம் தருவது

போன்ற முறைகளிலே பழகிப் போயிருக்கிறோம். அப்படிப்பட்ட நாம் மக்களிடம் கனிவாகப் பேசி, அவர்கள் அலட்சியம் காட்டினால் தாங்கிக்கொண்டு, புரியாதவர்களாக இருந்தால் பொறுமையை இழக்காமல், ஓட்டு கேட்கும் முறையை எப்படி எளிதாகக் கற்றுக் கொள்ள முடியும்? கேள் தம்பி, என் கதையை! தங்கவேலர், என்னை 'ஓட்டு' கேட்பதற்காக முதல் நாள் கோவிந்தவாடி என்ற கிராமத்துக்கு அழைத்துக் கொண்டு சென்றார். அழைத்துக்கொண்டு சென்றார் என்று கூறுவதைவிட, இழுத்துக் கொண்டு சென்றார் என்பதுதான் பொருத்தமாக இருக்கும்.

நாலைந்து கிராமத்துப் பெரியவர்களைச் சந்தித்தோம். சந்தித்தோம் என்று கூறுவதைவிட, எங்களைப் பார்க்கும்படி சிரமப்பட்டு அவர்கள் எதிரில் சென்று நின்றோம்.

தங்கவேலர் தொடங்கினார், "இதோ – நம்ம அண்ணாதுரை – நம்ம தொகுதிக்கு நிற்கிறார் – சட்டசபைக்கு நல்லவர் – படிப்பாளி. தமிழ் நாட்டில் ஒரு தலைவர்" என்று விவரித்தார்.

கேட்டுக் கொண்டிருந்தவர்கள் முகத்திலே ஒருவிதமான மலர்ச்சியும் இல்லை; எனக்குச் சிறிதளவு வெட்கமாகக் கூட இருந்தது.

சில நிமிடங்கள் தங்கவேலர் பேசிவிட்டு, பிறகு கிராமத்துப் பெரியவர்களின் பதிலை எதிர்பார்த்தார். தம்பி! பதில் வெளிவந்தது, நான் பயந்து போனேன், கோபம் கூடத்தான்!!

“அது சரிங்க! எலக்ஷனுக்கு வருகிற ஒவ்வொருவரையும் தான் இந்திரன் என்று சொல்றீங்க, சந்திரன் என்று சொல்றீங்க நாங்க என்னத்தைக் கண்டோம்?”

இது அவர்கள் அளித்த பதில்! ஓட்டு கேட்கச் சென்ற எனக்கு எப்படி இருந்திருக்கும் என்று எண்ணிப்பாரேன் தம்பி!

கோவிந்தவாடி, காஞ்சிபுரத்துக்கு வெகு அருகிலேயே உள்ள சிற்றூர் – ஐந்தாறு மைல்களுக்குத்தான் தொலைவு. அங்கு இவ்விதம் “வரவேற்பு!” எப்படி இருந்திருக்கும், என் எண்ணம் என்பதை நினைத்துப் பாரேன்!

ஓட்டு கேட்டுக் கேட்டுப் பழக்கமாகி இருந்தால், இவ்வளவு. அக்கறையற்றும், அலட்சியமாகவும் பேசியவர்களிடம் மளமளவென்று பதில் பேசிடத் தெரிந்திருக்கும். நமது கழகம்தான் தேர்தல் அலுவலில் இதுநாள் வரை ஈடுபடவில்லையே, பதில் ஏதும் கூறத் தோன்றவில்லை.

தம்பி! இதே கோவிந்தவாடி, எனக்கு ‘ஓட்’ அளிக்காமல் இருந்து விடவில்லை; நிறைய அளித்தார்கள்; ஆதரவு கிடைத்தது.

தேர்தல் காரியத்திலே ஈடுபாடுகொண்டு, நாம் சுவையும் சுறுசுறுப்பும் வழியும் வகையும் பெறவில்லை.

பொதுவாகவே ஒரு தேர்தலுக்குத் தேவையான அளவு வசதி இல்லை. அத்துடன் இந்தக் குறை வேறு. இந்த நிலையில் நமக்குப் பதினாறு இலட்சத்துக்குமேல் ‘ஓட்டுகள்’ கிடைத்தன என்பதிலே தான், வியப்பு இருக்கிறது!

நாமக்கல் அடுத்த சிற்றூர் ஒன்றிலே, மாலை சுமார் ஐந்து மணிக்கு, நான் பேசிக் கொண்டிருக்கிறேன். ஏழாம் தேதி! திடீரென்று, நண்பர் சித்தய்யன், என் கரத்திலிருந்த மைக்கை வெடுக்கெனப் பறித்துக்கொண்டு.

ஒரு சந்தோஷமான செய்தி ஒரு மகிழ்ச்சியான செய்தி நம்ம அண்ணா எம்.எல்.ஏ. ஆகிவிட்டார். எலக்ஷனில் ஜெயித்துவிட்டார் என்று சிரிப்பும் பேச்சும் குழையக் குழையக் கூறினார்.

தம்பி! கோவிந்தவாடி கிராமத்திலே, நான் கண்ட முதற் காட்சியையும், நாமக்கல் அருகே உள்ள சிற்றூரில் சித்தய்யன் என்னிடமிருந்த 'மைக்கைப் பறித்துக்கொண்டு பேசிய காட்சியையும், மனக் கண்ணாலே பார், படமும் தெரியும் பாடமும் கிடைக்கும். *

சட்டமன்றம் நுழைவு

தம்பி! உன் உழைப்பின் பலனாக, நானும் மற்றும் பதினான்கு நண்பர்களும் சட்டசபை செல்கிறோமல்லவா? அங்கு எவரெவரைக் காணப்போகிறோம், என்பதை எண்ணிப் பார்க்கும்போதே, கழகத்துக்குக் கிடைத்த வெற்றி போலப் பத்து மடங்கு வெற்றி காங்கிரசுக்குக் கிடைத்திருப்பினும், அந்த வெற்றியைப் பெற, எத்தகைய விலை கொடுக்கப்பட்டது என்பது வெட்டவெளிச்சமாகிறது.

ராஜா சர். முத்தையா செட்டியார், கம்பீரமாக அமர்ந்திருக்கக் காண்பேன் – அவரும் நானும் சந்திக்கும்போது என்னென்ன எண்ண அலைகள் எழும், இருவர் உள்ளங்களிலும்!

சர்தார் படேல் தமிழகத்தில் சுற்றுப்பயணம் செய்து, காங்கிரசுக்கு நிதி திரட்டினார் – தமிழர்கள் ஏமாளிகள் வடநாட்டுத் தலைவர்களிடம் பணத்தை இழந்துவிட்டுப் பல்லிளிக்கப் போகிறார்கள் – இதை நாம் தடுத்தாக வேண்டும் என்று, தீர்மானித்த ராஜா. சர். என்னை வரவழைத்து, படேலிடம் பணம் கொடுக்காதீர்கள் என்று மக்களைக் கேட்டுக் கொள்ள ஓர் அறிக்கை தயாரிக்கச் சொன்னார்.

படேல் வருகிறார்

பணப்பை ஜாக்ரதை!

என்ற தலைப்புடன், அந்த அறிக்கை தயாரானதும், ராஜா. சர் எவ்வளவு குதூகலமடைந்தார்! அவர் காங்கிரஸ்காரராக!

நான் எதிர்க்கட்சியில்!! அன்றும் அவர் 'ராஜா'! இன்றும் அதே!! அன்றும் அவர் ஆளும் கட்சியிலே ஓர் உன்னத இடம் பெற்றிருந்தார்! இன்றும் அவருக்கு அதே அந்தஸ்து!! நான் காங்கிரஸ் ஆட்சியை, மக்களுக்கு உகந்ததல்லாதன செய்யும் போது கண்டித்துப் பேச முற்பட்டால், ராஜா சர். 'காரசாரமாக' என்னைத் தாக்கக்கூடும்! 'காங்கிரஸ் கட்சியின் திட்டம் கவைக்கு உதவாது! அதன் போக்கு காட்டுத்தனமானது! என்று அன்று பேசினார் – இன்று கைளகமாம் களகம் – என்ன களகம், மகாகளகம்' என்று பேசுபவர்களின் நடுவில் அமர்ந்து ஒளிவிட இருக்கிறார்.

அடிபட்டவனும் அவதிப்பட்டவனும், 'தியாகி' என்ற பட்டம் மட்டும் பெற்று, வறுமை கொட்ட, வேலையில்லாத் திண்டாட்டம் வாட்ட கவனிப்பாரற்றுக் கசிந்து கண்ணீர் மல்கிக் கிடக்கின்றனர். இதோ கொலு வீற்றிருக்கிறார்கள் கோடீஸ்வரர்கள்!

அந்தப் பாவத்திலே தம்பி! தெரிந்தன்று, தெளிவு இல்லாததால் – தவறு செய்ய நேரிட்டு விட்டதால், நமக்கும் பங்கு இருக்கிறது.

ராஜா சர். இரண்டாயிரத்துச் சொச்சம் ஓட்டுகள் அதிகம் பெற்று, 'வெற்றி பெற்றார்; அந்த இரண்டாயிரத்துச் சொச்சம் ஓட்டுகளை, நமது கழக அபேட்சகர்தான் மடக்கிக் கொண்டார் – அந்த ஓட்டுகள் காங்கிரசை எதிர்த்து நின்றவருக்குப் போய்ச் சேர்ந்திருக்கும் – ராஜா. சர். தோற்றிருப்பார் – தவறு நம்முடையது, நம்முடையது என்று எண்ணும்போதெல்லாம், நான் வேதனை அடைகிறேன், மக்களிடம் மன்னிப்புக் கேட்டுக் கொள்ளத் துடிக்கிறேன்.

இது போலப் பல தவறுகளைச் செய்துவிட்டோம் – போதிய அனுபவம் இல்லாததால்!! *

தம்பி! நான் கல்லூரியில் படித்துக்கொண்டிருந்த நாள்களியே', இந்தக் 'கோட்டை'யிலும் புடை சூழவும் என்றென்றும் நம்மை யாரும் அசைக்க முடியாது என்ற எண்ணத்தைக் கொண்டு கிடந்த வெள்ளையர்களைக் கண்டிருக்கிறேன். அவர்களின்

நடமாட்டத்தைக் கண்டு நடுங்கி, நம்மவர்கள், அடங்கி ஒடுங்கிச் சென்றதையும் கண்டிருக்கிறேன்.

அவனே, 'எதிர்காலம்' இப்படி எல்லாம் வடிவெடுக்கக் கூடும் என்பதனை அறிந்து கொள்ளாதிருந்தான் என்றால், ஆளவந்தார்களாகிவிட்ட காங்கிரசார், எங்ஙனம், எதிர்காலம்' எப்படியெல்லாம் உருவாகிக்கொண்டு வருகிறது என்பதை அறிந்திட முடியும்?

குற்றம் அவர்கள் மீது இல்லைதம்பி! கோலெடுப் போரில் பெரும்பாலோர், குறைமதியையே துணையாகக் கொண்டு அழிந்து பட்ட னர்!

'கோட்டைக்குள்ளே நுழைந்தபோது, இதுபோலெல்லாம் எண்ணிக்கொண்டேன்.

பீரங்கிக்குப் பக்கத்தில் நாம் நிற்கிறோம் – ஒரு மூங்கிலாலான கொடிமரத்தின் கீழே நின்றுகொண்டு, கொக்கரிக்கிறார்களே, சுயராஜ்யம் வேண்டும் என்று!! கோட்டை எம்மிடம் – வெட்ட வெளி நின்று வீரம் பேசுகிறார்களே! – என்று, அன்று ஆங்கிலேயன் ஆணவத்தால் பேசினான். இன்று.......!! என்று எண்ணிக் கொண்டேதான் உள்ளே சென்றேன்.

வாழ்த்தொலி! ஆமாம்! கோட்டையானாலென்ன, கொத்தளமானாலென்ன – எப்படியோ பெருந்திரள் கூடிவிட்டது, வாழ்த்தொலி கூறிட!!

இந்தப் பதினைந்துக்கே இவ்வளவு ஆர்ப்பாட்டமா........... என்ற அலட்சியத்தைத் துணைக்கு அழைத்துக்கொண்டு, காங்கிரஸ் அன்பர்கள் உள்ளே நுழைந்தனர்.

கொட்டும் மழையில், குடையுமின்றி, எட்டாண்டுகளுக்கு முன்பு. இராயபுரத்தில் ஒரு வெட்டவெளியில், நின்று பேசினோம் – நினைவிலே இருக்குமே, தம்பி!? பெரியாரின் போக்கால் நாம் அதுவரை உகுத்த கண்ணீரின் அளவினைக் காட்டுவதற்கு இயற்கை எடுத்துக் கொண்ட முயற்சி போன்றிருந்ததல்லவா, அன்று பெய்த மழை? அன்று தொடங்கப்பட்ட, திராவிட முன்னேற்றக் கழகம், சதிகளைச் சகித்துக்கொண்டு, சூழ்ச்சிகளுக்கு இரையாகாமல், எதிர்ப்புகளால் முறிந்து

போகாமல், பழிச் சொல்லால் பாழ்படாமல், நம்மை அழித்தொழிக்க எண்ணுவோர் எத்துணை தரக்குறைவாக நடப்பினும், நாம் நமது முறையையும் நெறியையும் தரம் கெடாமல் பார்த்துக் கொண்டு, மக்களின் நம்பிக்கையை மெல்ல மெல்லப் பெற்று அரசியல் கழைக் கூத்தாட்டம் நடத்தாமலும், மயிர்க்கூச்செரிய வைக்கும் செயல்களைச் செய்து காட்டாமலும், அந்த நம்பிக்கையை நமது பண்பு நிறைந்த பணியின் மூலமே பெற்று, ஒரு பொதுத் தேர்தலில் ஈடுபட்டு, அந்தப் பாரத்தைத் தாங்கிக்கொண்டு, ஒரு பதினைந்து பேர், கோட்டைக்குள்ளே நுழைந்திடத்தக்க நிலையையும் பெற்றிருக்கிறோம்.

மணி பதினொன்று – நல்ல வெயில் – எனினும், என் மனக்கண்முன், அப்போது, தொடக்க நாளன்று பெய்த மழை தான் தெரிந்தது.

அடாது மழை பெய்தாலும் விடாது கூட்டம் நடந்தே தீரும் என்று குடந்தை நீலமேகம் பேசின காட்சி தெரிந்தது!! *

வெளிநாட்டு அனுபவம்

நான் தூரக் கிழக்கு நாடுகளுக்குச் சென்ற போது, கம்போடியாவில் ஒரு நடனக் காட்சியைப் பார்த்தேன்.

. அதைப் பார்க்க வந்திருந்த அமெரிக்க நாட்டுச் செல்வக் குடும்பத்தில் பிறந்த பெண்கள், மேடையில் ஆடியவர்களைப் பார்த்து அவர்களைப் போலவே கை விரல்களை அசைத்தார்கள்.

நான் அவர்களிடம், ‘‘எங்கள் தமிழ் நாட்டிற்கு வந்து பாருங்கள், அங்கே கண்களாலும் கைகளாலும் கலையை உணர்த்தக் கூடியவர்கள் இருக்கிறார்கள் என்று கூறினேன். **

பிறமொழிச் சேர்க்கை

தம்பி! இதனை அறிந்து தடுத்திட வேண்டும் என்று எண்ணம் கொண்டு பணியாற்றும் நம்மாலே கூட (சற்று அதிகமாகவே என்னால்) பிற மொழிகளின் சேர்க்கை நீக்கி பேசவும் எழுதவும் முடியாமல் ஆகிவிட்டிருக்கிறது. ***

ஈரோட்டில் ஒரு நிகழ்ச்சி

ஈரோடு, என் இருப்பிடமாக இருந்த நாள்கள், சித்தப்பா சீற்றமாக இருந்தாலும், அப்பா ஆர்ப்பரித்து வந்தாலும், ஓடோடி வந்து, நான் படுத்திருக்கும் இருக்கைக்குக் கீழே பதுங்கி, அப்படியே, தம்பி சம்பத் உறங்கும் நாள்கள், யாராவது சிறிதளவு கடுமையாக நமது இயக்கத்தைப்பற்றிப் பேசினாலும், துடிதுடித்து எழுந்து, படபடவென்று பேசிடும் பருவத்தில் நான் இருந்த காலம். ஒரு மாநாடு ஏற்பாடாகி இருந்தது. ஈரோட்டில், எந்தத் திடலில் என்று அறிந்து கொள்ள ஆவலாக இருக்கிறாய் அல்லவா? திடலில் அல்ல!! பள்ளிக் கட்டிடடத்தில் – கூடத்தில்.

நாங்கள் யாரும் எதிர்பாராத ஒரு நிகழ்ச்சி ஏற்பட்டது; திடீரென்று, சர்.ஆர்.கே. சண்முகம் செட்டியார், தாம் மாநாட்டுக்கு வருவதாக, தாமாகவே பெரியாருக்குத் தெரிவித்தார்.

ஏன் வருகிறார்? இவருக்கு இருக்கும் ஆயிரத்தெட்டு அலுவல்களுக்கிடையே, இந்த மாநாட்டுக்கு வர எண்ணிடும் காரணம் என்ன? என்று யோசிக்கவேண்டி நேரிட்டுவிட்டது. எதிர்பாராத இந்த அறிவிப்பு, ஏதேதோ எண்ணங்களை மூட்டி விடலாயிற்று.

பெரியாருக்கு, சர். சண்முகத்திடம் பெருமதிப்பு, பாசம். எனவே பயந்து போனார்.

பாசம் இருந்தால், பயம் ஏற்படுமா என்று கேட்பாய், தம்பி! பாசம் எப்படிப்பட்டது; அதன் வயமாகிவிட்டால், அது என்னென்ன பாடுபடுத்தும் என்பதை, தம்பி! உன்னால் எப்படி இன்று உணர முடியவில்லையோ, அதுபோலத்தான் எனக்கு அப்போது நிலை; இப்போது அந்தப் பாசம், என்னை என்ன பாடுபடுத்துகிறது என்பதை, நானன்றோ அறிவேன்!.

பெரியாருக்கு, சர் சண்முகத்திடம் இருந்த பாசத்தால் தான் பயமும் ஏற்பட்டது; காரணம் என்ன தெரியுமா? சிலர், சர். சண்முகம் மாநாட்டுக்கு வருவதாகத் தெரிவித்திருந்தாரே, அதற்கு ஒரு காரணம் காட்டினார்கள், கற்பனையாகக் கண்டார்கள் என்றே கூறலாம்.

விளைவு எப்படி எப்படி ஏற்பட்டுவிடக்கூடும் என்பது பற்றி எண்ணிப்பார்க்காமல், நிகழ்ச்சிகளுக்கு, அவரவர் தத்தமக்குத் தோன்றிய வகையில், பொருள் கூற முற்படுவது, எளிதிலே நீக்கிடமுடியாத இயல்பல்லவா? அதனால்தான், அன்று சண்முகம் அவர்கள் ஈரோட்டு மாநாடு வருவது எதற்காக என்பது பற்றி, அவரவர் அவரவருக்கு மன அதிர்ச்சியே தரத்தக்க விதத்தில், சிலர், ஒரு காரணம் காட்டினர்.

நாட்டுப் பிரிவினைத் திட்டத்தை, நாம் கைவிட்டு விடவேண்டும், என்ற எண்ணம் கொண்டவர்கள், பெரியாரின் போக்கை அன்பினால் கட்டுப்படுத்தி மாற்றக்கூடிய ஆற்றல் படைத்தவர், சர்.சண்முகம் ஒருவர் தாம் உளர் என்பதறிந்து அவரை அனுப்புகிறார்கள்; அவர் மாநாட்டுக்கு வந்து நாட்டுப் பிரிவினைத் திட்டம் நாசம் தரும், மோசம் போகாதீர் என்று பேசப் போகிறார்; அவ்விதம் வேறு எவரேனும் பேசினால், பெரியார் தமது கோபப் பார்வையாலேயே அவர்களை அடக்கி விட முடியும்! எவருடைய வாதத்தையும் பொடிப் பொடியாக்கிட முடியும்!! ஆனால் சர். சண்முகம் நாட்டுப் பிரிவினையை எதிர்த்தால், அவரிடம் பாசம் கொண்டுள்ளதால், பெரியாரால் மறுத்திட, எதிர்த்திட மட்டுமல்ல, வாதிடக்கூட முடியாது; மனம் நெகிழும், குழம்பும்; நம்ம சண்முகமா இப்படி ஆகிவிட்டார் என்று எண்ணுவார். வருத்தம் மேலிடும். நம்ம சண்முகமே இப்படி ஆகிவிட்டபிறகு நாம் யாரை நம்புவது என்ற எண்ணம் தோன்றும். திகைப்பு மேலிடும் என்பது பலருடைய கருத்து. அதிலே பெருமளவு உண்மையும் உண்டு. பெரியார் உள்ளபடி பயந்தார், அன்புக்குரிய சண்முகத்தை எதிர்த்துப் பேசவேண்டிய நிலையும் ஏற்படும் போலிருக்கிறதே, என்று.

நான் உடனிருந்தேன்; என்னை அவர் பார்த்தார்; பார்வையைப் புரிந்துகொண்டேன்; சிறிது பணமும் கொடுத்தார், புதிய சில புத்தகங்கள் வாங்க; படித்துக் குறிப்புகள் எடுத்தேன், நாட்டுப் பிரிவினைக்கு ஆதாரங்கள். இந்த ஆதாரங்களை, வரலாற்று உண்மைகளை எடுத்துக் கூறி னால், சர். சண்முகம் கூட மறுக்கமுடியாது என்ற தெம்பு எனக்கு.

ஆனால், நான் பெரும் ஏமாற்றம் அடைந்தேன்.

மெத்தக் கஷ்டப்பட்டு நான் தேடி எடுத்த குறிப்புகள் எனக்குப் பயன்படவில்லை.

சந்திரகுப்தன், சமுத்ர குப்தன், அர்ஷன்', அசோகன் என்ற மாமன்னர்கள், இந்தியாவை ஒரு குடையின் கீழிருந்து ஆளத் திட்டமிட்டுத் தோற்ற வரலாற்றினைப் படித்துக் குறிப்புகள், மேற்கோள்கள், பேரறிவாளரின் கருத்துரைகள் பலவும், தயாராய் வைத்திருந்தேன். பயனற்று போய்விட்டன. ஏன் எனில், சர். சண்முகம் சிலர் கூறியதைப்போல, நாட்டுப் பிரிவினைத் திட்டத்தைக் கண்டிக்கவேயில்லை; மாறாகப் பிரிவினை கேட்பதிலே. தவறு ஏதும் இல்லை; உரிமையே இருக்கிறது: சாதாரண இந்துக் குடும்பத்திலேயே பிரிவினை கேட்க உரிமையும், பெற வழியும் இருக்கும் போது, ஒரு தனி இனம், தனி அரசு நடத்தி வெற்றி கண்ட இனம், 'தனி நாடு' வேண்டும் என்று கூறாமலிருக்க முடியுமா? அந்தக் கோரிக்கையைப் புறக்கணிக்கத் தான் செய்ய லாமா? என்றெல்லாம் சர்.சண்முகமே பேசலானார். எதிர்த்திடப் போகிறார் என்று யாரைக் குறிப்பிட்டார்களோ, – அதே சர். சண்முகம், "தனிநாடு கேட்பதிலே, தவறு துளியும், இல்லை, மறுத்திடத் துளியும் நியாயம் இல்லை," என்று பேசினார்.

பெரியார், பிரிவினைக்கான வழக்குத் தொடர்ந்து விட்டார். ஆட்சிப்பொறுப்பிலே உள்ளவர்கள், அலட்சியம் காட்டாமல், வீணான அருவருப்புக் கொள்ளாமல், வழக்கினை விசாரணைக்கு எடுத்துக்கொண்டு, நீதியும் உரிமையும் நிலை நாட்டப் படுவதற்கான வழிவகை செய்தாகவேண்டும் என்ற கருத்துப்பட, சர், சண்முகம் விளக்கம் அளித்தார். சர். சண்முகம். தனி அரசு கேட்பது, சிறுபிள்ளைத்தனம் என்று கூறிடுவாரோ, என்ற அச்சம் என் போன்றோருக்கு. எனவே, சர். சண்முகம், விடுதலை உணர்ச்சியை ஊட்டத்தக்க விதத்திலே 'நடந்து கொள்ளும்போது, எத்தனை மகிழ்ச்சி ஏற்பட்டிருக்கும் என்பதை எண்ணிப்பார் தம்பி! எங்கள் பேச்சிலேயே ஒரு புது முறுக்கு! ஏறு நடை என்கிறார்களே அது! அவ்வளவு மகிழ்ச்சி எமக்கு.

சர். சண்முகம் மட்டும் தொடர்ந்து அந்தப் போக்கைக் கொண்டிருந்திருப்பாரானால், தமிழக வரலாற்றிலேயே ஒரு திருப்புமுனை ஏற்பட்டுவிட்டிருந்திருக்கும், அவரோ, வேறு

பிரச்னைகளில் தம்மை ஈடுபடுத்திக்கொண்டார். பாதை வேறாகி விட்டது. ஒரு பெருமூச்சு; சிறிதளவு மனத்தளர்ச்சி; எனினும், கொள்கை எங்களை ஊக்குவித்தது; பயணத்தைத் தொடர்ந்து நடத்தினோம். உன் போன்றோரின் தோழமையும் உழைப்பும், உறுதியும் கஷ்ட நஷ்டம் ஏற்கும் இயல்பும், கிடைத்தன. இன்று நான் தொடக்கத்தில் கூறியபடி, நமது இலட்சியம் வெவ்வேறு முகாம்களில் உள்ளவர்களின் உள்ளத்திலும் குடிபுகுந்திருப்பது காண்கிறோம். மகிழ்கிறோம். ஏழை சொல் அம்பலம் ஏறாது என்பது பழமொழி. அது. பொய்த்துப் போய் விட்டது. ஏதுமறியாதவர்கள், எடுப்பார் கைப்பிள்ளைகள், இயலாதனவற்றை எல்லாம் – எடுத்தியம்பும் போக்கினர், என்று நம்மைக் கேலி பேசி வந்தவர்களிலே பலரும், இன்று, மெல்ல மெல்ல, நமது நோக்கத்தைப் புரிந்துகொள்ளவும், போக்கினை ஓரளவு ஆதரிக்கவும் முன் வருகின்றனர். நல்ல சமயம், தம்பி! இதை நழுவவிடலாகாது! *

உடன் பிறந்தார் நிலை

ஊட்டி, கோடைக்கானல், ஏர்க்காடு போன்ற இடங்களுக்குச் செல்வதே, குற்றம் என்று கூற முற்படவில்லை. பொதுப் பணத்தைச் செலவழித்துக்கொண்டு, ஏழை எளியோர் வாயைக்கட்டி வயிற்றைக் கட்டிக் கொடுத்திடும் வரிப்பணத்தை விரயம் செய்து, ஊட்டியில் உல்லாசம் தேடுவது, அக்ரமச் செயல். அதைத்தான் நமது கழகம் எடுத்துக் காட்டிற்று.

தவித்திடும் போது, ஊட்டி, ஏர்க்காடு போன்ற இடங்களுக்கு அழைத்துச் சென்று, மலைவளம் காட்டுவோம். அருவியின் அழகைக் காட்டுவோம்; மலர்மணம் பெறட்டும், மனத்துக்கு ஒரு மகிழ்ச்சி கிடைக்கட்டும், என்றல்லவா ஓர் அண்ணனுக்கு எண்ணம் – ஏற்படவேண்டும்? ஒரு நாளாவது, அழைத்துப் போனது உண்டா: பொழில்நிறை இடங்களுக்கு? என்று கேட்கிறாய், பார்வையால்! கூடாது என்பதில்லை தம்பி! இயலவில்லை என்பதுதான். கோடை கொடுமைதான்! குளிர் தரும் இடம் செல்வது, மகிழ்ச்சி தரத்தான் செய்யும் – இல்லை என்றா கூறுகிறேன்? ஆனால் இந்தக் கோட்டையில், – தம்பி! நமது உடன் பிறந்தார்களிலே சிலர், பாரவண்டிகளை

இழுத்துச் செல்கிறார்கள். பார்த்தனையா? கால்களிலே சாக்குத் துண்டுகளைச் சுற்றிக்கொண்டு, உருகிடும் தார்போட்ட பாதையில்!! மாடு இழுக்க முடியாத வண்டிகள், தம்பி! முன்னே இருவர் தொட்டு இழுக்கிறார்கள் – பின்னிருந்து மூவர் முட்டித்தள்ளு கிறார்கள்! அவர்களோடு பிறந்தவர்கள் தான், நாம்!! நம்மிலே சிலர், வண்டுகளும் தும்பிகளும் வட்டமிட்டு இசை எழுப்பும் பூங்காக்கள் நிறைந்த இடம் தேடிச்சென்று, உல்லாசம் பெற எண்ணுவதுகூடத் தவறல்லவா? அங்கே சென்ற பிறகு, இந்த நினைப்பு வந்திடின்? கோடை நம்மைத் தேடி வந்தல்லவா, கொட்டும்?

நாமாகிலும், தம்பி! கோடையின் தாக்குதலில் மட்டும் சிக்கியுள்ளோம். கைவண்டி இழுத்துக்கொண்டு இல்லை. இன்னும் ஒரு பத்தாண்டுகள், ‘ஏக இந்தியா’ எனும் தத்துவம் நம்மைப் பிடித்துக்கொண்டிருக்குமானால், நம்மிலே பலர் கைவண்டி இழுப்போராக வேண்டியதுதான்! ஆனால் ஒன்று. உழைப்பின் மேன்மையைப் பாராட்டி, நேருபண்டிதர் நம்மைப் பாராட்டுவார்! அது கிடைக்கும், வண்டி வண்டியாக.

இன்று, நமது இனத்திலே எல்லாருக்குமே இந்த இழிநிலை வராமலிருக்கிறதே என்பதை எண்ணித்தான் ஆறுதல் தேடிக்கொள்ள வேண்டும். *

.... மீண்டும் சுமைதாங்கியாக்கப்பட்டுவிட்டேன். விடுவதாக இல்லையே நீயும், உன் போன்றோரும். [அண்ணா பொதுச்செயலாளரானார்).

குன்றெடுக்கும் நெடுந்தோள் எனக்கில்லை எனினும் என் தோளின் மீது பொறுப்புகளை எடுத்து வைத்து சுமந்திட கொள்வதிலேயோ உனக்கோர் தனிச்சுவை ஏற்பட்டு விடுகிறது. நான் என் செய்வேன்? தாங்கிக் கொள்கிறேன்...... **

எனக்கோ எதையும் தாங்கும் இதயம் வேண்டும் என்ற கவிதை மனப்பாடம். ***

.... என்னை ஊக்குவிப்பதும் பொது வாழ்விலே எனக்கு உவகை ஏற்படுத்துவதும் அந்த கனிவு' எனக்கு கை கொடுத்து உதவுவதால்தான். *

சென்ற கிழமை இரு நாள்கள் தொடர்ந்து ஓர் ஆங்கிலப் படம் பார்த்தேன். ஆமாம் தம்பி! ஏன் திகைக்கிறாய்! கழகத்தில் பெரிய பிளவாமே! அப்படிப்பட்ட நேரத்திலே, படக்காட்சிக்குச் செல்வதா, கவலை இல்லாத மனிதனா நீ! – என்று தானே கேட்கிறாய்? தம்பி! இதிலிருந்தே நீ தெரிந்து கொள்ள வேண்டும். பெரிய பிளவு – குழப்பம் – என்பன மாற்றாரின் மனத்திலே மூண்ட அற்ப ஆசைகளின் ஓசைகள்!! எனவேதான், நான் படம் பார்க்கச் சென்றேன். அங்கும் பாடம் தேடிப் பெறும் பக்குவம் எனக்கு நீண்ட காலமாகவே உண்டு, ஆதலால் மதத்தொடர்புடைய கதை..... சாலமனும் ஷீபா நாட்டு அரசியும் என்ற படம்... **

திருத்தலம்

திருச்சி போலவே வேலூர் எனக்கு ஒரு திருத்தலம்.

திருச்சியில் ஒரு முறை சிறை சென்றேன். விலைவாசி குறைப்புக்கான அறப் போராட்டத்தின் போது வேலூர் சிறையில் இடம் பெற்றேன். ***

நான் தான் தம்பி! பதில் கூறிக் காலத்தை வீணாக்கிக் | கொள்வதில்லையே!****

எழுதும் நேரம்

ஆனால் இப்போது நேரம் என்ன தெரியுமா தம்பி? ஏதோ அலுப்பு. கோழி கூவவில்லை. ஆனால் நேரம் அதுதான்! இரவு மணி பன்னிரண்டு வரை கழகத் தோழர்களிடம் பேசிவிட்டு, சிறிது படித்து விட்டு பிறகு எழுதுகிறேன். *****

தம்பி! ஒன்று கூறுவேன். அதனை என்றும் மறவாதே. தம்மை விட மிகப் பெரியவர்கள், அறிவிலும், ஆற்றலிலும் தியாகத்திலும், தரத்திலும் திறத்திலும் மிக மிக மேலோர் என்று நாமே, நெஞ்சு நெக்குருக ஒப்புக்கொண்டு தீரவேண்டிய பேரறிவாளர்கள், இன்று நம் மீது – வீசப்படும் இழி மொழிகளை விட மிக மிகக் கேவலமான இழிமொழிகளையும் பழிச்சொற்களையும் தாங்கிக் கொண்ட னர். *

மதமயக்கம்

“15 ஆண்டுகளுக்கு முன்னால் நானும், மற்றும் சிலரும் வடநாட்டிலுள்ள அலிகார் நகரத்திற்குச் சென்றிருந்தோம்; அங்கு திரு. எம்.என்.ராய் அவர்களின் விருந்தினர்களாகத் தங்கியிருந்த பொழுது, அவ்வூரிலுள்ள ஒரு மசூதியைப் பார்க்கச் சென்றிருந்தோம்; அவற்றைச் சுற்றிக் காண்பிக்க இரண்டு மாணவர்களை எம்.என்.ராய் அவர்கள் அனுப்பி வைத்தார்கள்; மசூதியை சுற்றிப் பார்த்துக் கொண்டு வரும் பொழுது அதிலே சிறு ஓட்டைகள் இருப்பதை நான் கண்டேன். உடன் என்னுடன் வந்த மாணவரைப் பார்த்து, ‘இந்தக் கட்டிடடத்தில் இப்படி ஓட்டை இருப்பதற்குக் காரணம் என்ன?’ என்று கேட்டேன். “மொகலாயர்கள் பாதுஷாக்களாக வாழ்ந்த காலத்தில் இதில் நவரத்தினக் கற்களை வைத்து இழைத்திருந்தார்கள்; பிறகு இந்துக்கள் கைப்பற்றிய பிறகு, அந்த நவரத்தினங்களை எடுத்துப் போய்விட்டார்கள்.; அதுதான் நீங்கள் பார்க்கின்ற இந்த ஓட்டை” என்று சொன்னார்; அந்த மாணவர் இலக்கியம் படித்தவர், ஆனால் எங்களுடன் வந்த மற்றொருவர், என்னுடன் வந்த இன்னொருவருக்கு வேறு பக்கத்தில் மசூதியைச் சுற்றிக் காண்பித்துக் கொண்டிருந்தார். நான் அவரிடம் தனியாக, “இந்த ஓட்டைகளுக்கு என்ன காரணம்!” என்று கேட்டேன்; அவர் “மொகலாயர்கள் அரசர்களாக இருந்தபொழுது அடிக்கடி பழுது பார்க்கப்பட்டு வந்தது; இப்பொழுது பழுது பார்க்கப்படவில்லை; அதனால்தான் ஓட்டை விழுந்திருக்கிறது’ என்று சொன்னார். முன்பு சொன்னவர் ஒரு முஸ்லிம்; பின்பு சொன்னவர் ஓர் இந்து – இவர்கள் இருவரும் எம்.என். ராய் அவர்களின் நெருங்கிய நண்பர்கள் தான் – அதிலும்

படித்தவர்கள் தான் – நாட்டு மக்களுக்கு நல்ல கருத்துகளைச் சொல்ல வேண்டிய வர்கள்தான். அவர்களிடத்தில் இந்த சின்ன விஷயத்தில் பெரிய மாறுபாடு இருப்பதை நீங்கள் அறிந்து கொள்ள வேண்டும்.

''நீங்கள் கேட்டால் ஆச்சரியப்படுவீர்கள் – நாங்கள் அசாமுக்குச் செல்லுவதற்கு பிரம்மபுத்திரா நதியைக் கடக்க வேண்டும்; நதியைக் கடப்பதற்கு ஒரு படகு இருக்கிறது; அது பெரிய கல்லூரி மணி மண்டபம் போல் இருக்கும்; அதில் இரண்டு தாழ்வாரத்திலும், தேநீர்க் கடை இருக்கிறது; நாங்கள், தேநீர் குடிப்பதற்காக ஒரு கடைக்குச் சென்றோம்; மற்றொரு பிரயாணி என் சட்டையைப் பிடித்திழுத்து என்ன வேண்டுமென்று கேட்டார் – பேச்சில் இல்லை – எல்லாம் சாடையிலேயே! – நீங்கள் இதனை எண்ணிப் பார்க்கவேண்டும் – நாங்கள் இருப்பது ஒரு படகு; அதிலிருப்பவர்கள் எந்த வகையிலும் எங்களுக்குத் தொடர்பில்லாதவர்கள் – அவர், எங்களைப் பார்த்து, 'உங்களைப் பார்த்தால் இந்துக்கள் போல் தெரிகிறது; நீங்கள் ஒரு முஸ்லீம் கடையிலா டீ அருந்துவது?' என்றார்; எங்களுக்குத் தெரியும் – எந்தக் கடையில் டீ அருந்தினால் நன்றாக இருக்கும் என்பதுடட என்று சொல்லிவிட்டு, அந்த முஸ்லிம் கடைக்குச் சென்றோம் – நீங்கள் கேட்டால் வியப்படைவீர்கள் – அந்த முஸ்லிம் நண்பர், ''எங்களுக்கு டீ கொடுக்க மறுத்துவிட்டார்; ஏன்?' என்று கேட்டோம்; ''நீங்கள் ஒரு நாளைக்குக் குடித்துவிட்டுப் போய் விடுவீர்கள்; அடுத்த நாள் உதைபடுவது யார்?' என்றார். இதுபோன்ற ஒரு நிலைமை 15 ஆண்டுகளுக்கு முன்னால் இருந்தது. *

செஞ்சிக் கோட்டை

பத்துப் பதினைந்து ஆண்டுகளுக்கு முன்பு நான் செஞ்சிக் கோட்டை சென்றேன் – தேசிங்கு ராஜனின் வீரத்தை எண்ணி வியப்புற்ற வண்ணம் கோட்டை– உட்புறம் நடந்தேன் – நிழலுக்காக படுத்து உறங்கிக் கொண்டிருந்த நாய் ஒலி கேட்டு மிரண்டு ஓடிற்று. நாய் தம்பி! சொறி பிடித்த நாய்! எனக்கு, உள்ளபடி தூக்கம் துளைத்தது. செஞ்சிக் கோட்டையில் தேசிங்கு மன்னன் கோலோச்சிக் கொண்டிருந்த நாள்களில் 'பாராசாரியும்',

“நீலவேணியும்‘ அல்லவா ஆங்கு உலவி இருக்கும் – கவிதைப் புகழ் பெற்ற அந்தப் புரவிகள் கம்பீர நடை போட்ட இடத்தில் சொறி நாயல்லவா ஓடிற்று....... *

திருக்கழுக் குன்றத்தில்

ஒரு நாள் தம்பி! திருக்கழுக்குன்றம் சென்றேன். குளத்தில் குளித்துவிட்டு தங்குமிடம் திரும்பினேன், நண்பர்களோடு கடைவீதிப் பக்கம் வருவோர் போவோரிடம் பிச்சைகேட்டுக் கொண்டு அலங்கோலமான நிலையிலே ஒரு மாது இருந்திடக்கண்டேன். பத்தாண்டு ‘சுயராஜ்யம்‘ இந்த இலட்சணத்தில் இருக்கிறது என்று எண்ணிக் கொண்டேன். அந்த மாது என்னை மிரள, மிரளப் பார்த்துவிட்டு சரேலென நழுவி வேறு பக்கமாக ஓட்டமும் பெருநடையுமாகச் சென்றிடக்கண்டேன். திகைத்துப்போனேன். நம்மைக் கண்டதும் அந்த மாது முகத்திலே மிரட்சி! கண் காணக்கூடாது என்பது போல ஓடி மறைகிறார்களே, என்ன காரணம்? என்று ஒரே குழப்பம் எனக்கு. ஒரு கணம் – பிறகோ தம்பி! என் கண்களில் நீர் துளிர்த்தது. என்னைக் காணக்கூடாது என்று ஓடி மறைந்த மாது, எனக்குத் தெரிந்தவர் – வாழ்ந்து கெட்டவர் – பிச்சை எடுத்திட வேண்டிய நிலை பெற்றதை நான் காணக்கூடாது என்று பீதி கொண்டு ஓடி மறைந்திருக்கிறார்கள். பாவம் ஆணாக இருந்திருந்தாலாவது, காவி கட்டிக்கொண்டு அண்ணாமலைக்கு “அரோகரா கூவிக்கொண்டு” பிச்சை எடுக்க வில்லை, சம்சார பந்தத்தை அறுத்துக் கொண்டேன், என்று பேசி இருக்க முடியும் – மாது! என்ன பேசமுடியும்? ஓரளவு நிம்மதியாக வாழ்ந்தவர்கள் – அதைக்கண்டவன் நான். வாழ்ந்து கெட்ட மாது, பிச்சை எடுத்துக் கொண்டிருப்பதை நான் காண்பதென்றால் அதைவிடக் கொடுமையான காட்சி வேறென்ன இருக்க முடியும்? எனக்கு அந்தக் கஷ்டம் வரக்கூடாது என்று தான் அந்த மாது ஓடி மறைந்திருக்க வேண்டும்; மறைந்த மாது, மற்றவர்களுக்குப் பிச்சை போட்டதைக் கண்ட கண்களால், அவர்கள் பிச்சையெடுப்பதைக் காண்பதென்றால், எத்துணை வேதனை ஏற்படும், தம்பி! விளக்கவா முடியும்? **

மாதுளை

தம்பி! உனக்கு மாதுளம் பழம் தரவேண்டும். அதனைத் தின்றிடச் சொல்லி, பக்கம் நின்று பார்த்திட வேண்டும் என்று விரும்புகிறேன். ஏன், என்கிறாயா? மாதுளையின் தோலினை உரித்திடும் போது வாயினிலே நீர் ஊறும். விரலெல்லாம் சாறு போன்ற நீர் வடியும். அழகான அணி செய்வோன் செம்பொன்னால் அதனைச் செய்து, அதிலே இடம் செதுக்கி ஆங்கு வைரம், செம்பு, வைடூரியம் முதலிய கற்களைப் பதித்து இழைத்தளிக்கும் பான்மை போல, இயற்கை அன்னை மாதுளைக்கனியில் கோலம் காட்டியன்றோ அளித்திடக் காண்கின்றோம்? மேலே ஒரு நிறம், உள்ளே பெரிதும் மஞ் சள் வண்ணம், ஆங்கு இரத்தச் சிவப்பு நிறத்தில், சுவைமிகு மாதுளை மணிகள், பதிக்கப்பட்டு இடையிடையே வெண்மை கலந்து – மஞ்சள் நிற மெல்லியத் தோலினை அமைத்திருக்கும் பாங்கு, காணக்காண வியப்பளிக்கும். ஆனால் மேல் தோல் நீக்கியதும் மணிகள் மீது தானே விருப்பம் பாயும்? எனவே, பலர் மாதுளையின் அமைப்பு காட்டிடும் அழகினைக் கண்டு மகிழும் வாய்ப்பினை இழந்தே விடுகின்றனர்....... *

சென்னை பயணம்

தம்பி! வெற்றி விழாக் கூட்டத்துக்காக நான் காஞ் சிபுரத்திலிருந்து அ.க. தங்கவேலருடன் அவருடைய மோட்டாரில் வந்து கொண்டிருந்தேன். திடீரென்று வண்டி நின்றது; ஓட்டுபவர் பதறினார். கீழே இறங்கிப் பார்த்தோம், சக்கரங்கள் பொருத்தப்பட்டிருந்த இடத்திலிருந்து புகை. குபு குபுவெனவரக் கண்டோம். என்ன இது, என்று கேட்டோம். “மோட்டாரில் தடுத்து நிறுத்தும் கருவி பழுதாகிவிட்டது. சக்கரங்களை அது பிடித்து அழுத்துகிறது. உராய்ந்து உராய்ந்து அது சூடேச்கிவிட்டது, என்று கூறிடவே, நாங்கள் பதறி “இப்படியே போனால் என்ன ஆகும்?” என்று கேட்டோம்; “தீ பிடித்துக்கொள்ளும்” என்ற பதில் கிடைத்தது........? பிறகென்ன என்கிறாயா? ஒன்றும் ஆகவில்லை தம்பி! இருக்கிறேனே! அதே மோட்டாரில் தான் சென்னை வந்தோம், தீ பிடித்துக் கொள்ளவில்லை! எப்படி? அந்தக் கருவியைப் பழுதடையச்

செய்து குழம்பிப்போன பழைய எண்ணெயை வெளியே எடுத்துவிட்டு சிறிது பழுது பார்த்திடவே வண்டி விபத்து ஏதுமின்றி நகர்ந்த து..... *

இந்தி

“இந்தி மொழியில் இருபெரும் காப்பியங்கள் உள்ளன – ஒன்று துளசிதாசரின் இராமாயணம்.....” என்று தம்பி! நான் இம்முறை சட்டமன்றத்தில் பேசியபோது, பலர். இரண்டு காவியம் என்றுரைக்கிறானே, துளசிதாஸ் இராமாயணம் ஒன்று தானே காவியம், மற்றொன்று எது? என்று எண்ணிக்கிடந்தனர்; நான் என் பேச்சைத் தொடர்ந்து, குறிப்பிட்டோர்

“மற்றொரு காவியம் அகில இந்திய இரயில்வே கைடு – என்று கூறினேன். சிலரால் சிரிப்பை அடக்கவே முடியவில்லை. அமைச்சரும் மகிழ்ச்சி பொங்கி வழிந்திடும் நிலையில் தான் இருந்தார் – எனினும் கடமை அவரைக் குடைந்தது. எழுந்தார்,. குறுக்கிட்டார், “நமது மொழிபற்றி எவ்வளவு பெருமையாக வேண்டுமானாலும் பேசிக்கொள்ளலாம். ஆனால் பிற மொழியை இப்படி இகழத் தேவை இல்லை’ என்றுரைத்தார். எனக்கு அவருடைய நிலை புரிந்தது, அதனையும் அங்கேயே கூறினேன்.

இந்தி மொழியைப் பற்றி ஒருவன் ஏளனம் பேசக் கேட்டும்; சும்மாவா இருந்தீர்? என்று மேலிடத்தார் கேட்டால், ‘இல்லையே’ உடனே எழுந்து, அதனைத் தடுத்து நிறுத்தினேனே!’ என்று மேலிடத்தாருக்குச் சொல்லிக்கொள்ளத்தான் இப்போது அமைச்சர் குறுக்கிட்டுப் பேசினார். **

அண்ணாவின் உள்ளம்

இருவர் மட்டும் செல்கின்றனரே, ஐந்து நூறுபேர் உள்ள அயலார் கோட்டை சென்று, உரிமை முழக்கமிட, என்ன நேரிடுமோ? எவன் தாக்குவானோ? என்றெண்ணி, சம்பத்தை டில்லிக்கு வழியனுப்பி வைத்தபோது, என் கண் கலங்கியதை

மாற்றுக் கட்சி முகாமில் இருந்து கொண்டிருக்கும், 'இடம் பிடித்தான்களால்' எப்படி, உணர்ந்து கொள்ள முடியும்?

கண்ணதாசனைச் சுட்டுக் கொன்றுவிட்டார்களாமே! – என்றொரு வதந்தி, மும்முனைப் போராட்டத்தின் போது, சிறை நுழைந்து என் காதினில் நுழைந்தபோது, சோற்றுத் தட்டிலே சிந்திய, என் கண்ணீர் பற்றி, மாற்றுக் கட்சியினர் எங்ஙனம் தெரிந்துகொள்ள முடியும்? அந்தக் கண்ணீரின் மதிப்பும் சக்தியும் இன்னது என்றுதான், அவர்களால் எப்படிக் கணித்திட இயலும்?

நாடகமாடுவதை இயக்கத் தொண்டாகவும், தொழிலாகவும் கூடக்கொண்டு கருணாநிதி இருந்த நாள்களில், எதிரிகள் இழுத்துப் போட்டு அடித்து, பிணமானான் என்று கருதிப்பெருஞ் சிரிப்புச் சிரித்து விட்டுச் சென்றனர் என்பதைக் கேள்விப்பட்ட உடன், தம்பிக்கு வந்துற்ற ஆபத்தினைத் தடுத்திடும் ஆற்றலும் அற்ற நிலையிலே இருக்கிறேனே! என் போன்றோர் மொழி கேட்டும், காட்டும் வழிநடந்தும் பணியாற்றிய, வாழ்க்கையைச் சுவைத்திடாப் பருவத்தினனை மாபாவிகள், நொறுக்கினரே, அடிபட்டபோது, இரத்தம் கொட்டிய போது, கயவர் கத்தியைக் காட்டிய போது என்னென்ன எண்ணினானோ! 'எனக்கு ஒரு அண்ணன் உண்டு ஓர், அவன் சொல்லில் எனக்குப் பற்று உண்டு! அவன் இருக்க நான் அச்சமடையத் தேவை இல்லை என்றெண்ணி இருந்தேன். இதோ நான் கொல்லப்படுகிறேன். எங்கு இருக்கிறான் என் அண்ணன்?, என்றெல்லாம் எண்ணித் திகைத்தானோ – இது போலெல்லாம் எண்ணி, புதுவையிலிருந்து விழுப்புரம் வந்து சேரும் வரையில், விம்மிக் கிடத்தேன் – இடம் தேடி அரசியலை நாடியோருக்கு அந்த இதயத் துடிப்பு எப்படித் தெரிய முடியும்?

அடையாற்றில், காந்தி நகரில், நடிப்பிசைப் புலவரின் (கே. ஆர் இராமசாமி) வீட்டு மாடியில் படுத்துப் புழுவெனத் துடித்துக் கிடந்தேன். நண்பர் நடராசனை, குன்றத்தூரில் 144 தடையை மீறச் சென்றதற்காக, போலீஸ் தாக்குதல் நடத்தி, துப்பாக்கி சூடு எழுப்பினார்கள். நடராசன் என்ன ஆனாரோ தெரியவில்லை என்று செய்தி தெரிவிக்கப்பட்டபோது, நான் துடித்துப் போனதை யாரே அறிவார்?

பாறாங்கல்லைத் தூக்கி மண்டையில் போட்டு, நாவலரைக் கொன்றுவிடத் தேனியில் முயற்சி செய்யப்பட்ட செய்தி கேட்டு, பழந் தமிழரின் வீரத்துக்கு உறைவிடம் என்று கூறத்தக்க, கட்டுடல் கொண்டவர். தானெனினும், குழந்தை உள்ளமாயிற்றே நெடுஞ்செழியனுக்கு, கொடியவர்கள், கொலைக்கஞ்சாப் பாதகர்கள் சூழ்ந்த காலை எப்படி எப்படிப் பதறினாரோ, எதை எதை எண்ணித் துடித்தாரோ என்றெண்ணித் துடிதுடித்துப்போன என் முகத்திலே, கப்பிக் கொண்டிருந்த வேதனையை, வேற்றுக் கட்சிக்காரர்கள், எப்படிப் பார்த்திருக்க முடியும்? '

தம்பி! நம்மில், ஒருவர் மாற்றாரால் வதைக்கப்பட்டதைக் கேட்டு மற்றவர் மனம் குமுறிக் குமுறி, ஒரு குடும்பத்தினரானவர்கள் – ஒரு கட்சியின் உறுப்பினர்கள் மட்டுமல்லர்.

இதோ இப்போது, பொதுக்குழு கூடும் சமயத்தில், கையிலும் காலிலும் வெட்டுக் காயத்துடன், தள்ளாடித் தள்ளாடி நடந்து வந்த குன்றத்தூர் சம்பந்தத்தையல்லவா, கண்டேன் – கட்சிக்காரர் என்றா எண்ணத்தோன்றும்? நமது குடும்பத்தவரிலே ஒருவன் நாம் கொண்ட கொள்கைக்காகக் கொடியவர்களின் தாக்குதலைத் தாங்கித் தத்தளிக்கும் உடன் பிறந்தான், என்ற எண்ணமல்லவா எழுகிறது? *

பொதுச் செயலாளர் அண்ணா

அண்ணனைச் சிக்க வைத்துவிட்டோம், என்பதிலே மட்டும் அகமகிழ்ச்சி கொள்வதிலே, அர்த்தமில்லை. (மீண்டும் அண்ணா பொதுச் செயலாளர் ஆனார்.)

எனக்கு இது முதன் முறையுமல்ல, பூரிக்க, வாழ்த்துகளைப் பெற்று இன்புற.

நான் தம்பி! திராவிடர் கழகமாக நாம் இருந்தபோதே, பொதுச் செயலாளன்தான்.

என் நிலைமையிலோ, பெறும் இடத்திலோ ஏற்றம் இல்லை, மாற்றம் இல்லை. என் இயல்பிலேயும் மாற்றம் எழாது.

எளிதிலே திருப்தி பெற்றுவிடுபவன், என்னை மேலான ஒருவர் உனக்குக் கிடைப்பது அரிது.

ஆனால், காரியம் சரியாகச் செய்யப்படவில்லையோ என்ற எண்ணம் ஏற்படும் போது, மற்ற எவரையும் விட அதிகமாக ஏக்கம் அடைபவன், நான்.

அச்சம் வேண்டாம் அண்ணா! நானிருக்கிறேன், துணை நிற்கிறேன்! என்று உன் போன்ற பல லட்சம் பேர், கூறிடும் காட்சியை மனக்கண்ணால் காண்கிறேன். காண்பதனால்தான் சுமைதாங்கி' வேலைக்கு இசைவு தந்தேன். *

காங்கிரஸ் நண்பர்

எனக்கு, அந்தக் காங்கிரஸ் நண்பருக்குக் கொள்கையில் பிடித்தமும் அழுத்தமும் எந்த அளவுக்கு இருக்கிறது என்று தெரிந்து கொள்ள வேண்டும் என்பதிலே, சுவை கலந்த ஓர் ஆவல். எனவே நான், அவரிடம் பேச்சைத் தொடர்ந்தேன்.

"ஆமாம் திவ்ய க்ஷேத்திரங்களைத் தரிசிப்பது, பாரதப் பண்பாடு என்கிறீர். இருக்கட்டும்; இது. பாபு இராஜேந்திரருக்கு இருக்கிறது; ஆனால் நேரு பண்டிதாரிடம் இல்லை என்கிறீர். அதுவும் சரி, ஆனால் இந்த விஷயத்தில், காந்தியார் பற்றி உமது கருத்து என்ன?" – என்று கேட்டேன்.

நண்பருக்கு மெத்த மகிழ்ச்சி.

"உண்மையாகச் சொல்கிறேன் – இப்போது எங்கள் காங்கிரசார், காந்தியாரை அறவே மறந்து விட்டார்கள் – உங்கள் கழகத்துக்காரன் தான், அவரைப்பற்றி, மக்களிடம் பேசி வருகிறார்கள்," என்றார் அந்த நண்பர்.

அவருடைய அந்த முன்னுரைக்குப், புன்னகையன்றி வேறென்ன பதிலுரை இருக்கமுடியும்? தந்தேன் – பெற்றுக்கொண்டார் – பேச்சைத் தொடங்கினார்.

"காந்தியார், பாரதப் பண்பாடு தழைக்க வேண்டும், என்பதற்காகவேதான், 'ஸ்வராஜ்யம்' கேட்டார் – பெற்றுத் தந்தார்! மகா பக்திமானல்லவோ, அவர்! இராம பக்தர்! திவ்ய

க்ஷேத்திரங்களிலே காணப்படும், ஆபாசங்களைப்பார்த்து விட்டு மனம் நொந்து போனவர்.'' – என்றேன்.

''உம்மிடம், வந்து சொன்னாராக்கும்?'' – என்று குத்தலானார், நண்பர். கோபம் இருக்குமல்லவா அவருக்கு? ''என்னிடம் மட்டுமல்ல – எல்லாரிடமும் சொல்லவேண்டும் என்பதற்காக. காந்தியார். எழுதியே வைத்துவிட்டார், படிக்கிறேன்; பதறாமல் கேளும்'' – என்று கூறிவிட்டு, காந்தியாரின் சுயசரிதையை எடுத்தேன்.

காந்தியார், அரித்துவாரத்தில், நடைபெற்ற கும்பமேளா பார்க்கச் சென்றார்.....!'' – என்று நான் தொடங்கினேன். நண்பர், 'காந்தியாருக்கு' திவ்விய க்ஷேத்திரம் பிடிக்காது என்றல்லவா சொன்னாய்;'' என்றார். ''சிறிதளவு பொறுமை காட்டும்'' என்று கூறிவிட்டுச் சுயசரிதையைப் படிக்கலானேன்.

''சுற்றித் திரிந்ததில் பல விஷயங்களைக் கவனித்தேன். யாத்திரீகர்களிடமும் பக்தியை விட கவனக் குறைவும், வெளிவேஷமும், துப்புக்கெட்ட தனமுமே அதிகமாக இருந்ததைப் பார்த்தேன். சாதுக்கள் கூட்டம் கூட்டமாக அங்கே வந்திருந்தார்கள். உலக வாழ்க்கையின் இன்பங்களையெல்லாம் அனுபவிப்பதற்கென்று.. பிறந்திருப்பவர்களாகவே அவர்கள் தோன்றினர்.''

இதை நான் படித்துவிட்டு, நண்பரின் முகத்தைக் கவனித்தேன். வேதனைக் குறிகள் தென்பட்டன.

திவ்ய க்ஷேத்திரங்களிலே, சாதுக்கூட்டம் இருந்து கொண்டு,. ஆபாசமாக நடந்துகொள்கிறார்கள் என்பதைக் காந்தியார், எத்துணை நகைச்சுவையுடன் கூறியிருக்கிறார், கவனித்தீர்களா?......

''உலக வாழ்க்கையின் இன்பங்களை எல்லாம் அனுபவிப்பதற்கு என்றே பிறந்திருப்பவர்களாகவே அவர்கள் தோன்றினர்.''

இதை நாம், விரிவாக, விளக்கமாகப் பேசவும் வேண்டுமோ?

''மும்மலம் நீக்கினோர், ஐம்புலனை அடக்கினோர், உலகைத் துறந்தோர், கனியேனும் செங்காயேனும் கந்தமூலங்களேனும் உண்டு இருப்போர் என்று, நாம் பெருமையாகப் பேசுகிறோம்.

ஆனால், அரித்துவாரம், ரிஷிகேசம் ஆகிய இடங்களிலே இருந்துவரும் சாதுக்கள், இன்பங்களை அனுபவிக்கவே பிறந்தவர்கள் என்று காந்தியாருக்குத் தோன்றிற்று! ஐயா! காந்தியார், பக்திமான், சனாதனி, இந்து – எனினும், நேர்மை, தூய்மை, வாய்மை, ஆகியவற்றில் அசைக்க முடியாத பற்று வைத்திருந்தவர் – எனவேதான், கட்டியிருப்பது காவி எனினும், உலவுவது கங்கைக் கரை என்றாலும், பெயர் சாது சன்யாசி என்று இருப்பினும், அவர்களுடைய செயல் கண்டு, மனம் வெதும்பி, எழுதினார். இவர்களைத் தரிசிக்கவா, பாபு இராஜேந்திரர் போகவேண்டும்?'' – என்று நான் கேட்டேன். நண்பருக்குக் கோபம் குறைந்தது; வருத்தம் மேலிட்டது.

காந்தியார், மதத்தை வாணிபச் சரக்காக்கிக் கொள்ளவில்லை. எனவேதான், உள்ளதை உள்ளபடி உரைத்தார் – அதனைக் கேட்டுப் பலருக்கு, திவ்ய க்ஷேத்திரங்களின் மீது வெறுப்பு ஏற்படும் என்பது அவருக்குத் தெரியும் – எனினும், பொய்யும் புனைசுருட்டும் எந்தப் போர்வையிலே இருப்பினும், அதனை வெளிப்படுத்தித் தீரவேண்டும் என்று அந்தத் தூயவர் கருதினார் – எனவேதான், காவி உடையில் உலவியவர்களின் கபடத்தைக் கண்டித்தார்? இன்றோ, கதர் உடையில் இருந்து கொண்டு, எத்துணை அக்ரமம் செய்தாலும், கண்டிக்கப் பலர் கூச்சப்படுகின்றனர். தண்டிக்கச் சில அதிகாரிகள் அச்சப்படுகிறார்கள்!'' என்று நான் கூறினேன். நண்பர் நீண்ட பெருமூச்செறிந்தார்.

“நண்பரே! ஐந்து கால் பசு பார்த்திருக்கிறீரா?'' என்று நான் கேட்டேன். அவர் திடுக்கிட்டுப் போய், “என்னய்யா ஐந்தாண்டுத் திட்டங்களைத்தான் பார்த்துக் கொண்டிருக்கிறோமே. அது போதாதா! ஐந்து கால் பசு வேறு பார்க்க வேண்டுமா?'' என்று கேட்டார்.

“காந்தியார், பார்த்தாராம்'' என்றேன் நான். –

“நல்ல வேளை, ஐந்தாண்டுத் திட்டத்தைப் பார்க்கவில்லை அவர்! ஐந்துகால் பசுவைப் பார்த்தார் போலும். உம்! அது என்ன சொல்லும், கேட்போம்.'' என்றார் ஆயாசத்துடன்.

“சொல்வதாவது! படிக்கிறேன். கேளும்'' என்று கூறிவிட்டுச் சுயசரிதையைப் பிரித்தேன்.

“இங்கே ஐந்து கால்களோடு கூடிய ஒரு பசுவையும் பார்த்தேன். நான் ஆச்சரியப்பட்டுப் போனேன். ஆனால் விஷயம் தெரிந்தவர்கள் சீக்கிரத்தில் எனக்கு ஏற்பட்டிருந்த பிரமையைப் போக்கிவிட்டனர். அந்தப் பரிதாபகரமான ஐந்துகால் பசு, கொடியவர்களின் பேராசைக்குப் பலியானதேயன்றி, வேறில்லை. உயிருடன் இருந்த ஒரு கன்றின் காலைத் துண்டித்து, இப்பசுவின் தோலில் பொருத்தியிருந்தார்கள். அதுதான் இந்த ஐந்தாவது காலே தவிர, வேறொன்றும் இல்லை என்பதை அறிந்தேன். இவ்வித இரட்டைக் கொடுமையின் பயனைக் கொண்டு, ஒன்றும் அறியாதவர்களின் பணத்தைப் பறித்து வந்தார்கள். இந்த ஐந்துகால் பசுவைப் பார்க்க ஆவல் கொள்ளாத இந்துவே இல்லை. இந்த அற்புதப் பசுவிற்குத் தாராளமாகத் தருமம் செய்யாத இந்துவும் இல்லை.”

தம்பி! காங்கிரஸ் நண்பர்; வெடுக்கென்று, என் கரத்திலிருந்து புத்தகத்தைப் பறித்துக் கொண்டார். கேட்டிருந்தாலே கொடுத்திருப்பேன் – அவருக்கு ஆத்திரம், அவசரம், ஐயம்பாடு, நான் உண்மையில், புத்தகத்தைத்தான் படிக்கிறேனா, அல்லது இட்டுக் கட்டிப் பேசுகிறேனா, என்று சந்தேகம்.

புத்தகத்தைப் பார்த்தார் – உண்மை அவர் உள்ளத்தை உலுக்கிவிட்டது. வேதனை அடைந்தார்.

உலக இன்பத்தை அனுபவிக்கும் சாதுக்கள்! அக்கிரமமாக புரட்டு நடத்திப் பணம் பறிக்கும் எத்தர்கள்! அற்புதம் என்று நம்பி, பணம் பறிகொடுத்து பஜித்துக் கிடக்கும் அப்பாவிகள் – திருத்தலங்களில் காணக்கிடப்பவை இவை!! இங்கு சென்று வருவதால், என்ன பலன்?” என்றுதான் கேட்டேன் – அவர் பதில் கூறுவார் என்ற எண்ணத்துடன் அன்று! அவர் மனம் மாறுவது நன்கு தெரிந்ததால்.

“நண்பரே! புரட்டுக்கும் புனிதத் தன்மைக்கும் வித்தியாசம் தெரியாமல், காவி கட்டியவனைக் கடவுள் அருள் பெற்றோர் என்றெண்ணிக் கருத்திழந்து கிடக்கும், இந்த மக்களுக்கு, மத வெறி எந்த அளவு இருந்ததாம் தெரியுமா?

கல்கத்தாவிலிருந்து அரித்துவாரம் செல்லும் ரயில், மிக நெருக்கடியானதாம் – வெப்பம் கொல்லுமாம்; ஆனால்

அப்போதும் இந்து, இந்து தரும் தண்ணீரைத்தான் சாப்பிடுவானாம்.

காந்தியார் எழுதுகிறார், இதைக் குறித்து; கேளும்:

"இத்தகைய பிரயாணத்தினால் ஏற்பட்ட நீர் வேட்கையில்கூட வைதிக இந்துக்கள் முஸ்லிம்களிடமிருந்து தண்ணீர் வாங்கிக் குடிக்க மறுத்தனர். இந்துவிடமிருந்து தண்ணீர் கிடைக்கும் வரையில் அவர்கள் காத்துக்கொண்டுதான் இருந்தார்கள். ஆனால் இதே இந்துக்கள் நோயுற்று விடும்போது, டாக்டர் தங்களுக்குக் கொடுக்கும் சாராயத்தையும் மாட்டிறைச்சிச் சூப்பையும் குடிக்கத் தயங்குவதில்லை. தங்களுக்கு மருந்துத் தண்ணீர் கொடுப்பவர், கிறிஸ்தவக் கம்பவுண்டரா, முஸ்லிம் கம்பவுண்டரா என்பதைக் குறித்து விசாரிப்பதும் இல்லை என்பது கவனிக்க வேண்டியதாகும்."

நண்பருக்கு மேலும் விளக்கங்கள் தரத் தேவையில்லை என்று தோன்றிற்று; எனவே, தம்பி! வேறு பகுதிகளை, படித்து மட்டும் காட்டினேன் – விளக்கம் கூறாமல், அந்தப் பகுதிகள் இவை:

"இயற்கைக் காட்சிகள் மிகுந்த இடங்களை மனிதர்கள் உபயோகித்து வந்த விதங்கள் என் மனத்திற்குச் சங்கடத்தை உண்டாக்கின. அரித்துவாரத்தைப் போல, ரிஷிகேசத்திலும் மக்கள் ரஸ்தாக்களையும்... அழகிய கங்கைக் கரைகளையும் ஆபாசப்படுத்தி வந்தனர். கங்கையின் புனித நீரையும் அசுத்தப்படுத்த அவர்கள் தயங்கவில்லை. கொஞ்சம் தூரம் போனால் ஜனநடமாட்டம் இல்லாத இடங்களுக்கு எளிதாகப் போயிருக்கக் கூடுமெனினும், அப்படிச் செய்யாமல், பாட்டைகளிலும், நதிக்கரைகளிலும் மலஜலம் கழித்ததைக் கண்டு என்மனம் அதிக வேதனை அடைந்தது."

தம்பி! காந்தியாருக்கு இருந்து வந்த அழுத்தமான மத நம்பிக்கையை நான் குறிப்பிட்ட காங்கிரஸ் நண்பர் எடுத்துக். காட்டி, பாபு இராசேந்திர பிரசாத் அத்தகைய பாரதப் பண்பாடு வழி நிற்பவர் என்று பெருமிதத்துடன் பேசினார் – ஆனால், காந்தியார், தமது சுயசரிதையில் ஒளிவு மறைவின்றி, மதத்தின் பெயரால் நடத்தப்படும் மோசடிகளையும், பக்தி காரணமாகப் பாமரர், ஐந்து கால் பசுவைப் பூஜிப்பது போன்ற அளவு

ஏமாளிகளாகிப் போவதையும், எடுத்துக் காட்டியிருப்பதை நான் படித்துக் காட்டவே, என்ன எண்ணிக் கொண்டாரோ தெரியவில்லை, மேற்கொண்டு பாபு பற்றியோ, பத்ரிநாத் பற்றியோ, பேச்சை எடுக்கவில்லை.

மத நம்பிக்கையைக் கைமுதலாக்கிக் கொண்டு, ஆதிக்கம் செலுத்த விரும்புவோர், கொழுக்கத்துடிப்போர் தவிர, மற்ற எவரும் எத்துணை மத நம்பிக்கை கொண்டவர்களாக இருப்பினும், பொய்யும், புரட்டும், மூடத்தனமும் ஏமாற்று வித்தையும் திருத்தலங்களில் காணப்படின், மூடி மறைக்காமல், கண்டித்து வந்தனர், அவ்விதம் கண்டித்தவர்களை, வன்கணாளர்கள், விட்டு வைத்ததுமில்லை.

அரித்துவாரம், ரிஷிகேசம், காசி போன்ற க்ஷேத்திரங்களில் நடைபெற்ற புரட்டுகளையும், நெளிந்த ஆபாசங்களையும், எடுத்துக்காட்டியது போலவே, காந்தியார், காசியிலே உள்ள கண்ராவிக் காட்சியையும், கல்கத்தாவில் காளிமாதாவுக்குத் தரப்படும், உயிர்ப்பலி, கொடுமையையும் எடுத்துக்காட்டி கண்டித்தார். *

நாடகத் தலைமை

தம்பி! பதினைந்து ஆண்டுகளுக்குமேல் இருக்கும் என்று நினைக்கிறேன் – சென்னையில், நான் ஒரு நாடகத்துக்குத் தலைமை வகிக்க அழைக்கப்பட்டுச் சென்றிருந்தேன். எனக்கு வலப்புறம், நாடகக் குழுவின் உரிமையாளர் அமர்ந்திருந்தார் – மறுபுறம், அவருடைய மகன், சிறுவன் – ஏழெட்டு வயதிருக்கும். – அமர்ந்திருந்தான்.

நாடக முடிவில், பேசச் சென்றேன். சிறந்த முறையில் அமைந்திருந்த நாடகம் அது. அன்று அந்தக் குழுவில் இருந்தவர்களில் பலர், இன்று திரையில் ஒளிவிடும் திறமைமிக்க நட்சத்திர நடிகர்களாக உள்ளனர். அவர்கள் அந்த நிலை பெறப்போகிறார்கள் என்பதை எடுத்துக்காட்டத் தக்க சிறப்புடனேயே, அவர்களின் அன்றைய நடிப்பு இருந்தது. பாராட்டிப் பேசினேன். உரிமையாளர், மாலை அணிவித்தார். அவர் மகன், மாலையையே உற்றுப் பார்த்தான்..

சிறுவன், மாலையை மிக உன்னிப்பாகப் பார்த்துவிட்டுத், தன் தகப்பனாரைப் பார்த்து "அப்பா! இவர் சின்ன மந்திரியா?" என்று கேட்டான். எனக்கு, அந்தக் கேள்வி வியப்பாக இருந்தது. அவர், சற்றுச் சிரமப்பட்டார். சிறுவர்களா, கேள்விக்குப் பதில் பெறாமல் விடுவார்கள்! கிளறியபடி இருந்தான் – அவர், வேறுபக்கமாகப் பேச்சைத் திருப்பிப் பார்த்தார்.

"இவர்தானடா... அண்ணாதுரை... அண்ணா... தெரியாதா?' என்று கேட்டார், சிறுவன் செல்லமாக, 'ஓ! தெரியுமே! இவர்தான் அண்ணா! அது தெரியும். ஆனால், இவர் சின்ன மந்திரியா?" என்று மீண்டும் கேட்டான். நான் சிறுவனைப் பார்த்து, "தம்பி ஏன் அப்படிக் கேட்கிறாய்?" என்று கேட்டேன். உரிமையாளர் திகைத்தார் – சிறுவன், சொன்னான்: "நேற்று ஒருவர் தலைமை வகித்தார். அவருக்கு எவ்வளவு பெரிய மாலை போட்டாங்க. அவர் யார்; என்று அப்பாவைக் கேட்டேன். மந்திரி என்று சொன்னார். இப்ப, உங்களுக்குச் சின்ன மாலைதான் போட்டாங்க... அதனாலே நான், நீங்க சின்ன மந்திரியா, என்று கேட்டேன்" – என்றான். சிரித்தேன். உரிமையாளரின் சங்கடத்தைக் குறைத்திட, அந்த உரிமையாளர், என்னிடம் உள்ளன்பு கொண்டவர் – அன்றும், இன்றும், அன்றும் சரி, இன்றும் சரி, மந்திரிகளை விட, நாடகத்தைக் காண்பதிலும், சுவைப்பதிலும், நடிப்புத் திறனைக் கண்டால், நடிகர்களின் விருப்பு வெறுப்புப் பற்றி என்னை மறந்து பாராட்டுவதிலும், நான் அதிக ஈடுபாடு கொண்டவன்; இதை நாடு அறியும். என்னைத் திட்டுவதற்கு மாற்றுக் கட்சியினர், பயன்படுத்தும் வார்த்தையிலே, மிக முக்கியமான சொல்லே, கூத்தாடி என்பதல்லவா?

இருப்பினும், மந்திரி தலைமை வகிக்கிறார் என்றால் மற்றவர்களுக்கு செய்கிற மரியாதையைவிடச் சற்றுச் சிறப்பாகச் செய்யவேண்டும் என்ற நினைப்பும், நிலையும், யாருக்கும் ஏற்பட்டுவிடுகிறது.

இது தவறில்லை! அவர்களிலே, மிகப் பலர், தலைமை வகிக்கும் வாய்ப்புப் பெற்று, பெரியமாலை' என்றானே சிறுவன், அவ்விதமான மரியாதைகளைப் பெறுவதே, மந்திரிகள் என்ற பதவியில் இருக்கும் போதுதான். *

கழகத் தோழர்கள், கடலோரம் வாழந்திடுவோராகட்டும், கானிடை உள்ள சிற்றூரில் உள்ளவர்களாகட்டும், வரிசை வரிசையாகக் கட்டப்பட்டுள்ள வீடுகளும், கொள்வோரும் கொடுப்போரும் எழுப்பிடும் ஒலிமிகு அங்காடி கொண்டதாக உள்ள சீரூர் வாழ்வோராக இருக்கட்டும், பல கல் பாழ்வெளியைக் கடந்தான பிறகு, பசுமையற்று, பாங்கற்று, வறுமை கொட்டியதால் வடிவம் கெட்டு, பிய்ந்து போயுள்ள கூரைகள், சரிந்து கிடக்கும் மண் கவர்கள், செல்லரித்துப் போன வாயிற்படிகள் எனும் நிலையிலுள்ள, இருண்ட பட்டிதொட்டியில் பாடுபட்டுப் பலன் காணாமல், பகல் உண்டு, இரவில் அதை எண்ணிக் கொண்டு, படுத்துப் புரண்டு கிடந்திடுவோராயினும், அகில உலகச் செய்திகளை உடனுக்குடன் அறிந்துகொள்ள, புரிந்துள்ள வாய்ப்புப் பெற்ற கல்வி வளம் பெற்றோராயினும், மலையும் மடுவும்; வயலும் வாவியும், கருகிய மொட்டும் கசந்த கரும்பும், வாலிப நரையும் வயோதிகர் உழைப்பும், கந்தலாடையும் காச இருமலும் என்பனவற்றையே, பாடம் தந்திடும் பள்ளிகளாக்கிக் கொண்டுள்ள குறிச்சியில் உழல்வோராயினும், எங்கும் எவரிடமும் தம்பி! இன்று: இதுநாள் வரை நான் கண்டிராத ஓர் ஆர்வம், தமக்கு ஒரு நல்ல எதிர்காலம் உருவாகிக் கொண்டிருக்கிறது. அந்தத் தூய தொண்டிலே நமது கழகம் ஈடுபட்டிருக்கிறது. ஈடுபட்டிருப்பதால், இல்லாதவனை ஏய்த்து. ஏய்த்துக் கொழுத்திடும் வல்லான், அந்தக் கழகத்தை அழித்திடத் துடிக்கிறான். எனவே, நாம் நொந்து கிடப்பினும், நமக்காகப் பணியாற்றும் கழகத்துக்குத் துணை நிற்க வேண்டும் என்ற ஒரு விதமான என்னால் தெளிவாக விளக்கக்கூட முடியவில்லை பற்றுக் காட்டுவது தெரிகிறது. துணை நிற்க இசைவது புரிகிறது. தோழமை கொண்டாடுவது காண்கிறேன். அத்துணை பேரும், ஐயந்திரிபற, அடுக்கடுக்காக மாற்றார் பலரும் ஏவிடும் கண்டனங்கள், கருத்துள்ளனவா, அன்றிக் காழ்ப்பின் விளைவா என்பது பற்றியேனும் விளங்கிக் கொண்டனரா, என்று அவர்கள் தமது இதயத்தை வழங்கிடும் போதெல்லாம், நான் எண்ணி எண்ணிப் பார்க்கிறேன். வியப்புறுகிறேன். அத்துணை ஆர அமர இருந்து ஆராய்ச்சி நடத்திட, அவர்கட்கு

ஓய்வும் இல்லை; வாய்ப்பும் கிடையாது. எனினும் நம்மிடம் ஒரு பற்று, நாம் அவர்களுக்காக என்ற ஒரு நம்பிக்கை, அந்த மக்களிடம் ஏற்பட்டிருக்கிறது – கழகத்தை மாற்றார் தாக்கத் தக்க, இழிமொழியினர் பழிச் சொற்களை உமிழ உமிழ, அந்த நம்பிக்கை உறுதிப்படுகிறது. வளருகிறது, உரம் ஏறுகிறது! வைரம் பாய்ந்தது என்கிறார்களே அதுபோல.

தம்பி! பாரதியார் பாடலொன்று நான் அடிக்கடி கேட்டு மகிழ்ந்திருக்கிறேன். அதிலே ஓரிடத்தில், 'மெச்சி உன்னை ஊரார் புகழ்ந்தால் மேனி சிலிர்க்குதடி' – என்றிருக்கும். அதன் முழுப் பொருளை உணர வேண்டுமானால், நமது கழகத் தோழர்களில் எவருக்கேனும், ஓர் ஊராட்சி மன்றத்திலே வரவேற்பு அளிக்கப்படும்போது, மாலை அணிவித்து மகிழ்ச்சி தெரிவித்துப் பாராட்டுரை வழங்கிப் பரிவுகாட்டிடும் போது, விழாக் காணக் கூடிடும், நமது கழகத் தோழர்கள் களி நடமாடிடுவதைக் காண வேண்டும். உள்ளபடி அவர்களுக்கு மேனி சிலிர்க்கிறது. நமது கழகத்தவருக்கு, நமது தோழருக்கு இந்தச் சிறப்பு நடக்கிறது. ஏற்றம் பெறுபவர், பாராட்டுகளை வாங்கிக் கொண்டு நன்றி தெரிவித்து நிற்போர் மட்டுமன்றி, கழகம் ஏற்றம் பெறுகிறது; கழகத்துக்குப் பாராட்டுக் கிடைக்கிறது என்று எண்ணி எண்ணி, மகிழ்ச்சியால் துள்ளுகிறார்கள். ஊராட்சி மன்றங்களுக்கு வரவேற்புக் கொடுப்பது, வாடிக்கையாகிப் போயுள்ள அலுவலாகிவிட்டிருக்கிறது என்று கூடக் கூறலாம். எனவே ஊராட்சி மன்றத்தினர் 'உளங்கனிந்து' வரவேற்புத் தரும்போது, அவர்களுக்கு, புதியதொரு களிப்புப் பூத்திடக் கூடச்செய்யாது. பலமுறை வரவேற்புகள், பலதரப்பட்ட வர்களுக்கு வழங்கி வழங்கி, பழகிப் போய்விட்டிருக்கிறார்கள். நான் இந்தச் சுற்றுப் பயணத்தின் போது காயல்பட்டினம் ஊராட்சிமன்றத்தின் வரவேற்பினைப் பெற்றேன். விழாவுக்காக அழகிய பந்தல் அமைத்திருந்தனர். அதே இடத்தில், காயிதே மில்லத் முகமது. இஸ்மாயில் அவர்களுக்கு முன்னாள் ஊராட்சி மன்றம் வரவேற்பு அளித்ததாகவும், மறுநாள் அன்பர் ஆச்சாரியாருக்கு வரவேற்பு ஏற்பாடாகி இருப்பதாகவும் அறிந்தேன். இதுபோலத்தான் ஊராட்சி மன்றங்கள் பல்வேறு தரத்தினருக்கு, வரவேற்புகள் வழங்குகின்றன. எனவே, அவர்களுக்கு, மேனி சிலிர்த்திடக் காரணம் இருக்காது. செருக்குடன் செப்புகிறேனோ என்று

எண்ணி விடவேண்டாம். உள்ளதைச் சொல்லுகிறேன் – எனக்கு இத்தகைய வரவேற்புகளைப் பெறும்போது மேனிசிலிர்ப்பதில்லை.. ஒரே ஒருமுறை, என் மேனி சிலிர்த்ததுண்டு – அது மீண்டும் திரும்பி வரமுடியாத அந்தக் காலத்தில்' – ஈரோடு நகராட்சி மன்றத்தின் வரவேற்பு எனக்கு அளிக்கப்பட வேண்டும் என்று பெரியார் முன்னின்று நடத்திய விழா – ஊர்வலமாக, பழைய கோட்டைக் காளைகள் பூட்டிய வண்டியிலே நான் அமர்ந்து கொண்டிருக்க, வெண்தாடி காற்றினிலே அசைந்தாட, திராவிடச் செங்கோலாகிடத் தக்க வலிவுபெற்ற கைத்தடியை ஏந்திக்கொண்டு, அரிமா நோக்கு இதுதானோ என்று எவரும் எண்ணிடத்தக்க தனியானதொரு பார்வையை இப்புறமும் அப்புறமும் செலுத்திக்கொண்டு, பெரியார் ஊர்வலத்தில் நடந்து வந்தபோது – அன்று – உள்ளபடி எனக்கு மேனி சிலிர்த்தது. இப்போது, மேனி சிலிர்த்திடுவதில்லை! நன்றி கொள்ளும் உள்ளம் உண்டு!

ஆனால், நமது தோழர்களுக்கு, இப்படி ஒரு வரவேற்புக் கூட்டம் கண்டால், ஊராட்சி மன்றத் தலைவர் மாலையை அணிவிக்கக்கண்டால், அடே அப்பா! என்ன களிப்பு! எத்துணை பெருமை! என்ன பூரிப்பு! மேனி சிலிர்க்கிறது! ஒருவரில் மற்றவர், என்றாகிவிட்டோம். நாம் அவ்வளவு தூரம் கலந்து போயிருக்கிறோம். நமக்குள் ஏற்பட்டு விட்டுள்ள தொடர்பு, அரசியல் கட்சிகளிலே காணக்கிடக்கும். சதுரங்கக் காய்களின், இடம் பெறும் வகையினதன்று. இது, நெஞ்சம் உறவாடிடும் நிலை! தம்பி! எதை வேண்டுமானாலும் இழந்துவிடலாம், மீண்டும் பெறலாம். எதற்காக என்று கேட்டு அலட்சியப்படுத்திவிடக் கூடச் செய்யலாம். ஆனால், இது இருக்கிறதே, 'நெஞ்சோடு நெஞ்சம் உறவாடிடும்' தன்மை, நாம் இழக்கக்கூடாத செல்வம் – வேறெந்த மாற்றுக் கட்சியிலும் காணக்கிடைக்காத கருவூலம் – பழங்காலத்துக் கதையொன்று உண்டு. – கடவுளர் சிந்திடும் கண்ணீர்த் துளிகளே, கடலிடை முத்துகளாக மாறின என்று – நமக்குள், ஏற்பட்டுவிட்டுள்ள இந்த இனிமையான இதய உறவு, நாம் தனியாக விடப்படுகிறோமே, திக்குத் தெரியாத காட்டிலே, சிறகு வளராத நிலையிலே கிளம்பிடும் புள்ளினம் போலானோமே, நமது எதிர்காலம் யாதோ? இருள் மருட்டுமோ, ஒளிக்கீறலாகிலும் கிடைக்குமோ,

என்று எண்ணி, ஏக்கமுற்று, இந்நிலை ஏற்பட்டு விட்டதே என்று கசிந்து உதிர்த்த கண்ணீர்த் துளிகள், தம்பி! நான் குறிப்பிடும் கருவூலமாகிவிட்டிருக்கிறது. இதை இழந்து, மற்ற எதைப் பெறுவதும், கண்ணிரண்டும் விற்றுச் சித்திரம் வாங்குவதற்கு ஒப்பாகும்.

இம்முறை, என்னைக் காணும்போது, நமது தோழர்களுக்கு மகிழ்ச்சி பொங்கிட மற்றொரு காரணம் இருந்தது – மேயர் தேர்தல்!

ஊரூருக்கும் காங்கிரஸ் தலைவர்கள், 'இம்முறை மூக்கறுபட்டுவிடும், முக்காடிட்டு மூலைக்குச் செல்வார்கள், மேயர் ஆகமுடியாதது மட்டுமன்று, பிளவு ஏற்பட்டு, ஒருவரை ஒருவர் வெட்டிச் சாய்த்துக் கொள்ளப் போகிறார்கள் – பாருங்கள் அந்த வேடிக்கையை, என்று நிறையப் பேசி வைத்திருக்கிறார்கள். வெடிகள், வாணங்கள், அறிவிப்புப் பலகைகள், ஊர்வல ஏற்பாடுகள் எல்லாமே தயாராகிவிட்டிருந் தாம். காங்கிரஸ் வட்டாரத்தில் – பல ஊர்த் தோழர்கள் கூறினர். மேயர் தேர்தலில், கழகம் தோற்றது என்ற செய்தி கிடைத்திடும், தாரை தப்பட்டை அடித்துக்கொண்டு, சங்கு ஊதிக்கொண்டு, சாவு ஊர்வலம் நடத்தவேண்டும் என்று கூடத் திட்டம் போட்டிருந்தனராம்; எனவே, நமது தோழர்கள், நெருப்பின் மீது நின்று கொண்டிருந்தார்கள். வெற்றி கிடைத்ததும், தந்தையிடம் சென்று தகதகவென ஆடிடும் மகனும், தம்பியின் முதுகினைத் தட்டிக் கொடுத்திடும் அண்ணனும், அரும்பு மீசையை மேலும் அழகு தர முறுக்கியபடி, அது கீறிடுவதால் கன்னத்துக் கதகதப்புக் கண்ட, காதலி முன் நின்று, எப்படி என் வெற்றி! என்று கேட்டிடும் காதலனும், ஆக இப்படி எல்லாம் ஆகிவிட்டிருக்கின்றனர், நமது தோழர்கள். என்னைக் காணவே அவர்களுக்கு மேலும் மகிழ்ச்சி. மேயர் பதவி, முதலமைச்சர் நிலை போன்றதன்று – தெரியும் – புரிகிறது. ஆனால், அந்த இடம் நமக்குக் கிடைப்பது, நாம் வெற்றிப் பாதையிலேதான் சென்று கொண்டிருக்கிறோம் என்பதையன்றோ? எடுத்துக் காட்டுகிறது – உரியவளைக் காணாமுன்பே, அவள் வளை ஒலி கேட்டு இன்புறுவது உண்டன்றோ! அஃதேபோல்.

"ஏன் அண்ணா! இருவர் கேட்டார்களே, வாய்ப்பு அளித்திடும்படி – என்ன காரணம் கொண்டு, முனுசாமியைத் தேர்ந்தெடுத்தீர்கள்

என்று, ஒருவராவது கேட்க வேண்டுமே, ஊஹூம்! ஒருவரும் கேட்கவில்லை. அத்துணை அலட்சியமா, பிரச்னையிலே? அல்லது என்னிடம் உள்ள நம்பிக்கையின் ஆழமும் அழுத்தமும் அவர்களைச் சிந்திக்க வைக்கவில்லையா, என்றால், தம்பி! அதுவன்று – அவர்கள் மகிழ்ச்சியில் திளைத் திருக்கிறார்கள் – கழகத்துக்கு வெற்றி – கபடத்தை வீழ்த்திப் பெற்ற வெற்றி – தொடர்ந்து வெற்றி – இந்த எண்ணம். அவர்களை குறித்தும், நினைத்திட வைக்கவில்லை. மழலை பேசிடும் மதலை, தனக்கென்று தந்த கனியைக் குழப்பி, நமது வாயிலே திணித்திட, அதைக் குதப்பிக் கொண்டிருக்கும் போது, பெற்றளித்த பெருமாட்டி, என்ன ஒரே கொஞ்சல் – என்று கேட்க, உள்ளத்தை வென்றான், பதில் சொல்வது, எப்படி இருக்கும்! வார்த்தைகள் தெளிவாக இரா. கனி போலவே குழம்பிக் கிடக்கும் – கனியிலும் இனித்திடும்! அது போன்ற முறையில்தான், நமது கழகத்தோழர்கள் மேயர் தேர்தல் பற்றிப் பேசினர், உள்ளம் நெகிழ்ந்து, மேனி சிலிர்ந்திடும் நிலை!

எனக்கே, தம்பி! மேயர் தேர்தலிலே, நாம் பெற்ற வெற்றி எத்துணை மகிழ்ச்சிக்குரியது என்பது, ஆயிரமாயிரம் ஆசைத் தம்பிகள் மேனி சிலிர்த்த நிலையில் இருந்ததைக் கண்டபோது தான். பளிச்சென்று தெரிந்தது. செடியில் உள்ள மலர். செண்டாகி, சேரிடம் அறிந்து சேர்ந்த பிறகு. தனியான. புதிய, கவர்ச்சி பெற்று. அளிக்கிறதல்லவா! அதுபோல!

இந்த மகிழ்ச்சியைத் தேடிப் பெற்று, திருநெல்வேலிச் சீமையிலே. நண்பர்கள் சி. வி. இராசகோபால், அன்பில் தருமலிங்கம், மதுரை முத்து. மதுரை துரை அரசு, பாண்டி, நெல்லை இரத்தினவேலு பாண்டியன், தூத்துக்குடி சிவசாமி ஆகியோர் உடனிருந்து உவகையை உயர்வானதாக்கிட, மதுரை டாக்டர் அருணாசலம் அவர்கள், வழிமடக்கி விருந்தளித்துக் களிப்பூட்ட, நாலு நாள்கள் சுற்றிவிட்டு வந்தேன். நாலாயிரத்து ஐம்பது ரூபாய், தேர்தல் நிதி, தந்தனர் – பெற்று மகிழ்ந்தேன். எனினும் ஒரு கணம் தான் – என்னையோவெனில், அது போய்ச் சேரவேண்டிய இடம் போய்ச் சேரட்டும் என்று. டாக்டர் வாங்கிக்கொண்டார். பொருளாளர் கருணாநிதியிடம் சேர்ப்பிக்க!

கேட்டது கிடைத்ததா என்று கேட்கத் தோன்றுகிறதல்லவா, தம்பி! நான், இவ்வளவு தர வேண்டும் என்று கேட்கவில்லை; ஆனால் நெல்லை மாவட்டச் செயலாளர் சிவசாமி, நாலாயிரம் தருவதாக வாக்களித்தார், நிறைவேற்றியுமிருக்கிறார் – ஆனால், இது முதல் தவணை – அவரறிவார். அறிந்தோர் அவர் பணி விரைவிலே வெற்றி பெற உடனிருந்து செயலாற்றக் கேட்டுக் கொள்கிறேன்.

தம்பி! தேர்தல் செலவுக்காக, காங்கிரஸ் கட்சியினால் இலட்ச இலட்சமாகப் பணத்தை மிக எளிதாகத் திரட்ட முடியும். பட்டப்பகலில் சட்டத்தின் கண்களைப் பணத்திரை போட்டு மூடிவிட்டு, கொள்ளை கொள்ளையாகப் பணத்தைக் குவித்துக் கொண்டுள்ளவர்கள், பாதுகாப்புத் தேடிக் கொள்ள, காங்கிரஸ் கட்சிக்கு வலியச் சென்றும் பொருளைக் கொட்டிக் கொடுப்பர் என்பதும் புரிகிறது. என்றாலும், நாம் ஏழை எளியவர்களின் சார்பிலே, பணியாற்றத் தேவைப்படும் தொகையினைத் திரட்டமுடியும் என்ற நம்பிக்கை, நமது தோழர்களுக்கு – நிரம்ப இருக்கிறது. அதிலே நமக்கு வெற்றியின் அறிகுறிகள் தென்படும்போதே, நமது கழகத் தோழர்களுக்கு மேனி சிலிர்க்கிறது.,

கொளுத்தும் வெயிலில் பகல் பன்னிரண்டு மணிக்குக் கோயில்பட்டிக் கூட்டம். இசை பாடுவோர், இராக ஆலாபனை நடத்தி, கீர்த்தனங்கள் பாடி, பக்க வாத்தியக்காரருடன் வித்தைகள் செய்து காட்டி, திருப்புகழ், காவடிச் சிந்து, அருட்பா என்று இப்படி எல்லாம் பாடுவார் – என்ன பாடினாலும் பணம் வராது. கடைசியில் மங்களம் பாடி முடித்த பிறகுதான் பணம் தருவார்கள். அதுபோல் நள்ளிரவுப் பேச்சு, மழையின் ஊடே பேச்சு, என்று பல ஊர்களில் – நெல்லையிலும் தூத்துக்குடியிலும் சிறப்புச் சொற்பொழிவுகள் – எனினும் பணம் தந்தாரில்லர். நண்பர் சிவசாமி – கோயில்பட்டியில் 'மங்களம்' பாடியபோது, நாலாயிரம் தந்தார். தம்பி? அந்தத் தொகையை ஒரு தட்டிலே (பித்தளைத் தட்டுதான்!) வைத்து, என்னிடம் தந்த உடனே, பார்க்கவேண்டுமே அங்கு ஏற்பட்ட மகிழ்ச்சியை! மேனி சிலிர்த்தது! நமது கழகம் தேர்தல் நிதி திரட்டுகிறது – அதற்கு நாலாயிரம் கிடைத்தது – என்பது

காணும்போது அவர்களுக்கு மேனி சிலிர்க்கிறது. காங்கிரசுக்குப் பணம் சேருகிறது. இலட்சக்கணக்கில் – அது ஒரு பிரமாதமாகத் தோன்றுவதில்லை. நமது கழகத்தவருக்கு மட்டுமல்ல. பொதுமக்களுக்கேகூட. *

தெருக்கூத்து

சிறுவனாக இருந்தபோது, தம்பி! தெருக்கூத்துகள் நிறையப் பார்ப்பதுண்டு. இப்போதுகூட மெத்த விருப்பம் எனக்கு, நள்ளிரவில் ஒலிபெருக்கியின் துணைதேடாமல், ஊர் முழுவதும் கேட்கத்தக்க முறையில் குரலெழுப்பி, நடத்தப்படும் தெருக் கூத்துகளைக் காண்பதில். கிருஷ்ண வேடம் போடுபவன், அலங்கார நடை நடப்பான்; ஆர்ப்பரிப்பு இருக்காது; புன்னகை செய்வான்; பற்களை நறநறவெனக் காட்டமாட்டான்; ஓர் இரவு, வழக்கமான முறையிலே நடித்துக் கொண்டிருந்த கிருஷ்ண வேடக்காரன், துச்சாதனனை விட அதிக ஆர்ப்பாட்டமாக, குதிக்க ஆரம்பித்தான். எங்களுக்கு ஒரே வியப்பு! கண்ணன் இப்படி நடிக்கக் கூடாதே! போட்டுள்ள வேடத்தை மறந்து விட்டானோ ஒரு சமயம், என்று எண்ணிக் கொண்டோம். அவனோ வலமும் இடமும் வேகமாகச் சுற்றுகிறான். தாளக்காரன் திகைக்கிறான். துரியோதனனே திடுக்கிட்டுப்போய், அசைவற்று நின்றுவிட்டான் போயேன், கண்ணன் ஆடிய ஆர்ப்பாட்டத்தைக் கண்டு,

மற்றவர்களைப் போல, இதைக் கண்டு வியப்படைவதுடன் எனக்குத் திருப்தி ஏற்படவில்லை. கூத்து நடத்துபவர்களில் எனக்கு வேண்டியவர்களிடமே சென்று விசாரித்தேன், கண்ணன் இப்படி ஆடிடக் காரணம் என்ன? நடிப்பு இலக்கணமே பாழாகிவிட்டதே! ஒரு சமயம், கதையையே மறந்து விட்டானோ!! – என்று கேட்டேன். இடி இடியெனச் சிரித்தபடி விளக்கம் தந்தார்கள். விளக்கை நோக்கிப் பறந்து வந்த வண்டு. கண்ணன் போட்டுக் கொண்டிருந்த சட்டையிலிருந்த ஓட்டை வழியாக உள்ளே புகுந்துவிட்டது; நெளிந்து பார்த்தான், தானாக வண்டு கீழே விழும் என்று; ஆனால், மாறாக, வண்டு முதுகுப்புறம் சென்றது. ஓடி ஆடிப்பார்த்தான். கீழே விழவில்லை; பொல்லாத வண்டு முதுகில் பலமாகக்

கொட்டிவிட்டது. சுரீர் என்று எரிச்சல்! கண்ணன் வேடமானால் என்ன, காகுத்தன் வேடமானால் என்ன, வண்டு கொட்டினால் வேதனைதானே! அந்த எரிச்சலாம். வேதனையால், கண்ணன் வேடம் போட்டவன் அந்த ஆட்டம் ஆடினான், துரியனைத் தோற்கடிக்கும் அளவுக்கு!

எப்போதோ பார்த்த இந்தக் கூத்துதான், எனக்கு இப்போதெல்லாம் காங்கிரசார் ஆர்ப்பாட்டம் செய்யும் போது நினைவிற்கு வருகிறது. நடிகனை வண்டு கொட்டி, ஆர்ப்பரிக்க வைத்தது போல, காங்கிரஸ் ஆட்சிக்குக் கிளம்பிய எதிர்ப்பு, சில காங்கிரசாருக்கு, சுரீர் என்று கொட்டும் வண்டு போலாகி விடுகிறது! துடிக்கிறார்கள், ஆர்ப்பரிக்கிறார்கள். * கைம்மாறு

கூத்தாடிகள், கூவிக்கிடப்போர், அடுக்கு மொழியினர் ஆபாச நடையினர், பணம் தேடிகள், பதவிப் பித்தர்கள், காமச்சுவைப் பேச்சில் கதை எழுதி பிழைப்போர், அன்னக்காவடிகள்.

இவை, 'குரு' எனக்காகத் தேர்ந்தெடுத்து ஏவிய கணைகள் – அவரை விட்டு நான் தனியாகக் கிளம்ப நேரிட்டபோது.

காங்கிரஸ் வட்டாரத்துக்குச் சொல்லொணாத குதூகலம்.

'வேண்டும் பயலுக்கு! இதுவும் வேண்டும் இதற்கு மேலும் வேண்டும்! பெரியாருடன் கூடிக்கொண்டு, பொடியன் காங்கிரஸ் மகாசபையையே அல்லவா கண்டித்தான்.

படித்தவர்கள் அனைவரும் காங்கிரஸ் கட்சி – அரசியல் அறியாத அப்பாவிகளும், கிழக்கு மேற்குத் தெரியாத ஏமாளிகளும்தான் வேறு வேறு கட்சிகளில் – என்று நாம் கூறிக் கொண்டிருந்தோம் – எக்களித்துக் கிடந்தோம்; பல்போனதுகள் – பட்டம் இழந்ததுகள் – சரிகைக் குல்லாய்கள், சலாமிட்டு வாழ்ந்ததுகள் – ஆகிய வகையினர் மட்டுமே காங்கிரசை எதிர்ப்பர் – இளைஞர்கள் – இளித்துக் கிடக்க வேண்டிய நிலையில்லாதவர்கள் – நிமிர்ந்த நெஞ்சினர் – இவர்களெல்லாம் காங்கிரசில்தான் இருக்க முடியும் என்றோம். இந்த அண்ணாத்துரை நமது வார்த்தையைப் பொய்யாக்கி, நான் இளைஞன்! நான் சரிகைக்குல்லாய்க்காரன் அல்லன் படித்துமிருக்கிறேன், பதவிக்குப் பல்லிளித்துக் கிடக்கவில்லை; நான் கண்டிக்கிறேன் காங்கிரசின் போக்கை என்று பேசி, இளைஞர்களிடம் இருந்து வந்த அழுத்தமான

காங்கிரஸ் பக்தியைப் பாழாக்கினானே! பயலுக்கு இப்போது கிடைக்கிறது சரியான சவுக்கடி! சுடச்சுடக் கொடுக்கிறார்! சுற்றிச் சுற்றிக் கொடுக்கிறார். எந்தப் பெரியாருக்குப் பராக்குக் கூறிக் கொண்டிருந்தானோ, அந்தப் பெரியாரே கொடுக்கிறார் சூடு! துடிக்கிறான்! சுருண்டு கீழே விழுகிறான்! வேண்டும் பயலுக்கு; இதுவும் வேண்டும், இதற்கு மேலும் வேண்டும்! – என்று காங்கிரஸ் வட்டாரத்தினர் கூறிக் களிப்படைந்தனர்.

பெரியார் பேசக் கேட்டுக் கேட்டுத்தான், காங்கிரஸ் வட்டாரமே, என்னை ஏசக் கற்றுக் கொண்டது; பயிற்சியே அவர்களுக்கு அந்த முறையிலே கிடைத்ததுதான்.

முதலிலே, பெரியார் என்னை ஏகம் பேச்சைக்கேட்டு மகிழ்ந்தனர் – காதுகுளிர! பிறகு, தாங்களே பேசலாயினர் நாமணக்க!

என்ன தெரியும் இந்த அண்ணாதுரைக்கு என்று தொடங்கினார்களானால், காங்கிரஸ் பேச்சாளர்கள், தங்கள் வசம் உள்ள நாராசம் அவ்வளவும் தீருமளவு பேசித் தீர்ப்பார்கள்.

அந்த ஆர்வத்திலே, ஆவேசத்திலே, சபர்மதி சிறப்பு, தண்டியாத்திரையின் மகிமை, உப்புச் சத்தியாகிரகப் பெருமை, இர்வின்–காந்தி ஒப்பந்த அருமை, என்பவை யாவும் அவர்களுக்கு மறந்தே போய்விடும்.

அவர்களுக்கு ஒரே நோக்கம் – இந்த அண்ணாதுரைக்கு இழிவு வந்து சேர்ந்தாகவேண்டும் – இதைச் சாதித்துவிட்டுத்தான் பிறகு, மற்றவை; முடிந்தால், நேரம் கிடைத்தால்,

இந்த சாமரம் வீசியபடிதான், என்னை அரசியல் உலகிலே உலாவர வைத்தனர். எனக்கு அது பழக்கமாகவும் ஆகிவிட்டது.

அப்போதெல்லாம், இவ்விதமான கண்மூடித்தனமான கண்டனங்களை, இழிமொழிகளை, பழிச்சொற்களைக் கேட்டு, கொதித்து. குமுறி – கோபம் கொப்பளிக்கும் நிலைபெற்று, ஆகுமா இந்த அக்ரமம்? அண்ணாவையா இப்படித் தூற்றுகிறீர்கள்? அவர் நடையையா பழிக்கிறீர்கள்? – என்றெல்லாம் கேட்டு, பதிலளித்து, என்மீது விழும் தூசுகளைத் தன் அன்புக் கரத்தால் துடைத்து, என் அண்ணன்

மாசு மறுவற்றவன் என்று மகிழ்ந்து கொண்டாடியவர் களிலே, முதன்மை இடம், தோழர் சம்பத்துக்கு என்பதை நாடறியும்.

எனக்காக அந்த அரும்பணியாற்றியதற்கு, நான் செய்யக் கூடிய 'கைம்மாறு' என்ன இருக்க முடியும்?

உண்ணாவிரதத்தை முடிக்கும்போது, உள்ளே சென்ற பழரசம் விக்கலால் வெளியே வந்து கண்டு, சிந்தினேனே கண்ணீர். அதுவா! தூ! உப்புக் கண்ணீர்! உபயோகமற்ற தண்ணீர்! கண் என்று இருந்தால் – கண்ணீ ர் வருகிறது – இது ஒரு பெரிய விஷயமா!

கைம்மாறு ஏதும் செய்திட இயலாத நிலையில் இருந்தேன் இத்தனை காலம் – இப்போதுதான் அந்த வாய்ப்புக் கிடைத்திருக்கிறது; பெரியாரும் காங்கிரஸ்காரர்களும் என்னென்ன ஏசினார்களோ அதை அப்படியே, சிந்தாமல் எடுத்து வைத்துக் கொண்டு, தோழர் சம்பத் பேசுகிறார் – தாங்கிக் கொள்கிறேன் – அதுதான் நான் காட்ட வேண்டிய 'கைம்மாறு' என்றும் கொள்கிறேன்.

கடனைத் திரும்பச் செலுத்திவிட்டவனுக்கு ஏற்படும் மன நிம்மதி எனக்கு ஏற்படுகிறது.

பெரியாரும், காங்கிரசாரும் இந்த வசவுகளை வீசியபோது, எப்படி என்னை அறிந்ததால், இதயத்தில் கொண்டதால், அந்தச் சொற்களை, தம்பி! நீ பொருட்படுத்தவில்லையோ, அதுபோல, எல்லாத் திறமைகளும் குறைவற வந்து குவிந்தன. பிறகுதான், 'அண்ணன்' என்று ஏற்றுக் கொள்வேன். அது வரையில் முடியாது என்று இலட்சக்கணக்கான தம்பிமார்கள் கூறிடவில்லை; கூறியிருந்தாலும் நான் என்ன செய்ய முடியும். பெருமூச்சுடன் உலவிக் கொண்டிருந்திருப்பேன்.

காமராஜர் அதிகாலையில் எழுந்திருக்கிறாராம் – கனம் சுப்ரமணியம் கடலோரம் நடக்கிறாராம் – மாணிக்க வேலர் மரத்தடி படுக்கிறாராம் – இப்படி ஒவ்வொரு தலைவருக்கும் உள்ள பல சிறப்பு இயல்புகளைப் பலர் சுட்டிக் காட்டுவர், எல்லாத் தலைவர்களிடமும் உள்ள எல்லாச் சிறப்பு இயல்புகளும், ஒருங்கே அமையப்பெற்றாலன்றி, உன்னை என் 'அண்ணன்' என்று ஏற்றுக் கொள்ளமாட்டேன் என்றா கூறினீர்கள்?

இல்லையே! கூறியிருந்தால் என்ன செய்திருப்பேன்? நமக்கு இப்படிப்பட்ட அருமைத் தோழர்களைத் தம்பிகளாகப் பெறும் வாய்ப்பு இல்லாது போயிற்றே என்று மனம் குமுறியிருப்பேன். எதற்குச் சொல்கிறேன் என்றால், பாசமும் நேசமும் ஏற்பட்டால், திறமைகள் முற்றிலும் நிரம்பி இருக்கிறதா என்றுகூட கவனிக்கச் சொல்லாது; இருப்பதைக் கண்டு மகிழ வைத்திடும்.

அவ்விதம் தான் நான் உன் போன்றோரின் அன்புப் பாராட்டுதலைப் பெற்றேன்.

அதனால், எனக்குத் திறமைகளைப் பெற வேண்டுமே என்ற அவசர ஆர்வம் கூட ஏற்பட்டது என்று கூறலாம். இலட்சக்கணக்கானவர்கள், நமக்குத் தமது இதயத்திலே இடமளித்திருக்கிறார்களே, அதற்கு ஏற்ற முறையில், அவர்கள் மகிழத் தக்க விதத்தில், பெற்றாக வேண்டுமே என்ற எண்ணம் எழுந்தது. எல்லாத் திறமைகளையும் பெற்றுவிட முடியுமா?

முடியாதுதான்!

ஏன்?

காலம் போதாது என்பது மட்டுமல்ல; திறமை எது என்பது பற்றிய கருத்தே, காலத்தோடு சேர்ந்து வளர்ந்த வண்ணம் இருக்கிறது; திறமைக்கான இலக்கணம் மாறுகிறது; திறமை பற்றிய மதிப்பீட்டுத் தன்மை மாறுகிறது. திறமை கண்டு பாராட்டும் போக்கே கூட அவ்வப்போது மாறுகிறது.

ஏதோ ஓர் ஏட்டிலே படித்ததாக நினைவு; பிரிட்டிஷ் பாராளு மன்றப் பேச்சுகள், சர்ச்சில் காலத்திலே இருந்ததுபோல, இலக்கியச் சுவை நிரம்பியதாக இப்போது இல்லை என்று.

பிரிட்டன் சென்று திரும்பியவர்களும் இதனையே கூறக் கேட்டுமிருக்கிறேன்.

உண்மை என்னவென்றால், இப்போது, அந்தப் பாணியில் பேசுபவர்கள் இல்லை என்பது மட்டுமல்ல, பேசினால் சுவைபடுமா என்பதே ஐயப்பாட்டுக்கு உரியது.

ஏனெனில், திறமையைச் சுவைப்பதிலே எப்போதும் நாட்டம் உண்டு என்றாலும், ஒரு காலத்திலே சுவை தருவதாகக்

கருதப்பட்டு வந்த திறமை; பிறிதொரு காலத்தில் சுவை தருவதாக அமையாது போகக்கூடும்.

எனவே, நான் எல்லாத் திறமைகளையும் பெறமுடியும் என்று நம்புபவனுமல்லன். திறமைகளின் இலக்கணம் மாறக் கூடியது என்பதை அறியாதவனுமல்லன். குறைகளுடன் கூடியவனாலும், அன்பு காட்டுவோர் தமது அன்பை அதற்காக நிறுத்திவிடமாட்டார்கள்.

தங்கத்திலே ஒரு குறை உண்டானால் தரமும் குறைவதுண்டோ?

உங்கள் அங்கத்திலே ஒரு குறை உண்டானால், அன்பு குறைவதுண்டோ?

இதிலே இன்னொரு வேடிக்கையும் இழைந்து நிற்கிறது.

பெரியாரும், காங்கிரஸ்காரர்களும், இழிமொழிகளையும் பழிச்சொற்களையும் வீசி, குறையைச் சுட்டிக் காட்டுகிறோம் என்று சொன்னார்களே, அப்போதெல்லாம், மெல்ல, ஒரு வார்த்தை, 'ஆமண்ணா! குறைகள் தாம் இவை!' என்று எனக்கு இன்று கண்டிப்பவர்கள், எடுத்துக்காட்டினார்களா என்றால் இல்லை! மாறாக, என் மீது பழி கூறியவர்களுக்குப் பளிச்சுப்பளிச்சென்று பதிலளித்தனர்.

சில வேளைகளிலே, அப்படிப் பதிலளிக்கும்போது, பக்கத்தில் இருந்து கேட்க, எனக்கே கூச்சமாக இருக்கும் – அப்படிப்பட்ட பாராட்டுதல், புகழுரைகள்!

அப்போதும் நான், அவர்களின் நடையழகு கேட்டு இன்புற்றேனேயன்றி, புகழுரையால் மயங்கிப் போய்விடவில்லை.

அண்ணன் அப்படிப்பட்டவன் இப்படிப்பட்டவன் என்று புகழ்ந்து பேசுவது, அண்ணனுக்கு மட்டுமல்ல, தனக்கும், மொத்தமாகக் குடும்பத்துக்கும், பெருமையைத் தேடித் தருகிற காரியம் தானே!

தம்பி! இதை இப்போது கூறக்காரணம், தூற்றல் கணைகள் என் மீது ஏவப்படும் போதெல்லாம், நான் வரவு–செலவு கணக்குப் பார்த்து, மகிழ்ச்சியைத் தருவித்துக் கொள்பவன் –

மனம் நொந்து போய்விடுபவன் அல்லன் என்பதை எடுத்துக் காட்டத்தான்.

எந்தத் தூற்றலையும்தான் எடுத்து ஆராய்ந்து பாரேன், நான் கூறுவது தெரியும் விளக்கமாக.

மூன்றாம் படிவ மாணவனாக இருந்தபோது ஆசிரியர் சொன்னது நினைவிற்கு வருகிறது. ஓர் அரசியல் தலைவன் என்போன், கதை சொல்லலாமா என்று கேட்டுவிடாதே – நானே அப்படி! – என்ன செய்யலாம்! கதையைக் கேளேன். கருத்து இருக்கிறது.

ஒரு மருத்துவன், பிழைப்பு நாடி வேற்றூர் சென்றானாம் – ஒரு நாள் காலை, அந்த ஊர் மக்களிலே பலர், காலை வெயிலில் உலவிக் கொண்டும்; வேலை செய்து கொண்டும் இருக்கக் கண்டான். மெத்த மகிழ்ச்சி ஏற்பட்டதாம் மருத்துவனுக்கு. காலை வெயில் பித்தம் உண்டாகும்; இந்த ஊர் மக்கள் காலை வெயிலில் கிடக்கிறார்கள்; நிச்சயமாக, பித்தம் சம்பந்தப்பட்ட நோய் உண்டாகும்; நமக்கு நிறைய வருமானம் கிடைக்கும்; ஏற்ற இடம்; என்று எண்ணி மகிழ்ச்சி அடைந்து, தன் ஊர் சென்று, மருந்துப் பெட்டிகளுடன், மாலை வந்தானாம், வந்ததும் மகிழ்ச்சியே போய்விட்டதாம்; கவலை பிடித்தாட்டிற்றாம், காரணம் என்ன என்றால், ஊர் மக்கள், மாலையில் மஞ்சள் வெயிலில் காய்ந்து கொண்டிருந்தனர்; மஞ்சள் வெயில் உடலில் பட்டால், பித்தம் போய்விடும் என்பது மருத்துவ உண்மை! மருத்துவன் என்ன செய்வான்! இந்த ஊர் பயனில்லை என்று எண்ணி, வேறு இடம் நாடினானாம்.

தம்பி! பொது வாழ்க்கையில் ஈடுபட்ட நாளாய், என் நிலை, ஏறக்குறைய கதையில் குறிப்பிட்டேனே, ஓர் ஊர் மக்கள், அவர்கள் நிலையைப் போல் இருந்து வருகிறது; ஆகவே தூற்றித் திளைக்கலாம் என்று எண்ணுபவர்கள், நான் உங்கள் அன்புக் கரங்களின் அரவணைப்பில் உள்ள காரணத்தால், தொடர்ந்து ஏமாற்றமே காண்கின்றனர்.

என் இயல்போ, என்னை எவர் எக்காரணம் கொண்டு எத்தகைய இழிமொழி கொண்டு தாக்கினாலும் அவர்கள் எப்போதாவது என்னைப்பற்றி ஏதாகிலும் இரண்டொரு நல்ல வார்த்தைகள் சொல்லியிருந்தால், அதை நினைவுபடுத்திக் கொண்டு,

மனத்துக்கு ஆறுதலும் மகிழ்ச்சியும் தேடிக் கொள்வது வாடிக்கை. அது மட்டுமன்று; அன்று நம்மை எவ்வளவோ அன்புடன் பாராட்டினவர்கள்தானே; இப்போது நாலு கடுமொழி பேசிவிட்டால் என்ன! போகட்டும் என்று எண்ணிக் கொள்பவன்.

வாழ்க வசவாளர்கள் என்று ஒருமுறை நான் எழுதியது, வெறும் சொல்வடுக்கன்று; என் உள்ளக்கிடக்கையைத் தான் குறிப்பிட்டேன்.

சட்டசபையிலே நாம் திறமையுடன் நடந்து கொள்வதில்லை – மந்திரிகளை இடித்துப் பேசி, ஏளனம் செய்யும் நிலைக்குச் சென்று விட்டோம் – என்று கண்டிக்கிறார்கள்.

திராவிட நாடு பகற்கனவாகிவிட்டது; தமிழ் நாட்டிலேயே இருந்து கொண்டு திராவிட நாடு பற்றிப் பேசுவது பைத்தியக்காரத்தனம் – தமிழ்நாடு போதும் என்று கூறிவிடலாம் என்று கண்டனத்துடன் அறிவுரை வழங்கப்படுகிறது.

கலைஞர்கள் கழகத்தில் புகுந்து எல்லாம் கெட்டுவிட்டது என்று பலமாகக் கண்டிக்கிறார்கள்.

இவற்றைத் தத்துவ விளக்கம் போன்ற முறையிலே அன்று: குற்றச்சாட்டுகளாக, இழிமொழிகளால் கூறுகிறார்கள்.

மற்றவை இருக்கட்டும்; பலமான மூன்று குற்றச்சாட்டுகளைக் கூறுகிறார்களே, அதிலும் மிகமிகக் கேவலப்படுத்தும் முறையிலே, என்று எண்ணி நான் ஆயாசப்படவில்லை; மாறாக இந்த மூன்று விஷயமாகவுமே அவர்கள் சமீப காலத்துக்கு முன்பு வரையில் கனிவுடன் மட்டுமன்றி, பாராட்டும் முறையில் பேசியிருக்கிறார்கள் அதை எண்ணி மகிழ்ச்சி பெறுகிறேன்.

முன்பு அப்படிப் பேசினார்கள்; இப்போது ஒரே அடியாக. மாற்றிப் பேசுகிறார்களே என்று கூட எனக்கு வியப்பு ஏற்படுவதில்லை.

ஏதோ, முன்பொரு முறையாகிலும் பாராட்டிப் பேசியிருக்கிறார்கள் அல்லவா; அதற்கு நன்றி கூறிக்கொள்வோம் என்று தான் தோன்றுகிறது.

கண்டனத்தைத் தாங்கிக் கொள்ளும் திடமனம் இல்லையென்றால் கடமையை நிறைவேற்ற முடியாது.

பாராட்டியவர்களே கண்டிக்கும் போது, அதைத் தாங்கிக் கொள்ளும் மனத் திடம் இருக்கிறதே, அது எளிதில் பெற முடியாத, ஆனால் விலை மதிக்க முடியாத மிகச் சிறந்த பண்பாகும்.

'சிலர் கேட்கிறார்கள், தி.மு.கழகம் சட்டசபைக்குப் போய் என்ன சாதித்துவிட்டது' என்று?

தி.மு.கழகம் எதைச் சாதித்தது என்று கேட்கும் காங்கிரசுக்காரர்களுக்கு ஒரு முன்னாள் மந்திரி செய்த விமர்சனத்தை இங்கே சொல்ல விரும்புகிறேன். தமிழ் நாட்டிலிருந்து அண்மையில் இராஜ்யங்கள் சபை உறுப்பினராகத் தேர்ந்தெடுக்கப்பட்ட அவர், டெல்லி வந்து சேர்ந்தார். வந்தவர் டெல்லியிலுள்ள தமிழ்நாட்டு ராஜ்யசபை உறுப்பினர்களைக் கூட்டி வைத்துக் கொண்டு சென்னைச் செய்திகளைப் பெற்றிச் சொல்லிக் கொண்டிருந்தார். தெரியுமா, நண்பர்களே! நான் கூடத்தான் சட்டசபையில் இருந்திருக்கிறேன்; எத்தனையோ முறை சுப்பிரமணியம் அவர்களின் பேச்சுகளைக் கேட்டிருக்கிறேன். இப்பொழுதும் கேட்டேன்; ஒருநாள், காலரியில் உட்கார்ந்து கொண்டு, மிகவும் பிரமாதம், மிகவும் றிகஷீஷீரீகஷீமீஉவ - மிகவும் முன்னேற்றம் - என்று சொல்லிவிட்டு, எல்லாரையும் ஒருமுறை அந்த முன்னாள் அமைச்சர் பார்த்தார். அப்படியா? என்றார்கள். எல்லாரும். ஏன் தெரியுமா? என்று அவரே கேள்வியைப் போட்டுக் கொண்டு சொன்னார். "எல்லாம் அண்ணாத்துரையின் டிரெயினிங் - அண்ணாத்துரையின் பயிற்சி என்று சொன்னார். மந்திரி சுப்பிரமணியத்திற்குத் தமிழ் அபிவிருத்தி ஏற்பட்டதிலிருந்து அண்ணாத்துரையுடைய சட்ட சபைப் பிரவேசம் பலனளித்திருக்கிறது என்று அவர்களே ஒப்புக் கொள்ளும் அளவுக்கு, நம்முடைய சாதனைப் பட்டியல் ஆரம்பமாகிறது.

இப்படிப் பேசியதைக் கேட்டு, எனக்கே கூச்சமாக இருந்தது. என்னதான் நம்மிடம் அன்பு இருந்தாலும், அண்ணனைப் பாராட்ட - வேண்டும் என்ற பாச உணர்ச்சி இருந்தாலும்,

இப்படிப் பேசத் தேவையில்லையே என்று எண்ணிக் கொண்டேன்.

இந்தப் பாராட்டுதலை, நாலைந்து நண்பர்களை வைத்துக் கொண்டு அன்று. பல்லாயிரவர் கூடிய மாநாட்டிலே தோழர் சம்பத் பேசினார். 1958 ஜூன் 7, 8 நாள்களில் விருத்தாசலத்தில், நடைபெற்ற தி.மு.க. மாநாட்டில்!

இப்போது, சட்டசபையில் திறமையே காட்டுவதில்லை; அக்கறையே இருப்பதில்லை; அமைச்சர்கள் கேலி செய்கிறார்கள் என்று பேசினால், நான் சிரிக்காமல் என்ன செய்வது, தம்பி! நீதான் சொல்வேன்.

சட்டசபையிலே திறமையே காட்டுவதில்லை என்று கூறுபவர், அமைச்சர் சுப்ரமணியத்துக்கு நல்ல தமிழ்நடைப் பயிற்சியே நான் சென்றதால் கிடைத்தது என்று ஒரு காங்கிரஸ்காரர் பேசியதை மேற்கோளாகக் காட்டிப் பேசி, மாநாட்டினரை மகிழச் செய்தவர்! இப்போது, இப்படி! அதற்கு நான் என்ன செய்ய?

சட்டசபையிலே திறமையே காட்டுவதில்லை என்று உங்கள் சம்பத் கூறுகிறாரே, என்று சொல்லி, அமைச்சர் சுப்பிரமணியமாவது, சந்தோஷப்பட்டுக் கொள்ள முடியுமா? அவருக்குத் தமிழ் நடையில் பயிற்சியே என்னால்தான் கிடைத்தது என்ற கருத்தை அளித்தவரல்லவா இன்று இதைக் கூறுகிறார். ஒரு சமயம் என்னிடம் உள்ள பாசம் அப்படிப் பாராட்ட வைத்தது போலும் என்று எண்ணிக் கொள்கிறாயா தம்பி! அதுவும் இல்லை....

இந்த நம்பிக்கையுடனே தான் தோழர் சம்பத் லால்குடி மாநாட்டிலே பேசிக் கேட்போர்களை விடுதலை ஆர்வம் கொந்தளிக்கும் உள்ளத்தினர் ஆக்கினார்.

அந்த கொந்தளிப்பு சிவாஜி கணேசனை மேடை ஏறி 'அண்ணா ஆணையிட்டால், நான் பட ஒப்பந்தங்களை எல்லாம் கிழித்தெறிந்துவிட்டு, போரில் ஈடுபடுவேன்' என்று பேச வைத்தது.

தோழர் சம்பத் நம்மை விட்டுப் பிரிந்தாலும் அவர் ஆற்றிய உரை அவரை நம்முடன் பிணைத்து வைத்திருக்கிறது. அது இது:

இயக்கத்தின் தலைவர்களான பெரியார், அண்ணா ஆகியோர் சிறையிலிருந்தபோது வேலூரில் தமிழர் மாநாடொன்று பன்னீர் செல்வம் அவர்கள் தலைமையில் நடைபெற்றது. அதில் எஸ். எஸ். பாரதியார் போன்ற பெரும் புலவர்கள் கலந்து கொண்டனர். வடமொழி ஆதிக்கம் வடவர் ஆதிக்கத்துக்கு முன்னேற்பாடு என்பதை அறிந்து கொண்ட அம்மாநாடு, தமிழ்நாடு தமிழருக்காக வேண்டும் எனத் தீர்மானித்தது. சிறைசென்ற தலைவர்கள் மீண்டனர். மீண்ட தலைவர்கள் அந்தத் தீர்மானத்தை இயக்கத்தின் இலட்சியமாக்கினர். அச்சமயத்தில் நமது இயக்கத்தில் இருந்த சில ஆந்திர, மலையாள, கன்னடத் தோழர்கள் வடவரை எதிர்த்துத் தமிழகம் மட்டும் ஏன் பிரிய வேண்டும்? ஆந்திரம் – கேரளம் – கர்நாடகம் ஆகிய திராவிடமொழிகள் பேசும் மாகாணங்களும் பிரிந்து தீர வேண்டும். அதற்கும் சேர்த்து ஒரு திட்டம் தேவை என்றனர். அப்போதே காஞ்சியில் அண்ணா அவர்கள் திராவிடர் கழகம் என்று ஒரு சங்கத்தைத் தோற்றுவித்திருந்தார்கள், அந்த அடிப்படையில் சிந்தித்து விவாதித்துத் தான் தமிழகம் – ஆந்திரம் – கர்நாடகம் – கேரளம் ஆகிய சுயநிர்ணய உரிமையோடு கூடிய நாடுகள் வலிந்து இணைந்து அமைக்கும் திராவிடக் கூட்டாட்சியைப் பெற இயக்கம் இனிப்போராடுவது எனத் தீர்மானிக்கப்பட்டது.

பின்னர் அக்கூட்டாட்சி குடியரசாக மட்டுமின்றி ஒரு சமதர்மக் குடியரசாகவும் விளங்கவேண்டும் என்பது நமது இலட்சியமாக அமைய வேண்டும் என விரும்பிய அண்ணா அவர்கள் சேலத்தில் நடைபெற்ற ஜஸ்டிஸ் மாநாட்டில் முக்கியமான இரண்டு தீர்மானங்களைக் கொண்டு வந்தார். ஒன்று ஜஸ்டிஸ் கட்சியின் பெயரைத் திராவிடர் கழகமாக மாற்றவேண்டுமென்பது. மற்றது கட்சியில் சர்க்கார் அளித்த இராவ்பகதூர் சர் போன்ற பட்டங்களைத் தாங்கிக் கொண்டு எவரும் இருக்கக் கூடாது என்பதாகும். கட்சியில் இருந்த ஆலை அரசர்கள் செட்டிநாட்டு வேந்தர்கள் ஆகியோர் கட்சியை விட்டு ஓட்டம் பிடித்தனர். அரண்மனையில் இருந்த கட்சியை அண்ணா அவர்கள் அந்தத் தீர்மானங்கள் மூலம் மைதானத்திற்குக் கொண்டுவந்து மக்கள் கட்சியாக மாற்றினர். அதன் பிறகு சமுதாயத்தில் மறுமலர்ச்சியையும் பொருளாதாரப் பொது உடைமையையும்

அரசியலில் திராவிட விடுதலையையும் இலட்சியங்களாகக் கொண்டு திராவிடர் கழகம் நாட்டு மக்களை ஒன்று திரட்டியது. பின்னர் நல்ல சனநாயகப் பண்பு வளரத் திராவிட முன்னேற்றக் கழகம் என்ற அமைப்பு முறையை வகுத்தோம்; உழைத்தோம். இவ்வளவு குறுகிய காலத்தில் மகத்தான மக்கள் ஆதரவைப் பெற்றிருக்கிறோம். என்றுமில்லாத அளவிற்கு நாட்டு விடுதலைத் திட்டத்திற்கு மக்கள் ஆதரவும் பெருகி நிற்கிறது. *

தம்பி சின்னாள்களுக்கு முன்பு நடைபெற்ற கூட்டமொன்றில் ஆர்வம் கொந்தளிக்கும் நிலையில் பேசிய தம்பி ஒருவர் சொன்னார். 'அண்ணா! ஆயாசப்படாதீர்கள்! சிலர் உம்மை விட்டுப் பிரிந்தனர்; நானும் தான் வருந்துகிறேன்; ஆனாலும் என்ன? நாங்கள் இருக்கிறோம் அணி அணியாக. (திரு சம்பத்தும் அவர் நண்பர்களும் கழகத்தைவிட்டு விலகியபோது) உம்மை அண்ணனாக ஏற்றுக் கொண்டவர்கள். அன்புக்குக் கட்டுப்பட்டவர்கள்; கழகத்தின் ஆணைப்படி நடப்பவர்கள், தம்பிமார்கள் லட்சக்கணக்கில் இருக்கிறார்கள் அண்ணா! கவலைப்படாதீர்கள்' என்று பேசினார். இனிய இசையாக இருந்தது அந்தப் பேச்சு – ஆனால் ஒரு கணம் தான் – மீண்டும் அந்த பழைய நினைப்பு – பழைய கவலை! நான் பேசும் போது சொன்னேன். 'எட்டுக் குழந்தைகளை ஈன்றெடுத்த தாய் திருவிழாக் காணச் சென்றபோது ஒரு குழந்தை காணாமல் போய் விட்டால், எட்டில் ஒன்று போனால் என்ன, ஏழு இருக்கிறதே, என்றெண்ணியா திருப்தி அடைகிறாள், இல்லையே! ஏழு பிள்ளைகளையும் திக்குக்கு ஒருவராக அனுப்பி காணாமற்போன பிள்ளையைத் தேடிக் கண்டுபிடிக்கும்படி அல்லவா அனுப்புவாள்! அதுபோல என்னுடன் எண்ணற்றவர் உள்ளனர் ஆயினும் அதனால் பிரிந்தவர்கள் பற்றிக் கவலை கொள்ளாமல் இருக்க முடிகிறதா? எட்டுப் பிள்ளைகளைப் பெற்ற தாய், காணக்மற்போன பிள்ளையைக் கண்டுபிடித்துக் கொண்டு வரும்படி மற்ற ஏழு பிள்ளைகளைக் கேட்டுக் கொண்டது போவத்தான் என்னுடன் இருக்கும் தம்பிமார்களை நான் வேண்டிக் கேட்டுக்கொள்கிறேன். விலகிய – வழி தவறிய அந்தத் தம்பிகளையும் தேடிக் கண்டுபிடித்து திருத்தி திரும்ப

அழைத்துக் கொண்டு வாருங்கள்' என்று தம்பி! நான் சொன்னது சுவைக்காக அன்று – என் மனம் அப்படி. *

மிதவாதம்

நான் சாமான்யன்! அசகாயச் சூரத்தனமாக பேசுவதென்றால் எனக்கு அச்சம்....

'தம்பி! இப்படி யெல்லாம் அறைகூவல் விடுவது – அடித்துப் பேசுவது. பரணி பாடுவது – முரசொலிப்பது – போன்றவற்றில் நான் ஈடுபடாததைத்தான், மிதவாதம் என்று கூறிக் கொண்டிருந்தார்கள். இப்போது புரிகிறதல்லவா போலி அதி தீவிர வாதம், ஈடுபட்டோரை என்ன கதிக்குக் கொண்டு போய்ச் சேர்க்கிறது என்ற உண்மை. **

தியாகம்

ஒரு திங்களுக்கு முன்பு, நான் எழுதிக் கொண்டிருந்த போது, திடீரென மின்சார விளக்குகள் ஊரெங்கும் அணைந்துவிட்டன – ஒரே மையிருட்டாகிவிட்டது. ஓடிப்போய் ஒரு மெழுகுவத்தி கொண்டுவந்தான், எனக்கு உதவி செய்வதில் மகிழ்ச்சி காணும் எண்ணம் கொண்டுள்ள பல்லாயிரக் கணக்கான தம்பிகளிலே ஒருவன். அந்த மெழுகுவத்தியைக் கொளுத்தினான் கப்பிக்கொண்டிருந்த இருளைக் கிழித்துக் கொண்டு,, சின்னஞ்சிறு சிங்காரச் சுடர் எங்களை மகிழ்வித்தது. என்ன குளிர்ச்சி! எத்துணை மகிழ்ச்சி! மின்சார விளக்குக்கு உள்ள பளபளப்பு, இதற்கு நிச்சயமாக இல்லை – ஆயினும், இருள் கப்பிக்கொண்டபோது, இதோ என்னால் முடிந்த அளவு நான் ஒளி தருகிறேன் என்று கூறுவது போலல்லவா மெழுகுவத்தி இருந்தது? நான் எழுதுவதை நிறுத்திக்கொண்டு, அதையே பார்த்துக் கொண்டிருந்தேன். சின்னஞ் சிறுதிரி! அழகான ஒளி! எரிச்சலூட்டாத வெளிச்சம்! ஒளியின் அளவு குறைவுதான் – வலிவு கூட அதிகம் இல்லை. காற்றடிக்கிறது. திரியினின்றும் கிளம்பும் ஒளி நடுக்கத்தோடு ஆடுகிறது. கையைத் திரைபோலாக்கி, அசையும் ஒளிக்குப் பாதுகாப்பளிப்பது,

அணையவிடாமல் பார்த்துக் கொள்ள வேண்டி இருந்தது. அவ்வளவு வலிவற்றது பாவம், எனினும் தன்னால் முடிந்த அளவு இருளை ஓட்டுகிறது! அதனிடம் பேச வேண்டும் போலத் தோன்றிற்று. போயேன்!!!

தம்பி! மெழுகுவத்தி எரிவதைப் பார்த்துக்கொண்டே இருந்தேன் – சில விநாடிகள். சுடர்விடுகிறது, ஒளி தருகிறது பயன் அளிக்கிறது! எவ்விதமாக என்பதைச் சொல்லவா தம்பி! ஒளி அளித்துக் கொண்டிருப்பதால், மெழுகுவத்தி தன்னைத் தானே மாய்த்துக்கொள்கிறது! உருக்கிக் கொண்டே போகிறது! பார்த்துக்கொண்டிருக்கும்போதே கரைகிறது! ஒளியா தந்து கொண்டிருந்தது? தம்பி! தன் உயிரையே தந்து கொண்டிருந்தது. அணு அணுவாகத் தன்னை மாய்த்துக் கொள்கிறது. இருளை விரட்ட ஒளிதர நமக்குப் பயன் தருவதற்காகவே, தன்னைத் தந்துவிடுகிறது!! ஒரு சாண் அளவு இருந்தது. கொளுத்தும்போது – பார்த்துக்கொண்டே இருக்கும் போது சுட்டுவிரல் அளவுக்கு வந்துவிட்டது – உடலிலே மட்டுமல்ல, உயிரிலேயே, ஒரு பெருமளவு இழந்துவிட்டது – இருளகற்றுந் தொண்டாற்றி, இன்னும் சிறிது நேரமானால் உருவமே இருக்காது – உயிரும் இருக்காது – ஒளி அளித்த மெழுகுவத்தி இருந்த இடம் வெற்றிடமாகிவிடும். எனக்கென் னவோ அதனை அடியோடு மாண்டு போகவிடக்கூடாது! என்று தோன்றிற்று. உருகி உடல் குறைந்து போவதைக் கண்ணால் பார்க்கும் போதே மனம் ஏதேதோ எண்ணுகிறது – அது உருத் தெரியாமலாகிவிடும் கொடுமையைக் காணமுடியாது – காணக்கூடாது என்று தோன்றிற்று. மின்சார விளக்குகள் திடீரென எரியலாயின – ஒளி தந்த போதும் இருளகற்ற உன்னை நீ குற்றுயிராக்கிக் கொண்டது போதும் தியாகியே! திருவிளக்கே! உன்னை மடியவிட்டேன்! என்று கூறுவது போன்ற நிலை பெற்றேன். மெழுகுவத்தியை அணைத்து, கரத்தில் எடுத்து வைத்துக் கொண்டேன். எனக்குக் கவி பாடத் தெரியாது!!

தம்பி! தம்மைத்தாமே வருத்திக்கொண்டு, தமது வாழ்வைச் சிதைத்துக்கொண்டு இருளகற்றி ஒளிதருவது போல, இனம் வாழக் கழகத்தை வலிவுள்ளதாக்க, நமது வலிமை எல்லாம் தந்து கொண்டிருக்கும், இலட்சக்கணக்கானவர்களின் இதயம்

வாடாமல், நம்பிக்கை சிதையாமல் பார்த்துக்கொள்ளும் பொறுப்பு, நம்முடையது என்ற உணர்ச்சியால், உந்தப்பட்டவனானேன், மாநாட்டிலே மக்கள் காட்டிய பேரார்வத்தைக் கண்டபோது. *

கேன்ஸராக இருக்குமா?

தம்பி! எனக்குக் கழுத்தின் பின்புறத்தில், இரண்டு மூன்று ஆண்டுகளாகச் சதை சிறு அளவுக்கு உருண்டு காணப்படுகிறது: அது மெல்ல மெல்ல வளர்ந்தும் காணப்படுகிறது. அதைக் காணும் நண்பர்கள் கவலை தெரிவித்தனர். எனக்கும் அது என்னவோ ஏதோ என்ற கவலை உண்டு. டாக்டர் இரத்தினவேலு சுப்பிரமணியம் அவர்கள் என் உடற்கூறு நன்கு அறிந்தவர். அவரிடம் காட்ட வேண்டும், கருத்தறிய வேண்டும் என்ற ஆவல் எழும்; உடனே அவர் பார்த்துவிட்டு, இது மிக ஆபத்தானது. உடனே இதை அகற்ற வேண்டும். அறு திங்களாவது படுக்கையில் இருக்க வேண்டும் என்று சொல்லி விட்டால் கவலையும் கிலியும் அதிகமாவதுடன், வழக்கமாகச் செய்து கொண்டு வரும் பணியினைச் செய்வதற்கும் குந்தகம் ஏற்பட்டுவிடுமோ என்றெண்ணிக் கொண்டே, பல திங்கள் காலத்தை ஓட்டிவிட்டேன்; பிறகு ஒரு நாள் அவரிடம் சென்று காட்டினேன்.

உள்ளூர இலேசாக ஒரு சிறு கவலையும் இருந்தது. உன்னிடமின்றி வேறு யாரிடம் சொல்லப்போகிறேன். கான்சர் என்கிறார்களே அந்த விதமாக ஏதாவது இருந்து தொலைக்குமோ என்ற கவலை. அது அல்ல என்றார், மனத்துக்கு ஒரு நிம்மதி வந்தது. ஆனால் 'உருண்டை ' கரையவில்லை; வளர்ந்தபடி இருக்கிறது. வலி இல்லை; வலி இல்லாவிட்டால் கவலை இல்லை; வலித்தால்தான் உடனே கவனிக்கப்பட வேண்டும் என்று சிலர் கூறுவார்கள்; அவர்கள் அப்படிக் கூறுவதைக் கேட்டுக் கேட்டுச் சாதாரணமாக நீர் கோத்துக் கொள்வதாலோ, நீண்ட நேரம் தூக்கமின்றி இருப்பதாலோ, நெடுந்தூரம் பயணம் செய்வதாலோ கழுத்து நரம்புகள் வலித்தால் உடனே எனக்கு உருண்டையால்தான் அந்த வலியோ என்ற சந்தேகம்

தோன்றும். ஆனால், சாதாரணத் தைலத்தேய்ப்பு அல்லது நீர் கோத்துக்கொண்டது போக்கும் மருந்து உட்கொள்வது, எனும் மருத்துவம் செய்தால், வலி போய்விடுகிறது அல்லது குறைகிறது. அப்போது ஒரு தைரியம், உருண்டைக்கும் கழுத்தில் ஏற்பட்ட வலிக்கும் சம்பந்தம் இல்லை, என்று.

வேறொரு மருத்துவர் அவர் நரம்பு சம்பந்தமான வியாதி பற்றி நிரம்ப அறிந்தவராம் – அவரிடம் காட்டச் சொன்னார்கள்.

அவர் அழுத்திப் பார்த்தார் உருண்டையை – வலிக்கிறதா? என்றார் – இல்லை. அழுத்தும்போது, உருண்டை இல்லா விட்டாலும் வலிக்கத்தானே செய்யும் அந்த அளவு வலிமட்டுமே இருப்பதாக என் எண்ண ம்.

அவர், இதை அறுவை மூலம் நீக்கிவிட்டாலும் நீக்கிவிடலாம், இல்லை அப்படியே விட்டு வைத்து, பிறகு மேலும் வளருகிறதா என்று பார்த்து, என்ன செய்வது என்று யோசித்தாலும் தவறில்லை என்று கூறினார்.

இப்போதும் அந்த உருண்டையும் இருக்கிறது. அது என்ன? அதற்கு என்ன செய்வது? என்ற எண்ணமும் எழுகிறது. எனினும், என் வேலைகளைக் குந்தகப்படுத்திக் கொள்ளவில்லை; என் வேலை களைக் கெடுக்கும் அளவுக்கு, அது தொல்லையாக இல்லாதிருக்கும் போது, அதைப்போய் அறுத்துக் கொள்வானேன். அறுத்துக் கொள்வதனாலே, வேறு ஏதாகிலும் புதுத் தொல்லை வந்து தொலைக்கப்போகிறது என்று எண்ணிக் கொண்டிருக்கிறேன். *

பறவைகளிடம் பாசம்

ஒரு நாள் மரப்பொந்து ஒன்றிலே குடியிருந்து வந்த சிறு பறவையின் குஞ்சு கீழே தவறி விழுந்து விட்டது. பல ஆண்டுகளுக்கு முன்பு என் கரத்தில் சிக்கிற்று. கொள்ளை ஆசை எனக்கு, அதனை வளர்க்க வேண்டும் என்று. என்னதான் ஆசையுடன் நான் இருப்பினும், அதன் தாயன்பு அதற்கு என்னிடம் கிடைக்குமா? கிடைக்காது! கிடைக்காது! உன்னால் முடியாது! நீ, பழம்தருவாய், பால் ஊற்றித் தருவாய்!

வேளையறியாமல், என் விருப்பம் தெரியாமல்! ஆனால், என் தாயின் அரவணைப்பிலே எனக்குக் கிடைக்கும் 'கதகதப்பு' இருக்கிறதே, அது அல்லவா, எனக்குப் பேரின்பம் ஊட்டி வளர்க்கிறது! உன்னிடம் ஏது அந்தக் 'கதகதப்பு அளிக்கும் வல்லமை! நீயோ மனித இனம் – வேட்டைக்கார ஜாதி! நானோ, பறவை இனம் – உன் பிடியில் சிக்காமல், தயவு நாடாமல், வானத்தில் வட்டமிடும், வானம்பாடி! என்னை விட்டுவிடு! என் இச்சையாக நான் சிறகடித்துப் பறந்திடுவேன் – சிந்துகளும் பாடிடுவேன்! தொலைவில் இருந்து கேட்டு இன்பம் பெறு – அதற்காக எனக்கொன்றும் தரவேண்டாம்!! தாயன்பு பெறுவதைத் தடுத்திடாதே, விட்டுவிடு! – என்றெல்லாம், பேசுவதுபோலக் குருவிக் குஞ்சு கிறீச்சிடுகிறது – அதனாலேயே அலுத்தும் போகிறது; தன் வலிவற்ற மூக்கினால் என் விரலைக் கொத்துகிறது; வலிதாள மாட்டாமல் துவண்டு போகிறது.

தம்பி! இந்த நிலையில், வேறு மரம் சென்றிருந்த தாய்ப்பறவை வந்தது: சரேலெனப் பொந்து நுழைந்தது; அடுத்த கணம், கிறீச்சிட்டபடி வெளியே வந்தது, கிளையின் அருகே சுற்றிச் சுற்றி வட்டமிட்டது; இங்கும் அங்கும் தேடுகிறது. பாடும் பறவை! மீண்டும் கூட்டுக்குள் போய்ப் பார்க்கிறது, வெளியே வருகிறது. வேதனையும் கோபமும் கலந்த குரலில் கூவுகிறது.

நாடகம் தீட்டுவோர், சேயினைக் காணாது தவிக்கும் தாய், என்னென்ன விதமாகத் தத்தளிப்பாள், ஏதேது கூறிக் கதறுவாள், என்னென்ன விதமாகக் கூவி அழைப்பாள், எங்கெங்கு தேடிடுவாள், எவரெவரைக் கேட்டிடுவாள், என்பது பற்றி அழகுறத் திட்டுவர் – பார்த்திருக்கிறோம் – இந்தப் பாடும்பறவையின் பரிதவிப்பினை, எத்துணை திறம் படைத்த நூலாசிரியராலும் அப்படியே சித்திரித்தளிக்க முடியாது. கண்டால் மட்டுமே விளங்கும். கூறக் கேட்கும் போது, மிகைப்படச் சொல்வதாகக் கூடத்தோன்றும்.

தம்பி! எனக்குச் சிறிதளவு அச்சம்கூட ஏற்பட்டு விட்டது போயேன்! அந்தக் குருவி, என் உள்ளங்கையில், தன் இன்பம், சிறைப்பட்டு இருப்பது அறிந்து, எங்கே, என் கண்களைக் கொத்திவிடுகிறதோ என்று பயந்தேன்.

மற்றொன்று கேள், தம்பி! பறக்கக்கூடத் தெரியாத அந்தக் குஞ்சு, என் பரிவு, பச்சாதாப உணர்ச்சியினைப் பெற்ற அந்தக் குருவிக்குஞ்சு, தாய்க்குருவியின் குரல் கேட்டு, அச்சத்தையும் அலுப்பினையும் மறந்து குரல் கொடுக்கிறது!! ஆமாம், தம்பி! தன்னைத் தாய் தேடுகிறாள் என்பதறிந்து, "இதோ! இதோ இருக்கிறேன்! இவனிடம் சிறைபட்டுக் கிடக்கிறேன்!" என்று தெரிவிக்கிறது.

விட்டுவிட்டு, மாறிமாறி இரு குரல்கள்! பாசத்துடன் தேடும் பாடும் பறவையின் அழைப்புக் குரல்!! பரிவுடன், பதில் அளிக்கும் குரல்!!

கோபந்தான் எனக்கு – ஒரு சின்னஞ்சிறு குருவி, மரப்பொந்து வாழும் தாய்க் குருவிக்காக, இத்தனை கத்து கத்துவதா!! நம்மை அவ்வளவு துச்சமாக மதிக்கிறது! – என்று எண்ணினேன். உள்ளங் கையிலிருந்து அதனை விடுத்தேன் – தத்தித்தத்தி நடந்தது – தாய்க் குருவி கண்டுவிட்டது – தம்பி! நல்ல இசை நிகழ்ச்சியின்போது, பக்க வாத்யக்காரர்களின் வாசிப்பைக் கேட்டிருக்கிறாயல்லவா? இவரா அவரா? மிருதங்கமா? கஞ் சிராவா? எவருடைய வாசிப்பிலே, நயமும், லயமும், மிடுக்கும், எடுப்பும், மிகுந்து காணப்படுகிறது என்று மன்றத்துள்ளோர், வியந்து எண்ணியபடி இருப்பர்! இறுதிக் கட்டத்தில் இருவரும் ஒன்றாக இணைந்துவிடுவர். ஒலிகள் இழைந்துவிடும், இனிமை மிகுந்து விடும். அதேபோல, இங்கு, தாய்க் குருவியின் குரல், குஞ்சு எழுப்பும் குரலோசை, நிந்தி, நிந்தி நிந்தின்னி, தத்தததத்த இந்த ஒலிகளின் இனிமைபோல், இரு குரலிசை, மாறிமாறி, விட்டுவிட்டுப் பிறகு இணைந்து, இழைந்து ஒரே இனிமையாகிவிட்ட நிலை; அழைத்துக் கொண்டே போய்விட்டது தாய்க்குருவி, குஞ்சினை! பொந்துக்குள்ளே, தாயும் சேயும்! கதகதப்பும்! மகிழ்ச்சி மிக்க கிறீச்சொலி! எனக்கே, கோபம் மாறி, மகிழ்ச்சி பிறந்தது!! இயற்கையாக இருக்கவேண்டிய நிலை இது!! – என்று எண்ணினேன் – இந்த நிலை கெட்டல்லவா 'போயிருக்கும், அந்தக் குருவிக் குஞ்சினை நாம் கூண்டிலிட்டு வளர்த்தால், என்று கூடத் தோன்றிற்று. *

தேர்தல் தோல்வி

என் தோல்வியும், நமது தோழர்களிலே ஐம்பது பேர் பெற்ற – வெற்றியும். எங்களுக்குப் பல பாடங்களைக் கற்றுத் தந்தன..

எனக்குக் களிப்பு, வெற்றி அணிவகுப்புக் கண்டு. வெற்றி அணிவகுப்புக்கோ என் நிலைகண்டு வேதனை.

அவர்கள் எனக்குக் களிப்பூட்டினர், நானோ அவர்களுக்கு கண் கசியும் நிலையைத் தான் தந்தேன்.

என் செய்வது தம்பி! நான் என் தம்பிகளிடமிருந்து பெறுவது அதிகம்; நான் அவர்களுக்குக் கொடுப்பது குறைவு. அதிலும் இம்முறை நான் பெருமைப்படத்தக்க பெரும் வெற்றிகளைப் பெற்றுக் காட்டி, ஐம்பதின்மர் என்னை மகிழ்வித்தார்கள்; அரசியல் வட்டாரங்கள் பலவற்றையும் நான் பெருமிதம் நிரம்பிய பார்வையுடன் கண்டிட வழிசெய்து கொடுத்தனர், ஆனால் நானோ, அவர்களும் எண்ணற்ற மற்றவர்களும் கண்கலங்கும் நிலையைத்தான் பெற்றுக் கொடுத்தேன். அதை எண்ணும்போதுதான், நான் வருத்தப்படுகிறேன், வெற்றி பெறவில்லை என்பதனால் அல்ல!! எல்லாக் கிளைகளிலும் மலர் குலுங்கத்தான் வேண்டும் என்பதில்லை, பூத்திருந்தால் போதும். எல்லாருமே வெற்றி பெற்றே தீரவேண்டும் என்பதில்லை. சிலருக்குத் தோல்வி ஏற்படக்கூடும். எதிர்பார்க்கவேண்டியது தான், ஆனால் என்முன் தாம் ஈட்டிய வெற்றிகளைக் கொண்டு வந்து காட்டிடும் என்னரும் தோழர்களுக்கு, நான் எதனையும் தர இயலாது போயினும், என் தோல்வியின்மூலம் வேதனையாவது ஏற்படுத்தித் தராமல் இருந்திருக்கக் கூடாதா என்று எண்ணுகிறேன்..'

இதனை எழுதிக்கொண்டிருக்கும் போது, கீழே செங்கல்பட்டுத் தொகுதியிலே வெற்றிபெற்ற நமது கழகத் தோழர் விசுவநாதன் உட்கார்ந்து கொண்டிருக்கிறார். கவலை நிரம்பிய நிலையில்! வெற்றி பெற்ற இளைஞர்; பணபலம் மிகுந்த ஒருவருடன் போட்டியிட்டு வெற்றி பெற்றவர்; ஆயினும் விசாரத்துடன்தான் இருக்கிறார். என்னைக் கண்டதும், என்ன பேசுவது என்று புரியவில்லை; நான் பேசவைத்தேன்; அந்தப் பகுதி ஓட்டுகள் எப்படி. இந்தப் பகுதியில் வாய்ப்பு எப்படி என்று கிளறிக்

கிளறிப் பேசவைத்தேன். மகிழ்ந்து உரையாட அவரால் முடியவில்லை. அவருக்கு உள்ள சங்கடத்தைக் கண்ட பிறகுதான், இதனை எழுத வந்தேன். – தம்பி! இந்த நிலை, கடந்த ஒரு கிழமையாக இருக்கிறது. இனியும் இதுபோல் இருக்கக்கூடாது என்பதற்காகவே இதனை எழுதுகிறேன். அறுவடை வெற்றியுடன் முடிவுற்றதை எண்ணி அகமகிழ்ச்சி கொள்ளவேண்டிய நேரத்தில், அண்ணன் தோற்றுப்போனானே என்பதனையே எண்ணி எண்ணி ஏங்கிக் கிடப்பது சரியன்று, முறையன்று, தேவையில்லை. எனக்குப் பிடித்தமானதுமன்று.

நான் எங்கு இருந்துவிட்டு வருகிறேன் தெரியுமா, தம்பி! அதைச் சொல்கிறேன். பிறகேனும் என் மனப்போக்கின் முழுத்தன்மையை அறிந்துகொண்டு, அமைதிபெறும் முற்சியில் ஈடுபட வேண்டுகிறேன்.

அரசியல் உலகு, அற்புதங்கள், உற்பாதங்கள், அதிர்ச்சிகள் ஆக மகிழ்ச்சி தரும் நிகழ்ச்சிகள், எக்களிப்புகள் எரிச்சலூட்டும் சம்பவங்கள், வெற்றிகள், தோல்விகள் யாவும் நிரம்பிய இடம்.

எல்லாத் துறைகளும் அவ்விதம்தான், என்பாய். ஒரு மாறுபாடு உண்டு. மற்ற எந்தத் துறையினையும்விட., அரசியல் துறையிலே எதிர்பாராத நிகழ்ச்சிகள், ஏமாற்றங்கள், எரிச்சல் நிரம்ப ஏற்படும்; விசித்திரமான உலகு.

விசித்திரமான அரசியல் உலகு என்பதற்கு வேறெந்த எடுத்துக்காட்டும் வேண்டாம். நான் இப்போது எங்கு சென்று விட்டு வந்திருக்கிறேன் என்பதைக் கூறுகிறேன், கேளேன், அது போதும்.

பெங்களூர் நகரில் ஜெய்நகர் என்ற பகுதியில், ஜெயவிலாஸ் என்ற இல்லத்தில் தங்கியிருந்துவிட்டு வருகிறேன்!! வேடிக்கை அல்ல, தம்பி! விசித்திரம், ஆனால் உண்மை!

தோல்வி கிடைத்ததும் நான் சென்று தங்கியிருந்த இடம் ஜெய விலாசம் – ஜெய்நகர்!! போதுமா விசித்திரம்?

என்ன செய்து கொண்டிருந்தேன்? பலரும் வந்திருந்து எனக்கு ஆறுதல் கூற, அதைக்கேட்டுத் துயரத்தைத் துடைத்துக் கொண்டு மன அமைதி பெற்றுக் கொண்டிருந்தேன் போலும்

என்று எண்ணுகிறாய். அதுதான் இல்லை!! பலருக்கு ஆறுதல் கூறிக்கொண்டிருந்தேன். வெற்றி பெற்று, வீடுகூடச் செல்லாமல் என்னோடு வந்திருந்த பாராளுமன்ற உறுப்பினர் தருமலிங்கம் மகிழ்ச்சியாக இருக்கும்படி செய்வதிலும் என்னைப் போலவே காலில் வெட்டுப் பட்டுக் கிடக்கும் திருவண்ணாமலைத் தோழர் ப.உ.சண்முகத்துக்கும் வேலூர் சாரதிக்கும் ஆறுதல் கூறுவதிலும் ஈடுபட்டிருந்தேன். அவர்களுக்கு ஆறுதல் எதற்காகக் கூறினேன்?

அவர்கள் தமது தோல்வியைப் பற்றித் துக்கம் துளைத்த நிலையில் இருந்ததால் என்கிறாயா? அதுதான் இல்லை! என் பொருட்டு அவர்கள் கொண்டிருந்த வேதனையைத் துடைத்து ஆறுதல் அளித்துக் கொண்டிருந்தேன்.

பல ஆண்டுகளாகவே எனக்கு, பேசாமலே பேருருவாக அமைந்திருக்கும் சிற்பக்கலைச் சிறப்புக்கு ஈடற்ற எடுத்துக்காட்டாக விளங்கிடும் கோமடீஸ்வரர் சிலையினைக் காணவேண்டும் என்ற ஆவல் உண்டு. அந்த இடத்துக்கு அருகேகூடச் சென்றிருப்பேன்; காண வாய்ப்பும் ஓய்வும் கிடைத்ததில்லை. அழகிய சிறு குன்றின்மீது அமைந்திருக்கும் பேசாப் பேருருவை இம்முறைதான், கண்குளிரக் காணமுடிந்தது.

பெங்களூர் நகரிலிருந்து நூறுகல் தொலைவில் உள்ளது சரவணபெலகோலா என்பது. அங்குதான், வெளிநாட்டு விற்பன்னர்களும் கண்டு வியந்திடும் அந்தச் சிற்பம், இருக்கிறது, குன்றின்மீது, அறுபது அடி உயரம் அந்தப் பேருரு. பிறந்த மேனி! திறவாக் கண்கள், எனினும் கனிவு வழிகிற நின்ற நிலை! காண்போரை நின்ற நிலையினாராக்கிவிட்ட கவர்ச்சி!!

அந்தப் பேருருவுக்குப் பின்னணியாக, நீலநிற வானம்!

தன்னை மறந்த நிலையில் பிறந்த மேனியாய் நிற்கும் அந்தப் பேருரு, மனத்தினை ஓரிடத்தில் பதியவைத்து, மற்ற எதனையும் எண்ணிடமுடியாத நிலைபெற்று இருக்கும், காட்சி கண்டவரோ கருத்தறிவார்; கண்டதனை விளக்கிட இயலாது; உண்மை.

காலடியில், புற்றுகள்! செடி கொடிகள்! செடிகொடிகள் கோமடீஸ்வரரின் காலிலும் கரத்திலும் மார்பிலும் படருகின்றன! அசையா நிலை! உணரா நிலை! மனம் ஓரிடத்திலே முழுக்க முழுக்க ஒன்றிவிட்டதனால், செடி கொடி படருவது பற்றிய

உணர்ச்சியே எழவில்லை. செடி கொடிகள் மட்டும்மன்று, தம்பி! சீறிடும் பாம்புகள், உடலைச் சுற்றிக் கொண்டுள்ளன. உணர்வு இல்லை! கனிவும் கவர்ச்சியும் மிக்கதொரு நிலையில் பேருரு!!

இவ்வளவையும், இதற்கு மேலாகவும், கல்லுரு காட்டி நிற்கிறது. கண்டு கருத்துப் பெறாதார், நடமாடும் கல்லுரு என்றே கூறலாம். –. உற்று உற்றுப் பார்த்தேன், அப்பேருருவினை. நெருங்கி நின்று பார்த்தேன். தொலைவிலிருந்து பார்த்தேன். பார்க்கப் பார்க்க மேலும் பார்த்துக் கொண்டிருக்கும் எண்ணம் எழுகிறது.

உறுதி ஒன்றில் லயித்துவிட்டால் வேறெந்த உணர்வும் தீண்டமுடியாத நிலை பெறும் இயல்பு, பேருரு காட்டிடும் அரும் பெரும் பாடம். ஆமாம், தம்பி! தேர்தலிலே தோல்வி என்றால், நெஞ்சிலே துக்கம் துளைக்கிறது என்றோமே, பாம்பு ஊர்ந்து கொண்டிருக்கிறது. உடலில் மனம் ஒன்றினிலே லயித்துப் போனதால், அரவம் தீண்டுவது பற்றி உணர்வே இல்லை; கண்ட நான் எண்ணிக் கொண்டேன். அந்த உறுதி வேண்டும். ஒன்றில் மனத்தைப் பதியவைத்து விட்டால், வேறு உணர்வுகள் நம்மைத் தீண்டிடும் வலிவற்றுப்போகும் நிலை ஏற்படவேண்டும், என்று விரும்பினேன்.

எனக்காக மட்டுமில்லை, தம்பி! உனக்கும் அந்த நிலை, உறுதி, இருந்திட வேண்டும் என்று விரும்பினேன்.

அந்த எண்ணத்துடன்தான் சரவண பெல்லகோலாவை விட்டுத் திரும்பினேன்.

இங்கே, நீ இன்னமும் என்பொருட்டு ஏங்கிக் கிடப்பதை அறியும் போது, என் மனம் எப்படி இருக்கும்? எண்ணிப்பார் தம்பி!!

குன்றைவிட்டுக் கீழே வந்தால், ஓர் ஊர்வலம் செல்கிறது வெற்றி ஊர்வலம்!

பிரஜா – சோஷியலிஸ்டு கட்சித் தலைவர் ஒருவர், சிவப்பா என்பவர், தேர்தலில் வெற்றி பெற்றதற்காக அந்த ஊர்வலம் பாராட்டுக் கூட்டம் நடைபெற்றது!

பெங்களூர் திரும்பிவந்து கொண்டிருந்தோம், மற்றோர், ஆரவாரமான ஊர்வலம், சுதந்திரக் கட்சியினர் ஒருவர் அந்தானப்பா என்றார்கள், அவருடைய வெற்றி ஊர்வலம். எங்கள் மோட்டார் அதனைக் கடந்து செல்ல இயலவில்லை; ஊர்வலத்திலேயே சென்றோம். ஆகவே அண்ணா வெற்றி பெற்றிருந்தால், ஊர்வலம் நடந்திருக்குமே என்று நீ ஆயாசப்படத் தேவையில்லை – ஊர்வலமாகச் – சென்றோம் அது மட்டும்தான் என்று எண்ணாதே, பெரிதும் கன்னடத் தோழர்களே அதிகம் உள்ள மாவள்ளி எனும் பகுதியிலுள்ள தி.மு.கழகக் கிளையினர், பெங்களூர் லால்பாக் தோட்டத்தில் எங்களுக்கு ஒரு தேநீர் விருந்து அளித்தனர்.

பார்ப்பவர்களைப் பிரமிக்கவைக்கும் சிவசமுத்திர நீர்வீழ்ச்சியை நான் பல தடவை பார்த்திருக்கிறேன் என்றாலும் மறுபடியும் பார்ப்பதில் எனக்கு விருப்பம். இந்த முறையும் கண்டேன், பாறைகளையும் கற்குவியல்களையும் குடைந்து கொண்டும், தழுவிக் கொண்டும், தடுமாறிக் கொண்டும், பல்வேறு பக்கங்களிலும் இருந்து பாய்ந்துவரும் காவிரி நீர் வீழ்ச்சியாகிடும் இடம், சிவசமுத்திரம். சிறுதுளி பெருவெள்ளம் என்பார்கள். இது பல சிற்றாறுகள் பேருருவாகி, இத்தனை பெரிய உருவை நான் தாங்கவல்லோன் அல்லேன் என்று காடும் கற்குவியலும் நிறைந்த மலைமுன் கூறிட, செல்ல எனக்கா இடமில்லை என்று கூறிச் சினந்து சினந்து பாயும் காட்சியே, சிவசமுத்திரம் நீர்வீழ்ச்சி. மலைமுன் முழுவதிலும், இங்கும் அங்குமாகச் சலசலவென ஓடிவரும் இந்தக் காவிரியா, மலை அதிர, காண்போர் மனம் மகிழ, அழகிய நீர்வீழ்ச்சியாக உருவெடுத்துள்ளது என்று எவரும் வியப்படைவர். அதனைக் காணும் போதெல்லாம் எனக்கு, சிறுகச் சிறுக மக்களின் உணர்ச்சி பீரிட்டுக் கிளம்பிடின் ஒரு நாள், பெரு நீர்வீழ்ச்சி போன்றதோர் உருவம் கொள்ளும் என்ற எண்ணம் தோன்றும். இம்முறை அந்த எண்ணம் மிக அழுத்தமாக ஏற்பட்டது.

என்னைத் தோற்கடித்த காஞ்சிபுரம் தொகுதியையே கூட எடுத்துப்பார். தம்பி? நான் இங்கு எவருக்கும், எந்தவிதமான தீங்கும் செய்ததில்லை; என்னால் எவருக்கும் எந்த விதமான இடர்ப்பாடும் ஏற்பட்டதில்லை, என் பணியிலே மாசுகற்பித்துப்

பேசக்கூட அதிகம் பேர் இங்கு இல்லை? எனினும் என்னைப் பெரும்பான்மையினர் ஆதரிக்க மறுத்துவிட்டார்கள். ஏன்?

பணம் வெள்ளம் போல் பாய்ந்தது என்கிறார்கள்.

இருக்கட்டுமே! அதனையும் மீறி அல்லவா, மக்களுக்கு என்னிடம் அன்பு எழவேண்டும்? இனி அதே நோக்கத்துடன் அல்லவா, நான் பணியாற்ற வேண்டும்?

முறைகேடுகள், ஒழுங்கீனங்கள், சதிச்செயல்கள், பலப்பல நடைபெற்றன; ஊரறியும் உலகறியும், ஆனால் இவற்றை எல்லாம் முறியடிக்கத் தக்கவிதமாக அல்லவா, என் தொண்டு மக்கள் உள்ளத் தில் என்பால் அன்பு உணர்ச்சியை ஏற்படுத்த வேண்டும்? அது ஏற்பட வழி என்ன என்பது தானே நான் ஆராய வேண்டிய பிரச்னை?

என் தொகுதி நிலைமையைக் கொண்டு, பொதுவாகச் சொல்கிறேன்; நாம் இதுவரையில், ஊர் நடுவே உள்ள திடல்கள், ஊர்க் கோடியில் உள்ள திடல்கள், இங்கு மட்டுமே கூட்டங்கள் நடத்தி வந்திருக்கிறோம். நெடுஞ்சாலைகளுக்கு இருமருங்கிலும் உள்ள தெருக்களில் நமது கூட்டங்கள் அதிகமாக நடப்பதில்லை. கூட்டம் அளவில் பெரிதாக இருக்காது. அலங்கார ஏற்பாடுகள் இராது என்ற எண்ணத்தினாலும், திடலில் கூட்டம் நடந்தால், எல்லாத் தெருக்களிலும் இருந்து மக்கள் வந்து கூடுவார்கள் என்ற நினைப்பிலும், ஒவ்வொரு நகரத்திலும் பல பகுதிகளை நாம் கூட்டம் நடத்தாமலே ஒதுக்கிவைத்து விடுகிறோம். எனவே அங்கு அரசியல் விழிப்புணர்ச்சி, புத்துணர்ச்சி மிகமிகக் குறைவாகி, எப்போதோ எக்காரணத்தாலோ ஏற்பட்டுவிட்ட உணர்ச்சி மட்டுமே இருக்கிறது.

நடந்ததைக் கூறுகிறேன். ஒரு நெசவாளியைக் கண்டேன் அவர் "நான் காங்கிரசில் நீண்ட காலமாக இருப்பவர். ஆகவே நான் எப்படி உங்களுக்காக மாற முடியும்?" எனக் கேட்டார். கோபமாக அன்று, வெறுப்பாக அன்று: இயற்கையாக.

மாறமுடியாது என்று கூறுகிறீரே, ஐயா! நீங்கள் காட்டுகிற காங்கிரசே மாறிவிட்டதே – கொள்கை குணத்தில்; கண்டவர்கள் கூடிக் காங்கிரசைக் கெடுத்துவிட்டார்களே; கெட்டுப்போன

பிறகும், காங்கிரசை நான், ஆதரிக்காமல் இருக்க முடியாது' என்கிறீரே, நியாயமா? என்று கேட்டேன்.

தேர்தலுக்கு ஒரு வாரத்துக்கு முன்பு இது.

ஓட்டு வாங்க நான் சாமர்த்தியமாகப் பேசுகிறேன் என்று தான் அந்த நெசவாளி அந்த நேரத்திலே எண்ணிக் கொண்டிருந் திருப்பாரே தவிர, யோசித்துப் பார்த்திருக்க மாட்டார். தேர்தல் காலத்துப் பேச்சு நூற்றுக்கு நூறு ஏற்றுக் கொள்ளக் கூடியதாக மக்கள் கருதமாட்டார்கள். ஆனால், சாதாரண காலத்திலே, இந்த வாதத்தை, எவ்வளவு அழுத்திக் கேட்டாலும், மனம் அசைந்தே தீரும். அதற்கு நாம் நற் கூட்டங்களை, ஒவ்வொரு நகரத்திலும், எந்தப் பகுதியையும் ஒதுக்காமல், எல்லாப் பகுதி மக்களும் கேட்டுப் பயன் பெறத் தக்க விதத்திலே நடத்த வேண்டும்.

காஞ்சிபுரம் நகரில் எனக்கு ஓட்டுகள் குறைவாக கிடைத்த பகுதிகள் யாவும், நமது கழகக் கூட்டங்கள் தொடர்ந்து சாதாரண காலத்தில் அதிகமான அளவில் நடத்தப்படாத இடங்கள்.

இங்கெல்லாம், காங்கிரஸ் கூட்டங்களும், கம்யூனிஸ்ட் கட்சியின் கூட்டங்களும்தான் பரவலாக நடந்திருக்கின்றன.

ஓட்டுகள் கிடைத்துள்ள வகையை ஆராய்ந்து பார்க்கும்போது சென்ற தேர்தலின்போது கழகத்துக்கு அதிக வாக்குகள் கிடைத்த பல இடங்களில் காங்கிரசுக்கு அதற்கு அடுத்தபடியாகவும், கம்யூனிஸ்ட்டுக்கு மூன்றாவதாகவும் ஓட்டுகள் கிடைத்தன. இம்முறை காங்கிரசுக்குக் கிடைத்த வாக்குகள் கழகத்துக்குக் கிடைத்ததைவிட அதிகம்; எந்த முறையில் என்றால் – முன்பு காங்கிரசுக்கும் கம்யூனிஸ்ட்டுக்கும் தனித்தனியாக கிடைத்த வாக்குகளின் கூட்டு', இம்முறை காங்கிரசுக்குக் கிடைத்திருக்கிறது.

பணத்துக்காக ஓட்டு கொடுப்பது, தவிட்டுக்காகத் தங்கம் கொடுப்பதாகும் என்பதைத் தாய்மார்களுக்கு எங்கே எடுத்துச்சொல்ல, உணரச்செய்ய, நம்மிடம் அணி இருந்தது? இன்று! அது இனி அமைக்கப்பட்டாக வேண்டும்:

என் நெஞ்சை மெத்தவும் உருக்கியதும், என் தோல்வி பற்றி எனக்கு ஓரளவு வேதனை ஏற்பட்டதும், என்னால் அதற்குக்

காரணமாக அமைந்ததும் எதுவென்றால், எனக்காக, நகர் முழுவதும் வீடு வீடாகச் சென்று என் துணைவி இராணி ஓட்டுக் கேட்டதுதான். துணையாக அலமேலு அப்பாதுரை அவர்கள், மல்லிகா, எங்கள் ஊர் சரஸ்வதி வெங்கடேசன், சரசுவதி சிற்சபை, கமலா பாபு, உளுந்தூர் பேட்டை இராஜேஸ்வரி சண்முகம் ஆகியோர் சென்றனர்.

கழகத்துக்கான ஏற்பாடு வேலைகளும், சிக்கல் நீக்கும் காரியமும், மற்றத் தொகுதி வேலைகளும், என்னை அந்த அளவுக்கு, நகரில் ஓட்டுக் கேட்க இடம் தரவில்லை.

இராணியும் துணையாகச் சிலரும் சென்று ஓட்டுக் கேட்டது போல, பேட்டைக்குப் பேட்டை ஒரு சிறு அணி இருந்திருப்பின், பணம் பலித்திருக்காது.

இது என் தொகுதிக்கு மட்டுமன்று; நான் சொல்வது எல்லா இடங்களுக்கும்.

சென்ற தடவை கூட இராணி வேலை செய்தது உண்டு. என்றாலும், இம்முறை வெகு உற்சாகத்துடனும், மும்முரமாகவும், முறையாகவும் வேலை செய்ததற்குக் காரணம், சென்ற தேர்தலுக்கும் இந்த தேர்தலுக்கும் இடையில் மகளிர்' 'மன்றக் கூட்டங்கள், கழகக் கூட்டங்கள், ஆகியவைகளிலே பெற்ற கருத்தால் ஏற்பட்ட உணர்ச்சியும், நமது இயக்க ஏடுகளைப் படித்ததால் வந்த உணர்ச்சியும்தான்.

சென்ற தடவை ஓட்டுக் கேட்டபோது இராணிக்கு இருந்திருக்கக் கூடிய எண்ணம், கணவருக்கு வேலை செய்கிறோம் என்பதுதான்; இம்முறை கழகத்துக்கு வேலை செய்கிறோம் என்ற எண்ணம் மேலோங்கி இருக்கக் கண்டு மிக்க மகிழ்ச்சி அடைந்தேன்.

இராணி இந்த அளவு பணியாற்றப் பெருந்துணையாக இருந்தது என் அக்காவாகும். *(நாகரத்தினம் அம்மையார்)*

அவர்கள் போல், மொத்தத்தில் நகரில் ஒரு 50 பேர் தாய்மார்கள் அணி இருந்திருந்தால், 'வெங்கடேசப் பெருமாளும், சத்தியமும்' என்ற பேச்சு வலிவிழந்து போயிருக்கும். *

அதிலும் தம்பி! காஞ்சிபுரம் தொகுதியிலே, வேளைக்கு ஒரு சேதி வெடித்துவரும்; அந்த ஊர் தலைவர் அவர்களை வண்டியில் ஏற்றிவிட்டாராம்! இந்த ஊர் மணியக்காரரை இரவு 12 மணிக்கு இலுப்பைத் தோப்பிலே சந்தித்து 200 ரூபாய் கொடுத்து விட்டார்களாம்! இவருக்கு அவர் கடன் கொடுத்திருக்கிறாராம். ஆகவே, அங்கு கட்டுப்பட்டுப் போய்விட்டாராம்! என்றெல்லாம் திகில் தரும் செய்திகள் வரும். கேட்ட எவருக்கும் 'கை ஓடாது, கால் ஓடாது' மனம் பதை பதைக்கும்; கிளம்பிய சேதிகள் உண்மைதான் என்பதைக் காட்டும் குறிகள் தெரியும். என் செய்வர், நமக்காகப் பணியாற்றுவோர்! முதலில் தங்களைத் திகிலிலிருந்து விடுவித்துக்கொள்ள வேண்டும். பிறகு பணி தொடர்ந்தது, சோர்வை மறைத்துக்கொண்டு!!

"தானிய வியாபாரிகளெல்லாம், கிளம்பிவிட்டார்கள் கிராமம் கிராமமாக!" – என்பார் ஒருவர்.

"தானிய வியாபாரிகள் கிளம்பினால் என்ன?" என்று கேட்பார் இன்னொருவர்.

ஒவ்வொரு கிராமத்திலும் அவர்களுக்குக் கொடுக்கல் வாங்கல் தொடர்பு இருக்கிறதே. அவர்கள் பேச்சுக்குப் பலர் கட்டுப்பட்டவர்களே! – என்று விளக்கம் அளிப்பார், இன்னொருவர்.

எனக்கு இதெல்லாம் தோன்றாது. நாம் என்ன கெடுதல் செய்தோம் இவர்களுக்கு? மனதாலும் கெடுதலே எண்ணியதில்லையே, ஏன் இவர்கள் நம்மை எதிர்த்து வேலை செய்கிறார்கள்! நாம் ஏதாவது இவர்கள் மனம் புண்படும்படி வெறுப்புக் கொள்ளும்படி நடந்து கொண்டோமா? கிடையாதே! அப்படியிருக்கும் போது, நம்மிடம் இவர்கள் பகை காட்டுவானேன்? புரியவில்லையே! என்று எண்ணிப் பெருமூச்செறிவேன். தானிய வியாபாரிகள் மட்டுமன்றி. ஒவ்வொரு நாள் ஒவ்வொரு வகையான வியாபாரிகளைப் பற்றி இப்படிச் செய்திகள். என்மீது இவ்விதமாகப் பகை காட்டினார் என்பதற்கு, என்னை வீழ்த்தி, அவர்கள் அடையப்போகும் பயன்தான் என்ன என்றும் எனக்குப் புரியவில்லை.

தம்பி! ஒருவருக்கும் ஒரு கெடுதலும் செய்யாதிருந்த நிலையில் எவரும் அருவருக்கத்தக்க, வெறுக்கத்தக்க எந்தச் செயலையும் செய்தறியாத என்னை, என்தொகுதி மக்களே ஆதரிக்க முடியாது என்று கூறியது அறிந்தபோது, எனக்கு கிரேக்க நாட்டு நடவடிக்கை ஒன்று தான் நினைவிற்கு வந்தது.

அப்பப்பா! அவன் செய்த அக்ரமத்துக்கு, இந்தத் தண்டனைதான் சரியானது என்றோ,

ஒருவனை மதித்தானா, ஒருவரிடம் மரியாதை காட்டினானா எத்தனை மண்டைக் கனம் அவனுக்கு, அதனால்தான் மக்கள் அவனை மட்டந்தட்டினார்கள் என்றோ –

ஊரை மிரட்டிக் கொண்டிருந்தான். உள்ளதெல்லாம் தனக்குத்தான் என்று அள்ளிக்கொண்டிருந்தான், ஆகவேதான் அவனை இறக்கிவிட்டார்கள் என்றோ – என்னைத் தோற்கடிக்கவே கங்கணம் கட்டிக்கொண்டு வேலை செய்தவர்கள்கூட குறை உளது என்று சுட்டிக்காட்ட முடியாது.

ஏறக்குறைய கிரேக்க நாட்டு நடவடிக்கை போலவே இங்கு நடந்தது என்று கூறலாம். நல்லவன்தான்! எவருக்கும் எந்தத் தீங்கும் செய்யாதவன்தான்! அதனால்தான், நல்லவன் என்று பெயர் பெற்று வருகிற ஒருவனை, இப்படியே வளரவிடக் கூடாது என்று எண்ணுகிறோம் என்று என் தொகுதியில் என்னை எதிர்த்து வேலை செய்தவர்கள் கூறவில்லையே தவிர, அவர்களின் மனத்திலே இருந்த எண்ணம் இதுபோன்றதுதான், என்பதிலே ஐயமில்லை.

அவன் சட்டசபை சென்றால் நன்றாக வாதாடுவான் – என்று அவர்களிலேயே ஒருவர் கூறுவார். மற்றவரோ அதற்காக அவனே தான் போகவேண்டுமா? ஒரு முறைதான் போனானே போதாதா? இந்த முறை வேறு ஒருவர்தான் போகட்டுமே? இவனுக்கே இது பட்டாவா? என்று கேட்பார். இப்படி ஒரு விசித்திரமான மனப்பான்மை வளர்ந்திருப்பது எனக்குப் புரியவில்லை. இந்த மனப்பான்மையை, ஆளுங்கட்சியினர் குறிப்பாக அமைச்சர்கள் தக்கவிதத்தில் பயன்படுத்திக் கொள்ளத் தவறவில்லை. தட்டிக் கொடுத்துப் பலன் பெற்றார்கள். இது,

தேர்தலின்போது மட்டும் கையாளப்பட்ட முறையன்று; திட்டமிட்டுச் செய்யப்பட்ட முறை நீண்ட காலமாகவே.

காஞ்சிபுரம் தொகுதி கடந்த இரண்டு முறைகளும் காங்கிரசைத் தோற்கடித்திருக்கிறது. காங்கிரஸ் கட்சியினருக்கு – அவர்களின் எண்ணிக்கை மிகக் குறைவுதான் – இந்த மனப்புண் அவ்வப்போது எரிச்சலைக் கிளப்பியபடி இருந்து வந்தது.

இம்முறையும் காங்கிரக தோற்றுவிட்டால் இனி என்றென்றும் காஞ்சிபுரம் தொகுதி காங்கிரசுக்குக் கிட்டாது என்ற கிலி ஏற்பட்டுவிட்டது.

இதனையும் அமைச்சர்கள் தக்கமுறையில் பயன்படுத்திக் கொண்டார்கள்.

இம்முறை எவ்வளவு செலவிட்டாயினும், என்னை வீழ்த்திக் காங்கிரசுக்கு வெற்றி தேடிட வேண்டும் என்பதனைத் திட்டமிட்டு; கடந்த ஐந்து ஆண்டுகளாகவே பணியாற்றினர். *

பிரிந்தவர்

என்னைப் பொறுத்தமட்டில் எதிர்ப்பாளர்களில், நம்மை விட்டுச் சென்றுவிட்டார்களே, அவர்களின் அளவிடத்தக்க ஆற்றலால் நாம் அழிக்கப்பட்டுப் போய்விடுவோம்; அவர்களை தமது கோபப் பார்வையாலேயே நம்மைச் சுட்டுச் சாம்பலாக்கி விடுவார்கள் என்ற கவலை எழுந்ததேயில்லை; எனக்கிருந்ததெல்லாம் மன உளைச்சல். பாசப்பிணைப்பிலே ஏற்பட்ட உணர்ச்சிகள் என் கண்களைக் குளமாக்கின. கருத்தைக் குழப்பின். செயலற்றவனாகி விட்டேன்.

நல்ல வேளையாக, எனக்கிருந்த அந்த மன உளைச்சலைப் போக்கும் விதமாக, விலகியவர்கள் தாங்கள் எவ்வளவு பெருந்தலைவர்கள் என்பதை மட்டுமன்று.. நான் எவ்வளவு அற்பன் லாயக்கற்றவன் என்பது பற்றிய தமது எண்ணங்களை, பேச்சாலும், எழுத்தாலும் எடுத்துச்சொல்லி ஏசி ஏசி என் மனத்திலே அலைமோதிக் கொண்டிருந்த பாச உணர்ச்சி அவ்வளவையும் உலர்ந்து போகச் செய்தனர். அதனால் நான் வறண்ட கண்ணினனானேன். குழப்பம் நீங்கப்பட்ட

மனிதனானேன், செயலற்ற நிலை நீங்கிக் கடமையைச் செய்யலானேன். *

தில்லி பயணம்

தம்பி நான் தில்லிக்குப் பயணமானபோது, என்னென் னவோ வகையான எண்ணங்கள், அவற்றிலே ஒரு சிலவற்றைத்தான் மீண்டும் நினைவிற்குக் கொண்டுவர முடிகிறது.

எங்களை ஏற்றிச்சென்ற விமானம் எத்தனை எத்தனையோ விதமான மேகக் குவியல்களைத் தொட்டும் தொடாமலும் சென்று கொண்டிருந்தது. என் மனத்திலே பல்வேறு விதமான எண்ணங்கள் அலை அலையாகக் கிளம்பின. இரவு பன்னிரண்டு மணி. விமானம் தில்லி நோக்கிப் பறக்கிறது. என் மனமோ உன்னைப் பிரிய மறுக்கிறது...

நான் திராவிட இனத்தைச் சேர்ந்தவன்.

நான் திராவிடன் என்று கூறிக் கொள்வதில் பெருமை அடைகிறேன்.

திரவிடக் கலாசாரம் தனித்தனிமை வாய்ந்தது.

உலகுக்கு அந்தக் கலாச்சாரத்தை எமது பங்காகத் தர விழைகிறோம்.

பிரிவினை கேட்கும் நாங்கள் மற்றவர்களைப் பகைக்கவில்லை. திராவிட நாடு பிரிவினையால், பாகிஸ்தான் பிரிவினையின்போது ஏற்பட்ட பயங்கர விளைவுகள் ஏற்பட்டுவிடா.

தம்பி! இந்தக் கருத்துகளை எடுத்துக்கூறும் முதல் வாய்ப்பு எனக்குக் கிடைத்ததை நான் என் வாழ்நாளிலே கிடைத்த பெரும் பேறாகக் கருதுகிறேன்.

மே முதல் நாள் காலை பேசும் வாய்ப்புத் தரப்பட்டிருக்கிறது என்று எனக்கு அறிவிக்கப்பட்டது.

முன்னாள் இரவு, மாடியில் வெட்டவெளியில் படுத்தபடி, 'நாம் எங்கிருந்து புறப்பட்டு எங்கு வந்திருக்கிறோம், எங்கெங்கெல்லாம் பேசியிருக்கிறோம், நாளை எங்கு

பேசப்போகிறோம், இங்கு திராவிட நாடு பற்றிப் பேசும் வாய்ப்புப் பெறும் அளவு கழகம் பதின்மூன்றே ஆண்டுகளிலே வளர்ந்திருக்கிறதல்லவா?' என்றெல்லாம், எண்ணியபடி படுத்துக் கிடந்தேன்.

மேஜைமீது பல புத்தகங்கள். விளக்கொளி பளிச்சென்று; ஆனால் படிக்கக்கூடத் தோன்றவில்லை. நினைத்து நினைத்து மகிழத்தான் தோன்றிற்று:

இத்தனை வளர்ச்சிக்கும் காரணமாக உள்ள நீயோ, நெடுந்தொலைவில், நான் சாம்ராஜ்யங்களின் சவக்குழிகள் நிரம்பிய புது தில்லி நகரில், காங்கிரஸ் ஏகாதிபத்தியத்தின் அடித்தளம் என்று கூறத்தக்க பாரத ஒற்றுமை எனும் ஏற்பாட்டுக்கு எதிர்ப்பானது என்று கருதுவோரால், மிகப் பலமாகத் தாக்கப்பட்டு வரும், நாட்டுப் பிரிவினை பற்றி, நாளை அரசு அவையில் பேசும் வாய்ப்புக் கிடைத்தது குறித்த எண்ணத்தை அணைத்தபடி உறங்கலானேன்.

வடக்கு வீதியில் 116–ஆம் எண் உள்ள கட்டிடட்ட மாடியில் நான் படுத்திருக்கிறேன்.

எதிர்ப்புற வரிசையில் மனோகரனும், இராஜாராமும், சிவசங்கரனும், செழியனும். *

தம்பி! குதிரைமீது செல்பவனையும் காண்கிறாய்; பொய்க்கால் குதிரை ஆட்டக்காரனையும் காண்கிறாய்; உண்மையான குதிரை அத்தனை ஆட்டமா ஆடுகிறது? அத்தனை விதமாகவா தாவுகிறது, தாண்டுகிறது, வளைகிறது, நெளிகிறது, சுற்றுகிறது, சுழல்கிறது; இல்லையல்லவா?

இன்று காங்கிரசிலே பொய்க்கால் குதிரைகள்தான் அதிக அளவில்! அதற்கேற்றபடியான 'ஆட்டம்' காண்கிறோம். –

இந்தப் புகுந்து கொண்டதுகள்' கக்கும் பகைதான் இன்று மிகப் பெரிய புகைச்சலைக் கிளப்பிவிட்டிருக்கிறது.

இந்நிலையில், நான் தில்லி சென்றதால், வெறுப்புடன் நடத்தப்படுவேன், அல்லது பேச வாய்ப்புப்பெற இயலாநிலை ஏற்பட்டுவிடும், என்றுதான் எண்ணிக்கொண்டேன்.

தில்லி, பாராளுமன்றத்தில் நான் கண்ட சூழ்நிலை, நான் எதிர்பார்த்தபடி இல்லை. பலரும், பரிவுடன் நடந்து கொண்டனர்.

“வாய்யா வா, வா! தெரியுமா சமாச்சாரம்? ஹைதராபாத்திலே, உனக்குக் கொண்டாந்த மாலையை எல்லாம் உங்க ஆளுங்க என் கழுத்திலே போட்டாங்க – நீ வரலைன்னு சொன்னதும். ஆமாய்யா, நெறைய மாலைங்க.... உங்க ஆளுங்க.. ‘’ என்று முன்னாள் அமைச்சர் மாணிக்கவேலர் கூறினார் குழைவுடன், முன்னாள் அமைச்சர் அவிநாசியார், ரொம்பச் சந்தோஷம் எனக்கு என்றார். முன்னாள் அமைச்சர் மாதவமேனன், “என்ன! அண்ணாதுரை?” தெரியலையா என்னை என்று கேட்டு மகிழ்ந்தார். அமைச்சர் சுப்பிரமணியம், இங்கு மேடைப்பேச்சின் போது, கட்சிக்காரரர் மகிழ அடித்துப் பேசும் வக்கீலாகிறார்; அங்கு என்னிடம் மெத்த அன்பாகத்தான் பேசினார். பழகினார். யார் அவன் பிரிவினை கேட்கிறவன்? அவன் ‘மூஞ்சியைப் பார்க்கவேண்டுமே’ என்று பண்டித நேரு கேட்டார் என்று இங்கு பேசினாராம் – பத்திரிகையில் பார்த்தேன்; என்னால் நம்பமுடியவில்லை. அங்கு என்னிடம் அத்துணை பரிவுடன் பழகுபவர் இவரேதானா என்று! என்னைப் பற்றி ஏளனமாகவும் இழிவாகவும் பேசினால்தான், தன் கட்சியில் ‘சபாஷ்’ புட்டம் கிடைக்கிறது என்பதால் அவ்விதம் பேசுகிறார் போலும்! பேசி ஆசையைத் தீர்த்துக் கொள்ளட்டும். நான் ஏளனம் இழிமொழி கேட்டுத் துவண்டு விடுபவனல்லன்;

இந்த இயல்பு கொண்டவர்கள் நிரம்ப உளர் என்பது எனக்கு நன்கு தெரிவதால்தான், நான் அவர்கள் ஏசிப்பேசுவது கேட்டு, எரிச்சல் அடைவதில்லை.

காங்கிரசில் உள்ள பலர், பிரச்சார மேடை ஏறும்போது தான், நம்மையும் நமது கொள்கைகளையும் தாக்கிப் பேசுகிறார்கள் இதிலும் இழிமொழியில் – காரணம் காட்டியன்று.

நான், இராஜ்யசபையில் பேசியபோது, எனக்கு எதிர்ப்புறமாக, மாடியில், தமிழ்நாடு காங்கிரஸ் தலைவர் அழகேசன் அமர்ந்திருக்கக் கண்டேன். ஆச்சரியப்படவில்லை, ஏனெனில் அதற்கு முன்பே, தில்லியில் இரண்டொருமுறை அவருடன்

பழகவும் உரையாடவும் வாய்ப்பு ஏற்பட்டதால், அவர் என் பேச்சைக் கேட்க வருவார் என்று எதிர்பார்த் திருந்தேன். இங்கு அவரிடம் பேச வாய்ப்பு ஏற்பட்டதில்லை. இரண்டொரு திருமணங்களிலே சந்தித்ததோடு சரி. மற்றபடி ஒவ்வொரு மாலையும், நானும் அவரும் கீரியும் பாம்பும் போலத்தானே? தில்லியில்தான், கலகலப்பாகப் பேசினோம். அவரை அழைத்துக் கொண்டுவந்து, என் பக்கம் அமரச் செய்தவரே அமைச்சர் சுப்பிரமணியம்தான்.

மக்கள் சபை கூடுமிடத்துக்கும், இராஜ்யசபை கூடும் இடத்துக்கும் நடுவே ஒரு மையமண்டபம் இருக்கிறது. அங்கு உறுப்பினர்கள் ஓய்வு எடுத்துக்கொள்ள, உரையாட வருகிறார்கள். நாங்கள் ஒருபுறம் உட்கார்ந்திருந்தோம் அதற்கு எதிர்ப்புறத்திலே, சற்றுத் தொலைவிலே அமைச்சராகிவிட்ட சுப்பிரமணியமும், அமைச்சராக வேண்டிய அழகேசனும் இருந்தனர். சிறிது நேரத்துக்கெல்லாம் இருவரும் நான் இருக்கும் இடமாக வந்தனர் என்னைக் கண்டதும் அமைச்சர், அழகேசனாரைக் காட்டி, "அழகேசன்" என்று அறிமுகம் செய்யும் முறையிலே கூறினார். மூவரும் உட்கார்ந்து சிறிது நேரம் பேசிக்கொண்டிருந்தோம். பிறகு ஒவ்வொரு முறை சந்திக்கும்போதெல்லாம் –

தில்லி எப்படி இருக்கிறது?

இருங்கள், நல்லது.

வீடு கிடைத்துவிட்டதா?

நாங்கள் ஏற்பாடு செய்து தருகிறோம்,

என்று இருவரும் கூறுவார்கள்.

தமிழ்ச் சங்கத்திலே தரப்பட்ட வரவேற்பின் போது கூட, நானும் அழகேசன் அவர்களும் பக்கம் பக்கமாக உட்கார்ந்து கொண்டிருந்தோம் – அதனை ஒரு வியப்பான காட்சியாகப் பலரும் கருதினர்.

அமைச்சர் பக்தவச்சலனாரின் திருமகன் தில்லியில் வேலையில் இருப்பது கூட, எனக்கு அங்கு போன பிறகுதான் தெரியும் – அதுவும் அழகேசன் கூறியதால்,

இப்படி ஒரு பழக்கம் ஏற்பட்டதால், நான் பேசிய அன்று அவர் வருவார் என்று நினைத்தேன்; வந்திருந்தார்.

நான் பேசியானதும், அவை கலைந்தது; மீண்டும் பிற்பகல் இரண்டு மணிக்குக் கூடும். நான், விமான டிக்கட் விஷயமாக அலுவலகம் சென்று விசாரிக்கப்போய், அங்கு ஓர் இருக்கையில் அமர்ந்தேன் – பேசி அரைமணி நேரமாகிவிட்ட நிலையில் – அழகேசன் வந்தார். கை குலுக்கினார். என் பக்கத்தில் அமர்ந்தார். அன்று இரவு சென்னை செல்வது பற்றிக் கூறினேன் – "நான் சொல்லி இருக்கிறேன். நிச்சயம் இடம் கிடைக்கும்" என்று கூறினார். அப்போது, மக்கள் சபை உறுப்பினர் பாண்டேசுரம் கோவிந்தசாமி (நாயுடு) வந்தார்.

"வந்திருந்தீர்களல்லவா பேச்சைக் கேட்க. "இல்லை... வேறு வேலையாக இருந்துவிட்டேன்."

"நான் போயிருந்தேன். நன்றாகப் பேசினார். எல்லாவற்றையும் பேசினார். திராவிடநாடு கொடு என்றெல்லாம் கேட்டுவிட்டார்." இப்படி அழகேசனார் அவரிடம் கூறினார். நானாகப் பேச்சை மாற்றினேன்.

ஏன் இவற்றைக் கூறுகிறேன் என்றால், கேட்கும்போது கடுகடுப்பு ஏற்படுவதில்லை. கட்சிக் கண்ணோட்டத்துடன் பார்க்கும் போதும், கட்சி மேடை ஏறிப் பேசும்போதும் தான் கோபம், வெறுப்பு எல்லாம் கொந்தளிக்கிறது என்பதைக் கூறத்தான்.

கூடப் பழகுவது, அன்பு காட்டுவது, உதவி செய்வது, பாராட்டுவது என்பது வேறு. கொள்கைக்காகப் போராடுவது முற்றிலும் வேறு. தேன் போல இனிக்கும்.

எங்கள் பேச்சு, மற்ற சமயங்களில் தேனாக இனிக்கும், ஆனால் கொள்கை விஷயம் வருகிறபோது தேளாகக் கொட்டுவோம்.

– இப்படிக் காங்கிரஸ் தலைவர்களைக் கூறுவது முறை; நான் அதனைக் குறை கூறவில்லை. நாலு தடவை நட்புடன் பழகிவிட்டால் அவரவர் தத்தமது கொள்கையை விட்டுவிடவேண்டும் என்று நான் கூறமாட்டேன். எதிர்பார்க்கவும் மாட்டேன். ஆனால் ஒருவருக்கொருவர் பழகிய

பிறகேனும், அவரவர். தத்தமது கருத்துகளை, கொள்கைகளை, உறுதியுடன் ஆனால் அதேபோது இழிமொழி, பழிச்சொல் ஏளனம் இன்றி எடுத்துக்கூறும் 'பண்பு வளரவேண்டாமா? பண்புடன் பேசித் தமது கொள்கைக்கு வலிவு தேடிட முடியாது என்று எண்ணுபவர்களைப் பற்றியோ, அவர்களின் கொள்கைகளைப் பற்றியோ உலகம் என்ன மதிப்பீடு தரும்? இவற்றை எண்ணிப் பார்க்காமல் அமைச்சர் தமது கட்சியிலே உள்ளவர்களுக்கு மகிழ்ச்சி தர வேண்டும் என்ற ஒரே நோக்குடன் பேசிவிட்டார். நாலடி உயரம் ஏறிக்கொண்டு நாப்பறை கொட்டினாலே. நல்லியல்பு நசித்தே போகவேண்டுமா? மற்ற சமயத்திலே எண்ணுவது பேசுவது மறந்து போக வேண்டுமா?

தில்லியில் ஒருநாள் ஒரு விருந்துக்குச் சென்றிருந்தோம். இதிலே அமைச்சர் சுப்பிரமணியமும் அழகேசனாரும் இல்லை. அதனை முன்கூட்டியே கூறிவிடுகிறேன் – ஏனெனில் இனிக் கூறப்போவதை அவர்களுடன் இணைத்துப் பார்க்காதீர்கள் என்று கேட்டுக்கொள்ளத்தான்.

பாராளுமன்ற உறுப்பினர்கள், பிரமுகர்கள், பத்திரிகைத் துறையினர், வியாபாரிகள், கலந்துகொண்டனர்.

ஒரு பிரபல காங்கிரஸ் தலைவர் – நீண்ட காலத்துக்குப் பிறகு கதர் போட்டவர் அல்லர் – நீண்ட காலமாகவே காங்கிரஸ்காரர். என்னை உடன் வைத்துக்கொண்டு, பலருக்கு என்னை ஆர்வத்துடன் அறிமுகப்படுத்தியபடி, அரசியல் நிலைமகளைப் பேசிக் கொண்டிருந்தார். சற்று உரத்த குரலில், பத்துப்பேருக்குப் புரிகிறபடி.

திராவிடநாடு கேட்கிறார்கள்

கேட்கட்டும், கேளுங்கள். நன்றாகக் கேளுங்கள் ஏன் பிரிந்து போக வேண்டும் என்று கூறுகிறீர்கள் என்று எவனாவது கேட்டால் திருப்பிக் கேளுங்கள், ஒன்றாக இருந்து நாங்கள் என்ன பலனைக் கண்டோம்? பெரிய தொழிற்சாலை உண்டா. ரயில் பாதை உண்டா, இரும்புத் தொழிற்சாலை உண்டா? என்ன கிடைத்தது? எதற்காக ஒன்றாக இருக்கவேண்டும் என்று கேளுங்கள்.

என்று என்னைப் பார்த்துக் கூறிவிட்டு, சூழ இருந்த காங்கிரஸ் பிரமுகர்களைப் பார்த்தபடி.

சிலோன் விஷயத்தைப் பாருங்கள். அங்கு நமக்கு எவ்வளவு கொடுமைகள் செய்கிறார்கள். பதறுகிறார்களா? அதற்காகப் பரிகாரம் தேடுகிறார்களா? இல்லையே, அதுவே தென்னாப்பிரிக்காவிலே ஒன்று நடந்துவிட்டால் எவ்வளவு ஆத்திரம் காட்டுகிறார்கள்? ஏன்? அங்கே வடநாட்டுக்காரன், சிலோனில் இருப்பவன் தென்னாட்டுக்காரன், அதுதான் வித்தியாசம்.

என்று எனக்கே தூக்கிவாரிப்போடும்படி பேசிக் கொண்டே இருந்தார்.

காங்கிரஸ் தலைவர்களிலே கூட, இன்னும் பலர் தென்னாட்டுக்காரர்கள் – தனியாக வெளியிடும் கருத்து. திராவிட நாடு பிரிவினைக் கொள்கைக்கு முற்றிலும் எதிர்ப்பானதில்லை. அந்தக் கொள்கைக்கு ஆதாரம் பலவற்றை எடுத்துக்கூடக் கூறுகிறார்கள். கட்சிப் பிரச்சார மேடைமீது ஏறிய உடனே. எல்லாவற்றையும் மறந்துவிட வேண்டி வருகிறது. அப்போது 'பாரதம்' பற்றிய புகழுரை தான். இந்த அண்ணாத்துரைக்கு என்ன தெரியும், என்ற ஏளனம்தான்.

தம்பி! நான் யோசித்துப் பார்த்த அளவில், "வடநாடு ஆதிக்கம் செலுத்துகிறது, தென்னாடு புறக்கணிக்கப்படுகிறது" என்று உணர்ந்தும், உரைத்தும், வாதாடியும். போராடியும் வருகிற அளவுக்கு இசைவு தருகிற காங்கிரஸ் தலைவர்கள்கூட, வடநாட்டுடன் இணைந்திருந்து, ஒத்துழைத்துத் தென்னாட்டுக்குச் சலுகைகளைப் பெற்றுக்கொள்ள வேண்டும் என்று நினைக்கிறார்கள். பிரிட்டிஷ் ஏகாதிபத்தியத்தைக் காங்கிரஸ் கட்சி எதிர்த்துக் கிளர்ச்சி நடத்தியபோது, ஜஸ்டிஸ் கட்சியினர், வெள்ளை அரசுடன் ஒத்துழைத்து நாட்டுக்கு நன்மைகளைத் தேடிக்கொள்ள வேண்டும் என்று திட்டமிட்டார்களே, அதுபோல.

தம்பி! கரோல்பாக் என்னும் பகுதியில், கழகம் அமைத்து, எங்களை அழைத்துச் சென்று பாராட்டுவிழா நடத்தினார்கள். யார்? மாளிகை வாசிகள் அல்லர். அவர்கள், கண்டும் காணாததுபோல் இருந்துவிடுகிறார்கள். பெரிய பெரிய

அதிகாரிகள் அல்லர். அவர்கள் அச்சத்தால் பீடிக்கப்பட்டிருக் கிறார்கள், சிலர் சுயநலத்துக்கு ஆட்பட்டுக் கிடக்கிறார்கள். எங்களை அழைத்துச் சென்றவர்கள் கூலி வேலை செய்பவர்கள், மூட்டை தூக்கிகள், வண்டி இழுப்பவர்கள், வீட்டுவேலை செய்பவர்கள், பாத்திரம் துலக்குபவர்கள் – சின்னாளப்பட்டி, இராசிபுரம் போன்ற இடங்களிலிருந்து பிழைக்க வந்தவர்கள், அவர்கள் குடி இருக்கும் இடம், சுடுகாடாக இருந்த இடம்.

இவர்களுக்கு இங்கு ஏழுபேர் வந்திருப்பதே, மாட மாளிகை கட்டிக்கொண்டது போலத் தோன்றிவிட்டது. இங்கு கேட்பது போல 'வாழ்க!' முழக்கம் எழுப்பி வரவேற்றனர்.

தில்லியில், பல்வேறு துறைகளிலே பணியாற்றிவரும் தமிழர்கள் ஓர் அமைப்பு ஏற்படுத்திச் செம்மையாக நடத்திக்கொண்டு வருகின்றனர், தமிழ்ச்சங்கம் என்ற பெயரில், அங்கு ஒருநாள் மாலை எங்களை அழைத்திருந்தனர் – பாராட்ட. வழக்கமான நிகழ்ச்சியாம்.

நான் மண்டபத்தில் நுழைந்தபோது, ஆரவாரத்துடன் வரவேற்றனர். ஏற்கெனவே பலர் மேடைமீது அமர்ந்திருந்தனர். நான் சென்று உட்கார்ந்ததும், ரயில்வேத் துறையில் அமைச்சராக உள்ள சேலம் இராமசாமி அவர்கள் என்னைப் பார்த்து –

"பாரப்பா! நீ வந்தபோதுதான் இவ்வளவு கரகோஷம் நாங்கள் வந்தபோதெல்லாம் இல்லை. உனக்குத்தான் என்று கூறினார். உபசார மொழி கூறியவருக்கு நன்றி கூறினேன். ஆனால் அவரோ என்னிடம் சொன்னதோடு விடவில்லை. அவர் பேசும்போது இதனைக் குறிப்பிட்டுப் பேசினார் – சற்று சாமர்த்தியமாக!

"நாங்களெல்லாம் வந்தபோது, கைதட்டி வரவேற்கவில்லை. ஆனால் அண்ணாதுரை வந்தபோது மட்டும் ஏகப்பட்ட கைதட்டலோடு வரவேற்றீர்கள்". என்று கூறினார். அதைக் கேட்டு மறுபடியும் மண்டபத்திலிருந்தோர் கைதட்டி மகிழ்ச்சி தெரிவித்தனர். எனக்குச் சிறிதளவு சங்கடமாகத் தென்பட்டது. இதுபற்றி அமைச்சர் குறிப்பிடாமலே பேசியிருக்கலாமே என்று எண்ணிக் கொண்டேன். அவருடைய பேச்சின் தொடக்கம் அவர் பக்குவமாகப் பேசப்போகிறார் என்றே என்னை. எண்ணிக் கொள்ள வைத்தது. ஏனெனில், சிறிதளவு

கெம்பீரமாக அமைச்சர் இராமசாமி. "இங்கு அரசியல் பேசத் தேவையில்லை என்று தெரிவித்தார். ஆகவே, அவர் அரசியல் பற்றிப் பேசமாட்டார் என்று கருதிக் கொண்டிருந்தேன். என்னைப்பற்றி அவர் பேசவே எனக்கு ஐயம் எழுந்தது. அமைச்சர் அந்த அளவோடு நிறுத்திக்கொள்ளவில்லை. தில்லித் தமிழ்ச் சங்கத்தார் என்னை ஆர்வத்தோடு வரவேற்றார்கள் என்பதை, மகிழ்ச்சிதர, அல்லது உபசாரத்துக்காக அவர் கூறவில்லை என்பதை எடுத்துக் காட்டினார்; சாமர்த்தியமாக, அதனைப் பிரசாரத்துக்குத் திருப்பிக் கொண்டார்.

"யாருக்கும் இல்லாமல் அண்ணாதுரைக்கு மட்டும் இவ்வளவு கைதட்டி வரவேற்புக் கொடுத்தீர்களே, ஏன் தெரியுமா? காரணம் இருக்கிறது. இப்படி வரவேற்புக் கொடுத்து "அண்ணா! வாருங்கள்! எங்களை எல்லாம் பாருங்கள்! இந்தியாவைப் பிரிக்காதீர்கள்! எல்லாரும் ஒன்றாக வாழலாம். பிரிவினை வேண்டாம்!" என்று அவருக்கு இந்த வரவேற்பின் மூலம் தெரிவிக்கிறீர்கள்."

அமைச்சர் இவ்விதம் பேசக்கேட்டு நான் சற்று, வியப்படைந்தேன். பரவாயில்லையே, நம்மைப் பாராட்டுவதுபோல அரம்பித்து, நமது கொள்கையைத் தாக்க, இந்த நிகழ்ச்சியைப் பயன்படுத்திக் கொள்கிறாரே, கெட்டிக்காரர்தான் என்று எண்ணிக்கொண்டேன்..

தம்பி! நாடு பிரிவினை கூடாது, இந்தியா ஒன்றாக இருக்க வேண்டும். அதற்காகவே வரவேற்றார்கள், என்று சாமர்த்தியமாக அமைச்சர் பேசியவுடனேயே, அங்கு கூடியிருந்தோர், ஏக இந்தியா வேண்டும், பிரிவினை கூடாது என்ற கருத்துடையவர்களாக இருப்பின் எத்துணை எழுச்சியுடன் கைதட்டி ஆரவாரம் செய்திருக்க வேண்டும்?

ஏக இந்தியா எனும் கருத்துக்கு ஆதரவு திரட்ட அமைச்சர் அவ்விதம் பேசியதும் ஒருவர் கைதட்ட வேண்டுமே! அதுதான் இல்லை! குண்டூசி கீழே வீழ்ந்தால்கூட சத்தம் கேட்கும். அவ்வளவு அமைதி. *

வாழ்க வசவாளர்

தூற்றல் கணைகள் என்மீது ஏவப்படும் போதெல்லாம் நான் வரவு செலவு கணக்கு பார்த்து மகிழ்ச்சியைத் தருவித்துக் கொள்பவன். மனம் – நொந்து போய் விடுபவன் அல்லன் என்பதை எடுத்துக்காட்டத்தான்... வாழ்க வசவாளர்கள் என்று முன்பு ஒரு முறை நான் எழுதியது வெறும் சொல்லழகுக்காகவன்று – என் உள்ளக்கிடக்கையையே தான் குறிப்பிட்டேன். *

இந்தத் திங்கள் நான் வேதாரண்யம் சென்றிருந்தேன் – காங்கிரஸ்காரர்கள் இதனை நினைவிலே வைத்துக் கொண்டிருக்கிறார்களோ, இல்லையோ நானறியேன் – எனக்கு அங்கு சென்றதும் மறைந்த சர்தார் வேதரத்தினம் அவர்களின் நினைவு வந்தது. சட்டசபையில், நான் காங்கிரஸ் ஆட்சியின் போக்கைக் கண்டித்துப் பேசும்போது அவருடைய முகம் – அகநிலையைக் காட்டும் – கண்டிருக்கிறேன் – புதிதாக காங்கிரஸில் சேர்ந்து கொண்டிருப்பவர்களின் முகத்தையும் நான், கவனித்திருக்கிறேன். பழைய, தொண்டாற்றிய, துயர் அனுபவித்த காங்கிரஸ்காரர்களின் முகத்திலே, கோபத்தை விட ஒருவிதமான திகைப்புத்தான் அதிகம் காணப்படும். பேச்சிலே வெறுப்பைவிட உருக்கம்தான் அதிகமாகத் தெரியும். போக்கிலே ஆணவத்தைவிட அணைத்துச் செல்லவேண்டும் என்ற கவலைதான் அதிகம் இருக்கும்.

தெற்கு வீதியில் ஆரூர்முத்து, கடலூர் இராமபத்திரன் வடக்குவீதி, 116ஆம் எண் கட்டடம் தருமலிங்கத்தின் வீடு. இரவு நெடுநேரமாகியும் புழுக்கம் குறையவில்லை. தில்லி வெயிலின் கொடுமையை விட அதன் தொடர்பாகவும் விளைவாகவும் கிளம்பும் வறட்சி உண்டே, அது எனக்கு மிகுந்த வேதனையைத் தந்தது.

மே முதல் நான் பேசினதும் புறப்படத் திட்டமிட்டு கருணாநிதிக்குத் தெரிவித்தேன். 3ஆம் தேதி கூட்ட ஏற்பாடும் தில்லியிலிருந்தபடியே செய்யப்பட்டது – ஆறாம் நாள் மதுரை, ஏழாம் நாள் திருப்பத்தூர் நிகழ்ச்சிகள், தில்லி போகும் முன்பே ஏற்பாடு செய்யப்பட்டவை. இவை பற்றிய எண்ணம்

எனக்கு மேலோங்கியபடி இருந்தது. ஆனால் ரயிலில் இடம் கிடைக்கவில்லை. விமானத்திலும் நாலாந்தேதி வரையில் இடம் கிடையாது என்று ஆகிவிட்டது. முதல் நாள் இரவு விமானத்தில்தான் இடம் கிடைக்கும் என்ற செய்தியை விமான நிலையத்தார் அனுப்பினர். அதுவும் வருவதாக இருப்பவர்களில் எவரேனும் வரவில்லை என்றால் தான்!

இந்த என் சங்கடத்தைக் கண்ட கம்யூனிஸ்ட் நண்பர் இராமமூர்த்தி தனக்கென்று முதல் நாள் இரவு விமானத்தில் இடம் ஒதுக்கப்பட்டிருப்பதாகவும், தான் ரயிலில் போகப்போவதால், அந்த இடத்தை எனக்குத் தரலாம் என்று விமான நிலையத்தாருக்கு கடிதம் கொடுப்பதாகவும் தெரிவித்து கடிதமும் கொடுத்தார். நான் ராஜ்ய சபையில் பேசும்போது அந்தக் கடிதம் என் சட்டைப்பையில் இருந்தது. *

"இன்னா செய்தாரை ஒருத்தல் அவர் நாண நன்னயம் செய்துவிடல்" என்பது திருக்குறள். நான் கூடுமான வரை அந்த நன்னெறியில் செல்ல முயலுகிறேன். **

பொதுப் பிரச்னைகளைப் பற்றி நண்பர்களிடம் பேசிப் பேசித் தெளிவு பெறுவதிலே சுவை காண்பவன் நான். ***

தம்பிக்கு கடிதம்

சொல்லப் போனால் மனத்தில் ஏற்படும் சோர்வும், உனக்காக எழுதும்போது (தம்பிக்கு கடிதம்) பெருமளவு குறைந்து போவதுடன் புதிய தெம்பு பிறக்கிறது. ****

ஈழத்து அடிகள் அவர்கள் 1938ஆம் ஆண்டு நடைபெற்ற இந்தி எதிர்ப்புப் போராட்டத்தின் இரண்டாவது சர்வாதி காரியாகப் பணியாற்றியவர். அவரும் நானும் சிறையிலிருந்த காலத்தில் ஏற்பட்ட நட்பும் பாசமும் வளர்ந்து, அவரை எங்கள் குடும்பத்தில் ஒருவராக ஆக்கிவிட்டன. 'திராவிட நாடு'

ஏட்டின் நிருவாகியாக நீண்ட காலம் பணியாற்றியிருக்கிறார் ஈழத்தடிகள். *

என் இதயங் கவர்ந்த இனிய தம்பிகளில் 'டார்பிடோ ' ஏ.பி. சனார்த்தனமும் ஒருவர். அவரை நான் 'ஜனா' என்றுதான் அன்போடு அழைப்பேன். எங்களது பாசப்பிணைப்பு அத்தகைய ஆழமானது; அழுத்தமானதும் கூட.... அவர் பச்சையப்பன் கல்லூரியில் படித்துக் கொண்டிருந்தபோது, அவர் என்னை வந்து சந்திக்காத நாளே இல்லை என்று சொல்லலாம். நான் ஒரு புத்தகத் தேனீ என்பது உங்கள் எல்லாருக்கும் தெரியும். 'எண்ணை மூர் மார்க்கெட்டிலும் சைனா பஜாரிலும் நான் புத்தக வேட்டையில் இறங்கும்போது ஏ.பி. ஜேயும் என் கூடவே தான் அலைவார். நான் வாங்கும் அத்தனை புத்தகங்களையும் அள்ளிக் கொண்டு சுமப்பார். **

என்னை முழுவதும் அறிந்தவர்கள் தான் கழகத்தில் இருக்கிறார்கள். அவர்களிலே முற்றிலும் அறிந்தவர் என்று சொல்லத் ' தக்கவர்களிலே கருணாநிதிக்கு மிகச் சிறந்த இடம் உண்டு. ***

நீண்ட இடைவெளி

ஆனால் – ஆனால் என்ன அண்ணா! நான் இதழ் பெற மறுத்தேனோ? இன்முகம் காட்டத் தவறினேனா? ஒரு கிழமை மடல் வரத் தவறினாலும்; ஏன் வரவில்லை ? ஏன் வரவில்லை ? என்று ஆவலுடன் கேட்காதிருந்தேனா? ஆனால் என்ற ஆபத்தான வார்த்தையைப் போடுகிறாயே! என் மீதா தவறு இருக்கிறது? என்று.

தம்பி! கேட்கத் துடிக்கிறாய், உணர்கிறேன். ஆனால், அந்தக் கேள்வியுடன் கோபத்தை அல்ல, கனிவினைத்தான் கலந்து தருகிறாய். என்னிடம் ஒப்படைக்கப்பட்டுள்ள ஓராயிரம் தொல்லைகள் நிரம்பிய பணியினைக் குறித்து உனக்கே தெரியுமே, கடுமையான பணியாற்றுவதற்கு இடையிலேயும், உனக்கு மடல் எழுதவும், கதை, கட்டுரை, உரையாடல்

போன்ற வடிவங்களில் என் எண்ணங்களை வெளியிடவும் நான் தயங்கினதுமில்லை – அஃது எனக்குப் பளுவான வேலையாகவும் தோன்றினதில்லை – சொல்லப்போனால், மனத்திலே ஏற்பட்டு விடும் சுமையும், அதனாலேற்படும் சோர்வும், உனக்கு எழுதும்போது பெருமளவு குறைந்து போவதுடன், புதிய தெம்பும் பிறந்திடுகிறது ஆகவே இடையில், இதழ் நிறுத்தப்பட்டதற்குக் காரணம், எனக்கு எழுத நேரமும் நினைப்பும் கிடைக்கவில்லை என்பதுமில்லை. எழுதுவதால் களைப்பும் இளைப்பும் ஏற்பட்டுவிட்டது என்பதுமில்லை. இதழ் நடத்தும் நிர்வாகப் பொறுப்பினைப் பார்த்துக்கொள்ள, முட்டுப்பாடின்றி நடத்திச்செல்ல எனக்கு நேரம் கிடைக்காததும், அதன் காரணமாக ஏற்பட்ட பொருளாதார நெருக்கடியுமே, திராவிட நாடு இதழ் நிறுத்தப்பட்டதற்குக் காரணம். எனக்கு மட்டுமே தொல்லைதந்த நிலைமைகளைப் பற்றி தம்பி! உன்னிடம் சொல்லி, உன் மனத்துக்குச் சங்கடத்தை உண்டாக்க விரும்பவில்லை; பல்வேறு காரணங்களால், ‘திராவிட நாடு’ நிறுத்தப்பட்டது; பல திங்களாகிவிட்டதால், “திராவிட நாடு’ என்ற பெயருடன் இதழ் நடத்தத் துரைத்தனம் அளித்திருந்த அனுமதி காலாவதி ஆகிவிட்டது. மீண்டும் அதே பெயருடன் இதழ் நடத்தத் துரைத்தனத்தாரை அணுகும் முயற்சி நடைபெற்ற வண்ணம் இருக்கிறது – நண்பர் செழியன் எம்.பி. அதற்காவன செய்வதாகக் கூறியுள்ளார் என்றாலும், அதற்கான ‘உத்தரவு’ கிடைத்திட எத்தனை காலமாகுமோ, யார் கண்டார்கள்? துரைத் தனத்தாருக்கும் தான் என்மீது அளவுகடந்த அன்பாயிற்றே அறிவாயே!! அதனால்; நான் சிறையில் இருந்தபோது, என் இளையமகன் இளங்கோவன், ‘காஞ்சி’ எனும் பெயரில் கிழமை இதழ் ‘இலக்கிய இதழ்’ நடத்தப் பெற்றிருந்த அனுமதியைப் பயன்படுத்தி, என் பணியினைத் தொடர்ந்திட முனைகின்றேன். ‘திராவிட நாடு’ இதழ் நடத்தத் துரைத்தன அனுமதி கிடைத்ததும், அந்தப் பெயருடன் இதழ் வெளிவரும் காஞ்சி இலக்கிய இதழாகிவிடும். இந்த நல்ல நம்பிக்கையுடன் நான் முன்பு திராவிட நாடு, இதழில் தந்து வந்தவற்றை இனி ‘காஞ்சி’ இதழ் மூலம் தர உன் இசைவு கிடைத்திடும் என்று எதிர்பார்த்து, பணியினைத் தொடங்குகிறேன்.

தம்பி! எப்போதோ படித்த ஒரு வரலாற்றுத் துணுக்கு நினைவிற்கு வருகிறது. தென் அமெரிக்க பூபாகத்தின் மெக்சிக்கோ நாட்டில் விடுதலைப்போர் நடத்திய 'ஜோரேஸ்' எனும் மாவீரன், தலைநகர் இழந்து, அரசாங்க அலுவலகம் இழந்து, குதிரைகள் பூட்டப்பட்ட ஒரு வண்டியிலேறி, காட்டுப்பகுதிக்குச் செல்கிறான்; உடன் இருந்த தோழர்கள் கேட்கிறார்கள், "சர்க்கார் மாளிகை பறிபோய்விட்டதே, இனி சர்க்காரை எங்கிருந்து நாம் நடத்துவது?' என்று: ஜோரேஸ், பதிலுரைத்தான், "நாம் இருக்கும் இடம்தான் சர்க்கார் மாளிகை. முன்பு கற்களால் கட்டப்பட்ட மாளிகையிலிருந்து கொண்டு சர்க்காரை நடத்திவந்தோம்; அது மீண்டும் நம் கை வசமாகும் வரை இந்த 'வண்டி'தான் சர்க்கார் மாளிகை!'' என்று. கோபித்துக்கொள்ளப் போகிறார்கள் தம்பி பார்! பார்! இந்த அண்ணாத்துரை எத்தனை ஆணவத்துடன் தன்னை ஜோரேசுடன் ஒப்பிட்டுக் கொள்கிறான் என்று. நான்கூறியதிலே எனக்கும் ஜோரேசுக்கும் அல்ல; அந்த மாவீரன் சர்க்கார் மாளிகையாக, வண்டியைப் பயன்படுத்திக்கொண்டது வரையிலே மட்டுமே உவமை என்று கூறி, அவர்களின் கோபத்தைக் குறைத்துக் கொள்ளச் சொல்லிவிடு.*

அறப்போர்

நாம் நடத்திவரும் இந்தி எதிர்ப்பு அறப்போர் இந்த நிலையையே எடுத்துக் காட்டுகிறது; எனவே சட்டம் ஒரு சமுதாய ஏற்பாடு என்ற மேலான கோட்பாட்டை மதித்து ஒழுகும் நமது கழகத்தவர், ஆகாத, தீதான, தேவையற்ற, பொருளற்ற, வேண்டுமென்றே பூட்டப்படுகிற, உரிமை பறிக்கிற சட்டத்தை எதிர்த்து சிறை செல்வதை, ஒரு தீமையை எதிர்த்து நிற்கும் அறம் என்று உளமார நம்பி நடந்து கொள்கிறார்கள். அந்தச் சீரிய செயல், சட்டம் இயற்றுபவர்கள் எத்தகைய நெறி நிற்க வேண்டும் என்பதனை அவர்களே, மெல்லமெல்ல ஆனால், நிச்சயமாக உணர்ந்திட வழி ஏற்படுத்தும் என்ற நம்பிக்கை கொண்டுள்ளேன்.

இத்தகைய நல்ல நோக்கத்துடன் நடத்தப்படும் அறப்போரில் ஈடுபட்டுச் சிறை சென்றவர்களில் நானும் ஒருவன் என்று

சொல்லிக்கொள்வதிலே நான் பெருமைப்படுகிறேன்; அந்தப் பெருமிதத்தில், எனக்கு! எனக்கு? என்று கேட்டுத் தம்பிகள் பங்கு பெற்றுக்கொள்வது எனக்குப் பெருமகிழ்ச்சி தருகிறது. அந்தப் பெருமையில் தமக்குரிய 'பங்கினை'ப் பெற முனைந்து, நாவலர் நெடுஞ்செழியன் சிறை சென்றிருக்கிறார். என் வாழ்த்துகளை அவருக்கும், கோவை மாவட்டச் செயலாளர் உடுமலை நாராயணன் மற்றும் பல நண்பர்கட்கும் வழங்கி மகிழ்கிறேன். வாழ்த்துகள் மட்டுந்தானா அண்ணா! என்று கேட்டிடமாட்டாய் என்றெண்ணு கிறேன், தம்பி! ஏனெனில் நீ அறிவாய், அன்பு ததும்பும் ஒரு தூய இதயத்திலிருந்து நான் கொய்து அளிப்பது அந்த வாழ்த்து! அந்த மலரின் மணமும் மாண்பும் நீ அறிந்திருக்கிறாய்!! *

அரசியல் சட்டம் கொளுத்துதல், சிறை வாழ்க்கை

பாரிஸ், இலண்டன், வாஷிங்டன், டோக்கியோ போன்ற பல எழில் நகர்களில், ஐம்பது அடுக்குமாடிக் கட்டடத்தில், மினுமினுப்பும் வழவழப்பும் உள்ள மெத்தையில் அமர்ந்தபடி, தான் கண்காட்சி களையும் கோலங்களையும், உரையாடிய நண்பர்கள் குறித்தும், களிப்புப்பெற்ற கலைக் கூடங்கள் பற்றியும், வாங்கிவைத்துள்ள பொருள் பற்றியும், வருவதற்கான நாள்பற்றியும், தம்பிக்கு எழுதும் அண்ணன்மார்கள் உண்டு. உனக்கும் ஒரு அண்ணன் இருக்கிறேனே! குறைந்த பட்சம் பினாங்கு, சிங்கப்பூர், கொழும்பு, ஜகார்தா போன்ற இடங்களுக்குச் சென்று அங்கிருந்தாவது கடிதம் எழுத முடிகிறதா? உனக்குக் கிடைத்த அண்ணன் அப்படி! என்ன செய்வது!! சிறையிலிருந்து கொண்டு எழுதுகிறேன். சிறைதானே என்று அலட்சியமாகவும் எண்ணிவிடாதே, தம்பி! மாடிக்கட்டடம்! தனி அறை!! கட்டுக்காவல் சூழ!! கம்பிகள் பதித்த கதவு! காற்றைத் தடுத்திடும் அமைப்பு! இலேசான இடமன்று!!

மாடிக் கட்டடம் – 5ஆம் எண் அறை – மணி கூட அடிக்கிறது நவம்பர் 25.

தொலைவிலே உள்ள பொது இடத்துக் கடிகாரமணி! கடிகாரங்கள் என்று சொல்லியிருக்க வேண்டும். ஏனெனில் தொட்டும் தொடர்ந்தும் இரண்டு மூன்று கடிகாரங்களின் மணியோசை கேட்கிறது, ஒவ்வொன்றும் ஒவ்வொருவிதமான இசைநயத்துடன். இந்த இசையை விரட்டும் அளவுக்கு, மின்சார ரயில் வண்டிகள் கிளப்பும் ஓசை!!

சென்னை நகரத்து மையத்தில்தானே இருக்கிறேன்? நகரத்தையும் நகரமக்களையும் பார்க்க முடியாதே தவிர, நகரம் எழுப்பிடும் நாதத்தைக் கேட்க முடிகிறது – அதிலும் இரவு நேரத்தில் தெளிவாக மின்சார ரயில் கிளப்பும் ஒலி காதிலே விழும் போதெல்லாம், ஒவ்வொரு விதமான பொருளுள்ள சொற்றொடர் நினைவிற்கு வருவதுபோல, ஒரு மனமயக்கம்! சிறுவயதுக்காரருக்கு மட்டுந்தான் அப்படி ஒரு மயக்கம் ஏற்படும் என்று எண்ணிக் கொண்டிருந்தேன் ஆனால் வயதானவர்களுக்குந்தான் ஏற்படுகிறது.

– 5ஆம் நம்பர் அறை, எனக்கு ஏற்கெனவே பழக்கமான இடம்; ஆமாம் தம்பி! இங்கு நான் இப்போது மூன்றாவது முறையாகத் தங்கி இருக்கிறேன்.

முன்பு தங்கியிருந்தபோது, இந்த மாடிக் கட்டடம் முழுவதும், நமது கழகத் தோழர்கள் நிரம்பி இருந்தனர். பூட்டிவிட்ட பிறகு, அவரவர்கள் தத்தமது அறையிலிருந்த படியே பேசிக் கொள்வதுண்டு. இம்முறை, நான் மட்டும் தான் இங்கு – நமது தோழர்களை, சிறையில் வேறொரு பகுதியில் வைத்துவிட்டார்கள். என்னுடன் இருப்பவர் இருவர் – ஒரு முஸ்லிம் பெரியவர் – மற்றொருவர் செட்டி நாட்டுக்காரர். இருவரும், அமைதி விரும்புவர் – என்பால் அன்பு கொண்டவர்கள். அரசியல் பற்றி அதிகமாகப் பேசுபவர்கள் அல்லர் – விஷயம் தெரியாதவர்களுமல்லர்.

சிறையிலே தம்பி! ஒருவன் எவ்வளவு காலம் நம்மோடு இருக்கப்போகிறவன் என்பதைப் பொறுத்தே பெரிதும் பழக்கம் ஏற்படும். சிறைபாஷையிலே, 'தள்டா! அவன் போயிடுவான் பத்து நாள்லே! நம்ம கதையைச் சொல்லு, கிடக்கணுமே அடுத்த ஆடிவரைக்கும்'' என்று கூறுவார்கள்.

என் 'கதை' இருக்கிறதே, இது எப்படி இருக்கும் என்று எனக்கே தெரியவில்லை! மற்றவர்களுக்கு எப்படித் தெரிய முடியும்? எத்தனை நாள்களோ! மாதங்களோ! ஆண்டுகளோ! இழுத்துக் கொண்டு வந்தார்கள், பூட்டி வைத்திருக்கிறார்கள். எதற்காகக் கொண்டு வந்தார்கள் என்று சட்டசபையிலே பேசப்படுகிறது. படித்துப் பார்க்கிறேன் – எனக்குச் சொன்னவர் எவரும் இல்லை.

'எதற்காகக் கைது செய்கிறார்கள் என்பதைக் கூற வேண்டும்' என்று என் நண்பர் வழக்கறிஞர் நாராயணசாமி, உயர்நீதி மன்றத்தில் வாதாடுகிறார். நான் எங்கே வாதாடுவது? நில் என்றார்கள்; நின்றேன். ஏறு என்றார்கள்; ஏறினேன். இரு என்றார்கள்; இருக்கிறேன். இன்று எத்தனை நாள்? 16ஆம் தேதி பிடித்தார்கள்!

பார்த்தாயா, தம்பி! எனக்கே, போலீஸ் 'பாஷை' வந்துவிட்டது – பிடித்தார்கள்!! அந்த அகராதி, எளிதாகப் பழக்கத்துக்கு வந்துவிடுகிறது.

சிலர் என்னைக் கேட்டார்கள் – இங்கில்லை – சைதாப்பேட்டை சப் ஜெயிலில் – மரியாதையாக – "அய்யா பேர்ல என்ன கேஸ் போட்டிருக்காங்க?" என்று. என்ன பதில் சொல்வது? இன்னும் ஒண்ணும் போடலே' என்றேன். 'கேஸ் போடாத முன்னேயே, ஜெயிலா?!' – என்றார்கள். இப்போதும் எனக்குத் தெரியவில்லை – என் பேரில் வழக்கு உண்டா, இல்லையா என்பது. (நவம்பர் 26இல் புரிந்தது)

நவம்பர் 17இல், சென்னை அறிவகத்திலிருந்து கிளம்பி, திருவல்லிக்கேணி கடற்கரைப் பக்கம் சென்று, அரசியல் சட்டத்தின் மொழிப்பிரிவைக் கொளுத்துவது என்பது நான் மேற்கொண்ட திட்டம்.

நவம்பர் 17 காலை 9 மணி சுமாருக்கு, நான் திருவல்லிக்கேணி கடற்கரைப் பக்கம் சென்றேன் என்றால், திடுக்கிட்டுப் போவாயல்லவா – ஆனால் உண்மையாகவே, சென்றேன். நடந்து கூட இல்லை. விலையுயர்ந்த மோட்டாரில்! தனியாக அல்ல; போலீஸ் துணைக்கமிஷனர் பக்கத்தில் உட்கார்ந்திருந்தார். சிறு தூறல்! என்னை, போலீஸ் கொட்டடியிலிருந்து, அந்த அதிகாரி

அழைத்துக்கொண்டு போகிறார், திருவல்லிக்கேணி கடற்கரைப் பாதையில், கமிஷனர் அலுவலகத்துக்கு, என்னையுமறியாமல் சிரிப்பு வந்துவிட்டது.

“அவசரப்பட்டு நீங்கள் நடவடிக்கை எடுத்து விட்டீர்கள், ஐயா! மழை பெய்வதைப் பார்த்தால், என் வேலையை மழையே கெடுத்துவிடும் போல இருக்கிறதே ” என்றேன்.

“இந்த இடத்தில் அல்லவா, இன்று மாலை அறப்போர் தொடங்கி நடைபெற்றிருக்க வேண்டும். தடுத்துவிட்டார்களே” என்று எண்ணினேன். ஏக்கமாகத்தான் இருந்தது.

16ஆம் தேதி காலை, காஞ்சிபுரத்திலிருந்து, நான், தோழர்கள் பார்த்தசாரதி – பொன்னுவேல் – சுந்தரம் – வெங்கா ஆகியோருடன், திருச்சி மாவட்ட திராவிட முன்னேற்றக் கழக ஜீப்பில் கிளம்பினேன், சென்னைக்கு.

13ஆம் தேதியிலிருந்தே காஞ்சிபுரத்தில், பல விதமான வதந்திகள்; வந்து கொண்டிருக்கிறார்கள்; வந்துவிட்டார்கள், பிடிக்கப் போகிறார்கள் – வீட்டிலேயே சிறைவைக்கப் போகிறார்கள் என்றெல்லாம்.

சென்னையில் கழகத் தோழர்களைக் கைது செய்தது, இந்த வதந்திகளுக்கு அதிக வலிவு கொடுத்தது.

காஞ்சிபுரத்தில், நண்பர்கள், நாலைந்து நாள்களாகவே பரிதாபம் கலந்த முறையில் – என்மீது பார்வையைச் செலுத்தத் தொடங்கிவிட்டார்கள். சரி! இங்கு இருந்து கொண்டு, வதந்திகளைப் பெற்றுக்கொண்டிருப்பானேன் – சென்னைக்கே செல்வோம் என்று. 16ஆம் தேதி காலை கிளம்பினேன். ஆனால், என்னைப் பொறுத்தமட்டில், அன்று கைது செய்வார்கள் என்று நான் எதிர்பார்க்கவே இல்லை, 17ஆம் தேதி, நிகழ்ச்சியின் போதுதான் ‘பிடிப்பார்கள்’ என்று எண்ணிக்கொண்டிருந்தேன்..

ஜீப், பூவிருந்தவல்லி தாண்டிய உடனே, எதிர்ப்புறம் இருந்து வருகிற மோட்டார்கள், வேகத்தைக் குறைத்துக் கொண்டு, என்னைப் பார்க்க ஆர்வம் காட்டத்தொடங்கின. எனக்கு, ‘வாடை’ புரிந்தது.

– வேகமாக வந்துகொண்டிருந்த லாரியை நிறுத்தினார், டிரைவர் பதைபதைப்புடன்.

“அண்ணே! வளையம் போட்டுக்கிட்டு இருக்காங்க, அமிஞ் சிக்கரை கிட்டே” என்றார்.

‘போனால் சிக்கிக்கொள்வானே, போலீஸ் தயாராக இருப்பது இவனுக்குத் தெரியாதே, நாமாவது முன்கூட்டிச் சொல்லிவைப்போம்‘ என்ற எண்ணம், அந்த நல்ல மனம் கொண்டவருக்கு,

“பரவாயில்லை. நடப்பது நடக்கட்டும்”.

என்று நான் பதில் கூறிவிட்டுக் கிளம்பினேன். எதிர்ப்புறமிருந்து வருகிற லாரிகள், மோட்டார்கள் எல்லாமே, இந்தப் ‘போலீஸ், வளையம்‘ பற்றிக் கூறின. ஓர் ஆர்வமுள்ள லாரிக்காரர், என் மனம் மகிழும்படி சொன்னார்;

“கவலைப்படாதே அண்ணா! நாங்க இருக்கிறோம் வெளியே”

என்று.

கொடி ஏறிவிட்டது. இனி திருவிழா நடக்கப்போகிறது என்று தெரிந்துவிட்டது. நாவலரும், கருணாநிதியும், நண்பர்களும், மோட்டாரில் வந்தார்கள், சென்னையிலிருந்து வழியிலேயே என்னைப் பார்க்க. விவரமாகக் கூறினார்கள், அமைந்தகரை போலீஸ் நிலையத்தருகே, என்னைக் கைது செய்யத் தயாராக இருப்பதாக! கேட்டுக்கொண்டு கிளம்பினேன்.

காஞ்சிபுரத்திலிருந்து, அ.க. தங்கவேலர் தமது மோட்டாரில், வந்து கொண்டிருந்தார். அதிலே, என் மகன் இளங்கோவனுடைய மாமனார், பேரளம் குஞ்சிதபாதம் அவர்களும், நண்பர் இராசகோபாலும் வந்துகொண்டிருந்தனர்.

அமைந்தகரை போலீஸ் நிலையத்தருகே, போலீஸ் வேன்கள்! சைக்கிள்கள்! இரும்புத் தொப்பிப் போலீசார்! அடே அப்பா! ஏழெட்டுக் கொள்ளைகளை நடத்திப் பிடிபடாத ஒருவனைப் பிடிக்க எடுத்துக் கொள்ளப்படும் ‘முஸ்தீபுகள்’ போல!! என்ன வீண் சிரமம்!!

அமைந்தகரை போலீஸ் அதிகாரி, பாதையின் நடுவே நின்றார். என்று கைகாட்டினார்; ஜீப் நின்றது. முன்பக்கம் உட்கார்ந்திருந்தவர் என் அருகே வந்தார்.

"என்ன? நான் தேவையா?" என்று கேட்டேன்.

"ஆமாம்" என்றார், சிரித்த முகத்துடன்

"நான் மட்டுமா? என்னோடு உள்ள நால்வரும் சேர்த்தா?" என்று கேட்டேன்.

"ஐவரும்!" என்றார். 'ஐவர் அணி' என்று சொல்லி இருந்திருந்தால் அகமகிழ்ச்சி கொண்டிருந்திருப்பேன்.

நில்!

கீழே இறங்கினேன் எதிரே தயாராக இருந்த போலீஸ் வேனில் ஏறிக்கொள்ள ஒரு விநாடி யோசித்துவிட்டு, போலீஸ் அதிகாரி "ஏன்! ஜீப்பிலேயே போகலாமே, அருகேதான்" என்றார். சரி, என்றேன். என்னுடன் ஜீப்பில் ஏறுவதா கூடாதா என்று அவருக்கு ஐயப்பாடு. "ஏறலாமா?" ஏறிக்கொள்வதிலே தவறு இல்லையே?" என்றெல்லாம் கேட்டார் – குழப்பத்துடன் அவ்வளவு அச்சம் ஏற்பட்டுவிடுகிறது, அதிகாரிகளுக்கு. கழகத் தோழர்களிடம் எந்தக் காரணத்துக்காகத் தொடர்பு வைத்துக்கொள்ள வேண்டி நேரிட்டாலும், அதை வைத்துக் கொண்டு எந்தக் காங்கிரஸ்காரர் என்ன கலகமூட்டி என்ன தீங்கு தேடிவிடுவாரோ, என்ற அச்சம்! ஆட்சியில் உள்ளவர்கள் நேர்மையாகத்தான் நடந்துகொள்வார்கள்; வீணான கலகப்பேச்சுக்குக் காது கொடுக்க மாட்டார்கள் என்ற நம்பிக்கை இப்போது அதிகாரிகளுக்கு இல்லை. நல்ல தமிழில் ஒரு அதிகாரி பேசினாலே, அவர்மீது ஐயப்பாடு ஏற்பட்டுவிடுகிற காலமல்லவா இது! அதனால்தான், போலீஸ் அதிகாரி என்பக்கத்தில் உட்கார அச்சப்பட்டார். 'பரவாயில்லை! தவறில்லை!' என்று நான் பலமுறை கூறிய பிறகே, வண்டியில் ஏறினார்.

போலீஸ் நிலையம் சென்று ஜீப் நின்றது; உள்ளே, இரும்புத் தொப்பிக்காரர் பலர் இருந்தனர்.

ஐவரும் உள்ளே சென்று ஒரு பலகை மீது அமர்ந்தோம்.

அங்கே இருந்த இரும்புத் தொப்பிக்காரர், எங்களைப் பார்த்துக்கொண்டு, நின்றிருந்தனர் – ஒருவரும் பேசவில்லை. எனக்கே என்னவோபோல இருந்தது. ஏதாவது பேசிவைப்போம் என்ற எண்ணத்தில், "நீங்களெல்லாம் ரொம்ப நேரமாகக் காத்துக்கொண்டிருக்கிறீர்களா?" என்று கேட்டேன். வேடிக்கையான பேச்சு என்றுதான் இதனை யாரும் கருதிக்கொள்வார்கள். ஆனால் பாவம், அந்தப் போலீஸ்காரர்கள், அதற்குக்கூடப் பதில் கூறவில்லை; கூச்சம், அச்சம்! அருவருப்பும் இல்லை. கோபமும் இல்லை என்பதை அவர்களின் பார்வை விளக்கிக் கொண்டிருந்தது; அவர்கள் பேசாமல் நின்றது, இன்றைய ஆட்சியில், யாராருக்கு அச்சம் பிடித்துக் கொண்டிருக்கிறது என்பதைக் காட்டிற்று. இதைக் கண்டு நான் வியப்புற்றேன். ஆனால் அடுத்த கணம், வேறொரு வியப்புக் கிளம்பிற்று. என்னுடைய பேரளத்துச் சம்பந்தியை உள்ளே அழைத்துக் கொண்டு வந்தார்கள். அவரும் எங்களோடு வந்தவர், எனவே கைது செய்யப்பட வேண்டியவர் என்ற கருத்தில். பேரளத்தார் எனக்குச் சம்பந்தியாகி மூன்று மாதம்தான் ஆகிறது. என்னோடு சேர்ந்ததற்காக, அவருக்கும் போலீஸ் கொட்டடியிலே நுழைவு! எனக்கு வியப்பாகவும் இருந்தது, வருத்தமாகக் கூட இருந்தது. என்னென்ன எண்ணிக்கொள்கிறாரோ என்று வேறு, மனதிலே கொந்தளிப்பு. அதிகாரியிடம் விளக்கம் கூறினேன் அவர் என் உறவினர்.

வெளியூர் – கழகத்தாரல்லர்; கிளர்ச்சிக்காகவும் வரவில்லை என்றேன். அதிகாரி, "எனக்கு அதெல்லாம் தெரியாது. எங்களுக்குக் காஞ்சிபுரத்திலிருந்து இரண்டு மோட்டார்களில் கழகத்தார் வருகிறார்கள் என்று தகவல் கிடைத்தது. அதிலே ஒரு மோட்டாரில் இவர்! எனவே இவரும், கைதுதான், கமிஷனரிடம் விளக்கம் கூறி விடுவித்துக் கொள்ளுங்கள்" என்றார். அவ்வளவுதான் அவர் கூறமுடியும். நமக்கு உள்ள நிர்வாக முறை, அவ்வளவுக்குத்தான் இடம் அளிக்கிறது. ஏராளமான பொருட் செலவிலே, துப்பறியும் துறை, தகவல் சேகரிக்கும் துறை பணிபுரிகிறது. கழகத் தோழர்கள் எவரெவர்? எவரெவர் கிளர்ச்சியில் ஈடுபடப் போகிறவர்கள்? எப்போது? என்பது அத்தனையும் துரைத்தனம் நன்கு அறியும். நாமும்

எல்லாவற்றையும் முன்கூட்டியே தெரிவிக்கிறோம் என்றாலும், போலீஸ் துறையினருக்கென்று அமைந்துவிட்டுள்ள வேலைமுறை, உறவினராயினும் விடாதே. உடன்வந்தவர் என்றால், கிளர்ச்சிக்காரராகத்தான் இருப்பார்! என்று கட்டளை பிறப்பிக்கிறது. அதன்படி காரியம் நடக்கிறது. இரண்டு மணி நேரத்துக்குப் பிறகு, கமிஷனர் அலுவலகத்திலே தான், பேரளத்தாருக்கு 'விடுதலை' கிடைத்தது. எனக்குச் சம்பந்தி ஆனதற்குக் கிடைத்த சன்மானமா இது என்று எண்ணி, எங்கே சங்கடப்படுகிறாரோ என்று நான் எண்ணிக்கொண்டேன். ஆனால், அவர் வருத்தமோ, கலக்கமோ கொள்ளவில்லை. அதைக் கண்டு எனக்கு மிக்க மகிழ்ச்சி. பிறகு சைதாப்பேட்டை சப்–ஜெயிலுக்கும் வந்திருந்தார். அப்போது எனக்கு ஒரு விஷயம் நினைவிற்கு வந்தது. மெத்தச் சிரமப்பட்டு, சிரிப்பை அடக்கிக்கொண்டேன். காஞ்சிபுரத்திலேயே என்னைச் செய்யப் போகிறார்கள் என்று வதந்தி உலவியபோது, என்னுடைய இளைய மருமகள், பேரளத்தாரின் மகள், விஜயா, என் மனைவியிடம், "மாமி! முதலமைச்சர் பக்தவச்சலம் எங்கள் குடும்பத்துக்கு ரொம்பத் தெரிந்தவர், வேண்டியவர். நான் போய்க் கேட்கட்டுமா அவரை, ஏன் என் மாமனாரைக் கைது செய்ய எண்ணுகிறீர் என்று? எனக் கூறியதாக, இராணி என்னிடம் சொன்ன நினைவு வந்தது. என்னைக் கைது செய்ய வேண்டாமென்று முதலமைச்சர் பக்தவச்சலத்திடம் சிபாரிசு செய்ய விரும்பிய விஜயாவுக்கு, பாபம் தன்னுடைய தகப்பனாரையே பக்தவச்சலத்தின் அரசாங்கம் இந்தப்பாடு படுத்திவிட்டதைக் கேள்விப்பட்டபோது, முகம் எப்படி ஆகி இருந்திருக்கும்! நான் தான் உள்ளே இருந்தேனே, பார்க்க முடியவில்லை; ஆனால் யூகித்துக் கொள்ள முடிகிறதல்லவா!

பெரிய கொள்ளைக்காரர்கள், புரட்சிக்காரர்கள், சர்க்காரைக் கவிழ்ப்பவர்கள், இப்படிப்பட்டவர்கள் பிடிபட்டால், அவர்களை, ஒரே இடத்தில், சிறை வைப்பதில்லை. பிரித்துப் பிரித்து, தனித் தனியாகச் சிறை வைப்பார்கள். இது போலீஸ் முறை, வழக்குகளுக்குத் தேவையான துப்புகள் பெறவும். சாட்சிகள் சிதையாமல் பார்த்துக்கொள்ளவும், இந்த முறை புகுத்தப்பட்டிருக்க வேண்டும்.

நாங்கள் ஐவர்தானே கிடைத்தோம்? எனவே, அந்த முறையை, மெத்தச் சிரமப்பட்டு, எங்கள் விஷயத்தில், உயர்தரப் போலீஸ் அதிகாரிகள் கையாண்டனர். 'கேலிக் கூத்தல்லவா' என்பீர்கள், நடந்ததே!!

பொன்னுவேல், பட்டப்படிப்புப் பெற்ற இளைஞர்; பொறுப்புமிக்க குடும்பத்தினர், அவர்மீது, கலகம், அடிதடி முதலிய எந்தவிதமான புகாரும் சுமத்தப்பட்டதுகூட இல்லை. என்னோடு, விலைவாசிக் குறைப்புக் கிளர்ச்சியில் ஈடுபட்டு, வேலூர் சிறையில் இருந்தவர்!

வெங்கா என்ற இளைஞர், நிலபுலத்துக்கு உரியவர், அமைதியானவர், அச்சிறுபாக்கத்தை அடுத்த சீதாபுரம் என்ற சிற்றூரில், மதிப்பான குடும்பத்தில் பிறந்தவர். பார்த்தாலே புரிந்துவிடும் படபடப்பான நடவடிக்கையில் கூட அவர் ஈடுபடமாட்டார் ஈடுபடக் கூடியவர் அல்லர் என்பது.

பார்த்தசாரதி தாத்தாவானவர் கழகக் கிளர்ச்சிகளில் ஈடுபட்டவர் கழக வரலாறு தொகுத்து அளித்தவர் வில்லிவாக்கத்தில் வீடும் வாசலும் உடையவர் பொறுப்பற்ற செயலில் ஈடுபடக்கூடியவர் அல்லர்.

சுந்தரம் – சென்னையில், தையற்கலையில் சிறப்பிடம் பெற்று விளங்குபவர், தையற்கலை பற்றி பல நூல்களை வெளியிட்டு, புகழ் ஈட்டியவர். எப்போதும் இதழோரத்தில் ஒரு புன்னகை தவழும்; அவர் மீது எந்தவிதமான கலகம், அடிதடி போன்ற வழக்குகளும் கட்டிவிடப்பட்டது கூட இல்லை.

என்னை, நான் விளக்கத்தேவை இல்லை; அமைதியான அரசியலை நாடுபவன்!

இந்த ஐந்துபேரையும், வெடிகுண்டு தயாரித்தவர்கள், விடிவதற்குள் எட்டு ஊர்களைக் கொளுத்தத் திட்டமிட்டவர்கள், அரிவாள் தீட்டினவர்கள், அடித்து விரட்டுபவர்கள் போன்றவர்களை நடத்துவதுபோல், ஒன்றாகக் கைது செய்து ஒவ்வொருவரை ஒவ்வொரு பக்கமாக இழுத்துக்கொண்டு போயா, கொட்டடியில் போட்டு அடைப்பது? தேவைதானா? முறைதானா?

நான் அடையாறு போலீஸ் கொட்டடியில்; பொன்னேரியில் சுந்தரம்; பூவிருந்தவல்லியில் பொன்னுவேல்; காஞ்சிபுரத்தில் பார்த்தசாரதி; செங்கற்பட்டில் வெங்கா...!

அவ்வளவு சர்வஜாக்ரதையாக, வேலை செய்கிறதாம் போலீஸ் இலாகா!

நாங்கள் ஐவரும் ஒரே இடத்தில் வைக்கப்பட்டால், என்ன விபரீதம் ஏற்பட்டுவிடும்? உடனே கூடிப்பேசி, 17ஆம் தேதி எப்படித் தப்பித்துக் கொண்டு வெளியே சென்று, சட்டத்தைக் கொளுத்துவது என்று திட்டம் தீட்டிச் செயல் பட்டுவிடுவோமா? அல்லது, எங்கள் ஐவரையும் ஒருசேர ஓர் இடத்தில் கண்டால், கண்டவர்கள், கண்களில் கனல்கக்கக் கிளம்பி, கலகம் விளைவித்து, சர்க்காருக்குத் தொல்லைகொடுத்து விடுவார்களா? என்ன எண்ணிக்கொண்டு, என்ன காரணத்துக்காக, இந்த ஐவரையும், பிரித்துப் பிரித்துத் தனி இடத்தில் காவலில் வைக்கவேண்டும்? தெரிந்தால் தெரிவியுங்கள்; எனக்கு இதிலே தெளிவோ, திட்டமோ இருப்பதாகத் தெரியவில்லை. என்னை அடைத்து வைத்த சைதாப்பேட்டை சப்ஜெயிலில் பிறகு கள்ளநோட்டு வழக்கில் சம்பந்தப்பட்ட 8 பேர், ஒரே இடத்தில்தான் இருந்தார்கள். அத்தகைய விவாகரத்துக்கு எடுத்துக் கொள்ளப்பட்டதை விட ஜாக்ரதையான ஏற்பாடுகள், வெளிப்படையாக, இன்ன காரியத்தை, இன்ன இடத்தில், இந்த நேரத்தில், செய்யப்போகிறோம் என்று முன் கூட்டியே தெரிவித்துவிட்டு, ஓர் அறப்போர் நடத்த முன்வந்த எங்கள் விஷயத்திலா கையாள்வது! ஒரு காரணம் அவசியம், பொருள், பொருத்தம், இருக்க வேண்டாமா? இப்படி இயங்குகிறது ஓர் அரசு. இந்தவிதமாக நடத்தப்படுகிறார்கள், பொதுவாழ்க்கையில் பணி புரிபவர்கள் – அதிலும் சுயராஜ்ய காலத்தில்!!

அந்தந்த ஊர் போலீஸ் அல்லது சிறைக் கொட்டடியில் உள்ளவர்கள், என்ன எண்ணிக் கொள்வார்கள், என்ன பேசிக் கொள்வார்கள், இப்படி தனித்தனியே, கொண்டுவந்து அடைத்தது பற்றி?

'பெரிய பக்காத் திருடன்போல இருக்கிறது, அதனால்தான் இவனை இவனுடைய கூட்டாளிகளிடமிருந்து பிரித்துத் தனியாகக் கொண்டுவந்து அடைத்திருக்கிறார்கள்' என்று பேசிக்கொள்வார்கள். இதிலே, போலீசுத் துறைக்குக் கிடைக்கும்

கீர்த்தி என்னவோ, இலாபம் என்னவோ, சுவை என்னவோ, எனக்குப் புரியவில்லை.

அடையாறு போலீஸ் கொட்டடி போய்ச் சேருகிற வரையில், எனக்கு எங்கே போகிறோம் என்பது தெரியாது. அதிகாரியை நான் கேட்கவுமில்லை. இரண்டு நாள் கழித்துத்தான், மற்ற நால்வர் சென்ற இடங்களும் எனக்குத் தெரிய வந்தன.

அடையாறு போலீஸ் கொட்டடியும் எனக்கு முன்பே பழக்கமான இடம்தான் – 1957இல் ஓர் இரவு, நமது நண்பர்களுடன் அடைக்கப்பட்டிருந்தேன். என்னை அழைத்துக் கொண்டுவந்த துணைக் கமிஷனர் உத்தரவிட்டார், எனக்குச் சாப்பாடு கொண்டுவரச் சொல்லி. சாப்பாடு முடிகிறவரையில், மிக இயல்பாகவே அனைவரும் பேசிக்கொண்டிருந்தனர். பிறகு துணைக் கமிஷனர் சென்றுவிட்டார். போலீஸ் நிலைய அதிகாரிகள், மெல்லிய குரலில் 'லாக்–அப்' என்றார்கள். பகல் 1 மணிக்கு! கைதி! லாக் அப்பில்தானே போட்டாக வேண்டும்? அதுதானே அவர்களுக்கு அளிக்கப்பட்டுள்ள விதிமுறை ? கைதி என்றால் எல்லாரும் ஒன்று! அதிலே தராதரம் பார்க்கத் தேவையில்லையா! அரசியல் கிளர்ச்சி காரணமாகக் கைது செய்யப்பட்ட ஒருவரை, அறையிலே போட்டுப் பூட்டிவைக்காவிட்டால் தப்பித்துக்கொண்டு ஓடியா போய்விடுவார்?

என்றெல்லாம் கேட்டார்கள்! பொதுமக்களின் பேச்சா இன்று ஆளுகிறது? சட்டம், ஆள்கிறது, சட்டம்! அந்தச் சட்டம் சொல்கிறது, கைதியை லாக்–அப்பில் வை! என்று. அதன்படி நடந்தாக வேண்டும் அதிகாரிகள். அதிகாரிகள் கண்களிலே ததும்பிய பாசம், பயம், திகைப்பு எல்லாம் இருக்க, இங்குதானா இவனை அழைத்துக் கொண்டு வர வேண்டும் நமக்குச் சங்கடமாக இருக்கிறதே என்றுதான் அவர்கள் எண்ணிக்கொள்வார்கள். அவர்கள், சிறிதளவு அன்பு காட்ட எண்ணினால், தீர்ந்தது, யார் என்ன கோள் மூட்டிவிடுவானோ, தலைக்கு என்ன தீம்பு வந்துவிடுமோ என்ற பயம் அவர்களைப் பிய்த்துத் தின்கிறது.

'லாக்–அப் செய்யப்பட்டேன். கடப்பைக் கற்கள் பரப்பப்பட்ட சிறிய கொட்டடி, போலீஸ் நிலையம் 1957இல் நான் பார்த்த

அதே நிலையில்தான் இருக்கிறது - இரண்டு ஐந்தாண்டுத் திட்டங்களும் அதைத் தீண்டியதாகத் தெரியவில்லை. ஒழுக்கல்! இட நெருக்கடி!

லாக்-அப்பில், கீழே விரித்துக்கொள்ள என்ன கிடைக்கும்? ஒரு பழைய விரிப்பு! அதுவும், பாவம், யாரோ கான்ஸ்டபிளுடையதாக இருக்கும். நான் கொண்டு போயிருந்த சால்வை தலையணை ஆயிற்று. பிற்பகல் நாலு மணிக்குத்தான் விழித்துக்கொண்டேன். பிடிபடுவதற்கு முன்பு நாலைந்து இரவுகள் எனக்குச் சரியான தூக்கம் கிடையாது. எனவே, இடத்தின் இடர்ப்பாடு பற்றிய கவலையற்றுத் தூங்கிவிட்டேன். போலீஸ் அதிகாரிகள், என்ன எண்ணிக் கொண்டார்களோ தெரியவில்லை. பயலுக்குப் பழக்கம் என்று எண்ணிக் கொண்டார்களோ, பார்க்கப் பரிதாபமாக இருக்கிறது என்று நினைத்துக் கொண்டார்களோ - இவனுக்கு ஏன் இந்த வேலை, இவன் படித்த படிப்புக்கு ஒழுங்காக எங்காவது வேலைக்குப் போயிருந்தால், இப்போது ரிடையராகி, பென்ஷன் கேட்டிருக்கலாம்; இப்படி லாக்-அப்பில் கிடக்கிறானே என்று பரிதாபப்பட்டார்களோ, தெரியாது. *

இரவு மறுபடியும் லாக்-அப்! நான் எடுத்துச் சென்றிருந்த புத்தகத்தில் ஒன்றைக் கேட்டு வாங்கி, கம்பிகளின் இடுக்கு வழியாக வந்த ஒளியின் துணைகொண்டு படித்துக் கொண்டிருந்தேன். இடம், போலீஸ் கொட்டடி! நிலை, லாக்-அப்! படித்த புத்தகமோ கிரேக்க நாட்டில் வாழ்ந்து வந்த கீர்த்திமிக்கவர்களைப் பற்றி புளூடார்ச்சி என்பார் எழுதிய, சுவையும் எழுச்சியும் தரவல்ல ஏடு.

துப்பாக்கி ஏந்திய போலீஸ்காரர், கொட்டடிக்கு வெளியே காவல்.

பன்னிரண்டு மணிக்குமேல் தூங்கிவிட்டேன் - பிறகு, மேலே பன்னீர் தெளிப்பதுபோல, தூற்றல் விழவே, விடிவதற்குள் விழித்துக் கொண்டேன். நான் படுத்திருந்த இடத்தைச் சுற்றி மழைத் தண்ணீர் சிதறிக் கிடந்தது. கொட்டடி அவ்வளவு ஒழுக்கல். போலீஸ் அதிகாரிகள், தயாராக நிற்கக் கண்டேன். வெளியே கொண்டு வரப்பட்டேன்; காப்பி தரப்பட்டது,

துணைக்கமிஷனர் வந்திருந்தார்; என்னை அழைத்துக் கொண்டு கிளம்பினார், கமிஷனர் அலுவலகத்துக்கு. 17ஆம் தேதி காலை, திருவல்லிக்கேணி கடற்கரை பக்கமாகச் சென்றேன் என்றேனே, இந்தப் பயணம்தான்!

புறப்படுவதற்கு முன்பு, துணைக் கமிஷனர், பத்திரிகையில் வெளிவந்த கழக அறிக்கை பற்றி என்னிடம் கூறினார். பேப்பரில் பார்த்திருப்பீர்களே! – என்றார். இல்லை – பேப்பர் பார்க்கவில்லை என்று நான் கூறவில்லை. அவரே, அதை யூகித்துக் கொண்டு, போலீஸ் அதிகாரிகளைப் பார்த்து, "ஏன் அவருக்கு, பேப்பர் தரவில்லையா?" என்று கேட்டார். "இல்லை" என்றார்கள் அவர்கள். விதி இல்லையே –' என்று கூறுவதாகவே அவர்களின் பேச்சு உணர்த்திற்று. அதைக் கேட்டு, துணைக் கமிஷனர், "சேச்சே! என்னப்பா! இப்படியெல்லாமா நடந்துகொள்வது? பேப்பர் கொடுத்தால் என்ன? இவர் என்ன, கொள்ளை வழக்கில் ஈடுபட்டவரா! வம்பு வல்லடியில் சிக்கினவரா!" என்றெல்லாம் பேசினாரா, என்றுதானே கேட்கத் தோன்றுகிறது? அப்படி ஒன்றும் அவர் கேட்கவில்லை. மேலதிகாரி கேள்வி கேட்டார்; உட்பட்ட அதிகாரிகள் பதில் அளித்தார்கள். ஒழுங்காக நடந்து கொண்டார்கள் என்ற திருப்தி அவருக்கு ஏற்பட்டது.

பேப்பர் கொடுக்கவில்லையா? என்று கேட்டாரே மேலதிகாரி, அந்த அரை விநாடி இதயம் பேசுகிறது; பிறகு, அதிகாரி ஆகிவிட்டார்.

வழியிலேதான் சொன்னார்; "உங்கள் சம்பந்தியை விடுதலை செய்துவிட்டோம்" என்று.

கமிஷனர் அலுவலகத்தில் நடைபெறவேண்டிய சட்டச் சடங்குகள் முடிந்து, என்னைச் சைதாப்பேட்டை சப்ஜெயிலில் கொண்டு போய்ச் சேர்த்தார்.

அங்க அடையாளங்கள், உடைமை ஆகியவை பற்றிய குறிப்புகள் எழுதிக் கொள்ளப்பட்டன; மூக்கின் மீது ஒரு மச்சம், இடதுகை தோள்பட்டைச் சமீபம் ஒரு மச்சம். வயது – 55. உயரம் பற்றி விவாதம் வந்தது. சுவரிலேயே குறிபோட்டிருந்தார்கள் – 5.3

என்று கணக்கு காட்டிற்று. இவ்வளவும், பொதுவாழ்க்கைத் துறையினர் சம்பந்தப்பட்ட வழக்குகளில் தேவைதானா?

அடையாறு போலீஸ் கொட்டடிக்கும், சைதைச் சிறைக்கும், என் வரையில் உடனடியாகக் கிடைத்த 'முன்னேற்றம்' – இரண்டு கம்பளிகள் சைதையில் தரப்பட்டன. ஒன்று விரிப்பு, மற்றொன்று போர்வை, அல்லது தலைக்கு. இதிலே என்ன சுகம் கண்டாய் அண்ணா! என்று கேட்கத் தோன்றும்! அந்தச் சுகம், ஓர் இரவு போலீஸ் கொட்டடியில் அடைபட்டுக் கிடந்தவர்களுக்கு மட்டுந்தான் புரியும், தம்பி! வெறும் வார்த்தைகளால் விளக்க இயலாது.

1933இல் இந்தி எதிர்ப்பின் போதும் இப்படித்தான் நமது தோழர்களை எல்லாம் சென்னைச் சிறையில் போட்டுவிட்டு, என்னை மட்டும் இதே சைதைச் சிறையில் கொண்டுவந்து வைத்திருந்தார்கள். இப்போது நினைத்துக் கொண்டாலும் எனக்குச் சிரிப்பு வருகிறது – தொத்தா – அண்ணாவின் சிற்றன்னை இராசாமணி அம்மையார் என்னை அங்கு வந்து பார்த்ததும், அங்கு ஜெயிலராக இருந்த முஸ்லிமிடம், என் உடல் நிலை பற்றிச் சொல்லி, குளிக்க வெந்நீர் போட்டுக் கொடுக்கச் சொன்னதும், அந்த 'அனுபவசாலி' இங்கு எப்போதும் வெந்நீர்தான் குளிப்பதற்கு!! என்று பதில் அளித்ததும். இப்போது தொத்தாவின் உடல்நிலை. எழுந்து நடமாடக் கூடியதாக இல்லை; பழையபடி இருந்திருந்தால், இந்நேரம் ஏழெட்டு முறையாவது வந்து பார்த்திருப்பார்கள். இந்த வயதில் நான் அவர்களுக்குப் பக்கத்தில் இருந்து பரிவுடன் பணிவிடை செய்ய வேண்டியது முறை. ஆனால், நான் மேற்கொண்டுவிட்ட கடமை, ஒரு மகன் தன் தாய்க்குச் செய்ய வேண்டிய கடமையை நான் செய்ய முடியாமலாக்கி விட்டது. இதைத் தொத்தாவும், அம்மாவும் உணர்ந்துவிட்டனர் என்பது என் உள்ளத்தில் எழும் சங்கடத்தைப் பாதியாக்கி விடுகிறது. இருந்தாலும், அவ்வப்போது மனம் உறுத்தியபடியும் இருக்கத்தான் செய்கிறது. என் பொது வாழ்க்கைத் துறை என்னுடைய இயல்புகளையே அடியோடு மாற்றிவிட்டது என்பதை அவர்கள் இருவரும் மிக நன்றாக அறிவார்கள். தொத்தாவாகிலும், பேசித் தன் உணர்ச்சிகளைக் கொட்டிவிடுவதன் மூலம், மனத்தை அழுத்திக்

கொண்டிருக்கும் வேதனையை ஓரளவுக்குக் குறைத்துக் கொள்வார்கள். அம்மா – (அண்ணாவை ஈன்றெடுத்தவர் – பங்காரு அம்மையார்) அப்படி இல்லை; மனத்திலேயே வேதனையைத் தாங்கித் தாங்கித் தத்தளிக்கும் நிலை. எல்லாம் புரிகிறது; ஆனால், நான் மேற்கொண்டுள்ள கடமைக்காக, இந்த வேதனையை அவர்களும் தாங்கிக் கொள்ளத்தான் வேண்டும் என்ற நிலை நிலைத்துவிட்டது. இதிலிருந்து இனி விடுதலை ஏது!

மற்ற தடவைகளை விட, இம்முறை தொத்தா, மனத்தில் இயற்கையாக ஏற்படக்கூடிய சங்கடத்தை ஒருபுறம் ஒதுக்கிவைத்துவிட்டு, மிகக் கலகலப்பாக இருந்து, என்னைக் காஞ்சிபுரத்திலிருந்து வழி அனுப்பி வைத்தது, என் உள்ளத்துக்குப் புதியதோர் எழுச்சியை தெம்பையும் கொடுத்தது. நல்ல காரியத்துக்காகப் பணியாற்றுகிறான் மகன் என்ற பெருமிதம், அவர்களின் கண்ணொளியிலே கண்டேன். என்னைப் பெற்று வளர்த்து ஆளாக்கிவிட்டவர்கள் முதுமையால் நலிவுற்று இருக்கும் நாள்களில் நான் இங்கு வந்திருக்கிறேன். என் துணைவி இராணி, இம்முறை சிறையிலே என்னை வந்து பார்த்தபோது, கண்களில் நீர் துளிர்த்தது கண்டு, மிகவும் சங்கடப்பட்டேன். வயதான இருவருக்கும், தைரியம் கூறிக்கொண்டிருக்கும் பொறுப்பு உனக்கு, நீயே இப்படி இருக்கலாமா? என்று கேட்க விரும்பினேன் – ஆனால், நான் மனைவி மக்களுடன், பேசிக் கொண்டிருக்க அனுமதி கிடைத்ததே தவிர, எங்களுடன், இரண்டு சிறை 'சூப்பரிண்டுகள்' ஒரு ஜெயிலர், மற்றோர் அதிகாரி, இவ்வளவு பேரும் இருந்தார்கள். என் மூத்த மருமகப் பெண் சரோஜா இத்தகைய இடம் பற்றி, புத்தகத்தில்தான் படித்திருக்க முடியும் – எனக்கு மருமகப் பெண்ணாக வந்த பலன் – சிறையையும் வந்து பார்த்தாகி விட்டது. மருத்துவக் கல்லூரியில் படிக்கும் பரிமளமும், அச்சகப் பொறுப்பையும் பரிமளம் பதிப்பக வேலையையும் கவனித்துக் கொள்ளும் இளங்கோவனும், உடன் வந்தனர். ஒவ்வொரு நாளும், நண்பர்கள் வருகின்றனர் – ஆனால் வழக்கு முடிந்து தண்டனை என்று ஆகிவிட்ட பிறகு, இப்படி அடிக்கடி வரமுடியாது – பத்து நாள்களுக்கு ஒருமுறை தான் பார்க்க முடியும். அந்தப் பழக்கம் கவனத்தில் இருக்க வேண்டும் என்பதற்காகவே,

இராணி, என்னை உடனடியாகச் சைதாப்பேட்டை சிறையில் வந்து பார்க்க விரும்பியபோது, "வேண்டாம் ஒருவாரம் போகட்டும்" என்று சொல்லி அனுப்பினேன். பல சொல்லிப் பயன் என்ன? பொது வாழ்க்கைத் துறையில் முழுக்க முழுக்க என்னை ஒப்படைத்து விட்டேன் என்பதை உணர்ந்து அதற்குத் தகுந்தபடி என் குடும்பத்தினர் தங்களுடைய நினைப்புகளைச் செப்பனிட்டுக் கொள்ள வேண்டியதுதான்! வேறு முறை இல்லை!

சைதைச் சிறைக்கு நான் வந்து சேர்ந்ததும், 'நண்பர் இராகவானந்தத்தின் மூலம், பல வசதிகளைப் பெற முடிந்தது. என்னுடைய தலைமையில், சில ஆண்டுகளுக்கு முன்பு கலப்புத் திருமணம் செய்து கொண்ட இராமச்சந்திரன் எனும் தோழர், ரயில்வே துறையில் பணியாற்றி வருபவர், சைதையிலிருந்து கொண்டு என்னுடைய தேவைகளைக் கவனித்துக் கொண்டார்.

சைதைச் சிறையில் நான் இருப்பதை அறிந்து கொண்ட கருணாநிதி, நாவலர், அன்பில் ஆகியோர் அங்கு வந்தபோதுதான், காஞ்சிபுரத்திலிருந்து நான் புறப்பட்ட போது, வேறு வண்டியில் கிளம்பி வந்து கொண்டிருந்த நண்பர்கள் நடராசன் – கோவிந்தசாமி ஆகியோரும் 'பிடிபட்டார்கள்' – சென்னைச் சிறையில் அடைபட்டார்கள் என்ற செய்தி தெரிய வந்தது. மூலைக்கு மூலை வலைவீசி, ஊருக்கு ஊர் திட்டமிட்டு, கழகத் தோழர்கள் கைது செய்யப்பட்டு வருகிற செய்தி கேள்விப்பட்டேன். இவ்வளவு 'மதிப்பு அளிக்கமாட்டார்கள். தி.மு.க. கிளர்ச்சி தன்னாலே மங்கிவிடச் செய்வார்கள் என்று பேசிக் கொண்ட அரசியல் அப்பாவிகளை எண்ணிச் சிரித்துக் கொண்டேன். தம்பி! அறப்போர் தொடங்கப்படவேயில்லை; அதற்குள் தமிழகத்தில் 2000 கழகத் தோழர்கள் கைது செய்யப்பட்டனர். சென்னையிலிருந்து நெல்லைவரை, சேலத்திலிருந்து செங்குன்றம் வரை, கைது செய்யும் படலம்! பெரிய நகரம் – மட்டுமல்ல, சிற்றூர்களிலும்! கைது செய்யப்பட்டவர்களின் பட்டியலை ஒருமுறை நீயே தயாரித்துப் படித்துப்பார், தம்பி! கழகம் எவ்வளவு உயிரோட்டம் உள்ள அமைப்பாக இருக்கிறது என்பது புரியும்; உன் உழைப்பின் பலன் வீண்போகவில்லை என்பது விளங்கும். எத்தனை

வழக்கறிஞர்கள்! எத்தனை பட்டதாரிகள்! பஞ்சாயத்துத் தலைவர்கள்! நகராட்சி மன்றத் தலைவர்கள்! சட்டமன்ற உறுப்பினர்கள்! கண்ணியமான வாழ்க்கை நடத்துபவர்கள்! கிராமத்தில் பெரிய குடும்பத்தினர்! மளமளவென்று நாலு நாள்களில் 2000! இத்தனைக்கும், இந்தப் பட்டியலில் நாவலரும், கருணாநிதியும், மதியும், மனோகரனும், அன்பழகனும், ராஜாராமும், செழியனும், தருமலிங்கமும், சண்முகம், இப்படிப் பலர் இடம்பெறவில்லை. 'முதல் ரவுண்டு' என்பார்களே அதிலேயே 2000 பேர்! கழகம் கலகலத்துவிட்டது, பொலபொலவென உதிர்ந்து கொண்டிருக்கிறது என்று ஓசை கிளப்பிக் கொண்டிருப்பவர்கள், திகைத்துப் போகக்கூடிய எண்ணிக்கை அல்லவா இது! திட்டமிட்டு நடத்தப்பட்ட அறப்போரில் ஈடுபட்ட மொத்தப் பேரின் எண்ணிக்கை இல்லை? சர்க்கார் பார்த்து, ஊருக்கு நாலு பேரையாவது பிடித்துப் பார்ப்போம், ஒரு பீதி ஏற்படுகிறதா பார்க்கலாம், என்ற முறையில் பிடித்தபோது, எண்ணிக்கை 2000!!

விலைவாசிக் குறைப்புக்கான கிளர்ச்சியின் போது, வேலூர் சிறையில் இருந்தபோது, நமது தோழர்கள் அனைவரும், சிறையிலே ஒரு தனிப்பகுதியில் வைக்கப்பட்டிருந்தனர். ஒவ்வொரு நாளும் பகலில், கழகத் தோழர்கள் பலரிடம், பல்வேறு பிரச்னைகள் பற்றிப் பேசிட வாய்ப்புக் கிடைத்தது. இரவுகளிலேயும், என்னோடு தோழர்கள் பொன்னுவேலுவும் ராஜகோபாலும் ஒரே அறையில் இருந்தனர். இரவு நெடுநேரம் வரை பேசிக்கொண்டிருப்போம். எனக்கு வலப்புறத்து அறையிலே, பாராளுமன்ற உறுப்பினர் தர்மலிங்கம் – இடப்புற அறையில், சட்டமன்ற உறுப்பினர் முல்லை வடிவேல்!

பாராளுமன்ற உறுப்பினர், எல்லாப் பழைய சினிமாப் பாடல்களையும், உரத்த குரலில் பாடுவார் – பாட்டு என்று அவர் எண்ணிக்கொண்டு ஓசை கிளப்புவார் – பாகவதர் பாடல்களை!! கேட்டுக் கொண்டிருப்பேன்.

வடிவேலுவின் இசையோ, உள்ளபடி உருக்கமாக இருக்கும் – ஒவ்வொரு பாட்டையும் அவர் எனக்காக அன்று – பிரிந்துள்ள சோகத்தைத் தெரிவிக்க வேண்டியவர்களுக்குத் தெரிவிக்கும் கருத்துடன் – பாடுவார். முறைப்படி பயிற்சி பெற்றால்,

எல்லாருமே கேட்டு இன்புறத்தக்கதாகவே அவருக்கு மெல்லிசை வரக்கூடும். ஆனால் சிறை தந்த இசைதான் அது, என்று பிறகு அறிந்து கொண்டேன்.

இப்போதுகூட காதிலே ஒலிப்பது போலவே இருக்கிறது, திருவண்ணாமலை சண்முகத்தின் வெண்கலச்சிரிப்பொலியும், வேலூர் சாரதியின் வெடிச்சிரிப்பும், திண்டிவனம் சட்டமன்ற உறுப்பினர் தங்கவேலுவின் கூச்சம் கலந்த புன்னகையும், வானூர் தொகுதிச் சட்டமன்ற உறுப்பினர் பாலகிருஷ்ணனின் போலீஸ் நடையும், போளூர் சுப்பிரமணியத்தின் சிரிக்கும் கண்களும்! எல்லாம் விருந்தாக இருந்தன, வேலூர் சிறையில். 1962இல் விலைவாசி போராட்டத்தில் ஈடுபட்டு அண்ணா வேலூர் சிறையிலிருந்தார். இங்கு இது வரையில் (நவம்பர் 27) தொடர்பு கொள்ள, தோழமையுடன் அரசியல் பிரச்னைகள் பற்றிப் பேச வாய்ப்பே இல்லை. சைதாப்பேட்டையில் இருக்கும் வரையில் இந்தச் சங்கடம் இருக்கும், சென்னை சென்றுவிட்டால், நம்முடைய தோழர்களுக்கு மத்தியில் இருக்கலாம் என்றெண்ணிக் கொண்டிருந்தேன். என்னைச் சென்னைச் சிறைச்சாலைக்கு அழைத்துச் செல்லப்போகிறார்கள் என்ற சேதியை அன்பில் தர்மலிங்கம் சொன்னபோது, களிப்பூர் செல்லப்போகிறோம் என்று நிச்சயித்துக் கொண்டேன். அன்று என்னைக் காணவந்திருந்த சட்டமன்ற உறுப்பினர் பாலகிருஷ்ணன், ஜெயிலருடன் வந்து. பேசிக் கொண்டிருந்த ஒரு போலீஸ் அதிகாரியைப் பார்த்து, நாணிக் கோணிக் கிடந்தார். நான் அறிமுகம் செய்து வைத்தபோதுதான், விஷயம் புரிந்தது, நண்பர் பாலகிருஷ்ணன் எட் – கான்ஸ்டபிளாக இருந்தபோது, அந்தப் பகுதியில் போலீஸ் அதிகாரியாக இருந்தவர் ஜெயிலருடன் பேசிக் கொண்டிருந்தவர். இருவரும் சிறிது நேரம் 'அந்த பழைய' நாள்களைப் பற்றிப் பேசிக் கொண்டிருந்தார்கள். அப்போது கூட எனக்கு, அந்த அதிகாரி என் பொருட்டுத்தான் அங்கு வந்திருக்கிறார் என்பது தெரியாது. சிறிது நேரத்திற்கெல்லாம் துணைக்கமிஷனர் வந்து சேர்ந்த போதுதான், விவரம் புரிந்தது. அவரும் போலீஸ் அதிகாரியும், என்னை அழைத்துச் சென்று, சென்னை மத்திய சிறைச்சாலை அதிகாரியிடம் ஒப்படைத்தனர்.

நான் வருவது தெரிந்து, அங்கு வந்திருந்த நமது நண்பர்கள் எவரும், என் அருகே அனுமதிக்கப்படவில்லை. உள்ளே சென்றேன்; மெத்த மகிழ்ச்சியுடன்; நம்பிக்கையுடன், ஏனெனில், நண்பர்கள் நடராசனும், கோவிந்தசாமியும், சிற்றரசும், கலியாண சுந்தரமும், அ.பொ.அரசும், செல்வராசும், ஆசைத்தம்பியும் மற்றும் பலரும் உள்ளே இருக்கிறார்கள். கச்சேரி பாஷையில் சொல்வதானால், பெரிய ஜமா! கண்டதும் களிப்படைவார்கள், களிப்புப் பெறலாம் என்று எண்ணினேன். ஆனால், என்னைச் சிறையின் முன் பகுதியில் உள்ள மாடிக் கட்டடத்துக்கு அழைத்துச் சென்றனர். கொஞ்சம் சோர்வு தட்டிற்று, என்றாலும். அதற்கு இடையிலும் ஒரு சிறு நம்பிக்கை. ஒரு சமயம், நமது தோழர்களில் சிலரையாவது இங்குக் காணலாம் என்ற நம்பிக்கை. நான் அங்கு அழைத்துச் செல்லப்பட்டபோது, மணி 7–க்கு மேலாகிவிட்டது. படி ஏறும்போதே, ‘அண்ணா வா! அண்ணா’, என்ற அன்புக்குரல் கேட்கும் என்று எதிர்பார்த்தேன் – ஒரு அழைப்பும் இல்லை. உள்ள அறைகள் நாலு. அதிலே இரண்டு அறைகளிலே வேறு யாரோ காணப்பட்டார்கள். ஐந்தாம் நம்பர் அறையில் என்னை விட்டுவிட்டு, ஒரு துண்டு ரொட்டியும், ஒரு பாத்திரத்தில் தண்ணீரும் கொடுத்துவிட்டு, பூட்டிக்கொண்டு போய்விட்டார்கள். எனக்குப் பெருத்த ஏமாற்றம், மனச்சங்கடம். சைதாப்பேட்டை போலவேதான் சென்னையிலும் நான் ‘தனியன்’ ஆக இருந்து தீரவேண்டி நேரிட்டுவிட்டது, உள்ளபடி வேதனையாக இருந்தது. தனியனாக இருப்பது எனக்கு வேதனைதரும் என்று அறிந்துதானோ என்னவோ இந்த ஏற்பாடு! யார் கண்டார்கள்!

உடன் இருப்பவர்கள் யார் எனத் தெரியவில்லை; இரண்டு நாள்கள் கழித்து அவர்களும் சொன்னார்கள், பொழுது விடிந்து ஒரு வார்டர் சொல்லுகிற வரையில், தங்களுக்கும் புதிதாக வந்திருப்பது யார் என்பது தெரியாது என்று. ஆனால் காலையில் நான் எழுந்த உடனே, இருவரும் இன்முகத்தோடு வந்தனர். ‘எங்களுக்கு இந்த வாய்ப்பு கிடைத்ததிலே மெத்த மகிழ்ச்சி அடைகிறோம் என்றார்கள். அது முதல், என்னைத் தங்கள் ‘விருந்தினன்’ போலவே அன்புடன் நடத்தி வருகிறார்கள்.

உணவு, உரையாடல், ஆகிய எதிலேயும் எனக்குக் குறை ஏற்படாதபடி பார்த்துக் கொள்கிறார்கள். இருந்தாலும் உள்ளே உள்ள நமது நண்பர்களைக் காணமுடியவில்லையே, பேச முடியவில்லையே, என்ற ஏக்கம் என்னை வாட்டியபடி இருந்தது. குறிப்பாகக் காஞ்சி கலியாணசுந்தரத்தின் பேச்சைக் கேட்கவேண்டும் என்று ஓர் ஆவல்! வேறு யாரிடம் பேசுவதை விடவும், என்னிடம் பேசும் போதுதான், கலியாணத்துக்குத் துணிவும் தாராளமும் நிரம்ப வரும். என்னிடம் அளவற்ற அன்பு – அதுபோலவே தான் எனக்கும். வேறு எவரிடமும் கேட்க முடியாத சில கருத்துகளை, சில பாணிகளைக் கலியாணத்திடம் கேட்க முடியும்: சைதையிலிருந்து புறப்பட்டபோது எண்ணிக் கொண்டேதான் வந்தேன் – நம்மைப் பார்த்த உடன் கலியாணம், காஞ்சி கலியாண சுந்தரம் – நண்பர் – 'நம்நாடு' இதழ் உதவி ஆசிரியர்.

"வா! வா! வந்து சேர்ந்தாயா!" என்று அழைக்க,

"ஆமாம்! உன்னை ஏன் அழைத்துக் கொண்டு வந்தார்கள்?" என்று நான் கேட்க,

"அழைத்துக் கொண்டு வந்தார்களா! இது மாமியார் வீடா! தீபாவளி வரிசை வைத்து அழைத்து வந்தார்களா! இழுத்துக் கொண்டு வந்தார்கள்" என்று கல்யாணம் சொல்ல,

"ஏன் இப்படி இவ்வளவு பேரையும் பிடித்துக் கொண்டு வந்தார்கள்" என்று நான் ஐயத்துடன் கேட்க,

"பின்னே, நீ செய்கிற வேலைக்கு, எங்களைச் சும்மாவா விட்டுவைப்பார்கள்?" என்று கலியாணம் குத்த,

"உனக்கு வேண்டியதுதான்!" என்று நான் கேலி செய்ய,

"எவனெவனோ இருக்கிறான், அவனை எல்லாம் பிடித்துக் கொண்டு வரலை. ரொம்பக் காரியமா, என்னை இழுத்துக் கொண்டு வந்துவிட்டானுங்க" என்று எரிச்சலோடு சொல்ல வேடிக்கையாகப் பொழுதுபோகும் என்று எண்ணிக் கொண்டு வந்தேன். ஆனால் எனக்குக் கிடைத்ததோ, தனிமை! கழகத் தோழர்களின் தொடர்பும் தோழமையும் அற்ற நிலை, உள்ளபடி சிறைவாசம்!! என்ன செய்ய!

நான் வந்திருப்பது கேள்விப்பட்டு அவர்களும் உள்ளே அல்லற்பட்டிருக்கிறார்கள், அமைப்புச் செயலாளருக்கு அளிக்கப்பட வேண்டிய மரியாதை, ஜெயிலிலும் இருக்கும் என்ற நினைப்புடன், நடராசன் கேட்டிருக்கிறார் சிறை அதிகாரியை; எங்களை அண்ணா இருக்கும் இடத்திற்குக் கொண்டுபோக வேண்டும் என்று. இங்கு இருக்கிறாரே, சிறை அதிகாரி, அவர், இல்லை என்று கூறுவதே இல்லை. ஒரு அழகான புன்னகை! அதற்குப் பொருள், 'என் முறைப்படி தான் காரியம் இருக்கும்; அதை மாற்றச் சொல்லிக் கேட்டுப் பயன் இல்லை' – என்பதுத்தான்.

வெளியிலிருந்து வருபவர்களைச் சில நிமிடநேரம் பார்த்துப் பேசுவது போலவே, சிறை அதிகாரியின் அனுமதி பெற்று, நடராசனையும் தோழர் கோவிந்தசாமியையும், ஒருநாள் பார்த்துப் பேசினேன் அதிகாரிகள் உடன் இருந்தனர்.

அவர்கள் வெளியே போகிறவரையில் இதே நிலைதான். வெளியே சென்றுவிட்டு, மறுபடியும் என்னைப் பார்க்க, நடராசன், கோவிந்தசாமி, அரசு, செல்வராசு, ஆசைத்தம்பி வந்திருந்தனர் சத்தியவாணி முத்துவும் உள்ளே இருந்தபோது பார்க்க, பேச, கிடைக்காத வாய்ப்பு, அவர்கள் விடுதலை பெற்ற பிறகுதான் எனக்கு ஓரளவு கிடைத்து. இதேமுறைதான் நீடிக்குமா, சில நாள்களுக்குப் பிறகு ஏதாவது மாறுதல் ஏற்படுமா என்று தெரியவில்லை.

சென்னைச் சிறையில், ஒவ்வொரு நாளும், கருணாநிதியும் நாவலரும் வருகிறார்கள் – இரண்டொரு நிமிடங்கள் பேசுகிறோம். நானே, விரைவில் அவர்களை அனுப்பி விடுகிறேன் – ஏனெனில் சூழ உட்கார்ந்திருக்கும் அதிகாரிகள் நாங்கள் அதிக நேரம் பேசிக்கொண்டிருப்பதைத் தொல்லையாகக் கருதிவிடுவார்களோ என்பதுதான். மேலும், அரசியல் பிரச்சினைகளைப் பேசக்கூடாது;

கழகத்திலே மேற்கொண்டு இன்னின்னது நடத்தப்பட வேண்டும் என்று சொல்லக் கூடாது; எதைப் பேசவேண்டுமோ, எதைப் பேசினால் சுவையும் பயனும் எங்களுக்கு ஏற்படுமோ அவற்றைப் பேசக்கூடாது! மாற்றப்பட முடியாத

விதிமுறையல்லவா அது!! ஆக இரண்டொரு நிமிடங்களிலேயே பேச்சு முடிந்துவிடுகிறது.

எப்படி?

பரவாயில்லை.

தனியாகவா?

இல்லை; இரண்டு பேர் இருக்கிறார்கள்.

யார் அந்த இருவர்?

வேறு வழக்கிலே வந்தவர்கள்.

சாப்பாடு எப்படி?

பரவாயில்லை, குறையில்லை.

அங்கேயே சமைக்கிறார்கள்.

ஏதாவது கொண்டு வரவா?

புத்தகங்கள் கொடுத்தனுப்புங்கள்.

நம்ம பத்திரிகைகள் வருகின்றனவா?

நம்ம பத்திரிகைகளா? அவை இங்கே வரா.

மற்றவை ஏதும் அனுப்பலாமா?

மற்ற பத்திரிகைகள் அனுப்பலாம்.

வீட்டுக்கு என்ன சேதி?

வந்திருந்தார்கள். வரச்சொல்லுங்கள்.

இவ்வளவுதானே பேச முடிகிறது! இதையே பன்னிப்பன்னி எவ்வளவு பேச முடியும்? ஆகவே விரைவாகவே அனுப்பி விடுகிறேன். இங்கு முதல் முறையாக, பரிமளம் சரோஜாவுடன், இராணியையும் மகன் இளங்கோவனையும் அழைத்து வந்தபோதுகூட, அதிக நேரம் பேசிக்கொண்டிக்க இயலவில்லை. இரண்டாவது முறையாக இராணி வந்தபோது, டி.வி. நாராயணசாமியும் அவர் துணைவியார் பாப்பாவும் உடன் வந்தனர் – என்ன எண்ணிக்கொண்டார்களோ, மிக விரைவாகவே பேச்சை முடித்துக்கொண்டு எழுந்து விட்டேன்.

அதிகாரிகள் காவல் காத்துக் கொண்டிருக்கும் சூழ்நிலை, மெத்தச் சங்கடத்தைத் தருகிறது. அதனால் நான் அதிக நேரம் பேச முடிவதில்லை. வழக்கறிஞர் நாராயணசாமியிடம், சட்ட சம்பந்தமாக நிறையப் பேச முடிகிறது. சட்டத்தின் பல்வேறு காவல் அலுவலர்களிலே சேர்ந்தவர்கள்தானே சிறை அதிகாரிகள். ஆகவே, சட்டம் பற்றிப் பேசுவது, அவர்களுக்குத் 'தகாத' பேச்சாகப் படாது என்ற எண்ணம் எனக்கு.

ஆனால் இந்த அளவு பேச்சுக்கூட, வழக்கு நடந்து முடியும் வரையில் தான்! தண்டனைக் கைதி என்று ஆகிவிட்ட பிறகு, இந்த அளவுக்கு அடிக்கடி பார்க்கவோ, பேசவோ முடியாது – அனுமதி கிடைக்காது.

வழக்கு தொடுத்திருக்கிறார்கள் என்பதை, நாவலரும் கருணாநிதியும் தெரிவித்தார்கள். நான் திடுக்கிட்டுப் போய்விடவில்லை; உண்மையிலேயே, அன்று என் மனம் என்னைப்பற்றிய நினைவிலே இல்லவே இல்லை. அமெரிக்கக் குடியரசுத் தலைவர் கென்னடி படுகொலை செய்யப்பட்ட பாதகத்தை எண்ணி எண்ணி நான் மிகுந்த வேதனையில் ஆழ்ந்து போயிருந்தேன். வேலூர் சப்ஜெயிலில் இருந்த போதுதான், கென்னடி பற்றிய புத்தகங்களையும், அவர் எழுதிய நூல்களையும், ஆர அமரப் படித்து, அந்த ஆற்றல் மறவனுடைய அருங்கருத்துகளை உணர்ந்து, பெரும் பயன் அடைந்தேன். உலகே திடுக்கிட்டுப் போகத்தக்க விதத்தில், ஒரு கொடியோன், அந்தப் புனிதனைச் சுட்டுக் கொன்றது பற்றிப் பத்திரிகையில் படித்துப் படித்து, உலகில் நல்லது செய்வதற்கே வாய்ப்பு இல்லையா! என்று ஓர் வெறிச்சிட்டுப் போன வேதனை கப்பிக்கொண்டிருந்த நிலை! இந்த நிலையில் என்மீது சதி செய்ததாக வழக்குத் தொடுக்கிறார்கள் என்று நண்பர்கள் சொன்னது, எனக்குச் சரியாகக்கூடக் காதிலே விழவில்லை. அவர்கள் சென்ற பிறகு, பத்திரிகைகளிலேதான், வழக்கு பற்றிய முழு விவரம் படித்தேன். நாளை (நவம்பர் 28) வழக்கு மன்றம் செல்லும் நாள்.*

தம்பி!

வெளியிலிருக்கும் போதே கூட, தேதிகள் பற்றிய நினைவு எனக்குச் சரியாக இருப்பதில்லை; நானென்ன கடிகாரம்

பார்த்துவேலைக்குச் சென்று, காலண்டர் பார்த்துச் சம்பளம் வாங்கிப் பழக்கப்பட்டவனா? வெளியே இருக்கும் போதே இந்த நிலை என்றால், சிறைக்குள்ளே அடைபட்டுக் கிடக்கும் போது தேதி எப்படித் தெளிவாகத் தெரியப்போகிறது? இங்குதான் ஒரு நாளைக்கும் மற்றொரு நாளைக்கும் வித்தியாசமே தெரியாதே! அதனால்தான் வழக்குமன்றம் செல்லும் நாள், நவம்பர் 28 என்று குறிப்பிட்டேன். வழக்கு மன்றம் போய்விட்டு வந்த பிறகுதான், 29 என்பது நினைவிற்கு வந்தது.

வழக்கு மன்றம் சென்றிருந்தேன் – சென்றிருந்தேனா? அழைத்துக் கொண்டு போகப்பட்டேன். ஒரு லாரி நிறையப் போலீஸ் – சில அதிகாரிகள்! சிறை வாயிற்படியிலிருந்து சென்ட்ரல் ரயில் நிலையத் திருப்பம் வரையில், இரும்புத் தொப்பிப் போலீசார் வழக்கு மன்றக் கட்டடத்தைச் சுற்றிலும் அதுபோலவே, காவல்!

– வழக்கு மன்றம் சென்றேன். உள்ளே நாவலர், கருணாநிதி, மதி, ஆசைத்தம்பி, நடராசன், சத்தியவாணி, அலமேலு அப்பாதுரை, கபாலி, நீலநாராயணன், எஸ். எஸ். ராஜேந்திரன் மற்றும் பலர் இருந்தனர். வழக்கறிஞர்களும் அதிகாரிகளும் நிரம்ப! என் நண்பர் வழக்கறிஞர் நாராயணசாமி இருந்தார். அங்குச் சில நாள்கள் காவலில் வைக்கப்பட்டிருந்த வழக்கறிஞர் வேலூர் நாராயணனையும் பார்த்தேன். யாரிடமும் இரண்டொரு விநாடிகளுக்குமேல் – பேச அனுமதி கிடைக்கவில்லை. பேசினால்தானா? பார்த்துக் கொண்டிருப்பதும் பேச்சிலே ஒரு வகைதானே? அந்தத் திருப்தி ஏற்பட்டது.

வழக்குமன்றத் தலைவர் வந்தமர்ந்தார் – சர்க்கார் தரப்பில் வழக்கு நடத்த வந்திருந்தவர் (பப்ளிக் பிராசிக்யூட்டர்) வந்திருந்தார். எல்லாரும் வந்துவிட்டனர்; ஆனால் என்னுடைய கூட்டாளிகள்' அந்த நால்வர் காணோம். விநாடிகள் நிமிடங்களாகின்றன; வழக்கு மன்றத் தலைவர் காத்திருக்கிறார். நால்வர் வரவில்லை. இந்த வழக்கு மன்றத்துக்கு நான் முன்னொருமுறை, இதே வழக்குமன்றத் தலைவர் முன்பு கொண்டு வந்து நிறுத்தப்பட்டிருக்கிறேன் – சாட்சி சொல்ல. நண்பர் எஸ். எஸ். ராஜேந்திரன், விலைவாசிக் குறைப்புக்கான மறியலில் ஈடுபட்டதாக வழக்குத் தொடரப்பட்டபோது, என்னை வேலூர்

சிறையிலிருந்து, சாட்சியம் கூற அழைத்து வந்திருந்தார்கள், அப்போது நான் கண்ட வழக்கு மன்றத்தலைவர் தான் இப்போதும்.

அரைமணி நேரம் கடந்துவிட்டது. அவர்கள் வரவில்லை. வேறு சில வழக்குகளைக் கவனித்தார் – முக்கால் மணி நேரம் ஆகிவிட்டது, நால்வர் வரவில்லை. வழக்கு மன்றத் தலைவருக்குக் கோபமும் சங்கடமும் ஏற்பட்டது. நால்வர். வரட்டும், வழக்கை எடுத்துக் கொள்வோம் என்ற எண்ணத்தில் உள்ளே சென்றுவிட்டார்.

அவர் உள்ளே சென்றுவிட்ட உடனே, அங்கு ஒரே கலகலப்பு, உரையாடல், அறிமுகப் பேச்சு எல்லாம். ஆனால் அப்போதும், நான் மற்றவர்களுடன் அளவளாவ அனுமதி கிடைக்கவில்லை. சூடு சுவையற்ற சிலபற்றி மட்டும், இரண்டொரு விநாடிகள் பேச முடிந்தது.

'நால்வர் வந்து சேர்ந்தனர் – காஞ்சிபுரத்திலிருந்து என்னோடு கிளம்பியவர்களை, 16ஆம் தேதிக்குப் பிறகு அன்றுதான் பார்க்கிறேன். மாப்பிள்ளைகள் போலத்தான் காணப்பட்டார்கள். எப்படி? ஏன் தாமதம்? அங்கு நிலைமை எவ்விதம்? என்று கேட்டு, அவர்கள் பதில் அளிப்பதற்குள், வழக்கு மன்றத் தலைவர் வந்துவிட்டார்; வழக்கை எடுத்துக் கொண்டார்.

குற்றப் பத்திரிகையின் பிரதிகள் எங்களுக்குத் தரப்பட்டன – இதோ இப்போது எனக்குப் பக்கத்திலே தான் இருக்கிறது – 29 நாள்கள்!

பிரதிகளைத் தந்ததுடன், எங்களைத் தனக்கு அருகே, எதிரே வந்து நிற்கும்படி அழைத்து, வழக்கு மன்றத்தலைவர், 'குற்றச்சாட்டு' இது என்பதைப் படித்துக் காட்டிவிட்டு, 'என்ன சொல்கிறீர்கள்? என்று கேட்டார்.

'இந்தத் தாள்களிலே என்ன குறிப்பிடப்பட்டிருக்கிறது என்பதைப் படித்துப் பார்த்துவிட்டுச் சொல்கிறேன்' என்றேன். 'வேறொரு நாள் வைத்துக் கொள்ளலாமா?' என்று அவர் கேட்டார்; சர்க்கார் தரப்பு வழக்கறிஞர், "அவர்கள் குற்றப் பத்திரிகையைப் படிக்க அவகாசம் தரப்படவேண்டுமல்லவா? படித்துவிட்டு அவர்கள் பதில் அளிக்கட்டும்" என்றார். நான்

“வேறொரு நாள்கூட வேண்டாம், இப்போதே ஒருமணி நேர அவகாசம் தரப்பட்டால் கூடப் போதும்” என்றேன். நான் கேட்டுக் கொண்டபடி நண்பர் வழக்கறிஞர் நாராயணசாமி, ‘வழக்கை விரிவாக நடத்திக் கொண்டுபோக என் கட்சிக்காரர்கள் விரும்பவில்லை. சாட்சிகளைக் குறுக்கு விசாரணை செய்வது போன்ற காரியம் கூட அதிக அளவில் இருக்காது. இறுதிக் கட்டத்தில், குற்றவாளிகளாகக் கொண்டுவரப்பட்டுள்ளவர்கள், தங்கள் நிலையை விளக்கி ஓர் அறிக்கை அளிக்க இருக்கிறார்கள். வழக்கை விரைவாகவே முடித்துவிடலாம்” என்றார்.

அன்றைய தினம், ‘என்ன சொல்லுகிறீர்கள்’ என்று வழக்கு மன்றத் தலைவர் கேட்டதற்குப் பதில் அளிக்காவிட்டால், அதற்காகவே வேறொரு நாள் வழக்கு நடத்த வேண்டிவரும். காலம் நீடிக்கப்போவதை நான் விரும்பவில்லை. எனவே, வழக்கு மன்றத் தலைவரைப் பார்த்து, “ஐயா! தாங்கள் படித்த ‘குற்றச் சாட்டு’ மெய்ப்பிக்கப் படுவதற்கான தகவல்கள் மட்டுமே இந்தத் தாள்களில் உள்ளன என்றால், நான் இப்போதே பதில் கூறிவிட விரும்புகிறேன், “நான் குற்றவாளியல்லன்” – என்றேன். வழக்குகளில் ஏற்படும், தவிர்க்க முடியாத கட்டத்தில் ஒன்று அது. நால்வரும் அதுபோலவே கூறினர். எனவே, வழக்கு அடுத்து எடுத்துக் கொள்ளப்படும் போது, சாட்சிகள் விசாரணை என்ற கட்டம் நடைபெறும்; டிசம்பர் 5ஆம் தேதி பகல் 12 மணிக்கு வழக்கு நடைபெறும் என்று அறிவித்தார். ஐவரும் ஒன்றாகப் போலீஸ் வேனில் ஏறினோம் – நால்வரையும், சென்னைச் சிறைக்கே கொண்டு போகும்படி வழக்கு மன்றத் தலைவர் உத்தரவிட்டிருந்தார். அப்பாடா! என்ற ஒரு நிம்மதி எங்கள் ஐவர் பார்வையிலும். ஆனால், அந்த நிம்மதி எதுவரையில் இருந்தது தெரியுமா, தம்பி! சிறை நுழைகிறவரையில். சிறைக்குள்ளே சென்றதும், நான் பழையபடி, 5ஆம் நம்பர் அறையில், தனியனாக! அந்த நால்வர், சிறையில் வேறொரு பகுதியில்! இது என்ன ஏற்பாடோ? ஏன் இந்த ஏற்பாடோ? புரியவே இல்லை. 16ஆம் தேதியிலிருந்து அவர்களை நான் காணவில்லை. பேச நிரம்ப ஆவல். சிறையிலே எதைப் பேசி, என்ன திட்டம் போட்டு, இந்தச் சர்க்காருக்கு என்ன சங்கடத்தை நாங்கள் ஏற்படுத்திவிடப் போகிறோம்? எதற்காக இப்படிப் பிரித்துப் பிரித்து வைக்கவேண்டுமோ? தெரியவில்லை!

சரி, எனக்கு அந்த ஒரு பழக்கம். – தனியனாக இருக்கும் பழக்கம் – இதுவரையில் ஏற்பட்டதில்லை; எப்போதும் நாலு பேருக்கு நடுவிலேயே இருப்பது வாடிக்கை. "அதென்ன கெட்ட பழக்கம் –– தனியாக இருந்து பழகிக் கொள்" என்று சர்க்கார் எனக்குப் போதிக்கிறது போலும்! நன்றி! மகிழ்ச்சி இல்லை. நன்றி!

மாலையில், பரிமளம், வளையாபதி முத்துகிருஷ்ணனுடன் வந்து பேசிவிட்டுப் போனது, மனத்துக்கு மிகுந்த ஆறுதலாக இருந்தது. இத்தனை நாள்களை விடவும் இன்று அதிக நேரம் பேசிக்கொண்டிருந்தேன் – அதிக கலகலப்பாகவும் பேசினேன். வழக்கு தொடங்கிவிட்டது என்று ஏற்பட்ட உடனேயே, மனதிலே இருந்து வந்த ஒரு மூடுபனி விலகிவிடுகிறது, ஒரு பாரம் குறைந்து விடுகிறது. இன்று பரிமளத்திடம் கலகலப்பாகப் பேசியதற்கு அதுதான் காரணம் என்று நினைக்கிறேன்,

அவர்கள் வருவதற்குச் சிறிது நேரத்துக்கு முன்பு, பாராளுமன்ற உறுப்பினர் தருமலிங்கம் வந்திருந்தார் டில்லியில் நடைபெற்றவற்றைப் பற்றிச் சொல்லிவிட்டுப் போனார். எனக்காகக் கொண்டு வந்த பிஸ்கட், பழங்களைக் கூட, "எனக்கு வேண்டாம். நால்வருக்குக் கொடு" என்று கூறிவிட்டேன்.

சிறையிலே நானொரு பக்கம்! அந்த நால்வர் வேறொரு பக்கம்!

உள்ளே நான்! வெளியே, என் அன்புக்குரிய தம்பிகள்!.

எத்தனை நாள்களோ! எத்தனை மாதங்களோ! யாருக்குத் தெரியும்?

கழகத்தை அழிக்கும் நோக்குடன், அதனை நடத்திச் செல்பவர்களை ஒழிக்கத் திட்டங்கள் போடப்படுவதாக மிரட்டல்கள் வந்தவண்ணம் இருக்கின்றன – குறிப்பாக என்னையும், கருணாநிதியையும். நான் வழக்கு மன்றம் சென்றேனே 29இல் அன்றுகூட வழியிலேயே என்னைத் தீர்த்துவிடப் போவதாக, கடிதங்கள் வந்தனவாம் – போலீஸ் அதிகாரிகளிடம் அவை ஒப்படைக்கப்பட்டன என்று, வழக்கு மன்றத்தில் கருணாநிதி கூறக் கேட்டேன். இன்று மாலை என்னைப் பார்க்கவந்தபோது கூட கருணாநிதி, இதுபோன்ற ஒரு செய்தியை, டெலிபோன் மூலம் தன்னிடம் யாரோ

கூறியதாகவும், அந்தத் தகவலையும் போலீஸ் அதிகாரிகட்கு தான் தெரிவித்ததாகவும் கூறினார். இவை வீண் மிரட்டல்களாகவும் இருக்கலாம் – ஏதாவது நடந்தாலும் நடக்கலாம்; நடந்தால் நாம் என்ன செய்யமுடியும்? திடீரென்று பாம்பு கடித்தால், பச்சிலை கிடைப்பதற்குள் ஆள் செத்துப் போவதில்லையா? என்ன நடக்கும் என்பது முக்கியமல்லை. அரசியல் எத்துணை அருவருப்பான காட்டுமிராண்டிப் போக்குக்கு இழுத்துச் செல்லப்படுகிறது என்பதுதான் முக்கியம். அத்தகைய, காட்டுமிராண்டித்தனமல்லவா கென்னடியின் உயிரைக் குடித்துவிட்டது. கொடுமை! கொடுமை!

இன்று மாலை நாவலரும், நடராசனும், கோவிந்த சாமியும், ராஜகோபாலும், கருணாநிதியும், வழக்கறிஞர் நாராயணசாமியும் வந்திருந்தனர்.

வழக்கு மன்றத்தில் நான் தருவதாகக் கூறியுள்ள அறிக்கை எந்த முறையில் இருக்க வேண்டும் என்பது பற்றி நாராயணசாமியிடம் சிறிது நேரம் பேசிக்கொண்டிருந்தேன். சட்டத்துக்கும் நீதிக்கும் உள்ள தொடர்பு, இருக்க வேண்டிய தொடர்பு, அறப்போருக்கு அளிக்கப்பட வேண்டிய மதிப்பு ஆகிய கருத்துகளை அறிக்கையில் விளக்கவேண்டும் என்பது என் எண்ணம். ஆனால் அதற்கான ஏடுகள் கிடைக்கக்கூடிய இடத்திலா நான் இருக்கிறேன். சிலவற்றை திங்கட்கிழமை கொண்டுவந்து தருவதாக, வழக்கறிஞர் நாராயணசாமி கூறிவிட்டுச் சென்றார்.

சைதாப்பேட்டையில் வந்து பார்த்த பிறகு, ராஜகோபால் (அண்ணாவின் பள்ளித் தோழர் – உயிர்த் தோழர்) இன்றுதான் மறுபடியும் என்னை வந்து பார்க்க முடிந்தது. ராஜகோபால் வந்தாலே, மகிழ்ச்சி பிறக்கும் வழக்கமல்லவா எனக்கு!, அதற்கு ஏற்றபடி, இங்கு இரண்டு நாள்களாக வெற்றிலை பாக்கு' இல்லாமல் "வெறும் வாயனாக' இருந்துவந்தேன் – ராஜகோபால் கொண்டுவந்து கொடுத்த வெற்றிலை பாக்கு, எனக்கு மகிழ்ச்சி அளித்தது. கடந்த ஒரு திங்களாகவே, எனக்கு இருந்துவரும், இடது கைக் குடைச்சலுக்காக, சத்தியவாணி கொண்டுவந்து கொடுத்த 'புலித் தைலம்' வேறு எனக்குக் கிடைத்தது. அதனைத் தேய்த்துக் கொண்டு, வலி சிறிதளவு

குறையும் நிலைபெற்று, அதே நினைப்புடன் இன்றிரவு படுக்கச் செல்கிறேன்.

– ஞாயிறு – சிறை சந்தடியற்றுக் கிடக்கும் நாள், வெளியிலிருந்து யாரும் பார்க்க வரக்கூடாது. சிறை அதிகாரிகளின் நடமாட்டமும் மிகக் குறைவு. அன்று 'கைதிகள்' சீக்கிரமாகவும் பூட்டிவிடப்படுகிறார்கள். இன்று வெளி உலகத் தொடர்பு எந்த நண்பர்கள் மூலமாகவும் இல்லை; பத்திரிகைகள் மட்டுந்தான்.*

இன்று பகல் பன்னிரண்டு மணி சுமாருக்குத்தான் மதியும், மறியலில் ஈடுபட்ட மற்ற நான்கு தோழர்களும் இங்கு கொண்டு வரப்பட்டார்கள் என்று தெரிந்து கொண்டேன் – பார்க்கக்கூட முடியவில்லை. இதிலிருந்து, சிறையிலே, நான் இருக்கும் பகுதி தனிச் சிறையாக இருந்து வருகிறது என்பதைத் தெரிந்து கொள்ளலாம். இங்கு வார்டர்கள் கூட அதிகமாக வருவதில்லை. என்னைக் காண யாராவது வருகிறபோதுதான், சிறை அதிகாரிகளைக் கூட நான் காணமுடிகிறது. மாலை 6.30 மணிக்குப் போட்டுப் பூட்டிவிட்டால், காலையில் திறந்து விடுகிற வரையில், தனிமைதான்!

இன்று என்னைக்காண, இராணியும் வரவில்லை. காலை முதற்கொண்டே கடுமையான மழை, விட்டு விட்டுப் பெய்து கொண்டிருப்பது, எனக்கு இங்கே சங்கடமாக இருப்பது போலத்தான் வெளியே இருந்து இங்குவர எண்ணுபவர்களுக்கும் இருந்திருக்கும். ஆகவே இன்று வெளியிலிருந்து வரக்கூடியவர்கள் மூலமாகவும், மறியல் எப்படி நடந்தது, கைது செய்யப்பட்டது எப்படி, எப்போது என்ற விஷயம்கூடத் தெரிந்து கொள்ள வழி ஏற்படாமல் போய்விட்டது. கிட்டத்தட்ட கண்காணாத தீவிலே கொண்டுபோய் வைத்திருப்பது போன்ற நிலைமையே இருப்பதை உணருகிறேன். முன்பு எப்போதும் இப்படி ஒரு நிலைமை சிறையில் இருந்ததில்லை. இம்முறை இவ்விதம் இருக்கக் காரணம் என்னவென்றும் புரியவில்லை. என்னுடன் இங்கு இருக்கும் தேவகோட்டையார் சொன்னார், "ஒரு விஷயம் கேள்விப்பட்டேன், சிறையில் நாம் இருக்கும் பகுதியிலே, ஒரு சி.ஐ.டி. போடப்பட்டிருக்கிறதாம் – அதுவும் வார்டர் உடையிலேயாம்" என்றார். நாலைந்து நாள்களுக்கு

முன்பு, இதேபோல, இங்கு வேலை செய்ய வரும் 'கைதி' மூலமாகவும் இதே போன்ற செய்தி கேள்விப்பட்டேன். எவ்வளவு தூரம் உண்மையோ தெரியவில்லை. ஆனால் ஒன்று மட்டும் புரிகிறது, வார்டரிலிருந்து சிறை அதிகாரிகள் வரையில், என்னை அணுகுவதுகூட இல்லை – இந்த அளவுக்குத் தனியனாக்கி வைத்திருக்கிறார்கள். 'தனியன் என்று நான் கூறுகிறேன். அவர்கள் 'சனியன்' என்று என்னைப்பற்றி எண்ணிக் கொண்டிருக்கிறார்களோ என்னவோ? இத்தனைக்கும், எனக்கோ, 'நமது கழகத் தோழர்களுக்கோ சிறை விதிகளுக்கு உட்பட்டு நடப்பதுதான் வழக்கம் என்பது சிறை அதிகாரிகளுக்கும் தெரியும். பத்திரிகையில் சென்ற கிழமைதான் படித்துப் பார்த்தேன், வேலூர் சிறை அதிகாரி காப்டன் ரகுநாதன் என்பவர், 'அரசியல் கைதிகளிலேயே, தி.மு.கழகத்தினர் மிக ஒழுங்காக நடந்து கொள்பவர்கள்' என்று பேசியிருப்பதை.

கைவலி குறைந்தபாடில்லை. பல தைலங்களைப் போட்டாகிவிட்டது. இளங்கோவன் கொண்டு வந்து கொடுத்த புதிய மருந்தையும் போட்டுப் பார்த்தேன். வலி குறையவில்லை. இங்கு டாக்டரிடம் கூறும்போதெல்லாம், மாத்திரை கொடுத்தேனே, சாப்பிட்டீர்களா என்று கேட்கிறார். ஆம்! என்று நான் சொன்னதும், வலி குறைந்து விட்டிருக்க வேண்டுமே? என்றுதான் கூறுகிறார். எதனாலே வலி? சதை வலியா? நரம்பிலே ஏதாவது வலியா? சுளுக்கா? என்று கண்டறியலாம். டாக்டர் அந்தக் கட்டத்துக்குச் செல்லவில்லை. இதனை இரண்டொருமுறை சிறை அதிகாரியிடமும் குறிப்பாகச் சொல்லிப் பார்த்தேன் கேட்டுக் கொண்டார், அவ்வளவுதான். எக்ஸ்–ரே எடுத்துப் பார்த்த பிறகு, இதற்குத் தக்க சிகிச்சை செய்தால் நல்லது என்று எனக்குத் தோன்றுகிறது. எனக்குத் தோன்றி என்ன பலன்? டாக்டருக்கல்லவா அந்த எண்ணம் தோன்றவேண்டும்? நல்லவேளையாக வலி, இடக் கரத்தில் – இல்லையென்றால் இதனை எழுதக்கூட வழி கிடைத்திருக்காது. முன்பு நான் சிறையில் இருந்த நாள்களில், இரவுக் காலத்தில் அடிக்கடி வார்டர்கள் வந்து போவார்கள் – ஏதாகிலும் உடல் நலக் குறைவு ஏற்பட்டால் அவர் மூலம் சொல்லி, வைத்திய

உதவி பெறலாம். இங்குதான் பகலிலேயே வார்டர்கள் வருவது இல்லையே, இரவு நேரத்தில் யார் வரப்போகிறார்கள்!!

என் கதி இது என்றால், என்னுடைய கூட்டாளிகள் நால்வர் நிலை பற்றி அறிந்தபோது, இதைவிட வேதனையுடையதாக இருப்பது தெரிகிறது. அவர்களுடைய துணிமணிகளெல்லாம் சைதைச் சிறையில் இருக்கின்றன. அவர்களை இங்கு அழைத்து வந்தபோது, – வழக்கு மன்றத்திலிருந்த போலீஸ் அதிகாரிகள், உடனே நால்வருடைய சாமான்களையும், மத்திய சிறைக்குக் கொண்டு வந்து சேர்ப்பதாகக் கூறினர். கூறியதோடு அவர்கள் கடமை முடிந்துவிட்டது. போலிருக்கிறது. அவர்களுக்குச் சாமான்கள் வராமல், குளிக்கவும் முடியாமல் கஷ்டப்படுவதாக, அங்கு போய்வந்த கைதிகள் மூலம் அறிந்து கொண்டேன்.

இன்று மாலை ஐந்து மணி சுமாருக்கு, சாமான்கள் கொண்டு வந்து தரப்பட்டதாகக் கண்டு கொண்டேன்– தோழர் டி.எம். பார்த்தசாரதி ஒரு பெட்டியுடன், உள்ளே சென்று கொண்டிருப்பதை, நான் மாடிப்படியில் நின்றபடி பார்த்தேன். 'அவர் என்னைப் பார்த்ததாகத் தெரியவில்லை.

இந்த அளவுக்கு தொடர்பற்று, தோழமையற்று, சிறையிலே தள்ளப்பட்டுக் கிடக்கும் இந்த அனுபவம் முற்றிலும் புதிது; ஆனால் இதுவும் தேவையானது என்றெண்ணி ஒரு விதத்தில் திருப்தி பெறுகிறேன்.

நேற்று போலவே தான் இன்றும் மறியல் செய்த தோழர்கள் ஐவர் இங்கு கொண்டு வரப்பட்டார்கள் என்பதை அறிந்து கொண்டேன். அவர்களும் சிறையில் வேறொரு பகுதியில்தான்.

பகல் 11 மணிக்குமேல் நாவலர், கருணாநிதி, நடராசன், கோவிந்தசாமி, அரங்கண்ணல், சத்தியவாணி, இளங்கோவன், இராணி ஆகியோர் வந்து பேசிக் கொண்டிருந்தனர். மறியல் பற்றி இரண்டொரு நிமிடம் கூறினார்கள். இளங்கோவன் காஞ்சிபுரத்திலிருந்து புத்தகங்கள் சிலவற்றைக் கொண்டுவந்து கொடுத்தான். பரிமளத்துக்குத் தேர்வு என்பது பற்றி இராணி மூலம் தெரிந்து கொண்டேன்.

முதலிலே மிகத் தைரியமாக இருந்துவந்த தொத்தா இப்போது குழம்பிப் போயிருப்பதாக இளங்கோவன் சொல்லக் கேட்டு

மெத்தக் கவலையாக இருந்தது. என்னை வந்து பார்க்க வேண்டும் என்று ஆவலாக இருப்பதாகச் சொன்னான். தொத்தாவின் உடல் நிலை இருக்கும் விதம், சென்னைப் பயணத்துக்கு ஏற்றதாகவும் தென்படவில்லை. எதற்கும் கொஞ்சநாள் பார்த்து, இரண்டு மூன்று வாரங்கள் பொறுத்துப் பார்க்கலாம் என்று சொன்னேன். இராணிக்குச் சோகம் தீர்ந்தபாடில்லை என்பதை, கண்கள் வெளியிட்ட திகைப்பு காட்டிற்று.

சிறை அதிகாரிகள், நிலைமைகளையோ, நினைப்பு களையோ அறியாதவர்களல்லர் – தொத்தாவைப் பற்றிய பேச்சு வந்த உடனே, சிறை பெரிய அதிகாரி, மிக அக்கறை காட்டி, "அவர்கள் உடல்நிலை, சரியாக இருக்காதே பாவம்" என்றுகூடக் கூறினார்.

– இத்தகைய பரிவு காட்டும் உணர்ச்சி இருக்கிறது என்றாலும், "என்ன காரணமோ தெரியவில்லை, இந்த முறை என் விஷயத்தில் அக்கறையோ பரிவோ துளி கூடக் காட்டவில்லை. கைவலி விஷயமாக அவரிடம் சொன்னேன் – "வெளியே உள்ள டாக்டர் எவரிடமாவது காட்டி, எந்தவிதமான வலி என்பதைத் தெரிந்து கொள்ள வேண்டும். வலி குறையாதது மட்டுமல்ல, அதிகமாகி வருகிறது" என்றும் சொன்னேன். மிகவும் கூச்சப்பட்டுக் கொண்டு தான் சொன்னேன். "பார்க்கிறேன்" என்றார். ஆனால் பிறகு அதுபற்றி ஒரு தகவலும் தெரிவிக்கப்படவில்லை. பிற்பகல் அவருக்கு உடல் நலம் இல்லை என்று வீட்டுக்குச் சென்றுவிட்டார் என்று தெரிந்து கொண்டேன். இரண்டு மூன்று நாள்களாகவே அடித்துக் கொண்டிருக்கும் குளிர்காற்றினால் கூட., இந்த வலி அதிகமாகி இருக்கும் என்று தேவகோட்டையார் ஆறுதல் கூறினார். அந்தவிதமான அன்பு வார்த்தைகளைக் கேட்கும்போது வலியே போய்விடுவது போலிருக்கிறது. ஆனால், இரவு முழுவதும் வலி வாட்டியபடிதான் இருக்கிறது. – வழக்கறிஞர் நாராயணசாமி கொண்டுவந்து கொடுத்த, 'சட்டம்' பற்றிய சில ஏடுகளைப் படித்து இன்புற்றேன். சட்டப்புத்தகம் என்றால், என்னென்ன சட்டங்கள், எவ்வளவு தண்டனை என்ற இவற்றை விளக்கும் ஏடுகளன்று. சட்டம் ஏன், எப்படி ஏற்பட்டது, ஏன் சமூகமும் தனி நபர்களும் அதற்கு அடங்கி ஒழுகி வருகிறார்கள். சட்டத்துக்கும் அரசுகளுக்கும் உள்ள தொடர்பு எப்படி

அமைகிறது. எப்படி அமைதல் வேண்டும் என்ற, இத்தகைய சுவையான, பயன்தரும் விவரங்கள், விளக்கங்கள் தரும் ஏடுகள். அவற்றிலே காணப்படும் பல நல்ல கருத்துகளை, இங்கு எனக்கு நிலை செம்மைப்பட்டு மனம் தெம்பானபிறகு, எடுத்துக் காட்டக்கூட நினைக்கிறேன். நாளைக்கு, என்னைக் காண, அநேகமாக யாரும் வரமாட்டார்கள் என்றே எண்ணுகிறேன் – இன்று நிரம்பப் பேர் வந்து போனதால். நாளை மறுநாள், வழக்கு, சாட்சிகள் விசாரணை.

இன்று பத்திரிகையில் வெளி வந்த செய்திகளில், மெயில் தலையங்கம் மிக அருமையாக அமைந்திருக்கக் கண்டேன்.

இரும்பு அமைச்சர், கழகத்தை ஏசிக் கோவையில் பேசியதற்கு, 'மெயில்' மிகப் பொருத்தமாகப் பதில் அளித்திருந்தது.

உடலமைப்பைப் பார்த்தால் அதிக அளவு அலைந்து கட்சி வேலை செய்யக்கூடியதாகத் தெரியவில்லையே, எப்படி முடிகிறது இவ்வளவு வேலை செய்ய என்று, என் உறவினர்களும், கட்சியில் ஈடுபாடு கொள்ளாத நண்பர்களும் என்னைக் கேட்பதுண்டு. 'மனத்தில் கொழுந்துவிட்டு எரியும் ஓர் உணர்ச்சி தரும் வலிவுதான் காரணம் என்று பதில் கூறுவேன். ஆனால், உடலில் ஏதாகிலும் வலி ஏற்பட்டு, அது 'இன்னது என்று புரிந்துகொள்ளும் நிலையில் இல்லை என்றாகிவிட்டால், மனதிலே ஒரு சோர்வு யாருக்கும் ஏற்பட்டுவிடுகிறது. அந்த நிலை எனக்கு. நரம்பிலே ஏதாகிலும் கோளாறு ஏற்பட்டுவிட்டதா? அல்லது ஏதாகிலும் உள்ளே ரணமோ என்றெல்லாம் சந்தேகம். எவ்வளவு நேரம், துண்டுத் துணியால் அழுத்திக் கட்டிவைத்துக் கொண்டிருப்பது? செல்வக் குடியில் பிறந்தவனல்லன் என்றாலும், என்மீது மிகுந்த பாசம் கொண்டு, நான் ஒரு துளியும் வேதனைப்படக் கூடாது என்பதற்காகக் கண்ணுங் கருத்துமாக இருக்கும் குடும்பத்தில் பிறந்தவன். இங்கு சிறையில் உடல்நிலை கெட்டுக் கிடக்கிறது என்று, 'ஜாடை மாடை' யாகத் தெரிந்தால் கூடத் துடித்துப் போவார்கள். எனவே அவர்களுக்குச் சங்கடம் ஏற்படுத்தக்கூடாது என்பதற்காக, என்னைக் காணவரும் வீட்டாரிடம், எதையும் காட்டிக் கொள்ளாமல் இருந்து வருகிறேன். தனிமையாக இருக்கும்போதோ, வலி பற்றிய நினைப்பு வளர்ந்துவிடுகிறது.

என்னைப்போல, உடல்நலம் கெட்டு எத்தனை எத்தனை தோழர்கள் வேதனைப்பட்டுக் கொண்டிருக்கிறார்களோ என்று எண்ணுகிறேன்; ஏக்கம் கொள்கிறேன். ஆனால், அதேபோது இந்தி ஆதிக்கத்தினால் விளையக்கூடிய கொடுமைகளைப் பற்றிய எண்ணம் எழுந்துவிட்டாலோ, வலி, வேதனை எத்தனை அளவில் இருந்தாலும் பொறுத்துக் கொள்ளத்தான் வேண்டும் என்ற துணிவு பிறக்கிறது. அந்த மருந்துதான், நானாக இங்கு தேடிப் பெற்றுக் கொள்ளக் கூடியதாக உள்ளது.

பொதுப் பிரச்னைகளைப் பற்றி நண்பர்களிடம் பேசிப் பேசி, தெளிவு பெறுவதிலே சுவை காண்பவன் நான். அந்த விருந்து இல்லை; வலி போக்க மருந்தும் இல்லை. இதே நிலை நீடிக்குமானால், சிறை நினைவு பற்றித் தொடர்ந்து எழுதுவதுகூட இயலாததாகிவிடும். ஓயாமல் எனக்குள்ள வலி பற்றியே எழுதி உன் மனத்தைச் சங்கடப்படுத்த விரும்பமாட்டேனல்லவா?

மாடிப்படியின் மீது நின்று கொண்டு பார்க்கிறேன். விதவிதமான நோயின் பிடியிலே சிக்கி நொடித்துப் போய்க் கிடக்கும் 'பாதி மனிதர்கள் கொண்டு வரப்படுகிறார்கள் – 'அடைக்கப்படுவதற்காக. குற்றவாளிகள்! ஆனால் பாபம், நோயாளிகள்! குற்றம் – நோய் இரண்டையும் மூட்டிவிடும் வறுமையின் பிடியிலே சிக்கிக் கொண்டவர்கள். இந்தக் கோரமும் கொடுமையும் குறைவதாகவும் தெரியவில்லை. அவர்களைப் பார்க்கும்போது, சமூகம் எத்தனை கோணலாகிக் கிடக்கிறது என்பது நன்றாகப் புரிகிறது. – அவர்களும் – என்னைப் பார்க் கிறார்கள். பெரும்பாலானவர்கள் பச்சாதாப உணர்ச்சியுடன், அவர்கள் அது போல என்னைப் பார்ப்பது கூடச் சிறை விதிகளுக்கு விரோதம் போலத் தெரிகிறது. ஏனெனில் என் மீது பார்வையைச் செலுத்துபவர்களிலே பலருக்கு, அடி – உதை – தலையிலே தட்டு! இப்படிக் கிடைக்கிறது! முணு முணுக்கிறார்கள். என்னை மறுபடியும் பார்க்கிறார்கள் – இம்முறை அவர்களுடைய கண்கள் கேள்விக் குறிகளாகின்றன. இப்படி, காரணமற்று அடித்துத் துன்பப்படுத்துகிறார்களே, பார்த்துக் கொண்டுதானே இருக்கிறாய், நியாயம் தெரியும் என்கிறார்களே உனக்கு, எங்களுக்காகப் பரிந்து ஒரு வார்த்தை

பேசக்கூடாதா என்று கேட்கிறார்கள், பார்வையால்; புரிகிறது. ஆனால் நான் என்ன செய்ய முடியும்? நானே "குற்றவாளி" – கைதி!! கேட்டால், ஒழுங்கான பதிலா கிடைக்கும்? உனக்குத் தெரியாது, சும்மா இரு! என்பார்களோ! இவர்களை இப்படி அடித்து உதைத்து அடக்கிவைக்காவிட்டால், சிறையை நடத்திச் செல்லவே முடியாது என்பார்களோ! அல்லது, மிரட்டி,, போ உள்ளே! என்பார்களோ, யார் கண்டார்கள்?

மனத்தில் மூண்டுவிடும் சங்கடத்தைப் போக்கிக் கொள்ள, படித்துக் கொண்டிருப்பதை முறை' ஆக்கிக் கொள்கிறேன். பல நிகழ்ச்சிகளையும் பலருடைய வாழ்க்கை வரலாறுகளையும் படிக்கும் போதும் ஏற்படும் இன்பம்' தனியானது; சுவைத்தவர்களுக்கே புரியும்!

வழக்கு மன்றத்திலே தருவதற்காக அறிக்கை தயாரிக்க, சட்டப் புத்தகங்கள் சிலவற்றைப் படித்திட முனைந்தது பற்றிக் கூறினேனல்லவா? அவற்றில் குறிப்பிடத்தக்கதாக, இயற்கையாக அமைந்துள்ள மனித உரிமைகளுக்கும், செயற்கையாகச் சட்டத்தின் மூலம் ஏற்படும் கட்டு திட்டங்களுக்கும் மோதுதல் ஏற்படுமானால், எதற்கு அதிக மதிப்பளிக்க வேண்டும்? ஆக்கப்பட்ட சட்டங்களுக்கா? – அடிப்படையாகவும் இயற்கை யாகவும் மனித குலம் பெற்றிருக்கும் உரிமைகளுக்கா? என்ற பிரச்னை பற்றி எழுதப்பட்ட ஏடுகள் அமைந்திருந்தன. பல நீதிபதிகள் இந்த இயற்கை உரிமைகளுக்காகப் பரிந்து பேசியிருப்பதைப் படித்தேன். அதன் தொடர்பாக, சட்டங்கள் ஏன் தேவைப்பட்டன என்பது பற்றிய விளக்க நூலையும் படித்துப் பயன் பெற்றேன்.

இந்தச் சட்ட ஏடுகளைப் படிக்கும் போது, சில ஆண்டுகளுக்கு முன்பு, இச்சிறையில், என்னோடு மும்முனைப் போராட்டத்தில் ஈடுபட்டுச் சிறை மேற்கொண்ட மதி, கொண்டு வந்திருந்த சட்டப் புத்தகங்களைப் படித்து, அவற்றில் உள்ளவற்றைப் பற்றி அவருடன் உரையாடிக் கொண்டிருந்த நினைவு வந்தது. இப்போது ஒரே சிறையில், மதி வேறொரு பக்கத்தில், நான் மற்றொரு பக்கத்தில்! வேறுபக்கத்தில் உள்ள நண்பர்களின் நிலைபற்றித் தெரிந்து கொள்ள, உட்புறமிருந்து உணவு கொண்டு வரும் 'கைதி'களிடம் பேசிப் பார்த்தேன். நன்றாகத்தான்

இருக்கிறார்கள்; அவர்களும் உங்களோடு இந்தப் பகுதியில் இருக்க விரும்புகிறார்கள் என்று கூறினார்கள். பாவம்! பிடிபட்டு அடைக்கப்பட்டுக் கிடப்பவனுக்கு நம்மாலான உதவியைச் செய்ய வேண்டும் என்ற ஆவல் அவர்களுக்கு. கீரை வேண்டுமா என்பார்கள் – துவையல் வேண்டுமா என்பார்கள் – கொண்டு வந்தும் கொடுப்பார்கள் – கீரை வெந்திருக்காது – துவையலில் மண்ணும் கல்லும் கலந்திருக்கும். ஆனால், அவற்றிலே ஒருவிதமான அன்பு மணம் கமழ்ந்திருந்ததைக் கண்டேன்.

வழக்கு முடிவு பெற்று, தண்டனை இன்னது என்று அறிவிக்கப்பட்டதும் உள்ளே கொண்டு போவார்கள், நண்பர்களுடன் சேர்ந்திருக்கலாம் என்று கூறுகிறார்கள், சிறைப் பணியாளர்கள் – அந்தப் பேச்சும் மிக மெல்லிய குரலில்; சுற்றுமுற்றும் நோட்டமிட்டபடி, அவ்வளவு பயம், எங்கே அதிகாரிகளின் பார்வையிலே சிக்கிக் கொள்கிறோமோ என்று!

வழக்கு மன்றத்திலே தருவதற்கான அறிக்கையில், சிறை நிலைமைகள் பற்றியும், அச்சத்தால் பீடிக்கப்பட்ட நிலையில் இங்கு உள்ளவர்கள் கிடப்பது பற்றியும் குறிப்பிடலாமா என்றுகூடத் தோன்றிற்று. பிறகு யோசித்ததில், அதிலே எந்தவிதமான பலனும் ஏற்படப்போவதில்லை என்பது புரிந்தது.

பல வழக்குகளைப் பற்றிய விவரங்களையும் – அந்த வழக்குகளில் காணப்பட்ட சட்ட நுணுக்கங்கள் பற்றியும் படித்தேன் – ஒரு புதிய உலகமே என் கண் முன் தோன்றுவது போல இருந்தது. சர்க்காருடைய செல்லப் பிள்ளைகளாக வேண்டும் என்ற சபலமோ, சர்க்காருக்குப் பரிந்து பேசி, தயவுபெற்று, ஆதாயம் அடைய வேண்டும் என்ற அற்பத்தனமான ஆசைகளோ கொள்ளாத சில நீதிபதிகள், சிக்கல் மிக்க வழக்குகளில், சட்டத்துக்கே புதுப்பொருள் கண்டறிந்து கூறி, குற்றவாளிகள் என்று கூண்டில் நிறுத்தப்பட்டவர்களைத் தைரியமாக விடுதலை செய்த சம்பவங்களைப்பற்றிப் படித்தபோது, எழுச்சி மயமாகிப்போனேன். ஒரு குறிப்பிட்ட நடவடிக்கையை, குற்றம் – தண்டிக்கத்தக்கது என்று சட்டம் கூறலாம் – ஆனால் அந்த நடவடிக்கையிலே ஈடுபட்டவன், எந்தச் சூழ்நிலை காரணமாக, எந்த நிர்ப்பந்தத்தினால், என்ன

நோக்கத்துடன், அந்த நடவடிக்கையிலே ஈடுபட்டான் என்பது பற்றி ஆராய்ந்து பார்த்தபிறகே, அந்தச் சட்டத்தைப் பயன்படுத்த வேண்டும் என்ற கருத்தை, துணிவுடன் சில நீதிபதிகள் எடுத்துக் கூறி இருந்தனர். இவைபற்றி எல்லாம் படிக்க ஆரம்பித்து, அறிக்கை எழுத வேண்டிய நிலையை மறந்து, குறிப்புகள் எடுக்கவும், மேற்கொண்டு என்னென்ன புத்தகங்கள் இதுபற்றிப் படிக்கலாம் என்பது பற்றிய தகவல் திரட்டவுமான பணியில் ஈடுபட்டேனோ, என்னென்ன புத்தகங்களைப் படிக்கவேண்டும் என்று குறித்திருக்கிறேனோ அவற்றை, சிறையிலோ வெளியிலோ, படித்தாக வேண்டும் என்ற ஆர்வம் மிகுதியாகி விட்டது. அறிக்கையை நான் விரும்பிய அளவிற்குத் தயாரிக்க முடியவில்லை என்ற போதிலும், அதன் தொடர்பாக பல புத்தகங்களைப் படித்ததிலே மிக்க மகிழ்ச்சி பெற்றேன். உண்மையையும் சொல்லிவிடுகிறேன் தம்பி! – நீண்ட அறிக்கை எழுதுவதற்கு ஏற்ற நிலையும் இல்லை – இடக்கரத்திலே இருந்துவரும் வலி, மெல்லமெல்ல வலக் கரத்திலும் படை எடுக்கத் தொடங்கிவிட்டது. வலக் கரமும் பாதிக்கப்பட்டு விடுமேயானால், எதையும் எழுத முடியாது. இந்தக் கவலையைச் சுமந்து கொண்டே படுக்கச் சென்றேன்.

தனியாக அடைபட்டுக்கிடப்பவன் என்று கூறினேனே தம்பி! அது முழு உண்மை இல்லை. எனக்குத் துணையாக, சுறுசுறுப்பான எத்தனை எத்தனை மூட்டைப் பூச்சிகள், கொசுக்கள்!!

டில்லியிலிருந்து திரும்பிய பாராளுமன்ற உறுப்பினர்கள் மனோகரனும், ராஜாராமும், பாராளுமன்றத்திலே எழுப்பப்பட்ட மொழிப் பிரச்னை பற்றியும், பண்டித ஜவஹர்லால் நேருவிடம் பேசியது பற்றியும் கூறினார்கள். இன்று காலையில், மதி, பொன்னுவேல், பார்த்தசாரதி, சுந்தரம், வெங்கா ஆகிய தோழர்கள், நான் இருக்கும் பகுதி வழியாக, ஊசி போட்டுக் கொள்வதற்காக அழைத்து வரப்பட்டார்கள். பார்க்க முடிந்தது. என்ன? என்ன? என்ற என் கேள்விக்கு, கரத்தைக் காட்டினார்கள், ஊசி போட்டுக் கொண்டதைக் குறிப்பிட. வார்டர், வேகமாக அவர்களை உள்ளே அழைத்துக் கொண்டு போய்விட்டார்.

ஐந்தாம் தேதி வழக்கு விசாரணை அல்லவா – 12 மணிக்குமேல் தொடங்கிற்று. நண்பர்கள் அனைவரும் வந்திருந்தனர். சிறிதளவு அவர்களுடன் அளவளாவ முடிந்தது. எந்த சாட்சிகளையும் குறுக்கு விசாரணை செய்யாததால், ஒரே நாளில் எல்லாச் சாட்சிகளையும் விசாரிக்கும் கட்டம் முடிந்துவிட்டது. பிற்பகல் 2 மணி முதல் 3 மணி வரை, வழக்கு மன்றம் ஒத்திவைக்கப்பட்டிருந்ததால், ஐவருக்கும், நண்பர்கள் அங்கேயே சாப்பாடு கொண்டுவந்தார்கள். மீண்டும் 3– மணிக்கு வழக்குத் தொடர்ந்தது. எல்லாச் சாட்சிகளும் முடிகிறவரையில் நடைபெற்றது. பத்திரிகையில் பார்த்துக் கொள்வாய் என்பதால் விவரம் எழுதவில்லை, 7ஆம் தேதி, நான் வழக்கு மன்றத்தில், என் நிலையை விளக்கி ஓர் அறிக்கை தர இருக்கிறேன். அநேகமாக 12ஆம் தேதி தீர்ப்பு அளிக்கப்படலாம் என்று தெரிகிறது. இன்று வழக்குமன்றத்துக்கு, – இரண்டு வாரம் சிறையிலிருந்து விட்டு மதுரை முத்து வந்திருக்கிறார். மிக உற்சாகமாகவே காணப்பட்டார். திண்டிவனம் தோழர் தங்கவேலு எம்.எல்.ஏ., அன்பழகன் எம்.எல்.சி., மனோகரன் எம்.பி. ஆகியோரும் வந்திருந்தனர். சத்தியவாணியும், மவுண்ட்ரோடு குப்பம்மா அவர்களும் வந்திருந்தனர்.

7ஆம் தேதி காலையில் என் நண்பர் வழக்கறிஞர் நாராயணசாமி, சிறையில் என்னைச் சந்தித்து, அந்த அறிக்கை பற்றிக் கலந்து பேசுவது என்றும், 7ஆம் தேதி பிற்பகல் 2.30–மணிக்கு வழக்குமன்றம் கூடும்போது அறிக்கையை ஒப்படைப்பது என்றும் ஏற்பாடு செய்து கொண்டிருக்கிறோம். நாளைய தினம் நண்பர் நடராசன், என்னைக் காணவரக்கூடும் என்றெண்ணுகிறேன். இன்று வழக்கு மன்றத்தில், கே. ஆர். இராமசாமி சோகமே உருவாக வந்திருக்கக் கண்டேன். எனக்கு ஒரு சங்கடம் என்றால் மிகவும் சஞ்சலப்படும் சுபாவம் இராமசாமிக்கு அத்தனை பாசம்! இத்தகைய தோழர்களின் அன்பினைப் பெற்றிருப்பதை ஒரு பேறென்றே நான் கருதுகிறேன். உடல் நலக்குறைவாக இருந்த அப்துல்சமத் அவர்களும் இன்று வழக்குமன்றம் வந்திருந்தார். அ.பொ.அரசு, அவர்கள் தான் ஓடோடிச் சென்று, உணவுக்கான ஏற்பாடுகளைக் கவனித்தார்.

நண்பர்களுக்கு ஒரு எண்ணம் இயற்கையானது தான் அண்ணனை எப்படியும் தண்டித்துவிடப்போகிறார்கள் நல்ல சாப்பாடு எங்கே கிடைக்கப்போகிறது? இப்போதாவது சாப்பிடட்டும் என்ற எண்ணம். எதை எதையோ கொண்டுவந்து, எதிரில் குவித்தார். அரசு. பக்கத்தில் இருந்தவர்கள், பண்டங்களின் தரம், சுவை, பக்குவம் இவை பற்றி விளக்கிக்கொண்டிருந்தார்கள். நானோ, அவர்கள் காட்டிய அன்புத்தேனை உண்டு மயங்கிக் கிடந்தேன்.

வழக்குமன்ற நிகழ்ச்சிகளை இதழ்களிலே காண்பாய் என்பதால், அங்கு நடைபெற்றவை பற்றி அதிகமாக எழுதாது விடுகிறேன்.

தம்பி! இன்றிரவு வலி வலக்கரத்தைத் தாக்கிவிட்டது. இனியும் இங்கே இருப்பது சரியன்று என்பதைக் கண்டிப்பாக, சிறை மேலதிகாரிக்குக் கூறி, மருத்துவமனை சென்றாகவேண்டும் என்ற எண்ணம், உறுதியாக ஏற்பட்டுவிட்டது. மருத்துவமனையில் இருந்தபடி, வழக்கு மன்றம் செல்லலாம் என்று தோன்றுகிறது. நாளை என்ன நடக்கிறதோ, பார்த்துவிட்டுக் கூறுகிறேன். *

தொத்தா மறைவு

நீண்ட நாள்களுக்குப் பிறகு, விட்ட இடத்திலிருந்து எழுதத் தொடங்குகிறேன் தொடர்ந்து எழுதுவதா வேண்டாமா என்று, சில நாள்கள் எண்ணியபடி இருந்தேன். ஒரு முடிவுக்கு வர இயலாத நிலையில், எழுதும் போதே, அடக்கிவைத்திருக்கும் வேதனை பீரிட்டுக் கொண்டு வெளிவந்து, என்னைச் செயலற்றவனாக்கி விடும் என்ற அச்சம் என்னைப் பிடித்து உலுக்கியபடி இருக்கிறது. என் இயல்பையே கருக்கிவிடத்தக்க பெருநெருப்பு என் இதயத்திலே நுழைந்தது. எத்துணை சமாதானங்கள், தத்துவ விளக்கங்கள், உலகியல் நிலைமைகள் தெரிந்திருந்தாலும், ஒவ்வொருவருக்கும் தாங்கிக்கொள்ள முடியாத துக்கம் மூண்டிடும் சம்பவம் நேரிடும்போது, அவர்கள் தமது வேதனையைத் துடைத்துக் கொள்ள முடிவதில்லை. கவிதைகள், கதைகள், விளக்கங்கள், மேற்கோள்கள் எத்துணை எத்துணை எடுத்துக் கூறப்பட்டபோதிலும், அவை யாவும் வெந்த புண்ணின் மீது தடவப்படும் காரமருந்தாகிறது – எரிச்சலை அதிகமாக்கிவிடுகிறது. இறுதியில் புண்ணை ஆற்றக்

காரமருந்து பயன்படும் என்ற போதிலும், தொடக்கத்திலும், எரிச்சல் அதிகப்படத்தான் செய்யும்.

என் சிற்றன்னையை, நான் இழந்தேன். எனக்கே ஐம்பத்தைந்து வயதாகிறது என்றால், என்னை ஆளாக்கிவிட்ட என் சிற்றன்னைக்கு வயது, எழுபது அளவுக்கு இருக்கவேண்டுமே அந்த வயதிலே அவர்கள் மறைந்ததை எண்ணி, அதிகமான வேதனைப் படலாமா என்று சிலர் சொல்லக்கூடும்; பலர் எண்ணிக் கொள்ளக்கூடும். வயது பிரச்னைக்குரியதன்று. அந்த இழப்பு என் இதயத்தில் எத்தகைய வேதனையை மூட்டிவிட்டது என்பதுதான் பிரச்னை. என்னால், எத்தனை சமாதானங்களைத் தேடித் தேடித் தருவித்துக் கொண்டாலும், தாங்கிக் கொள்ளக் கூடியதாக அந்த வேதனை அமையவில்லை. நான் சிறைப்பட்டிருக்கும் நேரம், அவர்கள் வீட்டில் மரணத்தின் பிடியில் சிக்கிக்கொண்டிருக்கிறார்கள். என்னை வாழ்த்தி வழி அனுப்பி வைத்த, என் சிற்றன்னை – என் வாழ்வை எனக்காக அமைத்துக்கொடுத்த என் வழிகாட்டி எனக்காகவே, உயிர் ஊசலாடும் நிலையில், வலிவெல்லாம் இழந்து, நோயினைத் தாங்கிக் கொண்டு, வாழ்ந்து வந்த அந்த அன்புத் தாய், நான் விடுதலையாகி வீடு திரும்புவதைத் தன் விழிகளால் கண்டு, மகிழ்ச்சி பொங்கிடும் நிலையில் என்னை வரவேற்க எண்ணிக்கொண்டிருந்த என் சிற்றன்னை, பேச்சிழந்து உயிரை இழந்து கொண்டிருக்கிறார்கள் காஞ்சிபுரத்தில். வீட்டில் நான், அவர்கள் பக்கம் இருந்து பணியாற்றிக் கொண்டில்லை. எனக்கு ஒரு சிறு தொல்லை, மிகச் சாதாரணமான நோய் என்றாலும், அதைக் காண இயலாமல், கலக்கமடைந்து, எனக்கான பணியிலே தம்மை ஈடு படுத்திக்கொண்டிருந்த என் சிற்றன்னையின் கடைசி நாள்களில், அவர்களுக்குத் துளியும் பயனற்றவனாக்கப் பட்டுவிட்டேன்.

நான் அவர்களைக் காணச் சென்றபோதே, அவர்கள் நினைவிழந்து கிடந்தார்கள் என் குரலொலி செவிபுகவில்லை. என்னைக் காண அந்தக் கண்கள் திறக்கவில்லை. அவர்கள் மரணத்திற்கான பயணத்திலே இறங்கிவிட்டார்கள் – என் கண்ணீரைக் கொண்டுகூட அவர்களை அந்தப் பயணத்திலிருந்து திரும்பிவிடச் செய்ய இயலாது என்பது, கண்டதும் புரிந்துவிட்டது. புரிந்து?

உணர்ச்சிகள் வாதங்களால் அடக்கப்படக்கூடியனவா? அவர்களுக்கு வந்துற்றிருப்பது, தீரக்கூடிய நோயன்று அதனை ஒரு நோய் என்றுகூடக் கூறுவதற்கில்லை – மூளைக் குழாய்கள் சேதமாகிவிட்டன

தேக அமைப்பிலேயே ஓர் ஊறு நேரிட்டுவிட்டது அதனைச் சரிப்படுத்த மருந்து கிடைக்காது என்பதனை நுண்ணறிவு படைத்த மருத்துவர்கள் கூறினார்கள் – இப்போது எனக்கு அது புரிகிறது அன்று எனக்கு, இந்த மருத்துவர்களுக்குத் துளியும் பச்சாதாப உணர்ச்சியே கிடையாதா, உயிர் போய்க்கொண்டிருக்கிறது என் சிற்றன்னைக்கு, இவர்கள் என்னிடம் மருத்துவப் புலமை பேசுகிறார் களே என்று ஆத்திரம் ஆத்திரமாக வந்தது. என் மகன் பரிமளத்திடம் தான் கோபித்துக்கொள்ள முடிந்தது. "மனித பாஷையில் பேசுங்கள்; வெறும் மருத்துவ மொழியில் பேசுகிறீர்களே!" என்று சொன்னேன், அவன் என்னிடம் அந்த நிலைமையை விளக்கிக் கொண்டிருந்தபோது.

என் மனநிலை அறிந்து, மருத்துவர்கள், மிகுந்த அக்கறையுடன், அந்த நிலையில் என்னென்ன செய்து பார்க்க முடியுமோ அவ்வளவும், செய்தபடி இருந்தனர் – என் சிற்றன்னையோ இறுதிப் பயணத்தில், மேலால் மேலால் சென்றபடி இருந்தார்கள் – நான் குமுறுகிறேன் பக்கம் நின்று. அவர்கள் "நெடுந்தூரம் சென்றுவிட்டேன் மகனே! இனியும் காத்துக் கொண்டிராதே. நான் திரும்புவதாக இல்லை. திரும்பப் போவதில்லை" – என்று கூறாமற் கூறிக்கொண்டு, மரணப் படுக்கையிலே கிடந்தார்கள்.

பல நாள்கள் பயணம் செய்துவிட்டு, வீடுதிரும்புவேன், ஒரு பொய்க் கோபப் பொலிவுடன் முகம் இருக்கும் – எதிரில் நிற்பேன். இரண்டொரு வார்த்தை பேசுவேன். ஒரு புன்னகை மலரும் – "மன்னித்து விட்டேன் மகனே!" என்று அந்தப் புன்னகை அறிவிக்கும். அந்த முகத்தைக் காண்கிறேன், மரணத்தின் முத்திரை படிந்துவிட்டிருக்கிறது. எப்படித் தாங்கிக்கொள்ள முடியும்? 'நான் வந்திருக்கிறேன் தொத்தா! இதோ வந்து விட்டேன் தொத்தா!' என்று என் கண்ணீர் பேசுகிறது. அவர்கள் அதைக் கேட்கவுமில்லை, என்னைக் காணவுமில்லை. மாறாகத் தன்னை மரணத்திடம் ஒப்படைத்து விட்டார்கள் – "இத்தனை காலந்தான் உனக்காக ஓயாது

உழைத்து வந்தேனே, போதாதா? என் இறுதிப் பயணத்திலே ஈடுபட்டுவிட்ட நான் இனியும் இருந்து உன்னைக் கவனித்துக் கொள்ளவா? – நடவாது மகனே, நடவாது. நான் போகிறேன் உன்னை விட்டு விட்டு. என்னை இனியும் எதிர்பார்க்காதே!!' என்றல்லவா, நிலைமை தெரிவிக்கிறது.

அறு நாள்கள் அருகேயே இருந்தேன் – இரவும் பகலும் – ஊண் உறக்கம் மறந்து – அழுத கண்களுடன் – பாதிப் பயணத்தில் என் நினைவு வந்து, திரும்பி வந்து விடுவார்கள் என்ற எண்ணத்தில் – என் எண்ணத்தில் மண் விழுந்தது; இதயத்தில் நெருப்பு விழுந்தது; யார் மறுபடி எழுந்து நடமாடி என்னைக் களிப்படையச் செய்விப்பார்கள் என்று எண்ணினேனோ, அந்த என் 'தொத்தா' தீயாலான படுக்கையில் கிடத்தப்பட்டு, என் கண்ணெதிரே சாம்பலாக்கப்பட்டுக் கொண்டிருக்கும் கொடிய காட்சியைத்தான் நான் காணவேண்டி நேரிட்டது.

அவர்கள் மனம் நோகும்படி நான் நடந்து கொண்டதே இல்லை – இத்தனை வருஷங்களில், நான் ஏதாகிலும் சிறு சிறு தவறுகளைச் செய்து, அவர்களுக்குச் சங்கடத்தை ஏற்படுத்தி விட்டிருந்தால், அவற்றினுக்கான தண்டனையைச் சிறுகச் சிறுக, அப்போதைக்கப்போது எனக்கு அவர்கள் தரவில்லை. மொத்தமாக, ஒரே நாள், ஒரே தண்டனையாகத் தருவதுபோல், என் கண்ணெதிரே, வெந்தழலில் கிடந்தார்கள் – பார் மகனே! பார்! படுமகனே படு! என்று கூறுவது போலிருந்தது அந்தக் கொடுமை!

சே! அவர்கள் அப்படிப்பட்டவர்கள் அல்லர். அந்த நேரத்தில் அவர்கள் உயிர்பெற்று எழுந்தாலும், முதலில் "மகனே! மிகவும் பயந்துவிட்டாயா! மிகவும் வேதனைப்பட்டாயா!" என்று தான் கேட்டிருந்திருப்பார்கள். அவர்கள், எனக்கு வேதனை மூளக்கூடாதே என்பதற்காகவே மரணத்தை ஏமாற்றிக் கொண்டிருந்தார்கள் – சில ஆண்டுகளாகவே – அவர்களால் முடிந்தவரையில் போராடிப் பார்த்தார்கள் – மரணத்தின் பிடியின் வலிமை கடைசியில் அவர்களைக் கொண்டு சென்று விட்டது.

மூளைக் குழாய்கள் சேதமடையும்படியான அதிர்ச்சி அவர்கள் ஏன் கொள்ள நேரிட்டது – நான் சிறைப்பட்ட

செய்தியைக் கேள்விப்பட்டபோது ஏற்படாத அதிர்ச்சி, நான் நோய்வாய்ப்பட்டு, மருத்துவமனை அனுப்பப்பட்டதைக் கேள்விப்பட்டபோது ஏற்படாத 'அதிர்ச்சி', நான் நலமாக இருக்கிறேன் என்ற செய்தியை ஒவ்வொரு நாளும், மருத்துவமனையில் என்னை வந்து பார்த்துவிட்டுச் சென்ற இராணியும், பரிமளமும், தொலைபேசி மூலம் கூறக்கேட்டு அறிந்து கொண்டிருந்தவர்களுக்கு, திடீரென, ஒரு காரணமுமற்று, 'அதிர்ச்சி' ஏற்படுவானேன்? விளங்கவில்லை. விளக்கிய மருத்துவரும் இல்லை. பார்ப்பதற்கு எப்போதும் போலிருந்த நிலையில், எங்கே அவன்? அவனைப் பார்க்கவேண்டுமே என்று கேட்டார்களாம், என் அன்னையைப் பார்த்து. என்னைப் பார்க்கவேண்டுமென்ற ஓர் அவா, அதிர்ச்சியாக வளர்ந்து விட்டது. நான் சிறைப்பட்டு, மருத்துவ மனையில் இருக்கிறேன் என்பதனை மறந்து, நான் ஊரிலே இருப்பதாகவே நினைத்துக்கொண்டு, எங்கே அவன்? என்று கேட்டிருக்கிறார்கள். அவர்கள் எப்போதும் போலக் காணப்பட்ட நிலையில் பேசிய கடைசி வார்த்தைகள் அவைதாம்! பிறகு தயாராகி விட்டிருக்கிறார்கள்.

என்னைப் பற்றியே, ஏனோ திடீரென எண்ணிக் கொண்டிருந்திருக்கிறார்கள். எந்த எண்ணம் வேகமாக; பலமாக வளர்ந்திருக்கிறது, அதிர்ச்சியாகி விட்டிருக்கிறது, அந்த அதிர்ச்சி, மூளைக் குழாய்களைச் சேதப்படுத்தி விட்டிருக்கிறது. இறுதியைக் கொண்டுவந்து சேர்த்துவிட்டிருக்கிறது. இத்தனை நாள்களுக்குப் பிறகு, இத்தகைய விளக்கம் நினைக்க முடிகிறது. நான் கண்ட அன்று! ஐயோ! நினைக்கவே பயமாக இருக்கிறது. ஒருவிதத்தில் பார்க்கும் போது, நான் சிறைப்பட்டது, அவர்கள் மறைந்ததற்கு, ஒரு காரணமாக அமைந்துவிட்டது என்றுதான் சொல்ல வேண்டும்.

நான் பலமுறை சிறை சென்றதை அவர்கள் தாங்கிக் கொண்டவர்கள். ஆகவே இம்முறை நான் சிறை செல்வது அவர்களுக்கு வருத்தத்தைக் கொடுக்கும் என்றாலும், விபத்தைக் கொடுக்காது என்றுதான் நான் எண்ணிக்கொண்டேன். ஆனால் அவர்களோ, 'இத்தனை முறை தாங்கிக் கொண்டேன் – இந்த முறை முடியாது – தாங்கிக்கொள்ளும் வலிவை

இழந்துவிட்டேன்' – என்று தெரிவிப்பதுபோல, என்னைவிட்டுப் போய்விட்டார்கள். எனக்கு என் சிற்றன்னை, எத்தனையோ விதமான புத்திமதி'களைக் கற்றுக் கொடுத்தது மட்டுமன்று. வேதனையைத் தாங்கிக்கொள்ள வேண்டும் என்பதனையும், சில ஆண்டுகளாகவே, எனக்கு எடுத்துக் கூறிக்கொண்டு வந்தார்கள். சில ஆண்டுகளாகவே அவர்களுக்கு உடல் நலமில்லை – அடிக்கடி, பயப்படும்படியான' கட்டங்கள் ஏற்பட்டு விடும் – அப்போது நான் மிக வேதனையில் ஆழ்ந்திருப்பேன் – அவர்கள் நல்ல நிலை அடைந்த உடன், என்னிடம் கூறுவார்கள், "பைத்யமே! இந்த வயதிலே எனக்கு ஏதாவது ஆகிவிட்டால், அதற்காக வேதனைப்பட்டுக் கொண்டிருக்கலாமா?. தைரியத்துடன் இருக்க வேண்டாமா – ஆகவேண்டியவற்றை நடத்திவிட வேண்டாமா – அழுது கொண்டிருக்கிறாயே" – என்று சொல்லுவார்கள். ஆகவேண்டியவற்றை நடத்திவிட்டேன். வேறென்ன செய்ய முடிந்தது என்னால்? என் உடலில் ஒரு துளி மாசுபடக்கூடப் பார்த்துச் சகித்துக் கொள்ள மாட்டார்கள் – அத்தகைய என் சிற்றன்னையின் உடலுக்குத் தீ மூட்டினேன். எத்தனை கொடிய கரங்கள், எனக்கு இருப்பவை! சே! எப்போதுமே, மிகச் சுறுசுறுப்பான அறிவுத்திறமை அவர்களுக்கு உண்டு. அதிலும் சில ஆண்டுகளாக, அவர்கள் அரசியல் பிரச்னைகளை, நுட்பமான அரசியல் பிரச்னைகளை, மிக ஆராய்ந்து அறிந்து கொள்ளத் தலைப்பட்டார்கள். உடல் வலிவிழந்த நிலையில், வெளியே நடமாடுவது அவர்களுக்கு இயலாது போய்விடவே, தனது நேரத்தில் பெரும்பகுதியை, படிப்பதில் செலவிட்டுவரத் தொடங்கினார்கள். நான் ஈடுபட்டுள்ள பிரச்னைகளில் அக்கறை காட்டத் தொடங்கினார்கள். ஆதரவாகப் பேசத் தலைப்பட்டார்கள். இன்ன விஷயத்தை இன்ன விதத்தில் எடுத்துச் சொல்லவேண்டும் என்று எனக்குக் கூறுவதில் ஈடுபட்டார்கள். நான் எடுத்துக்கொள்ளும் முயற்சி நியாயமானது என்பதிலே அவர்களுக்கு மிகுந்த நம்பிக்கை ஏற்பட்டு, நமது கழக வளர்ச்சியிலே மிகுந்த அக்கறை காட்டி வரலானார்கள். நமது கழகத் தோழர்களில், மிகப் பெரும்பாலானவர்களை, அவர்கள் மிக நன்றாக அறிவார்கள். அந்தத் தோழர்கள், வீட்டுக்கு வருகிறபோது உபசரிப்பதில், உள்ளன்பு கொண்டார்கள்.

அவர்களிடம் உள்ள பேரன்பு காரணமாக அவர்களின் போக்கு, பேச்சு எதிலாவது குறை இருப்பது தெரிந்தால், கண்டிக்கக்கூடத் தயங்கினதில்லை.

அரசியல் பற்றியும், குறிப்பாக கழகப் பிரச்னைகள் குறித்தும், அவர்கள், ஒவ்வொரு நாளும் மணிக்கணக்கில் பேசுவார்கள் அதிலே மிகப் பெரிய பங்கு, அ. க. தங்கவேலருக்கு இருக்கும். ஒருவரும் கிடைக்காதபோது, என் அன்னையிடம், 'விவாதிக்க' ஆரம்பித்துவிடுவார்கள். அரசியல் காரணமாகவே மகன் வீடு தங்காமலிருக்கிறான் என்ற துக்கம் கொண்டுள்ள என் தாய், தன் தங்கையும் அரசியல் பேசுவது கேட்டு, மிகுந்த சங்கடமடைந்து, "நீ சும்மா இரு அம்மா!" என்று கூறுவார்கள். அப்போது, என் சிற்றன்னை,சிரிக்கும் சிரிப்பொலி இருக்கிறதே! இருந்ததே! என்றல்லவா சொல்லவேண்டிய வந்துவிட்டது. இருந்தார்கள்! இருந்தார்கள்! – என்று ஆகிவிட்டது.

என்னால் மட்டுமே, முழு அளவிலும் கூர்மையாகவும் உணரக்கூடிய வேதனை குறித்து மேலும் எழுதிப் படிப்பவர்களுக்கு ஒரு சங்கடத்தை உண்டாக்குவது அறமாகாது – ஆகவே இதுகுறித்து என் உள்ளத்தில் பொங்கி எழுந்திடும் எண்ணங்களை அடக்கிக் கொள்கிறேன். என் வேதனை மிகப் பெரிதாகவும், தனித்தன்மை கொண்டதாகவும் எழுந்ததற்கு மிக முக்கியமான காரணம், அந்த இழப்பு நான் துளியும் எதிர்பாரத முறையில், நேரத்தில், ஏற்பட்டதுதான்.

நான் என் சிற்றன்னை மரணப்படுக்கையில் இருப்பதைக் காண்பதற்குக் காஞ்சிபுரம் சென்ற நாளைக்கு முன்மாலை கூட, இராணியும் பரிமளமும் என்னை மருத்துவமனையில் வந்து பார்த்தார்கள் அப்போது, தொத்தாவுக்கு உடல்நிலை சரியாக இல்லை என்ற பேச்சே எழவில்லை – என்னிடம் சொல்லிக்கொண்டு, அவர்கள் காஞ்சிபுரம் போயிருக்கிறார்கள். அன்றிரவு தொத்தாவுக்கு அதிர்ச்சி ஏற்பட்டு, படுத்துவிட்டார்கள். மறுநாள் காலை, 'முரசொலி'யில் செய்தி பார்த்து, நான் திகைத்துப் போனேன் எப்படி காஞ்சிபுரத்துடன் தொடர்பு கொள்ள முடியும்? – நானோ மருத்துவமனையில் நோயாளியாக மட்டுமன்றி கைதியாக – நான் இருந்த அறைக்கு எதிரிலே ஆறு போலீஸ்காரர்கள் காவல் என்னிடம் அவர்கள் பேசவும்

மாட்டார்கள். என்ன செய்வது? இதை எண்ணி நான் திகைத்து உட்கார்ந்து கொண்டிருந்தேன். காலை மணி 10 இருக்கும், பரிமளம் வழக்கறிஞர் நாராயணசாமியுடன் உள்ளே வரக்கண்டேன் – ஓர் அற்பசந்தோஷம் கலந்த நம்பிக்கை எனக்கு ஏற்பட்டது; தொத்தாவுக்கு ஆபத்தான நிலைமை என்றால் பரிமளம் காஞ்சிபுரத்தை விட்டுப் புறப்பட்டிருக்க மாட்டானே, பத்திரிகையில் மிகைப்படுத்திவிட்டார்கள் போல இருக்கிறது ஆபத்து ஏதுமிராது என்று எண்ணிக்கொண்டு, சிறிதளவு மகிழ்ச்சியாகவே, “ பரிமளம்! முரசொலியில் என்னவோ போட்டிருக்கிறார்களே, தொத்தாபற்றி, என்ன?” என்று கேட்டேன் “ஆமாம்பா! அதற்காகத்தான் நான் வந்திருக்கிறேன். உங்களை அழைத்துக் கொண்டு போக; உங்களைப் பார்த்தால் ஒருசமயம் அவர்களுக்கு நினைவு திரும்பக் கூடும்“ என்றான். “நான் வருவது என்றால், அமைச்சர் அனுமதி கிடைக்க வேண்டுமே” என்று கூறி முடிப்பதற்குள், “நான் வக்கீலுடன், முதலமைச்சர் பக்தவத்சலம் அவர்களைப் பார்த்துப் பேசினேன் – பரோலில் போக அனுமதி கொடுக்கும்படி அதிகாரிகட்குக் கூறிவிட்டார். அதிகாரிகளின் உத்திரவு பெறச்செல்கிறேன். அதற்குள் உங்களிடம் கூறிவிட்டுப்போக வந்தேன்” என்று சொல்லவே ஓரளவுக்கு தைரியம் பெற்றேன். மிகுந்த கூச்சமுள்ளவன் பரிமளம், ஆனால் சில நிலைமைகள் ஏற்படும்போது, அதற்கு முன்பு இயல்பாக எழாத திறமை, சுறுசுறுப்பு, துணிவு, தன்னம்பிக்கை, வினைசெய்வகை யாவும் தன்னாலே ஏற்பட்டுவிடும் என்ற பொதுவிதி பற்றி எனக்குத் தெரியும் – ஆனால் அதை நான் விளக்கமாகப் புரிந்துகொண்டது பரிமளம் அமைச்சரை அணுகி, எனக்குப் ‘பரோல்’ பெற்ற சம்பவத்தின் போதுதான். அன்று, கருணாநிதி, நடராசன், நெடுஞ்செழியன், இவர்கள் யாரும் சென்னையில் இல்லை எவர் இருந்தால், ‘பரோல்’ பெறுவது இயலுமோ, அவர்களில் ஒருவருடனும் தொடர்புகொள்ளும் நிலையில் நான் இல்லை. நானோ கைதியாக இருக்கிறேன். இந்த நிலையில், வழக்கமாக உள்ள கூச்சத்தை உதறித் தள்ளிவிட்டு, பரிமளம், எனக்குப் ‘பரோல்’ கிடைக்க ஏற்பாடு செய்தது, உள்ளபடி என் வாழ்நாளில், நான் மறக்க முடியாத சம்பவங்களில் ஒன்று.

அமைச்சர் குறிப்பிட்ட அதிகாரியின் உத்தரவைப் பெற்றுவர, பரிமளம் சென்றான். நான் மருத்துவமனையில் காத்துக் கிடந்தேன்.

ஒவ்வொரு விநாடியும் பல மணி நேரமாக எனக்குத் தோன்றிற்று. மருத்துவர்கள் என் நிலையைப் பார்த்து, ஆபத்து ஒன்றும் இருக்காது பயம் வேண்டாம் என்று அன்புரை கூறினர் – என்மனம் ஒரு நிலை கொள்ளவில்லை. மணி ஆக ஆக என் மனம் குழம்பலாயிற்று.

அந்தச் சமயத்தில்தான் அமைச்சர் இராமய்யா அவர்கள் அங்கு வந்தார் – "பார்த்து ரொம்ப நாளாயிற்று – உடம்பு சரி இல்லை என்றார்கள் பார்க்க வந்தேன்" என்று சொன்னார். அவர் பார்த்தாக வேண்டிய 'நோயாளி' எவரேனும் மருத்துவ மனையில் இருந்திருக்கக் கூடும் அவரைப் பார்க்க வந்தவர்,நானும் மருத்துவமனையில் இருப்பதால் என்னையும் பார்க்க வந்திருக்கிறார். என்று எண்ணிக்கொண்டேன் ஓர் அமைச்சர் வந்து பார்த்து விசாரிக்க வேண்டிய நிலையில் உள்ள 'பிரமுகன்' அல்லவே நான். எப்படியோ ஒன்று, வந்ததற்கு நன்றி கூறத்தான் வேண்டும். மிக்க அன்புடன் பேசினார் – என் கரத்தில் உள்ள வலியின் தன்மைபற்றி விசாரித்தறிந்தார் – கொஞ்சமும் தூக்கம் முடியாதிருந்த நிலையிலிருந்து, ஓரளவு தூக்கக்கூடிய நிலைக்கு, என் இடக் கரம் வந்திருப்பதைச் சொன்னேன் – இந்த அளவுக்குக் குணம் ஏற்பட்டிருப்பது மகிழ்ச்சியே என்று என் திருப்தியைத் தெரிவித்தேன்–அவரோ, "அதெல்லாம் இல்லை – முழுக் குணம் ஏற்பட வேண்டும் – அவசரம் வேண்டாம்

இருந்து குணப்படுத்திக்கொண்டு போங்கள்" என்று கனிவுடன் பேசினார் – என் உடன் பிறந்தவர்போல் பேசுகிறாரே என்று நான் பெருமிதம் கொண்டேன்; தொத்தா விஷயம் சொல்லி, பரோலில் செல்ல ஏற்பாடு செய்ய, என் மகன் சென்றிருக்கிறான் என்றேன்; 'இதிலே என்ன சங்கடம் இருக்கிறது, கட்டாயம் பரோலில் விடுவார்கள்; இப்படிப்பட்ட ஆபத்து என்றால் விடாமலா இருப்பார்கள்? நானும் முதலமைச்சரைக் கண்டால் சொல்லுகிறேன்' என்று கூறினார். நான் சட்டசபையில் இருந்த காலத்தில்கூட, அமைச்சர் இராமையாவிடம் எனக்குத் தனியான நேசப்பான்மை உண்டு –அவர் அண்ணாமலைப் பல்கலைக்கழக

மாணவராக இருக்கும்போதே, நான் அவரை அறிந்தவன். அன்று அவர் என்னிடம் காட்டிய அன்பு, உள்ளபடி என் மனதுக்குப் பூங்காற்றுப் போலிருந்தது. ஏன் அது பற்றி இவ்வளவு எழுதுகிறேன் என்றால், இவ்வளவு கனிவு காட்டிப் பேசிய அதே அமைச்சர் இராமையா அவர்கள், என் நோய் பற்றியும் நான் மருத்துவமனையில் சேர்ந்தது பற்றியும் கேவலமாகவும் கேலியாகவும் பொதுக்கூட்டத்திலே பேசியதாகச் சில தினங்களுக்குப் பிறகு இதழ்களில் வெளிவந்திருக்கக் கண்டேன்.

திகைப்படைந்தேன் – இல்லை! இல்லை! மனிதர்களுக்கு எத்தகைய இயல்புகளெல்லாம் ஏற்படுகின்றன என்று எண்ணித் திடுக்கிட்டுப் போனேன். பத்திரிகையில் அந்தச் செய்தியைப் பார்க்கும்போது, என் கண்களையே என்னால் நம்ப முடியவில்லை. உள்ளொன்று வைத்துப் புறமொன்று பேசுவது போன்ற தீய குணங்களைச் சுட்டெரிக்கத் தக்க உயர்குணத் தலைவர் காந்தியாரின் கட்சியில், இப்படிப்பட்டவரும் இருக்க இடம் இருக்கிறதே என்று எண்ணி வருத்தப்பட்டேன். எவ்வளவு கனிவான பேச்சு என்னிடம்! எத்துணை தேவையற்ற, பயனற்ற, பொருளற்ற கேலிப்பேச்சு, மேடையில்! அரசியல் இந்த அளவுக்குத் தரங்கெட்ட துறையாகிவிடக் கூடாது. மணி நாலு – நான் விநாடிக்கு விநாடி வேதனை வளர்ந்து கொண்டிருக்கும் நிலையில், தவித்துக்கிடக்கிறேன் மருத்துவ மனையில் – பரிமளம் வந்து சேரவில்லை, பதறிப்போனேன். ஐந்துமணி சுமாருக்கு வந்தான். அன்று சர்க்கார் அலுவலகங்களுக்கு விடுமுறை. ஆகவே அமைச்சர் அளித்த 'வரம்' பழமாகவில்லை – எந்த அலுவலகமும் பணியாற்றவில்லை. இது தெரிந்து இளைஞனாக இருப்பினும், பரிமளம், ஆர்வத்துடன், அறிவுத்திறனும் ஆற்றலும் கொண்டு, நேராக அமைச்சர் பக்தவத்சலம் அவர்களின் இல்லத்தின் எதிரிலேயே சென்று நின்று கொண்டானாம். எங்கோ சென்றுவிட்டு, அவர் வீடு திரும்பி இருக்கிறார். இவன் எதிரே சென்று நின்று, இன்னும் பரோல் கிடைக்கவில்லை என்று தெரிவித்திருக்கிறான். உடனே அவர், அவனை உள்ளே அழைத்துச் சென்று, அவன் எதிரிலேயே, தொலைபேசி மூலம் பெரிய அதிகாரியிடம் தொடர்பு கொண்டு, உடனே பரோலுக்கு ஏற்பாடு செய்தாக வேண்டும் என்பதைக் கூறி, "இனி கிடைத்து விடும், நீ

சென்று உத்தரவைப் பெற்றுக்கொள்" என்று பரிமளத்திடம் கூறி அனுப்பினார். அதன்படி, உத்தரவு பெற்றுக்கொண்டு, பரிமளம் வந்து சேர்ந்தான். அ. பொ. அரசு மெத்தத் துணைபுரிந்திருக்கிறார். மிக்க பச்சாதாப உணர்ச்சியுடன் அமைச்சர் பக்தவச்சலம் நடந்துகொண்டதை நான் என்றும் மறக்க முடியாது. அவர் அமைச்சர் ராமைய்யா போல கனிவாக என்னிடம் பேசியதில்லை; பரிமளம், என் மகன் என்பதும் அவருக்குத் தெரியாது.

வழக்கறிஞர் நாராயணசாமியை உடனழைத்துக் கொண்டு, பரிமளமும் நானும் இரவு எட்டு மணிக்குக் காஞ்சிபுரம் சென்றோம் – அன்றிலிருந்து ஆறுநாள் வரையில், என் சிற்றன்னை இறுதிப் பயணத்தில் சென்ற வண்ணம் இருப்பதைக் கண்டு கண்டு குமுறியபடி இருந்தேன் – இறுதியும் நடைபெற்று விட்டது. நாவலரும், நடராசனும், கருணாநிதியும், சத்தியவாணியும், அலமேலு அப்பாதுரையும் பிறரும், நமது கழகத் தோழர்கள் அனைவரும், என் உடனிருந்து ஆறுதல் கூறினர். எம்.ஜி.இராமச்சந்திரன், கே.ஆர்.இராமசாமி, எஸ்.எஸ். இராசேந்திரன், சிவாஜி கணேசன், டி. வி. நாராயணசாமி ஆகியோர் வந்திருந்தனர் – இருபத்தியோரு நாள்கள், நான் காஞ்சிபுரத்தில் தங்கினேன் – என் வாழ்க்கையில், அதற்கு முன்பு நான் கண்டறியாத ஒரு வேதனையால் தாக்கப்பட்ட நிலையில். மனிதத் தன்மையை இழந்து விடாத எவரும், இந்த என் நிலை கண்டிரங்குவர் – ஆனால் அரசியல் எதிர்ப்புணர்ச்சி காரணமாகச் சிலர் – தமது நிலைமையைக் கூட மறந்து நான் பரோலில் வந்ததைக் கேலி செய்து பேசியதையும் பத்திரிகையிலே கண்டேன். அரசியல்துறை இத்தகைய காட்டு உணர்ச்சிகளையா தூண்டிவிட வேண்டும்? அரசியல் பகையுணர்ச்சியைக் காட்டிக்கொள்ள, பண்பிழந்து, மனிதத்தன்மை இழந்தா பேச முற்படவேண்டும்? என்னையோ, என் கழகத்தையோ, கண்டிக்க வேறு வழியே இல்லையா – வேறு முறையே கிடையாதா? சிற்றன்னையை இழந்து நான் தவித்துக் கிடக்கும்போது, குடும்பத்தாருடன் இருந்து துக்கத்தைப் பங்கிட்டுக்கொள்ள, பரோலில் சென்றது நியாயத்திற்கு அப்பாற்பட்டதா? பெரும் காங்கிரஸ் தலைவர்கள் பரோலில் சென்றது இல்லையா? பல்வலிக்காக பரோலில் சென்றவர்களை எனக்குத் தெரியும்;

பண்பிழந்து பேசிய சிலருக்குத் தெரியாதிருக்கலாம். அரசியல் துறையில் இத்தகைய அநாகரிகம் புகக்கூடாது என்பதற்காகவே இதுபற்றி எழுதுகிறேன். இருபத்தியோரு நாள்கள் பரோல் என்றால், என் தண்டனைக் காலத்தில் இருபத்தியோரு நாள்கள் குறைந்துவிடும் என்று பொருளில்லை. – அந்த இருபத்தியோரு நாள்கள், நான் சிறையில் இருந்துவிட்டு வரவேண்டும். இனாம் பெறவில்லை; திருப்பித் தந்தாகவேண்டும். எத்தனை இழிமொழி, கேலி மொழி இதற்கு! இதைக் காரணம் காட்டியா தேர்தலில் வெற்றி பெற வழி தேடுவது? அவ்வளவு வக்கற்றுப்போன நிலை வந்துவிட்டதா! அவ்வளவு வறண்டுபோய் விட்டதா, நெஞ்சத்தின் ஈரம்; நேர்மை; பண்பு? எண்ண எண்ணத் திகைப்பாக இருக்கிறது. கள்ளநோட்டு வழக்கில் சிறை புகுத்தவர்கள், இரண்டு மாதங்கள் 'பரோல்' பெறுகிறார்கள், குடும்ப, வியாபார விவகாரத்தைக் கவனிக்க – இந்த அரசில். என் சிற்றன்னையின் மறைவுக்காக நான் 'பரோல்' பெற்றதைக் கண்டிக்க, கேலி பேச, ஆட்சிப் பொறுப்பிலே உள்ளவர்களுக்கு, மனம் வருகிறது.

அத்தகைய பேச்சை, அரசியல் பேச்சு என்றும் அவர்கள் கருது கிறார்கள். எவ்வளவு தரம் கெட்ட நிலைக்கு வந்துவிட்டது அரசியல்!! அரசியலா! இல்லை. இல்லை. அதிலே இலாபம் காணும் போக்கினர், அவ்வளவு தரம் கெட்ட நிலைக்கு வந்துவிட்டனர்.

மருத்துவ மனைக்கு நான் சென்றது கூட, மாலை நேரப் பேச்சுக்கு, அந்த மகானுபாவர்களுக்குப் பயன்பட்டுவிட்டது.

என் இடத்தோளில் ஏற்பட்ட வலி, இன்னும் அடியோடு போய்விடவில்லை – எளிதாகவும் போய் விடாது என்று மருத்துவர்கள் கூறிவிட்டனர். வலக்கரத்தைத் தூக்கும் அளவுக்கு இடக்கரம் தூக்க வராது; ஒரு விதமான பிடிப்பு ஏற்பட்டுவிட்டிருக்கிறது – ஆர்தர்டிஸ் என்று பெயர் கூறுகிறார்கள். இடத்தோளில் எலும்புக்கும் சதைக்கும் இடையில் உள்ள மெல்லிய பாகம் தடித்துப் போய்விடுவதால், கை தூக்குவதிலே இடையூறு ஏற்பட்டு விடுகிறது. ஏன் தடித்துப் போகிறது? மருத்துவ நூலில், விளக்கம் இல்லை. வயதானால் தடித்துப்போகலாம் – இவையெல்லாம், காரணங்களாகக்

காட்டப்படுகின்றன – இதுதான் காரணம் என்று அறுதியிட்டு உறுதியாகக் கூறுவதற்கில்லை. அதைப் போலவே, இதனைப் போக்க, திட்டவட்டமான முறையும், உடனடியான பலன் தரத்தக்க மருந்தும் இல்லை. இது அடியோடு நீங்க, மாதக் கணக்கில் ஆகலாம், வருடக் கணக்கும் ஆகலாம் ' – இதற்குச் செய்ய கூடியதெல்லாம், பிடிப்பு ஏற்பட்டுள்ள இடத்தில், மின்சாரத்தின் மூலம், 'ஒத்தடம் கொடுப்பது; விடாமல் தேகப் பயிற்சி செய்வது; வலி தெரியாதிருக்க மாத்திரைகள் சாப்பிடுவது, இவைதாம். இப்போதும், எனக்கு அந்த வலியும் இருக்கிறது; தூக்கும் நிலையில் பிடிப்பு இப்போது இருக்கிறது. வலி மிக அதிகமாக இருந்ததுடன், வலக்கரத்துக்கும் வலி படை எடுத்த நிலைபற்றி, குறிப்பிட்டேன் அல்லவா; அது கண்டுதான் நான் அச்சம் கொண்டேன். பொதுவாக இடப்பக்கம் தோளோ, கரமோ, வலி எடுக்கிறது என்றால், இருதய சம்பந்தமானதாக இருக்கக்கூடும்; அப்படியா, அல்லது வேறுவிதமா என்பதைக் கண்டறியும் சாதனம், சிறை மருத்துவ மனையில் இல்லை. அதனாலேயே நான் சர்க்கார் மருத்துவ மனைக்குச் செல்ல விரும்பினேன், மருத்துவ மனைக்குச் சென்றுவிட்டால், சிறையில் இருப்பது போன்ற கட்டுக்காவல் இருக்காது, சிட்டுப் போலச் சிறகடித்துப் பறக்கலாம் என்பதாலன்று. சிறையில் இரவு மட்டும்தான், தனி அறை; மருத்துவ மனையில் 24 மணி நேரமும், தனி அறை – போலீஸ் காவல். ஒருவரிடமும் பேச அனுமதி கிடையாது. பார்க்க வருபவர்கள், மாலை 4 மணி யிலிருந்து 6 மணிக்குள், சர்க்கார் மருத்துவமனை பெரிய அதிகாரியின் அனுமதி பெற்று வந்து போகலாம். எப்போதும் எட்டு, ஆறு, நாலு என்ற அளவில் போலீஸ்காரர் அறைக்கு எதிரே காவல். நான் இருந்த பகுதியில் பணியாற்றும் மருத்துவர் தவிர, அதே மருத்துவ மனையில் வேறு பகுதியில் பணியாற்றும் மருத்துவர் வந்தால்கூட, போலீசார் விடுவதில்லை. அவ்வளவு கண்டிப்பு, அத்துணை கண்காணிப்பு! இந்த நிலையில் மருத்துவ மனையில் இருந்தேன் – நான், ஏதோ மருத்துவமனையில், விழாக் கோலத்தில் விருந்து சாப்பிட்டுக்கொண்டு இருப்பதுபோல எண்ணிக்கொண்டு பேசிவந்தனர், கழகத்துக்கு மாசு ஏற்படுத்த வேண்டும் என்பதற்காக, எவ்வளவு மட்டமான முறையையும், நேர்மையற்ற போக்கையும் மேற்கொள்வதிலே வல்லவர்கள்.

எனக்கு ஏற்பட்ட வலியின் தன்மையைக் கண்டறியச் சிறையிலுள்ளவர்கள் துளியும் முயற்சி எடுக்காததைக் கூறினேன், நாவலரிடம். அவர் சர்க்கார் பெரிய அதிகாரியிடம் பேசி இருக்கிறார்; அந்த அதிகாரி சர்க்கார் மருத்துவமனைத் தலைமை மருத்துவர் திரு. இரத்தினவேலு சுப்பிரமணியம் அவர்களை, சிறைக்குச் சென்று என்னைப் பார்த்து வரச்சொல்லி இருக்கிறார். மருத்துவர் என்னை வந்து பார்த்துவிட்டு, மருத்துவ மனையில் வைத்துத்தான் வலியின் தன்மையைக் கண்டறிய வேண்டும் என்று கூறிடவே, நான் மருத்துவ மனைக்கு மாற்றப்பட்டேன். டாக்டர் இரத்தினவேலு சுப்பிரமணியம், டாக்டர் நடராாசன், டாக்டர் சத்தியநாராயணா ஆகிய மூவரும், என் வலி எதனால் என்பதைக் கண்டறிய பல்வேறு பரிசோதனை களைச் செய்தனர். இதயத் துடிப்புகளைப் படமாக்கும் மின்சாரக் கருவி கொண்டு பார்த்ததில் இருதய சம்பந்தமான கோளாறு எதுவும் இல்லை என்பதைக் கண்டறிந்து கூறினர். பிறகு பல், வாய், காது, ஆகியவற்றில் ஏதேனும் கிருமிகள் உள்ளனவா, என்று ஆராய்ந்தனர். எனக்குள்ள வலி, பெரி – ஆர்த்திடிஸ் – என்பதாகும் என்று முடிவா யிற்று. மின்சார ஒத்தடமும் முறையான தேகப்பயிற்சியும் அளிக்கப் பட்டன: டாக்டர் நடராசன், எலும்பு சம்பந்தமான கோளாறுகளைச் சரிப்படுத்தும் நிபுணர். நமது எம்.ஜி. ராமச்சந்திரனுக்கு, கால் எலும்பு முரிந்திருந்த போது மிகத் திறமையாகக் கவனித்து, எந்தவிதமான ஊனமும் ஏற்படாமல், எம்.ஜி. ராமச்சந்திரனை எழுந்து நடமாட வைத்தவர். இதே டாக்டர் நடராசன் அவர்களே. இளம்பிள்ளை வாதத்தால் வதைப்படும் குழந்தைகளுக்கான சிகிச்சை முறையினை. நேர்த்தியாக அமைத்து, மிகுந்த அக்கறையுடன் கவனித்து வருகிறார். இந்தத் துறையில், மற்ற எந்த மருத்துவ மனையையும் விட, சிறப்பானதாக, இங்கு அமைய வேண்டும் என்பதிலே, டாக்டர் நடராசன் மிகுந்த அக்கறை கொண்டுள்ளார். என் வலி போக்க அவர் தொடங்கிய மின்சார சிகிச்சை முடிவடைய ஒரு வாரம் இருக்கும் போது, அவர் அறுவைத் துறை நிபுணர்களின் மாநாட்டிலே கலந்து கொள்வதற்காக, கல்கத்தா புறப்பட்டார். மறுநாளே நான், காஞ் சிபுரம் செல்லவேண்டி ஏற்பட்டுவிட்டது.

டாக்டர் இரத்தினவேலு சுப்ரமணியம் மருத்துவர்களுக்கு ஒரு முன்மாதிரியாக இருப்பவர் – ஆழ்ந்த அறிவுத் தெளிவும், மிக அமைதியான இயல்பும், நோயாளிகளிடம் கனிவும் காட்டும் இவருடைய பார்வையும் பேச்சுமே, மருந்தாகிவிடும். எப்போதும் முகத்தில் புன்னகை தவழும் நிலையில் இருப்பவர்; மிகுந்த நகைச்சுவை யுடன் பேசுபவர், என்னுடைய உடற்கூறு அவருக்கு கடந்த பத்து ஆண்டுகளுக்கு மேலாகவே நன்கு தெரியும். சில நாள்களுக்கு ஒருமுறை அவரிடம் சென்று, என் உடல் நிலை பற்றிக் கூறி, மருந்து பெறுவது வாடிக்கை – பத்து ஆண்டுகளாகவே, அவருடைய தனியான கவனிப்பு எனக்குக் கிடைத்தது கண்டு நான் பெரு மகிழ்ச்சி அடைந்தேன். எனக்கு வந்துற்ற, பெரி–ஆர்தடிஸின் இயல்புபற்றி அவர் கூறிய பிறகு, எனக்கு வலி கண்டவுடன் ஏற்பட்ட குழப்பமும் அச்சமும் வெகுவாகக் குறைந்துவிட்டது. தொடர்ந்து பத்து நாள்கள் அங்கு நான் இருந்திருக்க வேண்டும். ஆனால் இடையில் என்னைத் தாக்கிய வேதனை, இருபத்தியோரு நாள்கள், மருத்துவ மனையில் நான் இருப்பதற்கு முடியாத நிலையை உண்டாக்கிவிட்டது. காஞ்சிபுரத்தில், என் சிற்றன்னைக்கு ஏற்பட்ட நோய் தீர வழி இல்லை என்றபோதிலும், என் மனத்துக்கு ஆறுதல்தர, உடனிருந்து, பல்வேறு சிகிச்சை முறைகளைக் கையாண்டு பார்த்து, கடைசி விநாடிவரை, இருந்து வந்த டாக்டர் ராமமூர்த்தி என்பவர், நான் காஞ் சிபுரத்தில் தங்கி இருந்த நாள்களில், என்னையும் கவனித்துக் கொண்டார். இதயத்தில் பலமான அடி விழுந்துவிட்ட நேரம். எனவே, என் கை வலி எனக்கு அப்போது நினைவில் நிற்கக்கூட இல்லை. சில நாள்கள் ஆயுர்வேத முறைப்படி, மருத்துவர் தங்கப்பன் என்பவர், என் வலி போக்க முயன்றார். போதுமான காலம் கிடைக்கவில்லை. என் சிற்றன்னை தழலில் கிடத்தப்பட்டு, சாம்பலாயினார்கள் – நான் செயலற்ற நிலையில் உழன்று கிடந்தேன். 'பரோல்' முடிந்தது. பரிமளத்துடன் சென்னைக்கு வந்து, வழக்கறிஞர் நாராயணசாமி இல்லத்தில் உணவருந்திவிட்டு, நாவலர், நடராசன், கருணாநிதி ஆகியோரிடம் சிறிது நேரம் பேசிவிட்டு, 16ஆம் தேதி மாலை, மீண்டும் சென்னை மத்திய சிறைக் கோட்டம் நுழைந்தேன்.

இம்முறையேனும், என்னை நண்பர்கள் உள்ள பகுதிக்கு அழைத்துச் செல்வார்கள் என்று எண்ணிக் கொண்டே, உள்ளே நுழைந்தேன் – சிறை அதிகாரிகள் என்னை, பழைய இடத்துக்கே அழைத்துச் சென்றனர். பழைய இடம், புதிய நிலையிலும் இருந்திடக் கண்டேன் – என்னோடு தேவகோட்டையாரும் இஸ்லாமியப் பெரியவரும் இருந்தனர் அல்லவா – அவர்களும் அங்கில்லை; நான் உள்ளே நுழைகிறேன், தேவகோட்டையார் வெளியே போகிறார்! இஸ்லாமிய நண்பர், மருத்துவமனை சென்றுவிட்டதாக அறிந்தேன். ஆக அன்று இரவு எட்டு அறைகள் கொண்ட அந்த விடுதியில் நான் மட்டுமே – பணியாற்ற அமர்த்தப்பட்ட கன்னியப்பன் என்ற ஒருவர், என் வேண்டுகோளின் பேரில், பக்கத்து அறையில், இருக்க அனுமதிக்கப்பட்டது. வெறிச்சோடிய மனம்! வெறிச்சோடிய இடம்! அன்றிரவு தங்கி இருந்தேன் – மருத்துவர் முன்பே தெரிவித்திருந்ததற் கிணங்க, சிறை அதிகாரி, காலையில், என்னை அழைத்துக்கொண்டு போய், மீண்டும் மருத்துவமனையில் சேர்த்தார் – வழக்கமான போலீஸ் காவல் – பகல் இரவு எந்த நேரமும் அறைக்குள்ளே இருந்து தீரவேண்டிய நிலை – மாலையில் மருத்துவமனை பெரிய அதிகாரியின் அனுமதி பெற்று, என் துணைவியும், மகனும் வந்து பார்ப்பது என்ற பழைய ஏற்பாடு – வெளிக்குச் செல்ல, குளிக்கச் செல்ல என்றால் கூட, பலத்த போலீஸ் காவல் – மிகப்பெரிய சமூகக்கேடான குற்றம்புரிந்து, வாய்ப்புக் கிடைத்தால் ஓடிவிடக்கூடிய கெடுமதி கொண்ட குற்றவாளி களுக்கென அமைந்திருந்த நடைமுறை யாவும், மொழி காத்திடும் தூய நோக்குடன் அறப்போரில் ஈடுபட்டு, சிறைபுகுந்த எனக்கும்! ஏனோ இந்தப் பொருளற்ற போக்கு! சிறைக் கொடுமைகளைத் தாமே கண்டவர்கள், காங்கிரசார் – அவர்கள் நடத்தும் ஆட்சியில், சிறைக்கொடுமை நீக்கப்படவில்லை – சிறை நிலைமையை மருத்துவ மனையிலும் புகுத்தியிருந்தார்கள். சிறையிலாவது பகலெல்லாம் சிறிதளவு நடமாடலாம், சிலருடன் உரையாடலாம் – மருத்துவமனை யில், பகலிலும் சரி, இரவிலும் சரி, ஒரு அறைக்குள் அடைபட்டுக் கிடக்கும் மிக இக்கட்டான நிலை. வேலூர் தோழர் சிவப்பிரகாசம் எனக்கு நீண்ட பல ஆண்டுகளாக நண்பர் – அவர் அறுவை

சிகிச்சை பெற்றுக் கொண்டு, நான் இருந்த இடத்தில் வேறோர் றையில் படுத்திருந்தார். அவரைச் சென்று பார்க்கக்கூட அனுமதி இல்லை. அவர் இங்குவந்து பார்க்கவும் அனுமதி இல்லை. அவர், மருத்துவமனையிலிருந்து உடல் நலம் பெற்று வீடு போகும்நாள், என் அறைக்குள் வந்து, இரண்டொரு நிமிடங்கள் பேசிவிட்டு, போலீசார் மேற்கொண்டு கெடுபிடி செய்வதற்கு முன்பு சென்றுவிட்டார். அவ்வளவு கண்டிப்பான முறையிலே, காவல் இருந்து வந்தது. இதனை அறியாமலோ, அறிந்தும் வேண்டுமென்றோ, அரசியல் மாச்சரியம் காரணமாகச் சிலர், மருத்துவமனையில் நான் தங்கியிருந்ததை, ஏதோ மணவிழா மன்றலில் தங்கி இருந்தது போல் எண்ணிக்கொண்டு, ஏசிப் பேசினர். சிலருக்கு உள்ளம் அப்படி இருக்கிறது! மாலை வேளைகளில் இராணியும் பரிமளமும், என் பெரிய மருமகப் பெண்ணும் வருவார்கள் – அவர்களுக்கு என்னைக் காண்பதால் ஒரு விதமான மன நிம்மதி – எனக்கும் அவ்விதமே. ஆனால், 'தொத்தா' பற்றிய நினைவு வந்துவிடும் – வேதனை மீண்டும் தேளாகிக் கொட்டும். இந்நிலையில் இருந்துகொண்டு மீண்டும் மின்சார சிகிச்சை பெற்றுக்கொண்டு வந்தேன். *

டாக்டர்கள்! தேர்தல் முடிவு! சிறைச்சாலை விதிகள்!

தம்பி! காது, மூக்கு, வாய், இந்தப் பகுதிகளிலே ஏற்படக் கூடிய வியாதிகளைத் தீர்த்துவைக்கும் நிபுணர் டாக்டர்சத்தியநாராயணா, மருத்துவருக்கு இருக்க வேண்டிய நல்லியல்பு கள் பெற்றவர். முன்பு ஒரு முறை நண்பர் ஏ. கோவிந்தசாமி அவர்களுக்கு, குரலொலி கெட்டுவிடத்தக்க நோய் ஏற்பட்டபோது, இதே டாக்டர் சத்திய நாராயணா அவர்கள் தான், தக்க அறுவை சிகிச்சை செய்து குணப்படுத்தினார்கள். 'அப்போது அவர்கள் ஸ்டான்லி மருத்துவமனையில் இருந்தார்கள், நான்கூட நண்பர் கோவிந்தசாமியைப் பார்க்க, மருத்துவமனை சென்றிருந்தேன். நான் மறந்துவிட்டிருந்தேன் டாக்டர் சத்திய நாராயணா நினைவு படுத்தினார்கள். உயர்திரு. ஆச்சாரியார், அமெரிக்கா சென்றபோது உடன் சென்றிருந்தவர், டாக்டர் சத்திய நாராயணா, அவருடைய சீரிய மருத்துவ உதவிபெற்றுப் பெரும் பயன் அடைந்தேன்.

எனக்கு ஏற்பட்டுள்ள வலி போக்க, தனியாக எந்த மருந்தும் இல்லை என்பதால், “இது மெல்ல மெல்லத் தன்னாலேதான் போகவேண்டும், தேகப்பயிற்சி செய்வது ஒன்றுதான் இதற்குக் ‘கைகண்ட மருந்து, வலி அதிகமாகும் போது ஒத்தடம் கொடுக்கலாம். வலியை மறந்திருக்க மாத்திரை உட்கொள்ளலாம், வேறு ஏறும் செய்வதற்கில்லை” என்றுகூறி, மருத்துவமனையிலிருந்து பிப்ரவரி 13ஆம் நாள், என்னை மீண்டும் சென்னை மத்திய சிறைக்கு அனுப்பி வைத்தார்கள். டாக்டர் சத்திய நாராயணா, “21ஆம் தேதி வரவேண்டும். ஓர் ஊசி போடப் போகிறேன்” என்று சொல்லி அனுப்பி வைத்தார்கள். டாக்டர் இரத்தினவேலு சுப்ரமணியம் அவர்கள், சில காலத்துக்கு, வாரம் ஒருமுறை மருத்துவமனை வந்து, பரிசோதித்துக் கொள்ள வேண்டும், அதுபற்றி நான் சர்க்காருக்கு எழுதி இருக்கிறேன் என்று கூறினார்கள். அவருடைய யோசனையை சர்க்கார் ஏற்றுக் கொண்டதாகத் தெரியவில்லை. டாக்டர் சத்தியநாராயணா குறித்திருந்தபடி 21ஆம் தேதி மருத்துவமனை சென்று, அரை மணி நேரத்திற்கெல்லாம் திரும்பினேன் – மறுபடியும், மார்ச் 20ஆம் நாள் வரச்சொல்லி இருக்கிறார். இப்போது கூட வலி இருந்தபடி இருக்கிறது. இன்று பிற்பகல் கூட, வெந்நீர் ஒத்தடம் கொடுத்துக் கொண்டேன். வலி மறப்பதற்காக ஒரு நாளைக்கு மூன்று வேளை நோவால்ஜின் மாத்திரைகளை உட்கொள்கிறேன். மருத்துவமனை சென்று திரும்பியதில் வலிபற்றி அச்சம் எழத்தக்க குழப்பம் நீங்கி, என்னோடு நீண்டநாள் இருக்கும் நினைப்புடன் இந்தவலி இருக்கிறது என்பது புரிந்துவிட்டது.

மருத்துவமனையிலிருந்து சிறை செல்லும் ஏற்பாடு பற்றி, இராணி, பரிமளம் ஆகியோருக்குத் தெரியாது ஆகவே அவர்கள் வழக்கம்போல் அன்று மாலை வருவார்கள் – ஏமாற்றமடைவார்கள். இதைத் தவிர்க்க முடியுமா என்று எண்ணினேன் – மேலும் நான் படித்து முடித்துவிட்ட புத்தகங்களை வீட்டிற்குக் கொடுத்தனுப்ப வேண்டும். எப்படி? என்று எண்ணிக்கொண்டிருந்த நேரத்தில் தோழர் ஆசைத் தம்பி வந்தார் – அவரிடம் புத்தகக் கட்டைக் கொடுத்து வீட்டிலே சேர்த்துவிடும்படியும், நான் சிறைக்கு அழைத்துச் செல்லப்பட்டது பற்றிப் பரிமளத்திடம் கூறும்படியும்

தெரிவித்தேன். ஆசைத்தம்பி, அதற்கு முன்பே இரண்டொருமுறை என்னை வந்து பார்த்தார்–மிகுந்த உற்சாகமாகத் தேர்தல் பணிகளைக் கவனித்துக் கொண்டு வருவதாகக் கூறினார். சென்னையில் வெற்றி நிச்சயம் என்று உறுதியாகக் கூறினார். நான் விடுதலை ஆகிறவரையில் வைத்திருக்கப் போவதாகக் கூறி, 'தாடி' வளர்த்துக் கொண்டிருந்தார்.

மருத்துவ மனையில் எனக்குத் துணையாக இருந்து வந்த டாக்டர் மோகன் எனும் இளைஞர், நான் சிறைசெல்லக் கிளம்பும் போது, மெத்த வாட்டமடைந்தார். பல நாள்களாக, என்னுடன் பாசத்துடன் பழகிவந்த காரணத்தால், நான் மீண்டும் சிறை செல்வதறிந்து, ஒரு விதமான மனச்சங்கடம், அந்த இளைஞருக்கு. மருத்துவத் துறையில் ஈடுபட்டிருக்கும் இந்த இளைஞரின் தந்தை போலீஸ் துறையில் பணியாற்றி ஓய்வு பெற்றிருப்பவர்; தாயார் கல்வித் துறையில் சீரிய பணியாற்றிக் கொண்டு வருபவர்.

மருத்துவ மனையில் எனக்குக் கிடைத்த முதல் நண்பர், டாக்டர் கிருஷ்ணன் – இவர் கோவை மாவட்டத்தவர் – என்னிடம் மிகுந்த பற்றுக்கொண்டு, எனக்குப் பெரும் துணையாக இருந்துவந்தார். டாக்டர் இரத்தினவேலு சுப்பிரமணியம் அவர்களிடம், பயிற்சி பெற்றுக் கொண்டிருந்தார் –ஆகவே அவர் என்னைக் கவனித்துக் கொள்ளும் பொறுப்பிலும் இருந்தார். இனிய இயல்பு, அன்பு ததும்பும் மனம். மருத்துவத் துறைக்கு ஏற்றவர். அவருடைய பயிற்சிக் காலம் முடிந்து, அவர் வேறு இடத்தில் வேலை பெறச் செல்லவேண்டி ஏற்பட்டது. என்னை விட்டுவிட்டுப் போக மனமின்றி, ஒரு வாரம், எனக்காகவே, மருத்துவ மனையில் தங்கி இருந்தார். நான் மீண்டும் சிறைசெல்லும் வரையில், இருக்க எண்ணினார் – நான் வற்புறுத்தி, அவரை அவருடைய கடமையை மேற்கொள்ளச் சொன்னேன். டாக்டர் கிருஷ்ணன், தான் போவதற்கு முன்பு, என்னைக் கவனித்துக் கொள்ளும்படி, டாக்டர் மோகனிடம் தான் சொல்லி விட்டுச் சென்றார்.

இந்த இரண்டு இளைஞர்களையும் நான் என்றென்றும் மறப்பதற்கில்லை.

என்னைக் கவனித்துக்கொண்ட டாக்டர்களில், சுந்தரகாந்தி என்பவரும், சங்கர் என்பவரும் குறிப்பிடத் தக்கவர்கள். டாக்டர் சொக்கலிங்கம் எனும் என் நண்பரும் எனக்குத் துணை புரிந்தார்.

மருத்துவ மகளிர் பலர் உடன் பிறப்புகள் போன்ற அன்புடன் பணியாற்றி வந்தனர்.

நாவலரும், நடராசனும், கருணாநிதியும், வழக்கறிஞர் நாராயணசாமியும் அடிக்கடி வந்து என் உடல் நலம் குறித்து விசாரித்தவண்ணம் இருந்தனர். பாராளுமன்ற உறுப்பினர்கள் மனோகரன், ராஜாராம், முத்து ஆகியோரும், அரங்கண்ணல், சி. வி. ராசகோபால், கிட்டு, மற்றும் பலரும் பலமுறை வந்து அளவளாவினர்.

நகராட்சி மன்றத் தேர்தல்கள், நான் மருத்துவமனையிலிருந்தபோதே தொடங்கிவிட்டன. பம்பரம் போலச் சுழன்று அதிலே பணியாற்றும் என் தம்பிகளுடன் இருந்து பொறுப்பை ஏற்கும் வாய்ப்பை இழந்து, மொத்தச் சுமையையும் அவர்கள் தாங்கித் தத்தளிக்கும் நிலையை ஏற்படுத்திவிட்டு, நான் மருத்துவ மனையில் படுத்துக் கொண்டேன். தேர்தல் நிலைமைகளைப் பற்றி, களைத்துப் போய் இளைத்துப்போய், கருணாநிதியும் நடராசனும், நாவலரும் மற்றவர்களும் என்னிடம் வந்து சொல்லும் போதெல்லாம், அவர்களை இவ்வளவு தவிக்கச் செய்கிறேனே என்று என்னை நானே நொந்து கொண்டேன். எத்தனை விதமான இன்னல்கள்எத்தனை எத்தனை எரிச்சலூட்டும் நிலைமைகள் – எத்தகைய கொடிய, இழிதன்மை மிகுந்த எதிர்ப்புகள், என்னென்ன சிக்கல்கள், பிரச்னைகள், புகைச்சல்கள் – இவ்வளவுக்கும் இடையிலே அவர்கள் உழன்று கொண்டிருக்க, நான், மருத்துவ மனையில்! எனக்கு அதனை எண்ணும்போது மிகுந்த வேதனையாகக் கூட இருந்தது. ஆனால் அந்த வேதனைக்கிடையிலேயே மற்றவர்களின் சாமர்த்தியம் தெரிந்தது. எதையும் பொறுப்பேற்று செம்மையாகச் செய்திடும் ஆற்றல் மிக்கதோர் அணி அமைந்துவிட்டிருக்கிறது – நாமே முன்னின்று செயல்பட வேண்டும் என்ற நிலை எனக்கு இல்லை. என்னை மகிழ்விக்க வேண்டும் என்பதைத் தமது கடமையாக்கிக் கொண்டு பணியாற்றும் பண்பினர் கொண்ட பாசறையாகிவிட்டது

தி.மு.க. என்றெண்ணி, மன மகிழ்ச்சி பெற்றேன். முதல் கட்டத் தேர்தல் முடிவுகள் மருத்துவ மனையிலிருக்கும் போதே கிடைத்தன – நான் அகமகிழ்ந்தேன். இரண்டாம் கட்டத் தேர்தல் நடைபெறும்போது, நான் சிறைவந்துவிட்டேன். சிறையில், இரண்டாம் கட்ட முடிவுகளைக் கண்டேன் – களிப்புற்றேன். இறுதியாக, சென்னை மாநகராட்சித் தேர்தலில், கழகம் பெற்ற போற்றத்தக்க வெற்றி பற்றிய முழு விவரத்தைப் படித்துவிட்ட பிறகுதான், விட்ட இடத்திலிருந்து, இந்தக் குறிப்பினை எழுதத் தொடங்கினேன்.

நகராட்சி மன்றத் தேர்தல், மாநகராட்சி மன்றத் தேர்தல், இதிலே நமது கழகம் பெற்ற வெற்றிகள், அதனால் பெறப்படும் அரசியல் பாடம், இவை தனியாகவே விளக்கப்பட வேண்டிய, பிரச்னை. இந்தக் குறிப்பில் நான் பெற்ற மகிழ்ச்சியை மட்டுமே எடுத்துக் காட்டினேன். இந்த வெற்றிச் செய்தியைப் படித்து விட்டு, சாப்பிட உட்கார்ந்தபோது, இது சிறையாக அல்ல, சிங்கார மாளிகையாக மாறிவிட்டது. நீ சிறையில் இருக்கும் போதெல்லாம் இத்தகைய சிறப்பான வெற்றிகளை ஈட்டித் தருவோம் என்று கழகத் தோழர்கள் கூறுவது போலிருக்கிறது! வார்டர்களின் பார்வையிலே ஒரு பாசம், திடீரென்று மலருகிறது. அதிகாரிகளின் பேச்சிலே புதுமணம் வீசுகிறது. பூங்காற்று மிகுந்து வீசுகிறது. புள்ளினம் இசை பாடுகிறது. அந்த இன்ப உணர்ச்சியுடன், இன்றிரவு துயில் கொள்ளச் செல்கிறேன்.

25.2.64

பல நாள்கள் எழுதாதிருந்தால், மொத்த நிகழ்ச்சிகளைத் தொகுத்து, அளவைக் குறைத்து எழுதினேன். என் உடல்நிலை குறித்தும், தேர்தல்களைப் பற்றியும் எழுதிய போது, சிறையிலேயே ஏற்பட்டிருக்கிற மகிழ்ச்சி தரும் மாறுதலைக் குறிப்பிட மறந்துவிட்டேன். இப்போது நான் சிறை வந்த அன்று எந்தப் பகுதியில் நுழைந்தேனோ அதே இடத்தில்தான் இருக்கிறேன் – ஆனால் ஆறாம் எண் அறைக்கு வந்துவிட்டேன். நான் முன்பு இருந்த ஐந்தாவது – எண் அறையில், அன்பழகன் இருக்கிறார்; ஏழாவது அறையில் தையற்கலை ஆசிரியர் சுந்தரம்; எட்டாவது எண் அறையில் மதியழகன், கீழ்த் தளத்தில், தோழர்கள் பொன்னுவேல், வெங்கா, டி. எம். பார்த்தசாரதி.

என் 'தனிமை' ஒழிந்தது, இனிமை மலர்ந்தது. தானாக அல்ல – மெத்தக் கஷ்டப்பட்டு.

மருத்துவமனையிலிருந்து திரும்பியதும் பழைய இடத்துக்கே கொண்டு செல்வார்களோ என்றொரு கவலை, கலக்கம். அவர்களெல்லாம் இருக்கும் இடத்துக்கே அழைத்துக்கொண்டு போகக்கூடாதா என்று கேட்டேன். "இல்லை, அவர்களில் சிலர் இங்கு வருகிறார்கள்" என்று அதிகாரி கூறினார். அன்பழகன், மதியழகன், சுந்தரம் ஆகிய மூவரும் வந்தனர். தோளில் ஏற்பட்ட வலி, இருதய சம்பந்தமானது அல்ல என்று மருத்துவர் கூறிய போது ஏற்பட்ட, மன நிம்மதியும் மகிழ்ச்சியும் ஏற்பட்டது, மூன்று நண்பர் களும் என்னுடன் இருந்திட வந்தபோது, பிரிந்திருந்த நாள்களிலே ஏற்பட்ட நிகழ்ச்சிகள் பற்றிப் பேசி மகிழ்ந்தோம். விளையாட்டுச் சாமான்கள் கிடைத்ததும் குழந்தைகள் குதூகலமடைவதுபோல, ஏதோ ஒரு வித மகிழ்ச்சி, சிரிப்பு, பேச்சு!

அன்பழகனைச் சுற்றி, ஒரே வள்ளுவர் மயம்! ஆமாம்! பரிமேலழகரின் வள்ளுவர், பரிதியாரின் வள்ளுவர், வரதராசனாரின் வள்ளுவர், இலக்குவனாரின் வள்ளுவர், குழந்தையின் வள்ளுவர், நாமக்கல்லார் வள்ளுவர், கி. வா. ஜகந்நாதன் வள்ளுவர், மணக்குடவர் வள்ளுவர் இப்படிப் பலப்பல. திருக்குறள் ஆராய்ச்சி நூலொன்று திறம்பட ஆக்கிக்கொண்டிருக்கிறார் அன்பழகன். குறளாராய்ச்சி குறித்து உரையாடும் சுவைமிகு வாய்ப்பு எனக்குக் கிடைத்திருக்கிறது.

மதியழகன், சான்றுவிளக்க நூலும், அதுபோன்ற வேறு சட்ட நுணுக்க ஏடுகளையும் படிப்பதும், சட்ட சபைத் துறைக்கு இங்கிருந்த படியே, பல்வேறு பிரச்னைகள் பற்றி கேள்விகள் தயாரித்து அனுப்பு வதும், இடையிடையே, பல முன்னாள் – இந்நாள் பிரச்னைகள் பற்றி உரையாடுவதுமாக இருக்கிறார்.

சென்னை மாநகராட்சித் தேர்தல் முடிவு எப்படி இருக்குமோ என்று நான் குழம்பிக்கிடந்த போது, வெற்றி நமக்குத்தான் என்பதை, புள்ளிபோட்டே காட்டிவிட்டார். பெரும்பாலும், அவர் போட்டுக் காட்டிய புள்ளி' மெய்யாகி விட்டிருக்கிறது.

சிறுவர்களுக்கான உடை பற்றிய நூலொன்று தயாரித்துக் கொண்டிருக்கிறார், தோழர் சுந்தரம்.

நான் எழுதவேண்டும் என்று எண்ணிக் கொண்டுள்ள பிரச்னைக்குத் தேவைப்படும் ஏடுகள் பெற முடியாமல் திகைத்துக் கிடக்கிறேன்; கிடைக்கும் ஏடுகளைப் படித்துக் கொண்டிருக்கிறேன்.

அறப்போரில் ஈடுபடுவதற்காக நான் சென்னை புறப்படுவதற்கு முன் இரவு, திருவனந்தபுரத்தில் பேசினேன் – புலவர் கோவிந்தன் ஒரு காகிதக்கட்டு, மைக்கூடு, எழுதுகோல், ஆகியவற்றைக் கொடுத்து, "தக்கதொரு நூல் எழுதவேண்டும், சிறையில்" என்றார்.

சிறையில் உள்ள இடர்ப்பாடுகளை அவர் உணரவில்லை. அதிலும் இம்முறை, சிறையில் மிகுந்த கண்டிப்பு, கெடுபிடி!!

ஆறு புத்தகங்களுக்குமேல் அனுமதிக்க முடியாது. இப்படி ஒரு கண்டிப்பு,

அந்தப் புத்தகங்கள் அரசியல் சம்பந்தப்பட்டவையாக இருந்தால், அனுமதி மிகக் கடினம்.

புத்தகங்கள், இந்தச் சிறைக்குள்ளே நுழைந்ததும் நேரே எம்மிடம் வந்து சேரமுடியாது. ஒருவாரமோ, பத்து நாள்களோ, அவற்றுக்குக் கடுங்காவல் – அதிகாரிகளின் மேஜைக்குள்!

ஒரு வாரமாகிறது, 'அடக்குமுறைக் கொடுமை' பற்றிய ஓர் ஆங்கில ஏடு, இங்கே தரப்பட்டு, மிகுந்த ஆவலுடன் அந்தப் புத்தகத்தைக் கொண்டுவரச் சொல்லி இருந்தேன். புதிய வெளியீடு – 19ஆம் தேதி, பரிமளம் அந்தப் புத்தகத்தை என் எதிரில்தான் சிறை அதிகாரி ஒருவரிடம் கொடுத்தான் – அவர் மேலதிகாரியிடம் காட்டி, ஒப்புதல் பெற்ற பிறகு தருவதாகச் சொன்னார் – இன்றுவரை, புத்தகம் தரப்படவில்லை. தரப்படாதது மட்டுமல்ல, எங்கே இருக்கிறது என்றே தெரியவில்லை என்றும் சொல்லுகிறார்கள். – "இது 'அடக்குமுறை' பற்றிய புத்தகம் என்றவுடன் இந்த நாட்டு நிலைமை – இந்தச் சர்க்கார் செய்திடும் கொடுமை பற்றிய புத்தகமோ என்று எண்ணிக் கொள்ளாதீர்கள், ஐயா! இது அடக்குமுறை எனும் பிரச்னை பற்றி, மேனாட்டார் ஒருவர் வெளியிட்டுள்ள புதிய புத்தகம்" என்றுகூட மேலதிகாரியிடம் விளக்கம் சொன்னேன். அதையும் கேட்டுக்கொண்டார்.

அதுதான் அவர் எனக்காகச் செய்தது. புத்தகம் என் கைக்கு வரவில்லை. சட்டமும் சமுதாயமும் என்பது பற்றி ஒரு நூலெழுத விரும்புகிறேன். அதற்காகப் பல ஏடுகள் தேவை – எங்கே கிடைக்கப் போகின்றன?

சிறையில் இம்முறை இத்தனை கண்டிப்பு இருப்பதன் காரணம், புதிய சிறை அமைச்சருடைய 'பெருந்தன்மை' தான் என்று தெரிகிறது. தெரிந்து?

வாரத்துக்கு ஒரு முறை, கைதிகளை, நண்பர்கள் உறவினர்கள் வந்து பார்க்கலாம் என்பது சிறைக்கான விதிகளில் ஒன்று.

உறவினர்கள் மட்டுந்தான் பார்க்கலாம், நண்பர்கள் கூடாது என்று இம்முறை ஆக்கிவிட்டிருக்கிறார்கள். சுயராஜ்யம் மலரமலர அத்துணை மணம் வீசுகிறது! நண்பர்களும் வந்து பார்க்கலாம் என்றிருக்கும் விதியைக் காட்டி, முதலமைச்சரிடம் பேசிப்பாருங்கள் என்று நாவலரிடம், மருத்துமனையில் இருக்கும்போது சொல்லிவிட்டு. வந்தேன். முயற்சிசெய்து பார்க்கிறேன் என்றார்.

28.2.54

இன்று, நாவலரும், கருணாநிதியும், எம். ஜி. ராமச்சந்திரனும், கே. ஆர். ராமசாமியும், என்னைக் காண வந்திருந்தனர், முதலமைச்சரிடம் நாவலர் பேசியதன் விளைவு. எல்லாரும் களைத்துப் போயிருந்தனர். தேர்தல் அலுப்பு! எல்லாருடைய கண்களும் கீதம்பாடின – தேர்தல் வெற்றியின் விளைவு.

பேரறிஞர். அண்ணாவின் – தன் வரலாறு: நாங்கள் பேச உட்கார்ந்த இடத்தில் – பக்கத்தில் – சிறையின் மேலதிகாரிகள் இருவர் உட்கார்ந்து கொண்டனர் – என்ன பேசிவிடு கிறோமோ, என்ற கவலையுடன். அவ்வளவு கண்காணிப்பு. ஒருவருக்கொருவர் நலம் விசாரித்துக் கொண்டோம் – மாநகராட்சித் தேர்தலில், சில இடங்களில் ஏற்பட்ட தோல்விகள் பற்றிக் காரணம் கேட்டறிய விரும்பினேன். எப்படிக் கேட்பது? அரசியல் பேசக் கூடாதே! ஆகவே மதுரை வழக்கு எப்போது, சட்டசபை எப்போது கூடுகிறது, மோட்டாரில் தானே வந்தீர்கள், என்ற இவைபற்றித்தான் பேசினோம். பல நாள்களுக்குப்

பிறகு சந்திக்கிறோம். பேச முடிந்ததோ, இவ்வளவுதான்; இதற்குள்ளாகவே ஓர் அதிகாரி தமது கடிகாரத்தைப் பார்த்துக் கொண்டார். இந்தச் சூழ்நிலையின் சங்கடம் எனக்கு மிகவும் வெறுப்பாக இருந்தது. விரைவிலே பேசி முடித்து, அவர்களை அனுப்பிவிடுவதே நல்லது என்று தோன்றிவிட்டது.

ஓர் அதிகாரி சொன்னார், ''பத்திரிகைகளில் எதையாவது போட்டு விடுகிறார்கள் – 'இன்னின்னார் வந்தார்கள், அண்ணாதுரை யிடம் யோசனை கேட்டார்கள் என்றெல்லாம். அது, பல கேள்விகளை எழுப்பிவிடுகிறது; எங்களுக்குச் சங்கடமாக இருக்கிறது'' என்று.

சிறையில் இம்முறை உள்ள நிலைமைக்குக் காரணம் ஏதேனும் கூறவேண்டும் போல, அதிகாரிகளுக்கே தோன்றுகிறது போலும்!

நான் சொன்னேன், ''பத்திரிகைகளில் வருவது பற்றிக் கவலைப்படுவதானால், இங்கு எங்களைக் காணவருகிறவர்கள் மணிக்கணக்கில் காத்துக்கிடக்கும் கொடுமை, எங்களுக்கு எந்தவிதமான பொருளும் தருவித்துக் கொள்வதிலே இருக்கும் தடை. இவைபற்றி எங்கள் பத்திரிகைகளில் வெளியிட முடியுமே – அது விரும்பத்தக்கதா?'' என்று கேட்டேன். அதிகாரி அதற்கு ஏதும் பதில் சொல்லவில்லை – ''நாங்கள் சர்க்காருடைய உத்தரவின்படி நடந்துகொள்ள வேண்டியவர்கள்' என்றார். நான், ''நீங்கள் எவ்வளவு உண்மையாக நடந்துகொண்டாலும், எங்களிடம் எவ்வளவு கண்டிப்பாக நடந்துகொண்டாலும், அதனாலேயே உங்களுக்கு நல்லபெயர் வந்துவிடும், சர்க்கார் அதற்காகவே உங்களைப் பாராட்டிவிடும் என்று நம்பிவிடாதீர்கள்'' என்று சொன்னேன். பொதுவாகப் பார்க்க வருபவர்கள் மனம் சங்கடம் அடையும்படியான சூழ்நிலை இங்கு ஏற்படுத்தப்படுகிறது. நண்பர்கள், நிலையை அறிந்து கொண்டு, விடைபெற்றுக் கொண்டு சென்றனர். அதிகாரிகள் முகம் மலர்ந்தது. நண்பர்கள் பார்த்தசாரதி, வெங்கா, பொன்னுவேல் ஆகியோரையும், நான் தங்கி இருக்கும் பகுதிக்கே அனுப்பிவிடலாமே என்றேன் – சரி என்று அதிகாரி ஒப்புக்கொண்டு 'நீங்கள் காலையில் 7.30லிருந்து மாலை 4 மணி வரையில் சிறை உடுப்பில் தான் இருக்க வேண்டும்'

என்றார். 'சரி' என்றேன். நான் சிறை உடுப்பில் இருப்பதை அவர் பார்க்கவில்லை போல் தெரிகிறது. நூல் நூற்க வேண்டும் என்றார். "எனக்குக் கைவலி அடியோடு போகவில்லை, இந்த நிலையில் நூற்பது இயலாது" என்றேன். அதிகாரிகளின் இதயம் எவ்வளவு இளகியது என்பதைக் காண ஒரு சந்தர்ப்பம் கிடைத்தது. கைவலி காரணமாக நூற்க இயலாது என்று நான் சொன்னவுடன், அதிகாரிகளில் ஒருவர், "தேகப்பயிற்சி செய்யச் சொன்னாரே டாக்டர்" என்று கருணை பொழிந்தார். "ஐயா! டாக்டர் செய்யச் சொன்ன தேகப்பயிற்சி வேறு, நூல் நூற்பது வேறு" என்று நான் கூறிவிட்டு வந்தேன்.

27.2.64

பார்த்தசாரதி, வெங்கா, பொன்னுவேல், மூவரும் இங்கு வந்து குடியேறினார்கள் – ஐவர் அணி, மீண்டும் ஒன்று கூடிற்று என்று மகிழ்ச்சி அடைந்தார்கள். பொன்னேரியில் சுந்தரமும், காஞ்சிபுரத்தில் பார்த்தசாரதியும், பூவிருந்தவல்லியில் பொன்னுவேலுவும், செங்கற்பட்டில் வெங்காவும் சிறை வைக்கப்பட்டிருந்த சம்பவம் முதற்கொண்டு, தொடர்ந்து நடைபெற்ற பல சம்பவங்களைச் சொல்லச் சொல்லிக் கேட்டுக்கொண்டிருந்தேன்.

இன்று மாலை, காஞ்சிபுரம் மறியலில் ஈடுபட்டு சிறைத்தண்டனை ஏற்றிருக்கும் கேசவன் குழுவினர், சிறை உடையில், உட்புறம் அழைத்துச் செல்லப்பட்டதைக் கண்டேன். அடையாளம் தெரியவில்லை. சிறை உடை அத்துணை அலங்கோலத்தைக் கொடுத்து விட்டது. நேற்று, சின்னசாமி குழுவினரும், பிறகு சட்டமன்ற உறுப்பினர் இராமசாமியும் சிறைக்குக் கொண்டு வரப்பட்டனர். இராமசாமியை நான் பார்க்க முடியவில்லை. அவர்கள் வேறு பகுதியில் வைக்கப்பட்டுள்ளனர். சிறை வார்டர்கள் மூலமாக அவர்களைப் பற்றிய செய்தி அறியலாமா என்றால், ஒருவரும் பேசுவதில்லை – அவ்வளவு அச்சம் ஊட்டப்பட்டிருக்கிறது! இன்று மாலை, எங்கள் பகுதியின் நுழைவு வாயிலருகே, தரையில் பாய் போட்டு, உட்கார்ந்து கொண்டு, தேய்ந்துபோன நிலையில் உள்ள கைதிகளை, வார்டர்கள் உட்புறம் அழைத்துக் கொண்டு போவதைப் பார்த்துக் கொண்டிருந்தேன். இவர்கள் பல்வேறு குற்றங்கள்

செய்ததற்காக இங்கு கொண்டு வரப்பட்டிருக் கிறார்கள். இங்கு இவர்கள் இருக்கும் நிலையைப் பார்க்கும்போது, விடுதலை பெற்று, செய்யும் தொழில் கிடைக்கப்பெற்று, புதுவாழ்வு பெறப் போகிறார்களா என்பதை எண்ணிக் கொண்டேன். வெளியில் இருந்தபோது, நாணயமான தொழில் நடத்திப் பிழைக்க முடியாமல், குற்றம் இழைத்தார்கள்; உள்ளே வந்ததன் காரணமாக, எந்தத் தொழிலுக்குமே இலாயக்கற்ற 'உருவங்கள்' ஆகிவிடுகிறார்களே, இவர்கள் இனி வெளியே போய் என்ன பலன் காணப்போகிறார்கள் என்பதை எண்ணிய போது, மிகுந்த கவலையாகிவிட்டது. இந்தக் கவலையுடனேயே இன்றிரவு படுக்கச் செல்லவேண்டும் போலிருக்கிறது.

28.2.64

சிறை, எதனாலே கொடுமையானதாகிறது என்பது பற்றி யோசித்துப் பார்த்தேன்; அறையில் போட்டு அடைத்துப் பூட்டி வைக்கிறார்கள் என்பதால் மட்டுமன்று, அதிகாரிகளின் அக்கறை அற்ற போக்கு மனத்துக்குச் சங்கடம் தருகிறது என்பதால் மட்டுமல்ல, கொடுமைக்கு மிக முக்கியமான காரணம், ஒரு நாள் போலவே மற்ற எல்லா நாள்களும் உள்ளன! ஒவ்வொரு நாளும், வேக வேகமான நினைப்புகளில் நடவடிக்கைகளில், தம்மை ஈடுபடுத்திக் கொண்டுள்ளவர்கள், எல்லா நாள்களும் ஒரே விதமாகவே தோற்றமளிக்கும்படியான நிலை, சிறையில் இருப்பதைத் தான். தாங்கிக் கொள்ள முடியாத கொடுமை என்று உணருவார்கள். ஒரு நாள் நடவடிக்கையை, விவரித்தால், அதுமற்ற எல்லா நாள்களுக்கும் பொருந்துவதாக அமைந்துவிடும். இன்று என்ன நிகழ்ச்சிகள் என்று கணக்கிட்டுக் காட்டுகிறேன் – காலையில் எழுந்து, காலைக் கடன்களை முடித்துக்கொண்டு, சிறை உடை அணிந்துகொண்டேன். மெத்த அன்புடன், முகமலர்ச்சியுடன் தோழர் பார்த்தசாரதி தோசை கொடுத்துச் சாப்பிடச் சொன்னார் – அவருடைய முகம் எவ்வளவு மலர்ந்திருந்ததோ அந்த அளவுக்கு தோசை' என்ற பெயர் படைத்த அந்தப் பண்டம், கறுத்து, வறண்டு போய் இருந்தது. கோதுமை மாவினாலே செய்யப்பட்ட மெல்லிய அடை! பிறகு காபி; நிறத்தாலே அந்தப் பெயர் பெறுகிறது. மணத்தாலும் சுவையாலும் அல்ல. பிறகு நூற்பு வேலை –

இழையின் நீளம் எவ்வளவு என்பதைவிட எத்தனை முறை அறுந்தது என்பதுதான் என் நினைவிற்கு வருகிறது. பிற்பகல் 1 மணிக்குச் சாப்பாடு. காலையில் ஒன்பது அல்லது பத்து மணிக்கெல்லாம் செய்யப்பட்டு நன்றாக சில்லிட்டுப் போன நிலை யில், எங்களுக்காக உட்புறமிருந்து கொடுத்தனுப்பப்படும் சோறு, பருப்பு கலந்த குழம்பு – கலந்த என்று உபசாரத்துக்காகச் சொல்கிறேன் – துறவிகள் உலகிலே வாழ்ந்தாலும் பற்றற்று இருப்பார்கள் என்கிறார்களே அதுபோல. பருப்பும் குழம்பும் ஒரு குவளையில் உள்ளன – ஒன்றுக்கொன்று பாசமற்று! எனவே சுவை இருப்பதில்லை. கருநிறமுள்ள, ரசம்! பிறகு, எங்களுக்கு அளிக்கப்படும் (காபிக்காக) பாலிலிருந்து நாங்களே தயாரித்துக் கொள்ளும் தயிர்; பொரியல் ஒன்று உண்டு – ஒவ்வொரு நாளும். ஆனால் அதனை நான் குறிப்பிடாததற்குக் காரணம், நான் அதனைப் பயன்படுத்தாததுதான். பயன் படுத்தியவர்கள் படும் கஷ்டத்தை மட்டும் பார்க்கிறேன். ஒரு விவாதமே நடத்துகிறார்கள், பொரியலில் போட்டிருப்பது என்ன பண்டம் – என்ன கறி – என்பது குறித்து.

சாப்பாட்டுக்குப் பிறகு ஒரு மணி நேரம் ஓய்வு.

பிறகு, மறுபடியும் நூற்பது – நூற்பு முயற்சி.

ஆறு மணிக்கு, அறையில் போட்டு அடைத்து விடுகிறார்கள் – தனித்தனி அறையில்,

அந்த நிகழ்ச்சிகள் ஒவ்வொரு நாளும்.

பாராளுமன்றத்துறையில் படிப்படியாக முன்னேறிக் கொண்டு வரும் இந்தக் கட்டத்தில், ஓர் ஆங்கில இதழ், குறைந்த அளவு வார இதழாவது, கழகத்துக்கு அவசரமாகத் தேவை என்பது பற்றி, மதியழகன் வலியுறுத்திச் சொன்னார். நான் நடத்திக்கொண்டு வந்த ஆங்கில வார இதழ் நிறுத்தப்பட வேண்டி ஏற்பட்ட நிலைமைகளை எடுத்துக் கூறினேன். எத்தனை சங்கடம் இருந்தாலும், வெளியே வந்ததும், மறுபடியும் ஆங்கில வாரப் பத்திரிகையைத் தொடங்கியாக வேண்டும் என்ற உறுதி ஏற்பட்டிருக்கிறது. இந்த இன்பநினைப்பை அணைத்தபடி இன்று துயிலச் செல்கிறேன்.

29.2.54

“எவனொருவன் இந்திரியங்கள் எனும் துட்டக் குதிரைகளுக்கு அறிவெனும் கடிவாளமிட்டு அடக்கி, நன்னெறி எனும் பாதையிலே செலுத்துகிறானோ, அவனே அரனடி எனும் திருத்தலத்தை அடைவான். இடையே இச்சை எனும் நச்சுக்கொடி கிடக்கும்; பச்சென்று இருக்கிறதே என்று பார்த்தாலோ சிக்கினோரைச் சீரழிக்கும். அதற்கு நிராசை எனும் சாட்டை கொண்டு குதிரையைத் தட்டவேண்டும்”.

மட அதிபரின் பேச்சல்லவா? இதை ஏன், சிறையில் உள்ள நான் எடுத்துக் கூறுகிறேன் என்று எண்ணுகிறீர்களா.

நான் இல்லை. நண்பர் மதியழகன் இன்று, மடாதிபதி போலவே, எங்கள் அறையில் உள்ள ‘சிமெண்ட்’ திண்ணையில் உட்கார்ந்துகொண்டு, இதுபோலப் பேசினார். பேச்சு அன்று; இது பாடம். ‘சந்திரோதயம்‘ என்ற நாடகத்தில் அவர் அழகூர் மடாதிபதியாக வேடம் தாங்கிப் பேசுவது. அதனை இன்று நினைவுபடுத்திக் கொண்டார். ஏன் என்கிறீர்களா? நமது கழகப் பிரசாரத்துக்காக, முன்பு நாடகங்கள் நடத்துவோமே – அது நின்றுபோய்விட்டது நல்லதன்று, மறுபடியும் நாடகங்கள் போட வேண்டும் என்ற யோசனை பற்றிய பேச்சு எழவே, மதி, இந்த மடாதிபதி உரையை எடுத்துக்கூறி, சட்டசபையில் மடாலயங்கள் பற்றிய விவாதத்தின்போது, இந்த வாசகங்களை, தான் கூறியதாகச் சொன்னார். அமைச்சர்கள்கூட மகிழ்ச்சி அடைந்தார்களாம். நாடகங்கள் நடத்துவது பற்றி பேச்சு வளர்ந்து, பொதுவாக, கழகப் பிரசார முறைகள், அளவு ஆகியன பற்றிய விவாதமாக மலர்ந்தது. இம்முறை மாநகராட்சி மன்றத் தேர்தலில், நமது கழக ஆதரவுக்காக மறைந்த நகைச்சுவை அரசர் என்.எஸ். கிருஷ்ணனின் மகன் கோலப்பன் வில்லுப்பாட்டும், சேதுராசன் பலகுரல் நிகழ்ச்சியும், நல்ல முறையில் நடத்தி இருக்கிறார்கள் என்பதை இதழ்களில் கண்டோம். அதுபற்றி நான் மகிழ்ச்சியுடன் பாராட்டினேன். நாடகங்கள் தேவைதான் – ஆனால் நான் இனி நடிப்பது இயலாது – நீங்களெல்லாம் நடிக்கலாமே என்று அன்பழகன் ஆகியோரிடம் கூறினேன். அவர்களுக்கு விருப்பம் எழுந்ததை உணர்ந்து மகிழ்ந்தேன்.

நாடகம் எழுதிக் கொடுங்கள் என்று கேட்டார்கள். ‘‘ஆகட்டும், பார்க்கலாம்‘‘ என்று காமராஜர்போலச் சொன்னேன்.

இன்று, தோழர்கள் மதியழகன், அன்பழகன், சுந்தரம், ஆகியோரைக் காண, அவர்கள் வீட்டிலிருந்து வந்திருந்தார்கள். பரிமளம் வரக்கூடும் என்று சிறை மேலதிகாரி கூறியதாகக் கேள்விப் பட்டேன், வரவில்லை. ஒரு சமயம், காஞ்சிபுரம் போயிருக்கக்கூடும் என்றெண்ணுகிறேன்.

1.3.64

மார்ச்சு மாதம் – தொடங்கிவிட்டது – துவக்க நாள் ஞாயிற்றுக்கிழமை – ஞாயிற்றுக்கிழமை, சிறையிலே சந்தடியற்ற நாள்.

பகலெல்லாம், நிரம்பப் பேசிக்கொண்டிருந்தோம் – கோவையாக ஒரே விஷயத்தை இல்லை, பல விஷயங்களைப் பற்றி.

வெங்கா, திறமையாக நூற்பு வேலை செய்கிறார்; எனவே, அவரிடம் பயிற்சி பெற முனைந்தேன்.

இன்று பிற்பகல், விலைவாசிக் குறைப்புப் போராட்டத்தின் போது வேலூர் சிறையில் இருந்தது பற்றிய விவரங்களை, நானும் பொன்னுவேலுவும், மற்றவர்களிடம் கதை கதையாகச் சொன்னோம். அவர்களிடம் அது பற்றிப் பேசிக்கொண்டிருக்கும் போதே, இரவெல்லாம் பேசித் தொல்லை கொடுப்பதால் முகத்தைச் சுளித்துக் கொள்ளும் என் அருமை நண்பர் ராஜகோபால் என் மனக்கண்முன் வந்து நின்றார். தேர்தலில் தோற்றுவிட்டதால், மெத்தவும் திகைத்துப் போயிருப்பார் – என்னை வந்து பார்த்துவிட்டுச் சென்றிருந்தாலாவது சிறிது ஆறுதலாக இருந்திருக்கும் – வரக்காணோம். வேலூர் சிறை நிகழ்ச்சி பற்றி பேச்சு நடைபெற்றதும், சாரதியின் உரத்த குரல், சண்முகத்தின் வெடிச் சிரிப்பு, வடிவேலுவின் உருக்கமான பாட்டு, தருமலிங்கத்தின் பாகவதர் பாடல், எல்லாம் நினைவிற்கு வந்தன. அந்தச் சிறையில் கழகத் தோழர்கள் பல நூறு பேர், ஒரே பகுதியில், காவலில் வைக்கப்பட்டிருந்ததால், ஒருவருடன் ஒருவர் பழக வாய்ப்பிருந்தது.

தோழர் சுந்தரம் எனக்குப் பல ஆண்டுகளாக நண்பர்; அன்பழகனுக்கு நெருக்கமான நண்பர்; ஆனால் சிறைபுகக் கூடியவர் என்று நான் எண்ணினதில்லை. என்னிடம் அவர் அறப்போரில் ஈடுபடப் போவதாக, மற்றவர்கள் சொன்னபோது, நான் முதலில் நம்பவில்லை. பிறகு, தடுத்தும் பார்த்தேன். இன்று, அவரிடம், சிறை செல்லும் துணிவும் விருப்பமும் எப்படிப் பெற முடிந்தது என்பது பற்றிக் கேட்டேன். "என் பங்கை நான் செலுத்த வேண்டும் என்ற உணர்வு கொண்டுதான் நான் ஈடுபட்டேன்" என்று அவர் கூறினார். "சிறையில், சங்கடமும், சலிப்பும், பயமும் ஏற்படவில்லையா?" என்று கேட்டேன். முதலில், என்னைத் தனியாக, பொன்னேரியில் கொண்டுபோய் அடைத்தார்களே, அப்போது சங்கடமாகவும், பயமாகவும் இருந்தது. நல்ல மழை. நான் இருந்த அறையிலே விளக்கும் இல்லை. பாம்பே கூட நுழைந்துவிட்டது. அப்போதுதான் பயப்பட்டேன். இங்குவந்த பிறகு, சங்கடமாகத் தோன்றவில்லை" என்று கூறினார். *

மொழிகாத்திடும் தூயநோக்குடன், தன்னைத்தானே தீயிலிட்டுக் கொண்ட தியாகச் செம்மல் சின்னசாமி பற்றி, நாலு நல்லவார்த்தை எழுதக்கூட மனம் வரவில்லையே இந்த இதழ்களுக்கு! தியாகத்தைக்கூட அல்லவா, பழிக்கிறார்கள் என்று எண்ணி, மிக்க வேதனையுற்றோம். நான் சொன்னேன், "இதழ்களில் சின்னசாமி இடம் பெறாமலிருக்கலாம்; ஆனால் தமிழ் உணர்வு உள்ளோர் இதயங்களிலெல்லாம் இடம்பெற்று விட்டான் – சின்னச்சாமி உயிருடன் இருந்த நாள்களில் கழகத்திலுள்ள பல இலட்சம் இளைஞர்களில் ஒருவன் – குறிப்பிடத்தக்க நிலையைக் கழகத்தில் பெற்றவனாகக் கூட இருந்ததில்லை – ஆனால் தியாகத் தீயில் குளித்த அந்தத் தீரன் இன்று கழக வரலாற்றிலே மட்டுமல்ல, தமிழக வரலாற்றிலேயே ஓர் உன்னதமான இடத்தைப் பெற்றுவிட்டான் – இதழ்க்ள அந்த இணையற்றவனைப் பற்றி எழுதாவிட்டால் என்ன அவன் தன் பெயரை வரலாற்றிலே பொறித்துவிட்டான்" என்று கூறினேன்.

இதிலிருந்து, எங்கள் பேச்சு, பொதுவாக இந்தி எதிர்ப்புப் பிரச்னை பற்றித் தொடர்ந்தது. தமிழகத்திலே, ஆச்சாரியார்

அமைச்சர் அவையின் போது நடைபெற்ற இந்தி எதிர்ப்பின் போது, தமிழ்ப் புலவர்கள் பலரும் சீரிய பங்கெடுத்துக் கொண்டனர், இம்முறை அந்த அளவுக்கு இல்லையே. ஏன்? என்பது பற்றி யோசித்தோம். அப்போது, உண்மைக்காகப் பரிந்து பேசுபவருக்கு உத்தியோகம் போய்விடாது என்ற நிலைமை இருந்தது. இப்போது 'வணக்கம்' என்று கூறிடும் தமிழ் ஆசிரியர்களுக்கே, வந்தது ஆபத்து என்ற நிலை இருக்கிறதே, அதனால்தான், அவர்கள் மனம் எவ்வளவு துடித்தாலும், இந்தி எதிர்ப்பிலே ஈடுபட முடியாது இருக்கிறது என்பதை எடுத்துக்காட்டிவிட்டு, இந்த நிலையிலும், ஔவை. துரைசாமி போன்ற அருந்தமிழ்ப் புலவர்கள், தீக்குளித்த சின்னசாமி குறித்து எழுச்சியுடன் பாடல் புனைந்து வெளியிட்டுள்ளனர். அந்தப் பாடல்களைப் பன்முறையும் படிக்கலாம், படிக்கப் படிக்க பட்டமரம் துளிர்ப்பது போல, மொழிப் பற்று அற்ற நிலை பெற்றவர்கட்கும் மொழி ஆர்வம் ஏற்படும் என்று சொன்னேன்.

இன்று மாலை, பரிமளம் என்னைக் காணவரக் கூடும் என்று எதிர்பார்த்தபடி இருந்தேன். வரவில்லை.

வெங்காவைக் காண அவர்கள் வீட்டிலிருந்து வந்திருந்தார்கள். பரிமளம் வராமற் போனது பற்றிய வருத்தம், வெங்கா, தன் வீட்டாரைக் காணச் சென்றபோது, அதிகமாயிற்று, ஒரு கணம். பிறகு நானே வெட்கப்பட்டுக் கொண்டேன். என்னைவிட எவ்வளவோ இளமைப் பருவத்தில் உள்ளவர் வெங்கா. அவருக்கு ஆவல் எழுவதை விட, எனக்கு எழுவது கூடாதல்லவா! ஆகவே, சரி, இன்று இல்லாவிட்டாலும், நாளை பரிமளம் வரக்கூடும் என்று எனக்கு நானே கூறிக்கொண்டேன்.

அடுத்த நாளிலிருந்து, நாங்கள் இங்கேயே சமைத்துக் கொள்வது என்று ஏற்பாடாகி இருக்கிறது. அதற்கான பாத்திரங்கள் தரப்பட்டுள்ளன.

நாளைக் காலையில், 'பைல்' – அதாவது கைதிகளை அதிகாரிகள் வரிசையாக நிற்கவைத்துப் பார்வையிடும் நாள். ஒவ்வொரு செவ்வாய்க்கிழமையும் இந்தத் திருநாள்'.

நான் இருக்கும் இடத்தில் இருந்தபடியே, இன்று, உறவினரைக் காணச் சென்ற, அரக்கோணம் சட்டமன்ற உறுப்பினர்

இராமசாமியைக் கண்டேன். சிரித்த முகத்துடன் தான் காணப்பட்டார் – ஆனால் மனத்துக்குள் என்னை நிச்சயமாகத் திட்டிக்கொண்டிருப்பார்!

மெத்தவும் ஒதுங்கிப்போகும் ஆசாமி! இந்தத் தேர்தலிலேயே, நான் வலுக்கட்டாயப்படுத்தி, அவரை நிற்கச் செய்தேன்; நமக்கு எதற்கு, நமக்கு வேண்டாம், என்று ஒதுங்கிவிடுபவரை, தேர்தல் களத்திலே இறங்கி விட நான் வெகுபாடுபட்டடேன். அத்தகைய ஆசாமி, சிறையில்? அவரோ, அவருடைய குடும்பத்தினரோ, கனவிலேகூட இப்படி ஒரு நிலை ஏற்படும் என்று நினைத்தே இருக்கமாட்டார்கள். அவருடைய மைத்துனர், பழம்பெரும் காங்கிரஸ்காரர்!! அமைச்சர் பக்தவத்சலத்தின் பல வலக் கரங்களில் ஒருவர். ராமசாமி சிறைபுகும் அளவுக்கு நான் அவரைக் கெடுத்து விட்டேன் என்றுதான் அவர்களெல்லாரும் எண்ணிக் கொள்வார்கள். ஆனால் உண்மையைச் சொல்லுகிறேன், சிறைக்குச் செல்லும்படி நான் இராமசாமியிடம் கூறினதே இல்லை. மொழி ஆர்வத்தால் எழுந்துள்ள சூழ்நிலை வேகம், அவரை, இங்கு கொண்டு வந்து தள்ளிவிட்டது – அவ்வளவே.

மாநகராட்சி மன்றத் தேர்தலில் வெற்றிபெற்ற லோகநாதன், இங்கு இருக்கிறார், அல்லவா! அவரை இன்று காணும் வாய்ப்பு கிடைத்து. அதிகாரியிடம், அதற்கான அனுமதியை அவர் எப்படியோ பெற்றிருக்கிறார். அவரைக் காண, இன்று என்னை, வேறொரு பகுதிக்கு அழைத்துச் சென்றார்கள். “சி” வகுப்பு உடையில் லோகநாதன் இருந்தார் – நானும் கைதி உடையில் தான் – அவர் அரைக் கை, அரைக் கால் – எனக்கு முழுக் கை; முழுக்கால் சட்டை! என்னைக் கண்டதும் உணர்ச்சி வயப்பட்டு, காலைத் தொட்டு வணக்கம் செய்தார் – என் மனம் மெத்தவும் உருகிவிட்டது. சில விநாடிகள் பேசிக் கொண்டிருந்தோம். ‘கார்ப்பரேஷன் கவுன்சிலர்’ ஆகிவிட்டதால், ஒரு சமயம் இன்னும் ஒரு வாரத்தில், ‘பி’ வகுப்பு தரப்படக்கூடும் என்று நான் சொன்னேன் – “பரவாயில்லை” அண்ணா! இன்னும் சில மாதங்கள்தானே – ‘சி வகுப்பிலேயே இருந்துவிடுகிறேன்” என்று லோகநாதன் சொன்ன போது, எத்துணை எழுச்சியும் கடமையுணர்ச்சியும் கொண்ட பண்பாளர்கள் இந்தக் கழகத்திலே இருக்கிறார்கள் என்பது பற்றி எண்ணிப்

பெருமிதம் அடைந்தேன். அந்த மகிழ்ச்சியுடன், இன்று துயிலச் செல்கிறேன் – காலையில் எழுந்து ஒழுங்காகக் கைதி உடை உடுத்திக்கொண்டு, அடக்கமாக, வரிசையில் நிற்கவேண்டுமே – கைதி என்பதற்கான பில்லையுடன்.

3.3.64

இன்று 'கைதிகளை சிறை அதிகாரிகள் பார்வையிடும் நிகழ்ச்சி நடைபெற்றது, இதற்கு முன்பு நான் சிறைப்பட்டிருந்தபோது, இந்த நிகழ்ச்சியில் கலந்து கொள்வதிலிருந்து எனக்கு விலக்கு அளிக்கப்பட்டிருந்த நினைவு வந்தது. இம்முறைதான், சிறையில் புதிய நிர்ப்பந்தங்களாயிற்றே – ஆகவே, நானும் மற்றக் கைதிகளுடன் வரிசையில் நின்றேன். சிறை அதிகாரிகள் நடத்தும் இந்தப் பார்வையிடும் நிகழ்ச்சி, ஓரளவு 'இராணுவ' முறைபோலவே அமைந்திருந்தது. கைதிகளின் உடைகள், பயன்படுத்தும் தட்டுகள் குவளைகள் ஆகியன ஒழுங்காக்கப்பட்டு, கைதிகளும் 'சுத்தமாக இருக்கும் நிலை ஏற்படுகிறது. மிக முக்கியமாக, கைதிகள் தங்களுக்குத் தரப்பட்டுள்ள எண் குறிக்கப்பட்டுள்ள பில்லைகளைப் பளபளப்பாக்கிக் கொள்கிறார்கள். எனக்குத் தரப்பட்டுள்ள பில்லை 'யின்படி நான் கைதி எண் 6342, சுந்தரம் 6343, பொன்னுவேல் 6344, வெங்கா 6345, பார்த்தசாரதி 6346 – ஐவராயிற்றே அறப்போரின் முதல் அணி! இன்று சுந்தரம் முககூஷவரம்' செய்து, கொள்ளாதிருந்தது கண்டு சிறை மேலதிகாரி, வேடிக்கையாக, "என்ன திருப்பதி போகப் போகீறீரா?" என்று கேட்டுவிட்டுச் சென்றார்.

வழக்கமான நிகழ்ச்சிகள் பிறகு தொடங்கின.

அன்பழகன், முன்னாள் இரவு திருக்குறள் ஆராய்ச்சி நடத்தியதில் சில பற்றி எடுத்துரைத்தார். 'பலர் திருக்குறளுக்கு உரை எழுதி இருக்கிறார்கள் என்றாலும், நுண்ணறிவுடன் மேலும் பல உரைகள் எழுதுவதற்கான வாய்ப்பும் தேவையும் இருக்கிறது' என்பது அன்பழகன் பேசும்போது தெரிகிறது. பொதுவான 'உரையில், ஒருவர் எழுதுவதற்கும் மற்றவர் எழுதுவதற்கும் அதிகமான அளவு மாறுபாடில்லை – இருக்க முடியாது – என்றாலும், சில இடங்களில், சிறப்புரையும் புதுமை

உரையும் பெற வழி இருக்கிறது. ஏனோதானோ வென்றோ, எடுத்தேன் கவிழ்த்தேன் என்றோ, வலிந்து பொருளையும் கருத்தையும் திணித்தோ உரை எழுதக்கூடாது. புதுமைக் கருத்து கூறுவதாயினும், பொருத்தம் பார்த்து, கற்றோர் ஏற்றுக்கொள்ளத் தக்கதுதான்' என்று கூறத்தக்க முறையில் அமைய வேண்டும் என்பதிலே, அன்பழகன் மிகுந்த அக்கறை காட்டுகிறார்.

குறளில் வரும் தென்புலத்தார்' எனும் சொல் குறித்துப் பேசத் தொடங்கிய நாங்கள், தமிழர்கள் பிறநெறியை எப்போது, ஏன், எவ்வகையில் கொண்டனர் என்பது பற்றி ஆராயலானோம். தமிழக வரலாற்றுத் துணுக்குகள் பற்றிய பேச்சு சுவை அளிப்பவனாக இருந்தன.

நான்கு நாள்களாக, படித்துக் கொண்டிருக்கும் சட்டம் பற்றிய வரலாற்று ஏடு பற்றிக் குறிப்பிட்டு, மனு தர்ம சாஸ்திரம் சட்ட திட்டங்களைக் குறிப்பிடுவது பற்றியும், அதிலே உள்ளவை சாதி ஆதிக்கத்துக்குத் துணை செய்வதாக இருந்தபோதிலும், சட்டம் அந்த நாள்களில் எந்த முறையில் இருந்தது என்பதை அறிய வாய்ப்பளிக்கிறது என்பதையும் எடுத்துக்கூறி, தமிழகத்தில், சட்ட திட்டம் இவ்வாறு இவ்வாறு இருந்தது என்பது தெரியத்தக்க விதத்தில் ஒரு தனிநூல் இல்லையே என்று கூறினேன். சங்க காலத்தில், நீதி, சட்டம், இவை எங்ஙனம் இருந்தன என்பது பற்றி, சட்டக் கல்லூரிப் பேராசிரியர் பழனிச்சாமி எனும் நண்பர் ஆராய்ந்து கொண்டிருப்பதாக மதியழகன் சொன்னார். மிகத் தேவையான ஆராய்ச்சி! பழனிச்சாமி அதற்கான நூல் வெளி யிட்டால், மிகு பயன் அளிப்பதாக அமையும் என்பதில் ஐயமில்லை.

மனுநீதிகண்ட சோழன், மனு தர்ம சாஸ்திரத்தை மேற்கொண்டு நடந்தானென்று தெரிகிறதே, அப்படியாயின் மனு தர்மத்தைத் தமிழ் அரசு ஏற்றுக்கொண்டுவிட்டதாகத் தானே பொருள்படுகிறது' என்று மதியழகன் கேட்டார். அன்பழகன் "உள்ளபடி ஆராய்ந்து பார்த்தால் அந்தச் சோழன், மனு தர்மத்தின்படி நடக்கவில்லை என்பது தெரியும். கன்று, தேர்க்காலில் சிக்கி இறந்ததற்கு, மனு போன்றார் கூறிடும் 'தர்மம்', பொன்னாலே கன்று செய்வித்து, அதனைப் 'பிராமணர்களுக்கு' தானமாகத் தருவதுதான்; ஆனால்

மன்னன் அதைச் செய்யவில்லை; மகனையே தேர்க்காலின் கீழ் இருந்து இறந்திடச் செய்தான்'' என்றார். மனுநீதி கண்ட சோழன் என்று கூறுவதைவிட, மனுநீதி கொன்ற சோழன் என்பதே பொருந்தும்'' என்றார். எனக்கு இது அவரது சாமர்த்தியமான சமாதானமாகப் பட்டதேயன்றிச் சரியான விளக்கமாகப்படவில்லை. நான் சொன்னேன், "நமது முன்னோர்கள், பழந்தமிழர்கள், பிறநெறியாளரின் முறைகளை, ஆரிய சட்டத் திட்டங்களை ஏற்றுக்கொண்டதே இல்லை. ஆகவே அவை நமக்கு இப்போதும் வேண்டாம் என்று வாதாடி, எவரேனும் ஒருவர், ஏதேனும் ஓர் ஏட்டிலே ஓர் இடத்தை விளக்கிக் காட்டி, நீங்கள் கண்டிக்கும் முறைகளைத் தமிழர்கள் முன்பு கொண்டிருந்தனர் காணீர் என்று இடித்துரைத்து, நாம் அதற்கு ஒரு சமாதானம் தேடிக்கொண்டு இருப்பதைவிட, தேவையற்ற, பொருளற்ற, பொருத்தமற்ற, நெறிமுறை, சட்டதிட்டம் முன்பே தமிழ்ச் சமுதாயத்தில் இருந்திருந்தாலும், அவை நமக்கு வேண்டுவதில்லை என்று கூறுவது தான், வீணான சிக்கலுக்குள் நம்மைச் சிக்கவைத்துக் கொள்ளாத முறை. நாம் மிக முக்கியமாகக் கவனிக்க வேண்டியது, சில முறைகள் முன்பே இருந்தனவா இடையிலே நுழைந்தனவா என்பது பற்றியன்று; அவை தேவையா வேண்டாமா என்பதுதான்'' என்று கூறினேன்.

பிறகு, வழக்கம் போல், இதழ்கள் தரப்பட்டன; அவற்றைப் படித்து, செய்திகள் பற்றிப் பேசிக் கொண்டிருந்தோம்.

சின்னச்சாமியின் தியாகம்பற்றி, நமது கழகத்தோழர் இராமசாமி சட்டசபையில் பேசியிருந்ததைப் படித்தபோது, கண்களில் நீர் துளிர்த்தது. மற்றோர் இளைஞன் இதுபோலச் செய்யப்போவதாக அறிவித்திருந்ததாகச் செய்தி கண்டேன்; திடுக்கிட்டுப் போனேன். இருந்து அநீதியை எதிர்த்துப் போராட வேண்டும்; இறந்து விடுதல் தேவையற்ற முறை; அத்தகைய எண்ணம் ஏற்படவிடக் கூடாது'' என்று இங்கு நண்பர்களிடம் கூறினேன்.

வேறோர் இளைஞன் சட்டமன்ற நுழைவு வாயிலில் நின்று கொண்டு, என்னை விடுதலை செய்யவேண்டும் என முழக்கமிட்ட தாகவும், அதற்காகக் கைது செய்யப்பட்டதாகவும் பத்திரிகையில் கண்டேன். இதுவும் தேவையற்ற செயல்.

நானும் நண்பர்களும், சிறையில் அடைபட்டுக் கிடப்பதன் மூலம், தமிழர்களின் சிந்தனையைக் கிளறி, மொழி ஆதிக்க எதிர்ப்புணர்ச்சியை எழச் செய்யலாம் என்று நம்பி, கம்பிகளுக்குப் பின்னால் கிடக்கிறோம். மொழி ஆதிக்கத்தின் கேடுகளை மற்றவர்கள் உணரும்படியாகப் பிரச்சாரம் செய்யப் பட வேண்டுவது முறையேயன்றி, எங்களை 'விடுதலை' செய்யச் சொல்லி முழக்கமிடுவதும், கிளர்ச்சி செய்வதும் முறையில்லை, தேவையுமில்லை.

தூத்துக்குடியில் அரசியல் சட்டத்தைக் கொளுத்திய இளமுருகு பொற்செல்வி குழுவினரின் வழக்கு, மிகத் துரிதமாக முடிவுற்றது, மகிழ்ச்சிகரமான செய்தி. அறுமாதக் கடுங்காவல் விதிக்கப்பட்டிருக் கிறது. இளமுருகு ஆசிரியராகப் பணியாற்றியவர்; பொதுத் தொண்டில் நீண்டகாலமாக உள்ளவர். அவருக்கு 'சி' வகுப்புதான் என்று விதித்திருப்பது, நாம் காங்கிரசாட்சியில் இருக்கிறோம் என்பதைத்தான் நினைவு படுத்துகிறது.

இன்று பிற்பகல், நாங்கள் இங்கேயே சமைத்துக் கொள்வதற்கான ஏற்பாட்டின்படி, சமையலுக்குத் தேவையான பண்டங்கள் எவ்வளவு அளிக்கப்படும் என்பதற்கான 'பட்டியல்' பார்த்தசாரதியிடம் தரப்பட்டது. பட்டியலைக் காண்பதற்காகத் தந்திருக்கிறேன். எங்கள் எழுவருக்கு இரண்டு வேளை சாப்பாட்டிற்கும் காலை சிற்றுக்கும் சேர்த்து,

	கிலோ	கிராம்
அரிசி	1	610
கோதுமை	0	805
பருப்பு	1	190
புளி	0	210
மிளகாய்த்தூள்	0	1401
உப்பு	9	280
வெங்காயம்	0	210
காய்கறி	1	610
உருளைக்கிழங்கு	0	420

கடுகு	*0*	*070*
மிளகு	*0*	*070*
நல்லெண்ணெய்	*0*	*210*
சர்க்கரை	*0*	*210*
காபிதூள்	*0*	*105*
பால்	*2*	*094* லிட்டர்
நிலக்கடலை	*0*	*420*
நெய்	*0*	*210*
விறகு	*0*	*370*

இன்று மாலை சிறை மேலதிகாரி எங்களிடம் பேசிக் கொண்டிருந்தார். நாளையத் தினம், சட்டமன்ற உறுப்பினர் இராமசாமியை எங்களோடு கொண்டுவந்து சேர்த்து விடப்போவதாகத் தெரிவித்தார். நமது கழகத் தோழர்களின் எண்ணிக்கை செங்கற்பட்டு மாவட்ட அறப்போர் வீரர்களின் வருகையால் வளருகிறது. இப்போது நாங்கள் இருக்கும் 'பகுதி' இனிப் போதாது என்று தெரிகிறது. இன்னும் சில நாள்களில் வேறு பகுதிக்கு மாற்றுவதாக மேலதிகாரி தெரிவித்தார்.

இன்று மாலையும் பரிமளம் வரவில்லை; எதிர்பார்த்திருந்து, ஏமாற்றமாடைந்தேன்.

சட்டப் புத்தகம் படித்துக் குறிப்பெடுத்தேன் – 'வரவு–செலவு என்ற சிறுகதை ஒன்றும் எழுதினேன்.

நிரம்பப் புத்தகங்கள் தேவைப்படுகின்றன; கிடைக்கும் வழிதான் தெரியவில்லை.

வெளியிலேயே, நான் இரவு நீண்ட நேரம் தூக்கம் பிடிக்காமல் விழித்திருப்பது வாடிக்கை. சிறையில் சொல்ல வேண்டுமா? இரவு இரண்டு மணி வரையில் படித்துக் கொண்டிருக்க ஏடு தேவை! கிடைப்பதில்லை. கிடைக்கும் ஏடுகளை, பண்டங்களைச் சிறுகச்சிறுக உபயோகப்படுத்துவது போல, ஒரேயடியாகப் படித்து முடித்து விடாமல், விட்டு விட்டுத்தான் படித்துக் கொண்டிருக்கிறேன். சிறையில் – குறிப்பாக நான் இருக்கும் பகுதியில், மற்றவர்கள், எல்லாரும் உறங்கிக் கொண்டிருக்கிறார்கள் – நானோ, துயிலலாம் என்று

படுக்கையில் படுத்தாலும், தூக்கம் பிடிக்காமல், புரண்டபடி இருக்கிறேன். விளக்கு எப்போதும் எரிந்தபடி இருப்பதால், பக்கத்திலேயே புத்தகத்தையும் மூக்குக்கண்ணாடியும் வைத்துக் கொண்டிருக்கிறேன். தூக்கம் வர மறுக்கிறது என்றால் படித்திட, படிக்காமல், படுத்திருக்கும் நேரத்திலெல்லாம், வெளியே உள்ள நமது தோழர்களைப் பற்றி எண்ணியபடி இருக்கிறேன்.

4.3.64

சட்டசபை உறுப்பினர் இராமசாமி இங்கு கொண்டு வரப்பட்டதால், இன்று என் அறையில் தோழர்கள் பொன்னுவேல், வெங்கா இருவரும் தங்கியுள்ளனர். இருவருமே, அதிகமாகப் பேசும் பழக்கம் உள்ளவர்கள் அல்லர். வேலூர் சிறையில் பொன்னுவேல் என்னுடன் ஒரே அறையில் இருந்திருக்கிறார். நாங்கள் வேலூரில் இருந்தபோது, பிரிவினைக் கொள்கையை ஒடுக்க, சர்க்கார் மேற்கொள்ளப்போகும் திட்டம் பற்றிய செய்திகள் இதழ்களில் வந்திருந்தன. பல இரவுகள் அதுகுறித்து நான் பேசிவந்தேன். மாணவர்கள், கொள்கைத்துடிப்புள்ள இளைஞர்கள் ஆகியோருடைய நோக்கம், கருத்து குறித்து பொன்னுவேல் மெத்த ஆர்வத்துடன் பேசுவார். பல இரவுகள் இந்தப் பிரச்னைபற்றி வேலூர் சிறையில் பேசிப் பேசி, தெளிவும், நடைமுறைக்கு ஏற்றவை எவை என்பது பற்றிய வேலைத்திட்ட விளக்கமும் கிடைக்கப்பெற்றோம். பொன்னுவேல் – வெங்கா போன்றவர்கள் இளைஞர்கள். மணவாழ்க்கையின் பொலிவுகளையும் பொறுப்புகளையும் மேற்கொள்வதிலே ஆர்வம் கொள்ளவேண்டிய வயதினர். ஆனால் மொழிப்பற்றும், ஆதிக்க எதிர்ப்புணர்ச்சியும் அத்தகையவர்களைச் சிறைபுகச் செய்திருக்கிறது. நல்லார்வத்துடனும், தூய்மையான எண்ணத்துடனும், அழுத்தமான நம்பிக்கையுடனும், இந்தத் தொண்டில் தம்மை ஈடுபடுத்திக் கொண்டுள்ளனர்.

அரக்கோணம் இராமசாமி, சிறைக்குப் புதியவர் – சிறை யிலே காணப்படும் முறைகளையும், நிலைமைகளையும் பார்த்துத் திடுக்கிட்டுப் போயிருக்கிறார். முதலிலே பயமாக இருந்ததா?' என்று கேட்டதற்கு, சற்று தயக்கத்துடன், "ஆமாம்! முதல்நாள் கொஞ்சம் அச்சமாகத்தான் இருந்தது" என்று கூறினார்.

நம்மிலே பலர் கருதுவது போலவே நண்பர் இராமசாமியும், அரசியல் கைதிகளை, மற்றக் கைதிகளைப் போல அல்லாமல், தனிவிதமாக நடத்தவேண்டும் என்று எண்ணுகிறார் – அவருக்கு இந்தச் சிறை அனுபவம், பல புதிய கருத்துகளைத் தரும் என்பதில் ஐயமில்லை.

இன்று மாலை, அவருடைய தம்பி வந்திருந்தார் – இராமசாமியைக் கண்டதும் அழுதேவிட்டாராம். இதை இராமசாமி என்னிடம் சொன்னபோது, அவரே ஓரளவு கலங்கித்தான் போயிருந்தார். பொன்னுவேலுவைக் காண அவருடைய தம்பி வந்திருந்தார். பரிமளத்துக்கு இப்போது பரீட்சை நேரமென்றும், அதனால்தான் என்னைக் காண வரமுடியவில்லை என்றும், எனக்குத் தெரிவிக்கப்பட்டது.

இன்று எங்கள் பகுதியில் நாங்களே சமைத்துக் கொண்டோம். நீண்ட பல நாள்களுக்குப் பிறகு, சில்லிட்டுப் போகாத சோறும் சாறும் உண்டு மகிழ்ந்தோம். சமையல் வேலையில் சிறிது நேரம் பார்த்தசாரதிக்குத் துணையாக இருந்தேன்.

சட்ட வரலாறு பற்றிய புத்தகத்தைப் படித்து முடித்துவிட்டேன். அதன் தொடர்பாகப் படித்தாக வேண்டிய புத்தகங்களைத் தருவித்துக் கொடுக்கும்படி பொன்னுவேலுவிடம் சொன்னேன். அவர், தன் தம்பியிடம் சொல்லி அனுப்பி இருக்கிறார்.

நான் படித்து முடித்த புத்தகம், ஒருமுறை படித்தால் போதும் என்ற முறையில் உள்ளதன்று, மறு முறையும் படிக்க பண்ணிக்கொண்டிருக்கிறேன்.

‘அடக்குமுறை’ பற்றிய புத்தகம், காணாமற் போய்விட்டதாக, சிறை அதிகாரிகள் சொல்லி இருந்தார்களல்லவா? திடீரென்று, இன்று மாலை, அந்தப் புத்தகத்தை அவர்களே கொடுத்தனுப்பினார் கள். ஏதாவது ஒரு புத்தகம், எங்களிடம் கொடுக்கப்படக்கூடியதா அல்லவா என்ற ஐயம் இங்குள்ள அதிகாரிகளுக்கு ஏற்பட்டுவிட்டால், அவர்கள் அந்தப் புத்தகத்தை, சர்க்காருக்கு. னுப்பி, அவர்களுடைய அபிப்ராயத்தைக் கேட்டறிந்து அதன்படி நடக்கிறார்களாம். இப்படி ஒரு விளக்கம் – நண்பர்கள் சிலரால், எனக்கு அளிக்கப்பட்டது. சிறை அதிகாரிகளுக்கு, ஏடுகளைப் படிக்க நேரமும் கிடைக்காது;

நினைப்பும் எழாது – மற்ற எந்த ஏடுகளாக இருப்பினும் உடனே கொடுத்துவிடலாம். புத்தகங்கள் தருவதிலே இத்தனை கண்டிப்பும், தடைகளும் இருக்கத் தேவையில்லை – அதிலே பொருளும் இல்லை.

சிறையிலே புத்தகங்கள் தருவதிலே இவ்விதமான முறையும் தடையும் இருக்கிறது. ஆனால் இன்று பத்திரிகையில் ஒரு செய்தி பார்த்தேன் – அறிவுக்குத் தடை விதிக்கும் அக்ரமத்தை எவரெவரெல்லாம் கண்டிக்கிறார்கள் என்பதற்கான சான்று, அந்தச் செய்தி மூலம் கிடைத்து.

வழுக்கி விழுந்தவளைப் பற்றிய ஏடொன்று, ஆபாசமானதாக இருக்கிறது என்று அமெரிக்க நீதிமன்றம் கூறிவிட்டது.

ஆனால், இப்படி ஓர் ஏடு, ஆபாசமானது என்று கருதி தடை விதிப்பது முறையாகாது என்ற கருத்துக் கொண்ட கிறித்தவ தேவாலய அதிபர் ஒருவர், அந்த ஏட்டினைத் தமது தேவாலயம் வருபவர்களுக்குத் தந்து படிக்கச் சொல்லப்போவதாகவும், அதிலே உள்ளது போன்ற கருத்தோவியங்கள் பல பைபிள். புத்தகத்திலேயே இருப்பது பற்றிப் பேசப்போவதாகவும் தெரிவித்திருக்கிறார். இங்கு சிறையிலோ, தடை செய்யப்பட்ட புத்தகங்கள் அல்ல, வரலாறு கூட அய்யப்படத்தக்க புத்தகமாகத் தெரிகிறது. அவர்கள் மீது குற்றமில்லை – அவர்களுக்கு" இவ்விதமான 'கண்டிப்புடன் நடந்து கொள்ள வேண்டும் என்று வலியுறுத்துகிற சர்க்காரின் போக்கிலேதான் குற்றமிருக்கிறது. பண்டித ஜவஹர்லால் நேரு சிறையிலிருந்தபோது – அகமத் நகர் கோட்டைச் சிறையில் – லண்டனில் உள்ள அவருடைய நண்பர்கள் பல புத்தகங்களைக் கொடுத்தனுப்பினார் களாம் – அந்த ஏடுகள் சிறையில் நேருவிடம் தரப்பட்டன. லண்டனிலிருந்து அந்தப் புத்தகங்களைப் பெற்றுக்கொண்டு வந்து, சிறையில் இருந்த நேருவிடம் அனுப்பிவைத்தவர் யார் என்றால், வைசிராய் வேலை பார்த்துவந்த வேவல் பிரபு. வெள்ளைக்காரனுக்கு அந்தத் தாராளத்தன்மை இருந்தது என்பதை, துரைத்தனத்தில் பெரிய பதவி வகித்திருந்த எச்.ஆர்.வி. அய்யங்கார் என்பவர் இந்த வாரம் ஒரு கட்டுரையில் விளக்கியிருந்தார். அதனையும் சிறையிலே படித்தேன். சிறையில் புத்தகங்கள் தருவதிலே மேற்கொள்ளப்படும்

கெடுபிடி' யையும் காண்கிறேன். 'சுயராஜ்ய' சர்க்காரிடம் பரிவா ஏற்பட முடியும்!!

இன்று பிற்பகல், "அவை அறிதல்" பற்றியுள்ள குறள் பற்றி, அன்பழகன் தனக்குத் தோன்றிய சில கருத்துகள் குறித்து, என்னிடம் பேசிக்கொண்டிருந்தார்.

இன்று மாலை, வழக்கம்போல் எங்கள் பகுதி நுழைவு வாயிலருகே, உட்கார்ந்து கொண்டிருந்தேன்; மூன்று புறாக்கள் ஒயிலாக உலவிக்கொண்டிருக்கக் கண்டேன். புறாக்களை வளர்ப்பதிலும் அவற்றுடன் அன்பாக விளையாடிக் கொண்டிருப்பதிலும் எனக்கு மிகுந்த விருப்பம் என்பது பலருக்குத் தெரியும். நீண்ட நாள்களுக்குப் பிறகு, புறாக்களைக் கண்டபோது ஓடிச் சென்று அவற்றைப் பிடித்து வைத்துக்கொண்டு விளையாடலாமா என்று கூடத் தோன்றிற்று. சிறை அதிகாரிகளிலே ஒருவருடைய புறாக்கள் அவை என்று கூறினார்கள். எங்களிடம் சிறை அதிகாரிகள் நடந்து கொள்ளும் முறையும், அதற்கான காரணமும்தான் எனக்குத் தெரிந்திருக்கிறதே! இந்நிலையில் புறாக்களைக் கேட்டால் கொடுக்கவா சம்மதிப்பார்கள்? கொடுத்தால், எனக்கு மிகவும் மகிழ்ச்சியாக இருக்கும். நான் வெளியே வளர்க்கும் புறாக்கள் என்னிடம் மிக அன்பு காட்டும்; என் கரத்திலும் தோள்களிலும் தொத்திக் கொண்டு தீனி தின்பதிலே அவற்றுக்கு மிகுந்த விருப்பம். இங்கு, புறாக்கள் வளர்த்திட அனுமதி கிடைத்தால், மிக மகிழ்ச்சி அடைவேன். நாங்கள் இருக்கும் பகுதியில், பூனைகளும் அதிகமாக இல்லை; ஒரே ஒரு பூனைதான் உலவிக்கொண்டிருக்கிறது. அழகான பூனை, சாமான்கள் கிடங்கிலே இருக்கும் பூனை, மிகச் செல்லமாக வளர்க்கப்படுகிறது. ஆகவே அது வேட்டையாடும் போக்கைக்கூட மறந்துவிட்டது. காலையும் மாலையும், அசைந்து அசைந்து நடந்து வரும், புல்வெளிப்பக்கம் சில விநாடிகள் உலவிவிட்டு, பொறுப்புள்ள அதிகாரி தமது அலுவலைக் கவனிக்கச் செல்வதுபோல, கிடங்குக்குச் சென்றுவிடும். ஆகவே புறாக்களுக்குப் பூனையால் ஏற்படக்கூடிய ஆபத்துக்கூட இருக்காது; ஒரே ஓர் ஆபத்து – பெரிய ஆபத்து – இருக்கிறது. இங்குதான் பொன்னுவேல் இருக்கிறார்! நான்

சிறிது ஏமாந்திருந்தால் புறா, ஏப்பமாக மாறிவிடக்கூடும். அந்த ஒரு பயம்தான். வீணான எண்ணங்கள்!! சிறை அதிகாரிகளாவது எங்களுக்கு மனநிம்மதிக்கான உதவிகளைச் செய்வதாவது!! *

அடக்குமுறை. குறள். சிறை நிலை!

தம்பி! வேலூர் சிறையில் நாங்கள் இருந்த பகுதியில், நூற்றுக்கணக்கான கிளிகள்! பெரிய பெரிய மரங்கள் அங்கு. அவற்றிலே பொந்துகளை அமைத்துக் கொண்டு, ஏராளமான கிளிகள் இருந்து வந்தன. கும்பல் கும்பலாகக் கிளம்பி, கிறீச்சிட்டபடி, அந்தக் கிளிகள் ஓர் இடத்திலிருந்து மற்றோர் இடத்துக்குப் பறந்து போகும் அழகை, நாளெல்லாம் பார்த்துக் கொண்டே இருக்கலாம். மாலை வேளைகளில், நண்பர்கள் வடிவேலு, ராஜகோபால் ஆகியோருடன் உலவும் போது, கிளிகளைக் கண்டு மகிழ்வோம்.

உட்பக்கம் உள்ளனவோ என்னவோ, இங்கு கிளிகளே இல்லை.

இத்தனைக்கும் பெரிய அரசமரமும், வேம்பும் இங்கு உள்ளன; கிளிகளைக் காணோம்!

வேலூர் சிறை, ஊருக்கு வெளியே, ஒரு சிறு குன்றுக்கு அருகே அமைந்திருப்பதால், சிறைக்குள்ளே, நிறைய மரங்கள் உள்ளன. நான்கூட, ஓர் அரசங்கன்று நட்டுவைத்தேன்; அது நன்றாக வளர்ந்திருப்பதாக, பாதுகாப்புச் சட்டப்படி கைது செய்யப்பட்டு, சில மாதங்கள் அதே வேலூர் சிறையில் இருந்துவிட்டு வந்த கம்யூனிஸ்டு நண்பர் அனந்த நம்பியார் என்னிடம் சொன்னார்.

– சென்னைச் சிறை, நெருக்கடி நிரம்பிய ஊர்ப்பகுதியில் இருக்கிறது. ஆகவே, அது ஆட்களை அடைத்துவைக்கும் கிடங்காக மட்டுமே இருக்கமுடியும்.

காக்கைகளை மட்டுமே கண்டு சலித்துப் போனேன். அன்பழகன்தான், ஒரு மாலை, இரண்டு மைனாக்கள் இருப்பதைக் காட்டினார். ஒவ்வொரு மாலையும், அவற்றைக் காண்பதில் சில நிமிடங்களைச் செலவிட்டு, மகிழ்ச்சி அடைகிறேன்.

கிளிகளை வளர்ப்பதில், ஆயுட்கால தண்டனை பெற்ற கைதிகளுக்கு, சிறிது சலுகை காட்டப்படுகிறது என்று தோன்றுகிறது. வேலூரிலும் பார்த்தேன், இங்கேயும் முன்பு பார்த்திருக்கிறேன், நீண்ட காலத் தண்டனை பெற்ற சிலர், கிளிகளை வளர்க்கிறார்கள், வேலூரில் ஒரு கைதி அணில் வளர்த்துக்கொண்டிருந்தார் – மணி! மணி! என்று அந்தக் கைதி குரல் கொடுத்ததும், அந்த அணில் மரத்திலிருந்து வேகமாக இறங்கி ஓடிவந்து, அந்தக் கைதியிடம் விளையாடும் விதமாகப் பழக்கம் ஏற்பட்டிருக்கிறது.

இன்று இரவு, இரண்டு துணைகள் – தோழர்கள் பொன்னுவேல். வெங்கா.

கடந்த பொதுத்தேர்தல், வரப்போகிற பொதுத் தேர்தல், தொகுதிகளின் அமைப்புகள், நிலைமைகள் ஆகியவைபற்றிச் சிறிதுநேரம் பேசிக் கொண்டிருந்தோம்.

பொதுவாக, அரசியல் துறையில் காட்டுத்தனம் மேலோங்கி வருவதைப்பற்றி, காலையில் மதியழகனுடன் பேசிக்கொண்டிருந்தேன். நண்பர் கே. எம். பாலசுப்பிரமணியம் எழுதிய 'தென்னாட்டுப் பிரமுகர்கள்' என்ற ஆங்கிலப் புத்தகத்தை அவர் படித்துக் கொண்டிருந்தார். அதையொட்டி அந்தப் பேச்சு வளர்ந்தது. அந்த நாள்களிலே இருந்த அரசியல் பிரசார முறைக்கும் இப்போது அரசியல் பிரசாரத்திலே தரம் கெட்டுக் கொண்டு வருவதைப்பற்றியும் பேசிக் கொண்டிருந்தோம். பொன்னுவேல், அடுத்து வரப்போகும் பொதுத் தேர்தல் குறித்துப் பேசிய போது, தனது பிடியை இழந்து கொண்டுவரும் ஆத்திரத்தில், காங்கிரஸ் கட்சியினர், வரப்போகும் பொதுத் தேர்தலில் என்னென்ன காட்டுமுறைகளைக் கட்டவிழ்த்து விடப்போகிறார்களோ என்று எண்ணி ஆயாசப்பட்டேன்.

பிறகு, ஆப்பிரிக்க நாட்டு, 'ஜுலு' இன மக்களைப் பற்றிய தகவலைப் பின்னணியாகக் கொண்ட ஒரு கதைப்புத்தகத்தைப் படிக்க ஆரம்பித்தேன்.

ஜுலு மக்களுக்குள் மூண்டுவிடும் பகை, நடைபெறும் போர், வெட்டி வீழ்த்துவது, கொளுத்தி நாசமாக்குவது, பெண்களை இழுத்துச் செல்வது, மாடு கன்றுகளை மடக்கிக்கொண்டு

போவது போன்ற சம்பவங்கள் நிரம்பிய புத்தகம் இது. ஓர் அரைமணி நேரத்துக்குள், நிரம்ப ரத்த வெள்ளம்! இன்றைக்கு இதுபோதும் என்று ஆகிவிட்டது – புத்தகத்தை மூடிவைத்துவிட்டு, நண்பர்களைப் பார்த்தேன் – அயர்ந்து தூங்கிக் கொண்டிருக்கிறார்கள். நானும் முயற்சி செய்கிறேன் – அவர்களுக்குச் சமமாக ஆக முடியவே முடியாது. என்றாலும், ஓரளவுக்காகிலும், பார்க்க வேண்டாமா! இல்லையானால், அவர்கள் என்ன எண்ணிக் கொள்வார்கள்! சே! என்ன அண்ணன் இவன்? ஒழுங்காகத் தூங்கக்கூடத் தெரியவில்லையே என்று எண்ணிக் கொள்வார்களல்லவா? அதனால் தூங்கியாகவேண்டும், மணியும் ஒன்று அடித்துவிட்டது.

5.3.64

இன்று, இராணி, பரிமளம், அ. க. தங்கவேலர் மூவரும் என்னைக் காணவந்திருந்தனர். பல நாள்களாக பரிமளத்தை எதிர்பார்த்திருந்து ஏமாற்றமடைந்திருந்த எனக்கு, இன்று மூவரையும் கண்டதும், மிக மகிழ்ச்சி ஏற்பட்டது. பரிமளம் வராமலிருந்ததற்குக் காரணம், இடையில் நாவலரும், கருணாநிதி, எம்.ஜி.ஆர். ஆகியோரும் வந்து போனதால், தன்னை அனுமதிக்கமாட்டார்கள் என்று எண்ணிக்கொண்டதுதான் என்று தெரியவந்தது. இனி மாதத்துக்கு ஐந்துமுறை என்னைக் காணவரலாம் என்பதைக் கூறினேன். என் பெரிய மருமகப்பெண் சென்னை வந்திருப்பதை அறிந்தேன், என்னைக் காண்பதற்காக, இன்னும் இரண்டு வாரங்கள் கழித்து வரட்டும் என்று சொல்லி அனுப்பினேன். அல்லி அச்சகம் நடத்த இளங்கோவனுக்கு அனுமதி கிடைத்துவிட்டதாகப் பரிமளம் சொல்லக் கேட்டேன். காஞ்சிபுரம் நகராட்சி மன்றத் தலைவர் தேர்தல் சம்பந்தமான நிலைமைகளை அ.க. தங்கவேலர், கூறினார். என்ன காரணமோ தெரியவில்லை. அ. க. தங்கவேலர் மிக இளைத்து, கறுத்துப்போய்க் காணப்பட்டார். அதுபற்றி அவரிடம் கேட்கலாம் என்று நான் எண்ணிக்கொண்டிருக்கும் போதே, அவர், நான் இளைத்துப் போயிருப்பதாக உணர்ந்து காரணம் கேட்டார். சென்னையில், நாவலர், கருணாநிதி ஆகியோர், மேல் சபைகளுக்கான நியமனம் பற்றிய சிக்கலால் மெத்தத் தொல்லைப்பட்டுக் கொண்டிருப்பதாகப் பரிமளம் கூறக்கேட்டு,

மிகவும் கவலைப்பட்டேன். எதிர்க்கட்சிகள் தருகின்ற மூர்க்கத்தனமான தொல்லைக்கு ஈடு கொடுத்துக் கொண்டு கழகப் பணியாற்றிவரும் இவர்களுக்கு, இந்தத் தொல்லையும் வந்து சேர்ந்திருக்கிறது. எல்லாவற்றையும் அமைதி இழக்காமல், பிரச்னைகளைப் பல்வேறு கோணங்களிலுமிருந்து ஆராய்ந்து பார்த்து, நல்ல முடிவு எடுப்பார்கள் என்று நம்புகிறேன். அடுத்த வாரம், அனேகமாக என்னைக் காண, கருணாநிதியும் நெடுஞ் செழியனும் வரக்கூடும் என்று நினைக்கிறேன்.

சென்னை உயர்நீதிமன்றத்தில், வழக்குத் தொடர்ந்திருந்தார்; பொது உடைமைக் கட்சியினரான பாரிஸ்டர் மோகன் குமாரமங்கலம், டாக்டர் சுப்பராயனார் மகன், கம்யூனிஸ்ட் உறுப்பினர் சார்பில் வாதாடினார் மாநகராட்சி மன்றத்தின் வழக்கறிஞராக உள்ள டி.செங்கல்வராயன், மாநகராட்சிக்காக வாதாடினார். வழக்கை விசாரித்த நீதிபதி வீராசாமி அவர்கள், லாரிகள் வாங்கப்பட்டதில் தவறோ, முறைகேடோ இல்லை என்று தீர்ப்பளித்து, கம்யூனிஸ்ட் உறுப்பினர் புகுத்திய வழக்கைத் தள்ளிவிட்டார் என்ற செய்தி, இன்று பல இதழ்களில் வெளிப்பட்டிருந்தன. லாரி சம்பந்தமாகப் பழிசுமத்தியே இந்தத் தேர்தலில் தி.மு.கழகத்தை ஒழித்துக் கட்டி விடலாம் என்று, மாற்றுக்கட்சியினர் மனப்பால் குடித்தனர். தேர்தல் முடிவு மட்டுமன்று, உயர்நீதிமன்றத் தீர்ப்பும், தி.மு.கழக நிர்வாகத்திலே தவறோ முறைகேடோ இல்லை எனத எடுத்துக் காட்டிவிட்டது.

தேர்தலுக்கு முன்பே இதுபோன்ற தீர்ப்பு கிடைத்திருக்கு மானால், தேர்தல் கூட்டத்திலே வழியவிட்ட ஆபாசம், கொஞ்சம் குறைந்திருக்கக் கூடும்.

இன்று பிற்பகல், கருணாநிதி, நடராசன் ஆகியோர்மீது 'உடந்தையாக இருந்ததாகத் தொடரப்பட்டுள்ள வழக்கையொட்டி, சென்னை உயர்நீதி மன்றத்திலே தொடர்ந்துள்ளவழக்கு பற்றி மதியிடம் பேசிக்கொண்டிருந்தேன். 107ஆம் பிரிவுப்படி இருவரும் குற்றம் இழைத்திருக்கிறார்கள் என்பதற்காக, போலீஸ் தரப்பில் என்னென்ன எடுத்துக் கூறப்படும் என்பது பற்றி, மதி விவரமாகச் சொன்னார். எனக்கென்னவோ, அவர்கள் மதுரை சென்றதும், அறப்போர்

வீரர்களைக் கண்டு பேசியதும், மாலை அணிவித்ததும் குற்றமாக முடியாது என்று பட்டது; அதுபற்றி நான் எடுத்துக் கூறினேன்.. உயர்நீதிமன்றத் தீர்ப்பு எப்படி இருக்கிறது என்பதை அறிய மிக ஆவலாக இருக்கிறோம்.

புதிதாகச் சிறை புகுந்துள்ள. இராமசாமியிடம், இன்று காலை பல்வேறு விஷயங்களைப் பற்றி பேசிக் கொண்டிருந்தேன். அவருடைய சிற்றப்பாவும்,என் நண்பருமான தக்கோலம் செல்லப்பாவின் நலம்பற்றிக் கேட்டறிந்து கொண்டேன்.

செங்கற்பட்டு மாவட்டத்தில் வரப்போகும் பொதுத் தேர்தலில், நமது கழகத்துக்கு வெற்றிக்கான வாய்ப்பு அதிக அளவிலே இருப்பதாக இராமசாமி கூறினார் – காரணங்களையும் விளக்கினார்.

'கோட்டிக்கொளல்' என்ற சொற்றொடர், 'அவை அறிதல்' அதிகாரத்தில் ஒரு குறளில் வருகிறது; நேற்று இரவும், இன்று பகலும், அந்தச் சொற்றொடருக்கான, பொருத்தமான பொருள்பற்றி எண்ணிப் பார்த்துத் தெளிவு பெறுவதிலேயே மும்முரமாக ஈடுபட்டிருந்ததாக அன்பழகன் கூறினார்.

உலவி எனக்கு மகிழ்வளித்த புறாக்களைக் காணோம். சிறை அதிகாரி வீட்டு முற்றத்துக்கு அவை போய்ச் சேர்ந்தன என்கிறார்கள்.

கிளிகளே இங்கு இல்லையே என்பது பற்றி இன்று அன்பழகனிடம் பேசிக்கொண்டிருந்தபோது, இரண்டு கிளிகள் சில வேளைகளில் பறந்து வருவதாகவும், தான் பார்த்ததாகவும் சொன்னார். அவர் சொன்னபடியே, இன்று ஐந்துமணி சுமாருக்கு, இரண்டு கிளிகள் பறந்து சென்றிடக் கண்டேன்.

காஞ்சிபுரம் நகராட்சி மன்றத் தேர்தலில் தோல்வி கண்ட நண்பர் ராஜகோபால், இன்றுவரை, பரிமளத்தைக் காணக்கூட வரவில்லையாம். எங்கள் வீட்டுக்கும் வரவில்லையாம். விந்தையான இயல்பு தேர்தல் தோல்வியை ஏதோ தன்னுடைய சொந்த மதிப்புக்கு ஏற்பட்டுவிட்ட கேடு என்று எண்ணிக்கொண்டு மனத்தைக் குழப்பிக்கொள்வதுடன், தோல்வி காரணமாக எழும் எரிச்சலை எவர் மீதாவது காட்டும் இயல்பு சிலருக்கு இருக்கிறது. அந்த இயல்பின்படி ராஜகோபாலின்

போக்கு அமைந்திருக்கிறது. மக்களாட்சி முறையிலே நம்பிக்கை உள்ள எவரும், தேர்தலிலே வெற்றி கிடைக்காமற் போய்விடுவதை, பெரிய விபத்தாகவோ, தமது சொந்தத் தன்மானத்துக்கு ஏற்பட்டுவிட்ட களங்கமென்றோ எண்ணிக் கொள்வது மிகத்தவறு. அந்தவிதமான எண்ணம் கொண்டு, தமது மனத்துக்குத் தாமே வேதனையைத் தேடிக்கொள்வது மிகமிகத் தவறு.

இன்று, பீடர்பெனின்சன் என்பவர் எழுதிய அடக்குமுறை பற்றிய ஏட்டிலே, ஒரு பகுதியைப் படித்தேன். மனதை உருக்கும் விதமான பிரச்னை விளக்கம். இரண்டு மூன்று வருடங்களுக்கு முன்பு, உலகிலே, பல நாடுகளில், தாம் இருக்கும் நாட்டுத் துரைத்தனம் ஏற்றுக் கொள்ளாத சில கருத்துகளைக் கொண்டிருந்த காரணத்துக்காகக் கொடுமைப்படுத்தப்பட்ட ஒன்பது பேருடைய வரலாற்றுத் தொகுப்பு இந்தப் புத்தகம், பேச்சு சுதந்திரம், எழுத்துச் சுதந்திரம் எனும் புனிதமான உரிமைகளை ஆதிக்க அரசுகள் எப்படி அழிக்க முனைகின்றன என்பதை எடுத்துக்காட்டி எழுதப்பட்ட புத்தகம். ஒரு தூய கொள்கைக்காக அறப்போரில் ஈடுபட்டுச் சிறைப் பட்டுள்ள என்போன்றாருக்கு, இத்தகைய ஏடுகளைப் படிக்கும்போது, நான் சிறையிலே அடைக்கப்பட்டிருப்பதால் ஏற்பட்டுள்ள இன்னல்களைப் பெரிதென்று கூற மனம் இடம் தராது. பலர் தமது கருத்துக்களுக்காக, நெருப்பாற்றிலே நீந்தி இருக்கிறார்கள். அவர்களின் வரலாறுகளைப் படிக்கப் படிக்க, நாம் எத்தகைய இன்னலையும் ஏற்றுக்கொள்ளத் தயாராக இருக்கவேண்டும் என்ற உறுதி ஏற்படத்தான் செய்கிறது. தூய உள்ளத்துடனும், மனஉறுதியுடனும் அறப்போரில் ஈடுபட்டபடி இருக்கும் நமது கழகத் தோழர்களைப் பாராட்டியபடி, படுக்கச் செல்கிறேன்.

6.3.64

பறவைகளிலே சில, பொந்துகளிலே அடைபடச் செல்லா முன்பே, எங்களை அறையில் கொண்டுவந்து அடைத்துவிட்டு, சிறைக் காவலாளிகள், ‘அப்பா! தொல்லை தீர்ந்தது’ என்று எண்ணிக்கொண்டு போய் விட்டனர். காலை முழுவதும் ஒருவரோடொருவர் பேசி, ஒன்றாக உலவிட இருந்த வாய்ப்பு, மாலை 6 மணிக்கெல்லாம் பறிபோய்விடுகிறது. மூன்று நான்கு

நாள்களுக்கு முன்பு, சிறை மேலதிகாரியிடம், மதி, "நாங்கள் உள்ள பகுதியிலே உள்ள தனி இரும்புக் கம்பிக் கதவைப் பூட்டிவிட்டு, எங்களை அறைகளிலே போட்டுப் பூட்டாமல் விட்டுவைக்க கூடாதா? முன்பு அவ்விதம் நிலைமை இருந்ததே" என்று கேட்டார். "அது முன்பு!" என்று கூறிவிட்டுச் சென்றார் சிறை மேலதிகாரி. அந்தச் சொற்றொடருக்கு எத்தனையோ ஆழ்ந்த பொருள் இருக்கத்தான் செய்கிறது. சிறையின் உட்புறப் பகுதியிலேதான் பெரும்பாலான 'கைதிகள்' உள்ளனர். அங்கு இரவு 9, 10 மணிவரையில் பாட்டும் பேச்சும் பலமாக இருக்கும். நாங்கள் இருக்கும் பகுதியில் ஆறுமணிக் கெல்லாம் அடைத்துவிடுகிறார்களே! உடனே ஒரு சந்தடியற்ற நிலை ஏற்பட்டுவிடும். பலர், இரவு பத்து மணிக்குள் தூங்கிவிடுகிறார் கள் எனக்கோ இரவு ஒரு மணியோ, இரண்டு மணியோ!!

வழக்கம்போல, இன்றும் காலையிலே, சிறிதுநேரம், சமையல் காரியத்தில், பார்த்தசாரதிக்குத் துணையாக இருந்தேன். சமையல் பொறுப்பு முழுவதும் பார்த்தசாரதியுடையதுதான். என்றாலும், இதையிதை இப்படி இப்படிச் செய்யலாம் என்று கூறுவதிலே எனக்கு ஒரு மகிழ்ச்சி. சிறையிலே சமையல் செய்வதற்குத் தனித் திறமை வேண்டும். வேக மறுக்கும் அரிசி, பருப்பு; காயாத விறகு; சுவையும் மணமும் பறிமுதல் செய்யப்பட்டு விட்ட பண்டங்கள்; இவற்றைக்கொண்டு, 'இன்னமுது ' சமைப்பது என்றால் இலேசான காரியமில்லை. எண்ணெய் போதுமான அளவு இல்லை என்று தெரியவந்ததும், 'தாளிப்பு' ஒப்புக்கு என்றாகிவிடும். காய்கள் முற்றிப்போனதாக ஒவ்வொரு நாளைக்குத் தந்துவிடுவார்கள் – அன்று விதைகள் மிதக்கும் குழம்புதான் கிடைக்கும். என்றாலும், நாங்களே சமைத்துச் சாப்பிடுவதிலே ஒரு தனி மகிழ்ச்சி எழத்தான் செய்கிறது.

"நல்ல குடும்பத்திலேதான் பிறந்தேன்; நல்லபடிதான் வளர்த்துப் பெரியவனாக்கினார்கள்; நாலு பேர் என் பேச்சைக் கேட்டு நடக்கக் காத்துக் கொண்டிருக்கிறார்கள் கிராமத்தில்; அந்த நிலையிலுள்ள நான், இங்கு வந்து, கட்டுப்பட்டு, காவலுக்கு உட்பட்டு இருக்க வேண்டி நேரிட்டது" என நண்பர் இராமசாமி, இன்று பார்த்தசாரதியிடம் சொல்லிக் குறைப்பட்டுக் கொண்டதாகக் கேள்விப்பட்டேன். ஒரு

பேச்சுக்காக அவர் அவ்விதம் சொன்னாரே தவிர, சிறையிலே ஆர்வம் குன்றாமல் தான் இருக்கிறார்.

சட்டமன்ற அலுவலகத்திலிருந்து, இந்த ஆண்டு நிதிநிலை அறிக்கை சம்பந்தப்பட்ட புத்தகங்களெல்லாம், அவருக்கு அனுப்பப்பட்டுள்ளன. ஒழுங்காகப் படித்து, குறிப்புகள் எடுத்து வைத்திருக்கிறார். சிறை நிலைமைகள் பற்றியும், நீதி நிர்வாகத் துறைகளின் நிலைமைகள் குறித்தும், சட்டசபையில் பேசுவதற்கான ஒரு சிறு சொற்பொழிவையும் கூடத் தயாரித்துவிட்டிருக்கிறார்.

இன்று பிற்பகல், அன்பழகன், சுந்தரம், பொன்னுவேல் ஆகிய மூவருடன், புரசவாக்கம் வட்டத்தின் அரசியல் நிலைமை பற்றியும், கழகத்தின் பிடிப்பு எந்தவிதம் இருக்கிறது என்பது பற்றியும் பேசிக்கொண்டிருந்தேன்.

சிறையில், இதுபோல் பேசுவது உடனடியாகப் பலன் அளிக்காது என்றபோதிலும், ஒவ்வொரு வட்டத்திலும் நிலவும் அரசியல் நிலைமைகள் பற்றி, இதுபோல வெளியிலே கலந்து பேசினால், மெத்தப் பலனளிக்கும் என்பதை உணர முடிந்தது.

பொதுக்கூட்டங்களிலே பேசிவிட்டுச் செல்வதுடன் திருப்தி அடைந்து விடாமல், அந்தந்த வட்டத்தில் பணியாற்றும் தோழர்களுடன் கலந்து பேசுவது, நிலைமைகளை உணரவும், கழக வெற்றிக்கான வாய்ப்புகளை உறுதிப்படுத்தவும், மெத்தவும் பயன்படும்.

இன்று மாலை அன்பழகனைக் காண அவருடைய துணைவியார் வெற்றிச்செல்வி, வந்திருந்தார்கள். அன்பழகனுடைய மகனை, நாய் கவ்விக் கடித்துவிட்டதாகச் செய்தி கூறிக் கவலைப் பட்டிருக்கிறார்கள். அன்பழகனும் மிகுந்த கவலைப்பட்ட போதிலும், தமது உணர்ச்சியை அடக்கிக் கொண்டு, என்னிடம் இந்தச் செய்தியைக் கூறினார். மருத்துவருடைய யோசனையின்படி தக்கது செய்யும்படி துணைவியாரிடம் கூறி அனுப்பி இருக்கிறார். நாய்க்கடி, கடித்த நாய் வெறிகொண்டதாக இருந்தாலன்றி, ஆபத்தானதாகாது என்றாலும், தக்க மருத்துவ முறைகளை மேற்கொள்வது தான் நல்லது. அன்பழகனுடைய

மைத்துனர் ராஜசுந்தரம், திறமை மிக்க மருத்துவர்; அவர் தக்க முறையை மேற்கொள்வார் என்று நம்புகிறேன்.

நேற்றுப் படித்த ''கொள்கைக்காக கொடுமைக்கு ஆளானவர்கள் பற்றிய புத்தகத்தை, இன்றும் தொடர்ந்து படித்தேன்.

நீக்ரோக்களுக்குச் சம உரிமை அளிக்கவேண்டும் என்பதற்காக அறநெறிக் கிளர்ச்சி நடத்தும் அமெரிக்க வெள்ளையருக்கு, நிறவெறி பிடித்த வெள்ளையர்களால் ஏடுபட்ட கொடுமைகளை நூலாசிரியர் விளக்கி இருந்தார். ''நீக்ரோக்களும் அமெரிக்கர்களே! நிறம் காரணமாக அவர்களை ஒதுக்கிவைப்பதும், தாழ்வாக நடத்துவதும் மிகக் கொடுமை! அது மனிதத் தன்மையையே மாய்த்திடும் இழிதன்மையாகும்' என்று அந்த அமெரிக்க வெள்ளையர், பல்வேறு இன்னல்களுக்கு இடையில், எதிர்ப்பு, ஏசல் ஆகியவற்றைப் பொருட்படுத்தாமல், எடுத்துக் கூறிக்கொண்டு வருகிறாராம். சம உரிமைக்காக நீக்ரோக்கள் மேற்கொள்ளும் அறப்போரில் இவர் பங்கெடுத்துக் கொண்டிருக்கிறார்; கொடுமைகள் பல இவருக்கு இழைக்கப் பட்ட போதிலும், மனம் தளராமல் தொண்டாற்றிக்கொண்டு வருகிறார்; நிறவெறி பிடித்த அமெரிக்க நாட்டு வெள்ளையர், குடியரசுத் தலைவர் கென்னடியைக் கொலை செய்யும் அளவுக்குச் சென்றுவிட்டத்தை கண்ட பிறகு, கறுப்பருக்குச் சம உரிமை கேட்டுக் கிளர்ச்சி செய்யும் இந்த வெள்ளையருக்கு இழைக்கப்பட்ட கொடுமைகள் வியப்பளிக்க வில்லை. மோட்டாரில் எப்போதும் பயணம் செய்தபட இருக்கிறாராம். மோட்டாரில், பிரசாரப்படம் ஒன்று எழுதப்பட்டிருக்கிறதாம். உலகத்தின் படம் போட்டு, அதனைத் தாங்கிப் பிடித்துக் கொண்டிருப்பதாக இரண்டு கரங்கள் தீட்டப் பட்டிருக்கிறதாம்; ஒரு கரம், கறுப்பு நிறமுடையது; மற்றொன்று வெள்ளை!

சிறையல், இந்தச் சீலர் தள்ளப்பட்டார் ஒரு முறை; சிறை அதிகாரிகள், பல்வேறு குற்றங்கள் செய்ததால் சிறையில் இருந்த கயவர்களிடம், இந்த வெள்ளையன் கறுப்பருக்குத் துணையாக இருக்கிறான் என்ற செய்தியைக் கூறி, நீக்ரோவுடன் கைகுலுக்கிக் கொண்டிருக்கும் முறையில் இருந்த ஒரு படத்தையும் காட்டினார்களாம். இதைக் கண்ட உடனே அந்தக் கயவர்கள் – கொலை, கொள்ளை, வழிப்பறி, வஞ்சகம், சூது, கற்பழித்தல்

போன்ற குற்றங்களைச் செய்த பக்தர்கள், வெள்ளையரின் புனிதத்தன்மையை, உயர்வை, பாழாக்குபவனா இவன்? என்று உறுமி எழுந்து பலமாகத் தாக்கிவிட்டார்களாம். இந்தப் பகுதியைப் படிக்கும்போது, உண்மையாகவே, கண்கலங்கும் நிலை ஏற்படுகிறது.

நேற்றும் இன்றும், எழுத்தாளர்கள் பிரச்னையை மையமாகக் கொண்டு எழுதப்பட்ட, இரண்டு கதைப் புத்தகங்களைப் படிக்கும் வாய்ப்புக் கிடைத்தது. எழுத்தாளர்களை ஏய்த்துக் கொழுத்திடும் புத்தக வெளியீட்டார் பற்றிய கண்டனத்துடன், ஓர். உருக்கமான கதையைப் பின்னி ஒரு நூல் எழுதப்பட்டிருந்தது. மற்றொன்று, சாமர்செட் மாம் எழுதியது; எழுத்தாளர் பற்றி மற்றோர் எழுத்தாளர் கொண்டுள்ள கருத்துகளையும், அவர்களுக்குள் ஏற்படும் தொடர்புகள் பற்றியும், புகழ் பெறுமுன்பு எழுத்தாளர் எந்த நிலையில் இருக்கிறார் என்பது பற்றியும், மாம் எழுதியிருக்கிறார்.

சுந்தரத்தைக் காண, நண்பர் இராதாமணாளன் வந்திருந்தார். நாம் நடத்தும் அறப்போர் பற்றியும், நாமெல்லாம் சிறைப்பட்டிருப்பது குறித்தும், நாட்டிலே ஒருவிதமான பரபரப்பும் எழவில்லை என்று அமைச்சர்கள் பேசிக் கொண்டிருக்கிறார்கள். என்றாலும், உண்மையில், மக்கள் மனத்தில் பரபரப்பு உணர்ச்சியும் பரிவும் நிரம்ப இருக்கத்தான் செய்கிறது. சென்னை மாநகராட்சித் தேர்தல் முடிவுகளுக்குப் பிறகு, காங்கிரஸ் வட்டாரத்தினர் கூட இதனை உணர்ந்துவிட்டிருக்கின்றனர் என்று ராதாமணாளன் கூறியதாகச் சுந்தரம் என்னிடம் சொல்லிக் கொண்டிருந்தார்.

தெளிவுள்ள மக்கள் இந்தி ஆதிக்கத்தால் விளையக்கூடிய ஆபத்தை உணர்ந்து கொண்டிருக்கிறார்கள் என்பது பற்றி எனக்கு ஐயம் எழுந்ததே இல்லை. அதுபோலவே நமது மனத்துக்குச் சரி என்று பட்ட முறையில் மக்களுக்கு நலன் கிடைக்கவேண்டுமென்ற நோக்கத்தில், நாம் மேற்கொண்டுள்ள அறப்போர் குறித்து, மனதை அடகுவைத்துவிடாத எவரும், பாராட்டத்தான் செய்வார்கள் என்பதிலேயும் எனக்கு ஐயம் ஏற்பட்டதில்லை. பத்திரிகைத் துறையில் ஈடுபட்டிருப்பவரும், காங்கிரசாரிடம் தொடர்பு, கொண்டுள்ள வருமான

இராதாமணாளன், சுந்தரத்திடம் கூறியது, நான் ஏற்கெனவே கொண்டிருந்த எண்ணத்தை உறுதிப்படுத்திற்று.

மதியைக் காண, அவருடைய துணைவியாரும் குழந்தையும் வந்திருந்தனர். மதியின் பெண்குழந்தை, இந்தச் சிறையை "அப்பா வீடு" என்று எண்ணிக் கொண்டு பேசுகிறதாம். குழந்தையைப் பார்க்கவேண்டும் என்று ஆசை எழத்தான் செய்கிறது – ஆனால் எங்கே உட்புறம் பார்த்துவிடுகிறார்களோ என்று, இரும்புக் கம்பிகளை இரும்புப் பலகை போட்டு வேறு அடைத்துவைத்து விட்டிருக் கிறார்களே!!

இன்று என்னைக்காண நெடுஞ்செழியன் விரும்பி யிருக்கிறார் – ஆனால் அனுமதி அளிக்கப்படவில்லை.

புகழ்மிக்க எச். ஜி. வெல்ஸ் எழுதிய நூல் ஒன்று கிடைத்தது. பல ஆண்டுகளுக்கு முன்பு அவர் எழுதியது – பழைய முறைகளும் கொள்கைகளும் முளைவிடும் பருவத்தை விளக்கும் விதமாக அமைந்துள்ள ஏடு – இன்று அந்த ஏடுதான், தூக்கம் வருகிறவரையில்.

காலையில், கலைக்களஞ்சியத்தில் சில பகுதிகளைப் பார்த்துக்கொண்டிருந்தேன். நான் 1938இல் சிறை புகுந்தபோது, தமிழாசிரியர் சிங்காரவேல் முதலியார், தன்னந்தனியாக இருந்து தயாரித்த 'அபிதான சிந்தாமணி'யைத்தான், துணைக்குக் கொண்டிருந்தேன். சென்னை, தொண்டை மண்டல துளுவ வேளாளர் பள்ளித் தமிழாசிரியரும், என் நண்பருமான எஸ். எஸ். அருணகிரி நாதர் கொடுத்திருந்தார். கலைக்களஞ்சியம், மிகுந்த பொருட் செலவில், பல விற்பன்னர்களின் கூட்டு முயற்சியில் தயாரிக்கப் படுகிறது – அபிதான சிந்தாமணி, ஒரே ஒரு வித்தகரின் அறிவாற்றலின் விளைவு! கலைக் களஞ் சியத்தைப் பார்த்தபோது, எனக்கு, 'அபிதான சிந்தாமணி பற்றிய எண்ணமும், அதனை ஆக்கித் தந்த சிங்காரவேலர் பற்றிய நினைவுந்தான் மேலோங்கி நின்றன. *

9.3.64

வேலை செய்பவர்கள் ஓய்வெடுத்துக்கொண்டு, மனத்துக்கு மகிழ்ச்சி தேடிட, பல நிகழ்ச்சிகளில் தம்மை ஈடுபடுத்திக்

கொள்ளும் நாள் ஞாயிற்றுக்கிழமை. இந்த ஞாயிறு, சிறையைப் பொறுத்தவரையில் வெறிச்சென்ற நிலையை ஏற்படுத்திவிடுகிறது. இன்று எங்களை அறையிலே போட்டு அடைத்தபோது, மாலை மணி ஐந்து.

இன்று அன்பழகன் கலகலப்பாக இல்லை – மகனுக்கு உடல்நிலை எப்படி இருக்கிறது, என்னவிதமான சிகிச்சை செய்திருக்கிறார்கள் என்பது பற்றிய தகவல் எதுவும் பெற முடியாத இடத்திலும் நிலையிலும் இருப்பதால், கவலையாகத் தானே இருக்கும்? வாரத்துக்கு ஒருமுறைதானே வீட்டினர் வந்து பார்க்கச் சட்டம் இடம் தருகிறது? இடையில், கடிதம் போடுவதோ பெறுவதோ அனுமதிக்கப்படுவதில்லை – அப்படிக் கடிதம் போட்டாலோ, பெற்றுக்கொண்டாலோ, உறவினரும் நண்பர்களும் வந்து பார்க்க இருக்கும் உரிமையை இழந்துவிட வேண்டுமாம். இது மிகக் கொடுமையானது, பொருளற்றது, தேவையற்றது என்று கருதுகிறேன். கடிதம் அனுப்பவும், பெறவும், உரிமை வழங்கப்பட வேண்டும் – கடிதங்களைச் சிறை மேலதிகாரி படித்துப் பார்த்து, தரத்தக்கதா அல்லவா என்பதை முடிவு கட்ட வேண்டும் என்று கூட விதி இணைத்துக் கொள்ளட்டும். குடும்பத்தினர் நலமாக இருக்கிறார்கள் என்ற செய்தியைக் கடிதம் மூலம் சிறையில் இருப்பவர்கள் தெரிந்து கொள்ளவும், சிறையில் உள்ளவர்கள் உடல் நலம் கெடாமல் இருக்கிறார்கள் என்று வீட்டார் தெரிந்து கொள்ளவும் இப்படி இருதரப்பினருக்கும் ஒரு மன நிம்மதி ஏற்படும் – இதை ஏன் தடுக்க வேண்டும்? புரியவில்லை. மனநிம்மதியை மாய்த்திடவோ, சிறை? ஆம் என்று கூறுவார்களானால், சிறைச்சாலையை அறச்சாலை ஆக்குகிறோம், சிறையில் அடைப்பது கொடுமைப்படுத்த அன்று, திருத்த' என்றெல்லாம் பேசுவதை நிறுத்திக்கொள்ள வேண்டும். ஒருபுறத்தில், சிறையிலே புது முறைகளைப் புகுத்துகிறோம் என்று பேசுவதும், மற்றொரு புறத்தில், கடிதப் போக்குவரத்துக்குக் கூட தடைபோட்டு வருவதும் பொருத்தமாகத் தெரியவில்லை.

கடிதம் போடவும் பெறவும் உரிமை அளிக்கப்பட்டிருக்குமானால், அன்பழகன் தன் மகனுடைய உடல்நிலை பற்றி

அவ்வப்போது தெரிந்து, மனதுக்குச் சங்கடமில்லாமல் இருக்க முடியும். அரசியல் விஷயங்களைப் பற்றி எழுதக் கூடாது என்று தடுக்கட்டும். நியாயம். ஆனால் குடும்பத்தாரின் நலன்பற்றி அறிந்து கொள்வதுமா தடுக்கப்பட வேண்டும்? நாகரிக நாள்களில் – அதிலும் அரசியல் கைதிகள் விஷயத்தில்.

இன்று அறையில் போட்டுப் பூட்டப்பட்டதும், இது பற்றித்தான் பேசிக்கொண்டிருந்தோம்.

கொள்கை காரணமாகக் கொடுமைக்கு ஆளானவர்கள் பற்றிய புத்தகத்தில், இன்று இவருடைய வாழ்க்கை பற்றிப் படித்தேன். போர்ச்சுக்கீசிய ஆதிக்க வெறியின் கீழ் சிக்கிக்கிடக்கும் அங்கோலாவில், விடுதலை விரும்பிகள் எத்தகைய கொடுமையை அனுபவிக்கிறார்கள் என்பதை, டாக்டர் நெடோவின் வரலாறு காட்டுகிறது. தென் ஆப்பிரிக்க வெள்ளையர் ஒருவர் அங்கு தலைவிரித்தாடும் ‘நிறவெறியை எதிர்த்து, அறப்போர் நடத்துவது பற்றியும், அதன் காரணமாக அவருக்கு ஏற்படும் அவதிகள் பற்றியும், டன்கன் என்பவருடைய, வாழ்க்கை வரலாறு எடுத்துக்காட்டுகிறது.

கொடுமைகளைத் தாங்கிக்கொள்ள வேண்டும் என்ற பொதுவிதியிலிருந்து, கொள்கைக்காகப் போரிடும் எவருக்கும், எந்த நாட்டிலும், எந்தக் காலத்திலும் விலக்கில்லை என்ற பேருண்மையை இந்த ஏடு விளக்குகிறது.

அஜந்தா – எல்லோரா ஆகிய இடங்களுக்குப் போய் வந்தது குறித்தும், சரவணபெலகோலா சென்று வந்தது பற்றியும், ஜெய்ப்பூர், ஜோத்பூர், உதய்பூர், பரோடா, சூரத், ஆமதாபாத் ஆகிய நகர்களின் நிலையைக் கண்டறிந்தது பற்றியும், சிறிது நேரம், பொன்னுவேல் – வெங்கா ஆகியோரிடம் பேசிக்கொண்டிருந்தேன். எதிரே உள்ள ‘சென்ட்ரல் ஸ்டேஷனையே ஆறு திங்கள் பார்க்க முடியாதபடி அடைத்து வைக்கப்பட்டிருக்கும் நிலையில், ஜெய்ப்பூர், ஜோத்பூர் ஆகிய இடங்களைப் பற்றி நாங்கள் பேசிக் கொண்டிருந்தது, ஒரு கேலிக் கூத்தல்லவா! சிறையிலே உள்ளவர்களின் சிந்தனை, வேகவேகமாக, நெடுந்தொலைவு சிறகடித்துக் கொண்டு பறந்து செல்வது இயல்பு.

நாங்கள் உள்ள பகுதியில்தான், கிறித்தவர்களுக்கான தொழுகை இடம் இருக்கிறது. ஒவ்வொரு ஞாயிற்றுக் கிழமையும் இசையுடன் தோத்திரப் பாடல்களை கைதிகள் – கிறித்தவர்கள் – பாடுகிறார்கள்.

இன்று காலையில், சற்றுநேரம், நாங்கள் உள்ள பகுதி நுழைவு வாயிலில் நின்று கொண்டு, தோத்திரப் பாடல்களைக் கேட்டுக்கொண்டிருந்தேன்.

இரண்டு நாள்களாக கைவலி சிறிதளவு இருக்கிறது – ஆனால் பனிக்காலம் நீங்கி வெப்ப நாள்கள் ஆரம்பமானதிலிருந்து வலி குறைவு என்றுதான் சொல்ல வேண்டும். இன்னும் இடக்கரத்தை, வலக்கரம்போலத்தூக்க இன்னமும் இயலவில்லை. வலிதெரியாதிருக்க 'நோவால்ஜின்' மாத்திரைகளையும் சாப்பிட்டபடிதான் இருந்து வருகிறேன். தேகப் பயிற்சி ஓரளவு செய்து கொண்டிருக்கிறேன் என்றாலும், இடக்கரத்தைப் பழையபடி தாராளமாகத் தூக்கத்தக்க நிலை ஏற்படவே இல்லை. எப்போதுமே இதுபோலவே இருந்துவிடுமோ என்ற ஐயமே அதிகமாகிக்கொண்டு வருகிறது.

சிறையில், உட்புறப்பகுதியில் உள்ள நமது தோழர்கள் நலமாகவே இருக்கின்றனர் என்பதை, இங்கு சமையலுக்கான சாமான்கள் வாங்குவதற்காக வந்திருந்த தோழர் மணிவண்ணன் மூலம் அறிந்து கொண்டேன். இங்கு போலவே, அங்கு பலரும் நூற்பு வேலையில்தான் உள்ளனராம். மணி பதினொன்று அடிக்கிறது; பொன்னுவேலுவும், வெங்காவும் தூங்கி முக்கால்மணி நேரமாகிறது. நானும் எச்.ஜி.வெல்சின் புத்தகத்தைச் சிறிது நேரம் படித்துவிட்டு, தூங்க முயற்சி செய்ய வேண்டியதுதான்.

10.3.64

நேற்று குறிப்பு எழுதவில்லை; மனத்தில் ஏதோ ஒரு விதமான சலிப்பு உணர்ச்சி; இன்ன காரணத்தால் என்று என்னாலேயே கூறமுடியவில்லை; ஆனால் ஏதோ ஒருவிதமான சுமை மனத்தை அழுத்திக்கொண்டிருப்பது போன்ற உணர்ச்சி. அதனால் வழக்கமாக எழுதும் குறிப்பைப்பற்றிக் கவனம் செலுத்தவில்லை. படிப்பதிலே மட்டும் கவனம் செலுத்தினேன். வெல்ஸ் எழுதிய அந்தப் புத்தகத்தில், ஓர் ஆராய்ச்சியாளன்

காதல் திருமணம் செய்து கொண்டு, காதலியின் மனம் மகிழத்தக்க நிலையைக் காண, ஆராய்ச்சித் துறையைவிட்டு விலகி, பொருள் ஈட்டும் வாணிபத்துறைக்குள் நுழைந்து, நிரம்பப் பொருள் ஈட்டி மனைவியை மந்தகாசமான வாழ்விலே ஈடுபடச் செய்து, மனைவி செல்வத்தின் பளபளப்பிலும் நாகரிகமினுக்கிலும் மூழ்கிவிட, காதலின்பம் பெறமுடியாமல் வேதனைப்பட்டு, செல்வம் கொந்தளிக்கும் சூழ்நிலையையே வெறுத்து, பணம் ஈட்டும் பணியில் வெறுப்படைந்து, கண்காணா இடம் சென்று, சிந்தனைச் செல்வத்தைப் பெறவேண்டுமென்று தீர்மானித்து, அது குறித்து மனைவியிடம் பேச, அவளும் வேண்டா வெறுப்புடன், அவனுடன் வரச் சம்மதம் தர, பனிக்காடு நிரம்பிய ஒரு தீவுக்குச் சென்று இருவர் மட்டும், செல்வம், நண்பர்கள், விருந்து, கேளிக்கை எதுவும் அற்ற ஒரு நிலையில் வாழ்க்கையைத் தொடங்கும் விவரம் தரப்பட்டிருந்த கட்டடம், நான் படித்துக்கொண்டிருந்தது. அதனால்தானோ என்னவோ, என் மனமும் பனிக்காடு சூழ்ந்த இடத்திற்குச் சென்றவன் அடையும் நிலையை அடைந்தது. கழகம் பற்றிய நினைவுகளும், இந்தி ஆதிக்கத்தை அகற்றும் அக்கறையற்று ஆட்சியாளர்கள் கழகத்தை எப்படி ஒழிப்பது என்பதிலேயே அதிகத் துடிப்புடன் இருப்பது பற்றிய சங்கட உணர்ச்சியும் என் மனத்தைக் குடைந்திடும் நிலை.

நேற்று காலை, வழக்கறிஞர் நாராயணசாமி வந்திருந்தார்கருணாநிதி, நடராசன் சார்பாக, உயர்நீதி மன்றத்திலே தொடுக்கப்பட்டுள்ள வழக்கு குறித்துக் கூறிவிட்டுச் சென்றார்.

மாலை, நாவலரும் கருணாநிதியும் வந்திருந்தனர். இளங்கோவன், நான் கொண்டுவரச் சொல்லியிருந்த புத்தகங்களை எடுத்துக்கொண்டு வந்திருந்தான்.

மேலவைக்கு எவரெவரைக் கழகம் ஆதரிப்பது என்பது பற்றி கருணாநிதியும், நாவலரும் கூறினர்.

சில சட்டமன்ற உறுப்பினர்களும் வலியுறுத்தியதாக, ஒரு கருத்தையும் கூறினார்கள்.

பதில் ஏதும் கூறக்கூடிய நிலையிலும் இடத்திலும் நான் இல்லையே! எனவே 'நான் என்ன சொல்ல இருக்கிறது.

நிலைமைக்குத் தக்கபடி முடிவு எடுத்துக்கொள்ளுங்கள்' என்று கூறி அனுப்பினேன்.

கழகத்தின் சார்பில் எடுக்கப்படும் எந்த முடிவும், நான் என்னிச்சையாகவோ, எனக்கு ஏற்படக்கூடிய விருப்பு வெறுப்பினை மட்டும் கணக்கிட்டோ, மேற்கொள்வதில்லை; என்றாலும், எனக்கென்று ஏதேனும் ஒரு 'விருப்பம்' எழுகிறது என்றால், அதனை நிறைவேற்றி வைக்கும் விருப்பம் கழகத்தினர் சிலருக்கு இருப்பதில்லை என்பதை, பல சந்தர்ப்பங்களில் நான் உணர்ந்து வருகிறேன். வருந்தி என்ன பயன்! காரணம் என்ன என்று ஆராய்வதிலேதான் என்ன பலன் நிலைமை அவ்விதம் – அவ்வளவுதான்!

இராணிக்கு இரண்டு மூன்று நாள்களாகக் 'காய்ச்சல்' என்று இளங்கோவன் கூறினான். காஞ்சிபுரம் பச்சையப்பன் கல்லூரியில் மாணவர்கள் வேலைநிறுத்தக் கிளர்ச்சி செய்வதாகவும், கௌதமன் அதிலே ஈடுபட்டிருப்பதாகவும் சொல்லிவிட்டுச் சென்றான்.

பிற்பகல், காஞ்சிபுரத்தில் மறியலில் ஈடுபட்டு சிறை புகுந்துள்ள தோழர்கள், நாங்கள் இருக்கும் பகுதி அருகில் வந்திருந்து, பெரிய பெரிய வைக்கோற்போர்களைத் தலைமீது சுமந்துகொண்டு, உட்புறம் சென்றிடக் கண்டேன் மெத்தச் சங்கடப்பட்டேன். அவர்கள் சிரித்த முகத்தோடுதான் இருந்தார்கள் – ஆனால், அரசியல் கைதி கள் என்னென்ன விதமாக வேலை வாங்கப்படுகிறார்கள் என்பதைக் காணும்போது, வேதனையை அடக்கிக்கொண்டிருக்க முடியத்தான் இல்லை. என் மனம் என்னமோ போல் ஆகிவிட்டதற்கு இதுவும் காரணம். ஆகவேதான், குறிப்பு எழுதாமலேயே இருந்துவிட்டேன்.

இன்று, இரண்டு நாள்களுக்குமாகச் சேர்த்துக் குறிப்பு எழுதுகிறேன். மனச்சங்கடம் அடியோடு போய்விடவில்லை போக்கிக்கொள்ள வேண்டும் என்பதற்காகவே இன்று, சமையல் வேலையில், அதிகக் கவனம் செலுத்தினேன் – நூற்பு வேலையிலும் சற்று அதிக நேரம் ஈடுபட்டேன்.

நாங்கள் அடைபட்டிருக்கும் பகுதிக்குப் பக்கத்திலே தான், தூக்கு தண்டனை பெற்ற கைதிகள் வைக்கப்பட்டிருக்கிறார்கள்.

அதிலே ஒரு கைதிக்கு, நாளைக் காலை பொழுது விடியுமுன் என் மனத்தைக் தூக்கு! இன்று மாலை, அதுபற்றிய கவலை குடையத் தொடங்கிற்று.

ஏழைமைக் கோலம்! எண்பது வயதிருக்கும். கூனிக் குறுகிப் போன நிலையில் உள்ள அவன் தாய், இன்று மாலை, மகனைக் கடைசி முறையாகக் காண வந்ததை நான் பார்த்திட்டபோது, மனம் மிக நொந்தநிலை பெற்றேன்.

சில கெஜ தூரத்தில்தான் இருக்கிறான்– விடியற்காலை தூக்கிலே மாள இருப்பவன்.

மாலையில், சிறைப் பெரிய அதிகாரிகள் வந்து பார்த்து விட்டுச் சென்றனர்.

கோயமுத்தூர் போகிறான், பெங்களூர்போகிறான் என்று ஒருவனுடைய 'பயணம்' பற்றி எவ்வளவு சாதாரணமாகப் பேசுவார்களோ, அதுபோல, இங்கு உள்ள சிறைக் காவலர்களும், கைதிகளுங்கூட, நாளைக் காலையிலே குப்பனுக்குத் தூக்கு! – என்று, மிகச் சாதாரணமாகப் பேசுகிறார்கள். கேட்கும்போதே, மனம் வேதனையடைகிறது; ஆனால் அவன் செய்த குற்றத்தைக் கூறக்கேட்கும்போதோ, இப்படிப்பட்டவனுக்கு இதுதான் தக்க தண்டனை என்றும் தோன்றத்தான் செய்கிறது.

பெயரோ, வெறுங் குப்பன் அல்லன் – தலைவெட்டி குப்பனாம்.

ஒரு பெண்ணின் தலையை வெட்டி, கையில் தூக்கிக் கொண்டு, ஊரெல்லாம் சுற்றிவந்து, போலீஸ் அதிகாரியின் முன்பு கொண்டு போய் அந்தத் தலையை வைத்தானாமே! அதைக் கேள்விப்படும் போது, தூக்குத்தண்டனை கூடாது என்று கூற யாருக்குத்தான் மனம் இடம் தரும்?

– நேற்றுவரை, சாதாரணமாக இருந்தவனுக்கு, இன்று மாலை, மனக்குழப்பம் ஏற்பட்டுவிட்டதாகத் தெரிகிறது. ஆறு மணி சுமாருக்கு, ஒரு பயங்கரமான கூச்சலிட்டான். திகில், திகைப்பு, மரணத்தின் பிடியில் சிக்கிவிட்டோம் என்ற வேதனை உணர்ச்சி, இவ்வளவும் கலந்த ஒரு கூச்சல். நான் குப்பன்! வெறுங்குப்பன்! தலைவெட்டி குப்பன் அல்லன்! எனக்கு விடுதலை! விடுதலை கிடைக்கப் போகிறது! – என்றெல்லாம்

கூவிக்கொண்டிருப்பதாக, சிறைக் காவலர்கள் சொல்லிக் கொண்டிருக்கிறார்கள். சில கெஜதூரத்திலே இருக்கும் ஒருவன், நாளைக் காலையிலே தூக்கிலே மாளப்போகிறான் என்று தெரியும் நிலையில், இன்று எனக்குத் தூக்கம் எங்கே வரப்போகிறது? பொன்னுவேலுவும், வெங்காவும், இதோ தூங்கிக் கொண்டிருக்கத்தான் செய்கிறார்கள். பக்கத்து அறைகளிலேயும் சந்தடி இல்லை.

இங்காவது சில கெஜதூரத்துக்கு அப்பால், தூக்கில் தொங்கப்போகிறவன் இருக்கிறான். 'ஆரிய மாயை' வழக்கிலே தண்டனை பெற்று, நான் திருச்சி சிறையிலே கிடந்தபோது, எனக்குப் பக்கத்து அறையிலேயே, தூக்குத் தண்டனைக் காரன்தான்!

இவ்வளவுதானா! இதோ, காலையிலே தூக்கிலே தொங்கப் போகும் குப்பன், இப்போது எந்தப் பகுதியில் இருக்கிறானோ அந்தப் பகுதிக்குத்தான், நாங்களெல்லாம் இரண்டொரு நாள்களில் மாற்றப்பட இருக்கிறோம்.

13.3.64

மூன்றாம் நம்பர் அறையிலிருக்கிறேன் – வேறொரு பகுதியில் – முன்பு குறிப்பிட்டிருந்தபடி, தூக்குக்குச் சென்றவன் இருந்த பகுதியில் மணி பத்து அடித்துவிட்டது. இரண்டு நாள்களாகக் குறிப்பு எழுதாதிருந்தேன் – இன்று மொத்தமாக்கி எழுதுகிறேன்.

இந்த இடத்திற்கு 11ஆம் தேதி பிற்பகலே வந்து விட்டோம் – மாடி – முதல் – அறையில் அன்பழகன், இரண்டாவதில் சுந்தரம் – நான் மூன்றாவது அறை – நாலாவதில் பார்த்தசாரதி – பிறகு மதி – அடுத்தது பொன்னுவேல் – பிறகு வெங்கா – அடுத்ததில் அரக்கோணம் இராமசாமி.

– தூக்குக்குச் சென்றவன் போக, அதே தண்டனை பெற்று, காலத்தை எதிர்பார்த்துக் கொண்டிருக்கும் ஆறு பேர், இங்கு இருந்து, வேறு பகுதிக்கு – பக்கத்திலேதான் – அனுப்பப்பட்டு விட்ட னர்.

இப்போது இருக்கும் பகுதிக்கும் ரயில்வே தண்டவாளப் பகுதிக்கும் இடையே அதிக தூரம் இல்லை; ஆகவே

ரயில்வேக்களின் சத்தம் காதிலே விழுந்தபடி இருக்கிறது; கக்கும் புகை இந்தப் பகுதியில் அடிக்கடி கப்பிக்கொள்கிறது.

இந்தப் பகுதியிலிருந்து பார்க்கும் போது, எதிர் புறத்தில் சென்ட்ரல் நிலையத்திலிருந்து, மவுண்ட்ரோட்போகும் வண்டிகளின் மேற்பாகம் நன்றாகத் தெரிகிறது – ஆக நகரத்தின் மத்தியிலே இருக்கிறோம் என்ற உணர்வு ஒருவிதமான மகிழ்ச்சியையும், நகரத்திலிருந்து பிரிக்கப்பட்டிருக்கிறோம் என்ற உணர்வு மனச்சங்கடத்தையும், மாறி மாறித் தருகிற இடம்.

பெரிய மரமாக ஓங்கி வளரப்போகிறேன் என்று அறிவிக்கும் தன்மையில், 'பருவ கருவத்துடன் ஒரு மாமரம், அறைக்கு எதிர்ப்புறம் இருக்கிறது. அதிலே பூ இல்லை, காய் இல்லை, ஆனால் சிட்டுக்குருவிகள் நூறுக்குமேல் என்று கருதுகிறேன், அதிலே இடம் பிடித்துக் கொண்டுள்ளன. என்னுடைய – நண்பர்களைப் போலவே, அந்தச் சிட்டுக் குருவிகளும் நிம்மதியாகத் தூங்கிக் கொண்டுள்ளன – துளி அரவம் கூட இல்லை. ஆனால் விடியற்காலை, என்னை எழுப்புவதே, அந்தக் குருவிகளின் கோஷ்டி கானம் தான். அடே அப்பா! இத்தனை சின்ன உருவத்திலிருந்து எப்படித்தான் அத்தனை பெரிய சத்தம் பிறக்கிறதோ தெரியவில்லை. சத்தம் என்று குறிப்பிட்டதற்காக வருந்துகிறேன் – இசை – இன்னிசை! கவலை, பயம், தேவை, தவிப்பு எனும் எந்த உணர்ச்சிகளும் அற்ற ஒரு நிம்மதியான நிலையிலிருந்து எழும் இசை!

"எப்படி எல்லாமோ இருந்தேன் – இப்போது இப்படி ஆகிவிட்டேன்" என்று ஏக்கத்துடன் கூறுவது போன்ற நிலையில், மாவுக்குப் பக்கத்தில் ஒரு அரசமரம் இருக்கிறது. பல கிளைகள் வெட்டப்பட்டு விட்டுள்ளன. இலைகள் பசுமையற்று, கீழேயும் விழாமல், கிளைகளுடன் கொஞ்சிக் கொண்டுமில்லாமல், ஏழைமைக் கோலத்தில் உள்ளன.

வேறொரு புறத்தில், இரு மரங்கள் – மரங்களாக வேண்டியவை – ஒரு வேம்பு, நுழைவு வாயிலருகே ஒரு பாதாமி மரம். இது, நான் இப்போது இருக்கும் இடத்தின் தோற்றம்.

இங்கு இருந்தவன் தூக்குக்குப் போன பிறகு, இரண்டு மூன்று நாள்களுக்குப் பிறகு, எங்களை இங்கு கொண்டு வருவார்கள்

என்று எண்ணிக் கொண்டிருந்தேன் – அவனைக் காலை ஐந்து மணிக்கு அனுப்பி'விட்டு, பத்து மணிக்கு எங்களுக்குச் சேதி' அனுப்பினார்கள். இன்று பிற்பகல், புதிய இடம்; சாமான்களை ஒழுங்குபடுத்திக் கொள்ளுங்கள்' என்று!

அங்கு நாங்கள் போவதற்கு ஏற்பாடுகளைச் செய்து கொண்டிருந்தபோது, இராஜகோபால் உண்ணாவிரதம் இருக்கப் போவதாக, எனக்கு கொடுத்த தந்தி வந்தது. எத்தனை இன்பமான செய்தி அனுப்பிவைக்கிறார்கள் பாருங்களேன், நண்பர்கள்! நான் இருப்பது சிறையில், என் மனத்தில் குடைவது ஓராயிரம் கவலைகள்: நான் இழந்திருப்பது என் சிற்றன்னையை. நான் நடத்தப்படுவது ஒரு கைதி என்ற முறையில், எனக்கு வெளியிலிருந்து அனுப்பப்படும் 'விருந்து' இதுபோல! இதை மற்றவர்களுக்குச் சொல்லி, அவர்கள் மனத்தைச் சங்கடப்படுத்துவானேன் என்று நினைத்து, 'தந்தி' பற்றி ஏதும் சொல்லவில்லை. ஆனால், சில மாதங்கள் உள்ளே இருக்கும் நிலையில், வெளியே என்னென்ன ஏற்பட்டுவிடுகின்றன என்பதை எண்ணி மெத்த வருத்தப்பட்டேன். மறுநாள் பத்திரிகையில், உண்ணாவிரதம் நிறுத்தப்பட்டு விட்டதாகவும், ஏன் இருக்க நேரிட்டது என்பதற்கான விளக்கமும் கண்டேன். கழக நடவடிக்கைகளை மேற்கொள்ளுபவர்கள், அவர்களுக்குச் சரி என்று பட்ட செயலில் ஈடுபடும்போது, அந்தச் செயல், நம்மிலே சிலருக்குக் கசப்பும், கோபமும், ஏமாற்றமும், எரிச்சலும் ஏற்படுத்தக் கூடும்; ஆனால் முடிவெடுத்துச் செயல்படும் பொறுப்பை மேற்கொண்டவர்கள், வேண்டுமென்றே தவறான முறையைக் கையாண்டிருக்க மாட்டார்கள். அப்படி அவர்கள் மேற்கொண்ட முறை குறையுடையது என்று தோன்றினாலும், அதன் விளைவாக நமக்கு வேதனையே ஏற்பட்டாலும், அதற்குப் பரிகாரம், பொறுத்துக் கொள்வதிலேயும், நோக்கத்திலே தவறு காணாமலிருப்பதிலேயும், நம்முடைய கடமையை மறவாதிருப்பதிலேயும் கிடைக்க முடியுமே தவிர, கோபம், கொந்தளிப்பு, எதிர்ப்பு, வருத்திக் கொள்ளுதல், ஆகியவற்றினாலே இல்லை என்பதை நமது கழகத் தோழர்கள் இன்னும் முழு அளவிலும் நம்பிக்கையுடன் உணரவில்லை. அதாவது இன்னும் 'பக்குவம்' ஏற்படவில்லை.

இது எனக்கு மிகுந்த வருத்தத்தைக் கொடுக்கிறது. இவ்விதமாக, நான் வருத்தப்படக் கூடிய நிகழ்ச்சிகள் கழகத்தில் ஏற்பட்டுவிடும்போது, நான் வேதனை மட்டுமல்ல, வெட்கப்படக்கூடச் செய்கிறேன். என்ன செய்வது? "இன்னமும் சிறிது காலம் தேவைப்படுகிறது போலும்' பக்குவம் ஏற்பட இங்கு நான் பார்க்கிறேன் – உணருகிறேன் – புதிய பாடம் கூடப் பெறுகிறேன் – ரொட்டி சுடுவதற்கு, மாவு பிசைகிறோம், மாவு பிசைந்து ஓரளவு 'இளகிய' நிலை அடைந்த பிறகுதான், அதை உருட்டித் தட்டை வடிவமாக்குகிறோம் – ஆனால், 'இளகிய' நிலையில் மாவு இருப்பதால், அதை உருட்டித் தட்டை ஆக்கும்போது ஒட்டிக்கொண்டு விடுகிறது; ஒட்டிக்கொள்ளாதிருக்க, உருட்டுவதற்காகப் பயன்படுத்தும் பாண்டத்தின்மீது, உலர்ந்த நிலையிலுள்ள மாவுதூவி, அதன்மீது, பிசைந்த மாவை வைத்து உருட்டித் தட்டையாக்கி எடுத்து, பிறகு, 'ரொட்டி' சுடுகிறோம். இந்த 'மாவு' ரொட்டி ஆகாது! ஆனால், இந்த மாவு தூவாவிட்டால், பிசைந்தது கைக்கு வராது, பாண்டத்திலேயே ஒட்டிக்கொள்கிறது. சாதாரண 'ரொட்டி' சுட்டெடுக்க, 'இத்தனை பக்குவம்' தேவைப்படுகிறது. மிருகத்தனமான எதிர்ப்புக்கிடையிலே, மிகப் பெரிய மக்கள் இயக்கத்தை நடத்திச்செல்லும் மகத்தான காரியத்தில் வெற்றி காண, எத்தனை பக்குவம் தேவைப்படும்? அடுப்படியில் அமர்ந்திருக்கும்போது, நான் இதனை எண்ணாமலில்லை.

கிடைத்ததைப் பயன்படுத்துவது, இருப்பதற்கு ஏற்றபடி ஆக்கிக்கொள்வது, சேதமானது போக மீதமுள்ளதைப் பயன்படுத்திக்கொள்வது, என்பவையெல்லாம், இங்கே நான் பெற்றுள்ள பாடங்கள். வாழைப்பழத்தில் முன்பாகமோ, அடிப்பாகமோ, தளதளவென்று ஆகிவிட்டால், பழமே வேண்டாமென்று போட்டுவிடுகிறோம் – வெளியே! இங்கே? தளதளவென்று ஆகிவிட்ட பகுதியை நீக்கிவிட்டு மற்றதைப் பயன்படுத்திக்கொள்கிறோம் – இங்கு என்ன பழக்கடையா இருக்கிறது, இது வேண்டாம் வேறுகொடு என்று கேட்க? அதிலும் நான் கெட்டுப்போன பாகத்தைக்கூட வீணாக்கி விடாமல், பறவைகள் கொத்தித் தின்னட்டும் என்று, அதற்கேற்ற இடமாகப் பார்த்துத்தான் போட்டு வைக்கிறேன். வடித்த சாதம் குழைந்து போய்விட்டால் அன்று தயிரன்னமாக்கப் படுகிறது;

விறைத்துப் போய்விட்டால் புளிச்சாதம் ஆக்கப்படுகிறது: இன்று காலையில், சமையலிடத்தில் வாடி வதங்கிப்போய், சத்தற்ற நிலையில், வெண்டை ஒரு குவியல் தனியாக இருந்தது – வீசி எறிய வேண்டியதுதான் என்றார் பார்த்தசாரதி. வேண்டாம் வற்றல் போடுவோம் என்று சொல்லி, சிறுசிறு துண்டுகளாக நறுக்கி, மோரில் ஊறவைத்து, உலரவைத்திருக்கிறேன் – நாளையோ மறுநாளோ, வெண்டைக்காய் வற்றல் விருந்தாகப் போகிறது. இது, சாப்பாட்டுக்காக, நிலைமைக்குத் தக்கபடி நாம் மேற்கொள்ளவேண்டி வருகிற முறை. நமது கழகம், நாட்டுக்குப் புதிய பொலிவு நிலை சமைத்திட அமைந்திருக்கிறது: எத்தனை எத்தனை விதமான பக்குவம்' நாம் மேற்கொள்ளவேண்டும்; கற்றுக் கொள்ள வேண்டும். மேலவைத் தேர்தல் சம்பந்தமாக ஏற்பட்டுவிட்ட சில விரும்பத்தகாத நிலைமைகளைக் கண்டபோது, நான் இவ்விதமெல்லாம் எண்ணிக் கொண்டேன். தூக்கிவாரிப் போடுவதுபோல, மேலவை உறுப்பினர் பதவியை, நண்பர் எம்.ஜி. இராமச்சந்திரன் ராஜினாமாச் செய்து விட்டாராம், என்று இன்று மாலை மதியழகன் தன் தம்பியைப் பார்த்துவிட்டு வந்து தெரிவித்தார். திகைத்துப் போனேன்; ஆனால், அடுத்தகணமே, மதியழகன், நமது நண்பர்களின் சீரிய முயற்சியினால், அந்த நிலைமை மாற்றப்பட்டுவிட்டதாகக் கூறி, என் மனத்தைக் குளிரச் செய்தார்.

நாங்கள் இங்குவந்து சேர்ந்த மறுநாள் சிறை மேலதிகாரி, வந்திருந்தார் – மெத்தக் கவலையுடன். சட்ட சபையில் சிறை நிலைமை குறித்து, நமது கழகத் தோழர்கள் கேட்டிருந்த கேள்விகள் பற்றிப் பேசிக்கொண்டிருந்தார். அதன் விளைவாக,, எங்களை, இனி நீங்கள் வேலை ஏதும் செய்ய வேண்டாம் என்று சொல்லிவிட்டாரா என்றால், இல்லை; காலையில் 7.30– லிருந்து மாலை 4.30 வரையில், சிறை உடையில் இருக்க வேண்டும்; நூற்பு வேலையைச் செய்திட வேண்டும் என்று கண்டிப்பாகச் சொல்லிவிட்டுச் சென்றார். அது அவருடைய கடமை. நான் அதற்காக வருத்தப்படவில்லை. இங்கு நாங்கள் வேலை செய்யாமலில்லை – செய்கிற வேலை வேண்டுமானால், பயனற்றதாக இருக்கலாம் – நூற்பு வேலை. ஆனால் முறையாக வேலை செய்து வருகிறோம்.

நேற்றும் இன்றும், கிறித்துவ மார்க்கத்தின் தொடக்கக் கட்டத்தைப் பின்னணியாகக் கொண்ட ஒரு புத்தகம் படித்துக் கொண்டிருக்கும் வாய்ப்புக் கிடைத்தது. ஒரு புறத்தில் செல்வச் செருக்கும் மூட நம்பிக்கையும்: மற்றொரு புறம் அருளாளரின் அறநெறி. இந்த இருவேறு நிலைமைகள் ஒன்றை ஒன்று எந்த வகையிலே பற்றியது என்பதை இந்த நூலில் வெகு அழகாக விளக்கி இருக்கிறார் ஆசிரியர், தூங்கு முன்பு, அநேகமாக முடித்துவிடுவேன். இடையில் சிறிதுநேரம் நாலடியார் படித்துக்கொண்டிருந்தேன்.

14.3.64

இன்று காலைப் பத்திரிகைகளில் எம்.ஜி.ஆர் மேலவை உறுப்பினர் பதவியைத் துறந்துவிட்டார்; அந்த நிலையை மாற்ற நாவலரும் மற்றவர்களும் எடுத்துக்கொண்ட முயற்சி வெற்றி பெறவில்லை என்ற செய்தி கண்டு, திடுக்கிட்டுப் போனேன். கழகத்தில் ஆழ்ந்த பற்றும் என்னிடம் பாசமும் மிக்கவர். நான் சிறையில் இருக்கும் சமயத்தில், வெளியே எழும்பும் சில நிலைமை காரணமாக, இவ்விதமான முடிவுக்கு வந்தார் என்றால், எனக்கு மிகுந்த வேதனை ஏற்படாமலிருக்க முடியுமா? ஆனால், என்ன செய்ய முடியும்! நிலைமைகளை அறிந்து கொள்ளவோ, அவரிடம் பேசி நிலைமையைச் சீராக்கவோ முடியாத இடத்திலல்லவா இருக்கிறேன்? பகலெல்லாம், இங்குள்ள நண்பர்கள் இது குறித்தே மிகச் சங்கடப்பட்டுக் கொண்டனர். எனக்கு, என்னுடைய மனச்சங்கடத்தை அடக்கிக் கொள்ளும் வேலையுடன், மற்ற நண்பர்களின் சங்கடத்தைத் துடைக்கும் பொறுப்பும் சேர்ந்து, நெஞ்சுக்குப் பெரும் சுமையாகிவிட்டது, கழகத்துக்கும் எம்.ஜி.ஆருக்கும் அமைந்து விட்ட பாசம், சொல்லிக் கொடுத்து ஏற்பட்டதல்ல, தூண்டிவிட்டுக் கிளம்பியதுமன்று, தானாக மலர்ந்தது. 'கனி என் கரத்திலே வந்து விழுந்தது' என்று பெருமிதத்துடன், 'நாடோடி மன்னன்' வெற்றி விழாக் கூட்டத்திலே நான் பேசியது என் நினைவிற்கு வந்தது. அவர் கழகத்தைத் துறந்துவிடுவதோ, கழகம் அவரை இழந்துவிடுவதோ, நினைத்துக்கூடப் பார்க்கக் கூடாது; எனவே அவர், மேலவை உறுப்பினர் பதவியை விட்டு விலகினாலும், கழகத்தை விட்டு விலகமாட்டார், என்

நெஞ்சிலிருந்து விலகமாட்டார் என்று எனக்கு உறுதி உண்டு. அந்த உறுதியைத் துணையாகக் கொண்டு, மனச்சங்கடத்தை மாற்றிக்கொள்ள – குறைத்துக்கொள்ள முனைவதிலேயே இன்று பெரும் பகுதி சென்றுவிட்டது. படித்து முடித்திட திட்டமிட்டிருந்தபடி, கிறித்துவ மார்க்கத் துவக்க நிலைபற்றிய புத்தகத்தையும் படிக்க மனம் இடம் தரவில்லை.

ஒருபுறம், ராஜகோபாலின், 'உண்ணாவிரதம்' – மற்றொருபுறம், எம்.ஜி.ஆரின் விலகல். எதற்கும் காரணமாக என் சொல்லோ செயலோ இல்லை – ஆனால், அவற்றால் ஏற்பட்டுவிடும் வேதனையின் முழு அளவும் எனக்கு இப்படி ஒரு நிலைமை எனக்கு! நானாகத் தேடிக் கொண்டது. எனக்காக அன்று. நாட்டுக்கு நல்லது விளையும் என்ற நம்பிக்கையுடன் நாம் நடத்திச் செல்லும் கழகத்துக்காக! என் இயல்பு தனித்தன்மை வாய்ந்தது; நான் கழகத்தை நடத்திச் செல்லும் முறை அந்த இயல்பை ஒட்டியே பெரிதும் அமைந்து விட்டிருக்கிறது. கழகத்தை நான் வெறும் அரசியல் கட்சியாகக் கருதுபவனல்லன் – எவர் ஒப்புக்கொண்டாலும், மறுத்தாலும், நான் மிக ஆழ்ந்த நம்பிக்கை கொண்டிருப்பது 'கழகம் ஒரு குடும்பம் என்ற கருத்தினை. அரசியலை விளக்கும் சிலபல ஏடுகளை அதிலும் கட்சி மாச்சரியங்கள், கட்சி உட்பூசல்கள், தலைமைக்காக மேற்கொள்ளப்படும் முறைகள் ஆகியவற்றை விளக்கும் ஏடுகளைப் படித்த சிலர், 'குடும்பப் பாசம்' என்ற இந்தக் கருத்தையே தவறு என்கிறார்கள் – தீது என்று என்னிடமே கூட வாதாடினார்கள். அவர்களுக்கும் எனக்கும் இருந்த உறவுதான் முறிந்ததே தவிர அவர்களாக முறித்துக் கொண்டார்களே தவிர – குடும்பப் பாசம் என்ற கருத்துக்கும் எனக்கும் ஏற்பட்டுவிட்ட பிடிப்பு என்னைவிட்டுப் போய்விடவில்லை – போகாது. இந்தப் பாச உணர்ச்சிதான், நமக்கு வலிவும் பொலிவும் தருவது; இது குறைந்தால், வலிவும் பொலிவும் மறையும்.

வலிவும் பொலிவும் தருகிற இந்த உணர்ச்சி காரணமாகத்தான், கழகத்திலிருந்து எவரேனும் விலகுகிறார் என்றால், மெத்தச் சங்கடமாகிவிடுகிறது. அதிலும் எம்.ஜி.ஆர். போன்ற நட்புக்குப் பொருத்தமிக்கவர் மனச்சங்கடம் கொண்டு விலக முனையும்போது, சங்கடம் பன்மடங்காகிவிடுகிறது.

இவை யாவும், அரசியல் கட்சிகளிலே ஏற்பட்டுவிடும் நடவடிக் இவை கட்சியிலுள்ளோருக்கு வேதனை தருவதில்லை. நாம் அப்படியில்லை. நம்முடைய இயல்பும் முறையும் முற்றிலும் வேறு – சட்டை கிழிந்து போவதற்கும் சதை பிய்ந்து விடுவதற்கும் உள்ள பேதம் தெரியுமல்லவா? மற்ற கட்சிகளிலே ஏற்பட்டுவிடும் விலகல் போன்றவை, சட்டை கிழிந்துவிடுவது போன்றது; நம்முடைய கழகத்திலே ஏற்பட்டு விடும் நிகழ்ச்சிகள் சதை பிய்ந்துவிடுவது போன்றது – வேதனையில், விளைவில்

இவ்விதமாக பலப்பல எண்ணங்கள் குமுறிக் கொண்டிருக்கும் நிலையில், வழக்கம்போல் அடுப்படியில் இருந்தேன். எத்தனையோ முறை பார்த்ததைத்தான் பார்த்துக்கொண்டிருந்தேன். அடுப்பு எரிந்துகொண்டிருக்கிறது – மேலே வைக்கப்பட்டுள்ள பாத்திரத்தில் நறுக்கி எடுத்த காய்கள் வெந்துகொண்டிருக்கின்றன. காய்களை நறுக்கி எடுத்து, அடுப்புக்குள் போட்டோ வேகவைக்கிறோம் கருகிப் போகுமே! காய்வேக நெருப்பின் வெப்பமும் தேவை, அதேபோது அந்த வெப்பம் வேகவைக்கும் அளவிலும் முறையிலும் அமைந்திருக்க வேண்டும்; அதற்காகவே ஒரு பாத்திரம்! வெப்பத்தால், பாத்திரம் தாக்குண்டு காய் வேகுமளவுக்கு வெப்பத்தை அதன் பக்கம் திருப்பிவிட்டு, மற்றதைத் தான் பெற்றுக்கொள்கிறது. பாத்திரம் கரிபிடித்து விடுகிறது காய் வெந்து சுவைப் பண்டமாகிறது. கழகத்துக்கு நான் அப்படிப்பட்ட ஒரு பாத்திரமாக இருக்கிறேன். மகிழ்கிறேன்! வேதனையை முழுவதும் நான் தாங்கிக்கொள்ள வேண்டி ஏற்பட்டுவிடுவது, அடுப்பின் மீது ஏற்பட்டுள்ள பாத்திரத்தின் நிலைக்கு என்னைக் கொண்டு சேர்க்கிறது. ஆனால், சமையலுக்கு, ஒரு பாத்திரம் போதாது. பல வேண்டும். என் நண்பர்களை, நான், இதுபோன்ற பாத்திரமாகும்படி கேட்டுக்கொள்வது தவிர, வேறு விளக்கம் ஏதும் கூறத் தேவையில்லை என்று கருதுகிறேன். கழகத்திலே ஏற்பட்டுவிடும் விரும்பத்தகாத நிகழ்ச்சிகளால் ஏற்பட்டுவிடும், வெப்பத்தை,பாத்திரம்போல, நாம் இடையே இருந்து தாங்கிக்கொண்டால் தான் சமையல் காரியம் ஒழுங்காக முடியும். இவ்விதமாக நானாக எண்ணிக்கொண்டு, என்

மனக்குழப்பத்தை மாற்றிக்கொள்ள முனைந்தேன். வெற்றி பெற்றேன் என்று சொல்வதற்கில்லை.

இன்று மாலை, அன்பழகனை அவரது துணைவியார் அவரைச் சந்தித்து, நாய் கடித்ததால், மகனுக்கு எந்தவிதமான தொந்தரவும் ஏற்படவில்லை என்று ஆறுதல் கூறினார்கள். மகனே, தைரியம் சொன்னானாம் எனக்கு ஒன்றும் இல்லை அப்பா! பயம் வேண்டாம் என்று.

இதை அன்பழகன் என்னிடம் சொன்னார். மனம் நிம்மதி அடைந்தது.

இன்றிரவு மீண்டும், குறையாக விட்டிருந்த புத்தகத்தைப் படித்துவிட்டுப் படுத்தேன்.

15.3.64

நான் படித்த புத்தகத்தில் குறிப்பிட்டிருந்த சம்பவங்கள் பற்றி மேற்கொண்டு தகவல்கள் தெரிந்து கொள்ளவேண்டுமென்ற ஆர்வத்தில், இன்று 'பைபிள்' படித்துக் கொண்டிருந்தேன் – தமிழில் ஆக்கப்பட்டது.

ரோமானியர்களிடம் சிக்கிச் சீரழிந்த நாடுகளிலே பஞ்சமும் பசியும், பிணியும் பகையும், மூடமதியும் கேடுகளும் நெளிந்து கொண்டிருந்த நிலைமையையும், அறநெறி காட்டிட எவருமின்றி, அந்த மக்கள் மாக்களாகிக் கிடந்ததையும், அந்த இருளையும் இழிவையும் துடைக்க இயேசுநாதர் மேற்கொண்ட அருள்வழி பற்றிய விவரமும் படித்து, மனநிம்மதி பெற்றேன்.

இரவு, பைபிள் 'பழைய ஏற்பாடு' படித்தேன்.

இன்று காலை 9 மணிக்கு என்னைப் போலீஸ் பாதுகாப்புடன், பெரிய மருத்துவ மனைக்கு அழைத்துச் சென்றிருந்தார்கள் – எனக்கு ஏற்பட்டுள்ள தோள்வலி எந்த நிலையிலே இருக்கிறது என்பதைக் கண்டறிய டாக்டர் நடராசனிடம் கொண்டு போயினர். வழக்கம் போல, போலீஸ் காவல், டாக்டர் நடராசன் பரிசோதனை நடத்தினார். இடக்கரத்தை, வலக்கரம் போல இலகுவாக இன்னமும் தூக்க முடியவில்லை என்பதையும், பனி நீங்கி வெப்ப நாள்கள் தொடங்கியது முதல், வலி ஓரளவு குறைந்திருக்கிறது என்பதையும் கூறினேன். "இதற்கு

வைத்தியம் உங்களிடமேதான் இருக்கிறது இடக் கரத்தில் உள்ள பிடிப்புப் போக, தேகப்பயிற்சி செய்தபடி இருக்கவேண்டும்'' என்று கூறினார். நாளைக்கு மூன்றாக உட்கொண்டு வரும் நோவால்ஜின் மாத்திரையை, இனி இரண்டாகக் குறைத்துக் கொள்ளலாம் என்று கூறி அனுப்பிவிட்டார். *

தம்பி! சிறைக்குள் நுழைந்ததும், நான் வெளியே போய் வந்தால், ஏதேனும் 'சேதி' கொண்டு வந்திருப்பேன் என்று எண்ணிக்கொண்ட நண்பர்கள், மெத்த ஆவலாக என்னைச் சூழ்ந்து கொண்டார்கள்.

ஐந்து மணிக்குமேல், என்னைக் காண இராணி, பரிமளம், நடராசன் மூவரும் வந்திருந்தனர்.

ராஜகோபால், உண்ணாவிரதம் இருக்கப்போவதாகச் சொன்னது விளையாட்டுக்கு என்றுதான் எண்ணிக் கொண்டதாகப் பரிமளமும், இரண்டு நாள்களுக்கு முன்பு ஒரு நாள் முழுவதும் 'நம்நாடு' அலுவலகத்திலேயே ராஜகோபால் தங்கி இருந்ததாக நடராசனும் கூறினார்கள். சிறை மேலதிகாரிகள் உடன் இருந்ததாலும், அரசியல் பேச்சு அறவே கூடாது என்று தடை இருந்ததாலும், மேற்கொண்டு எந்த விளக்கமும் பெற வழி இல்லாமற் போயிற்று. எம்.ஜி.ஆர். கழகப் பணியாற்றுவதிலிருந்து விலகமாட்டார், தம்மீது வேண்டுமென்றே சிலர் வீண்பழி சுமத்துவதைக் கண்டிக்கவே மேலவை உறுப்பினர் பதவியை விட்டு விலகினார் என்று கூறி, நடராசன் என் மனத்தில் நிம்மதி ஏற்படுத்தினார். மேயர் தேர்தலில், வெற்றி நிச்சயம் என்றும், சிக்கல் ஏதும் இல்லை என்றும் கூறி, எனக்கிருந்த குழப்பத்தைப் பெருமளவு போக்கினார். என் பெரிய மருமகப்பெண் சரோஜாவை அழைத்துக்கொண்டு, இராணி மாயவரம் செல்லப் போவதாகக் கூறினார்கள். இரண்டு நாள்களுக்கு முன்பு சரோஜாவுக்கு 'ஜுரம்' என்றும், இப்போது நலமாகவே இருப்பதாகவும் தெரிவித்தார்கள். உயர்நீதி மன்றத்தில், கருணாநிதி, நடராசன் ஆகியோருடைய வழக்கு மறுநாள் எடுத்துக் கொள்ளப்பட இருக்கிறது என்று நடராசன் கூறினார்.

அவர்களிடம் விடைபெற்றுக் கொண்டு, உள்ளே வந்ததும், நண்பர்கள் சூழ்ந்துகொண்டார்கள். என்ன சேதி, நடராசனா வந்திருந்தது? மேயர் தேர்தல் எப்படி? என்றெல்லாம் கேட்டபடி.

நடராசன் தைரியமாகவே இருக்கிறார்; கழகம் வெற்றிபெறும் என்கிறார் என்று கூறினேன். என்றாலும் இரவு நெடுநேரம் வரையில் மேயர் தேர்தல் சம்பந்தமான கவலையுடனேயே இருக்க நேரிட்டது இத்தனைக்கும் ஒரு சிறைக் காவலாளி, கிருஷ்ணமூர்த்தி மேயராகவும், கபால மூர்த்தி துணை மேயராகவும் தேர்ந்தெடுக்கப்பட்டுவிட்டார்கள்

55 வாக்குகள் என்று கூறியிருந்தார் – என்றாலும், பத்திரிகையில் செய்தி பார்க்கிறவரையும், நிம்மதி எப்படி ஏற்படும்? இது குறித்தே கவலை மிகுந்திருந்ததால், இன்று இரவு குறிப்பு எழுதுவதுடன் நிறுத்திக்கொண்டேன் – அதிகமாகப் படிக்க விருப்பம் எழவில்லை.

17.3.64

இன்று காலையில், சிறை மேலதிகாரிகள் கைதிகளைப் பார்வையிடும் நிகழ்ச்சி, வழக்கப்படி நடந்தேறியது.

காலையில், வெளியே இருந்து உள்ளே வந்திருந்த சிறைக் காவலாளிகள் மேயர் தேர்தலில் கழகம் வெற்றி பெற்றது என்று தெரிவித்தார்கள்; மகிழ்ச்சி பொங்கிடும் நிலையில் இருந்தோம். வழக்கத்தைவிட சற்று அதிகமாகவே, நூற்புவேலை செய்தேன். பன்னிரெண்டு மணிக்குமேல் பத்திரிகைகள் தரப்பட்டன – வெற்றிச் செய்தியைப் படித்துப் படித்துச் சுவைத்தோம். பொள்ளாச்சி நகராட்சித் தலைவராகக் கழகத்தோழர் வெற்றிபெற்றார் என்ற விருந்தும் கிடைத்தது. பொள்ளாச்சி, மோட்டார் மன்னர் மகாலிங்கம் அரசோச்சும் ஊர்! டில்லி இரும்பு மந்திரி சுப்ரமணியம் அவர்களின் தொகுதி. காங்கிரஸ் ஆதரவு ஏடுகளே எழுதியுள்ளபடி இதுவரையில் காங்கிரஸ் கோட்டையாக இருந்து வந்த இடம். அங்கு நமது கழகத் தோழர் நகராட்சிமன்றத் தலைவர் ஆகியிருக்கிறார் என்பது கேட்டு அகமிக மகிழ்ந்தோம்.

நாம் விரும்பியபடியே நண்பர் கிருஷ்ணமூர்த்தி மேயராகத் தேர்ந்தெடுக்கப்பட்டுவிட்டார் என்ற செய்தி எங்களுக்கு இந்த சிறைச்சாலையையே சிங்காரச் சோலையாக மாற்றிவிட்டது.

துணை மேயராகத் தேர்ந்தெடுக்கப்பட்டுள்ள கபால மூர்த்தி, என் நீண்டகால நண்பர். இருபது வருடங்களாக எனக்குத் தோழர். சிந்தாதிரிப்பேட்டை சுயமரியாதைச் சங்கத்தில் நான் ஈடுபட்டுப் பணியாற்றிய நாள் தொட்டு, எனக்கு உற்ற நண்பராக இருந்து வருபவர். ஏழை, அடக்கமானவர், கொள்கைப் பிடிப்புள்ளவர். அவர் துணைமேயராக வந்திருப்பது எனக்கு அளவிலாத மகிழ்ச்சி தரும் நிகழ்ச்சியாகும்.

இன்று மாலை, அடைக்கப்படுமுன்பு மற்றொரு மகிழ்ச்சியான செய்தி கிடைத்தது. வழக்கறிஞரும் என் நண்பருமான கழகத் தோழர் சாமிநாதன், சிதம்பரம் நகராட்சி மன்றத் தலைவராகத் தேர்ந்தெடுக்கப்பட்டார் அவருடைய தந்தி கிடைத்தது: மிக்க மகிழ்ச்சி பெற்றேன்.

ஒரே நாளில் அத்தனை மகிழ்ச்சியா என்று கேட்டுத் தாக்குவதுபோல, நீண்ட பல ஆண்டுகளாக எனக்கு மிகவும் வேண்டியவராக, குடும்ப நண்பராக விளங்கிக் கொண்டுவந்த, கழக அன்பர், திருவெற்றியூர் டி. சண்முகம் அவர்கள் காலமானார் என்ற திடுக்கிடத்தக்க செய்தியைத் தந்தி மூலம் நண்பர் நடராசன் தெரிவித்திருந்தார்.

தொத்தாவின் மறைவினால் நான் வேதனைப் பட்டிருந்தபோது, காஞ்சிபுரம் வந்திருந்து எனக்கு ஆறுதல் மொழி கூறிய அந்த அன்பரை இழந்துவிட நேரிட்டு விட்டதை எண்ணி மெத்த வருத்தப்பட்டேன். என்னிடத்திலும் கழக வளர்ச்சியிலும் அக்கறை மிகக் கொண்டிருந்த அன்பர் அவர்; அஞ்சா நெஞ்சு கொண்டவர். அவருக்குச் சுயமரியாதைக் கொள்கையில் ஆழ்ந்த நம்பிக்கை உண்டு; பலரைச் சுயமரியாதைக்காரர் ஆக்கிய பெருமையும் உண்டு. நல்ல நிர்வாகத் திறமை உள்ளவர்; செங்கற்பட்டு மாவட்டக் கழகத்தில் நற்பணி புரிந்தவர்; எங்கு நமது கழகக் கூட்டமென்றாலும், மாநாடு என்றாலும், அவரை அங்கே காணலாம். கழகத் தோழர்களுடன் அளவளாவி மகிழ்வார். அவருடைய மறைவு பொதுவாக கழகத்துக்கும், குறிப்பாக எனக்கும் ஈடுசெய்ய முடியாத நட்டமாகும்.

இன்றிரவு அன்பருடைய மறைவு பற்றிய துக்கம் தாக்கிடும் நிலையிலேயே உறங்கச் செல்கிறேன்.

18.3.64

இன்று காலை நம் இதழ்களில், எம். ஜி. ராமச்சந்திரன் விடுத்திருந்த அறிக்கை வெளியிடப்பட்டிருந்தது கண்டு மிக்க மகிழ்ச்சி அடைந்தேன். ஏற்கெனவே நான் அவருடைய உள்ளப்பாங்கை நன்கு அறிந்திருந்த போதிலும், அவருடைய விளக்க அறிக்கை வெளிவருகிறவரையில், மனம் குழம்பியபடி தான் இருந்து வந்தது. என்னைப் போலவே எண்ணற்ற தோழர்கள் இது குறித்துக் குழம்பிக்கிடப்பார்கள் என்பதை அறிந்து, தக்க சமயத்திலே அறிக்கை வெளியிட்டிருந்தார்.

இதற்கிடையே, கிடைத்த சமயத்தை வைத்துக் கொண்டு, அரசியல் ஆருடக்காரர்களும் கரகமாடுவோரும் தமது 'வித்தைகளை'க் காட்டி, மாலை நேரத்தை ஓட்டிக் கொண்டிருந்திருக்கிறார்கள் என்ற செய்தியைச் சில இதழ்களின் மூலம் தெரிந்துகொண்டேன் எந்தப் பிரச்னை குறித்தும் அதிகமான அளவு மனக்குழப்பம் கொள்ளாமல், தமக்குத் தோன்றும் விளக்கத்தை ஒளிவு மறைவில்லாமலும், கூச்சம் அச்சம் கொள்ளாமலும் எடுத்துக் கூறுபவர் அன்பழகன். அவருங்கூட எம்.ஜி.ஆர். விலகல் பற்றி மனச்சங்கடம் கொண்டிருந்தார். இன்று வந்த அறிக்கையைப் பார்த்த பிறகு மகிழ்ச்சி அடைந்தார். வேடிக்கையாக ஒன்று சொன்னார் – அந்த வேடிக்கையிலும் ஒரு நேர்த்தியான உண்மையும், சுவையான கருத்தும் இணைந்திருந்ததை உணர்ந்தேன்.

எம்.ஜி.ஆர். மேலவை உறுப்பினர் பதவியை விட்டு விட்டார் அது இனிக் காங்கிரசு கட்சிக்குத்தான் கிடைத்துவிடும் – என்று தொடங்கினார்.

“ஆமாம் – சிலநாள் கழித்து, தேர்தல் வைத்துக் கொள்வார்கள் –ஒரே இடம் என்பதால் அது எண்ணிக்கை வலிவுள்ள காங்கிரஸ் கட்சிக்குத்தான் கிடைக்கும் என்று கூறினேன்” வருத்தத்துடன் சிரித்துக் கொண்டே அன்பழகன் சொன்னார். “இது வரையில் நாம் நமது வாக்குகளைப் பல கட்சியினருக்கும் கொடுத்து அவர்களுக்கு இங்கும் டில்லியிலும் மேலவையில்

இடம் கிடைக்கச் செய்தோம்காங்கிரசுக்கு மட்டுந்தான் இடம் கொடுக்காமலிருந்தோம். இப்போது அந்தக் குறையும் நீங்கிவிட்டது; புரட்சி நடிகர் விட்ட இடத்திலே ஒரு காங்கிரஸ்காரர் புகுந்துகொள்வார்" – என்றார். எல்லோரும் சிரித்தோம் – எவரெவருக்கு நாம் இத்தகைய வாய்ப்பு அளித்திருக் கிறோம் என்று கணக்கெடுத்தோம்.

ஐஸ்டிஸ் கட்சித் தலைவரான் பி.டி. இராஜனுக்கு ஒரு முறை வாக்களித்து, மேலவையில் அமரச் செய்திருக்கிறோம்.

கம்யூனிஸ்ட் கட்சியினரான இராமமூர்த்திக்கு வாக்களித்து, டில்லி மேலவையில் சென்று அமர வாய்ப்பளித்தோம்.

முஸ்லிம் லீகினர் ஜானிபாயை ஆதரித்து சென்னை மேலவையில் உறுப்பினராக இருக்க வைத்தோம்.

சுதந்திரக் கட்சியினரான பேராசிரியர் இரத்தின சாமியை ஆதரித்து, டில்லி மேலவையில் அமர ஏற்பாடு செய்தோம்.

முஸ்லீம் லீகின் தோழர் சமதும், சுதந்திர கட்சி மாரிசாமியும் இம்முறை நமது ஆதரவுபெற்று டில்லி மேலவை செல்ல இருக்கிறார்கள்.

"இப்படி இத்தனை கட்சிகளுக்குத் துணை செய்து விட்டு காங்கிரசுக்கு மட்டும் ஒருமுறைகூட ஆதரவு தராமலிருக்கலாமா?

அந்தக் குறையும் தீர்ந்துபோகத்தானோ என்னவோ, மேலவை உறுப்பினர் பதவியை எம்.ஜி.ராமச்சந்திரன் உதறிவிட்டது!" என்று பேசிக் கொண்டிருந்தோம்.

மறைந்த பெரும் பேராசிரியர் ரா. பி. சேதுப்பிள்ளை, இன்று மணிகளெனச் சுடர்விட்டு விளங்கும் டாக்டர் மு. வ., ஔவை துரைசாமி, தெ. பொ. மீனாட்சி சுந்தரனார் போன்ற தமிழ்ப் புலவர்களின் அறிவாற்றல் குறித்து அன்பழகன் கனிவாகப் பல கூறினார். பொதுவாக இன்று தமிழ்மொழி பெற்றுவரும் ஏற்றம் குறித்துப் பேசி மகிழ்ந்தோம். குறளாராய்ச்சியில் அன்பழகன் ஈடுபட்டிருக்கிறார். ஆகையால், அவரிடம் அதுகுறித்துப் பேசி மகிழ்வதிலே எனக்கொரு தனி இன்பம் கிடைக்கிறது. *

இன்று, ஐரோப்பாவிலே நிலைபெற்று விட்ட கிறித்துவ மார்க்கத்தில், பிரிவும் பிளவும் ஏற்பட்ட சூழ்நிலையை விளக்கும் ஒரு வரலாற்றுத் தொடர்புடைய கதையைப் படித்தேன்.

போப்பாண்டவரின் ஆளுகை ஒருபுறம் சிற்றரசர்களின் கோலாகலம் மற்றொருபுறம் – சீமான்களின் கொட்டம் பிறிதொரு பக்கம் இவற்றுக்கெல்லாம் இடையிலே துரத்தப்பட்டும் இழுக்கப் பட்டும், ஏழை மக்கள் இருந்த நிலைமையை விளக்கும் ஏடு.

மார்க்கம், தூய்மையையும் வாய்மையையும் பாதுகாத்திட மலருகிறது அதிலே களங்கம் ஏற்பட்டு விட்டது. அதனைக் களைந்திட வேண்டும் என்று, எதிர்ப்பு இயக்கம் எழுகிறது – அந்த எதிர்ப்பு இயக்கம் வெற்றி கண்ட பிறகு, புதிய அக்ரமங்கள், புதிய அநீதிகள் முளைவிடுகின்றன.

இந்த நிலைமை பற்றியும், அந்த ஏடு தெளிவாக விளக்கம் தருகிறது.

'சாமான்யர்களும்' முறைப்படியும், நம்பிக்கையுடனும், தன்னலமற்றும் எழுச்சியுடனும் பணியாற்றினால், அக்ரமத்தை எதிர்த்தொழிக்க முடியும் என்ற உண்மையை இநத் ஏடு கோடிட்டுக் காட்டுகிறது.

முற்றிலும் வேறான காலம் இது; நமது முறைகளும் வேறு என்றாலும், நமது கழகத்தின் பணியும் ஒருவிதத்தில், 'சாமான்யர்களின் முயற்சிதானே! எனவே, அதிலே, ஈடுபட்டுள்ள என் போன்றாருக்கு, பல்வேறு காலங்களிலும், இடங்களிலும், அக்ரமத்தை எதிர்த்து நிற்க சாமான்யர்கள் மேற்கொண்ட முயற்சிகளைப் பற்றிப் படித்தறியும்போது, புதிய தெம்பு பிறக்கத்தான் செய்கிறது. நாம் மேற்கொண்டுள்ள பணி அக்ரமத்தை எதிர்த்து நடத்தப்படும் ''புனிதப் போர்' எனும் பெருங்காப்பியத்திலே ஒரு பகுதியே தவிர, முற்றிலும் புதிதானதில்லை என்ற ஒரு பூரிப்பான எண்ணம், இன்று எனக்குப் பூங்காற்றாகித் துணை புரிந்தது.

19.3.64

காஞ்சிபுரத்தில் வெற்றி, ஆரணியில் வெற்றி என்ற செந்தேன் இன்று, கிடைத்தது. ஆரணித் தோழர்கள், நான் மருத்துவ மனையிலே இருந்தபோது, என்னை வந்து பார்த்தனர். வெற்றி நிச்சயம் என்றும் கூறினர். என்றாலும் "பெரும் புள்ளிகள்" வேலை செய்து, நிலைமை களைத் தலைகீழாக மாற்றிவிட முடியுமல்லவா? ஆகவே, என்ன ஆகிறதோ என்ற கவலை, மனதைப் பிய்த்தபடிதான் இருந்தது. ஆரணியில் வெற்றி கிடைத்தது என்ற செய்தியை இதழில் படித்த பிறகு மகிழ்ச்சி உறுதியாயிற்று. காஞ்சிபுரத்தைப் பற்றியும் ஐயம் கொள்ள வேண்டிய நிலை இல்லை. என்றாலும், காங்கிரஸ்காரர்கள் பொதுத்தேர்தலில் கையாண்ட முறைகளைக் கொண்டு, ஏதாவது செய்துவிடுவார்களோ என்ற அச்சம் ஒருபக்கம் இருந்து கொண்டிருந்தது. இதழில் வெற்றிச்செய்தி கண்டபிறகு, புதிய உற்சாகம் பிறந்தது.

நான் 'பரோலில்' காஞ்சிபுரத்தில் இருந்தபோது, நமது கழகத்தோழர்கள் என்னிடம் இம்முறை கழகம் மிகப் பெரிய வெற்றிபெறும் என்று எழுச்சியுடன் கூறினார்கள். இப்போது நமது கழகத்தவர் நால்வர் உறுப்பினராக இருக்கிறார்கள் அதிகம் வேண்டாம், இந்த முறை கழகத்தவர் எட்டு பேர் உறுப்பினரானாலே போதும், அதுவே பெரிய வெற்றிதான் என்று நான் சொன்னேன். நண்பர் சபாபதி, 'எட்டா? அதற்கு மேல் வெற்றி கிடைத்தால் என்ன தருகிறீர்கள்?" என்று 'பந்தயம் பேசினார். 'நூறு ரூபாய் விலையில் ஒரு கைக்கடிகாரம் தருகிறேன்' என்று கூறினேன். நூறு ரூபாய்ச் செலவு வந்துவிட்டது!!

இதனை இங்கே நண்பர்களிடம் சொன்னபோது, 'வாங்கித் தரவேண்டியதுதான்!' என்று கூறினார்கள். செலவு, எனக்கல்லவா, இவர்களுக்கு என்ன? வெகு தாராளமாகச் சொல்லிவிட்டார்கள்!

காஞ்சிபுரத்தில் வெற்றிக்காகப் பாடுபட்ட நமது தோழர்கள் அனைவருக்கும், நான் நன்றிகூறிக் கொள்கிறேன்.

அமைச்சர் பக்தவச்சலம், தம்முடைய ஆதீனத்தில் உள்ள ஊர்களிலே ஒன்று என்று காஞ்சிபுரத்தைக் கருதிக் கொண்டிருக்கிறார். அந்த நகராட்சிமன்றம் கழகத்திடம் வந்திருப்பது தனி முக்கியத்துவம் வாய்ந்தது என்பதில் ஐயமில்லை.

வெற்றிச் செய்திகளால் ஏற்பட்ட உற்சாகத்தில், என் கரத்திலே 'தக்ளி' வெகுவேகமாகச் சுழன்றது.

முன்பு வடார்க்காடு பகுதியில் வட்டார வளர்ச்சி அலுவலராக இருந்தவரும், இப்போது கதர்த் துறையில் பணிபுரிபவருமான அதிகாரி ஒருவர், சிறையில் நூற்பு வேலை காகிதம் செய்தல் ஆகியவற்றைப் பார்வையிட இன்று வந்திருந்தார்

எங்களுடைய நூற்பு வேலையைப் பார்த்து மகிழ்ந்தார்.

இன்று பிற்பகல், துணைமேயர் கபாலமூர்த்தி என்னைக் காணவந்திருந்தார்.

இன்று,சென்னை மாநகராட்சி மன்றத் துணைத் தலைவராக வந்த கபாலமூர்த்தி, இதே சிறையில் சென்ற ஆண்டு கைதியாக இருந்தவர்தான்!!

என்னைப் பார்த்த உடனே மகிழ்ச்சியால், குரல் தழுதழுத்தது, கபாலமூர்த்திக்கு.

கபாலி, குமரேசன், ராகவலு ஆகியோருடன், சிந்தாதிரிப் பேட்டைப் பழங்குடிமக்கள் வாழும் பகுதியில், ஒரு பாலத்துக்குப் பக்கத்திலே, நான் ஒவ்வொரு மாலையும் பேசிக்கொண்டிருப்பேன். இருபது ஆண்டுகளுக்கு முன்பு – சிந்தாதிரிப்பேட்டை சுயமரியாதைச் சங்கத்துக்கு நான் அப்போது தலைவன், எத்தனை உற்சாகம்! என்னென்ன பேச்சு! அந்த நாள்களில்! அதே கபாலமூர்த்தி, துணை மேயர்!!

அன்று கபாலியைப் பார்த்தபோது, பாலத்தருகே உலவிய நாள்கள் நினைவிற்கு வந்தன. பேச இயலவில்லை. என் எண்ணம் முழுவதையும், விளக்கிட முதுகைத் தட்டிக் கொடுத்தேன்.

என்னிடம் எப்போதுமே கூச்சத்துடன் நடந்து கொள்ளும் பழக்கம் கபாலிக்கு –இப்போது நான் 'கைதி'யாக, கபாலி

துணை மேயராக – கூச்சம் மேலும் அதிகமாகிவிட்டது. தேர்தல் நடைபெற்ற முறைபற்றி ஏதேதோ கேட்க எண்ணினேன் எனக்கும் பேச இயலவில்லை. ஒருவரை ஒருவர் பார்த்துக்கொள்வதே, பேச்சைவிடப் பொருள் மிகுந்ததாக இருந்தது.

மேயர், தமது மகனுடைய திருமணம் சம்பந்தமாகக் கோவை சென்றிருப்பதாகக் கபாலி கூறினார். சுறுசுறுப்பாகவும் அக்கறை யுடனும் பணியாற்றும்படி கேட்டுக்கொண்டேன். பணிபுரிவார் என்ற நம்பிக்கையும் எனக்கு இருக்கிறது.

இன்று 'கல்கி' இதழில், ரா. கணபதி என்பவர் எழுதியிருந்த 'ஜயஜய சங்கர' என்ற தொடர் கட்டுரையைப் படித்தேன். எழுதப்பட்டுள்ளதில் முழு ஈடுபாடு கொண்டு எழுதியிருக்கிறார். சங்கரர், தமது காலத்தில், நாட்டில் தலைவிரித்தாடிய அறுபதுக்கும் மேற்பட்ட போலி மார்க்கங்களை அழித்து, அத்வைதத்தை நிலைநாட்டினார் என்பது குறித்து, விளக்கமளித்துள்ளார். சங்கரர் பெற்ற வெற்றி எத்துணை சிலாக்கியமானது என்பதையும் எடுத்துக்காட்டியிருக்கிறார். இந்த ஏடு படித்த பிறகு மேலும் உறுதிப்பட்டது. தூய்மைப்படுத்தும் இயக்கம் எவ்வளவு வெற்றி பெற்றாலும், மீண்டும் அக்ரமம் – அநீதி – தோன்றிட முடியாத நிலையை ஏற்படுத்த முடியவில்லை. சங்கரரின் திக் விஜயம் 'வாதம் பீடஸ்தாபிதம் ஆகியவற்றுக்குப் பிறகு, அத்வைதம் அரசோச்சிய இடத்திலே 'துவைதமும்' ''விசிஷ்டாத்வைதமும் மலர்ந்து, மகுடம் சூட்டிக் கொண்டன என்று அறியும்போது, தூய்மைப்படுத்தும் இயக்கம் பெறும்வெற்றி, மீண்டும் கேடுகள் தோன்றிட முடியாத நிலையை ஏற்படுத்துவதில்லை என்ற எண்ணம் வலிவு பெற்றது. அதிலும் சங்கரர் வாதிலே வென்ற இருவர் குமாரிலபட்டர் மண்டனமிச்ரர் – ஒருவர் முருகன் – மற்றவர் பிரம்மா சங்கரரோ சிவன்! சிவனாரே, இந்த இருவரையும் பூலோகத்தில் இவ்விதம் அவதரித்து இருங்கள், நாம் சங்கராக வந்து உம்மை வாதில் வீழ்த்துவோம் என்று கூறி அனுப்பினார் என்று சொல்லப்படுகிறது. ஏற்கெனவே செய்யப்பட்ட ஓர் 'ஏற்பாடு' என்று கருதக்கூடிய ஒரு நிலை! இது எனக்கு என்னவோ போலிருந்தது சில குத்துச்சண்டை –குஸ்திச் சண்டை –ஆகியவற்றில், வெற்றி – தோல்விபற்றி முன்னதாகவே 'ஏற்பாடு' செய்து கொள்வார்களாமே! அதுபோல

ஒரு தோற்றமளிக்கிறது கயிலாயத்தில் பேசிக்கொண்டு பூலோகத்திலே வாதப்போர் நடத்தியது. குமாரிலபட்டரும் மண்டன மிச்ரரும், குமரன், பிரமன் என்று இல்லாமல், மார்க்கத் துறையில் வேறு முறைகளை ஆக்கிய ஆசான்களாக மட்டுமே இருந்திருந்தால், நன்றாக இருந்திருக்கும் என்று தோன்றிற்று.

ஆனால், எல்லாவற்றுக்கும் தத்துவார்த்தம் ஏதாகிலும் எடுத்துக் கூறப்படக்கூடும், குமரிலபட்டரும் மண்டன மிச்ரரும் இரு பேரறிவாளர் என்று மட்டும் இருந்திருப்பின், கூறப்பட்டுள்ள நிகழ்ச்சியின் நேர்த்தி மேலும் எடுப்பாக இருந்திருக்கும் என்பதனைத் தான் சொல்கிறேன். முருகனையும், பிரம்மனையும் சிவனார் வாதத்தில் வென்றார் என்பதிலே வியந்திடவோ, பெருமைப்படவோ என்ன இருக்கமுடியும் ? ஜயஜய சங்கர என்ற இந்தத் தொடர் கட்டுரையில், மிக உருக்கமான பகுதியாக எனக்குப் பட்டது சங்கரருக்கும் அவருடைய அன்னைக்கும் நடக்கும் உரையாடல் பகுதி. என் சிற்றன்னையின் நினைவு வந்துவிட்டது. காஞ்சிபுரம் நகராட்சிமன்றத் தலைவராக அ.க. தங்கவேலர் வந்திருப்பதில் தொத்தா எவ்வளவு பெருமைப்பட்டிருப்பார்கள் மகிழ்ந்திருப்பார்கள் என்பதை

எண்ணிக் கொண்டேன். ஒவ்வொரு மாலையும், மணிக்கணக்கில், தொத்தா 'அரசியல்' பேசுவது தங்கவேலரிடம்தானே! தங்கவேலர், நகராட்சிமன்றத் தலைவரானபோது, 'தொத்தா' இருக்கமுடியாமற் போய்விட்டதை எண்ணி வருத்தப்பட்டேன்.

20.3.64

இன்று காலையில், போலீஸ் பாதுகாப்புடன் மருத்துவ மனைக்கு அழைத்துச் செல்லப்பட்டேன். டாக்டர் சத்திய நாராயணா அவர்கள் என்னைப் பரிசோதிப்பதற்காக அந்த நாளைக் குறிப்பிட்டிருந்தார். அவர் வரும் நேரத்திற்கு அரை மணி நேரம் முன்னதாகவே நாங்கள் போய்ச் சேர்ந்ததால், அவருடைய அறையில் நான் உட்கார வைக்கப்பட்டேன் – எனக்குப் பக்கத்தில் போலீஸ் அதிகாரி உட்கார்ந்துகொண்டார்! வலப்புறம் ஒரு போலீஸ்காரர், இடப்புறம் மற்றொருவர்; துப்பாக்கியுடன்.

டாக்டர் சத்திய நாராயணா அரை மணி நேரம் கழித்து வந்தார்– என் உடல் நிலையைக் கண்டறிந்து மகிழ்ச்சி தெரிவித்தார். ஒரு பதினைந்து நிமிட நேரம் அங்கு; பிறகு புறப்பட்டு, சிறைச்சாலை வந்து சேர்ந்தேன்.

என் உடல் நிலையைப் பொறுத்தவரையில், எனக்குத் தெரிவதெல்லாம், இடக்கையிலே ஏற்பட்டுவிட்ட 'பிடிப்பு' நீங்குமா என்பதிலேயே சந்தேகம் ஏற்படும்படியாக இருப்பதுதான். வலி பெருமளவு குறைந்திருக்கிறது. ஓரோரு சமயம் வலி எடுக்கும்போது, வெந்நீர் ஒத்தடம் கொடுத்துக்கொள்கிறேன். தோழர் சுந்தரம் இதனைப் பக்குவமாகச் செய்கிறார். ஒத்தடம் கொடுத்துக்கொள்ளும் போது வலி குறைகிறது குறைகிறது என்பதைவிட மறைகிறது என்று சொல்லலாம் ஆனால் அடியோடு போய்விடவில்லை.

என்னைக் காண வருகின்றவர்களும், இங்கே உள்ள நண்பர்களும் நான் இளைத்து விட்டதாகச் –சொல்கிறார்கள் ஆனால் எனக்கு வலிவு குறைவு இருப்பதாகவோ களைப்பு ஏற்படுவதாகவோ தோன்றவில்லை. வழக்கம் போல் இரவில் நல்ல தூக்கம் இருப்பதில்லை; பசியும் சரியானபடி இல்லை. மற்றபடி தொல்லையாக எதுவும் இல்லை. ராஜகோபாலாச்சரியார் அவர்கள் 1920இல் வேலூர் சிறையில் மூன்று மாதம் இருந்தது பற்றி ஓர் ஏடு எழுதி இருக்கிறார்கள் – இங்குதான் கிடைத்தது; படிக்க. அதிலே அவர்கள் குறிப்பிட்டுள்ள ஒரு விஷயம் மிகப் பொருத்தமானது என்று கூற விரும்புகிறேன். சிறைக்கு வருகிறவர்களுக்கு, ஒன்று உடல் வலிவு இருக்கவேண்டும், மற்றொன்று பாடத் தெரியவேண்டும் என்று கூறுகிறார். முழுக்க முழுக்க ஒப்புக்கொள்கிறேன். எனக்கு அந்த இரண்டும் இல்லை. முன்பெல்லாம் பாடுவேன் வீட்டில் சிறுவனாக இருந்தபோது அதனால் அண்டைப்பக்கம் உள்ளவர்கள் பொறுத்துக் கொண்டார்கள். இப்போதாவது பாடுவதாவது? ஆனால் உள்ளபடி பாடத் தெரிந்திருந்தால் மிக நன்றாகத் தான் இருக்கும். காலம் ஆமையாகிவிடும். இடம் சிறை. பாடத் தெரிந்து, பாடியபடி இருந்தால், நமக்கும் மகிழ்ச்சி. கேட்பவர்களுக்கும் மகிழ்ச்சி.

இங்கு எனக்குப் பாடத் தெரியாதது போலவே தான் மற்றவர்களுக்கும்.

அரக்கோணம் இராமசாமி மட்டும் பாடுகிறார் பாடத் தெரிந்தவர் என்று கூறவில்லை – பாடுகிறார். அவருக்கு ஒரே ஒரு ரசிகர் – மதியழகன், ஆனால் அதிக நேரம் பாடுவதில்லை – நல்லவர் சீக்கிரமாகவே தூங்கி விடுகிறார்.

இங்கே, நண்பர்களில் ஒருவருக்கும் உடல் நலம் கெடவில்லை சிறு கோளாறுகள் மட்டுமே ஏற்படுகின்றன.

மாலை வேளையில் உலவிட வசதியாக இருக்கிறது – இந்தப் பகுதிக்கு வந்த பிறகு. முன்பு இருந்த பகுதியில் அந்த வசதி இல்லை.

என்றாலும், நான் அப்போதும், என் அறைக்குள்ளாகவே உலவுவதை வாடிக்கையாகக் கொண்டிருந்தேன். நான் மருத்துவமனையில் தங்கி இருந்தபோது அன்பர் ம. பொ. சிவஞானம் கூறிய யோசனை அது. உடல்நலம் பெற, உலவுவது மிகத் துணை செய்யும் என்று கூறினார். உண்மைதான்.

மருத்துவ மனையில் மருந்து ஏதும் பெறாமலேயேதானே, சிறைக்குத் திரும்பினேன். சிறையிலே, உடலுக்கு மட்டுமின்றி உள்ளத்துக்கு வலிவும். களிப்பும் தரத்தக்க ‘டானிக்‘ கிடைத்தது. நெல்லை, தாராபுரம், அரக்கோணம் ஆகிய இடங்களில் கிடைத்த வெற்றி பற்றிய செய்திகள்.

இரண்டு நாள்களுக்கு முன்பு, நண்பர் இராமசாமியிடம் கடிந்து கொண்டேன் – அரக்கோணம், தேர்தல் சம்பந்தமாக மேலும் சிறிதளவு அக்கறை செலுத்தியிருக்க வேண்டுமென்று ஆம் என்று கூறி வருத்தப்பட்டார். நகராட்சி மன்றத் தலைவர் தேர்தலில், கழக ஆதரவு பெற்றவர் வெற்றி பெற்றார் என்ற உடன் அவருக்கு மிக்க மகிழ்ச்சி. தந்திகளைக் காட்டிக் காட்டிக் களிப்படைந்தார். தாராபுரத்தில் கிடைத்த வெற்றி பற்றி நண்பர் மதியழகனுக்கு ஒரே மகிழ்ச்சி. பட்டக் காரரின் பரிபாலனத்துக்கு உட்பட்ட பிரதேசம் என்பார்கள், தாராபுரம் பகுதியை; அங்குக் காங்கிரசுக்கு வீழ்ச்சி. மதியழகன் மகிழ்வதிலே பொருத்தம் இருக்கத்தான் செய்கிறது. நெல்லை, கழக எழுச்சி மிக்க இடமாகி வருவதை, இந்தி எதிர்ப்பு மாநாட்டின்போதே நான்

கண்டு பெருமிதம் கொண்டவன். அங்கு நகராட்சி மன்றத் தலைவராகக் கழகத் தோழர் ஓர் இளைஞர், இஸ்லாமிய சமூகத்தினர் வெற்றி பெற்றிருப்பது, பெருமைக்கும், மகிழ்ச்சிக்கும் உரியது. நெல்லை உணவு விடுதியில் என்னைச் சூழ்ந்துகொண்டு உற்சாகமாக உரையாடிய. கழக நண்பர்களை எல்லாம், நான் இங்கிருந்தபடியே காண முடிகிறது. ஓடி ஆடிப் பணியாற்றினாலும் புன்னகையை இழக்காத இரத்தினவேலுப் பாண்டியனும், மற்ற தோழர்களும், என் எதிரே நின்றுகொண்டு, "எப்படி அண்ணா! நெல்லை!!" என்று கேட்பது போலவே தோன்றுகிறது. ஆச்சாரியார் இந்தியைப் புகுத்திய நாள்களிலே தொடுக்கப்பட்ட இந்தி எதிர்ப்புக் கிளர்ச்சியின்போது, நாவலர் சோமசுந்தர பாரதியாருடன், நான், நெல்லையில் பிரசாரம் செய்யச் சென்றிருந்த நாள்களை எல்லாம் எண்ணிக் கொண்டேன்.

என்னுடைய பழம் பெரும் நண்பர் திருப்பூர் எஸ். ஆர். சுப்பிரமணியம் இன்று என்னைக் காண வந்திருந்தார். இடையில் கருத்து வேறுபாடு கொண்டிருந்தவர் என்றாலும், மற்ற சிலர் போல, என்னிடம் தனிப்பட்ட முறையில் பகை கக்கினவரல்லர். இப்போது அவர், எப்போதும் போல நம்மிடம் கருத்து ஒற்றுமை கொண்டிருக்கிறார் என்றெண்ணுகிறேன். திருப்பூரில், நமக்குற்ற 'ஒரே நண்பராக அவர் இருந்த காலம் ஒன்றுண்டு. இன்று தொழில் துறையில் முனைந்து நிற்கும் நண்பரிடம், சிறிது நேரம் அளவளாவும் வாய்ப்புக் கிடைத்தது. முன்பு ஜப்பான் நாட்டுக்கு அவர் போய்விட்டு வந்தபோது அவரைச் சந்தித்தேன். தமது பயணம் பற்றி ஒரு நூல் எழுத வேண்டும் என்று கூறியிருந்தேன். அதுபற்றி இப்போதும் கேட்டேன் எழுத நேரம் கிடைக்கவில்லை என்றார். நான் சொல்வது அவரை நூல் எழுதும்படி அவர் ஈடுபட்டிருப்பது நூலாலைத் தொழில் – அதனால்தான் நேரம் கிடைக்கவில்லை.

21.3.64

இன்று இங்குள்ள டாக்டர் எனக்கு ஊசிபோட்டார் இளைப்புபோசு; டாக்டர் நடராசன் குறிப்பிட்டிருந்தாராம் இதுபோல ஊசி போடும்படி டாக்டர் இளைஞர் என்றாலும் பக்குவம் அறிந்திருக்கிறார். மேலும் சில ஊசி போடுவார் போலிருக்கிறது.

இன்று மாலை, நாவலரும் கருணாநிதியும் அன்பழகனை வந்து பார்த்தார்கள். கழக நிலைபற்றியும், குறிப்பாகத் தேர்தல்கள் குறித்தும், பேசிவிட்டுச் சென்றார்கள் என்று அறிந்து கொண்டேன். இருவருமே இளைத்துப் போய், களைத்துப்போய்க் காணப்பட்டார்கள் என்று அன்பழகன் கூறினார். வேலைப்பளுவும், பிரச்னைகளின் சிக்கலால் ஏற்பட்டுவிடும். தொல்லைகளும் அவர்களை வாட்டி எடுக்கும் என்பதை உணருகிறேன். ஆனால் இந்தக் கட்டத்தை அவர்கள் மிகச் சிறந்த ஒரு பயிற்சி வாய்ப்பு என்ற முறையில் ஏற்றுக்கொள்ளவேண்டும் என்று விரும்புகிறேன். கழக நிர்வாக சம்பந்தமான அலுவல்களிலிருந்து நான் என்னை விடுவித்துக் கொண்டால், கழக வளர்ச்சிக்காக மேலும் சிறந்த முறையில் நாடெங்கும் சுற்றிச் சுழன்று பணியாற்ற முடியும். இந்த என் விருப்பம் நிறைவேற வேண்டுமானால், கழகத்தின் நிர்வாக அலுவல்களை மேற்கொள்ள மற்றவர்கள் முனையவேண்டும். நான் சிறைப்பட்டிருக்கும் நாள்களை இதற்கான வாய்ப்பாகக் கொண்டிட வேண்டும் என்று விரும்புகிறேன்.

ஆட்சியாளர் எத்தனை பகை கக்கினாலும், மக்களின் ஆதரவு நமக்கு இருக்கிறவரையில், நாம் கவலைப்படத் தேவை இல்லை, என்று பேசிக்கொண்டோம். இரவு அறைக்குள் பூட்டப்படும்போது, மக்கள் ஆதரவு கழகத்துக்குத்தான் இருக்கிறது என்பதை மெய்பிப்பதுபோல, ஒரு காவலாளி, "வேலூரிலும் உங்க கட்சிதான் சேர்மனாம் – யாரோ சாரதியாம்" என்று கூறினார்.

பொதுவாக, அறையிலே எங்களைப் போகச் சொல்லிவிட்டு, பூட்டும் போது அந்த காவலாளிமீது எங்களுக்கு இலேசாகக் கசப்பு ஏற்படும். அன்று தேன் கொடுத்து விட்டல்லவா, அறையைப் பூட்டினார்! அதனால் மகிழ்ச்சியுடன் அவரை வாழ்த்தியபடி 'கூண்டுக்குள் சென்றுவிட்டோம். *23.3.54*

இரண்டு நாள்களாக, ராகுல சாங்கிருத்தியாயன் என்பவர் எழுதியுள்ள 'வால்காவிலிருந்து கங்கைவரை' என்ற நூலைப் படித்துக் கொண்டிருக்கிறேன். அதனாலே ஒரு நாள் குறிப்பு எழுதவில்லை.

பகலில் படிப்பதற்கு அதிக நேரம் கிடைப்பதில்லை. காலையிலிருந்து மாலை நாலரை மணி வரையில், நூற்பு வேலை இருக்கிறது. இரவு மட்டுந்தான் படிக்க வசதி கிடைக்கிறது.

சங்கர விஜயம் படித்து முடித்தவுடன், இந்தப் புத்தகம் – அதாவது முற்றிலும் வேறான ஒரு கருத்துலகில் உலவுகிறேன். சமுதாய வளர்ச்சியை விளக்கும் இந்த ஏடு எழுதியவர் லெனின் கிராட் சர்வகலாசாலையில் பேராசிரியராகப் பணியாற்றிய பேரறிவாளர். கதை வடிவத்தில் கி.மு. *6000*–த்திலிருந்து கி.பி. *1942*– வரையில், மனித சமுதாய வளர்ச்சிக்கான விளக்கம் தந்திருக்கிறார் – பொது உடைமையாளரின் கோட்பாட்டின் அடிப்படையில்.

குறிப்பு எழுதாமலிருந்ததற்கு மற்றொரு காரணமும் உண்டு. காய்கறி நறுக்கியதால், என் வலக் கரத்தின் ஆள்காட்டி விரலில் சிறிதளவு காயம் ஏற்பட்டுவிட்டது – முன்பு ஒரு நாளைய குறிப்பிலே எழுதியிருந்தேனல்லவா, சதை கிழிந்து விடுவதற்கும் சதை பிய்ந்துவிடுவதற்கும் வித்தியாசம் இருக்கிறது என்று; அதனை நானே உணருவதற்கான ஒரு வாய்ப்பு. சிறிதளவுதான் சதை பிய்ந்துவிட்ட தென்றாலும், எரிச்சல் அதிகமாகிவிடவே, எழுத இயலவில்லை. ஏதோ மருந்து அளித்தார்கள். இயற்கையாகவே குணமாகி வருகிறது.

இன்று இங்கு நண்பர்கள், கழகப் பிரசாரத்துக்காக நாடகங்கள் நடத்தப்பட வேண்டும் என்பது குறித்து மெத்த ஆர்வத்துடன் பேசிக் கொண்டிருந்தார்கள். முன்பு நானும் நமது நண்பர்களும் நடத்திக் கொண்டு வந்த நாடகங்களை, இனி நடத்துவதற்கு அனுமதிக்க மாட்டார்கள் – நாடகத் தடைச்சட்டம் மிகக் கண்டிப்பான முறையிலே அமைந்துவிட்டிருக்கிறது – என்றாலும், அனுமதிக்கப்படும் அளவுக்கு புதிய நாடகங்கள் தயாரித்து நடத்தவேண்டும் என்று பேசிக் கொண்டோம்.

மாநகராட்சி மன்றத் தேர்தலின்போது மறைந்த நகைச்சுவை மன்னர் என். எஸ். கிருஷ்ண னின் திருமகன் என். எஸ். கே. கோலப்பன் நடத்திய ‘வில்லுப்பாட்டு’ மிக்க சுவையும் பயனும் அளித்ததாக நண்பர்கள் கூறினார்கள். நான் இரண்டொரு முறை கேட்டிருக்கிறேன். சுவையாகவே இருக்கிறது – தந்தையின் பாணி’ அப்படியே அமைந்திருக்கிறது என்று கூறினேன்.

திங்கட்கிழமை பரிமளம் வரக்கூடும் என்று எண்ணிக் கொண்டிருந்தேன் – வரவில்லை.

செவ்வாய் மாலையில், பரிமளம், இளங்கோவன், கே. ஆர். இராமசர்மி மூவரும் வந்திருந்தனர். மூவருக்குமேல் அனுமதிக்கப்படுவதில்லை; அதனால் என்னைக் காண வந்திருந்த அடிகள், வெளியிலேயே நிறுத்தப்பட்டு விட்டார் என்று கூறினார்கள். வீட்டிலுள்ளோரின் நலன் பற்றியும், பொது விஷயங்கள் குறித்தும் சிறிது நேரம் பேசிக்கொண்டிருந்தோம்.

திரு. மா. சண்முக சுப்பிரமணியம் அவர்கள் எழுதிய சைவ – சித்தாந்த நூற்பதிப்புக் கழகத்தார் வெளியிட்ட "தீங்கியல் சட்டம்' என்ற நூலை, அன்பர் சுப்பையா அவர்கள் தந்தனுப்பியதாகக் கூறி, அந்தப் புத்தகத்தைப் பரிமளம் தந்தான். பத்திரிகையில் அந்தப் புத்தகம் பற்றிப் படித்ததிலிருந்து அதைப் படிக்கவேண்டும் என்ற ஆவல் கொண்டிருந்தேன். நான் எதிர்பாராமலேயே அந்தப் புத்தகம் கிடைத்திருக்கிறது. மெத்த மகிழ்ச்சி.

நண்பர்கள், டில்லி பாராளுமன்ற நடவடிக்கைகள் குறித்து மெத்த ஆவலுடன் என்னிடம் கேட்டறிந்தார்கள். அடுத்த முறை, அதிக அளவில், பாராளுமன்றத் தேர்தலில், நமது கழகம் ஈடுபட வேண்டும் என்று விரும்புகிறார்கள்.

இன்று பிற்பகல் அரக்கோணம் இராமசாமி, ரத்தக் கொடை அளித்தார். கட்டுடல் பெற்ற அவருக்கு, அதனால் எந்தவிதமான களைப்பும் ஏற்படவில்லை. வெளியில் இருக்கும்போதே 'குருதிக் கொடை தர விரும்பினாராம் – இங்கே அதற்கான வாய்ப்புக் கிடைத்தது.

மேலவைகளுக்கான தேர்தல்களில் பங்குகொள்ளப் 'பரோல்' பெறக்கூடும் என்று எண்ணிக்கொண்டிருந்த மதியழகன் – இராமசாமி – இருவருக்கும், இன்றைய பத்திரிகையில் முதலமைச்சர், 'பரோல்' தருவது இயலாது என்று வெளயிட்டிருந்த அறிவிப்பு, கிடைத்தது.

முதலமைச்சர், 'பரோல்' தர மறுத்துவிடுவார் என்று நான் எதிர்பார்க்கவில்லை – எனவே அவருடைய அறிவிப்பு எனக்கு

ஏமாற்றத்தைத்தான் தந்தது – பொதுமக்களும் இது கண்டு எரிச்சல் அடைந்திருப்பார்கள் என்றெண்ணுகிறேன்.

கள்ள நோட்டு வெளியிட்டவர்களுக்குக் கூட, கேட்கும் போது, 'பரோல்' கிடைக்கிறது. நமது கழகத் தோழர்கள் விஷயத்திலேதான், அமைச்சர்கள் தமக்கு உள்ள கண்டிப்பு அவ்வளவையும் காட்டி வருகிறார்கள்.

இன்று காலை வழக்கம்போல் சிறை மேலதிகாரிகள் கைதிகளைப் பார்வையிடும் நிகழ்ச்சி நடைபெற்றது.

குறளாராய்ச்சிக்கு இடையில், நண்பர் அன்பழகன், நான் படித்து வியந்த 'மாமன்னரின் மருத்துவன்' என்ற ஆங்கில நூலை (கிறித்துவ மார்க்கத் தொடக்க காலக் காதைப் படித்து வருகிறார்.

இடக் கரத்திலே வலி குறையக் காணோம். சுடுநீர் ஒத்தடம் கொடுத்துக் கொண்டேன் – அப்போதைக்கு இதமாக இருக்கிறது. வெளியே சென்றதும், தக்க மருந்து உட்கொண்டு வலியை நீக்கிக் கொள்ள வேண்டும் என்று நண்பர்கள் அன்புடன் கூறி, பல்வேறு மருத்துவ முறைகள் குறித்துக் கூறினார்கள். *

26.3.64

இன்று எனக்கு டாக்டர் ஊசி போட்டார். மதியழகனுக்கு இலேசாக ஜுரம்; அவருக்கும் ஊசி போடப்பட்டது.

காலையிலிருந்து இங்கு ஒரே பரபரப்பு: ஒவ்வொரு பகுதியிலும் கூட்டுவதும் மெழுகுவதும், சாமான்களை ஒழுங்குபடுத்துவதுமாக இருந்தனர். காரணம், மாநில சிறை மேலதிகாரி பார்வையிட வருகிறார் என்ற செய்தி. அது செய்தி அளவோடுதான் முடிந்தது, என்றாலும், சிலமணி நேரத்தில், சிறையே புதுக்கோலம் கொண்டு விட்டது.

இன்று காலை, மதியழகன் சொன்னார், இரவெல்லாம் காய்ச்சல் – விடியும்போதுதான் வியர்வை கண்டது என்று, சோர்வு அதிகம் தெரிகிறது. இந்த நிலையிலும் வார்டர்கள் வருவதில்லை என்றால், என்ன சொல்லுவது!

எனக்கு இடக்கரத்திலே உள்ள வலி சற்று வளர்வது போல் தோன்றுகிறது. வலிபோக்க, தரப்பட்டுள்ள தைலத்தைக் காலையிலேயே தடவிக்கொண்டு பார்த்தேன் மாலையில் தண்ணீர் கொதிக்கவைத்து வலியுள்ள இடத்தில் ஊற்றிக் கொண்டு பார்த்தேன் அந்த நேரத்துக்கு 'இதம்' தெரிகிறது, அவ்வளவே.

இங்கே இப்பொழுதே, வார்டர்களும் வேலை செய்வோரும், எங்கள் 'விடுதலை' பற்றிப் பேச ஆரம்பித்து விட்டார்கள். குறைந்தது ஒருமாத காலமாவது, தண்டனைக் காலத்திலே 'கழிவு' ஆகிவிடும் என்று பேசிக் கொள்கிறார்கள். இதுபற்றிய பேச்சுத்தான், இங்கு பொழுது போக்காகி இருக்கிறது.

'சட்டமே செல்லாது என்று உயர்நீதிமன்றம் அறிவித்துவிடப் போகிறது, நீங்களெல்லாம் விடுதலை ஆகப்போகிறீர்கள்' என்றும் சிலர் சொல்லுகிறார்கள்.

பொதுவாக அனைவருக்கும், குறிப்பாகப் பொதுவாழ்வுத் துறையினருக்கும், அன்றாடம் பத்திரிகைகள் பார்த்து உலகநிலை, நாட்டுநிலை, கட்சிநிலை, ஆகியவற்றினைத் தெரிந்துகொள்வதிலே ஆர்வம், துடிப்புணர்வு இருப்பது இயற்கை. ஆனால், இந்தத் துடிப்பினுடைய முழுவேகத்தை உணரவேண்டும் என்றால், சிறையிலே தான் உணரமுடியும். எத்தனை ஆவல், ஆர்வம்,துடிப்பு! பத்திரிகைகள் கைக்குக் கிடைத்த உடன், பலநாள் பசித்துக்கிடந்தவன், விருந்து கிடைக்கப்பெற்றால் எத்துணை பதைப்பு ஏற்படுமோ, அப்படிப்பட்ட ஒரு பதைப்பு. ஓர் எழுத்து விடாமல் படித்துப் படித்துச் சுவைக்க முடிகிறது. பத்திரிகைச் செய்திகளைப் பற்றி ஒருவருக்கொருவர் உரையாடல், கருத்துரைகள் வழங்கிக் கொள்வது, இப்படி.

எழுதிய எழுத்து உலருவதற்கு முன்பு, நான் சொன்ன ஒரு விஷயம் பொய்த்துவிட்டது. இப்போது ஒரு வார்டர் இங்கு வந்திருந்தார் இன்னும் தூக்கம் வரவில்லையா என்று கேட்டுவிட்டுச் சென்றார். ஒரு சமயம் வார்டர்களே வருவதில்லை என்று நண்பர்கள் குறைப்பட்டுக் கொண்டது, எட்டவேண்டிய இடத்துக்கு எட்டி, வார்டர் வந்திருக்கிறாரோ, என்னவோ!

படித்து முடித்துவிட்டு 'வால்காவிலிருந்து கங்கை வரை' என்ற புத்தகத்திலிருந்து சில குறிப்புகள் எடுத்தேன்.

28.3.64

இன்று அறையினுள் அடைக்கப்பட்டதிலிருந்து கிட்டத்தட்ட முக்கால் மணி நேரம், கம்பிகளைப் பிடித்துக் கொண்டு நின்றபடி எதிர்புறம் எழிலோடு விளங்கிக் கொண்டிருந்த நிலவைப் பார்த்தபடி இருந்தேன். அழகிய நிலவு, முழு நிலவுக்கே மறுதினம்! கிளம்பும் போது பொன்னிறம்? மேலே செல்லச் செல்ல உருக்கி வார்த்த வெள்ளி நிறம்! எனக்கு எப்போதுமே நிலவைக் காண்பதிலே பெருமகிழ்ச்சி. கம்பிகளுக்குப் பின்னால் நின்றபடி பார்க்கும்போதும், பெருமகிழ்ச்சியே! சிறைப்படாத நிலவு, அழகினைச் சிந்திக்கொண்டிருக்கிறது – சிறைப்பட்டிருக்கும் எனக்குக் களிப்பை அள்ளிப் பருகிக்கொள் என்று நிலவு கூறுவது போலத் தோன்றிற்று. இங்கு வந்த இத்தனை நாள்களில் இத்துணை அழகு ததும்பும் நிலவை நான் கண்டதில்லை. கடலோரத்தில், வெண் மணலின் மீதமர்ந்து கண்டு இன்பம் கொண்டிட வேண்டும் அண்ணா! சிறைக்குள் இருந்தா!! என்று கேட்டுக் கேலி பேசுவர் என்பதால், அதிகம் இதுபற்றி எழுதாதிருக்கிறேன். இன்று உள்ள வானம், நிலவு அளிக்கும் ஒளியினால் புதுப்பொலிவு பெற்று விளங்குவது போலவே, என் மனமும் எனக்குக் கிடைத்த செய்தி காரணமாக மகிழ்ச்சியால் துள்ளியபடி இருக்கிறது. நண்பர்கள் நடராசனும், சி. பி. சிற்றரசுவும் மேலவைத் தேர்தலில் வெற்றி பெற்றுவிட்டனர் என்ற செய்தி கிடைத்தது. இன்று மாலை நறுமணம் வீசும் சந்தனத்தை வேலைப்பாடு மிக்க வெள்ளிக் கிண்ணத்தில் ஊற்றித் தருவதுபோல, இந்த மகிழ்ச்சியான வெற்றிச் செய்தியை எனக்குத் தந்தவர் டில்லி மேலவைத் தேர்தலில் வெற்றி பெற்ற நண்பர் மாரிசாமி.

முதலமைச்சருடைய தனி அனுமதி பெற்று, நண்பர் மாரிசாமி, ஆம்பூர் நகராட்சி மன்றத் தலைவராகியுள்ள சம்பங்கி, திருப்பத்தூர் நகராட்சி மன்றத் தலைவராகியுள்ள சின்னராஜு, வாணியம்பாடித் தொகுதி சட்டமன்ற உறுப்பினர் வடிவேலு ஆகியோருடன் இன்று மாலை என்னைக் காண வந்திருந்தார். சிறை மேலதிகாரிகள் தமது திறமைமிக்க கண்காணிப்பை நடத்த

அங்கு அருகிலே அமர்ந்திருந்தனர். நண்பர் மாரிசாமிக்கு என் பாராட்டுதலைத் தெரிவித்தேன். அவர் தம்முடைய நன்றியைக் கூறினார்.

திருப்பத்தூர் நகராட்சி மன்றத் தலைவர் சின்னராஜு நமது இயக்கத்தவர் என்றாலும், எதற்கும் தாமாக முந்திக்கொண்டு வந்து நிற்கும் சுபாவம் உள்ளவரல்லர். சட்டமன்றத் தேர்தலில் அவர் ஈடுபட்டதே என்னுடைய இடைவிடாத வற்புறுத்தலுக்குப் பிறகுதான். நகராட்சி மன்றத்தலைவர் தேர்தலிலும் ஈடுபட அவர் இலேசில் இடம் கொடுத்திருக்கமாட்டார். தேர்தலில் பல்வேறு வகையான எதிர்ப்புகள் இருந்தன என்று கூறினார். அவருடைய வெற்றி, நான் எதிர்பார்த்ததுதான் என்றாலும் காங்கிரஸ் கட்சியினர் தேர்தல் வேலைகளில் ஒரு தலைமுறை அனுபவம் பெற்றவர்களாயிற்றே என்பதை எண்ணிச் சிறிது கவலைப்பட்டுக் கொண்டிருந்தவன், வெளியே சென்று அவரைக் காண, நாள்கள் பல ஆகுமே என்று எண்ணிக்கொண்டிருந்தேன் – அவரே இங்கு வந்தது என் ஆவலை அறிந்து வந்தது போலிருந்தது.

ஆம்பூர் சம்பங்கி, மிக அமைதியாகக் காரியத்தைக் கணக்கிட்டு முடிக்கும் இயல்பினர். விலைவாசிக் குறைப்புப் போராட்டம் காரணமாக என்னோடு வேலூர் சிறையில் இருந்தவர். அப்போதே, அவர் ஆம்பூர் நகராட்சித் தலைவராக வரவேண்டும் என்று பேசிக்கொண்டோம். எண்ணியபடியே நடந்தேறியது. ஆம்பூர் நகராட்சிக்கான தேர்தலின்போது இருந்த நிலைமைகள் பற்றிச் சிறிதளவு கூறினார்.

அவர்களைக் கண்டுவிட்டுவந்து, இங்கு நமது நண்பர்களிடம் 'சேதி' கூறியபோது, அளவற்ற மகிழ்ச்சி அடைந்தார்கள்.

நிலவைக்கண்டு களிப்பைப் பருகிக் கொண்டிருந்துவிட்டு, உடனே குறிப்பு எழுதவில்லை. இடையில் வைசாலி, தட்சசீலம் ஆகிய பழம் பெருமைமிக்க ஊர்களிலே உலவிக் கொண்டிருந்தேன் ராகுல் எழுதிய சிந்துமுதல் கங்கை வரை என்ற புத்தகத்தைப் படித்துக் கொண்டிருந்தேன். இனி, கெய்ரோ நகர் நோக்கி, கிறிஸ்தவ அரசுகளின் படைகள் பாயும் நிகழ்ச்சி பற்றி – புனிதப்போர் பற்றி (ஆங்கில) ஏடு படித்துவிட்டுத் தூங்க முனைதல் வேண்டும். நேற்றிரவு இரண்டு

மணியிலிருந்து நாலு மணிவரையில் கைவலி யினால், தூக்கம் வராமல் கஷ்டமாக இருந்தது. இன்று பிற்பகலும் வலிதான். ஆனால் இப்போது இல்லை. நிலவின் அழகும் கழகவெற்றி யின் நேர்த்தியும், வலியை விரட்டி இருக்கிறது என்று நினைக்கிறேன், பார்ப்போம்.

1.4.64

ஏப்ரல் மாதத் தொடக்கம். இடையில் குறிப்பு எழுதாத காரணம், ஏற்பட்டுவிட்ட – மனச்சங்கடம். திடீரென்று டி.எம். பார்த்தசாரதிக்கு நெஞ்சுவலி கண்டது. கவலைப்படும் அளவுக்கு வலி விறுவிறுவென்று வளர்ந்து களைப்பு, மயக்கம், மேலிட்டுவிட்டது. சிறைமருத்துவர், சில மணி நேரம் பார்த்துவிட்டு, வெளி மருத்துவமனைக்கு அனுப்ப வேண்டும் என்றார். நாங்கள் அனைவரும் பயந்துவிட்டோம். அதற்கு ஏற்றபடி, பார்த்தசாரதியின் நிலைமையும் இருந்தது. மாலை ஏழு மணி இருக்கும். பார்த்தசாரதியை வெளி மருத்துவ மனைக்கு அழைத்துச் சென்றபோது, படிக்கட்டுகளில் இறங்கியதும் மயக்கம் அதிகமாகிவிட்டது. வார்டர் தாங்கிப் பிடித்துக் கொண்டு சென்றார் என்றாலும், சிறிது தூரம் நடப்பதற்குள் மயக்கம் மேலும் அதிகமாகி நடந்து போக முடியாத நிலை ஏற்பட்டு, வார்டர்கள் பார்த்தசாரதியைத் தூக்கிச் செல்லும்படி ஆகிவிட்டது. இதைக்கண்ட எங்களுக்கு மேலும் திகிலாகி விட்டது. வேறு எங்கும் பெறமுடியாத மேலான மருத்துவ உதவி, வெளி மருத்துவமனையில் கிடைக்குமென்பது தெரிந்திருந்தாலும், பொதுவாக நெஞ்சுவலி விபத்தாக முடிந்துவிடுவதை அறிந்திருந்த காரணத்தால், எங்களுக்குப் பெருத்த மனச்சங்கடம் ஏற்பட்டது. அன்று இரவு எனக்குத் தூக்கமே வரவில்லை. மறுநாளும் மருத்துவமனை சென்றுள்ள பார்த்தசாரதியின் நிலைமை எப்படி இருக்கிறதோ என்பது பற்றிய கவலையே உள்ளத்தைத் துளைத்துக் கொண்டிருந்தது. சிறை அதிகாரிகளைக் கேட்டாலோ, மருத்துவமனைக்கு ஒரு கைதியை அனுப்பிய பிறகு, தொடர்பு வைத்துக் கொள்வதில்லை' என்று கூறிவிட்டனர். பார்த்தசாரதி மருத்துவமனைக்கு அழைத்துச் செல்லப்பட்டது பற்றி, வில்லிவாக்கத்தில் உள்ள அவருடைய துணைவியாருக்கு 'சேதி' தரும்படி சிறை அதிகாரிகளில்

ஒருவரைக் கேட்டுக்கொண்டோம். அவர், வில்லிவாக்கம் போலீஸ் நிலையத்துக்குத் தொலைபேசியின் மூலம் செய்தி அனுப்பி, வீட்டாருக்குத் தெரிவிக்கும்படி ஏற்பாடு செய்வதாகக் கூறினார். இது ஓரளவுக்கு ஆறுதல் அளிப்பதாக இருந்தது என்றாலும், கண்களில் நீர் தளும்பும் நிலையில், இங்கிருந்து பார்த்தசாரதி சென்ற காட்சி, கண்முன் எப்போதும் நின்று மனதை வாட்டியபடி இருந்தது. வயது 60, எப்போதும் மிகச் சுறுசுறுப்பாக வேலை செய்தபடி இருப்பது வாடிக்கை. நான் பலமுறை தடுத்தும் எந்த வேலையையும் அவரே மேற்கொள்வார். அந்த அளவு வேலை செய்யக்கூடிய வலிவும் இல்லை. அதை அவர் உணர்ந்து கொண்டதாகத் தெரியவில்லை. இவை தவிர வீட்டை ஒட்டிய கவலைகள், வேறு.

பொன்னுவேல் – சமையல் காரியத்தைக் கவனித்துக் கொண்டார்; எனக்கும் மற்றவர்களுக்கும் சாப்பாட்டின் வகைபற்றிய எண்ணமே எழவில்லை. சிறை மருத்துவரிடம், பொன்னுவேலுவை அனுப்பி இருந்தேன். அவர், பயப்படும் படியாக நிலைமை இல்லை; இருதய சம்பந்தமான வலி என்றுகூடத் திட்டவட்டமாகச் சொல்வதற்கில்லை. பரிசோதனைக்காகத்தான், பெரிய மருத்துவமனைக்கு அனுப்பி இருக்கிறேன்' என்று கூறி அனுப்பினார்.

எனக்கு ஊசிபோட் மருத்துவர் வந்திருந்தார். பெரிய மருத்துவமனை சென்று, நிலைமையைக் கண்டறிந்துவந்து கூறும்படி கேட்டுக்கொண்டேன். அன்று மாலையே, அவர், பெரிய மருத்துவமனை சென்று பார்த்தசாரதியைப் பார்த்துவிட்டுத் திரும்பி, கம்பவுண்டர் மூலமாக, கவலைப்படத்தக்கதாக ஏதும் இல்லை என்று செய்தி அனுப்பி யிருந்தார். மிகுந்த ஆறுதலாக இருந்தது. தொடர்ந்து, சிறைக் காவலர்களில் ஒருவர், மருத்துவமனை சென்று பார்த்து விட்டுவந்து, பார்த்தசாரதி நல்லபடி இருக்கிறார் என்ற செய்தியைக் கூறினார்..

எங்கள் கவலையையும் கலக்கத்தையும் போக்கிடத் தக்கவிதத்தில் 1–4–64 மாலை, பார்த்தசாரதியே, இங்கு திரும்பிவந்து விட்டார். நேரிலே பார்த்த பிறகுதான் மன நிம்மதி ஏற்பட்டது. பரிசோதனைகள் செய்தது குறித்தும், வீட்டாரும் நண்பர்கள் நடராசன், கருணாநிதி, நெடுஞ்செழியன், கிட்டு ஆகியோர்

வந்து விசாரித்தது குறித்தும் பார்த்தசாரதி கூறினார். அதிகமாக வேலை செய்யக்கூடாது என்று கண்டிப்பாகக் கூறினேன். அவரால் வேலை செய்யாமல் இருக்க முடியவில்லை. சோர்வு நீங்கிவிட்டதாகத் தெரியவில்லை.

மனச்சங்கடம் காரணமாக, படிப்பதும், உரையாடுவதும், தட்டுப்பட்டுவிட்டிருந்தது.

வைசாலி – தட்சசீலம் ஆகிய இடங்களில் அமைந்திருந்த குடியரசுக்கும் மகத நாட்டின் முடியாட்சிக்கும் இடையே மூண்டு விட்ட போர்பற்றி, ராகுல் விவரித்திருந்த பகுதியைப் படித்தேன். *

சினிமா, நாடகத் துறைகளைக் கேலி பேசிக்கொண்டிருந்த காமராஜர், இப்போது அந்தத் துறைகளைத் தன் நட்புக்கரத்தில் கொண்டுவர எடுத்துக்கொள்ளும் முயற்சி பற்றிப் பேசிக்கொண்டிருந்தோம். கழகத் தோழர்கள் நல்ல நாடகங்கள் நடத்துவதை அடியோடு நிறுத்திவிட்டது. நமது பிரசாரமுனையிலே நட்டத்தை உண்டாக்கி விட்டது என்று நான் விளக்கியபோது, நண்பர் இராமசாமி, ‘எனக்குக்கூட நாடகத்திலே நடிக்க ஆவலாக இருக்கிறது; ஒரு நல்ல நாடகம் எழுதிக் கொடுங்கள்’ என்று கேட்டுக் கொண்டார். நேரமும் நினைப்பும் துணைபுரியும்போது எழுதிக் கொடுக்கிறேன் என்று தெரிவித்தேன். சுயமரியாதை இயக்க கால முதற்கொண்டு, நமது இயக்கப் பிரசாரத்துக்கும் நாடகத்துறைக்கும் இருந்து வந்த தொடர்புபற்றிப் பேசிக் கொண்டிருந்தேன்.

சுயமரியாதை இயக்கத்தில் நான் ஈடுபட்டபோது, மாநாடுகளிலே, ‘விமலா அல்லது விதவையின் கண்ணீர்’ என்ற நாடகம் நடத்தப்பட்டுவந்தது. திருச்சி கி.ஆ.பெ. விசுவநாதம் அவர்களைத் தலைவராகக் கொண்ட ஒரு நாடகக்குழு, இதுபோன்ற நாடகங்களை நடத்திக்கொண்டு வந்தது. பிறகு, புரட்சிக் கவிஞர் பாரதிதாசன் அளித்த ‘இரணியன் அல்லது இணையற்ற வீரன் என்ற நாடகம், நடத்தப்பட்டது. ஒரு முறை அதிலே இப்போதைய திருவாசகமணி, கே. எம். பாலசுப்பிரமணியமும், குத்தூசி குருசாமியும் நடித்ததுண்டு. இந்த நாடகத்துக்கு நல்ல வரவேற்பு இருப்பது கண்டு, நாடகக்

குழுக்களே இதனை நடத்தலாயின. பி. ஜி. குப்புசாமி நாயுடு போன்ற நடிகர்கள் இதிலே ஈடுபட்டனர். நமது இயக்கத் தோழர்கள் இங்கும் அங்குமாக, சீர்திருத்த நாடகங்கள் நடத்திக்கொண்டிருந்தனர். நடிகவேள் எம். ஆர். ராதாவின் நாடகம் – சி. பி. சிற்றரசு எழுதியது – முதன் முறையாக, திருச்சி திராவிடர் கழக மாநாட்டிலே தான் நடத்தப்பட்டது; மிகக் குறைந்த செலவில், அதற்கான பணத்தை வாங்கிக்கொடுக்கவே பெரியாரிடம் போராட வேண்டி இருந்தது.

நண்பர் ஏ. கே. வேலன் சில நாடகங்களை நடத்தினார். சி. பி. சிற்றரசு சில நாடகங்களை நடத்திக் காட்டினார், நாகைத் தோழர் கோபால் ஒரு நாடகக் குழுவே அமைத்து, சில ஆண்டுகள் நடத்தி வந்தார்; அதிலே கருணாநிதி வேடம் தாங்கினார். கருணாநிதியின் சாந்தா என்ற நாடகம் நல்ல செல்வாக்குடன் இருந்தது. பாவலர் பாலசுந்தரம் ஒரு நாடகக்குழு அமைத்து நடத்தினார். இவ்விதமாக இயக்கப் பிரசாரத்தில் நாடகம் இணைந்து வளர்ந்தது..

டி. கே. எஸ். நாடகக் குழுவிலிருந்து டி. வி. நாராயணசாமியும், எஸ். எஸ். இராஜேந்திரனும் விலகி, சீர்திருத்த நாடகங்களை நடத்தத் தொடங்கினார். நான் எழுதிய சந்திரோதயம் என்ற நாடகம் முதன் முதலில் வடார்க்காடு மாவட்ட, திருவத்திபுரத்தில் நடைபெற்றது. இரண்டொரு நாடகங்களுக்குப் பிறகு, – அதிலே, நடிகர் குழுவைச் சேர்ந்தவர்களும் ஈடுபட்லாயினர்.

முன்னேற்றக் கழகத் தொடக்க நாள்களில், கழகக் கட்டட நிதி, அச்சகநிதி, வழக்கு நிதி போன்றவற்றுக்காக கே.ஆர். இராமசாமி எம். எல். சி. – யின் ஆர்வம் மிக்க நாடகங் களின் மூலம் பெருநிதி திரட்டப்பட்டது. சந்திர மோகன் – நீதிதேவன் மயக்கம் – ஆகிய நாடகங்களைத் தமிழகத்தில் பல்வேறு இடங்களில் நடத்திவந்தோம். சந்திரமோகன் நாடகத்தில் நடித்தபோது தான், வி.சி.கணேசன், ‘‘சிவாஜி’ என்ற பட்டம் பெற்றார். – பெரியார் சூட்டியது.

கருணாநிதியின், தூக்குமேடை – வாழப்பிறந்தவர்கள் – நச்சுக் கோப்பை – போன்ற நாடகங்கள் நாடெங்கும் நல்ல பிரசாரப்பலன் கொடுத்தன. கணேசன் அநேக நாடகங்களில்

பங்கேற்றார். ஓரிருமுறை எம். ஜி. சக்ரபாணியும் அந்த நாடகங்களில் பங்கேற்றிருக்கிறார்.

நாடகக் குழுக்களுக்கென்றே எழுதிக்கொடுத்த நாடகங்கள் வேறு. நான் இப்போது குறிப்பிட்டிருப்பது, கழகத், தோழர்கள் அதிகமாக ஈடுபட்டு நடித்த நாடகங்களைப் பற்றி.

இவ்விதம் வளர்ந்த நாடகமுனை, – கழக நிர்வாக அலுவல் வளரவளர, முடங்கிவிட்டது என்றுதான் சொல்லவேண்டும்.

கருணாநிதி எழுதி, பல இடங்களில் நாடகக் குழுவினால் நடத்தப்பட்டு வந்த உதயசூரியன் என்ற நாடகம், அரசால் தடை விதிக்கப்பட்டுவிட்டது.

329 பெரிய நகரங்களிலில்லாவிட்டாலும், சிறிய அளவுள்ள நகரங்களிலும் பெரிய கிராமங்களிலும் பிரசார நாடகங்கள் நடத்த, மறுபடியும் கழகம் முயற்சி எடுத்துக் கொள்ளவேண்டும்.

இவ்விதம், நண்பர்களிடம் விவரமாகப் பேசினேன் – எல்லாருக்கும் நிரம்ப ஆர்வம் இருக்கிறது, நாடகங்களை நடத்த – நடிக்க – எழுத.

3.4.64

இன்று காலையில் வழக்கறிஞர் நாராயணசாமி என்னைக் காண வந்திருந்தார். நான் எதிர்பார்த்தபடியே சட்ட சம்பந்தமான பிரச்னையுள்ள வழக்கை, சுப்ரீம் கோட்டுக்குக் கொண்டு செல்வது பலனளிக்கும் என்று கூறினார். இப்போதைக்கு வேண்டாம் – பிறகு ஒரு வாய்ப்பு ஏற்படும்போது பார்த்துக்கொள்ளலாம் என்று, கூறி அனுப்பினேன்.

மாலையில் இராணியுடன், அ. க. தங்கவேலரும், என். வி. நடராசனும் வந்திருந்தனர். நகராட்சிமன்றத் தலைவரான பிறகு, முதன் முறையாக அ. க. தங்கவேலரைப் பார்க்கும் வாய்ப்பு. மகிழ்ச்சியாகவே காணப்பட்டார். எம். எல். சி. ஆகிவிட்ட, என். வி. நடராசனிடம் ஒன்றும் மெருகு – முடுக்கு – காணோம்.

காஞ்சிபுரத்தில் அம்மா, அக்கா, கௌதமன், பாபு, என் மருமகப் பெண்கள் எல்லாரும் நலமாக இருக்கும் செய்தியை, இராணி மூலம் கேட்டு மகிழ்ந்தேன். பரிமளத்துக்குப் பரீட்சை –

சமயம், அதனால்தான் வரவில்லை என்றார்கள். படிப்பதற்குப் புத்தகங்கள் கொண்டு வருவார்கள் என்று எதிர்பார்த்தேன் – கொண்டு வரவில்லை.

கைவலிக்கு அன்பழகன், கடுகு எண்ணெய் தடவினால் நல்லது என்று சொல்லி, வீட்டிலிருந்து வரவழைத்திருந்தார். அந்த எண்ணெயை இன்றிரவு தடவிக் கொண்டேன் – இரண்டொரு வாரங்கள் தொடர்ந்து – தடவினால் பலன் கிடைக்கும் என்கிறார்கள்.

இன்று பிற்பகல் அன்பழகனிடம் பேசிக் கொண்டிருக்கும் போது, முதல் இந்தி எதிர்ப்புப் போர்க் காலத்தில், மிக்க ஆர்வத்தோடு பங்குகொண்ட மறை. திருநாவுக்கரசு இப்போது முற்றிலும் மாறி விட்டிருப்பதாகச் சொன்னார். மறைமலை அடிகளாரின் திருமகன் திருநாவுக்கரசு. இன்றைக்கும், மறைமலை அடிகள் எழுதிய, 'இந்தி பொது மொழியா?' என்ற ஏடு, எவரும் மறுக்கொணாததாக இருக்கிறது. ஆனால் மகன், மாறிவிட்டிருக்கிறாராம். எனக்கு மிக நெருக்கமான நண்பர். இப்போது 'மறை' தூத்துக்குடிக் கல்லூரியில் தமிழ்ப் பேராசிரியராகப் பணியாற்றுகிறார் என்று அறிகிறேன். கருத்திலே காரணத்துடனோ – காரணமற்றோ – மாறுதல் ஏற்பட்டு விட்டிருப்பினும், என்னிடம் கொண்ட கனிவு மாறியிருக்காது. என்று அன்பழகனிடம் கூறினேன்.

பொதுவாக, இந்தி ஆதிக்கத்தின் முழுக்கேட்டினை, மக்கள் நேரிடையாக இன்னும் சந்திக்கவில்லை – அதனால் தான், சிலர் இதனைக் கவனிக்க வேண்டிய அவசியமில்லாத பிரச்னை என்று கருதுகிறார்கள். வேகமும் பளுவும் நாளாகவாக வளரும் – அப்போது, இப்போது 'ஏனோ தானோ' வென்று உள்ளவர்கள்கூட, இந்தி ஆதிக்கத்தின் கேட்டினை உணர்ந்து துடித்து எழுவார்கள், என்று கூறினேன்.

இன்றும், கம்யூனிஸ்ட் கட்சியிலே பிளவு வெகுவாக விரிவாகி விட்டதற்கான செய்திகள் பத்திரிகைகளில் வெளி வந்திருக்கின்றன – அவைபற்றிப் பேசிக்கொண்டிருந்தோம்.

இரவு, தூக்கம் வருகிறவரையில், பொன்னுவேலுவிடம், காஷ்மீர் பிரச்னைபற்றி பேசிக்கொண்டிருந்தேன் – (இப்போது

என்னுடன் பொன்னுவேல் – வெங்கா – இருவரும் துணை இருக்கிறார்கள்) ஷேக் அப்துல்லாவைப் பத்து ஆண்டுகள் சிறையில் அடைத்து வைத்திருந்ததால் ஏற்பட்ட கெட்ட பெயரும், தொடுத்த வாழ்க்கை நடத்த முடியாமல் திரும்பப் பெற்றுக்கொண்டதால் ஏற்பட்ட ஏளனநிலையும், உள்ளபடி தாங்களாகத் தேடிக்கொண்டவையே. பிரச்னை மிகவும் சிக்கலானதாகிவிட்டது என்பது பற்றி விவரித்துக் கொண்டிருந்தேன்.

தமிழ்ப் பத்திரிகைகளில் வெளிவந்த கதைகளை, சிறைப் படிப்பகத்தார் தொகுத்து வைத்திருக்கிறார்கள் இரண்டு நாள்களாக. அவற்றைப் படித்துக் கொண்டிருந்தேன். பெரும்பாலான கதைகள், கவிதைகள்; கருத்து விளக்கம் அதிகம் இல்லை. ஆனால் செல்வான் வீட்டு மாநிற மங்கை மினுக்குத் தைலத்தால் பளபளப்பது போல, அழகிய ஓவியங்களால், கதைகள் அழகுபடுத்தப்பட்டிருக்கின்றன. சில கதாசிரியர்கள் வேண்டுமென்றே, ‘கழகத்தை – திருவிழாக்களிலே காளையர் கன்னியர் மீது உரசிவிட்டு மகிழ்வது போல – இரண்டொரு இடங்களில், தாக்கியும் இருக்கிறார்கள். வைதீகக் கருத்துகளை வேண்டுமென்றே திணித்திருக்கிறார்கள். இத்தகைய கதைகளையும் கட்டுரைகளையும் படித்ததில், சமூகத்தில் ஒரு குறிப்பிட்ட பகுதி யினரின் எண்ண ஓட்டம், எந்த விதத்திலே இருக்கிறது என்பதைப் புரிந்து கொள்ள முடிகிறது.

4.4.64

இன்று மறுபடியும் ஊசி போடப்பட்டது. ஆனால் இந்த ஊசிகள் பொதுவாக வலிவு ஊட்டுபவை – எனக்குள்ள கை வலியை நீக்குவதற்கானவை அல்ல.

பத்திரிகையில், ஆச்சாரியார் ஒரு பாராட்டுக் கூட்டத்தில் பேசுகையில், அடுத்து தி. மு. க. அரசு அமைய வேண்டும்; அப்போதுதான், இந்தி திணிப்பினால், எத்தகைய குமுறல் ஏற்பட்டிருக்கிறது என்பதைத் தில்லி அரசு உணரமுடியும் என்று காரணம். காட்டி இருக்கிறார். பொருத்தமான பேச்சு. இந்தியை எதிர்த்து எத்தனை கிளர்ச்சிகள் நடத்தினாலும், எத்தனைபேர் சிறை புகுந்தாலும், மூடி மறைத்துவிட முடியும் – முடிகிறது –

செய்து வருகிறார்கள். ஆனால் இந்தித் திணிப்பைக் கண்டித்து, காங்கிரசைத் தேர்தலில் முறியடித்தார்கள் என்றால், அந்த நிகழ்ச்சியை மூடி மறைக்க முடியாது. ஆகவே, கழகம் இந்தியை எதிர்த்துக் கிளர்ச்சி செய்து, சிறை புகுவது மட்டுமில்லாமல், தேர்தல் முனையிலும் வெற்றி ஈட்டியாக வேண்டும் என்பது குறித்து, நண்பர்களிடம் பேசிக் கொண்டிருந்தேன். சென்னை மாநகராட்சி மன்றத் தேர்தலில் கழகம் பெற்ற வெற்றி, தில்லி வட்டாரத்தில் பரபரப்பை உண்டாக்கி விட்டிருக்கிறது என்று ஆச்சாரியார் சொன்னதும், முற்றிலும் உண்மையானது. இங்குள்ள காங்கிரஸ் வட்டாரமும், அதற்கு ஆதரவு அளிக்கும் இதழ்களும், கழக வெற்றியை எவ்வளவு மூடி மறைக்கவும், குறைத்து மதிப்பிடவும் முனைந்தாலும், தில்லியிலும், வேறு பல இடங்களிலும், கழக வெற்றியை மிக முக்கியமான நிகழ்ச்சியாகத்தான் கருதுவார்கள். அதிலும், தடைச்சட்டம் காரணமாகக் கழகம் அடியோடு ஒழிந்து போய்விடும் என்று அவர்கள் கணக்குப் போட்டுக் களிப்பில் மூழ்கியிருந்த சமயத்தில், கழகம் இத்தனை வெற்றிபெற்றிருப்பது, மிகமிக முக்கியத்துவம் வாய்ந்ததாகும்.

– காஞ்சிபுரம் மறியலில் ஈடுபட்டு, பூவிருந்தவல்லி வழக்கு மன்றத்தால், நாலுமாதக் கடுங்காவல் தண்டனை பெற்ற, கே. டி. எஸ். மணி – திருவேங்கிடம் – ராஜி – கிளியப்பன் – ஏகாம்பரம் ஆகிய ஐவர், இன்று மாலை இங்கு அழைத்துவரப் பட்டார்கள். அவர்களை, நாங்கள் இருக்கும் பகுதியிலேயே இருந்திடச் செய்யலாமா என்று சிறைக்காவலாளி ஒருவர் என்னிடம் வந்து கேட்டார்; அப்படியே செய்யலாம் என்றேன். இப்போது அந்த ஐவரும் எங்களுடன்தான் இருக்கிறார்கள் – 11ஆம் நம்பர் அறையிலிருந்து வரிசையாக அவர்களுக்கு இடம்.

கே. டி. எஸ். மணியும் திருவேங்கிடமும் காஞ்சிபுரம் நகராட்சி மன்றத் தேர்தலில் வெற்றி பெற்றவர்கள் – சிறையில் இருந்தபடியே.

கே. டி. எஸ். மணி, காஞ்சி கலியாணசுந்தரத்தின் மருமகன். மணியின் திருமணம் என் தலைமையில் நடந்தது. ஆசாமி அப்போது ஒரே கதர் மயம் – காங்கிரஸ்காரர். ஆர்வம் கொந்தளிக்கும் இயல்பு – இலட்சியங்களிலே ஈடுபாடு, ஆனால்

இரண்டு ஆண்டுகளுக்கு முன்பு மெத்த உடல்நலிவாக இருந்தவர். சிறையில் மிக்க எச்சரிக்கையுடன் இருக்கவேண்டியவர்.

திருவேங்கிடம், தோல் போர்த்துக் கொண்டிருக்கும் எலும்புருவம். சென்ற ஆண்டு உடல்நலம் மோசமாக இருந்தது. இப்போது ஆர்வம் காரணமாக, நல்லபடி காணப்படுகிறார்.

காஞ்சிபுரம் தேர்தல் நிகழ்ச்சிகள் பற்றி மணி பல விஷயங்களைச் சொன்னார்; காங்கிரஸ் கட்சியின் முயற்சிகள்; நம்முடைய தோழர்களிலே எவரேனும் சபலத்துக்கு இரையாவார்களா என்று எதிர்பார்த்து அவர்கள் மேற்கொண்ட நடவடிக்கைகள் ஆகியவை பற்றி விரிவாகக் கூறினார்.

எட்டுப்பேராக இருந்தவர்கள் இப்போது பதின்மூன்று பேராகி இருக்கிறோம்.

வெளியே இருந்து வந்துள்ள அந்த ஐவரிடம், நமது தோழர்கள், பல விஷயங்கள் பற்றி பேசி அளவளாவி மகிழ்ச்சி அடைந்தனர்.

7.5.54

இரண்டு நாள்களாகக் குறிப்பு எழுத இயலவில்லை. – மண்டைக் குடைச்சல், கழுத்து நரம்புகளில் வலி, மருந்து உட்கொண்டு வருகிறேன். அதனால், குறிப்பு எழுத முடியாது போயிற்று. இன்று வலி பெருமளவு குறைந்து போய்விட்டது.

மூன்று நாள்களுக்குமாகச் சேர்த்து குறிப்பு எழுதுகிறேன்.

மணி இப்போது கிட்டத்தட்ட பதினொன்று. – பொன்னுவேலு வும் வெங்காவும் தூங்கி அரைமணி நேரத்துக்கு, மேலாகிறது. இது வரையில் டாக்டர் டி. எஸ். எஸ். ராஜன் எழுதியுள்ள 'நினைவு அலைகள்' படித்துக் கொண்டிருந்தேன். முக்கால் பகுதி முடித்து விட்டேன்.

இன்று காலையில், வழக்கப்படி, சிறை மேலதிகாரிகளின் 'பார்வையிடல்' நடைபெற்றது. நேற்று மாலையே புதிதாக வந்துள்ள ஐவருக்கும் 'கைதி' உடை கொடுத்துவிட்டார்கள். ஆகவே இன்று பதின்மூன்று பேர் கொண்ட எங்கள் அணியை, மேலதிகாரி பார்வையிட்டார்.

கே. பி. சுந்தரம் கண்வலிக்கு மருத்துவம் பெற, எழும்பூர் மருத்துவ மனைக்கு அழைத்துச் செல்லப்பட்டார். காலை 9– மணிக்குச் சென்றவர் 11– மணிக்குள் திரும்பச் சிறைக்குக் கொண்டுவரப்பட்டார்.

இந்த இரண்டு நாள்களாக, மதுரைப் பள்ளிக்கூடம் இடிந்ததால் ஏற்பட்ட பயங்கரமான விபத்து பற்றிய செய்தி, எங்களைத் திகைப்பிலும், துயரத்திலும் ஆழ்த்திற்று. இதுபோன்றதொரு கோரமான நிகழ்ச்சி, நாம் இதுவரை கேள்விப்படாதது என்பதால், எங்கள் மனம் மெத்த வேதனைப்பட்டது. தமது செல்வங்களைப் பறிகொடுத்து விட்டுக் கதறிடும் குடும்பங்களுக்கு, யார்தான் ஆறுதல் கூறமுடியும் – என்னவென்றுதான் அறுதல் கூறுவது! நினைத்தாலே நெஞ்சு பகீர் என்றாகிவிடுகிறது. அன்பழகன் சொன்னார் "சென்னையிலும், அண்ணா! பல பள்ளிக்கூடக் கட்டடங்கள் கலனாகிக் கிடக்கின்றன. அவற்றை உடனடியாகக் கவனித்து தக்க முன்னேற்பாடுகள் செய்ய வேண்டும் என்று. ஆமாம்! கட்டடங்களைப் பரிசீலித்து, முறைகளை மேற்கொள்ள ஒரு குழு அமைக்கவேண்டும் என்று நான் கூறினேன்.

இன்றைய பத்திரிகையில், நமது தோழர் வி. முனுசாமி, இவ்விதமான ஒரு குழுவை அமைத்திருக்கும் செய்தி பார்த்தோம் – மகிழ்ச்சி கொண்டேன்.

இங்கே நாங்கள் தங்கியுள்ள சிறைப்பகுதி, புதிதுதான் என்றாலும், வெடிப்புகளும், கீறல்களும், பல இடங்களில் உள்ளன. வெகு சமீபத்திலேயே ரயிலின் ஓட்டம். இலேசான அதிர்ச்சிகூட இருப்பதை உணர முடிகிறது. இதைப்பற்றிய எண்ணமும் பேச்சும் இன்று எங்களிடையில் எழுந்தது. பிற்பகலில், கட்டடத்துறை அதிகாரிகளை அழைத்துக்கொண்டு, சிறை மேலதிகாரி இங்கு வந்து, வெடிப்புகளையும், கீறல்களையும் காட்டினார். அவர்களுக்குள் ஏதோ பேசிக்கொண்டார்கள்.

மீண்டும், கே. டி. எஸ். மணியிடம் காஞ்சிபுரத்து கழகநிலை, அரசியல் நிலை பற்றிய விவரங்களைக் கேட்டறிந்து கொண்டேன்.

கே. டி. எஸ். மணிக்குக் காஞ்சிபுரத்தில் உள்ள, கம்யூனிஸ்ட்களிடம் நட்பு உண்டு. எனவே, காஞ்சிபுரம் கம்யூனிஸ்ட்களின்

நிலை,. இப்போது என்ன? அவர்கள் எந்தப் பக்கம்? மணலி கட்சியா? இராமமூர்த்தி கட்சியா? என்று கேட்டேன். அனைவரும் இராமமூர்த்தி கட்சிதான் என்று கூறினார்.

வால்கா முதல் கங்கைவரை – சிந்து முதல் கங்கை வரை என்ற இரு நல்ல புத்தகங்களையும் இங்கு நான் வெங்காவிடமிருந்து தான் பெற்றுப் படித்தேன். இவை, கம்யூனிஸ்ட் இயக்கத் தொடர்புள்ள வெளியீடுகள். இவற்றில், ஆரிய முறைகளை, பிராமண ஆதிக்கத்தை, வர்ணாஸ்ரமத்தை ஆசிரியர் ராகுல் மிகக் கடுமையாகக் கண்டித்திருக்கிறார். ஆனால், தமிழகத்துக் கம்யூனிஸ்ட்களின் பேச்சிலோ எழுத்திலோ, இந்தக் கருத்துகளின் சாயல் கூட வெளிப்படுவதில்லை. எனவே, வெங்காவைக் கேட்டேன், இந்தப் புத்தகங்களைக் கம்யூனிஸ்ட்கள் நிறையப் பேர் படிக்கிறார்களா என்று. ஆம் என்றார்.. எனக்கு ஆச்சரியமாக இருந்தது. மதத் துறை பற்றி, பச்சை பச்சையாக, ராகுல் எழுதியிருக்கிறார் – அந்த ஏடுகளைச் சொந்தம் கொண்டாடும் கம்யூனிஸ்ட்கள், ‘ஒன்றே குலம் ஒருவனே தேவன்’ என்று பேசும் நம்மை நாஸ்திகர்கள், என்று மக்களிடம் ‘கோள்’ மூட்டுகிறார்களே, இது என்ன விந்தை! என்று எண்ணிக்கொண்டேன்.

இரண்டு ஏடுகளிலும் என்ன கூறப்பட்டிருக்கிறது’ என்று பொன்னுவேல் கேட்டார். கி.மு.6000 ஆண்டிலிருந்து கி.பி. 1942 வரை, பல கட்டங்களாகப் பிரித்து, கதை வடிவில், மக்களின் வாழ்க்கை முறையை ஆராய்ந்து காட்டுகிறார் ஆசிரியர். ஆனால், ஒரு கட்டத்திலிருந்து மற்றொரு கட்டத்துக்கு, மக்களின் வாழ்க்கைமுறை ஏன் மாறிற்று, எப்படி மாறிற்று என்பதற்கான விளக்கம் போதுமானதாக இல்லை. உதாரணமாக, ஒருபுறம் பருத்திக் கொட்டை, அதற்குப் பக்கத்தில் பஞ்சுத் திரி, அதற்குப் பிறகு நூல், அதற்குப் பிறகு துணி, வைத்து ஆடை வரலாறு என்று கூறுவதுபோல் இருக்கிறது. நூற்பு எப்படித் தொடங்கிற்று. நெய்வது எப்படி தொடங்கிற்று என்று காட்டப்படாதது மாதிரி, ஏடு இருக்கிறது. ஆனால், மொத்தத்தில் உனக்கு அந்த ஏடுகள் மெத்தவும் பிடிக்கும் என்று பொன்னுவேலிடம் சொன்னேன். அது என்ன அண்ணா?” என்று கேட்டார். “இரண்டு புத்தகங்களிலும், பத்துப் பக்கங்களுக்கு

ஒரு தடவையாவது விதவிதமான மாமிச விருந்து உண்டது பற்றி கூறப்பட்டிருக்கிறது'' என்றேன்.

'என்னென்ன மாமிசங்கள்? என்று விவரம் கேட்கலானார், காண்டாமிருகத்தின் கல்லீரல் (பச்சையாக) முதற்கொண்டு, பசுங்கன்றின் தொடைக்கறி வரையில் கூறப்பட்டிருக்கிறது. முதல் கட்டத்தில் (கி.மு.6000) ஓநாய்கள் மனிதர்களைக் கடித்து ரத்தத்தைக் குடிப்பதும் எழுதப்பட்டிருக்கிறது என்றேன். பொன்னுவேல், அது கேட்டு அருவருப்பு அடைந்ததாகத் தெரியவில்லை. அந்தக் கல்லீரல் எத்தனை சுவையாக இருக்குமோ என்ற ஏக்கமே கொண்டு விட்டார் என்று எண்ணுகிறேன். சிந்து முதல் கங்கை வரை' என்ற ஏடு, சிம்ம சேனாதிபதி பற்றியது. இந்தச் சிம்மன், வைசாலிக் குடியரசுச் சேனாதிபதியாகி, மகத மன்னன் பிம்பிசாரனை எதிர்க்கிறான் பயங்கரமான போர் நடக்கிறது – பல்லாயிரக் கணக்கானவர்களைக் கொன்று குவிக்கிறான் – ஆனால், இதிலே ஓர் அதிசயம் – அவன் போரில் ஈடுபடுகிற நேரத்தில், ஜைனப் பெரியார் ஒருவரிடம் பாடம் கேட்டு, 'அகிம்சை யை ஏற்றுக்கொண்டு, மாமிச உணவை நீக்கிவிடுகிறான்.

உணவிலே, 'அகிம்சை' – போரிலேயோ, பிணமலை; ரத்த வெள்ளம். இது முரண்பாடன்று என்றும் வாதிடுகிறான்.

இதைவிடப் பெரிய அதிசயம் – அதிர்ச்சி தரத்தக்க அதிசயம் – ஜைனப் பெரியாரிடம் பாடம் கேட்டு, மாமிச உணவை நீக்கிவிட்ட சிம்மன் சிலநாள் கழித்து புத்தரைக் காண்கிறான். அவருடைய புதுநெறியை மேற்கொண்டு ஜைனத்தை விட்டுவிடுகிறான். அதிர்ச்சி தரும் அதிசயம் இதிலே இல்லை – பௌத்தன் ஆனபிறகு, பழையபடி மாமிச உணவு உட்கொள்கிறான் என்கிறார் ராகுல்! அதிர்ச்சி அதற்கு மேலும் இருக்கிறது; புத்தருக்கும் சீடர்களுக்கும், மாமிச உணவு அளித்து உபசரிக்கிறான் என்றும் எழுதியிருக்கிறார்.

''மறுநாள் கசாப்புக் கடையிலிருந்த பசு மாமிசத்தையும் பன்றி மாமிசத்தையும் வரவழைத்தேன். உணவு தயாரானதும் நான் புத்த பகவானை அழைத்து வந்தேன். அவர் பிட்சுகளோடு வந்து உணவருந்திக் கொண்டிருந்தார்''.

என்று சிம்மன் கூறுவதாக அந்த ஏட்டில் காணப்படுகிறது.

எனக்குத் தூக்கிவாரிப் போட்டது போன்ற உணர்ச்சி ஏற்பட்டது. எந்த ஜீவனுக்கும் இம்சை செய்யலாகாது என்ற புதுநெறி பரப்பிய புத்தருக்கா, இந்த விருந்து நடந்ததாகச் சொல்வது! எப்படிப் பொருந்தும்!! ஆனால், ராகுல் இந்தத் தமது ஏட்டை ஓர் ஆராய்ச்சி நூல் என்று தெரிவிக்கிறார்.

8.4.64

நாதசுர வித்தகர். காருகுறிச்சி அருணாசலம் அவர்களின் திடீர் மறைவு பற்றிய செய்தி பார்த்துத் திடுக்கிட்டுப் போனேன். மிக இளம் வயதிலேயே, மிகப் பெரிய புகழ் ஈட்டிய இந்த இசைவாணனின் மறைவு தமிழகத்துக்கு ஈடுசெய்ய முடியாத இழப்பாகும். காலஞ்சென்ற ராஜரத்தினத்தின் நாத இன்பத்தை வழுவாமல், தமிழகத்துக்குத் தந்துவந்த அரும்புலவர், கேட்போரின் நெஞ்சு திடுக்கிடும் வண்ணம் மறைந்தது பற்றி இங்கு நண்பர்கள் எல்லாரும் வேதனைப்பட்டனர். நாற்பத்து மூன்று வயது; இதற்குள், என்ன புலமை! எத்துணை இனிமை! எவ்வளவு நேர்த்தியான கற்பனைத் திறமையைக் காட்டிவிட்டார் காருகுறிச்சி! அறுபது ஆண்டுகள் வாழ்ந்து அளிக்க வேண்டிய நாத இன்பத்தை நாற்பதாம் ஆண்டுக்குள்ளாகவே வழங்கினார். தமிழகத்துக்கு நேரிட்டுவிட்ட இந்தப் பெரிய இழப்பை எண்ணி எண்ணிக் குமுறிக் கொண்டிருந்தோம். காருகுறிச்சி அருணாசலம் அவர்கள் எனக்குக் கிடைத்த ஒரு நேர்த்தியான நண்பர். களங்கமற்ற. முகம் – கனிவான பார்வை – பரிவு ததும்பும் பேச்சு. என் மகன்களின் திருமணத்திற்கு வந்திருந்து, நாத இசைவிருந்து அளித்து, பல்லாயிரக்கணக்கான மக்களை மகிழ்வித்ததை எண்ணிக் கொண்டேன். அவர், காஞ் சிபுரம் வந்து போகும் செலவுத்தொகை கூடத் தரவில்லை. எவ்வளவு பரிவுடன் வந்து, இசை விருந்தளித்தார்! அதனை எல்லாம் எண்ணி எண்ணி மெத்த வருத்தப்பட்டேன். இன்று படிப்பதிலே கூட நாட்டம் செல்லவில்லை. மீண்டும் மீண்டும் நண்பர்களுடன், மறைந்தவரின் மாண்புகள் பற்றியே பேசிக்கொண்டிருந்தேன். நாதஸ்வரம், தமிழகத்தின் தனிப் பெரும் செல்வம். இந்தியாவின் மற்ற பகுதிகளிலே இந்தச்

செல்வம் இல்லை. இதிலே நேர்த்தியான தேர்ச்சி பெற ஓயாத உழைப்பு தேவை.

காருகுறிச்சி, தமது ஆவியையே சிறது சிறிதாகக் கரைத்து நாதமாக்கித் தந்துவந்தார் என்றே கூறவேண்டும். புலமை வளரவளர, அவருடைய அடக்கமும் பரிவு காட்டும் உணர்ச்சியும் வளர்ந்து வந்தது. இப்படிப்பட்ட வித்தகரைத் தமிழர்கள் இழந்தது பெரியதோர் இழப்பு: கலைவாணர் என். எஸ். கிருஷ்ணன், தியாகராஜ பாகவதர், திருவாவடுதுறை ராஜரத்தினம் – எனும் கலைச் செல்வர்களை இழந்தது போதாதென்று, இப்போது காருகுறிச்சியையும் தமிழகம் இழந்து தத்தளிக்கிறது. தமிழகத்துக்குத்தான் எத்தனை எத்தனை இழப்புகள் – தொடர்ந்து – அடுக்கடுக்காக – என்பது பற்றியெல்லாம் எண்ணி எண்ணி ஏக்கமுற்றுக் கிடந்தோம்.

9.4.64

இன்று பிற்பகல், காஞ்சிபுரம் மறியலில் கலந்து கொண்டு இங்கு சிறைப்பட்டிருக்கும் மதுராந்தகம் தோழர் என்னைக் காண வந்திருந்தார். இளைஞர் கிராமத்திலுள்ளவர். சில விநாடிகள் ஏதுமே பேசாமல் என் எதிரே நின்றுகொண்டிருந்தார் – ஆனால் கண்களில் நீர் துளிர்த்தபடி இருக்கக் கண்டேன். 'என்ன தம்பி?' என்று கேட்டேன் – அண்ணா! என்னுடைய இரண்டு குழந்தைகள் இறந்துவிட்டனராம் – இன்று கூறினார் – திகைத்துப்போய் விட்டேன் – ஒரு குழந்தைக்கு மூன்று வயதாம் – மற்றொன்று கைக்குழந்தையாம். தமிழகம் இந்தி மொழி ஆதிக்கத்தால் தாழ்நிலை அடையக்கூடாது என்பதற்காக அறப்போரில் ஈடுபட்டு இந்த இளைஞர் இங்கே சிறைப்பட்டுக் கிடக்கிறார் – அவர் பெற்றெடுத்த செல்வங்கள் இறந்துவிட்ட செய்தியைப் பெறுகிறார். என்னென்பது இந்த வேதனையை? என்ன ஆறுதல் கூறுவது? அந்த இளைஞனின் மனம் என்னென்ன எண்ணுகிறதோ! குழந்தைகளை இழந்த அந்தத் தாயின் மனம் என்ன பாடுபடுகிறதோ? இங்கே தமிழ் காத்திடத் தவமிருக்கிறான் வீரன். அவன் பெற்றெடுத்த முத்துகள் பறிக்கப்பட்டுப் போய்விட்டன. எத்தனை இன்னல்களைத் தாங்கிக்கொள்கிறார்கள், தமிழ் காத்திடும் வீரர்கள்! தமிழகம், இதனை உணருகிறதா? காணோமே! எனினும் கடமையைச்

செய்தாகவேண்டும், எத்தனை கஷ்ட நஷ்டம் ஏற்படினும் கலங்கலாகாது என்ற உள்ள உரத்துடன் இந்த இளைஞர் போன்றோர், அறப்போரில் ஈடுபட்டுள்ளனர். இவர்களின் தியாகம் வீண்போகும் என்று நான் நினைக்கவில்லை. பகட்டான விளம்பரம் கிடைக்காதிருக்கலாம். பாராட்டும் பண்புகூட மிகக் குறைவாகவே எழலாம். அமைச்சர்கள் அலட்சியப் பேச்சுக் கூடப் பேசிவிடலாம். அற்பர்கள் எள்ளி நகையாடலாம். ஆனால், இந்த இளைஞர் போன்றோரின் தியாகம் தமிழக வரலாற்றிலே தன இடம் பெறப்போவது உறுதி. என்னாலான மட்டும் அந்த இளைஞனுக்கு ஆறுதல் கூறி அனுப்பினேன். அந்த இளைஞனுக்கு வந்துற்ற இழப்பை எண்ணி நண்பர்களெல்லாரும் வேதனைப் பட்ட னர். *

11.4.64

வேதனை தரத்தக்க இழப்புகள் குறித்த பட்டியலில் மற்றும் ஒரு பெயர் இணைக்கப்பட வேண்டி நேரிட்டுவிட்டதை இன்றைய பத்திரிகை அறிவித்தது. நாச்சியார் கோயில் தவுல் வித்வான் ராகவப்பிள்ளையின் திடீர் மறைவு பற்றிப் படித்து மிக்க வேதனைப் பட்டேன். தமிழக இசை உலகுக்கு இதுவும் மிகப் பெரிய இழப்பு. எனக்குற்ற நண்பர்களில் இவரும் ஒருவர். இவரும், காருகுறிச்சியுடன் காஞ்சிபுரத்தில் எங்கள் இல்லத்திற்கு, திருமணத்தின்போது வந்திருந்து இசை விருந்தளித்திருந்தார். காருகுறிச்சியை விட இவரை எனக்கு அதிக ஆண்டுகளாகத் தெரியும். மிக்க அன்புடன் பழகுபவர். தவுல் வாசிப்பில் இவருடைய தனித்திறமையை அனைவரும் அறிவர். இவருடைய புலமையை அறிந்த அனைவரும் நெஞ்சம் திடுக்கிடத்தக்க விதமான மறைவு இவருடையது.

நான் சோர்வாகக் காணப்பட்டதை எண்ணியோ என்னவோ, இங்கு என்னுடைய நண்பர்கள், என்னுடைய பயண அனுபவங் களைப் பற்றிச் சொல்லச் சொல்லிக் கேட்டுக்கொண்டிருந்தார்கள். அரித்துவாரம், டேராடூன், சாரன்பூர், காசி, சாரநாத், லக்னோ, பாட்னா, கல்கத்தா ஆகிய பல இடங்களுக்குச் சென்று வந்தது பற்றிப் பேசிக் கொண்டிருந்தேன். எத்தனை பெரிய பெரிய நகரங்கள் போய்வந்தாலும், சென்னை போல, மனத்தில் நிம்மதி

தரத்தக்க இடம் இல்லை என்ற என் எண்ணத்தையும் கூறினேன். சென்னை மேலும் எழில் நகராவதற்காக மேற்கொள்ள வேண்டிய திட்டங்கள் குறித்தும், பேசிக்கொண்டிருந்தோம்.

கடந்த நாலைந்து நாட்களாகவே, கையில் வலி குறைந்திருந்தாலும், மிகவும் பளுவாக இருப்பது போன்ற ஓர் உணர்ச்சி. இதன் காரணமாக, நூற்பு வேலை செய்யவில்லை. இன்று தான் மறுபடியும் நூற்பு வேலையில் சிறிது நேரம் ஈடுபட்டேன்.

என்ன காரணத்தினாலோ, நாலைந்து நாள்களாக நாங்கள் இருக்கும் பகுதியின் முன்வாயில் இரும்புக் கம்பிக் கதவைப் பூட்டியே வைக்கிறார்கள். சிறையில், முறைகள், நிகழ்ச்சிகள் ஆகியவற்றுக்குக் காரணம் புரிவதில்லை; கேட்டுத் 'தெரிந்து கொள்ளவும் முடிவதில்லை.

பல செய்திகளால் ஏற்பட்டிருந்த மனவருத்தத்தைப் போக்குவது போல், இன்று மாலை பரிமளம் என்னைக் காண வந்திருந்தான். இன்றுடன் பரிட்சை முடிவுற்றதாகவும் சொன்னான். உடன் யாரும் வரவில்லை. ஆகவே நீண்ட நேரம் பரிமளத்திடம் குடும்ப விஷய மாகவும், பொது விஷயங்கள் பற்றியும் பேசிக் கொண்டிருந்தேன். நான் இளைத்துக் காணப்படுவதாகச் சொன்னான். எனக்கு அப்படி ஒன்றும் தோன்றவில்லை.

ஆப்பிரிக்க பூபாகத்தைப் பற்றி ஆங்கிலேயர்கள் 'விநோதமான' முறையில், கதைகள் எழுதுவது வாடிக்கை. அங்கு பூர்வீகக் குடிகள் மனிதமாமிசம் தின்பவர்கள், மாய மருத்துவக்காரரிடம் சிக்கிக் கிடப்பவர்கள் என்றெல்லாம் எழுதுவது வழக்கம். பிற நாடுகளையும் பிடித்தாட்டும் ஏகாதிபத்திய உணர்ச்சிக்கு உணவளிக்க, இதுபோல எழுதத் தலைப்பட்டார்கள் என்றெண்ணுகிறேன். இத்தகைய முறையில் எழுதப்பட்ட ஓர் ஆங்கில ஏடு படித்தேன். எந்த நோக்கத்துக்காக எழுதப்பட்டிருந்த போதிலும், அதைப் படிக்கும்போது, ஆப்பிரிக்க பூபாகத்தின் இயற்கைச் செல்வம் எவ்வளவு அளவுகடந்து இருக்கிறது என்பதைத்தான் உள்ளபடி உணரமுடிகிறது. அந்த இயற்கைச் செல்வத்தை, விடுதலை பெற்ற ஆப்பிரிக்க நாடுகள் தக்கமுறையில் பயன்படுத்தினால், இந்த நூற்றாண்டு ஆப்பிரிக்க மக்களின் புதுவாழ்வு நூற்றாண்டாகும் என்று தோன்றுகிறது.

12.4.64

காக்கை குருவிகளெல்லாம், எங்களைக் கேலி செய்வது போலக் கூச்சலிட்டு, மரங்களிலே தாவிக்கொண்டிருந்தன. இன்று 5.30மணிக்கே, எங்களை அறைகளிலே போட்டுப் பூட்டிவிட்டார்கள். ஞாயிற்றுக்கிழமை, வெளியே மஞ்சள் வெயில் அடித்துக் கொண்டிருக்கும் நிலையில், நாங்கள் அறைக்குள் அனுப்பப்பட்டோம். உள்ளே போவதற்கு முன்பு, ஒருமணி – நேரம் வரையில், மிகப் பயங்கரமான கூச்சல் – கதறல் – நாங்கள் இருக்கும் பகுதிக்குப் பக்கத்துப் பகுதியில், வேட்டையாடப்பட்ட மிருகம், வெகுண்டெழுந்து கதறுவது போன்ற கூச்சல், காரணம் கேட்டோம். ஓர் ஆயுள் தண்டனைக் கைதிக்கு மனம் குழம்பிப் போய் இவ்விதம் கூச்சலிடு வதாகச் சொன்னார்கள். உட்புறத்தில் இதுவரை இருந்து வந்தவனாம். கதறிக் கதறிக் களைத்துப் போய்ப் பிறகு பேச்சற்றுக் கிடக்கும் நிலை மேலிட்டுவிட்டது என்றெண்ணுகிறேன்.

இன்று பிற்பகல், சிரவண பெலகோலாவில் உள்ள கோமதீஸ்வரர் சிலை பற்றிப் பேசிக்கொண்டிருந்தோம். அங்கு அடுத்த ஆண்டு நடைபெற இருக்கும் ஒரு விழா பற்றி இன்றைய பத்திரிகையில் செய்தி வந்திருந்தது. எனவே நண்பர்கள் அதுபற்றிக் கேட்டார்கள் – நான் அங்குச் சென்று வந்த நிகழ்ச்சிபற்றிக் கூறினேன். அதைத் தொடர்ந்து, விஜயநகரம் – ஹம்பி இடிபாடுகள் பற்றிப் பேச்சு எழுந்தது. அங்கு நான் கண்டவற்றைப் பற்றியும் கூறினேன்.

சென்ற ஆண்டில் நான் சிரவணபெலகோலா பற்றி எழுதியதைப் படித்துவிட்டு, தான் போய்ப் பார்த்துவிட்டு வந்ததாக, காஞ் சிபுரம் கே.டி.எஸ்.மணி என்னிடம் கூறினார்.

போகப்போகிறார்களோ இல்லையோ, இங்கு இந்த நிகழ்ச்சி களைப் பற்றி நான் கூறியதைக் கேட்ட நண்பர்கள், பல இடங்களுக்குச் சென்றுவரப் போவதாகப் பேசிக் கொள்கிறார்கள்.

அரக்கோணம் இராமசாமி, தனது தொகுதியில் உள்ள மகேந்திரவாடி என்ற ஊரையும், ஏரியையும் நான் அவசியம் வந்து பார்க்கவேண்டும் – அது பல்லவர்கள் காலத்து இடம் " என்று கூறினார். வருவதாக ஒப்புக்கொண்டிருக்கிறேன்.

ஷேக் அப்துல்லா நிலைமை பற்றியும், கம்யூனிஸ்ட் கட்சியின், பிளவு பற்றியும், இங்கு நண்பர்கள் திகைப்புடன் பேசிக் கொண்டுள்ளனர்.)

13.4.64

– நேற்றுப் போலவே இன்று மாலையும் புத்தாண்டுக்காக விடுமுறையாம் – விடுமுறை என்றால்; கைதிகளுக்கு மாலை ஆறு மணிக்குள் கூடு என்பது நிலைமை.

நேற்றும், இன்றும், ‘சாடர்லீ சீமாட்டியின் காதலன்’ என்ற புத்தகம், – ஆபாசமானது என்று தடை செய்யப்பட்டதை ஒட்டித் தொடரப்பட்ட வழக்கைப் பற்றிய புத்தகம் படித்துக் கொண்டிருந்தேன். புத்தகத்தின் கருத்து, நடை, இரண்டுமே, நம்மைத் தூக்கிவாரிப் போடக்கூடியது. சாடர்லீ சீமாட்டி, மணமானவள் – கணவன், உலகப் பெரும் போரில் குண்டடி பட்டதால், இடுப்பிலிருந்து செயலற்ற உடல்நிலை பெற்றுவிடுகிறான். சாடர்லீ சீமாட்டி, சீமானுடைய நண்பனிடமும், பிறகு, தோட்டக்காரனிடமும் தொடர்பு கொள்கிறாள். இதிலே தோட்டக்காரனிடம் கொண்ட தொடர்பு தொடர்கிறது – சீமாட்டிக்கு அவனுடன் இணைந்துவிட வேண்டும் என்ற துணிவு பிறக்கிறது; அவனும் மணமானவன்; முரடன். இருவரும் தத்தமது ‘விவாகத்தை’ விடுதலை செய்து கொண்டு, திருமணம் செய்து கொண்டு, கண்காணா இடம் சென்று வாழவேண்டும் என்று முடிவு செய்கிறார்கள். இது கதை. பச்சை பச்சையாகவும், புட்டுப் புட்டுக் காட்டுவதாகவும், ஆபாசமான சொற்களைக் கொண்டதாகவும், அமைந்த நடை.

இந்த ஏடு, ஆபாசமானது. படிப்பவரின் மனத்தைக் கெடுத்து, ஒழுக்கத்தையும், பண்பாட்டையும் பாழாக்கி விடும். ஆகவே இது தடை செய்யப்படவேண்டும்‘ என்பது வழக்கு.

வழக்குத் தொடுத்தது பிரிட்டிஷ் அரசு. புத்தகம் வெளியிட முன்வந்தது. பெங்குவின் புத்தக நிலைத்தார்.

இந்த நூலின் ஆசிரியர் டி எச். லாரன்ஸ் என்பார் இலக்கியத் துறையில் வித்தகர் என்ற விருது பெற்றவர். அவருடைய கதைகள் – கட்டுரைகள் – கவிதைகள், இலக்கியச் செறிவுள்ளன

என்பதற்காக, பல பல்கலைக் கழகங்களில் பாட நூல்களாகவும் ஆராய்ச்சிக்குரிய நூல்களாகவும் இடம் பெற்றுள்ளன. இந்த நூற்றாண்டின் இணையில்லா இலக்கியப் பேராசிரியர் வரிசையில், லாரன்சுக்குச் சிறப்பிடம் இருக்கிறது.

லாரன்சின் மேதைமைக்கு ஓர் எடுத்துக்காட்டாக, மற்றொன்றும் கூறலாம். அவருடைய நூல்களைப் பற்றியும், அவருடைய திறமை பற்றியும் மதிப்பிட்டு எழுதப்பட்டுள்ள புத்தகங்கள் மட்டும் *800!*

லாரன்சின் புகழ், ஒப்புக்கொள்ளப்பட்ட உண்மை. சாடர்லீ சீமாட்டி எனும் ஏட்டின் கருத்தும் நடையும் படிப்போருக்கு ஒரு குமட்டலைத் தருவதாக உள்ளது.

எனினும், வழக்கு நடைபெற்று, 'புத்தகம் வெளியிட்டதிலே குற்றம் ஏதுமில்லை' என்று தீர்ப்பளிக்கப் பட்டிருக்கிறது.

ஆபாசமானது என்து கருதத்தக்க விதமாக, கருத்தும் நடையும் இருப்பினுங்கூட, பெரிய இலக்கிய மேதையான லாரன்சு. அந்த ஏட்டின் மூலம், மண வாழ்க்கை தூய்மையானது, தேவையானது, கனிந்திருக்க வேண்டியது, என்ற பண்பைத்தான் விளக்க முற்பட்டிருக்கிறார், என்ற காரணம் ஒப்புக்கொள்ளப் பட்டு, தீர்ப்பு அளிக்கப்பட்டது. இந்த ஏடு பற்றி, பல்கலைக்கழக இலக்கியப் பேராசிரியர்கள், நூலாசிரியர்கள் மனோதத்துவ ஆசிரியர்கள், மார்க்கத்துறை வித்தகர்கள், கல்விக்கூட அதிபர்கள், தமது கருத்தினைச் சான்றாக அளித்துள்ளனர்.

வழக்கிலே, இருதரப்பு வழக்கறிஞர்களும் வாதாடிய முறை மிக நேர்த்தியாக அமைந்திருக்கிறது.

படிப்போரை மகிழ்ச்சியும் பயனும் கொள்ளச்செய்யும் விதமான ஏடு, இந்த வழக்கு பற்றிய ஏடு.

எல்லாவற்றையும் விட, என் மனதைப் பெரிதும் ஈர்த்த பகுதி, மிகப் பெரிய இலக்கிய மேதையான லாரன்சு இதுபோல எழுதியுள்ளாரே என்பதற்காக, பேனா பிடித்தவனெல்லாம் இதுபோன்ற கதையையும், நடையையும் எழுத முற்பட்டுவிடக்கூடாது என்று, லாரன்சின் ஏட்டுக்காக வாதாடிய வழக்கறிஞரே அறிவுரை கூறியிருக்கும் பகுதிதான்.

வழக்கு ஆறு நாள்கள் நடைபெற்றது – 1960ஆம் ஆண்டு அக்டோபர் திங்கள் இருபதாம் நாள் தொடக்கம்.

எந்த ஏடு பற்றி வழக்கு நடைபெற்றதோ, அந்த ஏட்டின் ஆசிரியரான லாரன்சு, இப்போது இல்லை – அவர் மறைந்து முப்பது ஆண்டு ஆகிறது.

14.6.64

வழக்கமான 'கைதிகளைப் பார்வையிடும் நிகழ்ச்சி இன்று. நாங்களும் எதுவும் பேசுவதில்லை. அதிகாரிகளும் எங்களை ஒன்றும் கேட்பதில்லை. கைதி உடையில், வரிசையாக நிற்கிறோம் – அதிகாரிகள் கைதிகளைப் பார்வையிடுகிறார்கள் – இது ஒவ்வொரு கிழமையும். இந்த நிகழ்ச்சி பயனுள்ளதாவதற்கு ஏதேனும் மாற்றம் ஏற்படுத்தலாம்போல் தோன்றுகிறது. ஒவ்வொரு நாளும், எந்த அதிகாரிகள் கைதிகளைப் பார்க்கிறார்களோ, அவர்களேதான், அன்றும் பார்க்கிறார்கள். சிறையின் நிலைமை, கைதிகளின் நிலைமை ஆகியவற்றை அன்று ஊரிலுள்ள பொறுப்புள்ள சிலருக்குக் காட்டும் முறையில் இந்த நிகழ்ச்சியை மாற்றி அமைத்தால், ஓரளவுக்குப் பயன் ஏற்படலாம் – மாநகராட்சி மன்றத் தலைவர் – மேயர் – இந்த நிகழ்ச்சியில் ஒருமுறை கலந்து கொள்வது, மற்றொரு முறை சுகாதாரத்துறை பெரிய அலுவலர்கள் கலந்து கொள்வது, மற்றொரு முறை, விடுதலையான கைதிகளின் நல்வாழ்வுக்காக உள்ள அமைப்பைச் சேர்ந்தவர்கள் கலந்துகொள்வது என்று, இவ்விதமாக ஏதாவதும் மாற்றம் ஏற்படுத்துவது தேவை என்று நினைக்கிறேன்.

"பொழுதுபோக்காக 'ஓவியம்' வரையலாம். அதற்கான தீட்டுக்கோல், கலவைகள் தருவிக்கிறேன்" என்று சுந்தரம் சொன்னார்

அவர் கேட்டுக்கொண்டபடி எடுத்து வந்தார்கள் ஆனால் அவற்றை 'அனுமதிக்க முடியாது' என்று சிறை அதிகாரிகள், திருப்பி அனுப்பிவிட்டனர். இவ்விதம் பொருளற்ற கட்டுத்திட்டங்கள் கையாளப்படுகின்றன. கைதிகளை இவ்விதம் நடத்தினால்தான், அவர்களுக்கு தண்டனையை அனுபவிக் கிறோம் என்ற உணர்ச்சி ஏற்படும் என்ற ஒரு

பழையகாலக் கருத்துத்தான் இன்றும் அமல் செய்யப்படுகிறது. அரசியல் கிளர்ச்சி காரணமாகச் சிறை புகுந்துள்ளவர்களுக்கும் இப்படி வீணான கட்டுத்திட்டம் தேவைதானா, என்று மேல்மட்டத்தில் எண்ணிப் பார்ப்பதாகவே தெரியவில்லை. நன்கு பதப்படுத்தப்படாத பஞ்சு. அதை நூற்பதிலேயே, எத்தனை நேரம்தான் காலத்தை ஓட்டமுடியும்? தோட்ட வேலையாவது செய்யலாம், தச்சு வேலையாவது பழகலாம் என்றெல்லாம் நண்பர்கள் கூறிக் கொள்கிறார்கள்; சலிப்பு, நேரக்கேடு. பத்திரிகைகளின் மூலம், நமது கழகத்தோழர்கள், என்னென்ன விதமாகப் பணியாற்றிக்கொண்டு வருகிறார்கள் என்பதை அறிந்து அகமகிழ்கிறோம் –அதேபோது, உடன் இருந்து பணியாற்ற முடிய வில்லையே என்ற வருத்தம் வாட்டுகிறது.

15.4.64

இங்குள்ள சிறை அதிகாரிகளிலே சிலர், மதுரைக்கு மாற்றப்படுகிறார்கள் என்றும், புதிய அதிகாரிகள் இங்குவர இருப்பதாகவும், பேச்சுக் கிளம்பிற்று. மருத்துவர்கூட மாறுகிறார்

இங்கு இருப்பவர், தஞ்சைக்குச் செல்கிறார். இன்று புதிய டாக்டர். எங்கள் பகுதிக்கு வந்திருந்தார்; இவர் நான் 1939இல் சிறையில் இருந்தபோது இங்கு டாக்டராக இருந்தவர் –பல்வேறு இடங்களில் வேலை பார்த்துவிட்டு, மீண்டும் இங்கு வந்திருக்கிறார். எனக்கு அடையாளம் கண்டுபிடிக்க முடியவில்லை: அவர் என்னிடம் பேசியபிறகுதான் எனக்குப் புரிந்தது.

இங்கு நண்பர்களுக்கு, சிறுசிறு நலிவுகள், மதிக்கு பாதத்தில் களுக்குபோல வலி எலும்பு முறிவோ என்று சந்தேகம்–கட்டு போடப்பட்டிருக்கிறது. சுந்தரத்துக்குக் கண்வலி. அன்பழகனுக்குக் காலில் வலி. இராமசாமிக்கு வயிற்றில் வலி, பார்த்தசாரதிக்கு ரத்த அழுத்தம், பொன்னுவேலுவுக்கு இருமல், இப்படி. சிலருக்கு மாத்திரை, சிலருக்கு மருந்து என்று மருத்துவரும் தந்தபடி இருக்கிறார். எல்லா மருந்துகளும் ஒரே மாதிரியாகவே இருப்பதாக நண்பர்கள் பேசிக்கொள்கிறார்கள்.

நான் இரவு சாப்பிடுவதை நீக்கிவிட்டேன் ஏதாவது சிற்றுண்டிதான் உட்கொள்வது. அதுவே ஜீரணமாவது கடினமாக இருக்கிறது; அதற்கான மருந்து, நாளுக்கு இருவேளை உட்கொள்ளுகிறேன். கைவலிக்கு, கடுகு எண்ணெய் தேய்த்துக்கொள்ளுகிறேன் – சுந்தரம் மெத்த அக்கறையுடன் ஒவ்வொரு நாளும், பிற்பகல் 'மூன்று மணிக்கு ' தைலம் தேய்த்துவிடுகிறார். ஓரளவு பலன் இருப்பதாகத் தெரிகிறது. இதற்குள் நண்பர் அன்பழகன், பிண்டத்தைலம் என்று மற்றொரு மருந்து தருவித்திருக்கிறார். சிறை அதிகாரி ஒருவர் தென்னமரக்குடி எண்ணெய்தான் இந்த வலியைப் போக்கும் என்று கூறினார் – மாயவரம் சென்று வரும்போது அந்தத் தைலத்தை வாங்கிக் கொண்டு வரும்படி, பரிமளத்துக்குச் சொல்லி இருக்கிறேன். கையோ, இன்னமும் ஒரு குறிப்பிட்ட அளவுக்கு மேல் தூக்க முடியாதபடிதான் இருக்கிறது.

இன்று, காஞ்சிபுரம் மணி, திருவேங்கிடம், கிளியப்பன் ஆகியோரைக் காண, அவரவர்களின் வீட்டினர் வந்திருந்தனர். அதிகமான கலக்கம் காட்டவில்லை என்று கூறினார்கள். எல்லாரும் களிப்பாகவே இருக்கிறார்கள்.

16.4.64

சிறை மேலதிகாரியைக் காணச் சென்றதில் ஒரு திடுக்கிடத்தக்க தகவல் தெரியவந்தது. தொத்தா மறைவு குறித்து அனுதாபம் தெரிவிக்கும் முறையில் இங்குள்ள நமது கழகத் தோழர்கள் ஒரு நாள் உண்ணாவிரதம் இருந்தனர். சிறை மேலதிகாரிகள் மிகக் கோபம் கொண்டுவிட்டனர். 'ஐயா! உங்கள்பேரில் கோபித்துக் கொண்டோ, சிறை நிருவாகத்தின்மீது அதிருப்திகொண்டோ நாங்கள் உண்ணாவிரதம் இருக்கவில்லை. இது எங்கள் குடும்பத்திலே நேரிட்டுவிட்டது போன்ற ஓர், இழப்புக்காக வருத்தம் கொண்டு நடத்தப்படும் ஒரு மரியாதைச் சடங்கு' என்றெல்லாம் தோழர்கள் விளக்கம் கொடுத்துள்ளனர். அது போல எழுதிக்கொடுக்கச் சொல்லி யும் அதிகாரிகள் பெற்றுக்கொண்டனர். என்றாலும், உண்ணாவிரதம் இருந்தது குற்றம்! தண்டிக்கத் தக்கது என்று கூறி, இரண்டு வாரங்கள் யாரும் வந்து பார்க்க அனுமதி கிடையாது என்று தெரிவித்து

விட்டதுடன், கழிவு நாள்களில் நாலுநாள்களைக் குறைத்து விட்டனர்.

இந்தத் தகவலைக் கேட்டுக்கொண்டு வந்தனர் மேலதிகாரியிடமிருந்து. பட்டதும் படாத்துமாக, மேலதிகாரி, மே முதல் வாரத்தில் உங்களில் சிலரை அனுப்பிவிடுகிறேன் என்று கூறியிருக்கிறார். எத்தனை நாள்கள் 'கழிவு' தரப்படும். எந்தத் தேதியில் விடுதலை என்பதை மூடு மந்திரமாகவே வைத்துக் கொண்டிருப்பதில், இவர்களுக்குப் பிரமாதமான விருப்பம் இருப்பது தெரிகிறது. கழிவு நாள்கள் தருவதிலேயும், நாம் அறிந்து கொள்ளத்தக்க திட்டவட்டமான ஒரு முறை கையாளப் படுவதாகவும் தெரியவில்லை. இந்த முறையை இங்குள்ள கைதிகள் 'மார்க்கு' என்று சொல்லு கிறார்கள் – இதிலே பல ரகம் இருக்கிறதாம். பேசிக் கொள்கிறார்கள். ராணி மார்க்கு என்கிறார்கள்; வேலை மார்க்கு என்கிறார்கள்; துரை தரும் மார்க்கு என்கிறார்கள். எல்லாம் 'கைதி' பாஷை. துரை என்றால் சிறை மேலதிகாரி.

கைதிகள் இங்கு நடந்துகொள்ளும் முறையின்படி, சுறுசுறுப்பு, அடக்க ஒடுக்கம், ஆகிய முறையின்படி, வெளியே வேலைகளிலே ஈடுபடும்போது நடந்து கொள்வார்களா என்பது சந்தேகந்தான்.

தெரியாமல் வந்துவிட்டேன் – விரோதி சிக்கவைத்து விட்டான் விதிவசம் – என்று கைதிகள் உருக்கமாகப் பேசுகிறார்கள். ஆனால் சிலர், திரும்பத் திரும்ப சிறை வந்தபடி இருக்கிறார்கள். இங்கு எங்கள் பகுதியில் வேலை செய்யும் கைதிகளை மேற்பார்வை பார்க்க ஒரு கைதி – மேஸ்திரி என்ற பெயருடன் விடுதலை ஆகிப் பத்து நாளள்கள் கூட ஆகவில்லை. இன்று மீண்டும் சிறைக்கு வந்து சேர்ந்து விட்டதாக நண்பர்கள் கூறுகிறார்கள். விடுதலைக்கு முன்பு, இனி ஜென்ம ஜென்மத்துக்கும் இங்கு வரமாட்டேன்; பட்டது போதும்; புத்தி வந்துவிட்டது' என்றெல்லாம் சொன்ன ஆசாமி, எண்ணிப் பத்துநாள் ஆவதற்குள், மறுபடியும் 'உள்ளே' வந்தாகி விட்டது.

இங்கே, 'சிறையில்' இப்படி வந்துபோகிறவர்களை, விக்கிரமாதித்தன் பரம்பரை என்றும், ஆயுள் தண்டனைக்

கைதிகளை இராமன் பரம்பரை என்றும், வேடிக்கையாகப் பேசிக்கொள்கிறார்கள் விக்கிரமாதித்தன் நாடாறுமாதம் காடாறுமாதம் அல்லவா! இராமன் பதினான்கு ஆண்டுகள் வனவாசம் அல்லவா!!

17.4.64

இன்று, இளங்கோவனுடன் கௌதமனும், கே.ஆர். இராமசாமியும் என்னைக் காணவந்திருந்தனர். என்னைச் சிறையில் கௌதமன் வந்து பார்ப்பது, இது தான் முதல் முறை. பரீட்சை எப்படி எழுதினாய் என்று கேட்டேன்; நன்றாகவே எழுதி இருப்பதாகச் சொன்னான். பரிமளம் மாயவரம் சென்றிருப்பதாகவும், அடுத்த வாரம் வரக்கூடும் என்றும் இளங்கோவன் கூறினான். இராமசாமி, சோர்வாகக் காணப்பட்டார். சட்டசபை படிப்பகத்திலிருந்து சில புத்தகங்களைப் பெற்றுக்கொண்டு வந்து கொடுக்கும்படி, இராமசாமியிடம் கூறி அனுப்பினேன்.

இன்று தையற்கலை ஆசிரியர் கே.பி.சுந்தரமும், தமிழ்ப் பேராசிரியர் அன்பழகனும், சிலப்பதிகார காலத்தில், தையற்கலை இருந்திருக்கிறதா என்பதுபற்றி, சுவையுடன் பேசலாயினர். துன்னகாரர் என்றிருப்பது தையற்கலைஞர்களைக் குறிப்பது ஆகும் என்று அன்பழகன் விளக்கினார். இன்று உள்ளதுபோன்ற, வெட்டு முறைகளும், விதவிதமான 'பாணிகளும்' அப்போது இருந்ததாக ஆதாரம் இல்லை என்பது சுந்தரத்தின் வாதம். நான் பொதுவாக ஒன்று கூறினேன் – மேனாடுகளில், அவ்வப்போது இருந்த நிலைமை கள், பழக்க வழக்கங்கள், நிகழ்ச்சிகள் ஆகியவற்றை முறையாகத் தொகுத்து எழுதும் பழக்கம் உண்டு. அதனால், மிகப் பழங்காலத்துத் தகவல்களைக் கூடத் தெரிந்துகொள்ள வழி கிடைக்கிறது. நம்மிடம் அந்தப் பழக்கம் வெகு காலமாக இல்லை, அதனால் எத்தனையோ தகவல்கள் மறைந்துபோய்விட்டன' என்று குறிப்பிட்டேன்.

ஆனந்தரங்கம் பிள்ளையின் குறிப்புகள் பற்றிப் பேச்சு வந்தது. புதுவை ஆனந்தரங்கம் பிள்ளையின் குறிப்பு, இங்கே சிறைப்

படிப்பகத்திலே இருந்தது; மும்முனைப் போராட்டத்தின்போது சிறையில் நாவலர் அந்தப் புத்தகத்தைப் படித்து, 'மன்றம்' இதழில் சில கட்டுரைகள்கூட எழுதினார் என்பதை நான் கூறினேன்.

21.4.64

சுந்தரம், ஓவியம் வரைவதற்கான வண்ணங்களைக் கேட்டதற்குத் தரமுடியாது என்று கூறிவிட்ட சிறை அதிகாரிகள், என்ன காரணத்தாலோ, தங்கள் மனத்தை மாற்றிக்கொண்டு, வண்ணங்களைக் கொடுத்துள்ளனர். இப்போது, ஓவியங்கள் தீட்டுவதில் நானும் முனைந்து விட்டேன். ஓர் இராணுவத் தலைவன், மலைப்பகுதி எனும் இரண்டு ஓவியங்கள் தயாரித்திருக்கிறேன். இராணுவத் தலைவனின் தொப்பி சரியாக இல்லையே என்றார்கள் நண்பர்கள். "அதெப்படி சரியாக இருக்க முடியும்? இவன் தோற்றுப்போன இராணுவத் தலைவன்; சரண் அடைவதற்காகச் செல்லும் வேளை; எந்தத் தொப்பி கிடைத்ததோ அதை எடுத்துப் போட்டுக்கொண்டு போகிறான்" என்று காரணம் கூறினேன். ஐயோ பாவம்! என்று அனுதாபம் தெரிவித்தார்கள்; இராணுவத் தலைவனுக்கா, ஓவியம் போடத் தெரியாத எனக்காக என்று நான் கேட்கவில்லை. கேட்பானேன்!

22.4.64 புரட்சிக் கவிஞர் மறைவு

இன்று என்னைத் திடுக்கிடச் செய்த செய்தி தாங்கி இதழ்கள் வந்தன. நமது நெஞ்சத்தில் நீங்காத இடம் பெற்ற புரட்சிக் கவிஞர் பாரதிதாசன் மறைந்தார் என்று செய்தி. எல்லாருக்கும், தாங்கொணாத வருத்தம் அதிர்ச்சி தரத்தக்க இழப்புகள் பலவற்றை இந்த முறை சிறை வாசத்தின்போது நான் காணவேண்டி நேரிட்டுவிட்டதை எண்ணி மிகவும் வேதனைப்பட்டேன். தமிழகத்தில் தனிப் புகழுடன் விளங்கிய அந்தப் பாவேந்தனுடைய பார்வையே ஒரு கவிதை! பேச்சே காவியம்! அவருடன் உரையாடினாலே போதும், தமிழின் மாண்பினை உணரலாம். அவருடைய மறைவு, தமிழகத்துக்கு ஈடு செய்யவே முடியாத பெரும் இழப்பு.

இந்த வேதனையுடன் நாங்கள் இருந்ததால், நாற்பதாவது வட்டத்தில் நமது கழகத் தோழர் வெற்றி பெற்ற செய்தி மாலையில் அறிந்தபோது, சுவை எழவில்லை. பாரதிதாசனுடைய கவிதைகளைப் பற்றி எண்ணிக்கொண்டும் பேசிக்கொண்டும் இருந்தோம். நாங்கள் இருக்கும் பகுதியில், ஓர் அறையில், யாரோ ஒரு நண்பர் முன்பு எழுதிவிட்டுச் சென்றிருக்கிறார், புரட்சிக் கவிஞரின் கவிதையினை. இதோ அவ்வரிகள்:

“மாங்குயில் கூவிடும் பூஞ்சோலை

எமை மாட்ட நினைக்கும் சிறைச்சாலை”.

நாற்பதாவது வட்டத் தேர்தலின்போது கலாம் விளைவித்ததாக, மாநகராட்சி மன்ற உறுப்பினர்கள் துளசிங்கம், கிருஷ்ணன் உள்ளிட்ட 15 கழகத் தோழர்கள் கைது செய்யப்பட்டு, இன்று மாலை இங்கு அழைத்துவரப்பட்டிருக்கிறார்கள். நாங்கள் உள்ள பகுதிக்குப் பக்கத்தில் உள்ளனர். பார்க்கத்தான் முடிந்தது. பேச முடியவில்லை.

23.4.64

ஓவியம் வரைவதிலே ஒரு தனி மகிழ்ச்சி பிறக்கத்தான் செய்கிறது. நான் வரைந்த ‘தோற்றுப்போன இராணுவத் தலைவன்’ படத்தை அன்பழகன் பார்த்து விட்டு, “நன்றாக இருக்கிறது என்று பாராட்டுவார்கள் – இதை வரைந்தது ஏழுவயதுச் சிறுவன் என்று கீழே குறிப்பெழுதினால்” என்று நகைச்சுவை ததும்பக் கூறினார். ஆனால் இன்று அன்பழகனே ஓவியம் வரையத் தொடங்கிவிட்டார். திருக்குறள் ஆராய்ச்சியில் ஈடுபட்டிருக்கிறார் அல்லவா. அதனால் அவர் தீட்டத் தொடங்கிய முதல் ஓவியமும், திருவள்ளுவரேதான். ஆக இப்போது மூவர், ஓவியம் தீட்டும் பொழுது போக்கில் ஈடுபட்டிருக்கிறோம் –நான், சுந்தரம், அன்பழகன்.

மற்றொரு மலைக்காட்சி வரைந்தேன் – இது முன்பு வரைந்ததை விட ‘தரமாக’ இருப்பதாக நண்பர்கள் கூறுகிறார்கள். கூறுகிறார்கள் என்றுதான் கூறமுடிகிறது – கருதுகிறார்களா என்று அறிந்துகொள்ள முடியவில்லை. ஓவியம் வரைவதிலே ஓரளவு பயிற்சி இருந்தால், இங்கு திறமையை நேர்த்தியாக்கிக்

கொள்ளலாம். எனக்கோ, மாணவப் பருவத்திலேயே ஓவியம் வரையத் திறமை ஏற்பட்டதில்லை. இத்தனைக்கும் என் மாமா, திரு. கோவிந்தராசனார் – காஞ்சிபுரம். நான் படித்த பச்சையப்பன் பள்ளியில் ஓவிய ஆசிரியர்! ஆனால் திறமை இருக்கிறதோ இல்லையோ, நாமாக ஓர் ஓவியம் வரைந்து அதற்கு வண்ணமிட்டுப் பார்க்கும்போது, களிப்பு எழத்தான் செய்கிறது.

இன்று, யூதர்களின் வரலாறு பற்றிய ஓர் ஆங்கில ஏடு படிக்கத் தொடங்கினேன், யூதர்கள் கொடியவர்கள், கல்மனம் படைத்தவர்கள், கடன்பட்டவர்களைக் கசக்கிப் பிழிபவர்கள் என்பதை விளக்கும் ஏடுகளே நிரம்ப உள்ளன. இந்த ஏடு அந்த வகையைச் சேர்ந்ததன்று. யூதர்கள் கொடுமைகளை, இழிவுகளை, இன்னலை ஏற்றுக் கொண்டவர்கள், மதமாச்சரியம் காரணமாக, பல நாடுகளில், கிறித்துவ அரசு யூதர்களை விரட்டியும், வாட்டியும் வந்தன. அவ்வளவையும் யூதர்கள் தாங்கிக் கொண்டு தங்கள் மார்க்கக் கோட்பாட்டை விடாப்பிடியாகக் காத்து வந்தனர் என்ற கருத்தை விளக்கும் ஏடு இது. யூதர்களின் மார்க்கத் தலைவன் என்று ஒருவர் கண்டுபிடிக்கப்பட்டால், அவர் மற்றவர்களை விட, அதிகமான கொடுமைக்கு ஆளாக வேண்டி வந்துவிடும். சில கிறித்துவ நாட்டு அரசுகளில் ஒரு விபரீதமான திருநாள் இருந்து வந்ததாக, இந்த ஏட்டிலிருந்து அறிந்துகொள்ள முடிகிறது. ஆண்டுக்கொரு நாள், கிறித்தவ அதிபர்கள், தமது நாட்டிலே உள்ள யூதர்களை, சந்தைச் சதுக்கத்தில் நிறுத்தி வைத்து கன்னத்தில் அறைவார்களாம். இதைக் கண்டு, மக்கள் கைகொட்டிச் சிரிப்பார்களாம். சில காலத்திற்குப் பிறகு, ஓர் அதிபன், ஒரு குறிப்பிட்ட தொகை காணிக்கை செலுத்தி விட்டால், அப்படிச் செலுத்தும் யூதர்களை, கன்னத்தில் அறைவது போல, சற்றுத் தொலைவில் நின்றபடி – ஐந்தடி தொலைவில் – அறைவதுபோல, குறிகாட்டிவிட்டுவடுவது என்ற புதிய ஏற்பாட்டைப் புகுத்தினானாம்.

'இயேசுவைக காட்டிக் கொடுத்தவர்கள். அவரைத் தேவகுமாரன் என்று ஏற்றுக்கொள்ளாதவர்கள்' என்பதனால், யூதர்கள், கேவலமானவர்களாகக் கிறித்துவ மக்களால் கருதப்பட்டு வருவது நெடுங்காலத்து வழக்கம். இதுபற்றி அன்பழகனோடு

பேசிக்கொண்டிருந்தேன். யூதர்களை இழிவாக நடத்திவரும் போக்கை இனியும் மேற்கொள்ளத் தேவையில்லை என்று போப்பாண்டவர் இரண்டாண்டுகளுக்கு முன்பு அறிவுரை வெளியிட்டது பற்றிக் குறிப்பிட்டேன்.

யூதர்கள் நாடற்றவர்களாக, பல நாடுகளிலே தஞ்சம் புகுந்து வாழ வேண்டியவர்களாக, பலப்பல நூற்றாண்டுகளாக வேதனைக்கு ஆளாகி இருந்த நிலையை மாற்றி, இப்போது, இஸ்ரேல் எனும் நாட்டைத் தமது தாயகமாக்கிக் கரெண்டு, அதனைப் பொன்னகமாக மாற்றி அமைத்துக் கொண்டு வருகின்றனர். இதனை அரபுக்கள், குறிப்பாக எகிப்துத் தலைவர் நாசர், புதிய ஆபத்து என்றும், மேற்கத்திய வல்லரசுகளின் சதித் திட்டமென்றும் கூறி, தொடர்ந்து எதிர்ப்புக் காட்டி வருகிறார்.

இஸ்ரேல் நாட்டுத் தூதர், தமது நாட்டு விடுதலை விழாவுக்காக, டில்லி, அசோகா ஓட்டலில் ஒரு தனி விருந்து ஏற்பாடு செய்ததும், அது முறைப்படி ஏற்பாடாகவில்லை என்ற காரணம் காட்டி, இந்திய அரசு அந்த விருந்தை நிறுத்திவிட உத்தரவு பிறப்பித்ததும் பத்திரிகையில் வந்திருந்தது. நான் படித்துக்கொண்டிருக்கும் புத்தகத்தில் உள்ள பிரச்னையோடு ஒட்டியதாக இந்த நிகழ்ச்சி இருந்தது. எனவே, அதுபற்றியும் பேசிக் கொண்டிருந்தோம்.

24.4.64

இன்று அன்பழகன், ஆங்கிலப் பெருங்கவிஞர் ஷேக்ஸ்பியரின் படம் வரைந்தார். அந்தப் பெருங்கவிஞருடைய 400ஆவது நினைவு நாள் கட்டுரைகள், படங்கள், இதழ்களில் நிரம்ப வெளியிடப்பட்டுள்ள நேரம்: எனவே இந்த ஓவியம் மிகப் பொருத்தமான நேரத்தில் அமைந்தது. தரமும் நல்லபடி அமைந்துவிட்டது. அன்பழகனின் மேற்பார்வையில், அந்த ஓவியத்துக்கு சுந்தரம் வண்ணம் தீட்டினார். புதிய பொலிவு பெற்றிருக்கிறது ஓவியம். ஆங்கில மொழியை எதிர்த்து வந்த தவற்றுக்குக் கழுவாய் தேடிக்கொள்வதுபோல, இப்போது நம்முடைய நாட்டு இதழ்கள் அடிக்கடி ஆங்கில மொழியின் அருமை பெருமைகளையும், உலகத் தொடர்புக்கு அம்மொழி மிகமிகத் தேவை என்பதையும் வலியுறுத்தி எழுதிக்கொண்டு

வருகின்றன. அந்தப் புதிய திருப்பம்' காரணமாகவோ என்னவோ, ஆங்கிலப் பெருங்கவிஞரின் நினைவுநாள் குறித்து இதழ்கள் நிரம்ப அக்கறை காட்டி, பல கட்டுரைகளை வெயிட்டுள்ளன.

டி. டி. கிருஷ்ணமாச்சாரியார் எவ்வளவோ பரவாயில்லை; அடித்துப் பேசியிருக்கிறார்; 'இந்தி ஆட்சிமொழியாக இரண்டு தலைமுறைகளாவது பிடிக்கும்; அறுபது ஆண்டுகள் ஆகும்''; என்று பேசி இருக்கிறார்; இந்த அளவுக்குக் கூடத் துணிவில்லையே நமது முதலமைச்சர் பக்தவத்சலத்திற்கு என்று பொன்னுவேலுவும் மற்றவர்களும் குறைபட்டுக் கொண்டார்கள். உண்மைதான்! டி. டி. கே. துணிவுடன் பேசுகிறார். ஆனால் அதேபோது, இது என்னுடைய சொந்தக் கருத்து என்று கூறி இருக்கிறார். அதனை மறந்துவிடக்கூடாது. கட்சி இந்தி ஆதிக்கத்திற்கு முனைகிறது என்று உணரும்போது, இந்தி ஆதிக்கம் கூடாது, தேவையில்லை, என்று உள்ளூரக் கருதுபவர்கள், அந்தப் போக்கை எதிர்த்து வெளியே வந்து பணியாற்ற வேண்டுமேயன்றி, கூடிக் குலவிக்கொண்டே, 'என்னுடைய சொந்தக்கருத்து, இந்தி கூடாது என்பதுதான்' என்று பேசுவதிலே, நேர்மையோ, தக்க பலனோ என்ன இருக்கமுடியும் என்று கேட்டேன். 'ஏன் சிலர் அப்படி இருக்கிறார்கள்' என்று நண்பர்கள் கேட்டனர். பதவியின் சுவை ஒரு காரணம்; மற்றொரு காரணம், இந்தியை ஆட்சிமொழி ஆக்குவதில் வெற்றி காணமுடியாது என்றொரு நம்பிக்கை; மற்றொரு காரணம், நம்முடைய காலம் வரையில் ஆங்கிலம் இருக்கும்; பிறகு எப்படியோ ஆகிவிட்டுப் போகட்டும் என்று பொறுப்புணராத தன்மை. இவையே சிலருடைய போக்குக்குக் காரணம் என்று குறிப்பிட்டேன்.

இன்று, ஜெயப்பிரகாஷ் நாராயணன் 1944இல் லாகூர் கோட்டையில் சிறைவைக்கப்பட்டபோது, எழுதிய நினைவு நிகழ்ச்சிக் குறிப்புகள் பற்றிய புத்தகம் படித்தேன். இதிலே பெரும்பகுதி, பாகிஸ்தான் நாட்டுப் பிரச்னை பற்றிய ஜெயப்பிரகாசருடைய கருத்தே நிரம்பி இருக்கிறது. அவர் அப்போது தெரிவித்துள்ள கருத்தைப் பார்க்கும்போது, பாகிஸ்தான் கூடாது என்று மட்டுமன்றி, பாகிஸ்தான் அமையாது

என்றும் மிக உறுதியாக அவர் நம்பிக் கொண்டிருந்திருக்கிறார் என்று தெரிகிறது.

நாட்டு விடுதலைக்காக, ஆங்கில ஆதிக்கத்தை அகற்ற பலாத்கார முறைகளையும் பின்பற்றத்தான் வேண்டும் என்ற உறுதியையும், பலாத்காரத்தில் மறைந்திருந்து தாக்கும் முறையில் ஈடுபட்டிருந்தேன் என்று ஒப்புக்கொள்ளும் துணிவும் கொண்டவராக ஜெயப்பிரகாஷ் நாராயணன் இருந்திருக்கிறார் என்பது இந்த ஏட்டின் மூலம் தெரிகிறது. அவ்வளவு உரம் படைத்தவர், இன்று அரசியல் வேண்டாம் என்று ஒதுக்கிவிடப்பட்டிருப்பதும், சர்வோதய இயக்கவாதி ஆகி இருப்பதும், விசித்திரமான நிகழ்ச்சி என்றே தோன்றுகிறது.

அப்துல்லா பிரச்னையும், கம்யூனிஸ்ட் கட்சியின் உட்போர் பிரச்னையும், இங்குள்ள எங்களுக்கு, ஒவ்வொரு நாளும், பேசிக்கொள்ளும் பிரச்னைகளாக உள்ளன. பத்திரிகைகள் கிடைத்த உடன், முதலில், இந்த இரண்டு பிரச்னைகள் குறித்த பகுதிகளைத்தான்,. ஆவலுடன் படிக்கிறோம்.

இராஜ்யசபையில் அப்துல்லா பிரச்னை பற்றிப் பேசிய எ.டி.மணி என்பவர், "அரசியல் சட்டத்தில் ஒரு தாளைக் கொளுத்துவதாகச் சொன்ன அண்ணாதுரையைச் சிறையில் தள்ளிவிட்டு, இந்திய அரசியல் சட்டத்தைக் காலின்கீழ் போட்டுத் துவைக்கும் அப்துல்லாவை, உலாவர விடுகிறீர்கள்; இது எந்த வகையான நியாயம்? – என்று கேட்டிருக்கிறார். அவரும், வேறு சிலரும் பேசி இருப்பதிலிருந்து, அப்துல்லா எழுப்பிவிட்டுள்ள புயல் குறித்து, பெருத்த கவலையும் பீதியும் பாராளுமன்ற வட்டாரத்திலேயே. கிளம்பிவிட்டிருக்கிறது என்று தெரிகிறது.

இராஜ்ய சபையில் பேசிய எ. டி. மணி என்பவர் குறித்து என்னைப் பொன்னுவேல் கேட்டறிந்து கொண்டார். மணி தமிழகத்தவர்; ஐயர். பல ஆண்டுகளுக்கு முன்பே வடநாட்டில் சென்று தங்கிவிட்டவர்; நாகபுரியிலிருந்து நீண்ட பல ஆண்டுகளாக வெளியிடப்பட்டு வரும் 'இதவாதா' எனும் ஆங்கில நாளிதழ் ஆசிரியர். இதவாதா' போபால் நகரிலிருந்தும் வெளியிடப்படுகிறது; மணி இப்போது போபாலில் இருந்து வருகிறார்; சுயேச்சை உறுப்பினர். *

25.4.64

இன்று மாலை, துளசிங்கம், கிருஷ்ணன் உள்ளிட்ட 15 தோழர்கள் 'ஜாமீனில்' வெளியே சென்றனர். என்னைக் காண இராணி, பரிமளம், சரோஜா மூவரும் வந்திருந்தனர். திருவண்ணாமலை சண்முகம் இல்லத்தில் நடைபெற்ற திருமணத்திற்குச் சென்றதாகவும், மணமக்களை வாழ்த்திப் பேசியதாகவும் பரிமளம் சொல்லக் கேட்டு ஆச்சரியமடைந்தேன்; ஏனெனில் கூச்சம் காரணமாக, பரிமளம் பேசுவதில்லை, மாணவர் கூட்டங்களிலே கூட என்றாலும், இம்முறை இரண்டொரு விநாடிகள் பேசியதாகக் கூறினான். காஞ்சிபுரத்திலிருந்து பரிமளத்துடன் திருவண்ணாமலை திருமணத்துக்கு, ராஜகோபால் சென்று வந்ததாகவும் அறிந்து கொண்டேன்.

பரிமளம் – இளங்கோவன் – கௌதமன் – பாபு – ஆகியோருள் பாபு, கடைசிப் பையன் – சிறுவன் – இவர்களில், அரசியல் ஈடுபாடு, கழகத் தொடர்பு யாருக்கு அதிகம் என்று நண்பர்கள் கேட்டார்கள், கௌதமன் கல்லூரியில் படித்துக் கொண்டிருக்கிறான்; எனவே, அரசியல் நிகழ்ச்சிகளில் ஈடுபடுவதில்லை.. ஆனால். அரசியல்

கூட்டங்களுக்குக் குறிப்பாக கழகக் கூட்டங்களுக்குச் செல்லுவான், பத்திரிகைகளும் படிப்பதுண்டு; சிறுவனாக இருந்தபொழுது, நாவலர் நெடுஞ்செழியன் பேசுவது போலவே பேசிக் காட்டி மகிழ்விப்பான். ஆனால், அவன் அரசியலில் ஈடுபடக் கூடியவனாக எனக்குத் தெரியவில்லை. பரிமளம் அரசியல் பிரச்னைகளையும், குறிப்பாகக் கழகப் பிரச்னைகளையும் மிக நல்லமுறையில், அறிந்து வைத்திருக்கிறான். ஆனால், மருத்துவத் துறையில் ஈடுபடத் தன்னைத் தயாரித்துக் கொண்டிருப்பதைப் பார்க்கும்போது, அவனும் அரசியலில் ஈடுபட இயலாது என்பது தெரிகிறது. இளங்கோவன் அச்சகம் நடத்துவது, புத்தகம் வெளியிடுவது, பத்திரிகை நடத்துவது ஆகியவற்றில் ஈடுபடப்போவதாகத் தெரிவித்திருக்கிறான். இந்தத் துறையில், பரிமளம் அவனுக்குப் பெருந்துணையாக இருக்க முடியும். 'திராவிட நாடு' இதழ் நடத்த இயலாமல் நிறுத்தப்பட்டுப் போய்விட்டது; நின்று அதிக நாள் ஆகிவிட்டதால், அதற்கான சர்க்கார் அனுமதியும்

நீக்கப்பட்டுவிட்டது; எனவே மீண்டும் வெளிவர இயலாத நிலை. இந்நிலையில் அல்லி அச்சகம் என்ற அமைப்பை நடத்தவும், காஞ்சி என்ற வார இதழ் வெளியிடவும் இளங்கோவன் முனைந்திருக்கிறான் 'காஞ்சி' இதழில்தான், இனி நான், தம்பிக்குக் கடிதம், ஊரார் உரையாடல், அந்திக் கலம்பகம் போன்ற பகுதிகளை வெளியிடவேண்டி ஏற்படும் என்று நினைக்கிறேன் என்று விவரம் கூறினேன். 'காஞ்சி' என்பது ஊரின் பெயர்; அப்படித்தானே என்று நண்பர்கள் கேட்டார்கள். ஊரின் பெயர் மட்டுமல்ல, அது ஒருவிதமான உள்ளப்பாங்கையும், முறையையும் கூடக் குறிக்கும் சொல் என்று கூறினேன். காஞ்சி எனும் சொல் பற்றிய விளக்கத்தை அன்பழகன் எடுத்துக் கூறினார்.

இன்றிரவு, தி.மு.க. மாநாட்டு முகப்பு வாயில் ஓவியம் ஒன்றை வரைந்தேன்.

ஒரு வேலை நிறுத்தத்தைப் பின்னணியாகக் கொண்ட 'அல்லும் பகலும்' என்ற ஆங்கிலக் கதைப் புத்தகம் படித்துக் கொண்டிருந்தேன். நீதி கேட்கும் தொழிலாளர்களைப் பொது உடைமைவாதிகள், பலாத்காரவாதிகள் என்று குற்றம்சாட்டி அடித்து நொறுக்குவதும், சுட்டுத் தள்ளுவதுமான கொடுமைகளைச் செய்யும் ஆட்சிமுறையைக் கண்டித்து எழுதப்பட்டுள்ள புத்தகம், எளிய நடையில், ஆனால் உள்ளது உள்ளபடி தெரியத்தக்க முறையில், எழுதப்பட்டிருக்கிறது.

26.4.64

குறிப்பிடத்தக்க நிகழ்ச்சிகள் இல்லை. எல்லாத் தோழர்களும் ஏதேனும் படித்தபடி இருக்கிறார்கள்.

இரண்டு நாள்களாக மதியழகனுக்கு உடல்நலமில்லை; காலில் பாதத்தருகே வலி; இலேசாக எலும்பு முறிவு, கீறலளவுக் கேனும் இருக்குமோ என்று எனக்கு சந்தேகம். இன்று இங்கு வந்த டாக்டரிடம் எக்ஸ்ரே எடுக்க, மருத்துவமனைக்கு அனுப்பலாமே என்று யோசனை கூறினேன். செய்யலாம் என்றார். ஆனால் பிறகு பெரிய டாக்டர் இது தேவையில்லை என்று கூறிவிட்டதாக அறிந்து கொண்டேன்.

வெப்பம் அதிகமாகிக் கொண்டு வருவதாலும், இரவு நேரத்தில் எங்களைப் போட்டு அடைத்து வைக்கும் கொட்டடிக்குள் காற்றுப் புகுவதில்லை என்பதாலும், எல்லாருக்குமே ஒரு விதமான அயர்வு ஏற்பட்டுவிட்டிருக்கிறது.

அன்பழகன், என்னைப் போலப் படம் போடத் தொடங்கிவிட்டார். மணிக்கணக்கிலே அதிலே ஈடுபட்டுவிடுகிறார். ஓவியங்கள் எப்படி இருந்தபோதிலும், எங்கள் மூவருடைய உடல், பலவண்ணக் கலவையாகி விடுகிறது. காட்டுக்காட்சி ஒன்று வரையும் முயற்சியில் ஈடுபட்டிருக்கிறேன் – ஓரளவுக்குத் தயாராகிவிட்டிருக் கிறது. அடர்ந்த காடு – மலைகள் – ஒருபுறம் வேங்கை; மற்றொருபுறம் யானை. யானையை விட, வேங்கை பெரிய அளவாக இருப்பதாகச் சுந்தரம் கேலி பேசினார் – தம்பி! உனக்கு பதினாறு' அடி வேங்கையைப் பற்றித் தெரியாது. அது இது என்று கூறிச் சமாளித்துக் கொண்டேன். எப்போதும் எனக்கு ஓவியம் என்றால் மிகுந்த விருப்பம். நமது தோழர்களில் பலருக்கு வீண்செலவு என்று கூறினாலும் கூட, ஒவ்வொரு மாநாட்டிலும் ஓவியக்காட்சி நடத்தச் சொல்லி வற்புறுத்துவதும், இந்த விருப்பம் காரணமாகத்தான். நடுத்தர நகரங்களுக்கும், கிராமங்களுக்கும் ஓவியக்காட்சி மூலம் நல்லறிவு பரப்பும் முயற்சியில் ஈடுபட வேண்டும் என்று எனக்கு நீண்ட காலமாக ஆவல். ஓவியக் கண்காட்சி, நாடகம் எனும் இந்த இரண்டும் ஒப்பற்ற பலனளிக்கத் தக்க முறைகள், என்பதில் அநேகமாக ஒருவருக்கும் சந்தேகம் எழாது என்று கருதுகிறேன்.

27.4.64

இன்று மெயில் பத்திரிகையில் ஒரு செய்தி பார்த்து, ஒரு கணம் பதறிப் போனேன்; இந்தி எதிர்ப்பு அறப்போரினை நான் வெளியே வந்ததும் நிறுத்திவிட எண்ணுவதாகவும், என்னை வந்து பார்த்த முக்கியமான நண்பர்கள் சிலரிடம் இதுபோல நான் சொல்லி அனுப்பியதாகவும், மெயிலில் சேதி வந்திருந்தது. நான் நினைத்துக்கூடப் பார்த்திராத ஒன்றை, இப்படித் துணிந்து, மெயில் இதழ் வெளியிடுவது கண்டு நான் பதறிப்போனேன். இவ்விதமான பத்திரிகைத் தாக்குதல்களிலிருந்து தப்பிப் பிழைத்து, இந்த அளவு வளர்ந்திருக்கிறோம் என்பதை

எண்ணிப் பார்க்கும்போது, பெருமிதம் எழத்தான் செய்கிறது. 'அண்ணா! இந்தப் பத்திரிகைகளில் வெளிவருவதை நமது தோழர்கள் நம்பமாட்டார்கள்; ஏனெனில், நீங்கள்தான் முன்பே சொல்லிவிட்டிருக்கிறீர்களே. இந்தி எதிர்ப்பு அறப்போர் சமபந்தமாக, நம்நாடு, முரசொலி எனும் ஏடுகளில் வருவதைத் தவிர மற்ற எதனையும் நம்பவேண்டாம் என்று அரக்கோணம் இராமசாமி கூறினார். அவர் சொன்னது போலவே, நமது கழகத் தோழர்கள் பத்திரிகைகள் இட்டுக் கட்டி வெளியிடுவனவற்றை நம்பமாட்டார்கள் என்ற உறுதி எனக்கும் இருக்கிறது என்றாலும், பத்திரிகைகள் திட்டமிட்டு இந்தக் காரியத்தைச் செய்து வருவது பற்றி மிகுந்த கவலை எழத்தான் செய்கிறது; கழகத்துக்கு ஊறு தேடுகிறார்களே என்பதில்லை எனக்குள்ள கவலை; ஜனநாயக முறை வெற்றி பெறுவதைக் குந்தகப் படுத்துகிறார்களே என்பதுதான். இதே நாட்டிலே இனி ஒரே கட்சி ஆட்சிதான் என்று அறிவித்து விட்டால் கூட நிலைமை எத்துணையோ நல்லதாக இருக்கும்; ஜனநாயகம், எதிர்க்கட்சி; பொதுத்தேர்தல்; பேச்சுரிமை என்று உதட்டளவில் கூறிக்கொண்டு, செயலில், எதிர்க்கட்சிகளே வளர முடியாதபடி நடந்துகொண்டு வரும் போக்குத்தான், மிகவும் ஆபத்தானது. இது குறித்து நண்பர் களுடன் இன்று பேசிக்கொண்டிருந்தேன்.

29.4.64

என் கைவலிக்கு இரண்டு நாள்களாய் புதிய மருந்து போட்டுக்கொண்டு வருகிறேன். சிறை அதிகாரிகளில் ஒருவர் சொன்ன யோசனை இது. இப்படிப்பட்ட வலிபோக, தென்ன மரக்குடி எண்ணெய் தடவ வேண்டும் என்று சொன்னார். மாயவரத்திலிருந்து பரிமளம் அந்த எண்ணெய் கொண்டுவந்து கொடுத்திருக்கிறான். இரண்டு நாள்களாக, அதைத் தடவி, சுடுசோறு ஒத்தடம் கொடுத்துக்கொள்கிறேன். ஒரு வாரம் கழித்துத்தான், ஏதேனும் இதனால் பலன் இருக்கிறதா என்பது தெரிய முடியும்.

இரவு வலி எடுத்தால், புலித்தைலம் தடவிக்கொள்கிறேன். இன்றுகூட அந்த மருந்து தடவிக்கொண்டு, அது ஒருவிதமான விறுவிறுப்பை ஏற்படுத்தியதும், உறங்கச் செல்கிறேன்.

30.4.64

தனித்தலைவர்களை நம்பாமல், அமைப்புக்கே முதலிடம் தரும் கட்சி, பிரச்னைகளை விவாதிப்பதிலே துளியும் சளைக்காத கட்சி, வெளியே பிளவுகள் தெரிய ஒட்டாமல் தன்னைத்தானே கட்டிக் காத்துக் கொள்ளும் கட்சி என்றெல்லாம் பெருமை பேசுவார்கள் கம்யூனிஸ்ட் கட்சியைப்பற்றி. நமது கழகத் தோழர்களிலே சிலருக்குக்கூட, கம்யூனிஸ்ட் கட்சிபோல, முறையோடு நமது கழகம் இயங்க வேண்டும் என்று கூறுவதிலே ஆர்வம் பொங்குவது உண்டு. இப்போது கம்யூனிஸ்டு கட்சியிலே ஏற்பட்டுவிட்ட நிலைமையைப் பார்த்தபிறகு, அந்தக் கட்சியை நடத்திவரும் முறையில் என்னென்ன கோளாறுகள் உள்ளன என்பதனைத் தோழர்கள் புரிந்து கொண்டிருப்பார்கள் என்று நம்புகிறேன். இது குறித்துப் பேசிக் கொண்டிருக்கும்போது, நான் சொன்னேன், நாம், இரண்டு வெவ்வேறான நிலைமைகளையும் சந்தித்திருக்கிறோம் – சமாளித்திருக் கிறோம், குழப்பம் ஏற்படாதபடி பார்த்துக் கொண்டிருக்கிறோம் – இறுதியில் வெற்றியும் பெற்றிருக்கிறோம். திராவிடர் கழகத்திலிருந்து நாம் வெளியேறினோம் – சிறுபான்மையினர் அல்லர் – நாம் விரும்பி இருந்தால், திராவிடர் கழக அமைப்பே நம்முடைய நிர்வாகத்தில் வரவேண்டும் என்று வாதாடி இருக்கலாம் சிலர் என்னிடம் அதுபோல வற்புறுத்தியும் பார்த்தார்கள் – ஆனால், நாம் வாதிடுவது, வழக்கிடுவது, வம்பு வல்லடிக்குச் செல்வது என்பனவற்றிலே காலத்தையும் கருத்தையும் செலவிட்டுப் பாழடிப்பதைவிட, நமக்குப் பிடித்தமான கொள்கைகளுடன் ஒரு புதிய அமைப்பு ஏற்படுத்திக் கொண்டு, நமது அறிவாற்றலை அந்த அமைப்பின் வெற்றிக்காகப் பயன்படுத்தி வருவோம் – நம்முடைய நோக்கம் தூய்மையானதாக இருந்தால், பொதுமக்கள் ஆதரவு நிச்சயம் கிடைக்கும் என்று திட்டமிட்டுத் திராவிட முன்னேற்றக் கழகம் என்ற புதிய அமைப்பைத் தொடங்கித் தொண்டாற்றினோம் வெற்றியும் பெற்றோம். எங்களுடையது தான் உண்மையான திராவிடர் கழகம் பழையவர்களிடம் இருப்பது போலித் திராவிடர் கழகம் என்ற வம்பிலே நாம் ஈடுபடவில்லை. எனவேதான், இத்துணை ஏற்றத்துடன் நமது கழகம் இன்று ஒளிவிடுகிறது. ஓர் அமைப்பிலிருந்து பிரிந்து வந்து, புதிய அமைப்பு தொடங்கி, அதனை ஏற்றமடையச்

செய்வதிலே வெற்றிபெற்றோம். அதுபோலவே, நமது அமைப்பிலிருந்து சிலர் விலகினார்கள் – விசாரப்பட்டோம். ஆனால் விரோதத்தைக் கக்கிக் கொண்டிருப்பதிலேயே, காலத்தைப் பாழாக்கிக்கொள்ளவில்லை நிதானம் இழக்காமல், நெறிதவறாமல், பணியாற்றிவந்தோம். நமது அமைப்பு, புதிய வடிவுடனும் பொலிவுடனும் இன்று இயங்குகிறது.

ஆக, இரு வெவ்வேறான நிலைமைகளிலும், நாம் நம்முடைய நோக்கத்தின் தூய்மை காரணமாகவும், தொண்டின் நேர்த்தி காரணமாகவும், வெற்றி பெற்றோம்.

திராவிடர் கழகத்திலிருந்து நாம் பிரியும்போது, நமக்கு இருந்த நிலைமை நமக்கும் நாட்டுக்கும் புரியும். கழகத்தின் நிர்வாகத்தில் ஒரு நகராட்சிகூடக் கிடையாது. தி.மு. கழகமாக வளர்ந்து, சட்டசபையில் 15–இடங்கள், பாராளுமன்றத்தில் இரண்டு இடங்கள், சென்னை மாநகராட்சி நிர்வாகம் எனும் இவற்றைப் பெற்றோம். நாங்கள்தான் உண்மையான திராவிடர் கழகம் என்ற வம்பு வல்லடியில் ஈடுபட்டிருந்தால் என்ன கிடைத்திருக்கும், வளர்ச்சி எந்த முறையில் இருந்திருக்கும் என்பதை, நான் சொல்லத் தேவையில்லை.

திராவிட முன்னேற்றக் கழக வெற்றி, திராவிடர் கழகத்தை முறையாக நெறியாக நடத்தினால், எத்தகைய அரசியல் நிலைமை உருவாகி இருக்கும் என்பதை, அரசியல் அறிந்த அனைவரும் அறிந்து கொள்ளச் செய்தது. நிதானத்துடனும், பொறுமையுடனும், பொறுப்புடனும் செயலாற்றுவதற்குப் பலன் கிடைத்தே தீரும் என்ற பாடத்தைப் பலரும் பெறச் செய்தது.

திராவிட முன்னேற்றக் கழகத்திலிருந்து சிலர் பிரிந்து போயினர் திட்டமிட்ட விளம்பர பலத்துடன் புதிய அமைப்பு கண்டனர் வழக்கம்போல, தி. மு. கழகத்தின் முதுகெலும்பு முரிந்துவிட்டது. ஜீவன் போய்விட்டது, என்று பத்திரிகைகள் பாடிவிட்டன. நாமோ, பகைக்காமல்,பதறாமல், வியர்வையைப் பொழிந்து பணியாற்றினோம்; பிரிந்தவர்கள் நம்மோடு இருந்தபோது சட்டசபையில் நாம் 15 அவர்கள் போனபிறகு சட்டசபையில் நாம் 50 – பாராளுமன்றத்தில் முன்பு 2 – இப்போது 8– மீண்டும் சென்னை மாநகராட்சி நிர்வாகம்

நம்மிடம் – புதிதாகப் பத்துக்கு மேற்பட்ட நகராட்சிகள் நம் வசம்.

நாம் ஓர் அமைப்பிலிருந்து பிரிந்துவந்தபோதும் சரி, நமது அமைப்பிலிருந்து சிலர் பிரிந்து சென்ற போதும் சரி, நாம் நமது பாதையை ஒழுங்காக்கிக் கொண்டு, மனிதப் பண்பை இழக்காமல், நம்பிக்கையுடன் நெறியாகப் பணியாற்றி வெற்றி பெற்றிருக்கிறோம்.

இதுபற்றி இங்கு நான் எடுத்துச் சொன்னபோது, நண்பர்கள் மெத்த மகிழ்ச்சி அடைந்தார்கள்.

எப்படியும் நான் விடுதலை ஆவதற்குள், நண்பர் கோவிந்தசாமியும், மற்றவர்களும், சென்னைச் சிறைக்குக் கொண்டுவரப்படுவார்கள் என்று கருதுகிறேன்.

இன்று இராணியுடன் என் இரண்டு மருமகப் பெண்களும் என்னைப் பார்க்க வந்திருந்தார்கள். குடும்பத்தில் உள்ளவர்களின் நலன்பற்றிப் பேசிக்கொண்டிருந்தோம். *

இன்று சீக்கிரமாக 'லாக்கப்' செய்துவிட வேண்டும் என்று சில காவலாளிகள் துடித்துக் கொண்டு வருவார்கள். காரணம், எங்களை வெளியே ஓர் அரைமணி நேரம் விட்டு வைக்கக்கூடாது என்ற கெட்ட எண்ணமில்லை. ஒவ்வொரு நாளும் வேலை முடிந்து, அந்தக் காவலாளிகள் வீட்டுக்குப் போய்ச்சேர, இரவு ஒன்பது ஆகிவிடுகிறது. ஒரு நாளைக்காவது வீட்டிலே, பொழுது சாயுமுன் போய், குழந்தை குட்டிகளுடன் பொழுது போக்கவேண்டும் என்ற ஆவல் இருப்பது இயற்கைதானே! மொத்தத்திலே இங்கு பார்க்கும்போது, காவலாளிகளின் எண்ணிக்கை மிகக் குறைவு என்பது புரிகிறது. அதனால்தான், காவலாளிகள் கடினமான வேலையில் உழலவேண்டி இருக்கிறது. காவலாளிகளின் எண்ணிக்கை அதிகப்படுத்தப்பட வேண்டும். அப்போதுதான், அளவுக்கு மீறிய வேலை செய்வதால் ஏற்படும் சலிப்பு உணர்ச்சி எழாமலிருக்கும். ஒரு காவலாளி கீழே இருந்த எங்களை 'வாங்க! வாங்க! மணி ஆறு அடிச்சாச்சு' என்று கூப்பிட்டார் குரல் கேட்டதும், இயற்கையாக, 'இதற்குள்ளாகவா? என்றுதான் கேட்கத் தோன்றும். ஆனால்,

அந்தக் காவலாளியின் முகத்தைப் பார்த்ததும், எனக்கு உடனே எழுந்து, மாடிக்குச் சென்றுவிட வேண்டும் என்றுதான் தோன்றிற்று. ஏன் என்றால், அவருடைய பேச்சு, அவ்விதம் இருந்தது.

"மூணு ஜென்மம் ஆயிட்டுது. இன்னும் இருப்பது சாராயக்கேஸ் தண்டனை காலம்தான்" – என்று தன்னைப் பற்றிக் கூறிக்கொண்டார். புரியவில்லையா?

மூணு ஜென்மம்,முப்பது ஆண்டுகள்! ஓர் ஆயுள் தண்டனை, கிட்டத்தட்ட பத்து ஆண்டுகள் – ஒரு ஜென்மம், அதுபோல மூணு ஜென்மம் அளவுக்கு, அதாவது முப்பது ஆண்டுகள் வேலைபார்த்தாகி விட்டதாம். காவலாளி, தன் வேலை நாள்களை, கைதியின் தண்டனை நாள்கள் போன்றவை என்று எண்ணுகிறார், ஏக்கத்துடன் பேசுகிறார். நாலுவாரம் தண்டனை என்பது சாராய வழக்கிலே கிடைப்பது. இந்தக் காவலாளி இன்னும் நாலு வாரம் தான் வேலையில் இருப்பாராம் – பிறகு விலகப்போகிறார். வேலையில் இருக்கவேண்டிய நாள்களை, தண்டனை நாள்கள் என்று கருதுகிறார். காவலாளிகளின் வேலை நேரம் – வேலைமுறை – ஆகியவற்றைப் பார்ப்பவர்கள், அந்த வயதானவர் கூறினதை மறுக்க மாட்டார்கள்.

4.5.64

ஏமாற்றம்! எதிர்பார்த்தபடி, மதிக்கும் மற்றவர்களுக்கும் விடுதலை கிடைக்கவில்லை. காரணமும் தெரியவில்லை. வழக்கமாக உலவும் வதந்திகளின்படி சர்க்காரிடமிருந்து 'உத்திரவு வரவில்லை' என்று தெரிய வருகிறது. உண்மை என்னவென்றால், விடுதலை ஆகப்போகிறார்கள் என்ற செய்திதான், ஆதாரமற்ற வதந்தி.

இன்று, எஸ்.எஸ். இராஜேந்திரன் வந்திருந்தார். நான், மதி, அன்பழகன் மூவரும் கண்டு பேசினோம். சிறை மேலதிகாரியின் அறையில், அவர் முன்னிலையில், நண்பர்களைக் குறித்துக் கேட்டறிந்து கொண்டோம்.

'அண்ணா! ரவி என்ன சொல்கிறான் என்பதைக் கேளுங்களேன்" என்று பாசத்துடன் இராஜேந்திரன் கூறினார்; ரவி அவர் மகன்.

"அண்ணா! ஜெயில் கதவோட கம்பிகளை எடுத்துட்டு வெளியே வந்துவிடுங்க" என்கிறானே!

சிறை மேலதிகாரியைக் காட்டி, "இவர் யார் பார்த்தாயா? சும்மாவிடுவாரா?" என்றேன்; குழந்தை பயந்தே போனான். இதற்கு முன்பு எப்போதும் என்னைப் பார்த்திராத முற்றிலும் வேறான இடம். அதனால் அச்சம் ஏற்பட்டுவிட்டது. இல்லையென்றால் மிகக் கலகலப்பாகச் சிரித்துப் பேசுவான். நான், அவனுக்கும் "அண்ணா"; அவனுடைய அப்பாவுக்கும் "அண்ணா" அப்படி அழைத்தே பழகிவிட்டான்.

பார்க்க வருகிறவர்களும், மிகுந்த ஆவலுடன் ஏதேதோ பேசவேண்டும் என்றுதான் வருகிறார்கள்; எதிர்பார்த்து நாங்களும், வருகிறார்கள். நாங்களும், வருகிறவர்களிடம் நிறையப் பேசவேண்டும், எதை எதையோ கேட்டுத் தெரிந்து கொள்ள வேண்டும் என்று ஆவலாகத்தான் பார்க்கிறோம். ஆனால், பேசும் இடத்தில் குறைந்தது இரண்டு அதிகாரிகளாவது எதிரே, மிக அருகிலேயே உட்கார்ந்து கொள்ளும்போது, எப்படிப் பேசவரும்? எதைப்பேசத் தோன்றும்? பார்த்தோம், நலன் கேட்டறிந்து கொண்டோம், அப்போதும் என்று சில நிமிடங்களிலேயே தோன்றிவிடுகிறது. அப்படித்தான் இன்று இராஜேந்திரனிடமும், மிகச் சுருக்கமாகவோ பேச்சை முடித்துக் கொள்ள வேண்டி நேரிட்டது. டில்லி போய் வந்த 'சேதி' பற்றி ஒரு விநாடி, நாராயணசாமி மகன் உடல் நிலை பற்றி மற்றொரு விநாடி இப்படி மூன்று நான்கு விநாடி, இப்படி மூன்று நான்கு விஷயங்கள் பேசி முடித்ததும், மேற்கொண்டு என்ன பேசுவது என்பது இருவருக்கும் புரியவில்லை. பேச விஷயமா இல்லை? கழக விஷயம் பேச ஆரம்பித்தால் நாள் போதாது. ஆனால் 'அரசியல்' தான் பேசக்கூடாதே!!

"இதைக் கூடவா சர்க்கார் கவனிக்கிறார்கள்?" என்று நான் ஒரு சிறை அதிகாரியைக் கேட்டேன். "சரியாப்போச்சு. உங்களுக்கென்ன தெரியும்? உங்களைப் பார்க்க யாரேனும் கழகத்தார் வந்தார்கள் என்றால், அவர்கள் உங்களைப் பார்த்துவிட்டுப்போன உடனே, துப்பறியும் துறைக்காரர் வருகிறார். 'என்ன பேசினார்கள்?' என்று கேட்கிறார்; விவரம் விசாரிக்கிறார்" என்று கூறினார். 'கள்ள மார்க்கட்காரனையும்

கொள்ளை இலாபம் அடிப்பவனையும் கண்டுபிடித்து அடக்க இந்தத் துப்பறியும் திறமை பயன்படக்கூடாதா? எதையும் ஒளிவு மறைவு இல்லாமல், மக்களுக்கும் சர்க்காருக்கும் அறிவித்துவிட்டுச் செய்யும் எங்கள் கழக சம்பந்தமாகவா இவ்வளவு திறமையையும் வீணாக்க வேண்டும்?' என்று நான் கேட்டேன். "அதெல்லாம் பெரிய விஷயம்!" என்று சொல்லிக்கொண்டே அந்த அதிகாரி சென்று விட்டார். இந்தப் பேச்சை எவனாவது கேட்டுவிட்டு, ஏதாவது கோள்மூட்டி விடப்போகிறான் என்று அவருக்குப் பயம்.

சுயராஜ்யம் ஏற்பட்டபிறகு தொடங்கிய இந்தப் 'பயம்' நாளாக ஆக வளர்ந்த படி இருக்கிறது. அதிலே ஒரு கூறுதான் இங்குள்ள அதிகாரி களின் போக்கிலே நான் காண்கிறேன். இத்தகைய பயம் ஜனநாயகத் துக்கு உகந்ததன்று. ஆனால் நடைபெறுவது பெயரளவுக்குத்தானே ஜனநாயகம்!

இன்று நடைபெற்று வரும் போக்குக்கு, காஞ்சிபுரம் கே.டி.எஸ். மணி ஒரு எடுத்துக்காட்டு கூறினார்.

கே.டி. எஸ். மணி திருவேங்கிடம் இருவரும் காஞ்சி நகராட்சி மன்ற உறுப்பினர்களாகத் தேர்ந்தெடுக்கப்பட்டார்கள். அப்போது அவர்கள் கைது ஆகிச் சிறையில் இருந்தனர் வழக்கு முடிவு பெறவில்லை. இடையில், நகராட்சி மன்றத் தலைவர் தேர்தல். இவருடைய ஓட்டுகளும் கழக வேட்பாளருக்குக் கிடைக்காதபடி தடுத்துவிட்டு வேறு சில வேலைகளையும் செய்து முடித்துக் கொண்டால், காஞ்சிபுரம் நகராட்சி மன்றத் தலைவராக ஒரு காங்கிரஸ்காரரைத் தேர்ந்தெடுக்கலாம் என்பது காங்கிரசின் திட்டம். இதைத் தெரிந்துகொண்ட நமது கழகத்தவர், மணி, திருவேங்கிடம் இருவரையும் 'பொறுப்பில்' வெளியே கொண்டு வரவேண்டும், தலைவர் தேர்தலில் அவர்கள் கலந்துகொள்ள வேண்டும் என்று விரும்பினர் –பொறுப்பிலே விடுதலை செய்யப்பட்டனர்.

வேடிக்கை என்பதா, விபரீதம் என்பதா கூறுங்கள் பொறுப்பிலே விடுதலை செய்யப்பட்ட இரு தோழர்களும் காஞ்சிபுரம் திரும்பினார்கள்; மறுநாளே பொறுப்பு ரத்துச் செய்யப்பட்டு சிறைக்கு மறுபடியும் அழைத்துச் செல்லப்படுகிறார்கள். காஞ்சிபுரத்துக் காங்கிரஸ்காரர்கள் கைகொட்டிக் கேலியாகச்

சிரிக்காமலிருக்க முடியுமா? 'பயல்களை மறுபடியும் உள்ளே தள்ளியாச்சு!' என்று எக்காளமிடுகின்றனர்.

முன் நாள் பொறுப்பிலே விடுதலை – மறுநாள் அந்த உத்தரவு திரும்பப் பெறப்படுகிறது மறுபடியும்,சிறை! யார் காரணம் கேட்பது! எவருக்கு இதற்கான விளக்கம் புரிகிறது? போக்கு எவ்விதம் இருக்கிறது என்பதுதான் நன்றாகத் தெரிகிறது. தெரிந்து?

உயர்நீதிமன்றம் சென்று, அந்த இரு தோழர்களுக்கும், மறுபடியும் பொறுப்பிலே விடுதலை கிடைத்து, அவர்கள் தேர்தலில் கலந்துகொண்டு, கழகத்தவரும் தலைவராகத் தேர்ந்தெடுக்கப்பட்டார்.

இவ்விதமான போக்குக் குறித்து பேசிக் கொண்டிருந்தோம். இதற்குத் தனித்தனியான பரிகாரம் கிடையாது; ஒரே கட்சிதான் நாட்டை ஆளும் என்ற நிலைமையை மாற்றி அமைத்து, உண்மையான மக்களாட்சியை ஏற்படுத்துவது ஒன்றுதான், விரும்பத்தகாத முறைகேடுகளையும், விபரீதமான போக்கினையும் ஒழித்துக் கட்டும் வழி என்று கூறினேன். நண்பர்களின் கண்கள், அடுத்து வர இருக்கும் பொதுத் தேர்தலின் மீது பாய்ந்திடக் கண்டேன். விழிப்புடன் இருக்கிறார்கள், உறுதியுடன் இருக்கிறார்கள், என்ற எண்ணம் இனிப்பளித்தது.

5.5.64

ஓவியம் வரைவதிலே, மற்ற இரு நண்பர்களும் அக்கறை இழந்துவிட்டனர்; நானோ தொடர்ந்து அதிலே விருப்பம் கொள்கிறேன். இரவு வெகுநேரம் வரையில், வண்ணங்களைக் கலப்பதும், எதை எதையோ வரைவதும், மனத்துக்குப் புது விதமான மகிழ்ச்சி தரத்தான் செய்கிறது. நண்பர்கள் என்னை மகிழச் செய்வதற்காக, ஓவியம் நன்றாக இருக்கிறது என்று கூறுகிறார்கள் என்பது எனக்குப் புரிகிறது; கண் இல்லையா காண? ஓவியம் வரையத் தெரியாவிட்டாலும், வண்ணங்களைக் குழைத்து எதையாவது வடிவமெடுக்கச் செய்யும்போது களிப்பு எழுகிறது. ஓவியக் கலையில் தேர்ச்சி பெற்றவர்கள், அந்தக் கலையில் எத்துணை இனிமை காணமுடியும் என்பதனை உணர இது ஒரு வாய்ப்பு. மலையும், மடுவும், மாவும்

பலாவும், காலைக் கதிரவனும், மாலை மதியமும், கோட்டை கொத்தளங்களும் கொடி படர்ந்த குடிலும், வாளேந்திய வீரனும் வேல்விழியாளும், பாசம் நிறைந்த பார்வையும் பகை கக்கும் விழிகளும், மழலைமொழிக் குழவியும் பெருமிதமிகு தாயும், இன்னோரன்ன பிற காட்சிகளைத் தமது கைவண்ணத்தால் ஓவியர்கள் உயிர்பெறச் செய்யும்போது, தனித்தன்மை வாய்ந்த ஒரு மகிழ்ச்சி பிறக்கத்தான் செய்யும். ஓவியக் கலையினர் குறித்து, நான் படித்திருந்த சிறு கதைகள், நெடுங்கதைகள் பலவும் இந்த நேரம் என் நினைவிற்கு வருகின்றன.

இன்றுகூட, உட்அவுஸ் என்பவர் எழுதியுள்ள ஒரு கதைத் தொகுப்பில் ஓவியம் பற்றிய தொடர்புடைய சிறு கதை ஒன்று படித்தேன். ஓவியம் வரைவதிலே விருப்பம் மிகுந்திருந்த வேளை – எனவே, அந்தச் சிறுகதை எனக்கு அதிக அளவு சுவை அளித்தது.

6.5.64

பகல் பொழுதைக் கழிப்பதைவிட, இரவுகள்தான் அதிகமாகத் தொல்லை தருகின்றன. அதிலும் இப்போது மிகக் கடினமாக இருக்கிறது. செங்காய்களைப் பறித்து வந்து, அவை கனிவதற்காக, வைக்கோற் போரில் போட்டு ஓர் அறையில் போட்டு மூடிவைப்பார்கள், நன்கு கனிவதற்காக. இரவு, அறைகளிலே உள்ள நிலைமை இதுபோல். காற்று துளியும் கிடையாது. வியர்வை பொழிந்தபடி, இரண்டு மணிக்காவது முன்பு தூக்கம் வரும். இப்போது மூன்று, நான்கு கூட ஆகிவிடுகிறது. பகலில் உள்ள வெப்பத்தை இயற்கையாக வீசும் காற்று தணியச்செய்கிறது; இரவில் ஒரே புழுக்கம். நாங்கள் உள்ள பகுதியில் உள்ள மரங்களில் சிலவற்றில் இலை உதிர்ந்து, மொட்டையாகி நின்றன. பாதாம் மரத்தின் இலைகள், பச்சையாக இருந்தவை, இரத்தச் சிவப்பாக மாறின; பார்ப்பதற்கு அழகாகவும் இருந்தது; ஆனால் சிவப்பு கருஞ் சிவப்பாகி, மஞ்சள் கலந்ததாகி, சருகாகி, உதிர்ந்துவிட்டன. நான்கூட வேடிக்கைக்காக நண்பர்களிடம் இங்கே கூறினேன் உங்களுக்கெல்லாம், எப்போது தெரியுமா? இந்த பாதாம் மரத்திலுள்ள மற்ற இலைகளும் உதிர்ந்ததும் என்று. இலைகள் உதிர்ந்து, மொட்டையாகி விட்ட அந்த மரம், இந்த நிலையில்

தன்னை உலகம் விரும்பாது என்பதால் மேலும் மறுபடியும் துளிர்க்கத் தொடங்கிவிட்டது. மரத்திலேயே கல்லறையும் தெரிகிறது, தொட்டிலும் தெரியத் தொடங்குகிறது. இங்கு உள்ள அரச மரம் முன்பு களைத்தும் இளைத்தும் காணப்பட்டது. இப்போது பச்சைப் பசேலென மாறிக்கொண்டு வருகிறது. தொலைவிலிருந்து பார்க்கும்போது, இலைகளை எடுத்துத் தடவி மகிழலாமா என்றுகூட ஆசை பிறக்கிறது. சற்றுத் தொலைவில், நாங்கள் உள்ள பகுதிக்கு வெளியே மற்றோர் அரச மரம். அந்த மரம், இந்த நேரத்தில், மொட்டையாகிக் கொண்டு வருகிறது; பத்து நாள்களுக்கு முன்பு இலைகள் அவ்வளவும் மஞ்சளாகி, காலைக் கதிரவன் ஒளியில் பொன்தகடுகள்போல காட்சி அளித்து வந்ததைக் கண்டேன். இப்போது, இலைகள் வேகவேமாக உதிர்ந்துவிடக் காண்கிறேன்; வெகு விரைவில் மொட்டையாகி வருகிறது.

அந்த அரசமரத்தில், காக்கை கூடு ஒன்று அமைத்துக் கொண்டிருக்கிறது, உச்சிக்கு அருகில். இங்கு அறையிலிருந்து பார்த்தாலே கூடத் தெரிகிறது. முட்டையிட்டுக் குஞ்சு பொரிக்கும் நிலை போலும்! அதனால், காக்கை காவல் காத்தபடி இருக்கிறது; ஒரு காக்கை காவல் பார்க்கும் போது மற்றொரு காக்கை இரை தேட வெளியே செல்கிறது. முறைபோட்டுக்கொண்டு வேலை பார்க்கின்றன. இதைப் பார்த்துவிட்டு, எனக்குக் காட்டி, என்னையும் பார்க்கச் சொன்னவர் அன்பழகன். எதற்காகப் பார்க்கச் சொன்னாரோ தெரியவில்லை! ஒரு வேளை, காக்கை குருவிகள் கூட குடும்பத்தைக் கட்டிக்காத்து வருகின்றனவே, நீ எங்களை எல்லாம் குடும்பத்தைக் கட்டிக்காத்திடும் கடமையையும் மறந்து சிறையிலே வந்து வாடும்படி செய்திருக்கிறாயே, நியாயமா என்று கேட்கிறாரோ! தெரியவில்லை.

இந்த சென்னைச் சிறையில் நான் இந்தி எதிர்ப்பு காரணமாகவே முதன் முதலாகவே 1938இல் புகுந்தேன். அந்த நாள்களைப்பற்றி, நண்பர்களிடம் பேசிக்கொண்டிருந்தேன். சிறையில், அப்போதும் இதேபோலக் கெடுபிடி இருந்ததா? என்று நண்பர்கள் கேட்டார்கள். இல்லை. அப்போது இருந்த முறையிலே பெரும் மாற்றம் ஏற்பட்டுவிட்டிருக்கிறது. அப்போது ஒரு

பகுதியில் உள்ள நமது தோழர்கள் மற்றொரு பகுதியில் உள்ள நமது தோழர்களைப் போய்ப் பார்த்துவிட்டு வரக்கூட அதிகாரிகள் அனுமதி அளித்தார்கள். வாராவாரம் நடத்தப்படும் 'பார்வையிடும்' சடங்கிலேகூட, எங்களை ஈடுபடுத்துவதில்லை. இப்போது காங்கிரஸ் அரசுக்கு நாம் விரோதிகள். ஆகவே, நாம் எவ்வளவுக்கெவ்வளவு கொடுமைகளை அனுபவிக்கிறோமோ அவ்வளவுக்கவ்வளவு காங்கிரஸ் அரசு மகிழ்ச்சி அடையும் என்ற ஓர் இலக்கணத்தை வைத்துக்கொண்டே, சிறை நிர்வாகிகள் நடந்து கொள்கிறார்கள் என்று தோன்றுகிறது. முன்பு, இவர்கள் இந்தியை எதிர்க்கிறார்கள் என்று மட்டுமே, காங்கிரஸ் அரசு நினைத்தது; இப்போது இவர்கள் இந்தியையன்று, காங்கிரஸ் அரசை எதிர்க்கிறார்கள் என்று நினைக்கிறார்கள். அந்த நினைப்பு காங்கிரஸ் ஆட்சியாளர்களுக்குக் கசப்பையும் கோபத்தையும் கிளப்பிவிடுகிறது. ஒரு கட்சி அரசு நடத்துவதை எதிர்த்து ஆட்சி நடத்தும் வாய்ப்பினை எமக்குத் தாருங்கள் என்று பொதுமக்களை அணுகிக் கேட்கும் உரிமைதான், ஜனநாயகத்துக்கு அடிப்படை. இந்த அடிப்படையில் நம்பிக்கை அற்றுப்போகிற காரணத்தால், காங்கிரஸ் அரசையா எதிர்க்கிறீர்கள் என்று, காங்கிரஸ் காரர்கள் கனல் கக்குகிறார்கள். அந்தக் கனலின் சிறு பொறிகள், இன்றைய சிறைநிர்வாகத்தில் நிரம்பி இருக்கக் காண்கிறேன். முன்பு நிலைமை இப்படி இல்லை என்று நான் விவரம் கூறினேன்.

7.5.64

மாயவரத்திலிருந்து தருவித்த எண்ணெய் பல நாள் தடவியும், கைவலி நீங்கவில்லை. சலித்துப்போய், இன்று அந்த எண்ணெய் தடவிக்கொள்வதை நிறுத்தி விட்டேன். வெளியே வந்தபிறகு தக்க முறையில் மருத்துவம் பார்த்துக் கொள்ள வேண்டும் என்பதை நண்பர்கள் வலியுறுத்தினார்கள். நானும் அது தேவைதான் என்பதை உணருகிறேன்.

இராமாயணப் பிரச்சாரம், கதா காலட்சேபமாக சென்னையிலும் வெளி இடங்களிலும் வேகமான அளவிலே நடத்தப்பட்டு வருவதுகண்டு, பெரியார் கடுங் கோபம் கொண்டிருக்கிறார்; எதிர்ப்பிரசாரத்துக்காகத் தொண்டர் படை நடத்தப்போகிறார் என்று செய்தி வந்திருப்பது பற்றி இன்று நண்பர்கள் என்னிடம் பேசிக்கொண்டிருந்தனர். பெரியார், எந்த

நேரத்தில் எந்தவிதமான போக்குடன் நடந்துகொள்வார் என்பதை நம்மாலே கூறமுடியாது. ஆனால் ஒன்று மட்டும் நிச்சயம், இத்தகைய எதிர்ப்பு காங்கிரசுக்குக் கேடாக முடியும் என்று அவருக்கு எடுத்துக் கூறப்பட்டால் போதும், தமது திட்டத்தை விட்டுவிடுவார். இதிலே ஒரு வேடிக்கை என்னவென்றால், இராமாயண காலட்சேபம் செய்யும் கிருபானந்தவாரியாரும், இராமாயண எதிர்ப்புப் பிரசாரம் செய்யும் பெரியாரும், காங்கிரசுக்கே ஓட்டுச் சேகரிக்கும் காரியத்தைச் செம்மையாகச் செய்கிறார்கள். இராமாயண ஆதரவு, இராமாயண எதிர்ப்பு எனும் இரண்டுமே, காங்கிரசுக்கு ஓட்டுப் பெற்றுத் தரப் பயன்படுகிறது. பகுத்தறிவாளர், பழைமை எதிர்ப்பாளர், துடிப்புள்ள போக்கினர் ஆகியோரிடம் பெரியார் இராமாயண எதிர்ப்புப் பிரசாரம் செய்யட்டும், கையோடு கையாக காங்கிரசுக்கு ஓட்டு திரட்டித்தரட்டும், பெற்றுக் கொள்ளலாம்; பழைமை விரும்பிகள், பக்தர்கள் ஆகியோரிடை கிருபானந்த வாரியார் இராமாயண காலட்சேபம் சுவையாகச் செய்யட்டும், அதே மூச்சில் காங்கிரசுக்கு ஓட்டு வாங்கித் தரட்டும், பெற்றுக் கொள்ளலாம்; நமக்கு இந்த இரண்டு உத்திகளில் எது ஜெயித்தாலும் தோற்றாலும் கவலை இல்லை, நமக்கு வேண்டியது ஓட்டு, இருவரும் அதை நமக்கு வாங்கிக் கொடுக்கட்டும், என்பது இன்று தமிழகக் காங்கிரசை நடத்திச்செல்லும் முதல்வருடைய எண்ணம். நாட்டு மக்கள் மனத்தை, இராமன் ஆண்டால் என்ன, இராவணன் ஆண்டால் என்ன, நமக்கு வேண்டியது நாட்டை ஆளும் ஓட்டு வலிவு –அதை இராமனைக் கடவுள் அவதாரம் என்று கூறிக்கொள்பவரும், கபடவேடதாரி என்று கண்டிப்பவரும், நமக்காக அரும்பாடுபட்டுபப் பெற்றுத்தர முன்வருகின்றபோது, நாம் ஏன் அந்தப் பொன்னான வாய்ப்பை இழந்துவிடவேண்டும்? – இராமாயண காலட்சேபமும் நடக்கட்டும், எதிர்ப்பும் நடக்கட்டும், என்று காங்கிரஸ் கட்சி கருதுகிறது என்பது குறித்து எடுத்துச் சொன்னேன்.

பெரியாரின் போக்கு எப்போது எப்படி வடிவமெடுக்கும் என்று அறிந்துகொள்ளும் வாய்ப்பு எனக்கு ஏது முன்போல.? இன்று இந்தப் பேச்சு எழுந்தபோது, அவருடன் இருந்த நாள்கள், பிரிந்துவந்த நிலை, இவைபற்றி எண்ணிப்பார்த்தேன்.

கணக்கெடுத்துப் பார்க்கும்போது, பெரியாருடன் இணைந்திருந்து நான் பணியாற்றிய காலத்தைவிட, அவரைவிட்டுப் பிரிந்து வந்து பணியாற்றிவரும் காலம் அளவில் அதிகம் என்பது தோன்றிற்று. நான் அவருடன் மிக நெருக்கமாக இருந்து பணியாற்றிய காலம் 1939–லிருந்து 1949 வரை பத்தாண்டு காலம் அவரை விட்டுப் பிரிந்து பணியாற்றத் தொடங்கி இப்போது பதினைந்து ஆண்டுகள் ஆகின்றன. இந்தக் கணக்கு பார்த்த பொழுதுதான், எனக்கே வியப்பாக இருந்தது நேற்று பிரிந்ததுபோல ஒரு நினைப்பு இருந்துவந்தது அது எத்தகைய பொய்த் தோற்றம் என்பதை, இந்தக் கணக்கு மெய்ப்பித்தது.

இன்று எனக்கு ஒரு புதிய நட்பு கிடைத்தது – எதிர்பாராத முறையில், நூற்றுக்கணக்கான சிட்டுக்குருவிகள் இங்குள்ளன என்பது பற்றி முன்பு குறிப்பிட்டேன். அந்தக் குருவிகளில் ஒன்றை, பக்குவமாகப் பறந்து தப்பித்துக் கொள்ள முடியாததை, ஒரு கொத்திவிட்டது. – இங்குள்ளவர்கள் காக்கையை விரட்டி, குருவியைக் காப்பாற்றினார்கள் என்னிடம் வந்து சேர்ந்தது. எனக்குத்தான், பறவைகள் வளர்ப்பதிலே மிகுந்த விருப்பமாயிற்றே! குருவி கிடைத்ததாலே மிகுந்த மகிழ்ச்சி. அதை எப்படி வளர்ப்பது என்பது பற்றி நெடுநேரம் பேசி, நாளைய தினம் ஒரு கூண்டு செய்வது என்று முடிவு செய்து, இன்றிரவு மட்டும் ஒரு பெரிய கூடையில் குருவியைப் போட்டு வைக்கலாம் என்று திட்டமிட்டோம். பகலெல்லாம் குருவியைப் பார்ப்பதிலேயும், அதற்குத் தீனி தருவதிலேயும் தனியான மகிழ்ச்சி பெற்றேன். மாலை, அறை பூட்டப்படுகிறபோது பெரிய ஏமாற்றம் என்னைத் தாக்கிற்று, குருவி எப்படியோ எங்கேயோ பறந்து போய்விட்டது. தேடிப்பார்த்துப் பயன் காணவில்லை. அந்தக் கவலையுடன் இன்றிரவைக் கழிக்க வேண்டியதாகிவிட்டது.

இன்று பிற்பகல், மதியை பெரிய மருத்துவ மனைக்கு நாளைய தினம் அனுப்பப்போவதாக, டாக்டர் கூறிவிட்டுச் சென்றார், என் கைவலிக்கும் ஊசி போட்டார்.

8.5.64

குருவி காணாமற் போய்விட்டது பற்றி நான் மிகுந்த கவலையாக இருப்பது தெரிந்த நண்பர்கள், இன்று விடிந்ததும், குருவியைத்

தேட ஆரம்பித்திருக்கிறார்கள். அந்தக் குருவி, தப்பிச் சென்றதே தவிர, நீண்டதூரம் பறந்து போக முடியாததால், காக்கைக்குப் பயந்துகொண்டு, என் அறைக்கு எதிர்ப்புறத்தில் இருக்கும் மாமரத்தில் பதுங்கிக் கொண்டிருக்கிறது. விடுவார்களா! பிடித்துக் கொண்டு வந்து கொடுத்தார்கள். மிக்க மகிழ்ச்சி அடைந்தேன். அதை மீண்டும் ஒருமுறை இழந்துவிடலாமா? ஆகவே, உடனே கூண்டு தயாரிக்கும் வேலையைத் தொடங்கினோம். தோழர்கள் கே. டி. எஸ். மணியும் ஏகாம்பரமும், இரண்டு அட்டை களை, மூங்கில் குச்சிகள், தென்னை ஈர்க்குகளைக் கம்பிகளாக்கி, கூண்டாக மாற்றிவிட்டார்கள். உள்ளே குருவி உட்கார, ஊஞ்சல் போன்ற அமைப்பு – தீனிக்கு ஒரு சிறு குவளை – பல்பொடி டப்பா

மற்றொரு குவளை தண்ணீருக்கு! இத்தனை ஏற்பாடுகளையும் செய்து முடித்துக் கொடுத்தார்கள் குருவி கூண்டிலே, முதலில் கவலையுடன் இருந்தது ஆனால் மெல்ல மெல்ல இரை தின்னத் தொடங்கிற்று. அதை வேடிக்கையாகப் பார்த்துக் கொண்டிருப்பதிலேயே, நீண்ட நேரம் ஈடுபட்டிருந்தேன். என்ன இருந்தாலும் தன்னிச்சையாகப் பறந்து திரிந்து மகிழ்ந்துகொண்டிருந்த குருவியைப் பிடித்துக் கூண்டிலிட்டு இம்சிக்கலாமா; பாபம் அல்லவா என்று கேட்கத் தோன்றும் பலருக்கும். இந்தக் குருவி, இப்போதுள்ள நிலையில் வெளியே விட்டால், ஏதாவதொரு காக்கையால் கொத்தப் பட்டுச் சின்னாபின்னமாகிவிடும். ஆகவே இப்போது அதைக் கூண்டிலே போட்டிருப்பது, அந்தக் குருவிக்கே நல்லது தான்.

பாபம் என்று கூறுவார்களே என்ற எண்ணம் எனக்குத் தோன்றாமலில்லை. இரண்டு நாள்களாக நான் படித்துக் கொண்டிருக்கும் புத்தகம், பாபம் என்றால் என்ன என்ற வினாவுக்கு விடைகாணும் முயற்சி பற்றியது.

11.5.64

நேற்று, ஞாயிற்றுக்கிழமை – உப்புச் சப்பற்ற விடுமுறை நாள். படிப்பதும் பேசிக்கொண்டிருப்பதுமாகப் பொழுதை ஓட்டினோம்.

இன்று காலை விடிந்ததும், நாங்கள் நூற்பதற்காக ஒப்படைத்திருந்த ராட்டைகளையும், தக்ளியையும், அந்தத் துறையினர் ஏனோ எடுத்துக்கொண்டு போய்விட்டனர். கணக்கெடுக்கிறோம் என்று காரணம் கூறினார்கள். நமது தோழர்களோ இதிலே ஒரு ரகசியம் இருக்கிறது; நாளை மறுநாள் விடுதலை செய்யப் போகிறார்கள்; ஆகவேதான் இன்று இவற்றை எடுத்துக்கொண்டு போகிறார்கள் என்ற பேச்சைத் தொடங்கிவிட்டார்கள். அவரவர்களுக்கு உள்ள வாதத் திறமையைக் காட்டினர். ஆனால் அவ்வாறு பேசிக் கொண்டிருக்கும் போதே அவர்களுக்கே தெரியும் சலுகைகாட்டி விடுதலை செய்யப்போவதில்லை என்பது. என்றாலும், சிறையிலே எழும் பேச்சுகளில் இது மிகச் சுவை தரும் வகையானது என்பதால் பேசுகிறார்கள்.

இரண்டு நாள்களாக மனித குலத்தின் வளர்ச்சி பற்றி ஆராய்ச்சி ஏடு ஒன்று படித்துக் கொண்டிருந்தேன். புல்லாகிப் பூண்டாகி என்று இங்கு தேனொழுகப் பாடிட நம்மிடம் கவிதை இருக்கிறது, இல்லை என்று கூறவில்லை. ஆனால், இந்தத் துறையிலே, ஆண்டு பல உழைத்து, நுண்ணறிவினர், ஆராய்ச்சி நடத்தி அரிய உண்மைகளை வெளியிட்டிருக்கிறார்கள் – மேனாட்டில். அவர்கள் அங்கு எடுத்துக் கொண்ட அரும் முயற்சிகளை வியந்து பாராட்டிப் போற்ற வேண்டியது முறையாயிருக்க, இங்கு நம்மிலே சிலர், இன்று கண்டுபிடிக்கப்பட்டுள்ள ஆராய்ச்சி உண்மைகள் அவ்வளவும், அதற்கு மேலும்கூட, நம் நாட்டிலே வெகு பழங்காலத்திலேயே கண்டுபிடிக்கப்பட்டன என்று பேசிக்கொள்வதிலே பெருமை இருப்பதாகக் கருதுகிறார்கள். புல்லாகிப் பூண்டாகி என்ற கவிதைகூட, உயிர்களின் தோற்றம், வளர்ச்சி எனும் அறிவு பெற அல்ல, பாபபுண்யங்களுக்கு ஏற்றபடி பிறவிகள் எடுக்கப்படுகின்றன என்ற வைதீகக் கருத்தை விளக்க எழுந்ததேயாகும். பழம் பாடல்களை, இன்றைய ஆராய்ச்சி உண்மைகளை அன்றே தெரிவித்திட ஆக்கப்பட்ட அறிவுப் பாக்களாகும் என்று வாதிடுவது சுவை அளிக்கலாம்; பயன் இல்லை. அந்தப் பாடல்கள் அந்த நாள்களின் 'அருளாளர்களின் கருத்தோவியங்கள். கண்டுபிடிப்புக்களுக்கான வழிகளைக் கூறும் பாடங்களில்லை. சொல்லிக் கொள்ளலாம், சுவைக்காக 'சந்திர மண்டலம் போகலாம் என்பதுபற்றி

இன்று ஏதோ பெரிய ஆராய்ச்சி செய்கிறார்களாம். இதனை மிகப்பெரிய விந்தை என்று பேசிக்கொள்கிறார்கள். ஆனால் வள்ளலார், 'நாதர் முடி மேலிருக்கும் வெண்ணிலாவே அங்கு நானும் வரவேண்டுகிறேன் வெண்ணிலாவே' என்பதாக, அன்றே பாடினார் உங்களுடைய அவ்வளவு ஆராய்ச்சியையும் ஒரே அடியிலே அடக்கிக் காட்டி விட்டார்". என்று பேசிக்கொள்ளலாம். பயன் என்ன? அவருடைய அந்த அடியை வைத்துக் கொண்டு, தைப்பூசத்துக்குப் பயன்படுத்தினோமேயன்றி, வெண்ணிலா இருக்கும் இடம் செல்ல வழி என்ன என்று ஆராய்ச்சி நடத்தவில்லை. இன்றைய விஞ்ஞானக் கண்டுபிடிப்புகள் யாவும் தமிழகத்தில் பழங்காலத்திலே அறிந்திருந்தனர் என்று விளக்க, இதுபோன்ற சில பல கவிதைகளைப் பின்னி எழுதப்பட்ட ஒரு தமிழ் ஏடு பார்த்துவிட்டு, அன்பழகன் அதில் உள்ளவற்றைப் படித்துக்காட்டி இதுபோல் என்னிடம் பேசிக் கொண்டிருந்தார். தமிழ்ப் பேராசிரியராகப் பச்சையப்பன் கல்லூரியில் அவர் பணியாற்றிய நாள்களில், அவருடைய வகுப்பறை எவ்வளவு பயனளித்திருக்கும் என்று அன்று ஓரளவு உணர முடிந்தது.

நான் படித்துக் கொண்டிருந்த மனிதகுல ஆராய்ச்சி பற்றிய ஏடு, பாசுரங்கள், அருளாளர் வாக்குகள் ஆகியவற்றிலே இருந்து அடிகளைப் பெயர்த்தெடுத்துப் பிழிந்து, இதோ ஆராய்ச்சியாளரின் கண்டு பிடிப்புகளின் கருப்பொருள் என்று கூறிடும் முறையிலே எழுதப்பட்டதன்று. கற்காலத்துக்கு முன்பு இருந்த நிலையிலிருந்து, கற்காலம், நாடோடிகளாக வாழ்க்கை நடத்திய காலம், பயிரிட்டுப் பிழைத்த காலம் என்று மனிதகுலம் படிப்படியாகப் பெற்ற வளர்ச்சி யின் தன்மைகளை, புதை குழிகளில் கிடைத்த எலும்புக்கூடுகள், அந்த எலும்புகளிலே காணப்பட்ட வெட்டுக்காயக் கோடுகள், சாம்பற் குவியல், குகைகளிலே காணப்பட்ட கற்கருவிகள், அந்தக் குகைகளின் சுவர்களிலே தீட்டப்பட்டிருந்த ஓவியங்கள் என்பன போன்றவற்றை, அடர்ந்த காடுகள் சூழ்ந்துள்ள இடங்களில், மனித நடமாட்டமற்ற இடங்களிலே கல்லி எடுத்து, அவற்றின் தன்மை களிலிருந்து காலத்தைக் கணக்கெடுத்து, அன்று இருந்தவர்களின் வாழ்க்கை முறைகளையும் கண்டறிந்து கூறப்பட்டுள்ள ஏடு. பொழுது போக்காக ஒருமுறை

படித்துவிட்டு புரிந்துவிட்டது என்று சொல்லிவிடத்தக்க ஏடன்று. பலமுறை படித்திடவும், சிந்தித்துப் பொருள்பெறவும் வேண்டும். இன்று பெரும் பகுதி அந்த நூலைப் படிப்பதிலேயே செலவிட்டு மகிழ்ச்சி பெற்றேன்.

12.5.64

இப்போது குருவிகள் நான்கு உள்ளன ஆமாம், காக்கைகளிடமிருந்து தப்பி எங்களிடம் கிடைத்தவையும், நண்பர் ஏகாம்பரம் குடையைக் கண்ணியாக வைத்துப் பிடித்த குருவியும். பகலில் அறைக்கு வெளியே கூண்டு வைக்கப்படுகிறது; அருகில் நான் அமர்ந்து கொண்டோ, படுத்துக்கொண்டோ, குருவிகளின் நடமாட்டத்தின் வேடிக்கையைப் பார்த்துக்கொண்டிருக்கிறேன். ஒவ்வொரு விநாடியும் குருவிகள் எப்படிக் கூண்டை விட்டு வெளியே செல்வது என்ற முயற்சியிலே ஈடுபட்டுள்ளன; இடையிடையே தீனி பொறுக்குகின்றன; இந்தக் குருவிகளிலே ஒன்றினுடைய தாய்க்குருவி மட்டும் கூண்டுக்கு வெளியே வட்டமிடுவதும், குஞ்சுக்கு வெளியே இருந்தபடியே தீனி கொடுப்பதுமாக இருக்கிறது. மற்ற குருவிகள் தாமாகத் தின்றிடும் பக்குவம் அறிந்து கொண்டுவிட்டன. இது ஒன்று மட்டும், தாயின் உதவியைப் பெறவேண்டிய பருவத்திலிருக்கிறது. அந்தத் தாய்க் குருவியும், மிகுந்த பாசத்துடன், குஞ்சுக்குத் தீனி கொடுக்க, அடிக்கடி கூண்டு இருக்குமிடம் வருகிறது. இரவு, கூண்டு என் அறையில், என்னோடு பொன்னுவேலுவும் வெங்காவும் இருப்பதால் காவலாளிகள் கணக்கெடுக்க வரும்போது, ‘மூன்று’ என்று வழக்கமாகக் கணக்குக் கொடுப்பதுண்டு; இப்போது ஏழு என்று வேடிக்கையாகக் கணக்குக் கொடுக்கிறோம். **16.5.64**

இரண்டு மூன்று நாள்கள் குறிப்பு எழுதவில்லை. நிகழ்ச்சிகளில் புதுமையும் இல்லை; குறிப்பிடத்தக்கவையாகவும் இல்லை. சிந்தனை யில் தோன்றியவற்றை எப்படி இங்கு வடித்துக்காட்ட முடியும்? பகலில், அரசியல் பிரச்னைகள் பலபற்றி நண்பர்களுடன் பேசுவது, இரவு அறையில் அமர்ந்து வரைவது, எழுதுவது, படிப்பது இப்படி.

காஞ்சிபுரத்தில், அரசியல் சட்ட மொழிப் பிரிவைக் கொளுத்துவதன் மூலம், தமிழகத்திலுள்ள இந்தி எதிர்ப்பு

உணர்ச்சியை எடுத்துக்காட்டிய அறப்போர் வீரர்கள், முன்னாள் சட்டமன்ற உறுப்பினர் கோவிந்தசாமி, கம்பராசபுரம் இராசகோபால், காஞ்சிபுரம் துரை அச்சக உரிமையாளர் சம்பந்தம், சீதாபுரம் ராமதாசு, மாதவரம் வேதாசலம் ஆகிய ஐவருக்கும் ஆறுமாதக் கடுங்காவல் தண்டனையும், அந்த நிகழ்ச்சியின்போது தொடர்பு வைத்துக் கொண்டதாகக் குற்றம் சாட்டப்பட்ட மாவட்டச் செயலாளர் சி. வி. எம். அண்ணாமலை, நகரச் செயலாளர் மார்க், பொதுக் குழு உறுப்பினர் சபாபதி ஆகிய மூவருக்கும் அறுவாரக் கடுங்காவல்

371 தண்டனையும், செங்கற்பட்டு வழக்கு மன்றத்திலே விதிக்கப்பட்டு, நிகழ்ச்சியில் பங்கேற்றதாகக் குற்றம் சாட்டப்பட்டிருந்த நெல்லிக்குப்பம் தொகுதி சட்டமன்ற உறுப்பினர் கிருஷ்ணமூர்த்தி பி. ஏ. பி. எல். லும், காட்டுமன்னார் குடித் தொகுதிச் சட்டமன்ற உறுப்பினர் கிருஷ்ணமூர்த்தியும், குற்றம் மெய்பிக்கப்படவில்லை என்பதனால், விடுதலை செய்யப்பட்டார்கள் என்றும் இதழ்கள் மூலம் செய்தி கிடைத்தது.

மதுரையில் முத்து குழுவினருக்கு ஓராண்டு தண்டனை தரப்பட்டது கண்டு, இங்கும் அதுபோல இருக்கும் என்று எண்ணிக் கொண்டிருந்தோம்.. நான் சற்று அதிகமாகவே கவலைப்பட்டுக் கொண்டிருந்தேன். ஆகவே அறுதிங்கள் என்று அறிவிக்கப்பட்டிருந்தது ஒருவிதமான ஆறுதல் அளித்தது.

தண்டனைதான் ஆறு திங்களே தவிர, அவர்கள் வழக்கு நடைபெற்று முடிய எடுத்துக்கொள்ளப்பட்ட 4 மாதங்களும் சிறையிலே இருந்து வந்தனர்; ஆக மொத்தத்தில் பத்துமாதச் சிறை என்று ஆகிறது.

தோழர் கோவிந்தசாமி சிறையில் இருக்கும் போது, அடுத்தடுத்து அவருடைய அண்ணனும், அக்காவும் காலமாகிவிட்டனர். அதனால் ஏற்பட்ட வேதனையையும் சுமந்து கொண்டு, அவர் சிறையிலே அடைபட்டுக் கிடந்தார்.

தோழர்களைச் சென்னைச் சிறைக்கு எப்போது அழைத்து வருவார்கள் என்று ஆவலாகக் காத்துக் கொண்டிருந்தோம். அவர்களுக்கும், சிறை செல்கிறோமே என்ற கலக்கமோ

கவலையோ எழுந்திருக்காது; சென்னைச் சிறையில் என்னையும் மற்ற நண்பர்களையும் காணலாம். உடனிருந்து மகிழலாம் என்ற எண்ணம்தான் ஆர்வமாக எழுந்திருந்திருக்கும், என்று எண்ணுகிறேன்.

தமிழகத்தில், இந்தி எதிர்ப்பு அறப்போரில் ஈடுபட்டு தண்டனை பெறும் கழகத் தோழர்கள் அனைவரையும், ஒரே ஊரில், ஒரே சிறையில் வைத்தால் எவ்வளவு மகிழ்ச்சியாக இருக்கும் என்பதுபற்றிப் பேசிக்கொண்டிருந்தோம். *18.5.54*

இரண்டு நாள்களாக கோவிந்தசாமியும், மற்றவர்களும் வருவார்கள், வருவார்கள் என்று எதிர்பார்த்து ஏமாற்றமடைந்தோம்.

ஒரு வேளை அவர்களை வேலூர் சிறைக்கு அழைத்துச் சென்றுவிட்டிருக்கக் கூடும் என்று பிறகு எண்ணிக்கொண்டோம். சிறையிலே அவ்விதமான வதந்தியும் பரவிவிட்டது. ஆனால் பகல் பன்னிரண்டு மணி சுமாருக்கு எட்டுத் தோழர்களும், கலியாண வீட்டுக்குள்ளே நுழைவதுபோல, புன்னகையுடன் வந்தனர். வெளி உலகத்திலிருந்து வந்திருக்கிறார்கள் அல்லவா? சிறை உலகிலே இருந்து வரும் எங்களுக்கு அவர்களைக் காண்பதிலே, சேதிகள் கேட்டறிவதிலே,' தனி இன்பம் பிறப்பது இயற்கைதானே? இப்போது இந்தப் பகுதியில் நாங்கள் 20–பேர் இருக்கிறோம் – மதி மருத்துவ மனையிலிருந்து வரவில்லை – அவரோடு சேர்த்தால் 21.

வந்தவர்கள், அறப்போர் நிகழ்ச்சிகள், மக்கள் காட்டிய ஆர்வம், வழக்குமன்ற விவரங்கள் ஆகியவை பற்றிக் கூறினார்கள். நாங்கள் சிறையில் உள்ள நிலைமைகள் பற்றிக் கூறினோம். மீஞ்சூர் கோவன் அணியினரும், பூவிருந்தவல்லி, சின்னசாமி குழுவினரும் விடுதலையாகச் சென்றதைச் சொன்னோம். விவரமெல்லாம் நடராசன் கூறினார். அவரும் மதியின் இளவல் கிட்டுவும், சிறை வாயிலில் எங்களைக் கண்டு பேசினார்கள் என்று கோவிந்தசாமி கூறினார். அவருடைய வேதனையை உணர்ந்து, சில வார்த்தைகள் ஆறுதல் கூறினேன். தம்மைச் சிறுவயது முதல் பாசத்தோடு வளர்த்து வந்தவர்கள் தனது அக்காதான் என்பதை, கோவிந்தசாமி கூறிக் கண் கலங்கினார்.

இரண்டு நாள்களாக, மனிதகுல வரலாறு பற்றிய மற்றொரு புத்தகம் படித்துக்கொண்டிருந்தேன். இது, கற்காலத்தில் இருந்த நிலையிலிருந்து படிப்படியாக மனித குலம் எவ்விதமெல்லாம் மாறுதல் அடைந்தது என்பது பற்றிய ஆராய்ச்சி ஏடன்று. மிகப் பழைய காலத்திலிருந்து உலகிலே நடைபெற்ற நிகழ்ச்சிகளைக் கதை வடிவிலே எடுத்துக்காட்டும் ஏடு மொத்தத்தில் கதைகளிலே, கி.மு. 30,000 ஆண்டிலிருந்து கி. பி. 1860ஆம் ஆண்டு வரை, குறிப்பு தரப்பட்டிருக்கிறது.

காட்டுமிருகங்களைக் கூட்டிவைத்து, இரண்டு காலுள்ள ஒரு பிராணியைக் கண்டேன், இனி நமக்கு ஆபத்து உண்டாகும் என்று ஒரு குரங்கு கூறுகிறது, கி. மு. 30,000–ல். அடுத்த கதை கி.மு. 15,000–கற்காலத்துக்குச் சூழ்நிலை பற்றியது; பிறகு கி.மு. 3,500, கி.மு. 1,152; கி.மு. 480, கி.மு. 300, கி.மு. 200, கி.மு.100, கி.மு. 55 என்று தொடர்ந்து, கி.பி.1492, அமெரிக்கா கண்டுபிடிக்கப்பட்ட நிகழ்ச்சி, கி.பி.1736, நீராவி பற்றிய ஆராய்ச்சியின் தொடக்கம், கி.பி. 1860–விடுதலை உணர்ச்சி எழும்பியது, என்ற முறையில், புத்தகம் அமைந்திருக்கிறது. இதிலே, வியப்பு என்னவென்றால், இது பத்து வயதுச் சிறுவர்களுக்கு, உலக வரலாற்று நிகழ்ச்சிகளை ஓரளவுக்கு அறிமுகப்படுத்தி வைக்க எழுதப்பட்ட புத்தகம் என்று அறிவிக்கப்பட்டிருக்கிறது. முன்னுரை யில் புத்தகம் 1930–க்கு முன்பு அச்சிடப்பட்டது. மற்ற நாட்டு மாணவர்களுக்கு அறிவு புகட்ட எத்தகைய நேர்த்தியான ஏடுகளெல்லாம் அளிக்கப்பட்டு வருகின்றன என்பதை உணரச் செய்கிறது இந்த ஏடு.

19.5.64

வழக்கமான பார்வையிடுதல், ஆனால் இந்த முறை, எங்களுக்குப் புதுமகிழ்ச்சி – புதியவர்களுடன் நிற்கிறோம் அல்லவா? மொத்தம் இருபதுபேர், இங்கு மட்டும் உள்ளே வேறு இருக்கிறார்கள். எட்டுப் பேருக்கும் அவசரம் அவசரமாகக் கைதி உடை தரப்பட்டு அணியில் நிறுத்தப்பட்டனர். இங்கு எல்லாக் கைதிகளை விட, அதிக உயரம், உடற்கட்டு, பார்வையில் உறுதி, எல்லாவற்றிலும் மேலான நிலை, கம்பராசபுரம் ராசகோபாலுக்குத்தான். சிறை மேலதிகாரிகள் பார்வையிட்டுக்கொண்டு சென்றபோது, அவர்கள் மனதிலே

எழாமலா இருந்திருக்கும் நல்ல நல்ல ஆட்களப்பா, தி.மு. கழகத்தில் என்ற எண்ணம்!

இன்று மேலும் மகிழ்ச்சி எழத்தக்க விதத்தில் திருச்சியில் பல்வேறு முனைகளில் அறப்போரில் ஈடுபட்டு, சட்டமன்ற உறுப்பினர்கள் அன்பில் தருமலிங்கம், எம். எஸ். மணி, அழகமுத்து, ஜெகதாம்பாள், வேலாயுதம், வெங்கலம், மணி, அரியலூர் நாராயணன், புதுக்கோட்டை தியாகராாசன் உள்ளிட்டு, மொத்தத்தில் 250–க்கு மேற்பட்டவர்கள் 'கைது' செய்யப்பட்டிருக்கிறார்கள். இன்றிரவு மதுரை முத்து, அவர்களைத் திருச்சி சிறையில் வரவேற்றிருப்பார் என்று கருதுகிறேன். அந்தத் தோழர்களுக்கு மத்தியில் நான் இருப்பதற்கில்லையே என்று ஒருகணம் கவலைகூடப் பிறந்தது. பிறகோ எங்கே இருந்தால் என்ன – தொலைவு நம்மைப் பிரித்துவைக்க முடியாது அவர்கள் நெஞ்சிலே நாம், நமது நெஞ்சிலே அவர்கள் என்ற எண்ணம் மலர்ந்தது. எது சிதைக்க முடியும்? பேசி மகிழ்ந்திருங்கள். தோழர்களே! நாங்கள் இங்கே உங்களைப் பற்றித் தான் பேசி மகிழ்ந்து கொண்டிருக்கிறோம் என்று நானாகக் கூறிக்கொண்டேன்.

இன்னும் நாலு நாள்களில், சுந்தரம், வெங்கா, பொன்னுவேல், பார்த்தசாரதி ஆகிய நால்வரும் விடுதலை ஆகிறார்கள்.

இன்று காலையிலிருந்து காஞ்சிபுரம் மணி, சுந்தரத்தைப் பெயரிட்டுக் கூப்பிடுவதில்லை – "என்னய்யா நாலு நாளு!" என்று தான் அழைக்கிறார்.

22.5.64

வெங்காவும் பொன்னுவேலுவும் நன்றாகத் தூங்கிக் கொண்டிருக்கிறார்கள் – பொழுது விடிந்ததும் விடுதலை. என் வலப் பக்கத்து அறையிலுள்ள பார்த்தசாரதிக்கும் இடப்பக்க அறையிலுள்ள சுந்தரத்திற்கும் கூடத்தான். இன்று இரவோடு, அந்த நால்வருடன் ஒன்றாகக் கழித்து வந்த சிறைவாழ்க்கை முடிவடைகிறது. அவர்கள் வெளியே செல்கிறார்கள். நான் இன்னும் ஓர் இருபத்தியொரு நாள்கள் இங்கிருக்கவேண்டும். இன்றோடு 19 நாள்கள் ஆகியுள்ளன என்று பொன்னுவேல் கணக்குக் கொடுத்தார். இவர்களுடன்

வெளியேயும் நெருங்கிப் பழகுபவன் தான் நான் என்றாலும், இந்த ஆறுதினங்களாக இருபத்தி நாலு மணி நேரமும் ஒரே இடத்தில் இருந்து பழகி வந்ததை நினைக்கும்போது, இந்தப் பிரிவு மனத்துக்குச் சங்கடமாகத்தான் இருக்கிறது. என்னிடம் அவர்கள் கொண்டுள்ள அன்பும், என் நலனைக் கருத்தில் கொண்டு, எனக்காகப் பல்வேறு உதவிகளை அவர்கள் செய்வதிலே வெளிப்பட்ட பாசஉணர்ச்சியும் என் உள்ளத்தில் என்றும் நிலைத்திருக்கும். பார்த்தசாரதி தவிர மற்ற மூவரும் இளமைப் பருவத்தினர் – குடும்பம் மட்டுமே தரத்தக்க குதூகலத்தை இழந்தது மட்டும் அல்லாது – இழந்து இங்கு ஆறு திங்களாக அல்லலை மேற்கொண்டனர். ஒரு தூய காரியத்துக்காகத் தொண்டாற்றுகிறோம் என்ற உணர்ச்சியும் எழுச்சியும் தவிர, இந்த நிலையை இலட்ச இலட்சமாகக் கொட்டிக் கொடுப்பதாகச் சொன்னாலும் ஏற்படுத்த முடியுமா? தூங்கட்டும் பாவம்! நாளையதினம் பெற்றோர் மகிழ, உற்றாரும், நண்பர்களும் நலன் விசாரிக்க, இல்லத்தரசி இன்முகம் காட்ட, மகிழ்ச்சி அடையப் போகிறார்கள். அவர்களெல்லாம் அதுபோல இன்பமாக வாழவேண்டும் என்பதுதான் என் எண்ணம்; என்றாலும் கன்னல் தமிழ்மொழி காத்திடும் கடமை எழும்போது, எத்தகைய இன்ப நுகர்ச்சியையும் விட்டுக்கொடுத்துவிட்டு, வீறுகொண்டு எழவேண்டும் என்பது என் முறையீடு. என் குரல் கேட்டு, மதிப்பளித்து, இன்ப நிலைமையை இழந்திடும் துணிவுகொண்டு, இங்கு வந்தவர்கள் இந்த நண்பர்கள்.நாளைய தினம், நாட்டினரைக் காணச் செல்கிறார்கள். நாளை மாலை, வெங்காவின் கிராமமான சீதாபுரத்தில், பாராட்டுக் கூட்டமாம். அறப்போரில் ஈடுபட்ட அனைவரும் பாராட்டுக் குரியவர்கள்; நாடு அவர்களைப் பாராட்டத்தான் செய்யும். சென்று வருவீர்! சிறையிலே மேலும் பலர் இன்னமும் அடைபட்டுக் கிடக்கிறார்கள் என்ற செய்தியை மக்களிடம் எடுத்துக் கூறிடுவீர்! என்று தெரிவித்துக் கொள்கிறேன்.

இன்று காலை, கருணாநிதி வந்திருந்தது எனக்கு மிக்க மகிழ்ச்சி அளித்தது – பார்த்து இரண்டு மூன்று திங்களாகிவிட்டன. கருணாநிதியுடன் கருணாநந்தமும் வந்திருந்தார். தோழர்களின் நலன் குறித்துக் கேட்டறிந்து மகிழ்ச்சி பெற்றேன். கருணாநிதியின்

வழக்கு அடுத்த மாதம் மூன்றாவது வாரம் நடைபெறும் என்று அறிந்து கொண்டேன். கூட்ட நிகழ்ச்சிகள், உண்டி திரட்டியது ஆகிவைபற்றிக் கூறிடக்கேட்டு இன்புற்றேன். “அண்ணா, 13ஆம் தேதி நிச்சயாக விடுதலைதானே? காலையிலே எத்தனை மணிக்கு அனுப்பி வைப்பீர்கள்?” என்று ஆவலுடன் கேட்ட கருணாநிதியின் கேள்விக்கு, அதிகாரி அழகான ஒரு புன்னகையைப் பதிலாகத் தந்தார்.

இன்று மாலை என்னைக் காண இராணி, பரிமளம், சரோஜா மூவரும் வந்ததாகவும், காலையிலேயே பார்க்கும் முறை தீர்ந்துவிட்டதால் இன்று பார்ப்பதற்கு இல்லை என்று கூறித் திருப்பி அனுப்பிவிட்டதாகவும் கேள்விப்பட்டேன்.

23.5.64

இன்று, பார்த்தசாரதி, சுந்தரம், பொன்னுவேல், வெங்கா ஆகிய நால்வரும் விடுதலை செய்யப்பட்டனர். காலை 5.30க்கே நான் எழுந்துவிட்டேன், நண்பர்களை வழியனுப்பிவைக்க. நால்வரும், இங்குள்ள நண்பர்களிடம் விடை பெற்றுக்கொண்டு 6.30 மணி சுமாருக்குச் சென்றனர். சிறை உடைகளைக் களைந்துவிட்டு, அவர்கள் தங்கள் சொந்த உடை அணிந்துகொண்டு, எங்களிடம் விடை பெற எதிரே நின்றபோது, ஒரு புதிய பொலிவு அவர்கள் முகத்திலே மலர்ந்தது. வெளியே செல்கிறோம், அறப்போரில் ஈடுபடச் சிறை சென்றவர்கள் இதோ விடுதலை பெற்று வந்திருக்கிறார்கள் என்று ஆயிரமாயிரம் தோழர்கள் சுட்டிக்காட்டி மகிழப் போகிறார்கள். அறப்போரின் அருமை பெருமையினை அறிந்தவர்கள் பெருமிதம் கொள்ளப் போகிறார்கள். பெற்றோரும் இல்லத்தின் மற்றவர்களும், சிறை சென்றுள்ளனரே நமது செல்வங்கள், எப்படி அவர்களைப் பிரிந்திருப்பது, உடல் நலம் கெடாமல் இருக்கவேண்டுமே, என்றெல்லாம் கொண்டிருந்த கவலை நீங்கப்பெற்று, வந்துவிட்டனர் எமது செல்வங்கள், பொலிவளிக்கும் புன்னகை தவழும் முகத்துடன் வந்துவிட்டனர் என்று கூறி, மகிழ்ச்சிபெறப் போகிறார்கள் என்ற எண்ணம், விடுதலை பெற்ற நால்வருக்கும், புதிய தெம்பையும், நடையிலே ஒரு மிடுக்கையும் தானாகக் கொண்டுவந்து சேர்த்து விட்டது. அவர்களை அந்த நேரத்தில் காண்பவர்களின் கண்களில் இவர்கள் சற்று முன்புவரை

கைதிகளாக இருந்தவர்கள் என்று எண்ணிடக்கூடத் தோன்றாது; அத்தகைய ஒரு புதுப் பொலிவு பெற்றனர். அவர்களை அனுப்பி வைத்துவிட்ட பிறகு, அன்று முழுவதும் எனக்கு, அடிக்கடி அவர்கள் பற்றிய நினைவாகவே இருந்தது. அதிலும், எதற்கெடுத்தாலும், வேடிக்கையாக, சுந்தரத்தைக் கூவிக் கூவி அழைப்பது இந்த ஆறு திங்களாக எனக்குப் பழக்கமாகி விட்டிருந்ததால், அந்த நினைவு மேலோங்கியபடி இருந்து வந்தது. சுந்தரம்! சுந்தரமூர்த்தி! சுந்தரமூர்த்தி நாயனார்! – என்று இப்படி மாறி மாறிக் கூப்பிட்டபடி இருப்பேன். அவர்கள் வெளியே சென்றுவிட்ட பிறகு, அந்த அறைகள் வெறிச்சிட்டுப் போய்க்கிடந்தன.

வெளியே நல்ல கூட்டம் – வரவேற்பு என்று காவலாளிகள் பேசிக்கொண்டார்கள் – விவரங்கள் கூறுவாரில்லை. நாங்களாக, இப்படி இருந்திருக்கும், இன்னின்னார் வந்திருப்பார்கள், இப்படி இப்படிப் பேசி மகிழ்ந்திருப்பார்கள் என்று, இங்கு இருந்தபடி கற்பனை செய்து கொண்டிருந்தோம் – அதிலேயும் ஒரு சுவை இடைக்கத்தான் செய்தது.

முன்பே செய்திருந்த ஏற்பாட்டின்படி, சமையல் நிர்வாகப் பொறுப்பை காஞ்சிபுரம் சம்பந்தம் மேற்கொண்டார். சுந்தரமூர்த்தி நாயனார் வெளியே சென்றுவிட்டார். இனி சம்பந்தர் துணைதான் நமக்கு என்று வேடிக்கைக்காகக் கூறினேன். எந்தக் காரியத்தையும் பொறுப்பாகவும் அமைதியாகவும், தமது திறமை பற்றி எதுவும் பேசாமலும் பெருமை கூறிக்கொள்ளாமலும் செய்து முடிப்பவர், சம்பந்தம் – அடக்கமான இயல்பு.

இப்போது, எனக்கு வலப்புறமும், இடப்புறமும், பார்த்தசாரதி, சுந்தரம் இருந்த அறைகளில், சம்பந்தமும் மணியும் குடியேறி உள்ளனர். இரவு என் அறையில், மணியும் திருவேங்கிடமும் இன்றிரவு நீண்டநேரம் செங்கற்பட்டு மாவட்ட கழக நிலைமைகள் குறித்து, மணியிடம் பேசிக்கொண்டிருந்தேன். என்னுடைய நலனைக் கவனித்துக் கொள்வதிலே மிகுந்த அக்கறை கொண்டுள்ள மணி, சம்பந்தம், திருவேங்கிடம் ஆகியோர், நான் விடுதலை பெற்ற பிறகும், இங்கே இருக்க வேண்டியவர்கள். சுந்தரம், பார்த்தசாரதி ஆகியோர் வெளியே சென்றுவிட்டதால் என் நபனைக் கவனித்துக் கொள்வதில்

புதிய பொறுப்பு ஏற்றுக்கொள்ள வேண்டும் என்ற எண்ணம் கொண்டு, அன்பழகன் மெத்த உதவிகள் செய்கிறார்.

இன்று மாலை, இராணி, பரிமளம், சரோஜா மூவரும் என்னைக் காண வந்திருக்கிறார்கள்; இன்று அனுமதிக்க முடியாது, திங்கட்கிழமை வரலாம் என்று அதிகாரிகள் கூறித் திருப்பி அனுப்பி விட்டதாகத் தெரியவந்தது, அன்பழகனைக் காணவந்த வெற்றிச் செல்வியையும் அது போலவே திருப்பி அனுப்பிவிட்டிருக்கிறார்கள்; அவர்கள் வீடு சென்று, சிறை மேலதிகாரியிடம் தொலை பேசிமூலம் கேட்டிருக்கிறார்கள், இன்று எனக்கு என் கணவரைப் பார்க்கும் அனுமதி இருந்தும் திருப்பி அனுப்பிவிட்டார்களே, ஏன்?' என்று. அதற்குப் பிறகு, வெற்றிச் செல்விக்கு அனுமதி தரப்பட்டது. அவர்கள் அன்பழகனை வந்து பார்த்து, இந்தத் தகவலையும் இராணியைத் திருப்பி அனுப்பிவிட்டது பற்றியும் கூறி இருக்கிறார்கள். இன்று சர்க்கார் விடுமுறை – நாளாம் – ஆகவே சீக்கிரமாகவே பூட்டிவிட வேண்டும் என்று கூறி, வெளியே மஞ்சள் வெயில் அடித்துக்கொண்டிருக்கும்போதே எங்களை அறைகளில் போட்டு விட்டார்கள். தூக்கம் வருகிறவரையில், ரஷியாவில் புரட்சி வெற்றி பெற்ற காலத்திற்கும் புதிய சமுதாய அமைப்பு பலமடையும் காலத்திற்கும் இடையே இருந்த நிலைமைகளை விளக்கும் பல சிறுகதைகள் – ரஷிய எழுத்தாளர்கள் தீட்டியவை – கொண்ட ஏடு படித்துக் கொண்டிருந்தேன். சிறை வாழ்க்கை பற்றிய ஒரு சிறுகதை, மனத்தை உருக்கும் விதமாக இருந்தது. அதைப்பற்றிச் சிந்தித்தபடியே கண் அயர்ந்தேன்.

24.5.64

ஞாயிற்றுக்கிழமை – ஓய்வு நாள் – சிறையில் வறட்சி நிரம்பிய நாள். இந்த வறட்சியை நீக்கும் வகையில், இன்று காலை பத்து மணிக்கு மருத்துவ மனை சென்றிருந்த மதியழகன் இங்குவந்து சேர்ந்தார். கடந்த பதினைந்து நாள்களாக, மருத்துவ மனையில் இருந்து விட்டு வருகிறார் – சிறையில் உள்ளவர்களுக்கு, இவ்விதம் வெளியிலிருந்து வருகிறவர்களைக் கண்டதும், ஒரு தனி மகிழ்ச்சி பிறப்பது இயல்பல்லவா? சேதிகள் கேட்டறிந்து கொள்ள வாய்ப்பு அது என்பதால், மருத்துவ மனையில் – தமக்கு அளிக்கப்பட்ட சிகிச்சை

பற்றி விவரமாக மதி கூறினார். விடுதலையான வெங்கா, பொன்னுவேல், பார்த்தசாரதி ஆகியோர் நேற்று மருத்துவமனை வந்து தன்னைப் பார்த்ததாகவும், சில நாள்களுக்கு முன்பு, ராஜாராம் எம். பி., என். வி. நடராசன், எம். எல். சி., அரங்கண்ண ல், எம். எல். ஏ., குத்தூசி குருசாமி மற்றும் பலர் வந்து நலன் கேட்டுச் சென்றதையும் கூறினார். சென்னைக் கடைவீதியொன்றில் ஏற்பட்ட வெடிவிபத்தில் சிக்கியவர்களை, மருத்துவ மனையில் பார்த்ததை, மதி கூறிடக் கேட்கும்போது, மிகவும் வேதனையாக இருந்தது. பயங்கரமான விபத்து என்று தெரிகிறது. மிகப் பரிதாபகரமான சாவுகள் ஏற்பட்டிருக்கின்றன. இத்தனை உயிர்களைக் காவுகொண்ட, அத்தகைய ஆபத்தான வெடிமருந்துகளை எத்தகைய இடத்தில், எவ்விதமான முறையில் வைத்திருக்க வேண்டும் என்ற கட்டுத் திட்டம், முறைகளே இல்லையா? இவ்விதமான பயங்கரமான விபத்து ஏற்படக் கூடிய விதத்திலா நிலைமை இருந்திருக்க வேண்டும் என்பனபற்றிப் பேசிக்கொண்டிருந்தோம். மதியழகன் நேரிலே அந்த விபத்திலே சிக்கிக் கொண்டவர்களைப் பார்த்துவிட்டு வந்த விவரம், கூறக் கேட்டபோது மனம் மிகவும் வேதனைப்பட்டது.

25.5.64

இன்று காலை பத்து மணிக்குமேல், மேயர் கிருஷ்ணமூர்த்தி துணைமேயர் கபாலமூர்த்தியுடன் என்னைக் காண வந்திருந்தார். முன்பு இரண்டொருமுறை முயன்றும் மேயர் என்னைக் காண உரிய நேரத்தில் அனுமதி கிடைக்கவில்லை. சில ஆண்டுகளாக என்னிடமும் கழகத் தோழர்களிடமும் நட்புக்கொண்டு பழகிவரும் கிருஷ்ணமூர்த்தி அவர்கள் இனிய இயல்பு படைத்தவர். அவர் மேயராக வேண்டுமென்று கழகம் எடுத்துக்கொண்ட முதல் முயற்சி வெற்றிபெறாமற் போனபோது நான் சங்கடப்பட்டேன்; அப்போதுகூட அவர், வெற்றி கிட்டாதது பற்றிக் கவலை இல்லை. நீண்ட பல ஆண்டுகளாக நான் எந்தக் கம்யூனிஸ்ட் கட்சியுடன் இணைந்து பணியாற்றி வந்திருக்கிறேனோ அந்தக் கம்யூனிஸ்டு கட்சி, காங்கிரசுடன் கூடிக்கொண்டு எனக்குத் துரோகம் செய்த அதே நேரத்தில், கழகத் தோழர்கள் கட்டுப்பாடாக இருந்து எனக்கு ஆதரவு

அளித்த பெருமையும் மகிழ்ச்சியுமே எனக்குப் போதும் என்று கூறினவர்.

'மேயர் பொறுப்பிலே ஈடுபட்டதிலே ஏற்பட்ட அனுபவங்கள் பற்றிச் சிறிது நேரம் பேசிக்கொண்டிருந்தார். துணைமேயருடன், அப்போதுகூட நகரில் பல பகுதிகளைப் பார்வையிட்டுவிட்டு வருவதாகச் சொன்னார்.

எளிய வாழ்க்கையினரான அந்த நண்பருடைய தொண்டு, நகருக்குக் கிடைத்திருப்பது நல்லதொரு வாய்ப்பாகும். அவர் தொடர்பு கொண்டுள்ள கம்யூனிஸ்டு கட்சியின் இன்றைய பிரச்னைபற்றிச் சில கூற ஆரம்பித்தார்; அந்தப் பேச்சை மேற்கொண்டு விரிவாக்காதபடி நான்வேறு விஷயங்களைப் பேசலானேன்.

மாலையில் இராணி, பரிமளம், சரோஜா மூவரும் வந்திருந்தனர். மூவருக்குமேல் அனுமதி கிடையாது என்பதால், கௌதமன் வெளியிலேயே நிறுத்தப்பட்டு விட்டதாகக் கூறினார்கள். அனைவருடைய நலன்பற்றியும் சிறிது நேரம் பேசிக்கொண்டிருந்தோம்.

இன்று இரவு, காஞ்சிபுரம் அறப்போரில் ஈடுபட்ட கோவிந்தசாமி குழுவினர் வழக்கில், அளிக்கப்பட்ட தீர்ப்பு விவரம் படித்துக்கொண்டிருந்தேன்.

மாலை அணிவித்தார்கள். கொடிகளைக் கொடுத்தார்கள். சென்றுவருவீர்! வென்றுவருவீர்! என்று முழக்கமிட்டு உற்சாக மூட்டினார்கள். ஆகவே தோழர்கள் சி. வி. எம். அண்ணாமலை, மார்க், சபாபதி, நெல்லிக்குப்பம் தொகுதி சட்டமன்ற உறுப்பினர் கிருஷ்ணமூர்த்தி காட்டுமன்னார்குடி தொகுதி சட்டமன்ற உறுப்பினர் கிருஷ்ண மூர்த்தி ஆகியோர், (இ. பி. கோ. 120) சதிக் குற்றம் செய்தவர்களாகிறார்கள் என்ற போலீஸ் தரப்பு வாதத்தை நீதிபதி ஏற்றுக் கொள்ளவில்லை. அதற்கான விவரத்தைத் தமது தீர்ப்பிலே கூறியிருந்தார்.

இதேபோன்ற வழக்குத்தான் கருணாநிதி, நடராசன் ஆகியோர் மீது மதுரையில் தொடரப்பட்டது; ஆனால் அங்கு அவர்களுக்கு நீதிமன்றம் அறுதிங்கள் கடுங்காவல் தண்டனை என்று அளித்திருக்கிறது.

சி. வி. எம். அண்ணாமலையும் மற்றவர்களும், சட்ட விரோதமான செயலில் ஈடுபடக்கிளம்பிய கோவிந்தசாமி குழுவினருக்கு மாலை அணிவித்தனர். அந்தச் செயல், அவர்களைக் குற்றம் செய்யச் சதி செய்தவர்களாக்குகிறது என்ற போலீஸ் வாதத்தை நீதிபதி ஏற்றுக்கொள்ள மறுத்து, ஆறாம்.குற்றவாளி (அண்ணாமலை) தமது கட்சித்தோழர்களுக்கு மரியாதை தெரிவிக்க மாலை அணிவித்ததாகக் கூறியுள்ளார்; மாலை அணிவித்ததை மட்டுமே ஆதாரமாக வைத்துக்கொண்டு, மாலை அணிவித்தவர்களும் சதியில் பங்கு கொண்டவர்களாகிறார்கள் என்ற முடிவுக்கு வருவதற்கில்லை. ஒன்றுகூடி, கூட்டாக ஒரு குற்றம் செய்வது சதி என்று ஆகிறது. போலீஸ்தரப்பில் தரப்பட்ட சான்று 17 எண் முதல் ஐந்து குற்றவாளிகள் மட்டுமே அரசியல் சட்டத்தைக் கொளுத்த வேண்டும் என்று தி.மு.க. தலைவர்கள் பணித்திருக்கிறார்கள் என்பதைக் காட்டுகிறது. அந்த ஐவரும், அதுபோல் செய்திட ஏற்கெனவே முடிவெடுத்துள்ளனர் என்பதும், போலீஸ் தரப்பு தந்த சான்று மூலமே தெரியவருகிறது. ஆகவே முதல் ஐந்து எதிரிகள் அரசியல் சட்டத்தைக் கொளுத்தும்படி, சதி செய்யவேண்டிய அவசியம் மற்ற எதிரிகளுக்கு இல்லை.

ஏழாவது குற்றவாளி சபாபதி கழகக் கொடிகளை முதல் ஐந்து எதிரிகளிடம் கொண்டுவந்து கொடுத்தார் என்று கூறப்பட்டது. கொடுத்ததாகவே வைத்துக் கொண்டாலும், அதனாலேயே ஏழாவது எதிரி சதி செய்தார், உடந்தையாக இருந்தார் என்று கூறிவிட முடியாது – என்று நீதிபதி தமது தீர்ப்பில். விளக்கம் அளித்திருக்கிறார். சட்டத்தை இன்ன இடத்தில், இன்னின்னார் கொளுத்தப் போகிறார்கள் என்று முன்னதாகவே சுவரொட்டிகள் மூலம் அறிவித்திருப்பதையும் அவர் குறிப்பிட்டுள்ளார். தீர்ப்பைப்பற்றி மணியுடன் பேசிக்கொண்டிருந்தேன். 26.5.64

இன்று மதியழகன் விடுதலை. அவர் உள்ளிட பதினைந்து தோழர்கள் – மூன்று அணியினர் இன்று காலை விடுதலை செய்யப் பட்டனர். விடியற் காலை ஐந்தரை மணிக்கே, அறையைத் திறந்து விட்டார்கள். எங்கள் அறைகளைத் திறக்கவில்லை. விடுதலை பெற்று வெளியே செல்லும் மதியிடம் அளவளாவக்கூட இயலாது போலிருக்கிறதே

என்று கவலைப்பட்டுக்கொண்டிருந்தேன். அரை மணி நேரத்திற்குப் பிறகு, எங்கள் அறைகளையும் திறந்தார்கள் – அனைவரிடமும் விடைபெற்றுக்கொண்டு மதி புறப்பட்டார்; மற்ற தோழர்களை எந்தப்பக்கமாக அழைத்துக்கொண்டு சென்றார்களோ, தெரியவில்லை; நான் அவர்களைக் காண இயலவில்லை. நாங்கள் உள்ள பகுதியிலிருந்து, வெளிப் பக்கத்தைக் கூர்ந்து பார்த்தபடி நின்று கொண்டிருந்தோம். எதிர்ப்புற நெடுஞ்சாலையில் செல்லும் மோட்டார்கள், சிறை அருகே வந்ததும், நகர்ந்து செல்லக்கண்டு தோழர்கள் கூட்டமாக வந்திருக்கிறார்கள் என்று உணர்ந்து கொண்டோம். சில கொடிகள் அசைவதுகூடத் தெரிந்தது. சில நிமிடங்களுக்குப் பிறகு, வாழ்த்தொலியும் முரசொலியும் கேட்டது. மதியையும் மற்ற தோழர்களையும் வரவேற்க, கழகத்தோழர்கள் மெத்த ஆர்வத்துடன் வந்திருக்கிறார்கள் என்பதை அறிந்து மகிழ்ச்சி யுற்றோம்.

இன்று வழக்கமான பார்வையிடல். – மதி இல்லை.

நண்பர் ஏ. கோவிந்தசாமிக்கு, இரண்டு நாள்கள் பரோலில் செல்லும் அனுமதி கிடைத்தது. காலை பத்து மணிக்கு மேல் அவர் சென்றார் – கடலூரில் தமது உடன் பிறந்த அம்மையாருக்கான இறுதிச் சடங்கிலே கலந்து கொண்டு, மீண்டும் 28ஆம் தேதி இங்கு வருகிறார். அவரை வழி அனுப்பிவைத்தோம்.

இரண்டு நாள்களாக – பத்திரிகைகள் எதுவும் எமக்குத் தரப்படவில்லை. பத்திரிகைகள் தரப்படுவதிலே அடிக்கடி முறைக் குறைவுகள் ஏற்பட்டு வருவதுண்டு என்றாலும், ஒரே அடியாகப் பத்திரிகைகள் தரப்படாதது இந்தத் தடவைதான். பலமுறை கேட்டனுப்பிய பிறகு, பிற்பகல் மூன்று மணிக்கு இரண்டு நாள்களுக்கான பத்திரிகைகளையும் மொத்தமாக அதிகாரி கொடுத்தனுப்பினார். நாலைந்து குழந்தைகள் உள்ள வீட்டிலே, – பெற்றோர் தின்பண்டம் கொண்டுவந்ததும், அந்தக் குழந்தைகள் ஆவலுடன் ஓடோடிச் சென்று மொய்த்துக் கொள்வதைப் பார்த்திருக் கிறீர்கள் அல்லவா! பத்திரிகை கிடைத்ததும், நாங்கள் எல்லாருமே தின்பண்டம் கண்டதும் மொய்த்துக் கொள்ளும் குழந்தைகளாகி விடுகிறோம்.

ஷேக் அப்துல்லாவின் பாகிஸ்தான் பயணம் பற்றிய செய்தி விரிவாக வெளியிடப்பட்டிருந்தது.

எந்தப் பாகிஸ்தான், காஷ்மீர் மீது பாய்ந்து, பகுதியைத் தன் பிடியில் சிக்கச் செய்துவிட்டதோ, அந்த பாகிஸ்தானில், ஷேக் அப்துல்லாவுக்கு மகத்தான வரவேற்பு.

எந்தப் பாகிஸ்தானுடைய தாக்குதலைச் சமாளிப்பதற்காக இந்தியத் துருப்புகளின் துணையைத் தேடிப் பெற்றாரோ, அந்த அப்துல்லாவுக்கு, தாக்குதல் நடத்திய பாகிஸ்தானில் வரவேற்பு.

எந்த அப்துல்லா, பாகிஸ்தானுடன் கூடி காஷ்மீர் அரசைக் கவிழ்க்கச் சதிசெய்தார் என்று குற்றம் சாட்டி 11 ஆண்டுகள் சிறையில் அடைத்து வைத்ததோ, அதே இந்தியத் துரைத்தனம், அதே ஷேக் அப்துல்லாவை, அதே பாகிஸ்தானுக்கு, 'சென்று. வருக! செம்மையான சமரசம் மலர வழி கண்டு கூறுக!' என்று கூறி அனுப்பி வைத்திருக்கிறது.

எத்தனை எத்தனை விந்தை நிகழ்ச்சிகள்! என்னென்ன விதமான திடீர் திருப்பங்கள்! அரசியல் என்பதுபற்றி நண்பர்களுடன் பேசிக்கொண்டிருந்தேன்.

27.5.64

இன்று பிற்பகல் 3 மணிக்குத் திடுக்கிடத்தக்க செய்தி கேட்டு அதிர்ச்சியுற்றேன். இங்கு உள்ள கொடிமரத்தில் கொடி திடீரென பாதிக்' கம்பத்துக்கு இறக்கப்பட்டது; விவரம் புரியாமல் கலக்கமடைந்தபடி, காவலாளிகளைக் கேட்டதற்கு, "நேரு காலமாகி விட்டாராம்' என்று கூறினார். நெஞ்சிலே சம்மட்டி அடி வீழ்ந்தது போலாகிவிட்டது. நம்பமுடியவில்லை; நினைக்கவே நடுக்கமெடுத்தது; காலை இதழிலேதான், நேரு டேராடூனிலிருந்து உற்சாகத்துடன் டில்லி திரும்பினார்; விரைவில், அயூப்கானைச் சந்திப்பார் என்று மகிழ்ச்சி தரும் செய்திகளைப் பார்த்தோம்; பிற்பகல் 3 மணிக்கு, அவருடைய மறைவுபற்றிக் கேள்விப்பட்டால், எப்படி மனம் நிலைகொள்ளும். சரியாக விசாரியுங்கள். அதிகாரியையே கேளுங்கள் என்று கூவினேன். அரக்கோணம் இராமசாமி சிறை அதிகாரியைக் கண்டு கேட்டுவிட்டுத்

திரும்பினார்; அவருடைய நடையிலே காணப்பட்ட தளர்ச்சியும் முகத்திலே கப்பிக்கொண்டிருந்த துக்கத்தையும் கண்டேன். நடைபெறக் கூடாதது நடந்துவிட்டது. துளியும் எதிர்பாராதது ஏற்பட்டுவிட்டது என்று உணர்ந்தேன். சில நிமிடங்கள் கல்லாய்ச் சமைந்து போனேன். எல்லாருமே கண்கலங்கிப் போயினர். நேரு போய்விட்டாரா, ஒளி அணைந்து விட்டதா, உலகமே அதிர்ச்சி அடையத்தக்க இழப்பு ஏற்பட்டு விட்டதா, அய்யய்யோ! எப்படி இதனை நாடு தாங்கிக் கொள்ளப் போகிறது, என்றெல்லாம் எண்ணி வேதனைப்பட்டேன். பண்டித நேரு, ஒரு சகாப்தத்தை நடத்தி வைத்தவர். வெறும் அரசியல் கட்சித் தலைவராக மட்டும் இருந்து வந்தவரல்லர். உலகத் தலைவர்களிடையே அவருக்கு இருந்து வந்த நட்பும் தொடர்பும், இங்கு மட்டுமல்ல, உலகிலேயே ஒரு போரற்ற, பூசலற்ற காலத்தை உருவாக்கும் நிலைமையை மலரச் செய்தது. காங்கிரஸ் கட்சியிடமும் ஆட்சிமுறையிடமும் கசப்பும், – கொதிப்பான கோபமும் கொண்ட போதெல்லாம்கூட, பண்டித நேருவுடைய சிறப்பு இயல்புகள், அறிவாற்றல், தனித்தகுதி, பண்பு ஆகியவற்றை நான் மறந்ததுமில்லை, நமது கூட்டங்களிலேயே எடுத்துச் சொல்லத் தவறியதுமில்லை. அவர் சிறந்த ஜனநாயகவாதி என்பதை உள்ளூர உணர்ந்து, உவகையுடன் கழகத் தோழர்களுக்குக் கூறி வந்திருக்கிறேன். இந்தித் திணிப்பு விஷயத்தில் கூட, தென்னக மக்களின் எதிர்ப்புக் குரலுக்கு மதிப்பளிக்கத் தவறாதவர் நேரு பண்டிதர். நமது இந்தி எதிர்ப்புக் கிளர்ச்சியின் மூலம் 1965இல், இந்தி பற்றிய புதிய கட்டம் பிறந்திடும் போது, நேருவுடைய மனத்தில், ஒரு நல்ல மனமாற்றத்தை ஏற்படுத்தி வைக்கலாம் என்று நம்பிக்கை கொண்டேன்; அதனையும் கழகக் கூட்டங்களில் தெரிவித்திருக்கிறேன். அவரிடம் பேசி அறியாதவன், நான். நான் ராஜ்ய சபையில் பேசியதையும் அவர் இருந்து கேட்கவில்லை. ஆனால் நான் பேசியான மறுநாள், பண்டித நேரு பேசுகையில், இரண்டு மூன்று முறை என் பேச்சைக் குறிப்பிட்டுக் காட்டி, சிலவற்றை ஒப்புக் கொள்வதாகக் கூறிப்பேசினார். அந்தப் பேச்சின்போது, அவருடைய பார்வை என்மீது பலமுறை வீழ்ந்தது – அந்தக் காட்சி இப்போதும் தெரிவது போலிருக்கிறது.

பாராளுமன்றத்திலே, நான் பார்த்திருக்கிறேன். வியப்படைந்திருக்கிறேன், காங்கிரஸ் ஆட்சியாளர் அதனைக் கண்டும் பாடம் பெறவில்லை என்று வருத்தப்பட்டிருக்கிறேன். நேருவின் பேச்சிலே குறுக்கிட்டு, எதிர்க்கட்சி உறுப்பினர்கள் கோபதாபத்துடன், எரிச்சல் ஏளனத்துடன், காரசாரத்துடன் பல பேசுவார்கள். துளியும் பதறாமல், ஐம்பது ஆண்டுகால் வரலாற்றை உருவாக்கிய அந்தப் பெருந்தலைவர், ஜனநாயகத்திலே இது தவிர்க்க முடியாதது என்று மட்டுமல்ல, இது தேவைப்படுவது, வரவேற்கப்பட வேண்டியது என்ற பண்புணர்ச்சியுடன் பதில் அளிப்பார். அத்தகைய ஒரு ஜனநாயகச் சீமான் மறைந்துவிட்டார்.

விவரம் தெரியவில்லை. ஏன் எப்போது, எங்கே, காலமானார் என்ற தகவல் ஏதும் தெரியவில்லை. வேதனை அதிகமாக வளர்ந்தது.

என்னைக்காணக் கருணாநிதி வந்திருப்பதாக அழைத்தார்கள். நடந்து சென்ற போது எங்கோ காற்றின் மீது நடப்பது போல ஓர் உணர்வு. கருணாநிதியும் அரங்கண்ணலும் வந்திருந்தார்கள். சர்க்காரிடம் தனி அனுமதி பெற்று, வேதனை தோய்ந்த என் முகத்தைக் கண்டார்கள். அவர்களின் கண்கள் கசிவதை நான் பார்த்தேன். விவரம் கேட்டேன். தெரிவித்தார்கள். அனுதாபச் செய்தி வேண்டும் என்றார்கள். எழுதும் நிலை இல்லை. மனக்குமுறல் எண்ண ஓட்டத்தையே ஒடித்து விட்டிருந்தது. மனத்திலே கொந்தளித்துக் கொண்டிருந்த எண்ணக்குவியலில், இரண்டொன்றை எழுத்தாக்கிக் கொடுத்தேன். இது, ஒரு கட்சிக்கு ஏற்பட்ட இழப்பன்று, நாட்டுக்கு. ஆகவே, நாட்டவருடன் கழகத்தவர் இந்தத் துக்கத்தில் பங்கேற்றுக் கொள்ளவேண்டும் கூட்டங்கள், ஊர்வலங்கள் வேண்டாம் என்று கூறி அனுப்பினேன்.

நண்பர்களுடன், நேரு மறைவு பற்றித்தான் பேசிப் பேசி, ஆறுதலைத் தேடிக்கொள்ள முயன்று வருகிறேன்.

வேதனை நிரம்பிய நிலை இருக்கிறது. வேறெந்த விஷயத்திலும் மனம் செல்லவில்லை.

பரோல் முடிந்து சிறை திரும்பிய நண்பர் கோவிந்தசாமி, ஊரே துக்கத்தின் பிடியிலே சிக்கிக்கிடப்பது பற்றி விவரம் கூறினார்.

எல்லாக் கட்சிகளையும் கொண்ட மவுன ஊர்வலம் நடப்பதாகத் தெரிவித்தார்.

இன்று பிற்பகல் இரண்டு மணிக்கு டில்லிநகர் நோக்கி என் எண்ணம் சென்றது. எத்தகைய புகழ்மிக்க ஒரு வரலாறு, தீயிலிடப்படுகிறது! எத்தகைய பொன்னுடலுக்கு எரியூட்டுகிறார்கள்! என்பதை எண்ணி விம்மிக் கிடந்தேன்.

30.5.64

இன்று அரக்கோணம் தோழர் இராமசாமி எம்.எல்.ஏ. விடுதலையானார். விடியற்காலை ஐந்து மணிக்கே அவரை அழைத்துச் சென்று விட்டனர். மற்ற எவருடைய அறையையும் திறக்கவில்லை. ஆகவே, அவர் விடுதலையாகி வெளியே விடை தந்தனுப்பும் வாய்ப்பும் பெறவில்லை. நான் தூங்கிக்கொண்டிருந்தேன். எழுப்ப முயற்சி செய்து, பிறகு வேண்டாமென்று விட்டுவிட்டார்களாம். காரணம் எனக்கு நேற்று இரவெல்லாம் அடிவயிற்றிலும் இடுப்பிலும் வலி கண்டு மெத்தத் தொல்லைப்பட்டேன். மூன்று மணி சுமாருக்குத் தான் தூக்கம் பிடித்தது. ஆகவே, என்னை எழுப்பலாகாது என்று இருந்து விட்டனர். நான் எழுந்த பிறகு இதைக் கூறினார்கள். வருத்தப்பட்டேன். நண்பர் இராமசாமியிடம் நேற்று மாலை நெடுநேரம் பேசிக்கொண்டிருந்தேன். மிகவும் அமைதியான வாழ்க்கையில் தன்னை ஈடுபடுத்திக் கொண்டுள்ள இராமசாமி அறப்போரில் ஈடுபட்டுச் சிறை புகுவார் என்று, அவருடைய நெருங்கிய நண்பர்களே கூட எதிர்பார்த்திருக்கமாட்டார்கள். அவர் சிறை புகுந்தது அரக்கோணம் வட்டாரத்தில் ஒரு குறிப்பிடத்தக்க நிகழ்ச்சியாகும். தக்கோலம் எனும் கிராமத்தில், மதிப்புள்ள ஒரு பெரிய விவசாயக் குடும்பத் தலைவர் இராமசாமி, கழகத்துக்குக் கிராமத்தில் இத்தகையவர்கள் நிரம்பக் கிடைக்க வேண்டும். கிராமத்திலே குறிப்பிடத்தக்க நிலைபெற்றவர்கள் இதுபோல், பொதுவாழ்வுத் துறையில் ஈடுபடுவதும், கொள்கைக்காகக் கஷ்ட நஷ்டம் ஏற்பதும், அவர்கள் ஈடுபட்டுள்ள இயக்கத்துக்கு மட்டுமல்ல, மக்களாட்சி முறைக்கே வலிவும் பொலிவும் ஏற்படுத்தும் என்பதிலே ஐயமில்லை. அரசியல் என்பதே, பளபளப்பான பட்டணக் கரைகளில் உள்ள பணக்காரர், படித்தவர்கள்

ஆகியோருக்கென்றே அமைந்துள்ள துறை என்ற எண்ணம் மாறி, கிராமத்தில் குறிப்பிடத்தக்க நிலையிலுள்ளவர்கள் ஈடுபட்டு, செம்மைப்படுத்தி, நாட்டுக்கு நல்லாட்சி ஏற்படுத்த முனையவேண்டிய துறை அரசியல் என்ற எண்ணம் வலுப்பெற வேண்டும்.

திகைப்பு, உள்ளக் குமுறல், அதிர்ச்சி ஆகியவை காரணமாக, இரண்டு நாள்களாக எனக்கு உடல் நலிவு ஏற்பட்டுவிட்டது. குனிய நிமிர முடியாதபடி இடுப்பிலே வலி, தைலம் சுடுநீர் ஒத்தடம் கொடுத்தும் என் நலிவைப் போக்க மிக்க அன்புடன் முயன்றுவந்தார். அன்பழகன் இத்தகைய நலிவுகள் போக, மருத்துவ முறைகள் பல அறிந்திருக்கிறார். அவரும் எனக்கு உதவியாக இருக்கிறார்.

நேரு மறைவு, நாட்டிலே எப்படி ஓர் இருளையும் வெறிச்சிட்டுப்போன நிலைமையும் உண்டாக்கி விட்டதோ, அது போன்று என் மனத்திலேயும் ஒரு வெறிச்சிட்ட நிலையை உண்டாக்கிவிட்டது. வழக்கமாக எழும் அரசியல் பேச்சுகள் இல்லை. படிப்பதற்கும் மனம் இடம் தரவில்லை.

நேருவின் இறுதி பற்றி உலகப் பெருந்தலைவர்கள் அனுப்பிய இரங்கற் செய்திகளையும், டில்லியில் அவர் உடலுக்கு எரியூட்டியது பற்றிய செய்திகளையும் பத்திரிகைகளில் படிக்கப் படிக்க, வேதனையும் உருக்கமும் வளர்ந்துகொண்டு இருந்தது.

இந்த முறை, நான் சிறை புகுந்ததுமுதல், என் மனத்துக்கு அதிர்ச்சியும் வேதனையும் மூட்டிவிடத்தக்க இழப்புகள் பல நேரிட்டு விட்டதை எண்ணிக்கொண்டேன். விரைவாக மனவேதனையை நீக்கிக்கொள்ளக் கூடிய இயல்பும் எனக்குக் கிடையாது. சிறையிலே எனக்கு அமைந்துள்ள வாழ்க்கை முறையால் எனக்குத் தொல்லை அதிகம் இல்லை. என் தேவைகள் மிகவும் குறைவானவை. ஆகவே சிறையில் இது கிடைக்கவில்லை, அது கிடைக்கவில்லை என்ற சங்கடமே எழுவதில்லை. ஆனால், உள்ளத்து நெகிழ்ச்சி மிக அதிகமாகிக்கொண்டே வருகிறது. துக்கமோ, திகைப்போ, உருக்கமோ, அதிர்ச்சியோ இதுபோன்ற எந்தவித உணர்ச்சி எழுந்தாலும், அதன் அளவும் மிகுதியாகி விடுகிறது. மிக அதிக

நேரமும் அந்த உணர்ச்சியின் பிடியில் சிக்கிக்கொள்ளவேண்டி நேரிட்டுவிடுகிறது.

இந்த நிலை காரணமாக, வழக்கமாகப் படிப்பதிலே தடங்கல் ஏற்பட்டுவிடுகிறது. நேரு மறைவு காரணமாக பல்வேறு பிரச்னைகள் எவ்வெவ்விதமாக வடிவம் கொள்ளும் என்பது பற்றி நண்பர்கள் கேட்கிறார்கள். விரிவான விளக்கமான பதில் கூற இயலவில்லை. கோடிட்டுக் காட்ட மட்டுமே முடிகிறது.

2.6.64 அன்பழகன்

இன்று காலை ஆறு மணிக்கு அன்பழகன் விடுதலையானார். அவருடன் குழுவினரும் விடுதலை பெறுகின்றனர். இத்தனை நாட்களாக மெத்தவும் எனக்கு உதவியாக இருந்து வந்த அன்பழகன் விடைபெற்றுச் சென்றபோது, இருவருமே ஒரு கணம் கொண்டோம். பிறகோ இரண்டு வாரத்திற்குள் நானும் விடுதலை பெறப் போகும் நினைவைத் தருவித்துக் கொண்டோம்.

அன்பழகன் குடும்பமே கழகத்துக்குச் சிதம்பரத்தில் ஆண்டு பலவற்றுக்கு முன்பிருந்தே அணிகலனாய்த் திகழ்ந்து வருவது. அவருடைய தகப்பனார் என்னைத் தருவித்து சிதம்பரத்தில் கூட்டம் நடத்தும் அந்த நாள்களில் ஒல்லியான இந்த உருவம் அன்பழகன் ஓடி ஆடி வேலை செய்யக் கண்டேன். ஆண்டு சில சென்றபின்னர் அண்ணாமலைப் பல்கலைக் கழகத்தில் பயிலக் கண்டேன். அப்போதே ஆர்வம் அஞ்சா நெஞ்சு, உள்ளொன்று, புறமொன்று கொள்ளாப் பண்பு எல்லாம் உண்டு. கழகத் தொண்டு அப்போதே அவருக்கு கற்கண்டு. இரும்பைக் கரைத்து இன்பவாழ்வு நடத்தும் குடும்பமன்று. எளிய வாழ்க்கை என்றாலும், எவரிடமும் இச்சகம் பேசிடவோ, நச்சரித்து வாழ்ந்திடவோ முனைந்ததில்லை. எல்லாப் பிள்ளைகளும் கற்றறிவாளராயினர். மூவர் ஆசிரியர் தொழிலை மேற்கொண்டனர். அன்பழகன் பச்சையப்பன் கல்லூரியில். அறிவழகன் வண்ணை தியாகராயர் கல்லூரியில். திருமாறன் விருதுநகர் கல்லூரியில் கல்லூரியில் அன்பழகன் கழகக் கொள்கை களில் கலந்து தமிழ்த்தேன் குழைத்துத் தந்து வந்தார். அதனால் கிடைத்த தோழர் பலர் நமக்கு, முழுநேரம்

கழகத்துக்காக்கிடுவேன் என்று என்னிடம் கூறியபோதெல்லாம் தமிழ்ப் பேராசிரியர் எனும் தகுதிநிலை இழத்தல் கூடாது என்று கூறித் தடுத்து வந்தேன். பிறகு இசைவளித்தேன். இன்று அவர் மேல்சபையில் உறுப்பினர். எனக்கு உற்ற நண்பர்.

நான் ஒய்வு விரும்பும்போது சென்னையில் எனக்கு இல்லம் அவர் இல்லம். கனிவு இருக்கும், குழைவு இருக்காது. தெளிவு இருக்கும் பேச்சில், நெளிவு எழாது. எத்தனையோ தோழர்கள் இதனை எடுத்து எப்படிக் கூறுவது என்றெண்ணி இருப்பது உண்டு. இருவர் என்னிடம் தம் மனத்தில் பட்டதை மெருகும் ஏற்றாமல் எடுத்துரைப்பர். இவர் அதில் ஒருவர். மற்றொருவர் காஞ்சி கலியாணசுந்தரம்.

சிறையிலே சிந்தைக்கு மகிழ்வும், தெளிவும் உண்டாகும் விதமாக எத்தனையோ பேசினோம். குறளின் பொருளதனை சுவைமிஞ்சக் கூறிவந்தார். ஏடு முடித்திட இயலவில்லை. வெளியே சென்று தொடர்ந்து எழுதி முடித்துத் தருவேன் என்று உரைத்துச் சென்றார்.

உடல் நலிவு எனக்கு அதில் ஏதும் மாற்றம் இல்லை. உணவு வகை மாற்றமே உற்ற மருந்து என மருத்துவர் உரைத்துச் சென்றார். இரவெல்லாம் கண்விழிப்பு. பகலெல்லாம் வலிபொறுத்தல். இந்த நிலை நாலைந்து நாளாய். இன்று மருத்துவமனை சென்று வரவேண்டுமென நண்பர்கள் கூறினர். நானும் அது தேவையென உணர்ந்தேன். ஆனால் இங்குள்ள மருத்துவர் இப்போதைக்குத் தேவையில்லை. நோய் கடினமானால் பார்த்துக்கொள்ளலாம் என்ற போக்கில் பேசிச் சென்றார். பதில் பேசாதிருக்கின்றோம். வலி முற்றி, அதன் வகை முற்றிடும் முன்பு தக்க முறையின் மருந்து உட்கொள்வது தான் மருத்துவம் கூறும் முறை. ஆனால் கைதிகளுக்குக் காட்டுவது வேறுமுறை. உணருகின்றேன்.

இன்று மாலை அக்காள் நாகரத்தினம் அம்மையார், அண்ணன், திரு. ரகுபதி அவர்களும், ஈழத்து சிவானந்த அடிகளும், இளங்கோவனுடன் என்னைக் காணவந்தனர். ஊரில் உள்ளோர் நலன் பற்றிக் கூறினார்கள்.

புகுமுக வகுப்புத் தேர்வில் கௌதமன், ஆங்கிலம், தமிழ் இரண்டிலும் வெற்றி பெறவில்லை என்ற சேதி கிடைத்தது.

இன்று இதழ்கள் எங்களுக்கு மாலை ஐந்து மணிக்குத்தான் கிடைத்தன. லால்பகதூர். சாஸ்திரி ஒரு மனதாகப் பிரதமராகத் தேர்ந்தெடுக்கப்படுகிறார், என்ற செய்தி கண்டோம். தொடர்ந்து படித்திட இயலவில்லை. சிலநேரம் படிப்பது, சிலநேரம் பேசுவது, எந்நேரமும் வலிபொறுத்துக் கொண்டிருக்கும் பயிற்சி – இதுபோல் இருக்கின்றேன்.

நாளைய தினம் விடுதலையாகும் நண்பர்களை இன்று மாலை தொலைவிலிருந்து கண்டேன். தோழமை வணக்கம் செய்தேன்.

அமெரிக்க நூலாசிரியர் அரிய பல ஏடுகளை ஆக்கித் தந்தவர், அப்டன் சிங்களர் என்பார். பல்வேறு நாடுகளில் பல பேரறிவாளர் நீதிக்காகப் பரிந்துரைத்தவற்றைத் தொகுப்பு நூலாக்கித் தந்துள்ளார். இப்போது அதனைத்தான் படித்துப் பயன் கண்டு வருகின்றேன்.

இன்று மாலை முன்பு திராவிட நாடு அச்சக அலுவல் பார்த்து, இப்போது துரை அச்சக உரிமையாளராகியுள்ள தோழர் சம்பந்தம் மீண்டும் இதழ் நடத்தவேண்டுமெனக் கூறினார்.

என்னாலே இதழ் நடத்தும் பொறுப்புகளை நிறைவேற்ற இயலாது, எழுதித் தரலாம். இளங்கோவன் இதழ் நடத்த இருக்கிறான் என்று கூறினேன். இதழ் நின்றுவிட்டது. எனக்கு மட்டும் இனிப்பளிக்குமா? இல்லை. என்ன செய்வது? பொறுப்புகளைக் குறைத்துக் கொண்டாகிவேண்டி ஏற்பட்டுவிட்டது.

நேற்றிரவு மழை இலேசாக, இன்று குளிர்காற்று. வெளியே மிகுதியாக, உள்ளேயோ தொடுவதும், படுவதுமாக.

இப்போது நான் தங்கியிருப்பது முதல் எண் உள்ள அறை அன்பழகன் இருந்த இடம். நான் மூன்றாம் எண் உள்ள அறையில் இருந்தபோதும், அந்த அறையினிலே அதிக நேரம் கழித்திருக்கிறேன். இப்போது இங்கேயே குடியேறியிருக்கிறேன்.

3.6.64

காலையில் வழக்கமான பார்வையிடல், வரிசையாக நின்றோம்.

இன்று மாலை துரை அச்சகம் சம்பந்தத்தை, சிறை அதிகாரி அழைத்து வரச்சொன்னார். சம்பந்தம் சமையல் அறைப் பொறுப்பில் இருப்பதால், அது பற்றி ஏதோ கூற அழைத்தனர் என்று எண்ணிக் கொண்டோம். சில நிமிடங்களில் சம்பந்தம் பயமும், துக்கமும் கலந்த முகத்துடன் திரும்பி வந்து ஒரு வாரம் பரோல் எடுத்திருக்கிறோம். உடனே புறப்படு என்று சொல்கிறார்கள். அரங்கண்ணலும் சிட்டிபாபுவும் என்ன காரணம் என்று கூற மறுக்கிறார்கள் என்று சொன்னார். அனைவருக்கும் திகில் ஆகிவிட்டது. வீட்டில் ஏதோ விபத்து என்று உணர்ந்தோம். விவரமோ தெரியவில்லை. வேதனையை அடக்கிக் கொண்டு சம்பந்தம் விடைபெற்றுச் சென்றார். சிறிது நேரத்திற்குப் பிறகு மணியைக் காண காஞ்சிபுரம் தோழர் வந்திருந்தனர். அவர்கள் மூலமாக சேதி தெரிந்தது. சம்பந்தத்தின் மகன் ஏழு வயதுச் சிறுவன் அம்மை நோய் கண்டு இறந்துவிட்டிருக்கிறான் – முந்தின தினம். மாலை அடக்கம் செய்துவிட்டனராம். பிறகு சம்பந்தம் பரோலில் செல்ல அனுமதி கிடைத்திருக்கிறது. உடலைக் கூடக் காணமுடியாத நிலை ஏற்பட்டுவிட்டது. எப்படி வேதனைப்படுகிறாரோ, என்னென்ன கூறிக் கதறுகிறாரோ, மகனைப் பறிகொடுத்த தாய் எத்தனை பதறுகிறார்களோ – என்றெல்லாம் எண்ணி ஏங்கினபடி இருந்தோம். இழப்புகள், இன்னல்கள், இடர்ப்பாடுகள் பல பொறுத்துக்கொண்டு இன்தமிழ் வாழ், வளர, தமது தொண்டினை நல்கும் ஆர்வம் பலரைச் சிறையிலே கொண்டு வந்து சேர்த்திருக்கிறது.

இன்று பிற்பகல்தான் சம்பந்தம் சொன்னார் அண்ணா உங்களோடு சேர்ந்து சிறையிலே இருப்பதாலே தொல்லைகள் மிகுதியாக இல்லை என்று வேடிக்கையாக நான் சொன்னேன் என்னோடு சேர்ந்ததனால்தானே அப்பா சிறைவர நேரிட்ட உங்களுக்கெல்லாம். உங்கள் வீட்டிலும் வேறு பல இல்லங்களிலும்இவனுடன் கூறிக்கொண்டு என் மகன் சிறை சென்றுவிட்டான் என்னை ஏசிக்கொண்டு இருக்கிறார்களோ என்னவோ என்று சொன்னேன். சம்பந்தம் போன்ற உழைத்துப் பிழைத்து வரும் தோழர்கள் உயர்பதவி கிடைக்குமென்றோ, ஊர் மெச்சுமென்றோ, வருவாய் பெறத்தக்க வழி கிடைக்குமென்றோ எண்ணி அதற்காகச் சிறை வந்தவர்களல்லர். நமது கழகத் தொடர்பு கொண்டுள்ளவர்கள் அதன் காரணமாக இத்தகைய

வாய்ப்புகளைப் பெறவும் இயலாது. இது நாடறிந்த உண்மை. இருப்பதை இழந்தவர்கள் பலரும் உண்டு. இது நன்கு தெரிந்திருந்தும் அச்சகத் தொழிலாளி சம்பந்தம் அறப்போரில் ஈடுபட, தாமாக நான் தடுத்தும் கேளாமல் ஈடுபட்ட காரணம் அவர் நெஞ்சத்தில் இடம்பெற்றுள்ள தமிழார்வம், உரிமை, உணர்ச்சியன்றி வேறு எதுவாக இருக்கமுடியும்? அத்தகைய நல்லார்வம் பெற்றுள்ள தோழருக்கு நேரிட்டு விட்ட இழப்பினை எண்ணி எண்ணிப் பெரிதும் வாட்டமுற்றுக் கிடந்தோம்.

திருவாரூரிலிருந்து ஒரு மாணவன் அனுப்பிய கட்டுரை ஒன்றை நான் முன்பு நடத்திய 'திராவிட நாடு' வார இதழில் வெளியிட்டேன். பின்னர் நான் திருவாரூர் சென்றிருந்த போது அந்தக் கட்டுரையை எழுதிய மாணவனை அழைத்து வரும்படி சொன்னேன். அழைத்து வந்து காட்டினார்கள். மிகவும் மெலிந்த உருவத்துடனும் எளிய தோற்றத்துடனும் இருந்த அந்தச் சிறுவனைப் பார்த்து "நீ இப்பொழுது என்ன செய்து கொண்டிருக்கிறாய்?" என்று கேட்டேன்.

"உயர்நிலைப் பள்ளியில் படித்துக் கொண்டிருக்கிறேன்" என்றான் அந்தச் சிறுவன்.

"நீ முதலில் நன்றாகப் படி. படித்து முடிக்கும் வரையில் கட்டுரைகள் எழுத வேண்டாம். அதன் பிறகு எழுதலாம், முதலில், படிப்பில் கவனம் செலுத்து" என்றேன்.

இன்று நான் சொல்லுவதை நூற்றுக்கு நூறு ஏற்றுக் கொண்டு அதன்படி நடக்கும் கருணாநிதி, அன்று என் வார்த்தையைக் கேட்டிருந்தால், பல்கலைக் கழகப் பட்டம் பெற்று இப்பொழுது உள்ளத்தைவிட மேலும் பன்மடங்கு திறமை படைத்தவராகவும் இருந்திருப்பார். *

என்னுடைய இயல்பு அவருக்கு (திரு. காமராஜ்) நன்றாகத் தெரியும். ஆட்சியில் இருந்தே தீர வேண்டுமென்ற எண்ணம் இல்லாதவன் நான் என்பதை அவர் அறிந்து கொண்டிருக்கிறார். **

தேவைப்படும் அளவுக்கு. என்னால் மக்களுக்கு ஆற்றிட வேண்டிய தொண்டினைச் செய்திட இயலவில்லை. கிடைத்துள்ள வாய்ப்பும் வசதியும் குறைவு. மிகுதியும் கொண்டதாக அமைந்துள்ளது. திருத்த புதுப்பிக்க முயன்றபடி இருக்கிறேன். முயற்சி திருவினையாக்கும் என்ற முதுமொழியில் நம்பிக்கையுடன். காலம் களியவில்லை என்ற நம்பிக்கை இல்லாமலில்லை. *

முன்பு கடிகாரத்தையும் நாட்காட்டியையும் கவனித்துக் கொண்டு நான் பணியாற்றியதும் இல்லை. அவற்றின் மீது அக்கறை செலுத்தியதில்லை. ஆனால் இப்போது நிலைமை முழுவதுமாக மாறி விட்டது.

கடிகாரமும் நாட்காட்டியும் தான் என்னை ஆட்டிப்படைக்கும் முதலாளிகளாக இன்று மாறி விட்டன.

நான் ஓவியன் அல்லன். ஓவியம் தீட்டக்கற்றுத் தோற்றவன். கவிபாடிட நினைப்பிருந்தும் அதில் முயற்சி செய்யாமலே காலத்தைக் கடத்தியவன். எனினும் உள்ளத்தில் பதிந்ததை என்றும் மறவாமல் நினைவில் வைத்திருப்பேன். **

சீர்திருத்தத் திருமணங்கள்

சில ஆண்டுகளுக்கு முன்பு சுயமரியாதைக்காரர்களாகிய எங்களில் சிலர் சுயமரியாதைத் திருமணம் என்கிற சீர்திருத்தத் திருமணங்கள் நடத்த, போலீசு உதவியை நாட வேண்டி இருந்தது.

அந்தத் திருமணங்கள் குருக்கள் இல்லாமலும் மந்திரங்கள் சொல்லப்படாமலும் ஓமத்தீ இல்லாமலும் நடத்தப்படும் திருமணங்களாகும்.

ஒரு கிராமத்தில் பெரியார் அவர்களும் நானும் ஒரு சயமரியாதைத் திருமணத்தை நடத்தி வைக்கச் சென்றபோது, போலீசு அதிகாரி ஒருவர் எங்களைப் போலீசு ஸ்டேசனுக்கு (காவல் நிலையம்) வரும்படி சொல்லி அனுப்பினார்.

நாங்கள் போலீசு ஸ்டேசனுக்குச் சென்றபோது, எங்களைக் கைது செய்யவோ, காவலில் வைக்கவோ அழைக்கவில்லை என்றும் சனாதனிகளால் தொல்லை நேராது எங்களைப் பாதுகாக்கவே அழைத்ததாகவும் அந்தப் போலீசு அதிகாரி கூறினார்.

ஆனால், இன்றோ தமிழ்நாடு எங்கும் அத்தகைய சுயமரியாதைத் திருமணங்கள் நடைபெற்ற வண்ணம் உள்ளன.

அவை அனைத்தும் சட்டப்படி செல்லுபடியாக மசோதா ஒன்றை நான் கொண்டு வந்து நிறைவேற்றி விட்டேன்.*

அவர் (நடிகர் திலகம் சிவாஜி கணேசன்) அரும்பாக இருந்த போதே அவர் மலர் ஆவார் என அறிந்தவன் நான்.

ஆகவே எல்லாரையும் விட நான் மகிழ்ச்சியடைகிறேன். சிவாஜி கணேசனுக்கு என் மனப்பூர்வமான வாழ்த்துக்களைக் கூறி முடிக்கிறேன்.

தம்பி சிவாஜி கணேசன் 125 படங்களில் நடித்து முடித்திருப்பதைப் பாராட்டி இங்கே விழா நடைபெறுகிறது.

என் நாடகத்திலே (1945இல் சிவாஜி கண்ட இந்து சாம்ராஜ்யம்) நடித்தபோது அவர் எனக்குப் பொன்னாடை போர்த்தினார். இன்று இங்கே நான் அவருக்குப் பொன்னாடை போர்த்துகிறேன். இதை எண்ணிப் பூரிக்கிறேன்.**

நான் அமெரிக்காவுக்குச் சென்றதைப் பற்றி நம்முடைய மாணவ நண்பர் குறிப்பிட்டார்கள். நான் அங்கே ஐக்கிய நாடுகள் மன்றத்தில் வெளியிலே இருந்து கண் குளிர ஒரு காட்சியைக் கண்டேன். ஐக்கிய நாடுகள் மன்றத்திலே உறுப்பினராக இருக்கின்ற பல்வேறு நாடுகளுடைய கொடிகள் ஒன்றன் பக்கத்தில் ஒன்றாகப் பட்டொளி வீசிப் பறந்திடக் கண்டேன். அதைப் பற்றி அந்த ஐக்கிய நாடுகள் மன்றத்தினுடைய பொதுச்செயலாளர். ஊதாண்ட் அவர்களிடத்திலே பேசிக்கொண்டிருந்த பொழுது அவரிடத்திலே நான் சொன்னேன் "யாதும் ஊரே; யாவரும் கேளிர்" என்ற அடிப்படையில் நீங்கள் எல்லாம் நம்முடைய ஊர்தான்; எல்லாரும் நம்முடைய

மக்கள்தான் என்பதை விளக்குகின்ற வகையில் இங்கே பல்வேறு நாடுகளின் கொடிகளைப் பறக்கவிட்டிருக்கிறீர்கள். ஆனால் உள்ளே உட்காருகின்ற பொழுது தத்தமது கொடி உயரவேண்டும்; மற்றவர் கொடி தாழ வேண்டும் என்ற எண்ணத்தோடு கூடச் சிலர் உள்ளே அமர்ந்திருப்பதாக நீங்கள் சில வேளைகளில் வேதனைப் பட்டுக் கொண்டிருக்கிறீர்கள். ஆனால் இந்த நல்ல கருத்தை ஈராயிரம் ஆண்டுகளுக்கு முன்னாலே எங்கள் தமிழர்கள் தங்கள் புலவர்கள் மூலமாக "யாதும் ஊரே; யாவரும் கேளிர்" என்று தெளிவாகச் சொல்லி இருக்கின்றார்கள். உங்களால் முடிந்தால் அதை ஐக்கிய நாடுகள் மன்றத்தில் அந்தத் தமிழ் மொழியையும் அதனுடைய மொழி பெயர்ப்பையும் பொறித்து வைப்பீர்களானால் இன்று தாழ்ந்திருந்தாலும் ஒரு காலத்தில் வாழ்ந்திருந்தோம் என்பதை உலகம் ஒப்புக்கொள்ளும் என்று ஊதாண்ட் அவர்களுக்கு எடுத்துச் சொன்னேன். *

பச்சையப்பன் கல்லூரி தமிழ் மொழிக்கு ஓர் அரண்போல் விளங்கி வருவது. நான் இந்தப் பச்சையப்பன் கல்லூரியிலே தமிழை முறையாக எடுத்துப் படித்தவன் அல்லன். இண்டர்மீடியட் வகுப்போடு என்னுடைய தமிழ் நின்று விட்டது. அதற்குப் பிறகு நான் 'ஆனர்ஸ்' வகுப்பிற்குப் போனதும் தமிழ் கிடையாது. ஆனால் நான் படித்த இரண்டாண்டுகளில் அப்பொழுதிருந்த இரண்டு தமிழ்ப் பெரும் புலவர்கள் எனக்கு ஊட்டிய தமிழார்வம், நான் அதற்குப் பிறகும் தொடர்ந்து தமிழ் மொழியிடத்திலே பற்றுவைத்துப் பயிலும்படியான நிலையை எனக்கு உண்டாக்கிற்று. ஆகையினாலே இந்த நேரத்தில் எனக்குத் தமிழ் ஆர்வத்தைத் தந்த இந்தக் கல்லூரியினுடைய தமிழ்ப் பேராசிரியர்களாக இருந்த மோசூர் கந்தசாமி முதலியார் அவர்களையும் மறப்பதற்கில்லை. மோசூர் கந்தசாமி முதலியார் அவர்கள் ஆசிரியராக இருந்த காலம் இப்போதிருக்கின்ற காலம் போன்றதன்று.

நாங்களெல்லாரும் மாணவர்களாக இருந்த காலத்தில் எனக்கு நன்றாக நினைவிருக்கின்றது. நான் படித்த ஐந்து வருடத்தில் என்னுடைய கல்லூரி முதல்வரை நான் மொத்தத்தில்

மூன்று தடவை பார்த்திருக்கின்றேன். அது கூட முன்னாலே இரண்டுபேர் வர, பின்னாலே இரண்டு பேர் தைரியம் கொடுக்க முதல்வரைப் போய்ப் பார்த்தேன். அப்பொழுதெல்லாம் முதல்வரைப் பார்ப்பதென்றால் மாணவர்களுக்கு அந்த அளவுக்குத் தயக்கம்.

அப்படிப்பட்ட காலத்திலே நான் படித்தபோது எனக்கு நன்றாக நினைவிருக்கின்றது. முதல் வகுப்பு, நான் உட்கார்ந்தும் மணி திருநாவுக்கரசு முதலியார் அவர்கள் பேச ஆரம்பித்தார்கள். உங்களில் பலர் மணி திருநாவுக்கரசு முதலியார் அவர்களைப் பார்த் திருக்க முடியாது. அவருடைய படத்தைப் பலர் பார்த்திருக்கலாம். நல்ல கன்னங்கரிய மேனி; காதிலே ஒரு வெண்ணிறமான கடுக்கன்; நெற்றியிலே மஞ்சள் நிறச் சந்தனம்; ஒழுங்காகப் பளபளப்பாக உள்ள பற்கள். அவர் சிரிக்க ஆரம்பிக்கின்ற நேரத்தில் கருநிறத்திற்கும் வெள்ளைப் பற்களுக்கும் மிகப் பொருத்தமாக இருக்கும். அதை எண்ணித்தானோ என்னவோ ஆனால் ஆண்பாலுக்காக இல்லை. பெண்பாலுக்காகப் பாடி வைத்தார்கள் ‘கறுப்பில் அழகியடா என்று. ஆனால் இது ஆடவரிலேயே கறுத்த உருவமாக இருந்தாலும் மிகப் புன்னகை ததும்புகின்ற ஓர் உருவம். முதல் வகுப்பறையிலே எங்களுக்குச் சொன்னார்கள். உங்களை நான் ‘அவன்’ என்றுதான் அழைப்பேன் ‘அவர்’ என்று அழைக்கமாட்டேன். நீங்கள் அதற்குக் கோபித்துக்கொள்ளக் கூடாது. ஏனென்றால் அவன், அவர், அது இந்த மூன்று சொற்கள்தான் உள்ளன. ‘அது’ என்று அழைப்பது அஃறிணையாகும். அஃறிணை இல்லையென்றாலும் அது, அடுக்களைக்குப் பக்கத்திலே அது வந்ததா? அது போச்சா? என்று பேசிக்கொள்கின்றதிலே முடியுமே தவிர வகுப்பறைக்கு வராது. ‘அவர்’ என்று நான் சொல்லுவதானால் வயதிலே உங்களை விடப் பெரியவன் என்ற முறையில் நான் உங்களை ‘அவர்’ என்று கூப்பிட்டால் நீங்கள் என்னை என்ன என்று கூப்பிடுவீர்கள். ஆகையினால் ‘அவன்’ என்றுதான் அழைப்பேன்” என்று சொன்னார். அந்தச் சொல் எங்களுக்கு அன்றைய தினம் ஒரு செல்லச் சொல்லாகவே இருந்தது. காதில் விழுகின்றபொழுதே அது ஓர் இனிமை கொடுத்தது.

அதுபோல் மோசூர் கந்தசாமி முதலியார் அவர்கள் ஒரு மணி நேரம் தமிழ் வகுப்பு நடத்துகின்றாரென்றால் அதிலே அரை மணி நேரந்தான் தமிழிருக்கும். மற்ற அரைமணி நேரம் ஆங்கிலம் தான் இருக்கும். அவ்வளவு ஆங்கிலத்திலேயும் புலமை பெற்றவர்கள். தமிழ்க் கவிதைகளை அவர்கள் மேற்கோளுக்காக எடுத்துச் சொல்லுகின்ற நேரத்தில் ஷெல்லியைச் சொல்லுவார். பைரனை மேற்கோளுக்குக் காட்டுவார். சேக்சுபியரை விரிவாகக் காட்டுவார். இப்படி இரண்டையும் கலந்து அவர் எங்களுக்குத் தமிழ் அறிவை ஊட்டினார். இப்பொழுதும் அந்தத் தமிழ்ப் பண்பாடும், தமிழ் ஆற்றலும் பச்சையப்பன் கல்லூரியில் நிரம்ப இருக்கின்றது. அதற்கு மிகச் சிறந்த எடுத்துக்காட்டாக விளங்கியவர் தாம் நம்முடைய டாக்டர் மு.வ. அவர்கள். அவருடைய மரபையொட்டி வழி வழியாக உங்களுக்குச் சிறந்த தமிழ்ப் பெரும்புலவர்கள் கிடைத்திருக் கிறார்கள். ஆகையினால் தான் பச்சையப்பன் கல்லூரி தமிழ் மொழிக்கு ஓர் அரண் என்று நான் குறிப்பிட்டேன். அந்த அரணில் இரு பெரும் புலவர்களின் திருவுருவப் படங்கள் அவர்கள் கொண்டிருந்த கருத்துகளை உங்கள் உள்ளத்திலே செம்மையாக இருக்கச் செய்யும். அதன் மூலமாக இவற்றைச் சமூகத்திற்குத் திருப்பித் தருவதற்கு ஏற்ற ஒரு நல்லார்வத்தை ஒவ்வொருவருக்கும் ஏற்படுத்த வேண்டும் என்று நான் பெரிதும் விரும்புகின்றேன்.

இன்றையதினம் தமிழர்களுடைய கருத்துகளிலே பல கருத்துகள் உலகத்திலே பல்வேறு நாடுகளுக்குத் தேவைப்படுகின்றன. அவற்றை யெல்லாம் அளிக்க வேண்டுமானால் தமிழ்நாட்டு அளவிற்காயினும் முதலில் தமிழருக்கு ஏற்றம் இருக்கவேண்டும். அந்த ஏற்றம் எப்படி ஏற்பட வேண்டுமென்று மாணவர் தலைவர் செல்வராக அவர்கள் எடுத்துச் சொன்னார்கள். ஆட்சிப் பொறுப்பிலே இல்லாத நேரத்தில் தாராளமாகப் பேசுவதென்பது சுவையான சுக காரியம். எளிதான காரியம். ஆட்சிப் பொறுப்புக்கு வந்த பிறகு அதை நிறைவேற்றிக் கொடுப்பதிலே உள்ள பல்வேறு சிக்கல்களை நான் உணருகின்றேன். சிக்கல்கள் இருந்தால் என்ன என்று நம்முடைய நண்பர்கள் சொல்லலாம். சிக்கல் இருந்தால் என்ன என்று சிக்கலிலே சிக்காதவர்கள் சொல்லலாம். ஆனால் சிக்கலிலே சிக்கிக் கொண்டவர்கள் சிக்கல் இருந்தால் என்ன என்று சொல்லுவார்கள் என்று நீங்கள்

கருதமாட்டீர்கள் என்பதில் எனக்கு உறுதியான நம்பிக்கை உண்டு.

ஆனால் எவ்வளவு சிக்கல் இருந்தாலும் என்னிடத்திலே உள்ள முழுவல்லமையும், என்னிடத்திலே உள்ள திறமையும், என்னிடத்திலே உள்ள ஆர்வமும், என்னுடைய நாள்களில் கிடைத்திருப்பதைவிட அதிகமான அளவிற்குத் தமிழ் மொழிக்கு வாய்ப்பும், ஏற்றமும் கிடைப்பதற்கே பயன்படுத்தப்படும் என்பதை உறுதியாக நான் தெரிவித்துக்கொள்ள விரும்புகின்றேன். அதைப் போலவே தமிழ் மொழியை அழித்தொழிக்கக்கூடிய எந்தவிதமான

வலிவுகள், எந்தவிதமான வன்முறைகள், எந்தவிதமான சுற்றுச் சார்புகள் வந்து சேர்ந்தாலும், புகுத்தப்பட்டாலும் அவற்றைத் தடுத்து நிறுத்துவதற்கு என்னுடைய முழு வலிவும் பயன்படுத்தப்படும் என்பதை நான் இந்த நேரத்தில் தெளிவுபடுத்திக்கொள்ள விரும்புகின்றேன். ஆனால் இதன் மூலமாக மட்டும் நாம் மேற்கொள்ளுகின்ற காரியம் வெற்றி பெற்றுவிட முடியாது.

சென்ற கிழமை தில்லியிலே இருந்து ஒரு பெரிய அதிகாரி என்னிடத்திலே வந்து பேசிக்கொண்டிருந்தார்கள், என்.சி.சி. விஷயமாக! என்.சி.சி.யிலே இருக்கின்ற இந்திச் சொற்களை நீக்கினாலன்றி அந்தப் படைப் பிரிவை இங்கே நாங்கள் அமைப்பதற்கு இல்லை என்று நான் அறிவித்திருப்பது உங்களிலே அனைவருக்கும் நினைவிலே இருக்கும் என்று கருதுகிறேன். நான் அறிவித்த நாளிலே இருந்து மத்திய அரசுக்கும் மாநில அரசுக்கும் இது சம்பந்தமாகக் கடிதப் போக்குவரத்துகள் நடந்தபடி இருக்கின்றன. அவர்கள் பத்துச் சொற்கள்தாமே என்று எழுதுகிறார்கள். நான் திருப்பி, பத்தே சொற்கள் தாமே நீக்கிவிடுங்களேன் என்று கேட்டுக் கொண்டிருக்கின்றேன். இன்னும் அதற்கொரு முடிவு வரவில்லை. ஆனால் இதற்கிடையில் இதைப் பற்றிப் பேச வந்த தில்லியிலே உள்ள பெரிய அதிகாரி சொன்னார்கள். மாணவர்களிலே பலபேர் இந்தி இருந்தால் கூடப் பரவாயில்லை என்.சி.சி. வேண்டுமென்று கேட்கிறார்கள் உங்களுக்குத் தெரியுமா? என்றார்கள். எனக்குத் தெரியாது என்றேன். அது எப்படி தெரியாமலிருக்க முடியும்

என்றார். "நான் சொன்னேன், நான் புகுத்தி இருக்கின்ற இரு மொழிக் கொள்கையையும் இந்திச் சொற்களை நீக்கி விட்டால் தான் என்.சி.சி. இங்கு இயங்கும் என்பதையும் மாற்றுவதற்கு ஒரே ஒரு வழிதான் உண்டு" என்றேன். என்ன என்றார். என்னை மாற்றி விடுங்கள் என்றேன். என்னுடைய அரசு இல்லை என்றால் இந்தியை விரும்புகின்ற அரசு வரும் என்று பொருள்; என்னுடைய அரசு இல்லையென்றால் இந்தி இருந்தாலும் என்.சி.சி. இருக்கும் என்று சொல்லுகின்ற அரசு வரும் என்று பொருள். அந்த அரசு வருகிற வரையில் காத்துக் கொண்டிருக்கிறார்கள். வரும் என்ற நம்பிக்கை இருந்தால்! அது வருவதற்கு எவ்வளவு காலதாமதம் ஆனாலும் பொறுத்துக் கொள்ளவேண்டும். நாங்கள் இருபது வருடம் பொறுத்துக் கொண்டுதான் இந்த நிலைக்கு வந்தோமே தவிர, எடுத்த எடுப்பிலேயே நாங்கள் வந்துவிடவில்லை. ஆகையினால் என்னைப் பொறுத்தவரையில் அந்த இரண்டு உறுதியில் இருந்து என்னை நீக்குவதற்கு உங்களுக்கு அரசியல் சட்டத்திலே உள்ள அதிகாரத்தின் படி இதைச் செய்கிறாயா? வெளியே போகிறாயா? என்று கேட்கின்ற நேரத்தில் "நான் போகின்றேன்" என்று சொல்லமாட்டேன்! என்னை அனுப்புங்கள் என்றுதான் நான் சொல்லுவேன். என்னை நீங்கள் அனுப்பச் சம்மதித்தால் அனுப்புங்கள் என்று நான் சொன்னேன். ஏனென்றால் அந்த அதிகாரி எனக்கு மிகவும் வேண்டியவர். ஆகையினாலே அவரிடத்திலே தாராளமாகப் பேசினேன்.

எதற்கு இதைச் சொல்லுகிறேன் என்றால் அரசு நடத்துகிறவர் களாலே மட்டும், இந்தக் காரியத்திலே உறுதியாக இருப்பதன் மூலம் மட்டும் வெற்றி கிடைத்துவிடாது. தேர்ச் சக்கரம் நன்றாக இருக்கலாம்; இலாகவமாக உருளலாம்; கட்டப்பட்ட புரவிகள் புயல் வேகத்தில் செல்லக் கூடியவையாக இருக்கலாம்; அதை ஓட்டக்கூடிய சாரதியும் திறமைசாலியாக இருக்கலாம்; ஆனால் பாதையில் ஒரு பள்ளம் வந்து விடுமானால் எவ்வளவு பெரிய தேரானாலும், ஓட்டுபவன் எவ்வளவு திறமைசாலியானாலும், புரவிகள் எவ்வளவு ஆற்றல் உள்ளவையானாலும் பள்ளத்திலே சக்கரம் இறங்கினால் கவிழுமே தவிர, நடை போடாது. அதைப்போல் சமூகம் முழுவதும் இந்த உறுதியில் நிலைத்து

நின்றாலன்றி, இந்தக் காரியங்களிலே வெற்றி பெற்றுவிட முடியாது.

தமிழ் மொழியிலே நாம் காட்டுகின்ற ஆர்வத்தின் அளவுக்கு உலகத்திலே பல்வேறு நாடுகளிலே மொழி விஷயத்திலே இருக்கின்றார்களா என்ற கேள்வியைச் சிலர் கேட்கின்றார்கள். மொழிப் பிரச்னை என்பது மிகச்சிறிய பிரசினை. பெரிய பிரச்னை சோற்றுப் பிரச்னை; வேலையில்லாத பிரச்னை; பொருளாதார முன்னேற்றப் பிரச்னை என்று சொல்லுகின்றார்கள். அது உண்மைக்கு நேர்மாறானது.

நான் பிரான்சு நாட்டிற்குச் சென்றிருந்த நேரத்தில் பிரெஞ்சு நாட்டுப் பாராளுமன்ற உறுப்பினர்களிலே பலரிடத்தில் பேசிய பொழுது அவர்கள் ஆங்கிலம் அறிந்திருந்தாலும் பிரெஞ்சு மொழியில் தான் பேசுகிறார்கள். ஏனென்று கேட்டதற்குச் சொன்னார்கள்: “ஒரு காலத்தில் ஆங்கிலம் அகில உலக மொழியாக மாறுதற்கு முன்னாலே சிறந்த மொழியாக எங்களுடைய பிரெஞ்சு மொழிதான் இருந்தது. இன்றைய தினம் அது தாழ்நிலைக்குச் சென்று விட்டிருக்கிறது. நாங்கள் மறுபடியும் அந்தப் பிரெஞ்சு மொழிக்கு உரிய ஏற்றத்தைக் கொண்டுவர விரும்புகின்றோம். பிரெஞ்சு மொழியில்தான் பேசுகிறோம்“ என்று சொன்னார்கள். என்னைப் பார்த்து இங்குள்ளவர்கள் சொல்லுகின்ற வாதத்தைச் செல்லுமென்று எண்ணிக்கொண்டு நான் அவரிடத்திலே சொன்னேன். It is a very small problem என்றேன். இது மிகச் சின்ன விஷயமாயிற்றே என்றேன். To those who do not understand the connection between a nation and its language என்று அவர்கள் சொன்னார்கள். ஒரு புதிய இனத்திற்கும் அதனுடைய மொழிக்கும் உள்ள தொடர்பு தெரியாதவர்களுக்குத்தான் இது சின்ன விஷயமே தவிர, அறிந்தவர்களுக்கு அது சின்ன விஷயமன்று என்று அவர்கள் சொன்னார்கள்.

அமெரிக்காவுக்குச் சென்றிருந்த நேரத்தில் கன்டா நாட்டிலிருந்து வந்திருந்த பலரை நான் பார்த்தேன். கனடா நாடு என்பது இருநூறு ஆண்டுகளுக்கு மேலாக Federal constitution என்று ஆங்கிலத்திலே சொல்லுகின்றார்களே கூட்டாட்சி (கூட்டாட்சி என்பதை விட நமக்குப் பழக்கப்பட்டுவிட்ட சொல், சமஷ்டி அரசு) அந்தச்

சமஷ்டி அரசிலேதான் இருநூறு ஆண்டுகளுக்கு மேலாக கனடா இருந்திருக்கிறது. அங்கே பிரெஞ்சு மொழி பேசுகின்றவர்களும் ஆங்கில மொழி பேசுகின்றவர்களும் தங்களைக் கனடா நாட்டு மக்கள் என்றுதான் அழைத்துக்கொள்ளுகின்றார்கள். கனடா நாட்டு அரசுக்குத்தான் அவர்கள் கட்டுப்பட்டு இருக்கிறார்கள். ஆனால் இந்த இரண்டு மொழிகளுக்கும் ஒருமித்த உரிமை தரப்பட வேண்டும் என்ற கிளர்ச்சி கனடா நாட்டிலே கிளம்பி, அது பெருத்த கிளர்ச்சியாக வலுத்தது. இத்தனைக்கும் அந்தக் கிளர்ச்சியை அதிகமான அளவிற்கு ஊக்குவித்தவர்கள் கனடா நாட்டிலே ஒரு மாநிலமான கியூபெக் என்ற ஒரு மாநிலத்தார்தாம். அங்குப் பிரெஞ்சு மொழி பேசுகிறவர்கள் அதிக அவளவிலே இருக்கின்றார்கள். அதற்குப் பிறகு அந்தக் கனடா நாட்டு அரசியல்வாதிகள் அதற்கென்று ஒரு தனிக் குழுவை நிறுவி ஆய்வு நடத்தி, இரண்டு மொழிக்கும் ஒருமித்த உரிமை தருகிறோம் என்று பேசி அரசியல் சட்டத்திலே அதைப் புகுத்தி ஓரளவிற்கு அந்தக் கொந்தளிப்பை அடக்கி இருக்கிறார்கள். ஓரளவுக்குத்தான் – முழு அளவுக்கு அன்று!

ஐரோப்பியக் கண்டத்திலேயும் பெல்சியம் என்ற நாடு மிகச் சிறிய நாடு. அந்தப் பெல்சிய நாட்டிலேயும் இரண்டு மொழி களுக்குள்ளே போட்டி! அவற்றைப் பேசும் இரண்டு மொழிக்காரர் களுக்குள்ளே யார், யாரை ஆதிக்கம் செலுத்துவார்களோ என்ற அச்சம். அதன் காரணமாக இரண்டு மாதத்திற்கு முன்னால் வரையில் அங்குத் தேர்தல் முடிந்து தேர்தலிலே வெற்றி பெற்ற பிறகும், குறைந்தது எட்டுக் கிழமைகள் அமைச்சரவை அமைக்க முடியாமல் நிர்வாகம் நடைபெற முடியாமல், நிர்வாகம் நடத்த விடாத ஓர் இக்கட்டான நிலைமை ஏற்பட்டு, இப்பொழுதுதான் அங்கு ஒருவருக்கொருவர் பேசிக்கொண்டு அமைச்சரவை அமைத்திருக்கின்றார்கள். ஆகையினால் மொழிப் பிரச்னை என்பது யாரோ சிலர் வேண்டுமென்றே கிளப்பி விட்டிருக்கின்ற சின்னஞ் சிறு விஷயமென்று சொல்லுபவர்கள், உண்மையில் மொழி என்றால் என்ன என்பது பற்றிப் புரட்சிக் கவிஞர் பாரதிதாசன் அவர்களும் டாக்டர் மு.வ. அவர்களும் எடுத்துச் சொல்லியிருக்கின்ற கருத்துகளை ஒரு முறை, எங்களுக்காக அல்ல என்றாலும், அந்தப் பிரச்னைக்காக அல்ல என்றாலும், இந்தப் பிரச்னைகளுக்கு அப்பாற்பட்ட

நிலையை அடைந்திருக்கின்ற தமிழ்ப் பெரும் புலவர்கள் என்ற காரணத்திற்காக அந்தக் கருத்துக்களை அருள் கூர்ந்து படித்துப் பார்க்க வேண்டுமென்று அவர்களை நான் விரும்பி வேண்டிக் கேட்டுக்கொள்ளுகிறேன்.

அப்படிப்பட்ட மொழிப் பிரச்னையில் மாணவர்களுக்கு இன்றைய தினம் மிகப் பெரிய பங்கு இருக்கின்றது; மிக நல்ல ஆர்வம் இருக்கின்றது. அந்த ஆர்வத்தை நான் மிகுதியாகப் பாராட்டுகின்றேன். நாங்கள் கல்லூரியிலே படித்த காலத்தில் இந்த அளவிற்குத் தமிழ் ஆர்வம் இருக்க வேண்டுமென்ற எண்ணம் கூடத் தோன்றியதில்லை.*

கடந்த சனவரி *26* (*1965*) முதல் மொழிப் போராட்டத்தின் விளைவாகத் தமிழகமே கொந்தளிப்பில் சிக்கியிருந்தது. குமுறும் எரிமலையாகக் காட்சி அளித்தது. எத்தனையோ மான மறவர்கள் தமிழின் மானத்தைக் காப்பதற்காகத் துப்பாக்கிச் சூட்டுக்குத் தங்கள் இன்னுயிரை ஒப்படைத்து மறைந்தார்கள்.

ஆகவே தான் கடந்த ஐம்பது நாள்களாக நான் சிரிக்கவில்லை. யாருடனும் சிரித்துப் பேசவில்லை! **

21.3.65

இங்கு (தில்லியில்) நான்கு நாள்களுக்கு முன்பு நடைபெற்ற பத்திரிகை நிருபர்கள் மாநாட்டில், நான் பேசியதின் தொடர்பு பொருத்தம் நீக்கிச் சில பகுதியை மட்டும் எடுத்து வைத்துக்கொண்டு, முதலமைச்சர் பக்தவத்சலம் சட்டசபையில் பேசியது குறித்தும் அதற்கு மதியழகனும் தாமும் தக்க விளக்கம் அளித்தது பற்றியும் நாவலர் கூறக்கேட்டேன்.

என் பேச்சிலே துண்டு துணுக்குகளைத் தூக்கி வைத்துக்கொண்டு, காங்கிரஸ் தலைவர்கள் விளையாடுவது இது முதல் தடவையன்று; ஒவ்வொரு தடவை அவர்கள் இந்த விதமான விளையாட்டிலே ஈடுபடும் போதும், "இதோடு தொலைந்தான் பயல்! இதோடு கழகம் ஒழிந்தது!" என்று எக்களிப்புக் கொள்ளுவதை நாடு நன்கறியும்.

"உங்கள் அண்ணாதுரை இந்திக்குச் சம்மதம் தெரிவித்துக் கையெழுத்துப் போட்டு விட்டான், தெரியுமா!" என்று முன்பு ஒரு முறை காங்கிரஸ் தலைவர்கள் மேடை தவறாமல் பேசியது எனக்கு நினைவிருக்கிறது. சட்ட சபையிலே நான் திட்டவட்டமாக, நான் அவ்விதம் கையெழுத்துப் போட்டேனா? என்று கேட்டபோது தான், அப்போது அங்கு அமைச்சராக இருந்த சுப்பிரமணியம், இல்லை கையெழுத்துப் போடவில்லை என்று சொன்னார். அது வரையில் பத்து நாள் விளையாடிக் கொண்டிருந்தார்கள். அதிலே அவர்களுக்கு ஓர் இன்பம் அனுபவித்து விட்டுப் போகட்டும்.

மொழிப் பிரச்னையிலே உள்ள சிக்கலைப்பற்றியும் தமிழகம் கொந்தளித்துக் கொண்டிருப்பதையும் அதற்கு தக்கவிதமான கவனம் செலுத்தாமல் மேல் இடத்தில் உள்ளவர்கள் இருப்பதையும் எண்ணி எண்ணி வேதனைப்பட்டுக் கொண்டிருக்கும் எனக்கு, காங்கிரஸ் தலைவர்கள் செய்வது போன்ற விளையாட்டிலே ஈடுபடும் விருப்பமில்லை, நினைப்பும் எழவில்லை.

கிட்டத் தட்ட ஒரு மணி நேரம் பேசினேன். பலன் என்ன கிடைக்கும் என்று எனக்கே தெரியவில்லை. லால்பகதூர் அவர்களின் பேச்சிலே, இது பற்றிக் குறிப்பும் தென்படவில்லை. கோடிட்டும் காட்டவில்லை.*

நிருபர்கள் மாநாட்டிலே கூட ஒரு நிருபர், பதினான்கு மொழிகளும் ஆட்சி மொழிகளாக்கப்பட்டு, பிறகு காலப் போக்கில் மக்களின் முயற்சியால், சர்க்காரின் பலமின்றி, ஒரு மொழி தொடர்பு மொழியாகட்டும் என்று கூறுகிறீர்களே, அந்தக் காலம் வரும்போது, மக்கள் வளமுள்ள மொழியாகப் பார்த்துத்தானே தொடர்பு மொழியாகக் கொள்வார்கள் என்று கேட்டபோது நான், "ஆமாம்! வளமுள்ள மொழியைத்தான் தேர்ந்தெடுப்பார்கள். அதனால் தான் சொல்கிறேன். தமிழ் மொழியைத் தொடர்பு மொழியாகக் கொள்ளுங்கள் என்று. அது தொன்மையான மொழி – வளமான மொழி" என்று கூறினேன். வேறொரு நிருபர் குறுக்கிட்டு. "சம்ஸ்கிருதத்தைக் கொண்டால் என்ன? என்று கேட்டார். "அது பேச்சு வழக்கு அற்ற

மொழி" என்று பதிலளித்தேன். இவற்றையும் முதலமைச்சர் பக்தவத்சலம் மக்களிடம் எடுத்துக் கூறுவார் என்று நான் எதிர்பார்க்க முடியுமா? ஆனால், இதனை நான் கூறியிருப்பதை நானே எப்படி மறந்து விட முடியும்!

இந்துஸ்தான் டைம்ஸ் இதழ் நிருபர் காடிலால், பேட்ரியட் நாளிதழ் நிருபர் கிரீஷ்மதுர். ஸ்டேட்ஸ்மென் நாளிதழ் நிருபர் ரன்ஜித்ராய். டைம்ஸ் ஆப் இந்தியா சுதர்சன்பாடியா, இந்தியன் எக்ஸ்பிரஸ் (டில்லி வெளியீடு) திரிபாதி. இந்துஸ்தான் ஸ்டாண்டார்டு சைலேன் சட்டர்ஜி, பி.டி.ஐ. அமைப்பிலிருந்து குப்தாவும் என். பாலசுப்பிரமணியமும், இந்து நிருபர்கள் இ.கே.ராமசாமியும், பட்டாபிராமனும், அமிர்தபஜார் பத்திரிகை நிருபர் தத்தா, ஈவினிங் நியூஸ், சி.பி. இராமச்சந்திரன். மெயில் பி. இராமசாமி, அகில இந்திய ரேடியோ நிலையத்திலிருந்து கே.ஜி. ராமகிருஷ்ணன், யு.என்.ஐ அமைப்பிலிருந்து கணபதி, இன்பா அமைப்பிலிருந்து ராஜேந்திரகபூர், நவபாரத் இதழிலிருந்து ஜெயின், இந்துஸ்தான் இதழிலிருந்து சந்திராகர், இந்துஸ்தான் டைம்சிலிருந்து தார், தினமலர் ராதா கிருஷ்ணன், பிரீ பிரஸ் ஜர்னல் சுவாமிநாதன், நவ்பாரத் டைம்ஸ் ரக்பீர் சகாய், பினான்ஷியல் எக்ஸ்பிரஸ் சந்தானம், சங்கர்ஸ் வீக்லி கோபு, திருச்சூர் எக்ஸ்பிரஸ் ஆர். சுந்தரம், ஜன்ம பூமி, சுயராஜ்யத்திலிருந்து ஏ.எஸ். ரகுநாதன், ஆகியோர் அன்று வந்திருந்தவர்கள். ஒரு மணி நேரத்துக்கு மேலாக அவர்கள் கேள்விகள் கேட்க, நான் பதில் அளிக்க, ஒருவரை ஒருவர் புரிந்து கொள்ளும் வாய்ப்பு மிகுந்த விதமாக அந்த மாநாடு நடைபெற்றது.

அத்தனை நிருபர்களை மொத்தமாகச் சந்திப்பது எனக்கு முதல் முறை அவர்கள் ஒவ்வொருவரும் இது போன்ற நிகழ்ச்சிகள் பலவற்றிலே பலமுறை கலந்து பழக்கப்பட்டிருப்பவர்கள். என்றாலும், அவர்கள் அனைவருமே என்னிடம் மிகவும் நட்புரிமையுடன் நடந்து கொண்டனர். என் நன்றி அவர்களுக்கு. அவர்களுள் சிலர், என் திறமையைச் சோதிக்க வேண்டும் என்ற முறையில் கேள்விகளைக் கேட்கிறார்களோ என்ற எண்ணம் எழத்தக்கவிதமான பிரச்னை களைக் கிளப்பினார்கள் என்றாலும் மொத்தத்தில் எனக்கு நமது நிலைமையைத் தெளிவுபடுத்தவும்,

கொள்கையை வலியுறுத்தவும் அவர்கள் நல்ல முறையில் வாய்ப்பளித்தார்கள். இது எனக்காக அவர்கள் செய்த உதவி என்பதைவிட, நாம் ஈடுபட்டிருக்கும் தூய காரியத்துக்குத் துணை செய்திருக்கிறார்கள் என்று கூறுவது தான் பொருத்தம் என்று எண்ணுகிறேன்.

வந்தமர்ந்த சில விநாடிகளுக்குள்ளாகவே ஒரு நிருபர் டில்லி இந்தியன் எக்ஸ்பிரஸ் நிருபர் என்று நினைவு "என்ன சொல்லப் போகிறீர்கள்? ஆரம்பிக்கலாமே!" என்றார்.

"என் கருத்தினை மாநிலங்கள் அவையில் கூறியிருக்கிறேன் மேற்கொண்டு ஏதாகிலும் தேவை என்றால் கேளுங்கள் கூறுகிறேன்" என்று நான் கூறினேன். கேள்விகள் புறப்பட்டன. ஒரு முறை எதிரே இருப்பவர், அடுத்தது வலப்பக்கத்தில் ஒருவர். திடீரெனக் கோடி யிலிருந்து மற்றொருவர், அதைத் தொடர்ந்து இடப்புறத்திலிருந்து ஒருவர், பிறகு மூன்றாவது வரிசைக்காரர். இப்படிக் கணைகள்! சுவையும் இருந்தது. சூடும் தென்பட்டது. அன்பு ததும்பிடும் போக்கும் கண்டேன், அருவருப்பை அடக்கிக்கொள்ளும் போக்கும் இருந்தது.

ஜனவரி 26ஆம் நாள் தி.மு.கழகம் என்ன திட்டம் மேற்கொண்டது? விளைவு என்ன? விளக்கம் என்ன? என்று ஒரு நிருபர் கேட்டார்.

ஜனவரி 26ஆம் நாள், இந்தியை இந்தியாவின் ஆட்சி மொழி என்று ஆக்கிவிடுவதைக் கண்டிக்கத் துக்க நாள் நடத்த தி.மு.க. திட்டமிட்டது, தொடக்கத்திலிருந்தே முதலமைச்சரும் காமராஜர் உள்ளிட்ட காங்கிரஸ் தலைவர்களும் வன்முறைச் சூழ்நிலை எழக்கூடிய விதமான முறையில் பேசலாயினர். காங்கிரஸ் இதழ்களில் அந்தப் பேச்சுகள் வந்துள்ளன. கறுப்புக் கொடிகள் அறுக்கப்படும், கொளுத்தப்படும், கறுப்புக் கொடி கட்டுபவன் கரம் வெட்டப்படும் என்பன போன்ற பேச்சுகள் பேசப்பட்டன. பல காங்கிரஸ் அமைப்புகள், இத்தகைய வன்முறையில் ஈடுபடப் போவதாக இதழ்களிலேயே கறுப்புக் கொடி கட்டக்கூடாது. அமளி ஏற்படும், உங்கள் கட்சிக் காரியாலயத்தில், வீடுகளில் கட்டிக்கொள்ளுங்கள் என்று எங்களிடமும், கறுப்புக் கொடியைக் கண்டால் அறுக்காதீர்கள், எங்களிடம் கூறுங்கள் நாங்கள் அகற்றிவிடுகிறோம் என்று காங்கிரஸ் தலைவர்களுக்கும் சொன்னார். நாங்கள் அது

போலவே பொது இடங்களில் கறுப்புக் கொடி கட்டவில்லை; எங்கள் வீடுகளில்தான் கட்டினோம். ஆனால், காங்கிரஸ் படையினரும், போலீசாரும் எங்கள் கட்டடங்களிலே அத்துமீறி நுழைந்து கொடிகளை அறுத்தனர். சிலர் கொளுத்தினர். இந்தவிதமான வன்முறைச் செயல் எழக் காரணமாக இருந்தவர்கள் காங்கிரஸ் தலைவர்களே என்று கூறினேன்.

விவரமாக நான் இந்தச் சம்பவங்களை விளக்கியது. கேட்டு, பல வட இந்திய இதழ் நிருபர்கள், முதல் முறையாக இந்த விவரம் கிடைக்கிறது. இது வரை தெரியாதிருந்தது. என்று கூறி வியப்படைந்தனர்.

இன்னும் தெரியவேண்டியது நிரம்ப இருக்கிறது. நள்ளிரவில் மாணவர் விடுதிகள் தாக்கப்பட்டதும், அங்கு கண்ணீர்ப்புகைக் குண்டு வீசப்பட்டதும், அமைதியாக இருந்த மாணவர்களின் கிளர்ச்சி அமளியாகிட வழி வகுத்த அடாத நடவடிக்கைகளும், இவ்விதம் பல உள்ளன. இவைகளையெல்லாம் அனைவருக்கும் தெரியவேண்டும். உண்மை அப்போதுதான் துலங்கும், எங்கள் கழகத்துக்கும் இந்த நடவடிக்கைகளுக்கும் எந்தத் தொடர்பும் இல்லை என்பது மெய்ப்பிக்கப்படும். கல்லூரி முதல்வர்கள், பேராசிரியர்கள், விடுதித் தலைவர்கள், இதழாசிரியர்கள், வழக்கறிஞர்கள் போன்றோர் சான்றளிக்கத் தயாராக உள்ளனர். ஆகவேதான் நீதி விசாரணை வேண்டுமென வற்புறுத்துகிறோம் என்று விளக்கமளித்தேன். *

ஆனால், கருத்து அடிப்படையில் காணப்படும் 'சிறுபான்மை' என்பது அவ்விதமன்று, வேகமாக மாறி வளர்ந்து, பெரும்பான்மை ஆகிவிடக்கூடியது.

பெரும்பான்மையோர் கூடித் தீர்ப்பளித்துத்தான் கிரேக்கப் பெருமகனார் சாக்ரடீசுக்கு நஞ்சளித்துக் கொன்றனர். அவருக்காக அந்த மன்றத்தில் சிறுபான்மையோர் தான் பரிவுகாட்டினர்.

ஆனால், சாக்ரடீஸ் உயிரோடு இருந்தபோது இருந்த சிறுபான்மை, அவர் மறைந்ததும் வேகவேகமாக வளர்ந்தது. பெரும்பான்மையாகிவிட்டது. பெரும்பான்மையா? கிரேக்கம்

முழுவதும் அவர் சார்பில்! கிரேக்கத்தோடும் நின்று விடவில்லை. அறிவுலகம் அவ்வளவும் அவருக்கே!!

இவை குறித்தெல்லாம் எண்ணவும், இவற்றில் சிலவற்றைக் குறித்துப் பேசவும் இம்முறை டில்லியில் எனக்கொரு வாய்ப்பு கிட்டியது.

இந்தி எதிர்ப்பு உணர்ச்சியே சிறுபான்மையினரின் உணர்ச்சி என்பதுதானே டில்லிப் பேரரசின் கணக்கு. அந்த முறையில், 'சிறுபான்மை'யினரில் ஒருவன் என்ற நோக்கத்துடனேயே என்னை அங்குக் கவனிக்கிறார்கள்.

அந்நிலையில் சிறுபான்மையினர் பிரச்சினை பற்றிப் பேச வேண்டிய நிலை ஏற்பட்டது, மகிழ்ச்சி தந்தது.

டில்லிப் பல்கலைக்கழகத்தில் இணைக்கப்பட்டுள்ள செயின்ட் ஸ்டீபன் கல்லூரி மாணவர் மன்றத்தில் பேசும் வாய்ப்புப் பெற்றேன். ஜனநாயகத்தில் சிறுபான்மையோர் பிரச்னை என்பது குறித்துப் பேசினேன். கல்லூரித்தலைவர் சர்க்கார் என்பவரும், ஆசிரியர்களும் மாணவர்களும் குழுமியிருந்த அந்தக் கூட்டத்தில் பேசச் சென்ற என்னுடன் நமது மனோகரன், ராஜாராம், செழியன், முத்து, ராமபத்திரன் ஆகியோரும் வந்திருந்தனர்.

டில்லி செயின்ட் ஸ்டீபன்ஸ் கல்லூரி தரமானது என்று கூறப்படுகிறது. ஆனால், கல்லூரி முதல்வர், சென்னை கிறித்தவக் கல்லூரி, லயோலா கல்லூரி ஆகியவற்றைப் பற்றிப் பெருமிதத்துடன் என்னிடம் பேசிக் கொண்டிருந்தனர்.

இங்கு நான் கல்லூரிகளுக்குச் செல்லும் வாய்ப்பு கிடைக்கும் போது, கல்லூரி முதல்வர்கள் என்னிடம் தனியாக, அரசியல் பேசாதிருக்கும்படி கேட்டுக்கொள்வார்கள், ஒருவிதமான அச்சத்துடன். அன்று செயின்ட் ஸ்டீபன் கல்லூரி முதல்வர் அதுபோல ஏதும் கூறவில்லை. உற்சாகமாக வரவேற்று, நண்பர் போல் பழகினார்.

மாணவர்கள், பல்வேறு மாநிலங்களிலிருந்து வந்திருப்பவர்கள் என்பதை அறிந்து கொண்டேன். துளியும் எதிர்பாராத நிலையில்

இந்த வாய்ப்புக் கிடைத்தது. காரணம் என்ன இதற்கு என்று அறிந்துகொள்ள இயலவில்லை தொடக்கத்தில்.

அந்தக் கல்லூரி மாணவர்கள் இருவர் ஒருநாள் மாலை என்னைக் கண்டு தங்கள் கல்லூரியில் சொற்பொழிவாற்ற வரவேண்டும் என்று அழைத்தபோது, எனக்கு வியப்பாக இருந்தது. வருவதற்கு இசைவு தெரிவித்து விட்டு, "எதற்கும் முறைப்படி, உங்கள் கல்லூரி முதல்வரிடமிருந்து ஓர் அழைப்புக் கடிதம் பெற்று அனுப்புங்கள்" என்றேன்.

"தேவையே இல்லை. எவரெவரை அழைத்துப் பேசச்சொல்வது என்பது மாணவர்மன்றம் பெற்றிருக்கும் உரிமை. முதல்வர் அதற்குக் குந்தகம் விளைவிப்பதில்லை. நாங்கள் ஆண்டுதோறும் 'ஆண்ட்ரூஸ் சொற்பொழிவுகள்' எனும் தொடர் நிகழ்ச்சி நடத்தி வருகிறோம். அதிலே, முன்பு ஜெயப்பிரகாஷ் நாராயணன், ஹிரேன்முக்கர்ஜி ஆகியோர் வந்து கலந்து கொண்டுள்ளனர். மாணவர்களாகவே ஓர் ஆங்கில மாத இதழ்கூட வெளியிட்டு வருகிறோம்; ஆன்செட் என்பது இதழின் பெயர். இதழ்கள் நாளை அனுப்பிவைக்கிறோம். நீங்கள் விரும்புகிறபடியே கல்லூரி முதல்வரின் அழைப்புக் கடிதமும் பெற்று அனுப்புகிறோம்!! என்று கூறினர். சொன்னவாறே செய்தனர். ஆன்செட் இதழ் கிடைத்தது. அதைக் கண்ட பிறகுதான், ஏன் என்னை அழைக்க விரும்பினார்கள் என்பது எனக்குப் புரிந்தது. அந்த இதழில், தி.மு.கழகத்தைத் தாக்கி ஒரு கட்டுரையும், விளக்கமளித்து ஒரு கட்டுரையும், அந்த விளக்கத்துக்கு மறுப்பு அளித்து ஒரு கட்டுரையும் வெளியிடப்பட்டிருந்தன. முன்னதாகவே, கழகம் செயின்ட் ஸ்டீபன் கல்லூரிக்குச் சென்று விட்டிருக்கிறது! *

முன்பெல்லாம் தம்பி! பல இதழ்கள். பொதுத் தொண்டாற்றுவோர் பற்றிப் பெரிதும் இந்தப் போக்கிலேயே இருந்து

ஆயிரக்கணக்கிலே மக்கள் கூடுவர். வாதத் திறமை காட்டி கொள்கை விளக்கமளிப்பார் பேச்சாளர். ஒரு வரி வெளியிடமாட்டார் கள். ஆனால் அத்தகைய ஒரு கூட்டத்தில் எவனோ விரட்டிவிட்ட பன்றி நுழையும், மறுநாள் எட்டுக் கலத்தில் கொட்டை எழுத்தில் அந்தச் செய்தி வெளிவரும். அவர்களின் எண்ணம் அவ்விதமான செய்தியைப் படித்ததும் மக்கள் அருவருப்பு அடைவார்கள் என்பது! அருவருப்பு

அடைந்தார்கள் மக்கள். கழகத்தின் மீது இல்லை. கழகக் கூட்டத்திலே பன்றியை விரட்டிவிட்ட பெரிய கட்சிக்காரரிடம்!!

நடைபெற்ற நிகழ்ச்சியொன்று நினைவிற்கு வருகிறது. 1938 என்று கருதுகிறேன். ஆச்சாரியார் இந்தியைக் கட்டாய பாடமாக்கிய நேரம். இந்தி எதிர்ப்புப் பிரசாரம் சென்னையில் வெகு மும்முரமாக இருந்த நாள்கள். தியாகராயநகரில் அப்போது மிகச் சிலரே தியாகராய நகர் என்று கூறுவார்கள். மாம்பலம் என்ற பெயர் தான் பிரபலம். அந்த நாள்களில் ஓர் இடத்திலே இந்தி எதிர்ப்பு கூட்டம். பலர் பேசினார்கள். நானும் பேசச் சென்றிருந்தேன். சென்னையில் என்னைப் பலருக்குத் தெரியாத காலம் அது. ஆகவே நான், பத்திரிகை நிருபர்களுக்கு மத்தியில் உட்கார்ந்திருந்ததை யாரும் கவனிக்கவில்லை. கூட்டத்தில் தொடக்கத்திலேயே தொல்லை, கல்வீச்சு, கேலிச் சிரிப்பு கேள்விக் தாள்கள், நிருபர்களின் கெக்கலி, போலிசாரின் பரிகாசம்கூட

ஒரு நிருபருக்கு அவசரமான வேலைபோல இருக்கிறது. அவர் மற்றவர்களிடம் சொல்லிக்கொண்டு கிளம்பினார். கிளம்பும்போது ஆங்கிலத்திலே கூறினார். "நான் போகிறேன். பத்திரிகையில், கூட்டம் குழப்பத்தில் முடிந்தது என்று தலைப்புடன் செய்தி வெளியிடச் சொல்லி விட்டு வீட்டிற்குப் போகப் போகிறேன்" என்றார்.. மற்றவர்கள், "ஆமாம்" நாங்களும் அதுபோன்ற தலைப்புத் தான் போடப் போகிறோம்" என்று கூறினார்கள்.

என்னைப் பேச அழைத்தார்கள் எழுந்து சென்றேன். மேடை ஏறினதும் சொன்னேன். "வீணாக ஏன் கூச்சல் கிளப்பிக் கஷ்டப்படுகிறீர்கள்? இந்தக் கூட்டம் மிக அமைதியாக நடைபெற்றால் கூட நாளைய பத்திரிகையில் கூட்டம் குழப்பத்தில் முடிந்தது என்ற தலைப்புடன் செய்தி வரப்போகிறது. நிருபர் சொல்லிவிட்டுத்தான் போயிருக்கிறார், இதோ உள்ள மற்ற நிருபர்களிடம். ஆகவே சிரமப்படாதீர்கள். எங்கள் பேச்சைக் கேளுங்கள். உங்கள் விருப்பம் போலச் செய்தி நாளைய பத்திரிகையில் தான் வரப்போகிறதே! ஏன் இப்போது காரணமற்ற கஷ்டத்தை அனுபவிக்கிறீர்கள்? நிம்மதியாக இருங்கள்" என்று சொன்னேன். கூட்டத்திலும் அமைதி

ஏற்பட்டது. மறுநாள் இதழ்களிலும், இந்தி எதிர்ப்புக் கூட்டம் என்ற தலைப்புடன் செய்தி வந்தது.

அப்படிப்பட்ட காலம் இருந்தது. இதழ்களின் போக்கு இப்போது வெகுவாக மாறிவிட்டிருக்கிறது. நமது கழகம் ஜனநாயகக் கடமையாற்றத் தகுதி பெற்ற ஓர் அமைப்பு. இந்தக் கடமையைச் செய்திட இது போன்ற வேறோர் அமைப்பு இல்லை என்ற உணர்வு வலிவு பெற்றிருக்கிறது. எனினும் சில இதழ்கள், இன்னமும் பழைய இயல்பில் சிற்சில வேளைகளில் நடந்து கொள்கின்றன.

இரண்டு கிழமைகளுக்கு முன்பு தஞ்சை மாவட்டத்தின் பல இடங்களிலே பேசினேன். பயனுள்ள கூட்டங்கள் என்று நான் நம்புகிறேன். இந்த இதழ்கள் கூட்டத்தைப் பற்றி என்ன செய்திகளைப் பெரிதாக்கிப் போட்டன தெரியுமா, தம்பி! பாம்பு நுழைந்ததாம் கூட்டத்தில். அதற்குத் தான் மரியாதை!! அண்ணாதுரை கூட்டத்தில் பாம்புகள் படை எடுப்பு என்பது தலைப்பு!!

அத்தகைய இதழ்கள்தான், நான் தொடக்கத்தில் கூறியுள்ளபடி, பயனுள்ள பகுதியைக் கண்டறிந்து கூறாமல், பயனற்ற பகுதியை எடுத்துக் காட்டிக்கொண்டு எக்காளமிடுகின்றன.

என்னைத் தேடி இத்தகைய இதழினர் வருகின்றனர். சிற் சில சமயம். வருகிறபோது எந்த அரசியல் சிக்கல் பற்றியோ, பொருளாதாரப் பிரச்னை பற்றியோ கேட்பதில்லை. மாறாக, போராட்டம் உண்டா? இல்லையா? தோல்வி காரணமாகப் போராட்டத்தை நிறுத்தி விட்டீர்களா? என்ற முறையில் எதையாவது கேட்பது. இதற்குப் பதில் கூறத் தேவையில்லை என்று நான் கூறுவேன். மறு நாள் போராட்டம் இல்லை என்று செய்தி வெளியிடுவார்கள். உடனே இரண்டு மூன்று போர் முனைகளில் ஏககாலத்தில் படைகளைச் செலுத்தி வெற்றிமேல் வெற்றிபெற்ற வீரத்தலைவர்கள் சிலர், ‘செச்சே! போராட்டம் இல்லையா? அப்படியானால் கழகம் எதற்கு? என்று முழக்கம் எழுப்புவார்கள். கூட்டத்தில் கூட அன்று; காகிதத்தில் எழுதி அச்சுக் கோப்பவரிடம் காட்டுவதன் மூலம்! போராட்டம் தேவை என்பதிலே அடக்க முடியாத தாகம் இருந்து, கழகம் போராட்டத்தை நடத்தாதாமே என்ற கவலை இருந்தால்,

இந்த வீரத் தலைவர்கள் உடனே துந்துபி முழக்கி, ஜல்லடம் கட்டி, தொடை தட்டி, வாளை உருவிக்கொண்டு, வந்தது வரட்டும் என்று களம் நோக்கிப் பாய்கின்றனரா என்றால், அந்த யோக்கியதையைக் காணோம். போராட்டம் உண்டு என்று அறிவிக்கக் காணோம். கழகம் ஏன் இருக்கிறது என்று கேட்டு, தமக்கு உள்ள பொச்சரிப்பைக் காட்டிக்கொள்ளத்தான் கிளம்பு கிறார்கள்.

இத்தகைய போக்கினர் பற்றி ஏன் இன்று எழுதுகிறேன் என்றால், தம்பி! இவ்விதமான போக்கு இல்லாமல், உள்ளபடி கழகத்தைப் பற்றிய முழு விவரம் தெரிந்து கொள்ள வேண்டும், உண்மையை அறிந்து கொள்ளவேண்டும் என்ற உணர்வுடன், தமிழகத்துக்கு வெளியே உள்ள பல இதழ்கள், பொது அமைப்பின் நிர்வாகிகள் வருகிறார்கள். அறிவுத் தெளிவுள்ள கேள்விகளைக் கேட்கிறார்கள். கழகத்தைப் பற்றி இருந்துவரும் இருட்டடிப்பு போக்கப்பட்டாக வேண்டும் என்ற ஆர்வம் காட்டுகிறார்கள். அவர்களைக் கண்டு பேசும் வாய்ப்பு கிடைக்கிறது. ஆகவே தான் இங்குள்ள சில பொச்சரிப்பாளர்கள் பற்றிய எண்ணம் வந்தது.

இரண்டு திங்களுக்கு முன்பு பீகார் மாநிலத்தைச் சேர்ந்த கல்லூரி ஆசிரியர் சிலர், இதழாசிரியர் சிலர் வந்திருந்தனர். நீண்ட நேரம் பேசிக் கொண்டிருந்தனர். வாதாடக் கூடச் செய்தனர். விளக்கங்கள் கேட்டறிந்து கொண்டனர். கழகம் பற்றி இதுவரையில் அவர்களுக்குக் கூறப்பட்டிருந்தவை எத்தகைய பொய்யுரைகள் என்பதனை உணர்ந்து கொண்டதாக மகிழ்ச்சியுடன் கூறினர்.

“நீங்கள் இவ்வளவு நல்லவராக, இத்தனை சாதுவாக இருப்பீர்கள் என்று நாங்கள் எதிர்பார்க்கவே இல்லை” என்று கூட ஒருவர் சொன்னார்.

சென்ற திங்கள், மராட்டியத்தில், புனாவில் உள்ள கல்லூரியைச் சார்ந்த இரண்டு ஆசிரியர்களும் ஒரு மாணவரும் வந்திருந்தனர். கழகத்தின் வரலாற்றிலே இருந்து மொழிப் பிரச்னை வரையில், கடவுள் கொள்கையிலிருந்து மாணவர் கிளர்ச்சி வரையில் என்னுடன் ‘விவாதம்’ நடத்தினர். இறுதியில் நமது கழகத்தின் தூயநோக்கத்தைப் புரிந்து கொண்டதாகக் கூறிச் சென்றனர்.

தமிழகத்தின் நிலைமைகளை உள்ளது உள்ளபடி உணர்ந்து கொள்ள, இங்கிருந்து அடிக்கடி நல்லெண்ணக் குழு மராட்டியத்துக்கு வரவேண்டும் என்று கூட அழைத்தனர்.

இவர் போன்றோர் தம்பி! ஐந்து ஆண்டுகளுக்கு முன்பு வரையில் கூட, கழகத்தைப் பற்றி ஒரு துளியும் அக்கறை கொள்ளாதவர்கள். கழகத்தைப் பற்றிய தவறான செய்திகளைப் பற்றி மட்டுமே கேள்விப்பட்டவர்கள்:

அவர்களுக்கெல்லாம் இப்போது ஓர் உணர்வு. நாம் இது வரையில் கேள்விப்பட்டது போல இந்தக் கழகம் கருத்தறியாத, காட்டுப் போக்குடைய, குழப்பவாதிகளின் முகாமாக இருக்குமானால், இத்தனை வளர்ச்சி எப்படிக் கிடைத்திருக்க முடியும்? இந்தியப் பேரரசு ஒரு புதிய சட்டம் போட்டு இதன் நடவடிக்கையை ஒடுக்க முயல வேண்டிய அளவுக்கு எப்படி இந்தக் கழகத்திற்கு மக்களை ஈர்க்கும் சக்தி இருக்கிறது? அந்தச் சக்தியைச் சாய்த்திடக் காங்கிரசின் பெருந்தலைவர்கள் ஓயாமல் உழைக்கிறார்கள். இலட்ச இலட்சமாகப் பணத்தைத் திரட்டுகிறார்கள்: இருந்தும் முடியவில்லை. ஆகவே, இந்தக் கழகம் தமிழகத்தில் வேர்கொண்டுள்ள ஒரு பலமான அமைப்பு, இதைப் பற்றிய உண்மையை நாம் தனி நிருபர்கள் மூலமோ காங்கிரஸ் தலைவர்கள் மூலமோ தெரிந்து கொள்ள முடியாது. நேராகவே சென்று விசாரித்துத்தான் தெரிந்து கொள்ள வேண்டும். கழகம் அலட்சியப்படுத்தத் தக்கதன்று. அது ஒரு பிரச்னையாகி விட்டிருக்கிறது. புரிந்துகொண்டாக வேண்டும் என்ற எண்ணம் பலமாக இருக்கிறது. அது வளர்ந்து கொண்டும் வருகிறது.

மூன்று கிழமைகளுக்கு முன்பு கல்கத்தாவிலுள்ள 'ஸ்டேட்ஸ்மென் எனும் ஆங்கில நாளிதழின் சென்னைக் கிளையின் பொறுப்பை ஏற்றுக்கொண்டுள்ள நண்பர் வந்திருந்தார். விவரம் கேட்க, விளக்கம் அறிய, கேள்விகளை எழுப்ப கழகத்தின் வேலை முறையினை அறிந்து கொள்ள மிக நுட்பமான கேள்விகளை, வெகு நேர்த்தியான முறையிலே கேட்கிறார்கள்.

தம்பி! இதிலே எனக்குள்ள மகிழ்ச்சி என்ன என்றால், இவர்கள் நான் கூறுவதை அப்படியே – ஒப்புக்கொள்கிறார்கள் என்பதன்று; கருத்து மாறுபாடு கொண்டிருக்கிறார்கள். ஆனால்,

அவர்கள் வேளைக்கு எத்தனை படி பால்' சுறக்கிறது என்ற பயனுள்ள விஷயம் பற்றி அக்கறை காட்டுகிறார்கள், எத்தனை கூடைச் சாணம் என்று கணக்குப் பார்ப்பதிலே இல்லை.

என்னால் முடிந்த அளவு பொறுப்புணர்ச்சியுடன் இவர்களிடம் கழகம் பற்றிய விளக்கம் தந்து வருகிறேன். அவர்களும் தத்தமது வாய்ப்புக்கு ஏற்ற முறையில் என்னிடம் கேட்டறிந்து கொண்டவற்றை மற்றவர்களுக்குக் கூறி வருகிறார்கள். கட்டுரைகள். செய்தித் தொகுப்புகள் மூலமாக.

காங்கிரசாட்சியை நமது கழகம் எதிர்க்கிறது என்பதனால், காங்கிரசின் பெருந்தலைவர்களைப் பற்றி ஏதாவது கேட்டால். எரிச்சல் காரணமாக ஏதேனும் இழிமொழி கூறுவேன் என்று எண்ணிக்கொண்டு சிலர் என்னிடம் கேள்விகளைத் தொடுத்தனர். அதைப் புரிந்து கொண்டது மட்டுமின்றி, எனக்கே எவரையும் இழி மொழியாலே தாக்கும் இயல்பு கிடையாது என்ற காரணத்தால். நான் அவர்களைப் பற்றி மிக்க மரியாதையான முறையிலேதான் பேசினேன்.

குறிப்பாக, லண்டனிலிருந்து வந்திருந்த டெலிவிஷன் அமைப்பாளர், என்னிடம் ஒரு கேள்வி கேட்டார். "காமராஜர்' இந்தியாவின் பிரதமராக வரத் தகுதியுள்ளவர் என்று நீங்கள் கருதுகிறீர்களா?" என்று. நான் தட்டாமல் தயங்காமல், "ஏன் வரக்கூடாது! என்று தான் கூறினேன்". –

எனக்கு ஓர் எண்ணம் தம்பி! நாம் எவருடன் மாறுபாடான கருத்துக்கொண்டிருக்கிறோமோ, எவரை எதிர்த்து நிற்கிறோமோ, அவர் மிகச் சாமானியமானவர். எந்தவிதமான திறமையுமற்றவர், தகுதியுமற்றவர் என்றிருந்தால், அப்படிப்பட்டவரை எதிர்ப்பதிலே பெருமையே இல்லை என்ற எண்ணம். புலிவேட்டை ஆடுவதிலே வீரமும் களிப்பும் ஏற்படும், ஆபத்து இருப்பினும். நான் வேட்டை ஆடுவது மிகச் சாதாரணமான எலியை என்றால் அந்த வேட்டையிலே பெருமை ஏது! மதிப்பார் யார்? ஆகவே நான் காங்கிரசின் பெருந்தலைவர்களைத் தாழ்வாகப் பேசுவதில்லை என்பது மட்டுமன்றி, அவர்களைப் பற்றிய தாழ்வான எண்ணமே என் மனத்தில் கிடையாது: அவர்கள் தாழ்வானவர்கள், தகுதியற்றவர்கள் என்றால், அவர்களை எதிர்த்து நாம் போராடி

வருகிறோம் என்று கூறிக்கொள்வதற்கே நாம் கூச்சப்பட வேண்டும்.

ஒரு கட்சியில் உள்ளவர்களுக்கும். மற்றொரு கட்சியில் உள்ளவர்களுக்கும் இருக்கும் போட்டி, எந்த முகாமிலே உள்ளவர்கள் * 'மேலோர்' எவர் தாழ்வானவர் என்பதில்லை; எவர்காட்டும் வழி நாட்டுக்கு நல்வழி என்பதிலே தான். ஒரு கட்சியில் உள்ளவர்களை – மற்றொரு கட்சியில் உள்ளவர்கள் மதித்திட்வே கூடாது. மதித்து விடுவோமானால் பிறகு அவர்கள் முன் மண்டியிட்டுவிட நேரிடும் என்று கருதுவது மிக மிகத் தவறு.

நமக்கு நமது கொள்கையிலே அழுத்தமான நம்பிக்கையும், நாம் மேற்கொண்டிருக்கும் தொண்டு கடமை உணர்ச்சியின் மீது கட்டப்பட்டிருக்கிறது என்ற உணர்வும் இருக்குமானால், தகுதிமிக்கவர் கள், நிலைமையில் உயர்ந்தவர்கள். மாற்று முகாமில் இருந்தாலும், அவர்களிடம் நமக்கு மிகுந்த மதிப்பு எழுந்தாலும் கூட, நமது கொள்கையை விட்டுக்கொடுக்கும் மனப்போக்கு வரவே வராது. நமது கொள்கைக்கு மாறான கொள்கை கொண்டுள்ளோரிடம் மதிப்பு வைத்தால் நமது கொள்கை கெட்டொழியும் என்று எண்ணுவது பேதைமை. அது காட்டுமுறை. மக்களாட்சி முறையின் மாண்பதயாதாரின் போக்கு,

பத்து நாள்களுக்கு முன்பு சென்னையில் 'ஹிகின் பாதம்ஸ்' என்ற புத்தகக்கடைக்கு நான் போயிருந்த போது, அங்கு அலுவல் பார்க்கும் நண்பர், "மறைந்த சத்தியமூர்த்திக்கும் சர். இராமசாமி முதலியாருக்கும் கட்சி வேறு வேறு, போட்டி பலமாக என்று இருந்த போதும், ஒருவருடன் ஒருவர் மரியாதையுடன் பழகி வந்தனர், அப்படிப்பட்ட பண்பு இப்போது இல்லையே" என்று கூறி வருத்தப் பட்டார்.

அவர் கூறியதிலே பெரும் அளவு உண்மை இருக்கிறது. இன்று வெறுப்பு, அருவருப்பு, பகை எனும் உணர்ச்சியின் துணைகொண்டு மட்டுமே அரசியலில் தம்முடன் மாறுபட்டிருப்பவர்களை மட்டந் தட்டி, தாம் சார்ந்திருக்கும் அரசியல் அமைப்பிற்கு ஏற்றம் தேடித்தர முடியும் என்ற எண்ணம் தடித்துக் கிடக்கிறது. ஆயினும், நான் இந்தச்

சூழ்நிலையிலும் ஒன்றைக் காண்கிறேன், யாரார்க்குத் தாம் ஈடுபட்டுள்ள கொள்கையிலே வற்றாத பற்றும், தளராத நம்பிக்கையும் இருக்கிறதோ, அவர்கள் தம்முடன் மாறுபாடான அரசியல் கருத்துக் கொண்டவர்களுடன் மதிப்புடன், நட்புரிமையுடன், நம்பிக்கையுடன் கூடப் பழகிடும் முறையை மேற்கொண்டுள்ளனர். காலஞ்சென்ற சர்தார் வேதரத்தினம் அழுத்தமான காங்கிரஸ்காரர். இந்தியிலே பிடிவாதமான பற்றுக்கொண்டவர். எனினும், அவர் என்னைப் பகைவனாகக் கருதியதில்லை. கேவலப்படுத்திப் பேசியதில்லை. வேறு பலர் அவர்போல், இன்று அவ்விதமானவருள் ம.பொ.சி. ஒருவர். செங்கல்வராயன் அவ்விதமே. மற்றும் பலப்பலர். ஆனால், கொள்கையில் நம்பிக்கை சுரந்ததால் அல்லாதது, இருந்த இடத்தில் கசப்பு வளர்ந்ததால் காங்கிரசுக்குள் சென்றவர் களோ, பகை கக்கி, இழிமொழி பேசியே மாற்று முகாமினரை ஒழிக்க முடியும் என்ற நினைப்புடன் நாப்பறை கொட்டுகின்றனர். பழுதுபட்ட மங்கை பழுக்க மஞ்சளை முகத்தில் அப்பிக்கொண்டு பத்தினி வேடம் போட்டிடும் கதைபோல.

அவனுக்கு என்ன தெரியும், இவனால் என்ன முடியும்? என்று பேசுவதன் மூலமாகத்தான், தமது பெருமையைத் தம்மவர் ஒப்புக்கொள்ளச் செய்யமுடியும் என்ற நிலை காங்கிரசின் பெரிய தலைவர்கள் சிலருக்கு ஏற்பட்டிருப்பது விருந்துண்ணுபவனைக் கெடுக்க அவன் எதிரே நின்று வாந்தி எடுப்பது போன்றது.

மற்ற கட்சித் தலைவர்களை மதித்திடுவது, நமது கொள்கையை நம்மிடமிருந்து பெயர்த்தெறிந்து விடும் என்று எண்ணுவது பேதைமை. அதனால்தான் காமராஜரின் கட்சிப் பற்று எனக்கு அவரிடம் மதிப்பையும், பெரியாரின் ஓயாத உழைப்பு அவரிடம் மதிப்பையும் "ராஜகோபாலாச்சாரியாரின் பேரறிவு அவரிடம் மதிப்பையும், ம.பொ.சியின் தியாகம் அவரிடம் மதிப்பையும் எனக்கு அளித்திருக்கிறது" என்று தம்பி கருணாநிதி, ம.பொ.சி விழாவில் பேசியதை அறிந்து நான் மகிழ்ந்தேன்.

எனக்கொரு தணியாத ஆவல். என் இயல்புகளை என் தம்பிகள் பெற வேண்டும் என்பதில் – ஆற்றலைப் பற்றிய ஐயப்பாடு எனக்கு எழுந்ததே இல்லே. எனக்கென்று அமைந்துள்ள

இயல்புகள் என் தம்பிகளுக்கு முழுக்க முழுக்க ஏற்படவேண்டும் என்ற ஆவல். எனவே தான் நான் மகிழ்ந்து வரவேற்கும் இயல்பான, மற்ற கட்சித் தலைவர்களை மதித்திடும் இயல்பு போற்றத்தக்கது என்ற கருத்துப்படத் தம்பி கருணாநிதி பேசியதை அறிந்து மெத்தவும் மகிழ்ச்சி அடைந்தேன்.

தனி நபர்கள் போலவே சில இதழ்களும், மற்றவர்களை மதிப்பது கூடாது. அதிலும் மாற்றுக் கருத்துக் கொண்டவர்களை மனம்போன போக்கில் தூற்றியபடி இருக்கவேண்டுப் என்ற போக்குடன் உள்ளன. இந்த நோக்கம் காரணமாகவே, நான் குறிப்பிட்டுள்ளபடி அவை, பயனற்ற பகுதிகளைத் தேடிப் பிடித் தெடுத்துக் கழகத்திற்கு இழுக்குத் தேடிட முனைகின்றன. பயனற்ற முயற்சி.

அவ்விதமான வீண் முயற்சியில் தம்மை ஈடுபடுத்திக் கொள்ளாத ஏடுகளும் உள்ளன என்பதற்கான எடுத்துக் காட்டு சில கூறினேன். அதனை மேலும் மெய்ப்பிக்கத் தக்தபடி "இல்லஸ்ட்ரேடட் வீக்லி' எனும் ஆங்கில இதழாசிரியர், கழகத்தைப்பற்றிய முழு விவரத்தை அறிந்து கொள்ள, சென்ற கிழமை வந்திருந்தார். விரிவாகப் பேசினோம். விளக்கம் பல கேட்டார். வினாக்கள் பல எழுப்பினார். ஐயப்பாடுகளைக் கூறினார். உண்மையை அறிந்து கொள்ள விழைந்தார்.

என்னுடன் பேசியதன் விளைவாக அவரோ. அவர் சார்ந்திருக்கிற இதழோ, கழகத்தின் கொள்கைகளை அப்படியே ஏற்றுக்கொள்ளும் நிலை ஏற்பட்டுவிட்டது என்று நான கூறவில்லை. அத்தகைய மன மயக்கத்தில் நான் எப்போதும் ஈடுபடுவதில்லை. ஆனால் ஒன்றை உணர்ந்தேன். அவர் வினா எழுப்பும்போதும் நான் அளித்த பதிலைக் கேட்டுக் கொண்டிருந்த போதும், கழகத்திடம் மதிப்புடன் இருந்திடக் கண்டேன். என் மகிழ்ச்சிக்குக் காரணம் அதுதான்.

தம்பீ! வள்ளுவர், போர்முறை இலக்கணம் தெரிவிக்கும் நோக்குடன் கூறினார், தன் வலியும் மாற்றான் வலியும் இரண்டையும் அறிந்துகொள்ள வேண்டும் என்று.

மாற்றானின் வலிமையைக் குறைத்து மதிப்பிட்டால், விளையக் கூடிய ஆபத்து கொஞ்சமில்லை. மாற்றானிடம் என்ன வலிமை

இருக்கிறது? போர்முறை அறியான்! போர்க் கருவிகள் அற்றவன், நெஞ்சுரம் இல்லை. என்று கருதி விட்டால், நமது வலிவைக் கெட்டிப்படுத்திக்கொள்ள வேண்டும், கருவிகளைச் செம்மையாக்கிக் கொள்ள வேண்டும் என்ற எண்ணம் எழாது. ஏற்பாடுகளிலே நாட்டம் செல்லாது. முடிவு? மாற்றானை வீழ்த்திவிடலாம் என்ற எண்ணம் மண்ணாகிப் போகும். எனவே தான், வள்ளுவர் 'மாற்றானின் வலிவுபற்றிய கணக்குத் தெரிந்திருக்க வேண்டும்' என்றார்.

இன்று தமிழகக் காங்கிரஸ், கழகத்தின் வலிவு பற்றிய கணக்கெடுத்துப் பார்த்துத்தான் தேர்தல் கணக்கில் தேவைப்படும் படைக்கலன்களை மிக்க மும்முரமாகச் சேகரித்தபடி இருக்கிறது. பலகாலம் பேசிய பழக்கம் காரணமாகவும், தமது படை வரிசையிலே கிலி மூண்டுவிடக்கூடாது என்பதற்காகவும், கழகத்தைப் பற்றிக் கேவலமாகவும் அதனைத் தமது கோபப் பார்வையாலேயே கட்டுப் பொசுக்கிவிட முடியும் என்ற பாணியிலும் பேசி வந்தாலும், கழகம் வலிவுள்ளது என்பதனை உள்ளூர உணர்ந்து, இலட்சக் கணக்கிலே பணம் குவித்திடுவதிலும், அலங்கார ஊர்வலங்கள், ஆர்ப்பாட்ட விளம்பரங்கள், பகட்டான பயணங்கள் நடாத்துவதிலும் முனைந்திருக்கின்றனர்.

பொதுத்தேர்தல் இன்னும் இரண்டு ஆண்டுகளுக்குப் பிறகுதான் வரப்போகிறது என்றாலும், அதற்கு இப்போதிருந்தே காங்கிரஸ் கட்சி ஏற்பாடுகளைச் செய்து வருவதும் முகாம்கள் அமைத்து வருவதும் எதைக் காட்டுகிறது? எளிதாகத் தேர்தல் களத்து வேலை நடவாது, கழகத்தைச் சந்திப்பது சாமானியமான காரியமில்லை. சற்று ஏமாந்தாலும் வீழ்ந்துவிடுவோம் என்ற அச்சம் பிடித்து ஆட்டுகிறது தமிழகக் காங்கிரசை.

படைக்கலன்களை. பண மூட்டைகளைச் சேகரிப்பது மட்டும் போதாது என்று, காங்கிரஸ் கட்சி, நான் குறிப்பிட்ட இதழ்கள் சிலவற்றின் துணைகொண்டு கழகத்துக்கு இழுக்குத் தேடிட எண்ணுகிறது. இந்த இதழ்கள் சில வேளைகளில் ஜனநாயகம் பற்றியும் சிந்து பாடுகின்றன.

ஜனநாயகக் கடமையாற்றிடும் வலிவு கொண்ட அமைப்பு. இன்று தமிழகத்தில், கழகம் என்ற பேருண்மையே எவரும் மறுக்கமுடியாது.*

நாட்டின் எதிர்கால நல்வாழ்விற்கு, படிப்பு மட்டும் இருந்தால் போதுமானதன்று. படித்துப் பட்டம் பெறுவதென்பது மட்டும் ஒருவன் வாழ வழிசெய்து தருவதாகாது. வேண்டுமானால், குமாஸ்தா வேலை கிடைக்கச் செய்யும், அரசாங்கத்தில். அது மட்டும் போதாது. இக்காலக் கல்லூரி படிப்பும் அவ்வகைக்கே அமைந்துள்ளது.

கல்வி அறிவுடன் தொழில் துறை அனுபவமும் அவசியமென்பது அறிஞர்கள் ஆராய்ச்சியால் கண்ட முடிவு. இதைத் தெரிந்து தானோ என்னமோ எனது மூத்தமகனும் பி.ஏ. படிக்கச் சொன்னால், வேண்டாம் என்று டாக்டர் தொழிலைக் கற்க ஈடுபட்டுள்ளான். வெறும் பி.ஏ., எம்.ஏ., பட்டம் பெறுவதைவிட தொழில்துறைக் கல்லூரியில் சேர்ந்து கற்க முன் வரவேண்டும். நாடு எதிர்பார்ப்பதும் தொழில் நிபுணர்களைத் தான்.

மேனாட்டில் ஒவ்வொரு துறைக்கும் ஒரு கல்லூரி இருந்து வருகிறது. தையல் தொழிலுக்கும், அங்கு கல்லூரி இருப்பதாகக் கேள்விப்பட்டேன். ஆனால் இங்குள்ள ஆட்சியாளர்களுக்கு தையல் தொழில் கல்லூரி அவசியமென்று தெரியவில்லை. ஒரு வேளை தெரிந்தும் இதைச் செய்யத் தெளிவு பெறவில்லை என்றே நினைக்கிறேன்.*

காங்கிரசார் கழகத்தை மிகக் கேவலமாகக் கூறிக்கொண்டே, அதனை எதிர்த்து நிற்க, தேர்தலுக்கு இரண்டாண்டுகளுக்கு முன்பே பலப்பல இலட்ச ரூபாய்களைத் திரட்டுவது கண்டு விவரமறிந்தோர் கைகொட்டிச் சிரித்திடவே செய்கின்றனர். அது காங்கிரசின் பெரிய தலைவர்களின் செவியிலே விழவில்லை. பணம் சேரச்சேரக் காதும் கேட்காதாம். கண்ணும் தெரியாதாமே!!

ஒரு பெரிய புள்ளியிடம் பணம் கேட்கச் சென்ற போது அவர் கேட்டே விட்டாராம். "கழகம் கலகலத்து விட்டது. கொள்கை இல்லை. கோழைத்தனம் மிகுந்து விட்டது: மக்கள் அதனை மதிப்பதில்லை என்றெல்லாம் தலைவர் கூறுகிறாரே, அவர் விவரம் தெரியாமலா பேசுவார்? பொய்யா பேசுவார்? அப்படிப்பட்ட கழகத்தை எதிர்த்து நிற்க எதற்காக இவ்வளவு

பணம்'' என்று. திரட்ட வந்தவர், குரலைத் தாழ்த்தி, "அது பிரச்சாரப் பேச்சு! உண்மையில் கழக வலிவு வளர்ந்தபடி இருக்கிறது. நாம் தவறான கணக்குப்போடக் கூடாது'' என்றாராம். "அந்தப் பெரிய புள்ளியே உன்னிடம் சொன்னாரா அண்ணா?'' என்று தானே கேட்கிறாய், தம்பி! அவரிடம் பேசும் நிலையிலும் இடத்திலுமா நான் இருக்கிறேன்? அந்தப் பெரிய புள்ளியின் மோட்டார் ஓட்டும் தோழன் மூலம் கேள்விப்பட்டேன். *

காக்கும் கரத்திடம் காஞ்சி இதழின் ஆண்டு மலர் உறவாடி உவகை அடைகின்றது.

ஒவ்வொரு கிழமையும் காக்கும் கரங்களில் என் கருத்தினைத் தாங்கி வரும் மடல் சேருகிறது. பெருமிதத்துடன் ஏற்றுக்கொள்ளப்படுகிறது என்பதனை அறிந்து அளவிலா அக மகிழ்ச்சி அடைந்து வருகின்றேன்.

தம்பி! உன் தகுதிமிக்க கரங்களுக்கு ஏற்றவிதமான எழில் கூட்டி இதழினைத் தந்திடும் முயற்சியில் என் இளைய மகன் இளங்கோவன் ஈடுபட்டு வருகின்றான். என்றாலும், இதழின் எழிலை விட, என் இதயத்தில் ஊற்றெனப் பெருகிடும் அன்பினையே பெரிதெனக் கொண்டிடுவாய், மகிழ்ந்து வரவேற்பாய் என்பதனை நானறிவேன்.

ஒவ்வொரு பிரச்னையையும் உன்னிடம் எடுத்துக் கூறிடுவதன் மூலம், எனக்கே ஒரு தெளிவும், உறுதியும் பிறந்திடக் காண்கின்றேன். நான் அளித்திடும் கருத்தினுக்கு நறுமணத்தினையும் கூட்டி நாலு திசைகளிலும் சேர்ந்திடுவாய் என்ற நம்பிக்கை கொண்டுள்ளேன். நான் அறிவேன் உன் திறமை. **

மலேசியப் பயணம்

தம்பி! அண்ணனுக்கென்ன, உல்லாசமாகக் கிளம்பிவிட்டான். வேலைகளைக் கவனிக்காமல் பாரத்தை என் மீது போட்டுவிட்டு சிங்கப்பூராம், பினாங்காம், கோலாலம்பூராம், ஈப்போவாம்,

ஹாங்காங்காம், பாங்காக்காம், டோக்கியோவாம், ஓசாகாவாம், மணிலாவாம், கம்போடியாவாம் பார்க்கக் கிளம்பிவிட்டான் என எண்ணிக் கோபித்துக் கொள்ளாதே. எங்கு சென்றாலும், எத்தகைய எழில்மிகு காட்சியெனினும் அவற்றை உனது இன்முகத்துக்கும், அன்பு ததும்பிடும் கண் ஒளிக்கும் மிஞ் சியதெனவா கருதிக் கொள்வேன்?

ஓங்கி உயர்ந்த மலைகளைக் கண்டால், உனது திண் தோள்களை எண்ணிக் கொள்வேன். அன்றலர்ந்த மலர்கல் உன் முகத்தை என் கண் முன் கொண்டுவந்து நிறுத்தும். சிற்றாறுகள் பாடிடும் சிந்துகள் உன் சிரிப்பொலியை நினைவுபடுத்தும். கண்டிடும் காட்சி யாவும் உன்னைத் தான் எண்ணிடச் செய்திடும் என்பதனை அறியாயா? அறிவாய் நிச்சயம். எனினும், ஒரு பொய்க் கோபம் காட்டுகிறாய், புன்னகையை மறைத்துக்கொண்டு.

ஓய்வு எனக்கு நிரம்பக் கிடைத்திருக்கிறது என்பதாலே நாடு பல கண்டிடலாம், பொழுதினை ஓட்டிடலாம் என்றெண்ணி உல்லாசப் பயணம் நடாத்திடும் உயர்நிலையினனா நான்? உனக்கு அண்ணன் என்றால் அந்த நிலையினன் அல்லன் என்பது தன்னாலே விளங்கிடுமே! வேலை மிகுதியாக உனது, மும்முரமாகப் பணியாற்றிட வேண்டிய நிலை. எனினும், மலேசியா வாழ் நண்பர்கள் பல ஆண்டு களாக அன்பழைப்பினைத் தந்தபடி உள்ளனர். வருக! வருக! அளவளாவிட வருக! என்பதாக. பலமுறை எனது இயலாமையைக் கூறிக்கூறிப் பார்த்தாகிவிட்டது. இனியும் அவர் மனம் புண்படச் செய்திடல் முறையாகாது என்பதால், பயணத்துக்கு ஒப்புதல் அளித்தேன்.

தம்பி! ஓய்வு நேரம்! உல்லாசவேளை! சல்லாபப் பேச்சு! இவை நமக்குக் கிடைத்திடுபவை அல்ல.

ஓய்வாக, ஒயிலாக இருந்திட வேறு பலர் நமக்காக உழைத்தபடி இருந்திடவேண்டுமே. அஃதோ நமது நிலை? அந்த நிலையையோ நாம் வரவேற்கத்தக்கது எனக்கொள்வோம்? இல்லையல்லவா?

நாடு பல கண்டிடலாம் என்ற எண்ணம்கூட, கண்கவர் காட்சி கண்டிடும் நோக்குடன் இல்லை. எண்ணற்ற நல்லிதயங் களுடன்

உறவாட, அவர்தம் எண்ணத்தினை அறிந்து மகிழ்ந்திட. பிறகு உன்னிடம் அவைபற்றி எடுத்துக்கூறிட வேறெதற்கு! *

தம்பி, விளக்கு அணைந்துவிட்டது. இருள் கப்பிக் கொண்டது எண்ணெயும் திரியும் இருக்க இருக்க, ஏதோ ஒரு கரம்பட்டு விளக்கு, கீழே விழுந்து நொறுங்கியதால், ஒளி மாய்ந்துவிட்டது. இருள் சூழ்ந்து கொண்டது, இதயத்தின் வேதனை மூண்டு விட்டது. எனவே, ஏதேதோ கூறிட எண்ணிக்கொண்டிருந்த நான், என் கண்ணீரைத் துடைத்துக்கொள்ளும் காரியத்தில் இருக்கிறேன். ஆம்! இருக்கிறேன். என் இதயத்தில் நல்லதோர் இடம் பெற்று, முப்பது ஆண்டுகளாக எனக்குற்ற நண்பராக இருந்து வந்த போளூர் சுப்பிரமண்யத்தின் உடலுக்குத் தீ மூட்டப்பட்ட கொடுமைமிகு நிலையைகக் கண்டதனால், மனம் புண்பட்ட நிலையில், வேதனை கொப்பளித்திடும் நிலையில், அதிர்ச்சி நீங்கவில்லை. இலேசானதன்று அந்த அதிர்ச்சி...

முன்னால் என்னிடம் மகிழ்ச்சி குழையக் குழையப் பேசிக் கொண்டிருந்தவர், மறுநாள் மருத்துவ மனையில் ரத்தம் சொட்டச் சொட்ட, உயிரொளி மெல்ல மெல்ல அணைந்து கொண்டுள்ள நிலையில் கிடத்தப்பட்டிருக்கிறார். காண்கிறேன். வேதனை தாக்குகிறது, விழி இருளுகிறது. உடல் பதறுகிறது. உள்ளம் கூறுகிறது. 'நம்பிக்கை இல்லை! நண்பன் பிழைப்பான் என்ற நம்பிக்கை இல்லை! என்பதாக. ஓடோடிச் சென்று தலைமை மருத்துவரைக் கேட்கிறேன்'. நிலைமை எப்படி? என்று. ஏதோ நான் கேட்டால் அவர் என் நண்பனைப் பிழைத்து எழுந்திருக்கச் செய்துவிடுவார் என்ற விதமான பித்தம் முற்றிய ஓர் எண்ணம்.

"மோசமான நிலை. ஏதும் கூறுவதற்கு இல்லை. மண்டையில் பலமான அடி, மூளையில் சிதறல் ஏற்பட்டிருக்கும்," என்றெல்லாம் விளக்குகிறார். விளக்கு நொறுங்கிவிட்டது என்ற செய்தி சில மணி நேரத்திற்கெல்லாம் என் செவியில் நுழைந்தது. நெஞ்சைத் தாக்கிற்று. நிலைகுலைந்து போனேன். நினைப்புகள் சிதறின. பறந்தன.

போளூர் சுப்பிரமணியத்தை நான் எப்போதும் பெயரிட்டு அழைத்ததில்லை. எப்போதும் போளூர்! போளூர்! என்றேதான் அழைப்பேன். போளூரின் வாய் பேசு முன்பு கண்கள் பேசும்! கனிவு வழியும்! சிரிப்பு பொங்கி வழியும்!

கட்டுடல் கறுத்த மேனி! கறுப்பிலே எத்தனை கவர்ச்சி காண முடியுமோ அத்தனை கவர்ச்சி! கண்களிலே ஓர் ஒளி! இதழில் ஒரு மலர்ச்சி! இதயம், போளூருக்கு உடலில் எங்கோ உட்புறத்தில் இல்லை. அவருடைய கண்களிலேயே தெரிந்தபடி இருந்திடும். அந்தப் போளூர் மோட்டார் விபத்திலே சிக்கி, மாய்ந்து போனார். மறைந்து போனார், என் மனத்திலே நெருப்பை அள்ளிக் கொட்டிவிட்டு. நான் எப்படித் துடிக்கிறேன் என்பதனைக்காண வேண்டியே காலம் இந்தக் கொடுமையைச் செய்ததோ என்று எண்ண வேண்டியிருக்கிறது. எண்ணெய் தீர்ந்துபோய் விளக்கு அணையவில்லை. விபத்தினால் அணைந்தது அந்த ஒளி. முப்பதாண்டுகளுக்கு மேலாக நான் கண்டு கண்டு களிப்படைந்து வந்த இன்ப ஒளி. பெரு நெருப்பிட்டுக் கொளுத்திக் கருக்கி நீறாக்கிவிட்டனர். அந்த ஒளியினை, என்ன கொடுமை! என்ன கொடுமை!

என் நிலையே போளூராரை அறிந்துள்ள கழகத் தோழர்கள் அனைவரின் நிலையும்.

தோழர்தம் நிலையே இதுவென்றால், அவரது துணைவியார், குழந்தைகள் என்ன வேதனையில் துடித்திடுவர்? எவர் அவர்க்கு ஆறுதல் அளித்திட முடியும்? என்ன எண்ணி ஆறுதலைப் பெற்றிட முடியும்?

பொல்லாத நோயொன்று பற்றிக்கொண்டு, பொன்னுடலை உருக்கி மாய்த்திட, இருமி ஈளை கட்டி இழுப்புடன் போராடி இன்றோ நாளையோ, பகலோ, இரவோ, உயிரி பிரியும் வேளை எப்போதோ என்று பலரும் பேசிக்கொள்ளும் நிலையிலா நேரிட்டது இந்த மறைவு? நண்பர்களிடம் அளவளாவி விட்டு, நண்பகல் சென்னை விட்டுக் கிளம்பியவர், ஒரு மணி நேரத்திலே உயிர் வேதனை அடைந்திடும் விபத்திலே சிக்கி, இரவு உயிரற்றுப் போனார் என்பதன்றோ நிலை? எவர்தான் தாங்கிக்கொள்ள முடியும்? இயற்கை! என் செய்வது! என்று கூறிடும் துணிவு' எவருக்குத்தான் எழ முடியும்? கண்டவர்

கல்லாயினர். கல் மனத்தினரும் கசிந்துருகினர். என் கலக்கம் குறைந்திடாதோ என்றதோர் நிலை: எனவேதான் தம்பி! கருத்தளிக்கும் காரியத்தில் ஈடுபட இயலவில்லை.

போளூராரின் இனிய இயல்புகள், அவர் இயக்கத்தில் ஆற்றிய அருந்தொண்டுகள், நெஞ்சை அள்ளும் நிகழ்ச்சிகள், அவருடைய' நகைச்சுவைப் பேச்சினாலே நாடு கண்ட அறிவுக் கதிரொளி என்பனவற்றைப் பற்றிக்கூட எடுத்துக் கூற இயலவில்லை. முதலில் வேதனை தீரவேண்டும். அதன் கூராவது ஓரளவு மழுங்கவேண்டும். பிறகுதான் அவரைப் பற்றியவற்றைக் கூட நினைவிற்குக் கொண்டு வந்து ஒழுங்குபடுத்திக் கூற முடியும். இப்போது உள்ள நிலை, எங்கள் இருவருக்கும் இருந்துவந்த முப்பதாண்டுத் தோழமைத் தொடர்பிலே நான் கண்டவை வேக வேகமாகக் கிளம்பி என் மனத்திலே ஓர் கொந்தளிப்பைத்தான் ஏற்படுத்துகின்றன. பெருமழை கண்ட புள், சிறகுகளை விரித்திடவும் இயலாமல், ஏதேனும் ஓரிடம் சென்று உடல் நடுங்கிக் கிடத்தல் போலுள்ளது என் உள்ளம். விளக்கு அணைந்துவிட்டது. கீழே விழுந்து நொறுங்கி விட்டது. ஒரு வாழ்க்கை, வரலாறு ஆகிவிட்டது. என் வாழ்வில் ஒரு பெரிய வேதனை தாக்கி விட்டது. இந்நிலையில் நான் எதை எழுத, எதைக்கூற?....*

நான் கல்லூரியில் படித்துக்கொண்டிருந்த நாள்களில் ஜாதிப் பிடிப்பு இன்றுள்ளதைவிட பயங்கரமான அழுத்தத்துடன் இருந்தது.

அந்த நாள்களில்,ஜாதி வெறிபிடித்தவர்கள் எத்தகைய கொடுமையைச் செய்யத் துணிவர் என்பதனை எடுத்துக் காட்டும் ஒரு பயங்கரச் சம்பவம் நடைபெற்றதாகக் கேள்விப்பட்டு கிடுகிடுத்துப் போனேன்.

தன்னை சற்று மேல்ஜாதி என்று கூறிக்கொண்டு தமது மகளை மண முடித்துக் கொண்டவன், உள்ளபடி தம்மை விடச் சிறிதளவு மட்டமான ஜாதி என அறிந்து கொண்ட பெண் வீட்டார், என்ன செய்தனர் தெரியுமோ? “தாலியை அறுத்துப் போடு! அந்தத் தகாதவனுடன் செய்து கொண்ட திருமணம், சாஸ்திர சம்மதம் பெற்ற திருமணமாகாது” என்று கூவிக்

கொக்கரித்து 'மாப்பிள்ளை'யை விரட்டிவிட்டு, பெண்ணைத் தமது வீட்டோடு வைத்துக் கொண்டார்கள் என்று எண்ணிக் கொள்வாய். அவ்விதம் செய்யவில்லை. ஊரிலே கேள்வி பிறக்காதா? ஏன் பெண் மாப்பிள்ளை வீட்டுக்குப் போகவில்லை? என்ன தகராறு சம்பந்திகளுக்கு? என்று கேள்விகள் எழுந்து கடைசியில் 'மட்டஜாதி'க்காரனுக்குப் பெண்ணைக் கொடுத்து விட்டார்களாம் என்ற உண்மை அம்பலமாகி, ஊர் ஏசுமே, ஏளனம் செய்யுமே! காலத்துக்கும் இருக்குமே அந்தக் கறை!! ஆகவே வெளியே சொல்லவில்லை. உண்மை தெரிந்துவிட்டது என்று மாப்பிள்ளையே கூடத் தெரிந்துகொள்ள விடவில்லை. புன்னகை காட்டியபடி இருந்தனர். மாப்பிள்ளை 'விருந்து' சாப்பிட வந்தவர், மாலையில் உலவப் போனார்! இரவு பிணத்தைத்தான் தூக்கிக் கொண்டு வந்து போட்டனர். யாருக்கும் தெரியாமல், ஆளைவிட்டு அடித்துக் கொன்று போட்டு விட்டனர். மகளை விதவையாக்கினர், ஜாதி கெடக்கூடாது, ஜாதி காரணமாக இருந்து வந்த மதிப்பு மடியக் கூடாது என்பதற்காக. கொலையே செய்தனர், குலப் பெருமையைக் காப்பாற்றிக் கொள்ள! பெரிய இடம்! ஒரு துப்பும் கிடைக்கவில்லை! ஒரு புகாரும் எழவில்லை!! இங்குமங்குமாக, மெல்ல மெல்லப் பேச்சுக் கிளம்பிற்று.

இருக்கும்! இருக்கும் என்றவர்களும்,

இதை எல்லாம் யார் கண்டனர் என்றவர்களும்,

இல்லாமல் பிறவாது அள்ளாமல் குறையாது என்றவர்களும்

நிரம்ப இருந்தனர். இந்த அக்கிரமம் ஆகுமா என்று கேட்க எவரும் கிளம்பவில்லை. அதுமட்டுமன்று, தம்பி! ஜாதியைக் கெடுத்துக் கொள்ள எவனய்யா சம்மதிப்பான்? என்று கேட்டவர்களும், "வேறே வழி! தீர்த்துக் கட்டுவது தவிர வேறே வழி?" என்று 'நியாயம்' பேசியவர்களும், "அவன் செய்த அநியாயத்துக்கு அவனை வெட்டி வெட்டியல்லவா போட்டிருக்கவேண்டும்" என்று கொதித்துக் கூறியவர்களும், "கொலை! கொலை! என்று பேசுகிறார்களே!! பாம்பைச் சாகடிக்காமல், படுக்கையில் புரளவிடுவார்களா! ஜாதியைக் கெடுக்க வந்தவனைச் சாகடித்துப் போடாமல், சந்தனத் தாம்பூலம் கொடுப்பார்களா?" என்று பேசியவர்களும்

இருந்தனர், பெரிய புள்ளிகளாக! ஊருக்கு நியாயம் வழங்கும் பெரியவர்களாக!! *

தம்பி! உன்னிடம் ஒரு பாட்டுப் பாடிக் காட்டவேண்டும் என்று ஆவலாக இருக்கிறது. ஆனால், துணிவுவர மறுக்கிறது. என்னிடம் இத்தனை பரிவும் பாசமும் கொண்டுள்ள உனக்குச் சங்கடத்தைத் தந்திட மனம் இடந்தரவில்லை. ஆகவே, பாட்டுப்பற்றிக் குறிப்பு மட்டும் தருகிறேன்.

"சிதம்பர தரிசனமா! நீ அதைச் சிந்திக்கப்போமா....'' என்ற ஒரு பாட்டு உண்டு. நந்தனார் பற்றிய பாடல். அந்தப் புத்தகம் கிடைத்தால் படித்துப்பார், தம்பி! பாடக் கூடியவர்களைப் பாடச் சொல்லிக் கேட்டுப்பார், சுவையான சந்தம்! இனிமையாக இருக்கும், இசைக்கு ஏற்ற குரல்வளம் உள்ளவர்கள் பாடினால்.

பாட்டின் கருத்து பற்றித்தான் நான் இப்போது கூற முற்படுகிறேன்.

சேரியில் வாழ்ந்துக்கொண்டிருந்த சீலமிக்க நந்தனாருக்குச் சிதம்பரம் சென்று ஆடலரசனைத் 'தரிசனம்' செய்திட வேண்டும் என்ற ஆர்வம் மிகுதியாக,

"தில்லை அம்பலத் தலமொன் றிருக்கு நாம்
அதைக் கண்டபேர்க்கு
ஜனனமரணப் பிணியை அறுக்குதாம்"

– என மனமுருகிய நிலையில் வேதியர்முன் பாடி, இறுதியில்

"போய்வர உத்தாரம் தாரும் ஐயனே!"

என்று கேட்கிறார். அய்யர், நந்தனாரின் ஆண்டை ஆகவே, அவருடைய உத்தரவு தேவைப்படுகிறது. "வேதியர்' அனுமதி மறுப்பதற்காக என்று அமைந்துள்ள பாட்டு நான் தொடக்கத்தில் குறிப்பிட்டுள்ளது.

"சிதம்பர தரிசனமா? நீ அதைச் சிந்திக்கப்போமா" என்று கேட்பது மட்டுமன்றி, நந்தனார் என்னென்ன செய்து காலந்தள்ள வேண்டும், எது முறை, எவை அவருக்கென்று ஏற்பட்டுள்ள நியதி' என்று விளக்கமாகவும் வேதியர்' எடுத்துரைக்கிறார்.

**"காடு கழனியை உழுதிடு
கள்ளுத் தண்ணியைக் குடித்திடு,
காடன் மாடனைக் கும்பிடு"**

என்ற கருத்துப்பட நந்தனாருக்காகவென்றே சாஸ்திரமும் சம்பிரதாயமும் வகுத்து வைத்துள்ள முறைகளை எடுத்துக் கூறுகிறார் வேதியர்.

அந்த வேதியரின் நினைவுதான் வருகிறது, தம்பி! காமராஜர் நம்மைப்பற்றிச் சின்னாள்களுக்கு முன்பு பேசியதனை அறிந்தபோது.

கடவுளை எதிர்த்துப் போரிடு.

பார்ப்பன ஒழிப்பை நடத்திடு

இவற்றை விட்டுவிட்டு, தேர்தலிலே ஈடுபடுவதா! காங்கிரசை எதிர்ப்பதா! ஆட்சியிலே அமர்ந்திட முனைவதா! என்று கேட்கிறார்.

நாம் எதைச் செய்யக்கூடாது என்பதனையும் கூறுகிறார், எதையெதைச் செய்திட வேண்டும் என்பதனையும் எடுத்துக்காட்டுகிறார். அவ்வளவு அக்கறை, நம்மிடம்! *

தம்பி! ஒவ்வொரு நாளும் உன்னை நீயே கேட்டுக் கொள்ள வேண்டும். இன்று நாம் செய்தது என்ன? எந்த வகையில் கழகப் பணியாற்றினோம்? என்பதனை. ஏன் என்கிறாயோ தம்பி! காங்கிரஸ் எதேச்சாதிகாரத்தை வீழ்த்தும் புனிதப் பணிக்கு நான், உன்னைத்தான் நம்பிக் கொண்டிருக்கிறேன்..

உருட்டி மிரட்டிப் பேசிடுபவனல்லன் நான். நான் உன்னோடு இருப்பவன். உயர ஏறிவிட்டவன் அல்லன்.

என்னைத் தேடி இலட்சாதிபதிகள் வரமாட்டார்கள். நான் உனக்காகப் பணியாற்றுபவன் என்பது அவர்களுக்குத் தெரியும்!

நமது மாளிகைக்கு விருந்துண்ண வருக! என்று என்னை சம் வேண்டிக் கேட்டுக்கொள்ள மாட்டார்கள். நான் பர்மிட் லைசென்சு கொடுப்பவனல்லன்!

ஊர்க்கோடியிலே மணிக் கணக்கிலே காத்திருந்து எனக்கு மாலை அணிவிக்கச் சீமான்கள் நின்றுகொண்டிருக்க மாட்டார்கள், நான் பதவியைத் தந்திட வல்லவன் அல்லன்.

.நான் இன்னின்னது பேசினேன். இத்தனை முறை கை தட்டினார்கள். இத்தனை மாலைகள் போட்டார்கள், என இதழ்கள் வெளியிடா. நான், அவர்கள் போற்றிப் புகழ்ந்திடும் இடத்திலே இல்லை.

நான், அவனுக்கு என்ன தெரியும், இவனுக்கு என்ன தெரியும், எவனுக்கு என்ன யோக்யதை இருக்கிறது என்றெல்லாம் பேசிட முடியாது. என் இயல்பு இடந் தராது. அப்படிப் பேசினாலும் தாங்கிக்கொள்ள மாட்டார்கள். ஏனெனில், நான் தர்பாரில் இடம் – பெற்றவன் அல்லன்.

கூப்பிடு அவரை! கொண்டு வா இவரை! என்று நான் கட்டளை பிறப்பிக்க முடியாது. ஏனெனில், எவரும் மதித்தே ஆகவேண்டும் என்ற பகட்டான பதவிப் பீடத்திலே நான் இல்லை.

நான் இவையெல்லாம் கிடைக்கவில்லையே என்று ஏக்கப்படவுமில்லை. கிடைக்கும் என்று எதிர்பார்க்கவுமில்லை.

நான் எதிர்ப்பார்ப்பது ஒன்றுதான், உன் இதயத்தில் இடம்.

எனக்குக் கிடைத்திருப்பதும் ஒன்றுதான், உன் இதயத்தில் எனக்கோர் இடம்.

நான் விளக்கிக் காட்ட முடியும். செய்கிறேன். உன் ஆதரவை, உழைப்பைக் கேட்க முடியும். கேட்கிறேன்.

என்னால் முடிந்ததை நான் செய்கிறேன். உன்னால் முடியக்கூடிய அனைத்தையும் தம்பி! நீ செய்திட வேண்டும்.

தம்பி! நான் உயர்நிலைப் பள்ளியில் படித்துக் கொண்டிருந்த போது, ஒரு வேடிக்கை நடைபெற்றது.

அந்நியச் சாமான்களை விலக்குவது என்ற திட்டம் மும்முரமாகப் பரவிய நேரம். குறிப்பாக அந்நிய ஆலைத் துணிகளைப் போட்டுக் கொளுத்தும் திட்டம் நடைபெற்றுக் கொண்டிருந்த நேரம்.

என் நண்பன் ஒருவன், 'சிகரெட்' பிடிப்பவன். முன்பு மறைவாகப் பிடித்து வந்தவன், தைரியமாக நாலு பேருக்கு முன்பாகவே சிகரெட் பற்றவைக்கத் தொடங்கினான்.

திடுக்கிட்டுப் போனவர்கள் அந்த நண்பனைக் கேட்டார்கள், "இப்படிச் செய்யலாமா?" என்று.

ஒரு குறும்புப் புன்னகையுடன் அந்த. நண்பன் சொன்னான், "நான் என்ன செய்கிறேன் என்று எண்ணிக் கொண்டீர்கள்? நான் அந்நியச் சாமானைக் கொளுத்துகிறேன். இது இங்கிலாந்து நாட்டுச் சிகரெட்டு. இதைக் கொளுத்தித் தள்ளுகிறேன்" என்றான்.

இது வேடிக்கை நிகழ்ச்சி! காங்கிரஸ் கட்சியோ, "ஏழை பணக்காரன் என்ற பேதத்தை ஒழித்துக் கட்டுகிறோம்! எப்படி என்றால், ஏழை பணக்காரன் இருவரையும் 'ஓட்டர்கள்' ஆக்கி, அந்த ஓட்டுகளிலே, இது ஏழையின் ஓட்டு, இது பணக்காரன் ஓட்டு என்று பாகுபாடு பார்க்காமல், இரண்டு பேருடைய ஓட்டுகளையும் கேட்டு வாங்கிக் கொள்கிறோம். பேதத்தை ஒழிக்கிறோம்" என்று வாதாடுவதைப் போல இருக்கிறது. *

'காஞ்சி' இதழின் இந்த இரண்டாம் ஆண்டுமலர், எழில் மிகு வடிவம் பெற்றிட முனைந்து பணியாற்றி அனைவருக்கும் அகமகிழ்ச்சி அளித்திடுவதில் குறிப்பிடத்தக்க வெற்றி பெற்றிருக்கும் நிலையினைக் காண்கின்றீர்கள்.

மலரில், இடம்பெற என்னிடமிருந்து கட்டுரைகளைப் பெறுவதென்பதே ஒரு தனிக்கலை! சற்றுக் கடினமான கலையுங்கூட!

கட்டுரைகளை, அதிலும் மலருக்கு என்று தனித் தன்மை வாய்ந்த கட்டுரைகளை எழுதிட எனக்குக் கிடைக்கும் நேரமே, நள்ளிரவுக்கும் விடிவதற்கும் இடையே உள்ள நேரம்! அதிலேயும் கழகத் தோழர்கள் தங்கள் பிரச்னைகளுடன் வாராதிருந்திடின்.

ஆனால் இந்த நிலையிலும் இதழ் மூலம் என் உடன் பிறந்தாருடன் தொடர்பு கொள்வதிலே எனக்குள்ள பேரார்வம், என்னை எப்படியோ பணிபுரியச் செய்கிறது.

ஒவ்வொன்றையும் கூறிவிட வேண்டும், கூறிடும் ஒவ்வொன்றும் முழு அளவினதாக இருக்கவேண்டும் என்ற துடிப்பு எனக்கு.

கூறித் தீர வேண்டியவையோ மிக அதிகம் அளவில்; அந்த அளவு வளர்ந்துகொண்டும் வருகிறது.

உலக நடவடிக்கைகளை பற்றி, உள்ளத்தே எழும் உணர்ச்சி களைப்பற்றி, ஊராள்வோர் போக்கு பற்றி, அதனை மாற்றியாக வேண்டிய முறை பற்றி, கூறிட ஆயிரம் உள.

பிரச்சினைகள் கூவிக் கூவி அழைக்கின்றன.

எந்தக் கருத்துக்கும் இனிமை சேர்த்திட, நான் உளேன் காண்க! என்று தமிழ் இலக்கியம் அழைக்கிறது.

ஆதிக்கத்தை எதிர்த்திடும் ஆற்றலை மக்களிடம் எழச் செய்திட வேறு எதுவும் செய்திட வேண்டாம். நான் உள்ளடக்கி வைத்துக் கொண்டுள்ள கருத்தோவியங்களைப் பார், அவற்றைப் பக்குவப் படுத்தித் தந்திடு, அது போதும் என்று வரலாற்றுச் சுவடி கூறுகிறது.

கூற வேண்டியதற்கு வண்ணம் தேவையா, நல்வடிவம் தேவையா. நாடக வடிவினில் கொடுத்திடு, படிப்போர் உள்ளத்தைத் தொடும் என்று கூறுகிறது ஒரு குரல்!

கதை வடிவம் கொடு, எந்தக் கருத்தும் எளிதாகிடும், இனிப்பளித்திடும், இதயம் சென்று தாக்கிடும் என்று கூறுகிறது ஒரு குரல்!

ஒன்றல்ல இரண்டல்ல, பலப்பல உள, எனக்கு ஆவலூட்டுபவை.

ஆனால், நானோ கூற வேண்டியவற்றைக் கூற வேண்டிய முறையில் கூறியிருக்கிறோம் என்ற பெருமிதம் கொண்டிட முடியவில்லை. முயற்சி எடுத்துக் கொண்டிருக்கிறோம் என்று மட்டுமே கூறிட முடிகிறது. ஆனால், அந்த நிலையே ஒரு தனித்தன்மை வாய்ந்த மகிழ்ச்சியினைத் தருகிறது. காரணம், வடிவம் வண்ணம் எந்தத் தரத்தில் உளது என்பது பற்றி அதிகம் பொருட்படுத்தாமல், நமக்குத் தேவைப்படுவனவற்றினை, நம்முடைய தோழமையிலே மகிழ்ச்சி தந்திடும் அண்ணன் தருகின்றான் என்ற பற்றுடன், இதழினை வரவேற்றிடும் ஆயிரமாயிரம் தோழர்கள் உளர் என்பதுதான்.

‘காஞ்சி’ இரண்டாம் ஆண்டு மலரும் அதேவிதமான வரவேற்பினைப் பெற்றிடும் என்பதனை உணருகின்றேன். மகிழ்ச்சி கொள்கின்றேன்.

இந்த மலரில் நெடுங்கதைகள் என்று சொல்லத்தக்க அமைப்புடன், இரண்டு கருத்தோவியங்களைத் தந்துள்ளேன். இரும்பு முள்வேலி, வண்டிக்காரன் மகன். கழகத் தோழர்களின் நன் மதிப்பினைப் பெற்றுள்ள பலர் தந்துள்ள கவிதைகள், கதைகள், கட்டுரைகள் மலரில் இடம் பெற்றுள்ளன.

இவற்றிலே ஒன்றுகூட, படித்துப் பொழுது ஓட்ட அன்று! ஒவ்வொன்றும் ஒரு பிரச்னையை விளக்கிட! இந்தத் தனித்தன்மையை இதழ்களை மட்டும் நடத்திடுவோர் கொண்டிடவோ, தந்திடவோ முடியாது. அவர்கட்கு அந்த முறை, தேவையுமில்லை.

எடுத்துக்காட்டுக்காக எரிச்சல் மூட்டவேண்டும் என்பதற்காக இல்லை ஒன்று கூறுகின்றேன். இன்று காங்கிரசாட்சியின் போக்கையும், ஒவ்வொரு நடவடிக்கையையும், முத்தமிழும் முத்தும் முழங்கிடும் திருநாடு நம் நாடு. கத்தும் கடல் அடக்கிக் களம் செலுத்திக் கடாரம் சென்றோர் நம் இனத்தார். நாமணக்கப் பாப்பாடி நற்றமிழை நல்லவையைப் பாமணக்கச் செய்ய வந்த பாவலர்கள் தேனொத்த தீந்தமிழைத் தந்திடும் திருநாடு, நம் நாடு. எனினும்......?

ஓர் ஏக்கம், ஒரு பெருமூச்சு, ஒரு குமுறல் அன்றோ, அந்த எனினும்‘ என்பதுடன் பிறந்திடக் காண்கிறோம்? அந்த ஏக்கம் போக்கிட, பெருமூச்சு நின்று ஒரு புன்னகை மலர்ந்திட குமுறல் அகன்று மனத்திலே ஒரு நிம்மதி எழுந்திட, எடுத்துக் கொள்ளப்படும் இணையற்ற முயற்சியில், தனது பங்கினைச் செலுத்துவதில் மகிழ்ச்சி கொள்கிறது காஞ்சி’.

தம்பியாம் நீ திரட்டித் தந்திடும் பேராதரவே, காஞ்சி’ இதழின் பணி செம்மையுடையதாகிடச் செய்திடும்.

‘காஞ்சி’ நடாத்திடும் இளங்கோவனும், உடனிருந்து பணியாற்றும் முத்துராமனும், சுந்தரேசனும் அவ்வப்போது கதை, கவிதை, கட்டுரை வழங்கிடும் நண்பர்களும், ஓவியம் தீட்டித் தந்திடுவோரும், இதழின் எழிலும் பயனும் மிகுந்திட

வேண்டுமென விழைகின்றனர். எந்த எழிலும் தம்பி! உன் கரம் தந்திடும் எழிலுக்கு நிகராகாதன்றோ! இதோ என்னிடம்! என்னிடமுந்தான்!! என்று கழகத் தோழர்களும் ஆதரவாளர்களும் 'காஞ்சி'யைக் கரத்தில் கொண்டு கூறிடுவதினும் மேலான இனிய இசை வேறு, எது இருக்க முடியும் என் செவிக்கு?

அந்த மகிழ்ச்சியினை அளித்துவரும் மாண்புக்கு நன்றி கூறி, 'மலர்' கண்டிடுவாய், மணம் நுகர்ந்திடுவாய் என்று அழைத்துத் தருகின்றேன், நாட்டுக்கு எழிலும் ஆட்சிக்கு ஏற்றமும் தேடித் தந்திடும் முயற்சியினை மேற்கொண்டுள்ள காஞ்சி' இதழின், இரண்டாம் ஆண்டு மலரினை.*

ஏதோ ஒரு பத்திரிகையில், தமிழ்நாட்டு இதழிலே தான், பார்த்தேன். என்னையும் ராஜாஜி, காயிதே மில்லத் ஆகியோரையும் ஒரு கழுதை மீது உட்காரவைத்திருப்பது போல, ஒரு கேலிச்சித்திரம். என்னோடு தோழமை, தொடர்பு கொண்டதற்காக, மதிப்புக்குரிய அந்த இரு பெரியவர்களுக்கும் ஓர் இதழ் இத்தகைய கேவலத்தை ஏற்படுத்திக் காட்டி இருக்கிறதே என்று எண்ணி மெத்த வருத்தப்பட்டேன்.

இதழிலே இது என்றால், படத்திலே இதனை விடக் கேவலமான காட்சிகளையெல்லாம் கூட இணைத்துக் காட்டலாம். காட்டட்டும்! எடுத்துக்கொண்டுள்ளகாரியத்துக்கு தரவேண்டிய 'விலை' இவை என்று தான் கருதிக் கொள்வோம். ஆனார், மக்கள்? காங்கிரசின் காவலர்களாகத் தம்மைக் கருதிக்கொண்டுள்ளவர்கள் மேற்கொள்ளும் இத்தகைய செயலை, கண்ணியமானதென்றா கருதுவார்கள்? மக்கள் அவ்வளவு இழித்தன்மை கொண்டவர்கள் அல்லர்.

தம்பி! நான், மக்களுடைய அந்தப் பண்பிலே தான் நம்பிக்கை வைத்திருக்கிறேன். மிகுந்த நம்பிக்கை. அவர்களிடந்தான் முறையிடுகின்றேன். மக்களிடம், அவர்கள் உணரும்படியான அளவிலும் முறையிலும் இந்த முறையீடு போய்ச் சேருமானால், அவர்கள் நீதியின் பக்கம் திரண்டெழுந்து வந்து நிற்பார்கள் என்று திடமாக நம்புகிறேன். வரலாற்று ஏடுகள் எனக்குள்ள அந்த நம்பிக்கையை மேலும் வலுவுள்ளதாக்குகின்றன. <u>ஆகவேதான்,</u> இந்தத் தொண்டு வெற்றிபெற, தம்பி! நீ

உன்னை முழுக்க ஒப்படைத்துவிட வேண்டும் என்று கேட்டுக் கொள்கிறேன்.

நான் தம்பி! நமது நாட்டு மக்களுக்கு அரசியல் தெளிவு வளரவில்லை என்ற எண்ணம் கொண்டவனல்லன். தெளிவு இருக்கிறது, அது வளர்ந்து கொண்டும் வருகிறது என்று நம்புகிறேன்.

அந்த நம்பிக்கையுடனேயே மக்களை அணுகி, கழகக் கருத்தைக் கூறி வருகிறேன்.

சாதனைகளைக் கணக்கில் எடுங்கள். மற்ற இடங்களின் சாதனைகளுடன் ஒப்பிட்டுப் பாருங்கள். அப்போதுதான் உண்மையான மதிப்பீடு தெரியும் என்று கூறி வருகிறேன்.

என் சொல் அவர்களின் செவி புகாமலில்லை. அவர்கள் இதயத்திலே உண்மை பதியாமலில்லை. *

வேடிக்கை என்பதா, வேதனை தருவது என்பதா பாரேன், தம்பி! 1947இல் சுயராஜ்யம் கிடைத்ததே அதனை 'துக்க தினம் என்று அறிவித்த பெரியார் இன்று காங்கிரஸ் கட்சிக்கு மிகவும் வேண்டியவர்! ஆகஸ்டு 15, துக்க தினம் அல்ல. விடுதலை நாள்! விழா நாள்! என்று (எதிலும் பெரியாரிடமிருந்து மாறுபடாமலிருந்து வந்த தெரிவித்து அவருடைய கோபத்துக்கு ஆளான நான், காங்கிரசாரால் கடுமையாகக் கண்டிக்கப்படும் நிலையிலே இருந்து வருகிறேன்.

விடுதலைப் போர் நடத்திய காங்கிரசிடம் எனக்கும் உனக்கும் தம்பி! மதிப்பு இருக்கிறது. இருப்பதுதான் முறை. ஆனால் விடுதலைப்போர் நடாத்திய காங்கிரசிலே போர்முடிந்து அறுவடை ஆரம்பமான பிறகு இடம் பிடித்துக் கொண்டுள்ளவர்கள் செய்திடும் செயலை எப்படி நாம் போற்ற முடியும், பாராட்ட முடியும்? **

நமது கழகத் தோழர்களிலே மிகப் பெரும்பாலானவர்கள், அதிலும் வேட்பாளர்களாகத் தம்மை அறிவித்திருப்பவர்கள், இளமைப் பருவத்தினர். எளிதிலே கோபதாபத்துக்குத் தம்மை

ஒப்படைத்துவிடக் கூடிய நிலையினர். ஆகவே அவர்கள் தமது பருவத்திற்கு ஏற்பட்டுள்ள இயல்பினையும் மீறிய, பொறுமை உணர்ச்சியையும், பொறுப்பு உணர்ச்சியையும் காட்டித் தீரவேண்டும்.

மிகப் பணிவன்புடன் கேட்டுக் கொள்கிறேன். ஆங்காங்கே தோன்றிடும் சிக்கல்களை அந்த அந்த இடத்திலேயே நீக்கிக் கொள்வதற்கான முயற்சியில் ஈடுபட வேண்டும்.

எல்லாவற்றையும் மொத்தமாக்கி, உருட்டித் திரட்டி ஒரு பேருருவாக்கி, என் முன் கொண்டுவந்து நிறுத்தி விடாதீர்கள்.

எனக்குள்ள பொறுத்துக்கொள்ளும் உணர்ச்சி வலிவுள்ளது என்றாலும், சிக்கல்களை அறுத்து, எல்லாரும் ஒப்புக்கொள்ளத்தக்க தீர்வளிப்பதற்கான ஆற்றல் பெரிய அளவில் என்னிடம் இல்லை.

எனக்கென்று சொந்தத்தில் விருப்பு, வெறுப்பு அதிக அளவிலே இல்லை என்றாலும், உடன் இருப்போரின் விருப்பு வெறுப்புகளை ஒரே அடியாகத் தள்ளி விட்டு 'முடிவு' காணும் 'கண்டிப்பு என்னிடம் போதுமான அளவு இருக்கிறதா என்பதிலே எனக்கே நிரம்ப ஐயப்பாடு உண்டு.

ஆகவே, சிக்கல் எழும் ஒவ்வொரு கட்டத்திலும், அந்தந்த வரிசையில் உள்ள பொறுப்புள்ள கழகத் தோழர்கள், அந்தச் சிக்கல்களை நீக்குவதற்கான காரியத்தில் ஈடுபட்டு வெற்றி பெற்றிட வேண்டும்.

எல்லாம் என்னிடம் விட்டுவிடலாம் என்ற பேச்சிலே எனக்கு இனிப்பும் கிடைப்பதில்லை, அதனை நான் விரும்புவதுமில்லை. எல்லாவற்றையும் ஏற்ற முறையில் தீர்த்துவைத்திடும் ஆற்றல் என்னிடம் நிரம்ப இருக்கிறது என்ற நம்பிக்கையும் எனக்கில்லை.

ஆகவே, விரைவிலே, ஒரே தொகுதியில் விருப்பம் தெரிவித்துள்ள வேட்பாளர்கள், பொது நன்மையைக் கருதி, ஒரு சமயம் கண்டறிந்து தெரிவிக்கவேண்டும் என்று கேட்டுக்கொள்கிறேன்.
-- தம்பி! இப்போது நாம் மிகவும் முக்கியமான கட்டத்தில் அடி எடுத்து வைக்கின்றோம்.

நமக்குள்ளாகவே உள்ள போட்டிகளைத் தவிர்த்துக் கொள்வதும்,

நமக்கும், தோழமைக்கட்சிகளுக்கும் இடையே ஏற்பட்டாக வேண்டிய உடன்பாடு பற்றிய ஏற்பாட்டினைச் செம்மைப் படுத்துவதும்.

இந்த இரு செயல்களிலும், நமது கழகத் தோழர்கள் வேறு எதிலும் மேற்கொள்ளாத அளவு பொறுப்புணர்ச்சியினை மேற்கொண்டாக வேண்டும்.

வெண்ணெய் திரண்டுவரும்போது எத்தனை பக்குவம் தேவையோ, அத்தனை நேர்த்தியான பக்குவம் தேவை. மற்ற கட்டங்களிலே எப்படி, நான் விரும்பிய விதத்திலும், மகிழத்தக்க வகையிலும், தம்பி! நீ உன் திறமையைக் காட்டினாயோ அஃதேபோல இந்தக் கட்டத்திலும், உன் திறமையினைக் காட்டிடுவாய், வெற்றியினைப் பெற்றளித்திடுவாய் என்பதிலே நான் உறுதிமிக்க நம்பிக்கை கொண்டிருக்கிறேன்.

பணபலம், பிரசாரபலம், பதவிபலம் மிக்க எதேச்சாதிகார வெறிபிடித்த கட்சியின் பிடியினின்றும் இந்நாட்டு மக்களை விடுவிக்கும் மகத்தான தொண்டிலே, உன்னை ஈடுபடுத்திக் கொண்டுள்ளாய். அதிலே குறிப்பிடத்தக்க அளவு சிறப்புள்ள வெற்றியும் ஈட்டியுள்ளாய்.

உன் சீரிய தொண்டு காரணமாகவே, நாட்டிலே இன்று காங்கிரஸ் எதேச்சாதிகாரத்தை வீழ்த்த முடியும் என்ற நம்பிக்கை நல்ல அளவுக்கு வளர்ந்து விட்டிருக்கிறது.

உன் வல்லமையிலே நம்பிக்கை மிகுதியும் இருப்பதாலேயே, பல கட்சிகள் இன்று நமது கழகத்துடன் 'தோழமை' கொண்டிட ஆவலைத் தெரிவித்துள்ளன. *

காங்கிரஸ் எதேச்சாதிகாரத்தை வீழ்த்துவதற்கான முறையினை வகுத்திட, தொகுதி உடன்பாட்டினை அதற்கு ஏற்றபடி அமைத்திட, பிற கட்சிகள் மட்டும், நம்பிக்கை வைத்து, என்னிடம் ஒப்படைக்க முன்வருமானால்....!

பிற கட்சிகளிடம் என்னிடம் ஏற்பாட்டினை வகுத்திடும் பொறுப்பினை ஒப்புவித்துப் பாருங்கள் என்று கூறிடும் பெரிய நிலையும் செல்வாக்கும் எனக்கில்லை.

என்னுடைய தூய்மையையும் நேர்மையையும் மட்டுமே நான் தகுதிகளாகக் காட்ட முடியும்.

தொகுதிகளுக்கான உடன்பாட்டு ஏற்பாட்டினுக்கு மட்டும், எனக்குப் பொறுப்பினை, மனமுவந்தும் நம்பிக்கையுடனும் பிற தோழமைக் கட்சிகள் அளித்திடுமானால், வெற்றிக்குப் பிறகு அமைக்கும் ஆட்சியிலே, கழகம் பிற கட்சிகளுக்கு முன் வரிசை இடமளிக்கும் என்ற உறுதியைக் கூட நான் தர விரும்புகிறேன்.

காங்கிரசை வீழ்த்தியான பிறகு அமைக்கும் ஆட்சியிலே கழகத்துக்கு, அதன் வலிவுக்கும் எண்ணிக்கைக்கும் தகுந்த அளவு பங்கும் இடமும் கிடைக்குமா என்பதிலே எனக்கு இருக்கக்கூடிய அக்கறையை விட இன்றுள்ள காங்கிரசு எதேச்சாதிகாரத்தை வீழ்த்துவதற்கு ஏற்ற முறையில் பல்வேறு கட்சிகளுக்கிடையில் தொகுதிகளைப் பிரித்துத் தருவதிலே என் நோக்கத்திற்கு மற்ற கட்சிகள் நம்பிக்கையுடன் இசைவளிக்க வேண்டும் என்று கேட்டுக் கொள்வதிலேதான் நான் மிகுதியான அக்கறை கொண்டுள்ளேன். *

முதன் முதல் நடந்த அந்த இந்தி எதிர்ப்புப் போரில் ‘முதல் சர்வாதிகாரி’ என்று பெரியார் அவர்களால் அறிவிக்கப்பட்டு இராசகோபாலாச்சாரியார் (முதல்வராக இருந்த) காலத்தில் சிறை சென்றேன்.

இப்போது (1967ல்) நடைபெற்ற தேர்தலில் கழகம் பெரு வெற்றியடைந்து இராசகோபாலாச்சாரியாரைச் சந்தித்தபோது இதைத்தான் குறிப்பிட்டேன்.

“நீங்கள்தான் முதன் முதலில் என்னைச் சிறைக்கு அனுப்பினீர் கள். இப்போது நீங்கள் தான் எங்களைப் பதவிக்கு அனுப்பியிருக் கிறீர்கள்” என்று அவரிடம் வேடிக்கையாகக் கூறினேன். **

அண்ணாவின் உடல்நிலை

வேலை மலைபோல! நா ள்களோ அதிகம் இல்லை. இந்நிலையில் என் முழுப் பங்கினைச் செலுத்தியதாக வேண்டும். அதற்குத் தக்கவிதமாக என் உடல்நிலை அமையவேண்டும்

என்பதே இன்று எனக்குள்ள கவலை. கவலை மட்டுமன்று, தம்பி! வெட்கம் கூட. எங்குச் சென்றிடினும் தோழமை! எப்பக்கம் திரும்பிடினும் பேராதரவு! சிற்றூர்களிலெல்லாம் உன்னதமான உற்சாகம்! எங்கிருந்து தான் பணம் திரட்டுவார்களோ? எத்தனை இன்னலோ தொல்லையோ? என்றாலும், ஒவ்வொரு நிகழ்ச்சியும் அந்த வட்டத்திற்கே தனிச் சிறப்பளிக்கத்தக்க விதமாக அமையும்படி ஏற்பாடு செய்கிறார்கள் கழகத் தோழர்கள். எடுத்துக் கூறிடும் கருத்துகளைத்தான் எவ்வளவு உன்னிப்பாகக் கவனிக்கிறார்கள்! காங்கிரஸ் எதேச்சாதிகாரம் ஒழிக்கப்பட்டாக வேண்டும் என்பதிலே எவ்வளவு ஆர்வம் காட்டுகிறார்கள். உறுதி தெரிவிக்கிறார்கள். நாடு கொண்டுள்ள இந்தக் கோலத்தை நித்த நித்தம் காணவேண்டும். ஒரே நாளில் பல காணவேண்டும். ஓய்வு ஒழிச்சலின்றிக் காண வேண்டும் என்ற துடிப்பு எனக்கு. அதற்குத் தக்கவிதமாக உடல் நிலை அமைய வேண்டுமே. இல்லையே என்பதை எண்ணும்போது என் மீதே எனக்குக் கோபம்.

தேவை மிகுதியாக இருக்கிறது. உணருகிறேன். அந்த உணர்வு, உடல் நலத்தைச் செம்மைப்படுத்திடும் என்றும் நம்புகிறேன். இல்லையென்றால், சென்ற கிழமை ஏற்பட்ட உடல்நலக் குறைவு இவ்வளவு வேகமாகக் குறைந்திருக்க முடியாது. *

நமது கூட்டங்களில் எடுத்துக் கூறப்படும் கருத்துகள், பெரிதும் நாட்டு நலிவு, ஆட்சியாளர் மூட்டிவிட்ட அவதிகள், மக்களை அலைக்கழிக்கும் தொல்லைகள் என்பவற்றைப் பற்றித்தான். மக்கள் உள்ளத்திலே குமுறிக்கொண்டுள்ள 'வேதனை' பற்றித்தான் நாம் எடுத்துக்கூறுகிறோம். மனத்துக்கு மகிழ்ச்சி தரத்தக்க விஷயங் களையன்று!!

சில வேளைகளிமல் எனக்கு ஓர் ஐயப்பாடு எழுவதுண்டு. இப்படி வேதனைகளைப் பற்றியே பேசிக்கொண்டிருக்கிறோமே, கேட்கும் மக்களுக்கு ஒரு கசப்புணர்ச்சி ஏற்பட்டு விடாதா, தொல்லையும் துயரமும் தரத்தக்க பேச்சினைத்தானா கேட்க வேண்டும் என்ற ஒரு சலிப்புணர்ச்சி ஏற்பட்டுவிடாதா என்ற ஐயப்பாடு.

தம்பி! முதன் முதல் கழகம் தேர்தலிலே வெற்றி பெற்றபோது, காங்கிரசைக் காலமெல்லாம் எதிர்த்து வந்தவர் ஒருவர். ஆனால் நமது கழகத்தினரல்லர். என்னைத் தருவித்து, தமது வாழ்த்தையும் பாராட்டுதலையும் தெரிவித்ததுடன், இந்த விதமான வெற்றியும் வளர்ச்சியும் கழகத்துக்குக் கிடைத்திடும், அதிலும் இவ்வளவு குறுகிய காலத்தில் என்று நான் எண்ணிடவே இயலவில்லை. எப்படியோ நல்ல இடம் கிடைத்து விட்டது. இனி அதனைக் கெட்டிப்படுத்திக் கொள்ள வேண்டும் என்றுரைத்தார். மகிழ்ச்சி அடைந்தேன். 'இது வரையில் கழகத்துக்கு ஆதரவு காட்டாதிருந்து வந்தவர்களெல்லாம் கூட, இது வளருகிற கட்சிதான் என்பது இப்போது மெய்ப்பிக்கப்பட்டு விட்டதால், இனி ஆதரவு அளித்திட முன்வருவார்கள் என்று பேசி என் ஆவலைக் கிளறினார்.

அந்த ஆவலுடன் எனக்கோர் ஐய்ப்பாடு கிளம்பிற்று. ஆதரவு கிடைத்திடும் என்கிறாரே, எந்த இடத்து ஆதரவோ என்பது பற்றிய ஐயப்பாடுதான். அவரே அதனைப் போக்கிவிட்டார். "நான் சில கம்பெனிகளுக்குச் செல்ல முடியும், ஆதரவு காட்டச் சொல்லி, அவர்களுக்கெல்லாம் சில இலட்சங்களை நன்கொடையாகக் கொடுப்பது என்பது மிக எளிதான காரியம்" என்றார்.

கிணறு வெட்டுகிறார், கிளம்புவது கிளம்பட்டும் என்று எண்ணிக்கொண்டு நான் ஏதும் பேசாதிருந்தேன். அவர் தமது பேச்சைத் தொடர்ந்தார்.

"ஒரு காரியம் செய்யவேண்டும் நீங்கள். தொழில்களை, பஸ்கள் போன்ற தொழில்களைத் தேசியமயமாக்க வேண்டும் என்ற பேச்சை விட்டுவிட வேண்டும். அது சரியான திட்டமன்று. அதனை மட்டும் கழகம் மறுத்துவிடுமானால், தொழிற் கோட்டங்கள் உமது கழகத்துக்கு நன்கொடை தந்திடத் தாராளமாக முன்வரத் தயக்கம் கொண்டிடா" என்றார்.

புரிகிறதல்லவா, தம்பி! நமது கொள்கையை விலை பேசுகிறார். என்னிடம்! எந்தக் கொள்கையைக் கூறி மக்களின் பேதாதரவைப் பெற்றோமோ, அதே கொள்கையை, கம்பெனிகளிடம் நன்கொடை வாங்கிட, 'விட்டு விடச் சொல்லுகிறார்!!

நமது வளர்ச்சியும் வெற்றியும் அவருடைய மனத்திலே அந்த அளவுக்குத்தான் மதிப்பைக் கொடுத்தது.

நான் கோபம் கொள்ளவில்லை, வீண் வேலை அல்லவா! அவர், அவருடைய ‘அரசியலை’ப் பேசினார். எங்கள் அரசியல் வேறு என்று கூறிவிட்டு வந்துவிட்டேன்.

கழகம் வளர வளர இது போல வளைந்து கொடுக்கும் என்ற நினைப்பு நிரம்ப இருந்து வந்தது. இப்போது வெகுவாகக் குறைந்து விட்டது. என்றாலும், கழகத்தில் சிலரிடமேனும் இந்த வலையை வீசிடலாம், ஏதாவது பிடிபடக் கூடும் என்ற நப்பாசை கொண்டோர் சிலர் உளர். *

கட்டுரைகளை அதிலும் மலருக்கு (காஞ்சி இதழ்) என்று தனித்தன்மை வாய்ந்த கட்டுரைகளை எழுதிட எனக்குக் கிடைக்கும் நேரமே, நள்ளிரவுக்கும் விடிவதற்கும் உள்ள நேரம் அதிலேயும் கழகத் தோழர்கள் தங்கள் பிரச்னைகளுடன் வாராதிருந்திடின் ஒவ்வொன்றையும் கூறிடவேண்டும், கூறிடும் ஒவ்வொன்றும் முழு அளவினதாக இருக்க வேண்டும், என்ற துடிப்பு எனக்கு.

கூறித் தீர வேண்டியவையோ மிக அதிகம் அளவில், அந்த அளவு வளர்ந்து கொண்டும் வருகிறது.

உலக நடவடிக்கைகளைப் பற்றி, உள்ளத்தே எழும் உணர்ச்சிகளைப் பற்றி, ஊராள்வோர் போக்கு பற்றி, அதனை மாற்றியாக வேண்டிய முறை பற்றி, கூறிட ஆயிரம் உள. பிரச்னைகள் கூவி அழைக்கின்றன. எந்தக் கருத்துக்கும் இனிமை சேர்த்திட, நான் உளேன் காண்க! என்று தமிழ் இலக்கியம் அழைக்கிறது

கூற வேண்டியதற்கு வண்ணம் தேவையா, நல்வடிவம் தேவையா, நாடக் வடிவினில் கொடுத்திடு, படிப்போர் உள்ளத்தைத் தொடும் என்று கூறுகிறது ஒரு குரல், கதை வடிவம் கொடு, எந்தக் கருத்தும் எளிதாகிடும், இனிப்பளித்திடும், இதயம் சென்று தாக்கிடும் என்று கூறுகிறது ஒரு குரல்! எனக்கு ஆவலூட்டுபவை பலப்பல உள.

ஆனால், நானோ, கூற வேண்டியவற்றை, கூற வேண்டிய முறையில் கூறியிருக்கிறோம் என்ற பெருமிதம் கொண்டிட முடியவில்லை. முயற்சி எடுத்துக் கொண்டிருக்கிறோம் என்று மட்டுமே கூறிட முடிகிறது. ஆனால் அந்த நிலையே ஒரு தனித்தன்மை வாய்ந்த மகிழ்ச்சியினைத் தருகிறது. *

எனக்கு, பொறுத்துக்கொள்ளும் உணர்ச்சி வலிவுள்ளது என்றாலும் சிக்கல்களை அறுத்து எல்லாரும் ஒப்புக்கொள்ளத் தக்க தீர்வளிப்பதற்கான ஆற்றல் பெரிய அளவில் என்னிடம் இல்லை. எனக்கென்று சொந்த விருப்பு வெறுப்பு அதிக அளவில் இல்லை என்றாலும் உடன் இருப்போரின் விருப்பு வெறுப்புகளை ஒரே அடியாகத் தள்ளிவிட்டு ‘முடிவு’ காணும் ‘கண்டிப்பு’ என்னிடம் போதுமான அளவு இருக்கிறதா என்பதிலே எனக்கே நிரம்ப ஐயப்பாடு உண்டு. **

எல்லாம் என்னிடம் விட்டு விடலாம் என்ற பேச்சிலே எனக்கு இனிப்பும் கிடைப்பதில்லை. அதை நான் விரும்புவதும் இல்லை.

எல்லாவற்றையும் ஏற்ற முறையில் தீர்த்து வைத்திடும் ஆற்றல் என்னிடம் நிரம்ப இருக்கிறது என்ற நம்பிக்கையும் எனக்கு இல்லை. ***

அண்ணாவின் விருப்பம்

நான் மிகுந்த பரபரப்புள்ள அரசியல் சூழ்நிலையில் உள்ளவன் என்றாலும் என்னுடைய உள்ளத்தின் அடித்தளத்தில் இப்படிப்பட்ட அமைதியான சூழ்நிலையிலேதான் எனக்கு விருப்பம் அதிகம். இந்தக் குடிலை துறவி இராமசாமி அடிகள் காவிரிக் கரையில் அமைத்துள்ள இராமகிருட்டினர் குடில்) நான் கண்ட நேரத்தில் நான் எத்தகைய அமைதியான இனிய சூழ்நிலையை மனத்தில் வைப்பதற்குத் தேவை என்று நான் எண்ணுகின்றேனோ அப்படிப்பட்ட இனிய நல்ல சூழ்நிலை

இங்கு அமைந்திருப்பது கண்டு முதலிலே மிக மகிழ்ச்சி அடைந்திருக்கின்றேன். *

தில்லியில்

நான் டெல்லிக்குப் போனபோது ஒருவர் என்னிடம் 'உங்களுக்கு ஆங்கிலம் தெரியுமா?' என்று கேட்டார். 'ஏதோ கொஞ்சம் தெரியும்' என்று பதில் சொல்லி வைத்தேன். வேட்டி சட்டை அணிந்தால் ஆங்கிலம் தெரியாது என்கிற கருத்து வந்து விட்டது.**

தம்பி, தித்திக்கும் அந்தச் சொல்லைக் கிழமை தவறாமல் 'காஞ்சி' இதழ் மூலம் சொல்லி மகிழ்ச்சி பெற்றுக்கொண்டு வந்த உன் அண்ணன், இன்று!

முதல்வராக

ஆமாம்! என் அண்ணன் இன்று முதல் அமைச்சர் என்று பெருமிதத்துடன் கூறுகிறாய், அறிகிறேன். ஆனால் நான்..!

ஒவ்வொரு கிழமையும் நாட்டு நடப்புகள் பற்றி, பிரச்னைகள் குறித்து எனக்குத் தோன்றிடும் எண்ணங்களை உன்னுடன் பங்கிட்டுக்கொண்டு, உன் மூலம் மற்றவருக்கு அந்த எண்ணங்களை அளித்துக்கொண்டு வந்த அந்த நாள்களை எண்ணிக்கொண்டால்....!

சொல்ல வேண்டியவற்றை சொல்லியாகிவிட்டதென்ற நிலையும் இல்லை. ஏதேதோ நிரம்ப, தொடர்ந்து, சொல்லிக்கொண்டே இருக்கவேண்டும் எனத் தோன்றுகிறது. நாட்டிலும் வெளியிலும் நமது கவனத்தை ஈர்க்கத்தக்க – நமது வாழ்வுடன் தொடர்பு கொண்டுள்ள – எத்தனை எத்தனையோ நிகழ்ச்சிகள் சுழன்றபடி உள்ளன. அவை பற்றி உன்னுடன் உரையாட வேண்டும் என்ற ஆவல் உள்ளத்தில் ததும்பியபடி இருக்கிறது. ஆனால்.....!

ஒரு நிலைக்கு ஆட்பட்டுவிட்டிருக்கிறேன். உன் ஆணை காரணமாக நான் மேற்கொண்டு விட்டுள்ள ஒரு கடமையுடன்

பிணைக்கப்பட்டிருக்கிறேன். தேவையற்றது என்றும் கூறமாட்டேன், தேனென இனிக்கிறது என்றும் கூறமாட்டேன். ஏற்றுக்கொண்டுள்ள பொறுப்பினைச் செம்மையாக நிறைவேற்றித் தீருவார் என் அண்ணன், பாரீர்! பாரீர்! என்று ஊரெல்லாம், தம்பி! நீ கூறியபடி இருந்திடுவது தெரிகிறதே. நான் அந்த உன் உணர்வுக்கு ஏற்றபடி பொறுப்பினை நிறைவேற்றியாக வேண்டுமே! இல்லை என்றால் "என்னடா வீரனே! ஏதேதோ பேசிக் கொண்டாயே உன் அண்ணனைப் பற்றி! அவன் இலட்சணம் இவ்வளவு தானா!" என்று எங்கேனும் எவரேனும் ஒரு சுடுசொல் கூறிடின், துடிதுடித்துப் போவாயே! அதனை உணர்ந்திருப்பவனல்லவா, உன் அண்ணன்? ஆகவே சாலையில் தங்காமல் சோலை கண்டு மயங்காமல் ஓடையில் நீந்திட நினைக்காமல், ஓய்வினை நாடிடாமல், கடமை! கடமை! கடமை! என்று ஓடியபடி உள்ளதே நீராவியால் உந்தப்படும் ஊர்தி! அதுபோல, ஒவ்வொரு நிமிடமும், பணியாற்றியபடியே இருக்கிறேன். கடினம் இல்லை என்று கூறுவதற்கும் இல்லை. வெற்றி இல்லை என்று கூறுவாறும் இல்லை. ஆனாலும் உன்னுடன் கிழமை தவறாமல், 'காஞ்சி' இதழ் மூலம் அளவளாவி விடுவேனே, அதனை இழந்திருப்பதனை எண்ணிக்கொள்ளும் போது, ஓர் ஏக்கம், ஒரு பெருமூச்சு, ஒரு தவிப்பு ஏற்படத்தான் செய்கிறது. என் செய்வது!

"ஆண்டு மலருக்காகிலும்.........." என்று முடிவு பெறாத வாக்கியத்தை வீசினான், இளங்கோவன், "ஆகட்டும்" என்று பதிலளிக்க ஆரம்பித்து, அடடா! இது 'அவருடைய' பாணியல்லவா என்ற நினைவு எழவே சிரித்தேன். "என்ன அப்பா! ஏன் சிரிப்பு, ஏன்?" என்றான் இளங்கோவன். முன்பு சில ஆண்டுகளுக்கு முன்பு தயாரித்து வைத்திருந்த குறிப்பு ஒன்றினைக் கண்டெடுத்து காட்சிக் கதையாக்கி, 'காஞ்சி' ஆண்டு மலருக்கெனத் தந்தேன். எப்போதும் போல, மலரில் என் இதழும் இருக்கும் என்பதிலே ஒரு மகிழ்ச்சி. ஆனால் இந்த மகிழ்ச்சியை ஒவ்வொரு கிழமையும் பெறமுடிந்தால்........ பெற முயன்றால் என்ன...... முயலலாம் என்ற எண்ண ம் வலுவடைந்து வருகிறது...... முயல்கிறேன்........ ஆயினும் இது போது நான் மேற்கொண்டுள்ள கடமை......! எவ்வளவு நேரம்

கிடைப்பிலும் அவ்வளவையும் விழுங்கிவிட்டு......மேலும் வேண்டும் வேண்டும் என்று கேட்டபடி இருக்கிறது.

கவலை அதிக்மா அண்ணா! என்று கேட்கத் தோன்றும். நாமாக ஏற்றுக்கொண்ட கடமையைச் செய்து முடித்திட முனையும் போது, கவலை எங்ஙனம் நம்மைக் கப்பிக்கொள்ள முடியும்? கவலையில்லை, தம்பி! கவலையில்லை!! செய்து முடித்திட எண்ணிடும் பணிகளைக் கணக்கெடுக்கும்போது, அவ்வளவுக்கும் தேவையான ஆற்றலைப் பெற்றிருக்கிறோமா என்ற ஐயப்பாடு எழத்தான் செய்கிறது.

இது என்ன பிரமாதம்!

இது எனக்கு எம்மாத்திரம்!

இதுவா! பூ! மிகச் சாதாரணம்!

என்று நான் எப்போதும் சொல்லிப் பழக்கப்படாதவன். சொல்லாததற்குக் காரணம், அத்தகைய ஓர் எண்ணம் என்றுமே எனக்கு ஏற்படாதது தான். ஆயினும் –

வேறு எவர் மீதாவது சுமையைப் போட்டு விடுவோம் என்ற போக்கிலேயும், நான் என்றும் இருந்ததில்லை.

நம்மால் முடிந்த அளவு செய்வோம். – நம்மைவிட வல்லவர்கள் கிடைக்கிறவரையில் நாம் இதனைச் செய்து வருவோம், என்ற எண்ணம் எனக்குப் பல காலமாகத் துணை இருந்து வருகிறது.

செய்யப்பட வேண்டியவற்றை எண்ணிக்கொள்ளும் போது

குப்பை கூளங்களை அப்புறப்படுத்த ஒரு தாய் பெருக்கிக் கொண்டிருக்கும்போது, தத்தித் தத்தி நடந்துவரும் குழந்தை, பொருளை எடுத்து இங்குமங்கும் வீசிடக்கண்டு, வேலை மேலும் வளருகிறதே என்ற கவலை பிறந்திடினும், குழந்தையை முத்தமிட்டு (பரிசு தருகிறாள்! வேலையைக் கெடுத்ததற்கு!!) மகிழ்கின்றாளே, அந்தத்தாயின் உள்ளத்திலே குழந்தையின் எதிர்காலம் எழிலுடன் விளங்கிட என்னென்ன செய்திட வேண்டும் என்று எண்ணிடுகிறாள். அறிந்திட முயன்றதுண்டா? கேட்டுப் பார்த்ததுண்டா?

கேட்டால் மட்டும் என்ன, அந்தத் தாய், விவரமாக எடுத்துக் கூறவா செய்வாள்? ஒரு புன்னகை மலரும், அதிலே ஓராயிரம்

ஆவல்கள் ஒளிவிடும்! என் மகனை.... என் மகனை...... என்று ஓர் இசை பிறக்கும். மற்றவற்றை எல்லாம் முத்தங்களாக்கிக் குழந்தையின் கன்னத்தில் பதித்துவைப்பாள். அந்தக் கன்னம், தான் பெற்ற செய்தியினை எடுத்து இயம்பவா செய்யும்! கலகலவெனச் சிரிப்பான் குழந்தை! பொருள் என்ன.....? முயன்றவர் பலர், அந்தப் பொருளை அறிந்திட! வென்றவர் எவரும் இல்லை!

புள்ளினமும் பேசிடக் கேட்கிறோம். பூங்காற்றும் ஏதோ பேசத்தான் செய்கிறது. புனலிடைத் துள்ளிடும் மீனினமாகட்டும், கானிடை ஓடிடும் மானினமாகட்டும், பேசாமலா உள்ளன? அருவியே ஏதோ ஒலிமூலம் எதையோ சொல்லியபடிதானே இருந்திடக் காண்கிறோம்! பொருள் மட்டுந்தானே விளங்கவில்லை? அந்தப் பொருள் மட்டும் விளங்குமானால்...? எண்ணிடும் போதே, இந்த உலகிற்குள் உறங்கிக்கிடக்கும் ஓர் உலகம் நிழலளவுக்குத் தெரிவதுபோல் தோன்றுகிறது.

எனக்கு உள்ள வேலை, இந்த இயற்கையின் புதிர் தரும் பொருளைக் கண்டறிந்திடுவதில்லை. அது என்னால் முடியக்கூடியது என்று எண்ணுவதுகூடப் பேதைமை.

எனக்கு அளிக்கப்பட்டுள்ள பணி, பொருள் விளங்க நன்கு புரியும்படி, மக்கள் தமது தேவைகளை எடுத்து இயம்புகிறார்களே, அவற்றைக் கேட்டு, தீர்த்து வைத்திட முயற்சி எடுத்திடுவதாகும்.

எளிதானது என்பாயா, தம்பி! கூறிடமாட்டாய்! அறிவுத் தெளிவுள்ளவனல்லவா, நீ! நீ அறிவாய், தேவைகளை அறிந்து நிறைவேற்றி வைத்திடுவது எளிதல்ல என்பதனை.

சரியான முறையிலே அறிந்து கொள்வதற்கே ஒரு தனித்திறமை வேண்டும்.

தொடர் தொடராகத் தேவைகள் என்றெண்ணி, சலிப்படையாதிருக்க வேண்டும்.

ஒரு தேவையை நிறைவேற்றியவுடனே மற்றொரு தேவையினை எடுத்துக் காட்டுகின்றனரே என்று எரிச்சல் அடையாதிருக்க வேண்டும்.

இதற்கே பலருக்கு முடிவதில்லை. ஆனால், அண்ணனுக்கு இதிலே அதிகமான கஷ்டம் கிடையாது. பொறுமையுடன் இருந்து பழகிவிட்டிருக்கிறான் என்பாய். உண்மைதான் ஓரளவுக்கு! ஓரளவுக்கென்ன, பெருமளவு உண்மைதான்! ஒப்புக்கொள்கிறேன்.

ஆனால், தேவைகளைக் கணக்கெடுப்பதுடன், வரிசைப் படுத்துவது, வகைப்படுத்துவது, என்பது அவ்வளவு எளிதானதன்று. தேவைகளின், நியாயத்தைக் கண்டறிவது, அதனினும் கடினம்.

அதனினும் கடினம், ஒருவருடைய 'தேவை'யை நிறைவேற்றி வைக்கும்போது அது வேறொருவருடைய 'தேவை'யையும், 'உரிமை'யை யும், 'வசதியையும், கெடுத்து விடுகிறதா என்று கண்டறிவது.

எல்லாவற்றையும் விடக் கடினம், நியாயமானது என்று அறிந்தான பிறகும் அந்தத் தேவையை நிறைவேற்றிக் கொடுப்பதற்கான 'வலியும் வாய்ப்பும்' பெற்றிடுவது.

கடினமும் சிக்கலும் இருந்திடினும், பிரச்னைகளைத் தீர்க்காமல், காலத்தை ஓட்டிக்கொண்டிருக்க முடியுமா! காலமல்லவா, கடமையை மேற்கொண்டுள்ளவர்களைக் கடுமையாக வேலை வாங்குகிறது!

அந்த வேலை செய்ததுபோக நேரம் 'மிச்சம்' கிடைத்து, முன்புபோல 'காஞ்சி' மூலம் உன்னுடன் அளவளாவ விரும்புகிறேன்.

'அந்த வேலை செய்வதற்குத் தேவைப்படும் தெம்பு' கூட, உன்னுடன் அளவளாவுவதன் மூலம் பெறமுடியுமே! பெற்றுக்கொண்டு பெருமிதம் கொண்டவன் தானே?.

ஆகவே, தம்பி! இந்த மலரில், என் 'நிலை' பற்றி ஒரு 'துளி' எடுத்துக் கூறினேன்! இதிலேயே எத்தனையோ மகிழ்ச்சி பெறுகிறேன்! இதனைத் தொடர்ந்து

கதைகளாக, வரலாற்றுத் துணுக்குகளாக, உரையாடலாக எத்தனை எத்தனையோ கூறிடத் துடித்தபடி இருக்கிறேன்.

'அண்ணா! கிழமை தவறாமல் மடல் பெற்று மகிழ்ந்தவனே நான்! இனியும் அந்தச்சுவை பெறத்தான் விழைகிறேன். ஆனால் உனக்குள்ள புதிய பொறுப்பினை உணர்ந்து கொள்ளாதவனல்லவே! ஆகவே உன்னால் இயன்ற அளவு 'காஞ்சி' இதழ் மூலம், கருத்தளித்து வந்திடின் போதும், கடிதமோ, கட்டுரையோ, கதையோ, வரலாறோ வடிவம் எங்ஙனம் இருப்பினும், உன் எண்ணத்தை எனக்கு அறிவித்து வந்திடின் போதும் இயன்ற அளவு, என்று கூறிடுவாய். உணர்கிறேன்; முயல்கிறேன்.

நான் மேற்கொண்டுள்ள பணி வெற்றி பெற, உன்னைத் தான் நம்பியிருக்கிறேன். அறிவாய். உன் உள்ளத்தில் உலவிடும் எண்ணங்களை நான் கண்டறிந்த மட்டில், செயல்படுத்தி நாட்டினைச் சீர்படுத்தி, மக்களின் வாழ்வினைச் செம்மையானதாக்கிட என்னால் இயன்ற அளவு பணியாற்றி வருகிறேன். அந்தப் பணியாற்றிடும்போது, ஒவ்வொரு நிமிடமும்,தம்பி உடையான் படைக்கு அஞ்சான்! என்ற பழமொழியை எண்ணிக்கொள்கிறேன். நான் செய்திட முனையும் ஒவ்வொரு நற்செயலின் போதும் நீ உடன் இருக்கிறாய் என்ற உணர்வுடனேயே இருந்து வருகிறேன்.

பிரச்னைகளின் கடினம் என்னை மிரட்டும்போது, அவற்றை நிறைவேற்றி வைத்திடும் ஆற்றல் நம்மிடம் ஏது என்ற கவலை எழும் போது, உன்னைத்தான் எண்ணிக்கொள்கிறேன். தம்பிகளின் தனித் தனி ஆற்றலின் மொத்தத்தின் தன்மையைக் கணக்கெடுக்கும் போது, பிரச்னைகளைத் தீர்த்திடத் தேவைப்படும் ஆற்றல் போதுமான அளவு கிடைத்திடும் என்ற நம்பிக்கை எழத்தான் செய்கிறது. என் ஆற்றலை மட்டுமே நம்பிடின், ஏக்கமோ, ஏமாற்றமோதான் விளைவாகிட முடியும். என் ஆற்றல் என்பது, என் ஆற்றல் மட்டுந்தானா! இல்லை, தம்பி! இல்லை! என் ஆற்றல் என்றது, என் தம்பிமார்களின் ஆற்றலின் கூட்டு. நான், இந்த கூட்டுச் சக்தியின் உரிமையாளன்.!

ஆகவே, தம்பி! உன் விருப்பத்தை அறிந்து ஆணை கேட்டு, அரசாளும் பொறுப்பை ஏற்றுக் கொண்டதனாலே ஏற்பட்டு விட்டுள்ள புதிய நிலையில் நாம் பொறுப்புடன் நடந்து,

பொது மக்களின் நல் வாழ்வுக்கான வழியினில் நடந்து, வெற்றி கண்டோம் என்பதனை ஊரும் உலகமும் ஒப்புக்கொண்டு பாராட்டதத்தக்க முறையில், நாம் நடந்து கொள்ளவேண்டும், தம்பி! நான், தம்பிமார் களின் தனித் தனி ஆற்றலின் ஒட்டு மொத்தம் என்று குறிப்பிட்டேன்.

ஆகவே என் ஆற்றல், உன் ஆற்றலிலே இருக்கிறது.

என் ஆற்றலின் வளர்ச்சி, உன் ஆற்றலின் வளர்ச்சியிலே இருக்கிறது.

கனி குலுங்கா மரமும் மலர் ஆடாச் செடியும் கதிர் குலுங்காப் பயிரும், எதற்காக?

கழகம்,உன் ஆற்றல் நிரம்பிய கழனி! கனியும் மலரும் நீயே! கதிர் மணியும் நீயே! கனி பெற்றதால் மரம் பெருமை கொள்வது போல், உன்னைக் கொண்டிருப்பதால், கழகம் பெருமை பெற்றுள்ளது. உன்னைத் தம்பியாகப் பெற்றுள்ள நானோ? சொல்லவா வேண்டும். *

ஓரே தலைவர்

“அதோ! அவன் என் மூத்த மகன் டாகடர். இவன் இரண்டாவது பையன் வக்கீல். அவன் மூன்றாவது பையன் இஞ்சினீயர்’.

என்று அவர்கள் ஓடி ஆடி வேலை செய்யும்போது பக்கத்தில் இருப்பவரிடம் கூறிப் பூரிப்பார்.

அதேபோலத்தான், பெரியார் அவர்களும் இங்கே பொதுவுடைமைத் தலைவர் மறைந்த ப. சீவானந்தம் அவர்களின் முதல் மகள் உஷா தேவி பெருவளப்பூர் அருணாசலம் திருமண விழாவில்) பூரித்த நிலையிலே இருக்கிறார்கள்.

இந்த மண விழாவிலே பல்வேறு கட்சித் தலைவர்களும் தொண்டர்களும் ஓடி ஆடி வேலை செய்வதைப் பார்த்து, “எல்லாரும் என் மக்கள்தான். என்னாலே பயிற்சி அளிக்கப்பட்டவர்கள்தான்” என்று பெரியார் பெருமைப்படுவார்.

இந்தப் பெருமை உலகில் வேறெந்தத் தலைவருக்கும் கிடைத்ததில்லை.

பெரியார் அவர்கள் தமிழ்போல் என்றும் இளமையோடு இருந்து, எந்தக் குழந்தையும் தப்பிப் போகாமல் அவர்கள் எந்தக் கட்சியில், எந்தத் துறையில் இருந்தாலும் அவர்கள் சார்ந்திருக்கின்ற கட்சிக்கு மெய்யாகத் தொண்டாற்றும்படி பார்த்துக்கொள்ள வேண்டும். பார்த்துக் கொள்வார்.

என் பொது வாழ்வில் நான் ஏற்றுக்கொண்ட ஒரே தலைவர் பெரியார்.

பெரிய சாமியார் – சின்ன சாமியார்

நான் அவரை விட்டுப் பிரிந்து சென்றபோது ஒன்றைக் குறிப்பிட்டேன். ''நான் புதிய தலைவரைத் தேடி, அய்யா அவர் களிடமிருந்து பிரிந்து செல்லவில்லை'' என்று குறிப்பிட்டேன். அதே நிலையில் தான் இன்றும் இருக்கிறேன்.

பெரியார் அவர்களுடன் நான் அரித்துவாரத்துக்குச் சென்றது நினைவுக்கு வந்தது.

மாலை நேரங்களில் பெரியார் கங்கை நதி தீரத்தில் வெண்தாடி பளபளக்க, மஞ்சள் நிறச் சால்வையைப் போர்த்திக் கொண்டு உலவுவதற்காக முன்னே செல்வார்.

அவர் எனக்குக் கம்பளிக்கோட்டு வாங்கித் தராததால் குளிர் தாங்காமல் நான் கைகளை இறுகக் கட்டிக்கொண்டு அவர் பின்னாலேயே நான் போவேன்.

இந்தக் காட்சியைப் பார்த்தவர்கள் பெரியார் அவர்களை 'பெரிய சாமியார்' என்றும் என்னைச் 'சின்னச் சாமியார்' என்றும் கருதி விட்டார்கள்.

பலர் பெரியார் காலில் விழுந்து கும்பிட்டார்கள். பெரிய சாமியாருக்கு இருக்கின்ற சக்தியில் சீடருக்குக் கொஞ் சமாவது இருக்காதா என்று கருதி என் காலிலும் பலர் விழுந்து கும்பிட்டார்கள்.

இங்கே நாங்கள் வேறு விதமாகக் கருத்ப்பட்டாலும், அரித்துவாரத்தில் இருந்தவர்கள் (வட நாட்டார்) எங்களைச் சாமியார்களாகவே கருதிவிட்டார்கள்.

அய்யாவுக்கு ஓர் அன்புப் பரிசு

நெடுந்தொலைவு போன மகன் திரும்பத் தந்தையைப் பார்க்க வரும்போது கையில் கிடைத்ததை வாங்கி வந்து தருவான்.

அதே போல, இன்று பெரியாரைப் பார்க்க வந்திருக்கின்ற நானும் ஓர் அன்புப் பரிசை, கனியை, ஏதோ என்னால் இயன்றதைக் கொண்டு வந்திருக்கிறேன்.

சுயமரியாதை இயக்கத் திருமணங்களை நடத்தி, சாதி ஒழிப்புக்காகப் பெரியார் பாடுபட்டு வருகிறார்.

பகுத்தறிவுத் திருமணங்களும் கலப்புத் திருமணங்களும் நாட்டில் ஏராளமாக நடைபெற்றிருக்கின்றன.

இந்தத் திருமணங்களைச் செல்லுபடியாகச் சுயமரியாதைத் திருமணச் சட்டம் கொண்டுவரப் போகிறோம் என்ற நல்ல செய்தியை அன்புப் பரிசை, கனியை பெரியாரிடம் அளிக்கிறேன்.*

பெரியார் அவர்களின் தோற்றத்தைக் கண்டு, அவர் தென்னாட்டிலிருந்து வந்திருக்கும் பெரிய சாமியார் என்றும் நான் அவரது சீடன் என்றும் கருதிவிட்டார்கள்.

அப்படி நினைத்துத்தான், ஆரிய தருமத்தை வளர்ப்பதற்காக என்றே செயல்பட்டவரான சிரத்தானந்தா கல்லூரியின் தலைவர், பெரியார் அவர்களைப் பார்த்து, தங்கள் கல்லூரியில் பயிலும் மாணவர்களுக்குத் தாங்கள் வந்து அறிவுரை கூறவேண்டும் என்று கேட்டார். அவரும் ஒத்துக்கொண்டார்.

தாம் எதைச் சொல்லுகிறாரோ, அதை மற்றவர்கள் உடனடியாகக் கடைப்பிடிக்க வேண்டும், அதன்படி நடக்க வேண்டும் என்று கருதுபவர் அல்லர் பெரியார். பிறர் கடைப்பிடிக்கும் நெறியில் சென்று, அவர்கள் மனம் புண்படாமல் அதனை எடுத்துக் கூறுவதுதான் அவர் பண்பு.

சிரத்தானந்தா கல்லூரிக்குச் செல்ல வேண்டும் என்றதுமே எனக்குச் சற்றுப் பயமாகத்தான் இருந்தது. அங்கே போய் நமது கருத்தைச் சொன்னால், அவர்கள் எப்படி நடந்து கொள்வார்களோ என்று பயந்தேன்.

என்றாலும், துணிந்து பெரியார் அவர்கள் பின் சென்றேன். கல்லூரிக்குள் நுழையும் போதே, அங்கிருந்த மாணவர்கள் தங்கள் வழக்கப்படி என் முகத்திலும் அவர் முகத்திலும் சந்தனத்தை அள்ளிப் பூசினார்கள். எனக்குச் சங்கடமாக இருந்தது.

என் நிலையினைக் கண்ட பெரியார் நான் எங்குத் தவறாக நடந்து கொண்டு விடுவேனோ என்று தொடையைக் கிள்ளிச் சாடை காட்டினார்.

அதன் பின் நானும் சற்று அமைதியடைந்து பொறுமையாக இருந்தேன்.

பின், பெரியார் அவர்கள் பேச ஆரம்பித்து, ஒவ்வொரு சங்கதியாக எடுத்து விளக்க ஆரம்பித்ததும் அவர்களுக்கு உற்சாகம் ஏற்பட்டது.

இது போன்ற கருத்தை அவர்கள் அதுவரை கேட்டதே இல்லை. அப்போதுதான் அவர்கள் புதுமையாகக் கேட்கின்றனர். இராமாயணத்தைப் பற்றி அவர் விளக்கியதைக் கேட்கக் கேட்க, சற்றுத் தெளிவு ஏற்பட்டது.

கூட்டம் முடிந்ததும், அம்மாணவர்கள் "இராவணாக்கி ஜே' என்று முழக்கமிட ஆரம்பித்து விட் டனர். அது போன்று, இருக்கின்ற உண்மையினை எடுத்துக் கூறினால், மக்கள் ஒப்புக் கொள்ளாமல் போகமாட்டார்கள். அவர்களை விட நம் மக்கள் தெளிவு பெற்றவர்களாவார்கள். *

என் ஆசை

எனக்குள்ள நீண்ட நாளைய ஆசை. சென்னை கடற்கரை ஓரத்தில் சிலப்பதிகாரத்தில் சித்திரிக்கப்பட்டுள்ள காவிரிப் பூம்பட்டினக் கடற்கரையைப் போல் சித்திரித்துக் காட்டவேண்டும். உருவாக்க வேண்டும் என்பது. **

1967 தேர்தலில் தியாகராய நகர் தொகுதியில் கழகத்தின் டி.வி.நாராயணசாமி அவர்களை வேட்பாளராக நிறுத்துவது

என்று நாம் தீர்மானித்திருந்த நிலையில், ம.பொ.சிவஞானம் அவர்களை அந்தத் தொகுதியிலே நிற்க வைக்க வேண்டிய

சூழ்நிலை உருவாயிற்று. அதைப் பெருந்தன்மையோடு ம.பொ.சிக்காக டி.வி. நாராயணசாமி அவர்கள் விட்டுக் கொடுக்க முன் வந்தார்.

தியாகராய நகரிலே தான் வேட்பாளராக நான் நிற்பேன் என்று டி.வி.என். அவர்கள் என்னிடம் சற்றே அழுத்திக் கூறியிருப்பாரேயானால் அவருக்கு தியாகராய நகர் தொகுதியைத் தந்துவிட்டு ம.பொ.சிவஞானம் அவர்களுக்கு தம்பி கருணாநிதியின் சைதாப்பேட்டையை அளித்துவிட்டு, நான் நிற்பதாக முடிவு செய்யப்பட்ட தென்சென்னை நாடாளுமன்றத் தொகுதியில் தம்பி கருணாநிதியை நிற்க வைத்துவிட்டு, நான் நிற்காமல் தேர்தல் பிரசாரத்தில் முழுமையாக நாடு முழுவதிலும் ஈடுபடுவதாக எண்ணியிருந்தேன்.

டி.வி.என். அவர்கள் பெருந்தன்மையோடு "அண்ணா! உங்களுக்கு இப்படிப்பட்ட நிலையா? கலங்க வேண்டாம். நான் விட்டுக் கொடுக்கிறேன்" என்று சொன்னார்.

அவர் போன்றவர்கள் தாம் இலட்சியத்திற்காக வாழ்கின்ற இந்தக் கழகத்தின் அடிமரம்' என்று குறிப்பிடுவதிலே நான் பெருமைப் படுகிறேன். *

அரசால் மட்டும் ஆகுமா?

பெரியார் அவர்கள் எடுத்துக் கொண்டிருக்கிற பணி சமுதாயத்தை மாற்றியமைக்கும் புரட்சிகரமான பணியாகும்.

அரசாங்கத்தால் மட்டுமே ஒரு சமுதாயத்தை அடியோடு மாற்றி அமைத்து விட முடியாது. அரசாங்கத்திற்கு அந்த வலிமை இல்லை,

என்னிடம் ஓர் அரசு அளிக்கப்பட்டிருக்கிறது என்றாலும், அது ஒரு பெரிய ஆட்சிக்குக் கட்டுப்பட்டுக் காரியமாற்ற வேண்டிய ஒன்றே தவிர, தன்னிச்சையாகக் காரியமாற்ற முடியாது.

இதனைப் பெரியார் அவர்கள் நன்கு அறிவார்கள். உலகத்திலே எந்த நாட்டிலேயும் ஆட்சியால் சாதித்ததைவிட, தனிப்பட்ட சீர்திருத்தவாதியாலேயே சமூகம் திருத்தப்பட்டிருக்கிறது.

பெரியார் அவர்கள் தரும் பேருரைகளால், அவருடைய சலியாத உழைப்பினால், அவர் தந்துள்ள பகுத்தறிவுக் கருத்துகளினால் தான் இன்றைய தினம் நம் சமூகம் மிக நல்ல அளவிலே முன்னேறிக் கொண்டு வருகிறது.

அவருக்குத் திருப்தி ஏற்படுகிற வகையிலே இல்லாமல் இருந்தாலும் என்னைப் போன்றவர்கள் இந்த அளவுக்குக் கூட மாறுவார்களா என்று எண்ணிப் பார்க்காத அளவுக்கு முன்னேற்றம் ஏற்பட்டுள்ளது.

முதியோரின் மூடச் செயல்

ஒரு முறை பெரியாரும் நானும் ஈரோட்டுக்குப் பக்கத்தில் ஈங்கூர் என்னும் கிராமத்தில் சுயமரியாதைப் பிரசாரத்திற்காகச் சென்றோம்.

அந்த ஊரில் இருந்த பெரிய மனிதர் ஒருவர், நாங்கள் பேசிய இடத்திற்குப் பக்கத்தில் உட்கார்ந்து கொண்டு, அந்த ஊரில் உள்ள மற்றவர்களை விட்டு, நாங்கள் பேசிக்கொண்டிருக்கிற இடத்தில் காற்றடிக்கும் பக்கம் பார்த்துச் சாம்பலைத் தூவிக்கொண்டேயிருக்கச் சொன்னார். பெரியாரும் பேசிக்கொண்டே இருந்தார்.

நான் பேசும்போது குறிப்பிட்டேன். "சாம்பலைத் தூவிக்கொண்டே இருக்கிறீர்கள். அது பெரியாரை என்ன செய்யும்? தாடியிலே படலாம். அது ஏற்கெனவே வெள்ளை! அதனால் எந்தக் கெடுதலும் வராது" என்று.

சட்டத்தின் மூலம் எண்ண ங்கள் ஈடேற...

இப்போது பெரியார் பேசும் பேச்சுகளைக் கேட்டால், ஒரு கணம் மயக்கம் வருகிறது.

அடுத்து ஒருவரையொருவர் சந்தித்துப் பேசும் பொழுது. நியாயம்தான் – தேவைதான் என்ற எண்ணம்தான் வருகிறதே தவிர, அதைக் கேட்ட உடனே பதறிய காலம், பகைத்து எழுந்த காலம், இவர்களைப் படுகொலை செய்து விடலாம் என்று பேசிக்கொண்டிருந்த காலம் இந்தக் காலங்கள் எல்லாம், இறந்த காலங்கள், ஆகிவிட்டன.

இப்போது இருக்கும் காலம், மிகப் பக்குவம் நிறைந்த காலம். பெரியார் அவர்களின் கருத்துகளைச் சட்டத்தின் மூலம் செயற்படுத்த,

இந்த அரசின் அதிகார எல்லைக்குட்பட்டு, என்னென்ன செய்ய முடியுமோ, அவற்றைச் செய்ய, எப்போதும் தயாராக இருக்கிறேன்.

பெரியார் அவர்கள் எடுத்துச் சொல்லுகிற கருத்துக்களையும் கொள்கைகளையும் பரப்புவதற்கும், செயலாக்குவதற்கும் நான் தயாராக இருக்கிறேன்,

அரசிலே இருந்துகொண்டு சில காரியங்களைச் செய்யவா? அல்லது அதை விட்டு உங்களிடம் வந்து, தமிழகத்திலே இதே பேச்சைப் பேசிக்கொண்டு உங்களோடு இருக்கவா? என்பதை முடிவு செய்யும் பொறுப்பைப் பெரியார் அவர்களுக்கே விட்டுவிடு கின்றேன்.

அவர் "என்னோடு வந்து பணியாற்று" என்றால், அதற்கு நான் தயாராக இருக்கின்றேன்.

கோலார் தங்கம்

கோலாரிலே தங்கம் கிடைக்கிறது என்றால், பூமியை வெட்டியவுடன் அது பாளம் பாளமாகக் கிடைப்பதில்லை. கல்லை வெட்டி, அதைக் கரைத்து அரைத்துக் காய்ச்சிய பின்தான் மின்னும் தங்கத்தை எடுக்கின்றனர். அவ்வளவு துன்பப்பட வேண்டியிருக்கிறது.

அது போன்றுதான் சமுதாயச் சீர்திருத்தப் பணியாகும்.

பெரியார் அவர்களுக்கு நாம் தந்துள்ள சமுதாயச் சீர்திருத்த வேலை அவர் இறுதி மூச்சுள்ள வரை செய்து தீர வேண்டிய வேலை.

ஏனென்றால், அந்தப் பணியைச் செய்வதற்கு அவரைத் தவிர வேறு ஆள் இல்லை. நேற்று இருந்ததில்லை. நாளைக்கு வருவார்களா என்பதும் ஐயப்பாட்டிற்கு உரியது.

பெரியார் அவர்கள் தாம் செய்யும் வேலையில் மனநிம்மதியோடு இருக்கலாம்.

தமிழகம் இன்று எந்தப் புதுக் கருத்தையும் ஏற்றுக்கொள்வதற்கும் தாங்கிக்கொள்வதற்கும் தயாராக இருக்கிறது. அது செயல் வடிவத்தில் வருவதற்குச் சில பல ஆண்டுகள் பிடிக்கலாம். அவருடைய கருத்துகளும் கொள்கைகளும் இன்னும் முற்றும் செயல்படவில்லை. ஆனால், அவை செயல்பட்டே தீரும்.

பெரியார் அவர்கள் எடுத்துக் கொண்டிருக்கும் பணி, மிகச் சிறந்த பணி. நம் நாட்டிற்கு மிகத் தேவையான பணி. அதனை நிறைவேற்றக் கூடிய ஆற்றல் பெரியார் அவர்களுக்கே உண்டு. ஆனாலும், அவருக்கு ஓய்வு கொடுத்து, அவரது வேலையை நாம் மேற்கொள்ள வேண்டும்.

முதல் வரவேற்பு

இன்று பெரியார் அவர்கள் எனக்குப் பொன்னாடை போர்த்தினார்கள். உண்மையாகவே இது எனக்குப் பெருமைதான்.

இதைவிட நான் பெருமையாகக் கருதுவது, பெரியார் அவர்களுக்கு ஞாபகம் இருக்கிறதோ, என்னவோ, எனக்கு ஈரோட்டில் முதன் முதலில் நகராட்சியில் வரவேற்பு கொடுக்கச் செய்து சால்வை போர்த்தினார்கள்.

அதை என் வாழ்நாளில் மறக்க முடியாது.

எனக்கு முதன் முதல் வரவேற்பு என்பதே ஈரோட்டில் நகராட்சியால் கொடுக்கப்பட்டதுதான்.

அதன் பின், இப்போது நிறைய வரவேற்புகள் கொடுக்கிறார்கள் என்றால், அவை எனக்காக அல்ல பதவிக்காகக் கொடுக்கப் படுபவையேயாகும்.

பெரியார் அவர்கள் இடையிலே சில ஆண்டுகள் எனக்குக் கொடுக்க வேண்டிய பரிசுகளையெல்லாம் கொடுக்காமல் ஏமாற்றி விட்டார்கள்.

நன்றி காட்டுவதில் முதல்வன்

இன்று முதல் பெரியார் இருக்கிற இடத்தில் நான் இருப்பேன். நான் இருக்கிற இடத்தில் அவருடைய கருத்து இருக்கும்.

எனவே இனி மேலும், பெரியாரும் அண்ணாத்துரையும் ஒன்று சேர்ந்து விட்டார்கள் என்று சொல்வது, அரசியல் உலகத்தில் யாரோ சிலருக்கு ஒரு வித சந்தேகத்தை உண்டாக்கி, அவர்கள் இருவரும் ஒன்று சேர்ந்துவிட்டார்களாமே என்கிற கலவரத்தையும் உண்டாக்கக் கூடுமாதலால். இனி அப்படிக் கூற வேண்டாம் என நண்பர்களை நான் கேட்டுக் கொள்கிறேன்.

நாம் பெரியாரை மிகவும் துன்பப்படுத்தி இருக்கிறோம். அவர் இப்போது ஓய்வெடுத்துக் கொண்டு கட்டளையிட வேண்டிய வயது.

அவரது தொண்டினை நாம் மேற்கொள்ள வேண்டும். அப்படிப்பட்ட சூழ்நிலை, நமக்கு ஏற்படவில்லை.

ஆனதாலே, நாம் அவருக்குக் காட்ட வேண்டிய நன்றியைக் காட்டக் கடமைப்பட்டவராவோம்.

நன்றியைக் காட்டிக்கொள்வதில் நான் முதல்வனாக இருப்பேன் என்பதையும் இச் சமயத்தில் தெரிவித்துக் கொள் கிறேன். *

அமெரிக்காவிலிருந்து அண்ணாவின் அஞ்சல்

பேரன்புடைய பெரியார் அவர்களுக்கு, வணக்கம்.

என் உடல் நிலை நல்ல விதமாக முன்னேறி வருகிறது. வலியும், அதற்குக் காரணமாக இருந்து வந்த நோய்க் குறியும் இப்போது துளியும் இல்லை.

பசியின்மையும் இளைப்பும் இருக்கின்றன.

டாக்டர் மில்லரின் யோசனைப்படி, இத்திங்கள் முழுவதும் இங்கு இருந்துவிட்டு, நவம்பர் முதல் வாரம் புறப்பட எண்ணியிருக்கிறேன்.

இங்கு இராணி, பரிமளம், செழியன், இராசாராம், டாக்டர் சதாசிவம் ஆகியோர் உடனிருந்து கனிவுடன் என்னைக் கவனித்துக்கொள்கின்றனர்.

சென்னை மருத்துவ மனையிலும் விமான தளத்திலும் தாங்கள் கவலையுடனும் கலக்கத்துடனும் இருந்த தோற்றம் இப்போது என்முன் தோன்றியபடி இருக்கிறது.

ஆகவேதான், கவலைப்பட வேண்டிய நிலை முற்றிலும் நீங்கிவிட்டது என்பதனை விளக்கமாகத் தெரிவித்திருக்கிறேன். தங்கள் அன்புக்கு என் நன்றி.

தங்கள் பிறந்த நாள் மலர் கட்டுரை ஒன்றில் மனச்சோர்வுடன் ''துறவியாகிவிடுவேனோ என்னவோ'' என்று தாங்கள் எழுதி யிருந்ததைக் கண்டு மிகவும் கவலை கொண்டேன்.

''தங்கள் பணி, மகத்தான விழிப்புணர்ச்சியைச் சமூகத்தில் கொடுத்திருக்கிறது. நான் அறிந்த வரையில் இத்தனை மகத்தான வெற்றி வேறு எந்தச் சமூகச் சீர்திருத்தவாதிக்கும் கிடைத்ததில்லை. அதுவும் நமது நாட்டில்!

ஆகவே, சலிப்போ, கவலையோ துளியும் தாங்கள் கொள்ளத் தேவையில்லை.

என் வணக்கத்தினை, திருமதி மணி அம்மையார் அவர்களுக்குத் தெரிவிக்கவும். அன்பு வணக்கங்கள். *

தங்கள் அன்புள்ள

அண்ணாதுரை

அந்த வசந்தம்

எனக்கென்று ஒரு 'வசந்த காலம்' இருந்தது.

நீண்ட நாள்களுக்குப் பிறகு, ஆண்டுகள் பலவற்றுக்குப் பிறகு அந்த வசந்த காலத்தை நினைவிலே கொண்டு, இன்றைய கவலைமிக்க நாள்களிலே எழ முடியாத, புன்னகையைத் தருவித்துக் கொள்கிறேன்.

பெரியாருக்கு அந்த 'வசந்த காலமும் தெரியும். இன்று பொறுப்பேற்றுக் கொண்டிருப்பதால் எழுந்துள்ள கவலையும் நன்கு புரியும்.

'வசந்த காலம்' என்றேனே, அந்த நாள்களில் நான் கல்லூரி யிலிருந்து வெளியேறி, அவருடன் 'காடு மேடு' பல சுற்றி வந்த நிலை.

அந்தக் காடு மேடுகளில் நான் அவருடன் தொண்டாற்றிய போது, வண்ண வண்ணப் பூக்கள் குலுங்கி மகிழ்வளித்ததைக் கண்டேன். நறுமணம் எங்கும் பரவிடக் கண்டேன்.

அப்போது 'கலவரம் எழாமல்' ஒரு பொதுக்கூட்டத்தை ஒழுங்காக நடத்தி முடித்திட முடிந்தால் போதும் பெரிய வெற்றி என்றே பெருமிதம் தோன்றும்.

புறப்படும் முன்னர், ''தலை போகும், தாடி போகும்,தடி போகும்,உயிர் போகும்'' என்ற மிரட்டல் கடிதங்களைப் படித்திட வேண்டிய நிலை.

பெரியாரால் திருந்திய தமிழர்கள் மிகப் பலர்.

'அண்ணாதுரை; இதைப் பார்த்தாயா?' என்று ஒரு கடிதத்தை

'ஆமாமய்யா!' என்று பொருளற்ற ஒரு பதில் தருவேன். 'வருகிறாயா?' என்று என்னைக் கேட்கமாட்டார், வருவேன் என்பது அவருக்கு நன்கு தெரியுமாதலால்!

செல்வோம். பெரியாரின் பேருரை நிகழ்த்தப்படும்.

வந்தவர்களில் உருட்டல், மிரட்டல் கடிதம் எழுதியவர் இருந்திருப்பின், அடுத்த கூட்டத்திற்கு அவர் அய்யாவிற்காக 'மாலை' வாங்கிக் கொண்டுதான் வருவார்.

அத்தகைய தெளிவுரை பெற்றுப் பெற்று, தமிழரில் பலர், பலப்பலர் திருந்தினர் என்பது மட்டுமன்றி, தமிழகத்திலேயே ஒரு புதிய திருப்பம் ஏற்பட்டிருக்கிறது.

எங்கும் இல்லா வரலாறு

ஒருவர் புறப்பட்டு ஓயாது உழைத்து உள்ளத்தைத் திறந்து பேசி, எதற்கும் அஞ்சாது பணியாற்றி, ஒரு பெரிய சமூகத்தை விழிப்பும் எழுச்சியும் கொள்ளச் செய்வதில் வெற்றி பெற்ற வரலாறு இங்கன்றி வேறெங்கும் இருந்ததில்லை.

அந்த வரலாறு தொடங்கப்பட்டபோது நான் சிறுவன்.

அந்த வரலாற்றிலே புகழேடுகள் புதிது புதிதாக இணைக்கப்பட்ட நாள்களிலே ஒரு பகுதியில் நான் அவருடன் சேர்ந்து பணியாற்றியிருக்கிறேன்.

பெரியாருடன் இணைந்து பணியாற்றியவர்கள் மிகப்பலர்.

அவருடன் மற்றைய பலரைவிட இடைவிடாது இருந்திருக்கும் வாய்ப்பைப் பெற்றிருந்தவன் நான்.

இன்றும் நினைவிலே கொண்டு வரும்போது இனிமை பெறுகின்றேன்.

"எதையும் தாங்கும் இதயம்" தந்தவர்!

எத்தனை எத்தனையோ கருத்துகளை உரையாடலின் மூலம் தந்திருக்கின்றார். 'எதையும் தாங்கும் இதயம் வேண்டும்' என்பதனை நான் கற்றுணரும் வாய்ப்பும் தந்தார்.

பொதுத் தொண்டாற்றுவதில் ஓர் ஆர்வமும் அகமகிழ்வும் மனநிறைவும் பெற்றிடச் செய்தார்.

கோபத்துடன் அவர் பலரிடம் பேசிடக் கண்டிருக்கிறேன். கடிந்துரைக்கக் கேட்டிருக்கிறேன். "உன்னை எனக்குத் தெரியும் போ!" என்று உரத்த குரலில் கூறியதைக் கேட்டிருக்கிறேன்.

ஒருநாள் கூட அவர் என்னிடம் அவ்விதம் நடந்து கொண்டதில்லை.

எப்போதும் ஒரு கனிவு எனக்கென்று தனியாக வைத்திருப்பார். என்னைத் தமது 'குடும்பத்தில் பிறவாப் பிள்ளை' எனக்கொண்டிருந்தார்.

தமிழரின் வரலாற்றிலே முக்கியமான ஆண்டுகள்

நான் கண்டதும் கொண்டதும் அந்த ஒரே தலைவரைத்தான்.

இப்போது நான் உள்ள வயதில் அவர் இருந்தார். நான் அவருடன் இணைந்த போது – ஐம்பது ஆண்டுகளுக்கு முன்பு! அதற்கு முன் முப்பது ஆண்டுகள் அவர் பணியாற்றி வந்திருக்கிறார். இந்த ஆண்டுகள் தமிழரின் வரலாற்றிலே மிக முக்கியமான ஆண்டுகள்.

"திடுக்கிட வைக்கிறாரே! திகைப்பாக இருக்கிறதே! எரிச்சல் ஊட்டுகிறாரே! ஏதேதோ சொல்கிறாரே!" என்று கூறியும் –

"விட்டு வைக்கக் கூடாது! ஒழித்துக் கட்டியாக வேண்டும்! நானே தீர்த்துக் கட்டுகிறேன்! என்று மிரட்டியும்– தமிழகத்துள்ளாரில் பலர் பேசினர். ஏசினர். பகைத்தனர். எதிர்த்தனர். ஏளனம் செய்தனர். மறுப்பு உரைத்தனர்.

ஆனால், அவர் பேச்சைக் கேட்டவண்ணம் இருந்தனர். மூலையில் நின்றாகிலும், மறைந்திருந்தாகிலும்!

அந்தப் பேச்சு ஐம்பது ஆண்டுகளுக்கு மேலாக நடந்தபடி இருந்தது.

எதிர்த்தவர்கள், ஏளனம் புரிந்தவர்கள், ஏனோதானோ என்று இருந்தவர்கள் தத்தமது நிலை தன்னாலே மாறிடக்கண்டனர்.

கொதித்தவர்கள், அடங்கினர். மிரட்டினோர் பணிந்தனர். அலட்சியம் செய்தோர் அக்கறை 'காட்டினர்.

அவருடைய பேச்சோ ? அது தங்கு தடையின்றி வேகம் குறையாமல் பாய்ந்தோடி வந்தது. மக்களைத் துளைத்துக் கொண்டு கற்களை உருட்டிக் கொண்டு, காடுகளைக் கழனிகளை வளம்பெறச் செய்துகொண்டு ஓசை நயத்துடன், ஒய்யார நடையுடன்!

அங்கே பேசுகிறார், இங்கே பேசுகிறார், அதைக் குறித்துப் பேசுகிறார், இது குறித்துப் பேசுகிறார் என்று தமிழகம் இந்த ஐம்பது ஆண்டுகளாகக் கூறி வருகிறது.

அறிவுப் புரட்சியின் முதற் கட்ட வெற்றி

'மனத்திற் பட்டதை எடுத்துச் சொல்வேன் எது நேரிடினும்' என் உரிமைப் போரே அவருடைய வாழ்வு முழுவதும்.

அதிலே அவர் கண்ட வெற்றி மிகப் பெரியது.

மகிழ்ச்சி தரும் நிகழ்ச்சி

பெரியார் அவர்களே! பெரியோர்களே! தாய்மார்களே! நண்பர்களே! நம்முடைய தனிப்பெரும் தலைவர் பெரியார் அவர்களுடைய 89ஆம் பிறந்த நாள் விழாவில் நான் கலந்து கொள்வதற்கான வாய்ப்புக் கிடைத்தது. உள்ளபடியே மிக்க மகிழ்ச்சி அடைகிறேன்.

நான் முதலமைச்சரான பிறகு எனக்கு ஏதாகிலும் ஒரு பெரிய மகிழ்ச்சி ஏற்பட்டிருக்குமானால், இந்த விழாவிலே நான் கலந்து கொள்வதுதான் மிகப் பெரிய மகிழ்ச்சியைத் தருவதாகும்.

ஆனால், உங்களிலே பலருக்கு இது புதுமையானதாகத் தெரியும். என்னைப் பொறுத்த வரையில் இடையில் சில நாள்கள் இல்லாமல் இருந்தது பழைய நிகழ்ச்சிதானே தவிர, இது புதிதன்று என்பதைத் தெரிவித்துக் கொள்கிறேன்.

பெரியார் அவர்களுடைய 89ஆம் பிறந்த நாள் விழாவானது இன்றைய தினம் தமிழகத்திலுள்ள எல்லாப் பண்பாளர்களாலும் கொண்டாடப்பட்டு வருவது இயற்கையானது.

பொதுத் தொண்டின் மூலம் புதிய வரலாறு

கட்சிக்கு அப்பாற்பட்ட நிகழ்ச்சியாக எல்லாக் கட்சியிலுள்ள பண்பாளர்களும் வரவேற்கத் தக்கதாக, தமிழக மக்கள் நல்வாழ்வில் அக்கறை உள்ளவர்கள் போற்றத்தக்க நிகழ்ச்சியாக, இந்த மாபெரும் நிகழ்ச்சி அமைந்திருக்கிறது.

பெரியார் 89ஆம் வயதில் அடியெடுத்து வைக்கிறார்கள் என்பதை எண்ணிப் பார்க்கிற நேரத்தில், அவர்கள் நமக்கு இதுவரையில் ஆற்றியிருக்கிற தொண்டிற்கு அவர்களால் தமிழகம் பெற்றிருக்கிற நல்ல வளர்ச்சிக்கு பெயருக்கு அவர்களுக்கு நாம் நம்முடைய மரியாதையை, அன்பை, இதயத்தைக் காணிக்கை யாக்குவதற்காக இங்கே கூடியிருக்கிறோம்.

பிறந்த நாள் விழாவில் கலந்து கொள்ளும் நேரத்தில் இங்கே நடந்த ஊர்வலமும் விழாவும் வேடிக்கையும் பெரியார் அவர்களுக்கு நம்முடைய நன்றி கலந்த வணக்கத்தைத் தெரிவிப்பதற்காகத்தான் என்று எண்ணுவது நம்முடைய கடமையாகும்.

தமிழகத்திற்கும், தமிழ் நாட்டு மக்களின் நல்வாழ்விற்கும் இன்னும் உலகத்திற்கே கூட என்றும் சொல்லலாம். அவர்கள் செய்திருக்கிற அரிய பெரிய செயல்கள், ஆற்றியிருக்கிற அருந்தொண்டுகள், ஏற்படுத்தியிருக்கின்ற புரட்சி உணர்ச்சிகள், ஓடவிட்டிருக்கிற அறிவுப் புனல் தமிழகம் என்றுமே கண்டதில்லை.

இதற்குப் பிறகும் இப்படிப்பட்ட மாபெரும் புரட்சி வேகத்தை நாம் பார்க்கப் போவதில்லை.

அப்படிப்பட்ட வரலாற்றில் பொறிக்கத்தக்க புதிய வரலாறு என்று கருதும் நிலைமையை அவர்கள் தம்முடைய பொதுத் தொண்டின் மூலம் நமக்கு அளித்திருக்கிறார்கள்.

பெரியார் ஒரு போர் வீரர்.

பிறந்த நாள் கொண்டாடுகிற நேரத்தில் என்னுடைய நினைவுகள் திராவிடர் கழகமாகவும் அதற்கு முன்னால் தமிழர் இயக்கமாகவும், சுயமரியாதை இயக்கமாகவும் இருந்த நேரங்களில் அவர்களோடு இணைந்திருந்து பணியாற்றிய பல எண்ண அலைகளை எனது நெஞ்சில் ஓட விட்டுக் கொண்டிருக்கின்றேன்.

எத்தனை இரவுகள், எத்தனை பகல்கள், எத்தனை காடு மேடுகள், எத்தனை சிற்றாறுகள், எத்தனை பேராறுகள், எத்தனை மாநாடுகள், என்று எண்ணிப் பார்க்கிற நேரத்தில், ஒரு போர் வீரன் களத்தில் புகுந்து, ‘இந்தப் படையை முறியடித்தேன், அந்தப் படையை வென்றேன்’ என்று காட்டி, மேலும் மேலும் செல்வதைப் போல, அவர்கள் வாழ்நாள் முழுவதும் களத்தில் நிற்கிற ஒரு மாபெரும் போராட்டமாகும்.

இப்போது எனக்குக் கிடைத்திருப்பது, இனி எனக்குக் கிடைக்கக் கூடியது என்று எந்தப் பட்டியலைக் காட்டினாலும், நான் ஏற்கெனவே பெற்றிருந்தவற்றைவிட, இவை எதுவும் மகிழ்ச்சியிலோ பெருமையிலோ நிச்சயமாக அதிகமானவையாக இருக்க முடியாது.

மனச் சேற்றைத் துடைத்தெறிந்தார்

அவரிடத்திலே அப்போதெல்லாம் ஓடாது என்று கருதிய காரணத்தால் தரப்பட்ட ஒரு ஃபோர்டு மோட்டார் கார் இருந்தது. அதிலே தான் நானும் அவரும் ஏறிக்கொண்டு செல்வோம். ஏறிக்கொண்டு செல்வோம் என்று சொல்வதற்குக் காரணம், அது சில நேரத்தில் ஓடாது. பிடித்துத் தள்ள வேண்டும்.

அந்த மோட்டாரில் கிளம்பிய நேரம், தமிழகத்தில் நீதிக்கட்சி அடியோடு தரைமட்டமாக்கப்பட்ட நேரம்.

இனிக் காங்கிரசுக்கு எதிராக மாற்றுக் கட்சி உண்டாகவே முடியாது என்ற நிலைமை ஏற்பட்டபொழுது, நீதிக் கட்சியின் தலைவராகப் பெரியார் தேர்ந்தெடுக்கப்பட்டார்

இரண்டே ஆண்டில் அந்த நீதிக்கட்சி என்ற அரசியல் இயந்திரத்தைச் சுயமரியாதை இயக்கம் என்ற ஓர் இஞ்சினோடும் (இழுவையோடும்) பூட்டி மிக வேகமாக அதை இயக்கத் தொடங்கினார் அவர்.

இதே திருச்சியில் புத்தூர் மைதானத்தில் (திடலில்) திராவிடர் கழக மாநாடு ஒன்று நடைபெற்ற நேரத்தில், மறுநாள் காலை மாநாடு. அன்றிரவு மிகப் பெரும் மழை. அதனால் கொட்டகை முழுவதும் முழங்கால் அளவுக்குத் தண்ணீர் தேங்கியிருந்தது.

பெரியார் அதைப் பார்த்து, அவருடைய தொண்டர்களை அழைத்து, "இப்படியிருக்கிறதே. நாளை மாநாடு நடக்குமா?" என்று கேட்டார்கள். அதற்கு "அத்தொண்டர்கள்" நடக்கும் என்றார்கள். அப்படியே காலையில் நடந்தது. தண்ணீரிலா என்றால் இல்லை. தொண்டர்களின் உழைப்பினால் தண்ணீர் இறைக்கப்பட்டு, மணல் தூவப்பட்டுக் காலையில் மாநாடு வெற்றிகரமாக நடந்தது.

இதை நான் சொல்லிடக் காரணம், முழங்கால் அளவுக்குச் சேறாக இருந்த இடம் பக்குவப்படுத்தப்பட்டதைப் போல, தமிழ் மக்களின் மனத்தில் ஊறிப் போயிருந்த சேற்றைப் பெரியார் துடைத்தெறிந்தார். தமது வாழ்நாளிலேயே அதை முடித்தார்.

அவருடைய பிறந்த நாள் விழாவைக் கோலாகலமாகக் கொண்டாடும் இன்றைய இந்த நேரத்தில், பல நண்பர்கள் பல அன்பர்கள் அவர்களுடைய பேராற்றல் பற்றியும் தமிழகம் அவர்களால் பெற்ற பயன்களைப் பற்றியும் இனித் தொடர்ந்து பேச இருக்கிறார்கள். அதையும் கேட்டுக் களிப்படைந்து புதிய உற்சாகம் பெற்றுப் புதிய நம்பிக்கையோடு நாம் இந்த விழாவிலிருந்து வெளியேற வேண்டும் என்பதே என் எண்ணம்.

கடுமொழியைக் கேட்டறியாதவன் நான்

என்னுடைய உளம்கனிந்த நன்றியை நான் பெரியார் அவர்களுக்குக் காணிக்கை ஆக்குகிறேன்.

அவர்களுடைய அன்பினையும் ஆதரவினையும் பெற்றவன் என்ற முறையில் என்றைய தினமும் அவர்கள் கடுமொழியைக் கேட்காதவன் என்ற முறையில் அவர்களுக்கு என்னிடம் இருக்கின்ற தனிப்பட்ட பாசத்திற்கு என்னுடைய இதயம் கலந்த–கனிவு நிறைந்தநட்பு மிகுந்த– தூய்மை நிறைந்த வணக்கத்தையும் மரியாதையையும் தெரிவித்துக் கொள்கிறேன்.*

என்னைப் பொறுத்த வரையில் மூன்று வகைகளில் ஆற்றலையும் பயனையும் பெறுகிறேன்.

ஒன்று நீதிக்கட்சியிடம் எனக்குத் தொடர்பு இருந்ததால், அந்தக் கட்சிக்கு உரிய ஆற்றலான பெருந்தன்மைப் போக்கினைப் பெற்றுக் கொள்வேன்.

இரண்டு சுயமரியாதை (தன்மான) இயக்கத்தில் தொடர்பு இருந்ததால், தன்மான உணர்வை வேண்டும்போது நான் பெற்றுக்கொள்வேன்.

மூன்று காங்கிரசுக் கட்சியின் பெருந்தலைவர்களிடம் எனக்குத் தோழமை இருப்பதால், அரசியல் சிக்கல்களில் அவர்கள் கையாளும் இராச தந்திரத்தை நான் மேற்கொள்வேன்.

ஆகையால், மூன்று வேறுபட்ட பிரதிநிதியாக (பேராளராக) நான் செயல்படுவேன்.

சுமத்தப்பட்ட சிலுவை

தமிழகத்தின் புதிய (கழக) அரசு திடீரென்று புரட்சிகரமான மாறுதல்களைச் செய்யும், சமூகத்தின் கட்டுக்கோப்பைக் குலைக்கும் என்று சிலர் அச்சம் தெரிவித்தார்கள்.

தமிழக அரசு படிப்படியான மாறுதல்களையும், வளர்ச்சிகளையுமே விரும்புகிறது. அவை நிலைத்து நிற்கும்.

புதிய அரசுக்குத் தேவையான ஆலோசனைகளை வழங்கும் கடமை, அனுபவம் மிக்கவர்களாக, ஆற்றலாளர்களாக, விளங்கும் உங்கள் அனைவர்க்கும் உண்டு. தேவையான பொழுது அவற்றை நாங்கள் பெறுவோம்.

நெருக்கடியான பிரச்னைகள் இருப்பதை பி.டி. இராசன் அவர்கள் சுட்டிக்காட்டினார்கள். உங்கள் அனைவரது நல்லெண்ணமும் ஒத்துழைப்பும் உறுதுணையாக அமைந்திருப்பதால் எல்லாப் பிரச்னைகளிலும் நல்ல தீர்வு காண உளமாரப் பாடுபடுவோம்.

முன்பு கடிகாரத்தையும் நாள்காட்டியையும், கவனித்துக் கொண்டு நான் பணியாற்றியதில்லை. அவற்றின் மீது அக்கறை செலுத்தியதுமில்லை. ஆனால் இப்பொழுது நிலைமை முழுவதுமாக மாறிவிட்டது.

கடிகாரமும் நாள்காட்டியும் தான் என்னை ஆட்டிப்படைக்கும் முதலாளிகளாக இன்று மாறி விட்டன!

இந்த நேரத்தில் இறுதியாக உங்களிடம் ஒன்றை விவிலிய நூலிலிருந்து (ஙிவீதீறீமீ) எடுத்துரைக்க விரும்புகிறேன்.

"எப்பாடு பட்டேனும், என்ன நிகழ்ந்தாலும் எங்கள் மீது சுமத்தப்பட்ட சிலுவையை பொறுப்புகளை எடுத்துச் செல்வோம். மக்களை அழைத்துச் செல்ல வேண்டிய இடத்துக்கு அழைத்துச் செல்வோம்!' *

கடைசி நிகழ்ச்சி

கலைவாணர் திரு. என்.எஸ்.கிருஷ்ணன் அவர்களுடைய சிலை திறப்பு விழா நடக்கின்ற இந்த நேரத்தில் அவரோடு நெருங்கிப் பழகிய என் போன்றோர்க்கு ஆயிரத்தெட்டு எண்ணங்கள் நெஞ் சத்திலே அலை மோதத்தான் செய்யும். அவற்றை எல்லாம் எடுத்து விளக்கிக்கொண்டு இருப்பதற்கு இப்போது நேரம் இல்லை. என் உடல்நிலை அதற்குத் தகுந்ததாகவும் இல்லை. **

கடைசி பொங்கல் விழா

எந்தப் பணி எனக்கு இனிப்பும் எழுச்சியும் தந்து வந்ததோ, எந்தப் பணியிலே நான் ஆண்டு பலவாக மிக்க மகிழ்ச்சியுடன் ஈடுபட்டு வந்திருந்தேனோ,

எந்தப் பணி மூலம் என்னை உன் அண்ணனாக நீ உள்ளன்புடன் ஏற்றுக்கொண்டு, பெருமிதத்துடன், உலகுக்கு அறிவித்து வந்தனையோ,

எந்தப் பணி வாயிலாக என் கருத்துகளை உனக்கு அளித்து உன் ஒப்புதலைப் பெற்று அந்தக் கருத்துகளின் வெற்றிக்கான வழியினைக் காண முடிந்ததோ,

எந்தப் பணியின் மூலம் தமிழகத்தை அறியவும், உலகத்தை உணரவும்,தமிழ்ப் பண்பை நுகரவும் வழி கிடைத்து வந்ததோ,

எந்தப் பணி மூலம், எப்போதும் உன் இதயத்தில் எனக்கு ஓர் இடம் கிடைத்து அது குறித்து நான் அளவற்ற அகமகிழ்ச்சி பெற முடிந்ததோ,

அந்தப் பணியினை முன்புபோலச் செய்ய முடியாதவனாக்கப் பட்டு, முடியவில்லையே என்ற ஏக்கத்தால் தாக்கப்பட்டு, சூழ்நிலை யின் கைதியாக்கப்பட்டுக் கிடக்கிறேன் என்பதனை அறிவாய்.

''சூழ்நிலையின் கைதி'–என்ற சொற்றொடருக்குத் தான், முதலமைச்சர் என்று முத்திரையிட்டிருக்கிறார்கள்.

தம்பி! தம்பி! தம்பி! – என்ற முறையில் பல பிரச்னைகள் பற்றிய கருத்துக்களை அறிக்கைகள், சொற்பொழிவுகள், சட்டமன்ற உரைகள் மூலம் நாட்டுக்குத் தந்துவிட முடிகிறது–தனிமையாக உன்னிடம் உரையாடி மகிழ்ந்திட என்று நான் வகுத்துக்கொண்ட கிழமைக் கடிதம்' எழுதிட இயலவில்லை.

பிரச்னைகளை விளக்கிட, ஐயப்பாடுகளைப் போக்கிட, அச்சம் துடைத்திட, மறுப்புக்கு மறுப்புரைக்க, 'வாழ்க வசவாளர்' என்று அவர்களையும் வாழ்த்திட, ''தம்பிக்கு கடிதம்'' மிக நேர்த்தியான முறையில் பயன்பட்டு வந்தது.

எனக்குத் தோன்றும் எண்ணங்களை உன்னிடம் கூறிடுவதிலே, தனியானதோர் மகிழ்ச்சி.

எனக்கு ஏற்படும் மகிழ்ச்சியினை உன்னோடு பங்கிட்டுக் கொள்வதிலே ஓர் இன்பம்.

கவலை குடையும்போது, மன உளைச்சல் ஏற்படும் போது, உன்னோடு உரையாடி, தம்பி உடையான் படைக்கு அஞ்சான் என்ற எழுச்சி பெற்று வந்தேன்.

இப்போது? அந்த இன்ப நாள்களை எண்ணி எண்ணி ஏக்கம் கொள்கிறேன். சுமக்கும் பளுவினாலே கூனிக் குறுகி வாடுகிறேன். எத்தனை எத்தனையோ பிரச்னைகளைப் பற்றிய கருத்துகளைக் கூற நேரமோ வாய்ப்போ இன்றித் தவித்திடுகிறேன்.

ஆயினும், முன்பு செலவிட்டதை விட, அதிகமான நேரம், வேலைக்காக ஒதுக்குகிறேன். இலக்கியச் சுவை நுகர்ந்திட நேரமில்லை. கலை அழகினை எண்ணிட நேரமில்லை. வேலை! வேலை! வேலை! ஓயாத வேலை! உடலும் உள்ளமும் அலுத்துப் போகும் அளவு. கடமையை நிறைவேற்றிக் கொண்டிருக்கவே காலம் போதவில்லை களிப்புப் பெற்றிட உன்னிடம் உரையாடிட நேரத்தைக் கண்டறிவதே மிகச் சங்கடமாகி விட்டது.

இந்தக் கிழமை எப்படியும் தம்பிக்குக் கடிதம் எழுதிட வேண்டும் என்று தீர்மானித்து எழுதத் தொடங்குவேன். தொலை பேசி மணி ஒலிக்கும்....

சீப் பா....

ஆமாம், நான்தான்....

எங்க ஊர் வாய்க்கால் விஷயமாக மனு அனுப்பினது பற்றி....

பரிசீலனையில் இருக்கிறது.

அண்ணா! நீங்க பார்த்து முடிவு செய்ய வேண்டியதுதானே, இதற்கு என்ன பரிசீலனை தேவை?

அப்படி அல்லவே. இலாக்கா பரிசீலனை செய்தாக வேண்டுமே...

அதெல்லாம் எங்களுக்குத் தெரியாது.....எப்படியும் முடித்துக் கொடுத்தாக வேண்டும்.

சரி, சென்னைக்கு வரும்போது விளக்கமாகக் கூறுகிறேன். உடம்பைப் பார்த்துக் கொள்ளுங்கள் அண்ணா! ஆகட்டும். ஆகட்டும்!

வேலைகளைக் குறைத்துக் கொள்ளுங்கள். இளைப்பும் களைப்பும் அதிகமாகத் தெரிந்தது போன மாதம் பார்த்தபோது.

தம்பி! என் மனத்துக்கு இனிமை தந்திடும் பணியிலே என்னை ஈடுபடுத்திக்கொள்ள முடியவில்லையே என்ற கவலை ஒரு புறம்; அத்துடன் பின்னிப் பிணைந்துகொண்டு என் உடல் நிலையைப் பற்றிய கவலை ஒரு புறம்.

என் பேரப் பெண், இளங்கோவனின் மகள் கண்மணி தன் மழலை மொழியில் பாடுகிறாள்.

நலந்தானா? நலந்தானா?

உடலும் உள்ளமும் நலந்தானா?

என்று. எனக்கென்னவோ அந்தப் பாட்டைக் கேட்கும் போதெல்லாம், என் தம்பிகள், தங்கைகள் நாட்டின் நல்லோர் அனைவருமே என்னை நலந்தானா? என்று கேட்பது போலவே தோன்றுகிறது. கடந்த ஓராண்டாகவே, இக் கேள்வி கிளம்பியபடி இருந்தது; அமெரிக்கா சென்று அறுவைச் சிகிச்சை செய்து கொள்ள வேண்டிய அளவுக்கு உடல் நலம் பாழ்பட்டது. ஆனால், அதனால் ஏற்பட்ட கவலையை நான் உதறித் தள்ளும் விதமான அன்பும் கனிவும் நாடு முழுவதிலுமிருந்து கிடைத்தது. அரசியலில் நம்மோடு மாறுபட்டிருப்பவர்களிலே பலரும் கனிவு காட்டிடக் கண்டேன்மனிதத் தன்மை அடியோடு மடிந்து விடவில்லை என்பதனை உணர்ந்தேன்.

தம்பி! அந்த மனிதத் தன்மையிலேதான் முழுக்க முழுக்க நம்பிக்கை கொண்டிருக்கிறேன். மனிதத் தன்மை திகழ்ந்திடச் செய்வதைவிட, மகத்தான் வேறொரு வெற்றி இல்லை என்றே கருதுகிறேன். அரசுகள் அமைவதே, இந்த மனிதத் தன்மையின் மேம்பாட்டினை வளர்த்திடத்தான் என்று கருதுகிறேன். என்னால் எந்தப் பிரச்னையையும் மனிதத் தன்மை கலந்ததாக மட்டுமே கொள்ள முடிகிறது. அதனால் கொடுமை நேரிட்டு விடும்போது குமுறிப் போகிறேன். அக்ரமம் நடைபெற்றிடும்

போது நெஞ்சில் வேல் பாய்கிறது. இந்நிலை உடலைப் பாதிக்கிறது; மருத்துவர்கள் பலர் என் உடல்நிலை தேறிடத் துணை நிற்கின்றனர். ஆனால், உன் புன்னகை தவழும் முகத்தை மனக் கண்ணால் காணும்போதுதான் உண்மையான 'மாமருந்து' கிடைக்கிறது. கிடைத்தற்கரிய அந்தச் செல்வத்தைக் கொண்டு மகிழ்ச்சிப் பெருக்கிலே திளைத்திருக்க எண்ணும் என்னை, தம்பி! நான் மேற்கொண்டுவிட்ட 'கடமை' வேலையைக் கவனி! வேலையைக் கவனி! என்று முடுக்குகிறது.

இன்று எப்படியும் எழுதுவது–ஆண்டுக்கொரு நாள்–அருமைமிகு திருநாள் பொங்கற் புதுநாள்–அதற்காக வெளிவரும் மலரில் எப்படியும் எழுதவேண்டும் என்று எண்ணிக்கொண்டு ஏடெடுத்தேன், எழுத! எடுத்து?

நிதிக் குழுவினருடன் பேசவேண்டிய பிரச்னைகளைப் பற்றிய தகவல்களுடன் நிதித்துறைச் செயலாளர், அமைச்சர் மாதவனுடன் வந்தார். ஒரு மணிக்குமேல் உருண்டோடி விட்டது–சிக்கலான பிரச்னைகள்–பேசித் தீர்த்தாக வேண்டிய பிரச்னைகள்–நமது மாநிலத்து வருவாய்த் துறையை எந்தெந்த முறையிலே செப்பனிட முடியும் என்பது பற்றி ஆய்ந்தறிய வேண்டிய கட்டம். உன்னை மறந்தேன் என்ற பொருள் கொள்வாயோ! விவரமறிந்த தம்பியாயிற்றே!! உனக்காகவும் சேர்த்து மேற்கொள்ளப்படுகிற வேலை என்பதனை அறிவாயே. பிரச்னைகளைப் பேசினோம்; புள்ளி விவரங்களைச் சரிபார்த்துக் கொண்டோம்; தொடர்பான நிகழ்ச்சிகள் பற்றிய முறைகளை வகுத்துக் கொண்டோம்.

அதற்குப் பிறகுதான் எழுத ஆரம்பித்தாயா அண்ணா! என்றுதானே கேட்கிறாய்.

அதற்குப் பிறகு அல்ல, தம்பி! அதைப் போல மூன்று நான்கு தவிர்க்க முடியாத வேலைகளைக் கவனித்தான பிறகு; எழுத வேண்டும் என்ற முடிவு எடுத்ததற்கும் எழுதத் தொடங்கியதற்கும் இடையில் ஆறு ஏழு மணி நேரம் சென்றுவிட்டது. இந்நிலையில் நான் இருந்திடினும் பொங்கற் புதுநாள் வாழ்த்தினைத் தெரிவித்துப் பெற்றிடும் மகிழ்ச்சியினை மட்டும் நான் இழந்துவிட மாட்டேன். நமக்கென்று உள்ள ஒப்பற்ற விழா அல்லவா அது! எத்தனையோ இன்னல்கள்

தாக்கிடினும், அவற்றை மறந்து, ஒருநாள் மனைதொறும் மகிழ்ச்சியுடன் கொண்டாடிட என்று அமைந்த நாளல்லவா பொங்கற் புதுநாள்! பேச்சிலே ஓர் இசை கலந்திடும் நாள். இத்திருநாள்! இந்நாளில், உனக்கு வாழ்த்துக் கூறுவதிலே பெற்றிடும் இன்பம் ஈடற்றதல்லவா? எனவேதான், எப்படியும் எழுதுவது என்று உட்கார்ந்தேன்.

உலகநாடுகள் பலவற்றின் தலைநகரங்களை ஒரு முறைக்கு மும்முறை கண்டு வந்தேன். அங்கு எங்கும் விழாக்கள் பலப்பல நடாத்தப்படினும் தமிழகத்தின் பொங்கற் புதுநாள் போன்றதொரு பொன்விழா இல்லை; நிச்சயமாக இல்லை. கோலாகல விழாக்கள் உள்ளன; பரபரப்பூட்டும் விழாக்கள் நடத்தப்படுகின்றன; கேளிக்கைகள், மதுபான விருந்துகள் மிகுதியாக; எனினும் ஆர்ப்பரிப்பின்றி ஆனால் அக மகிழ்ச்சியுடன், போலிப் பூச்சுகளின்றி ஆனால் புதியதொரு பொலிவுடன், வீட்டில் உள்ள அனைவரும் கலந்துரையாடி மகிழ்ந்திருக்கும் நமது பொங்கற் புதுநாளுக்கு ஒப்பான விழா அங்கு எங்கும் இல்லை. நாட்டியக் கூடங்களிலே அமளி! பாதைகளிலே புதுவேகம், மோதல், உயிர்ச்சேதம்! அங்காடிகளிலே ஆரவாரம்! இவை ஏராளமான அளவு! ஆனால் இங்கு வீடுதோறும் எழுகிறதே, முதியவரும் மூதாட்டியும் இளைஞரும் இளநங்கையும், சிறுமியரும் கலந்து எழுப்பும் 'பொங்கலோ! பொங்கல்!' என்ற இசை, அது அங்கு எங்கும் இல்லை. இருந்திடடத் தக்க விதமான சமூக அமைப்பே இல்லை.

தம்பி! வறுமை வாட்டுகிறது, இல்லை என்று கூறவில்லை. எண்ணிடும் திட்டங்களை நிறைவேற்றிட வசதிகள் கிட்டவில்லை. அதனை மறைத்துப் பயனில்லை; வளம் கொழித்திட வழிதேடியபடி தான் இருந்து வருகிறோம். இன்னும் பொழுது புலரவில்லை; இவ்வளவும் உண்மை: ஆனால் தமிழகத்தில் பன்னெடுங்காலத்துக்கு முன்பிருந்து நாடு பல, தனது எல்லையை வகுத்துக்கொண்டு அரசு அமைத்துக்கொண்டு நிலவத் தொடங்குவதற்கு நெடுங்காலத்திற்கு முன்பே, நாம் பெற்றிருந்த கருத்துச் செல்வத்தை எண்ணிப் பார்த்திடும் போது, நமக்கு இன்றுள்ள எல்லாத் துயரங்களையும் ஒரு கணம் மறந்து,

வேறெவரும் பெற முடியாத ஒரு பெருமித உணர்வினை நாம் பெற முடிகிறது.

அத்தகைய கருவூலத்தை நமக்குத் தந்த தமிழ் நாட்டுக்கு, நாம் இது நாள் வரையில் அரசியல் சட்ட திட்டத்தில், தமிழ் நாடு என்ற பெயரைக்கூடப் புகுத்தத் தவறினோமே, மறுத்து வந்தோமே, எதிர்த்து வந்தோமே என்று காங்கிரஸ் கட்சியினர் எண்ணி வருத்தப்படுகிறார்களோ இல்லையோ, நானறியேன்–நாம் இவர்களால் என்ன ஆகும்? என்ற ஏளனக் கணைகளால் தாக்கப்பட்ட நாம்–நாம் ஆட்சிப் பொறுப்பினை பெற்றதன் விளைவாக இந்தப் பொங்கற் புதுநாளிலிருந்து, நாம் உலகுக்கு அறிவிக்க முடிகிறது, இது தமிழ்நாடு என்பதாக. பெயரில் என்ன இருக்கிறது என்று பேசிடும் பெரியவர்கள் இருக்கத்தான் செய்கிறார்கள்–ஆனால் பாடினாரே பாரதியார்,

செந்தமிழ் நாடெனும் போதினிலே

இன்பத் தேன்வந்து பாயுது காதினிலே!

என்று. அந்தக் 'கவிதா வாக்கியம்' பெரிய இடத்தில் அமர்ந்து கொண்டு சின்னத்தனம்' பேசிடும் பலருடைய ஏளனத்தைப் பொருட்படுத்த வேண்டாம். உயர்ந்த எண்ணம் கொள்! என்றன்றோ கட்டளையிடுகிறது! 'நாம் தமிழ்நாடு என்ற பெயர் பெற்றிடக் காரணமாக இருந்தோம் என்ற தித்திப்புக் கலந்திடும் பொங்கற் புதுநாள், இந்த ஆண்டு.

போதும் என்று நான் கூறவில்லை; அத்துணைப் பேதைமை என்னைப் பிடித்தாட்டவில்லை.

தமிழகத்துக்கு வளமளிக்க வேண்டிய பருவ மழை தவறிவிட்டது. ஏரி, குளம், குட்டைகள் வறண்டு கிடக்கின்றன. வயல்கள் வெடித்துக் கிடக்கின்றன. பல மாவட்டங்களில் எண்ணிடும் போதே கவலையும் கலக்கமும் மிகத் தான் செய்கிறது.

'தமிழ்நாடு' என்று பெயர் கிடைப்பதால் கிடைத்திடும் பெருமிதம் காலமெல்லாம் நிலைத்து நிற்கும். நமது வழி வருவோர்க்கெல்லாம் நம்மைப்பற்றி அறிவிக்கும் வரலாற்றில் இடம் பெறும். எனவேதான் தம்பி, எப்போதுமே எழுச்சியுடன் நடத்திடும் பொங்கற் புதுநாளை இவ்வாண்டு புதியதோர்

எழுச்சியுடன் கொண்டாடக் காரணம் இருக்கிறது என்பதை நினைவுபடுத்துகிறேன்.

தமிழகம் முழுவதும் விழாக்கோலம் கொள்ளக்கூடிய விதமான வளம் கொழித்திட வேண்டும் என்று விரும்புகிறேன். அதற்கான வழிகள் யாவை என்பது பற்றி ஆய்வாளர்களிடம் அறிவுரை கேட்டுப் பெறுகிறேன். திட்டம் பல தீட்டப்படுகின்றன. ஆனால் அவற்றை நிறைவேற்றத் தேவைப்படுகின்ற பணம்? இந்தியப் பேரரசிடமல்லவா முறையிட வேண்டியிருக்கிறது? முறையிடுகிறேன். ஆனால் கிடைக்கிறதா?..... ஆகவே நான் மாநிலங்கள் அதிக அளவில் அதிகாரங்களைப் பெறத்தக்க விதத்தில் இந்திய அரசியல் சட்டம் திருத்தி அமைக்கப்பட வேண்டும் என்பது பற்றி வாய்ப்பு கிடைக்கும் போதெல்லாம் எடுத்துக் கூறி வருகிறேன்..... உன் இல்லத்துள்ளார் யாவருக்கும் வாழ்த்து கூறுவதுடன், நாடு வளம் பெற, சமூகம் சீர்பெற, சமதர்மம் மலர்ந்திடப் பாடுபடுவதற்கான உறுதியினை இன்று பெற்றிடுக என்றும் கூற விரும்புகிறேன். என்னை பொறுத்தமட்டில் தம்பி! நலிவைத் தாங்கிக் கொண்டபடி என்னால் இயன்றதைச் செய்து கொண்டு வருகின்றேன். தாத்தாவுக்கு ஏன் கைவலி தெரியுமா... எழுதுவதாலே! என்று என் பேரன் மலர்வண்ணன் – என் மகன் டாக்டர். பரிமளம் பெற்ற செல்வம் கூறுகிறான். உண்மைதான்! வலி இருக்கத்தான் செய்கிறது. ஆனால் தம்பிக்கல்லவா கடிதம் எழுதுகிறேன்! அது தனியானதொரு சுவையைத் தருகிறது.

மகிழ்ந்திரு!

விழா நடத்திடு!

வேலை மிகுதி என்ற நினைவுடன். *

புகைப்படங்கள்

பச்சையப்பர் பள்ளியில் அண்ணா

பச்சையப்பர் கல்லூரியில் அண்ணா

குடும்பம் - 1950 - நாகரத்தினம், அண்ணா, பங்காரு, இராசாமணி, இராணி, சௌத்திரி, கௌதமன், பரிமளம், இளங்கோவன், இராசேந்திரன்

குடும்பத்துடன் அண்ணா

மகன்கள் – பரிமளம், இளங்கோவன் திருமணம் – 1963

அண்ணா, பரிமளம்

அண்ணா 60

1930-ல் அண்ணா

எம்ஏ பட்டதாரியாக அண்ணா

சந்திரோதயம் நாடகத்தில்

நண்பர்களுடன் அண்ணா

சிவாஜி கண்ட இந்து ராஜ்யம் நாடகத்தில் சிவாஜியுடன்

அண்ணாவின் திரை ஓவியங்கள்

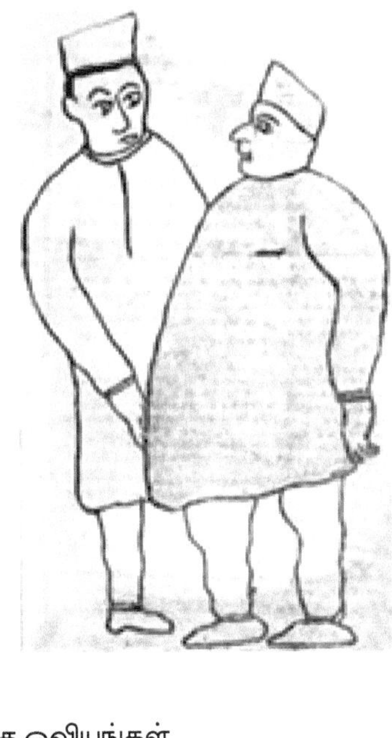

அண்ணா வரைந்த ஓவியங்கள்

கலைஞர் மு.கருணாநிதியுடன் அண்ணா

எம்ஜிஆருடன் அண்ணா

அண்ணா, மு.கருணாநிதி, எம்ஜிஆர், பெரியார்

நாமக்கல் கவிஞர், இராமலிங்கம் பிள்ளை, தேசிய விநாகம் பிள்ளை,
அண்ணா, உடுமலை நாராயண கவி – 1948

என்.எஸ்.கிருஷ்ணன், உடுமலை நாராயணகவி, அண்ணா – 1948

இந்தி எதிர்ப்புப் போராட்டத்தில் மாபொசியுடன் அண்ணா

இந்தி எதிர்ப்புப் போராட்டம் – 1948

சட்டப்பேரவையில் அண்ணா

கைத்தறி துணி விற்றல்

ஊட்டி மலர் கண்காட்சியில் – 1968

அமெரிக்கா வாழ் தமிழர்களுடன் – 1968

யேல் பல்கலைக் கழகத்தில்

தி.மு.க. மாநில மாநாடு – சென்னை – 1960

திராவிட நாடு தொடக்க விழாவில்

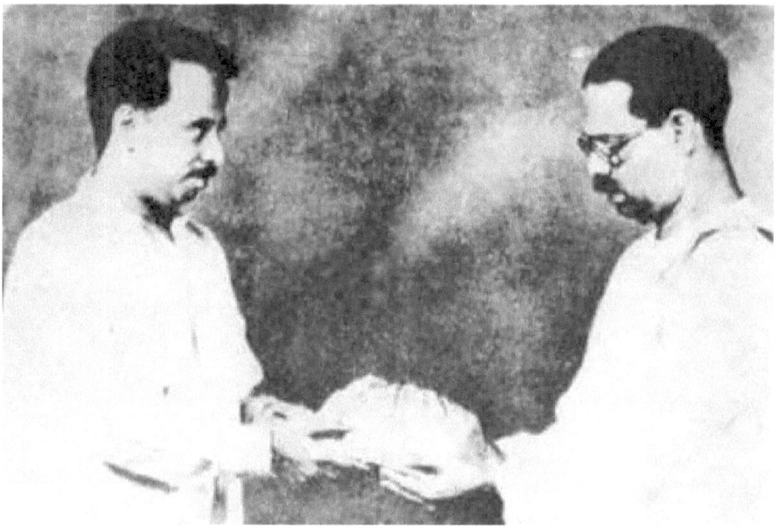
பாரதிதாசனுக்கு 25,000 பணமுடிப்பு

லண்டனில்

மலேசியா பயணம் – 1962

லண்டன்–பி.பி.சி. பத்திரிகைப் பேட்டி – 1968

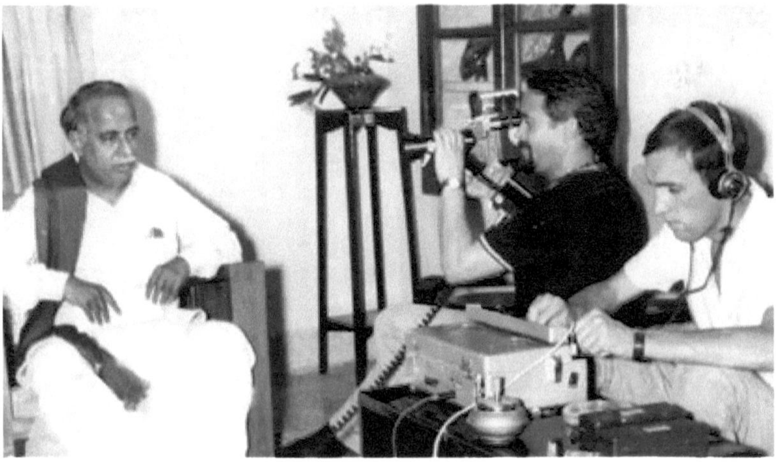

வெளிநாட்டு தொலைகாட்சி – பேட்டி

போப்பாண்டவருடன் – 1968

அமெரிக்க மருத்துவ மனையில் இந்திரா காந்தி– 196

சிகிச்சைக்கு பின்பு – 1968

அணணாவுக்கு பெரியார், கலைஞர் அஞ்சலி

அண்ணாவின் இறுதி ஊர்வலம்

கடற்படை – இறுதி மரியாதை

அண்ணா நினைவிடம்

அண்ணா கையெழுத்து

அஞ்சல்தலை

www.ingramcontent.com/pod-product-compliance
Ingram Content Group UK Ltd.
Pitfield, Milton Keynes, MK11 3LW, UK
UKHW042139021026
15589UKWH00003B/924

9 789391 480462